मन:शांती

अहमत हमदी तानपिनार

अहमत हमदी तानपिनार हे तुर्की वाङ्मयातील एक महत्त्वाचे कादंबरीकार. इस्तंबूल येथे २३ जून १९०१ रोजी त्यांचा जन्म झाला. ते इस्तंबूल विद्यापीठात तुर्की वाङ्मयाचे प्राध्यापक होते. त्याशिवाय काही काळ त्यांनी तुर्की संसदेचे सभासदत्वही घेतले होते. तानपिनार यांच्या लेखनात पौर्वात्य आणि पाश्चिमात्य संस्कृतींचा अनोखा मिलाफ आढळतो. तुर्की शास्त्रीय संगीत, तत्कालीन राजकीय परिस्थिती, इतिहास, तत्त्वज्ञान, समाज आणि व्यक्तींच्या स्वप्नांमधला विरोधाभास असे अनेक विषय त्यांच्या लेखनात आढळतात. 'Huzur' ही त्यांची कादंबरी १९४८ साली प्रकाशित झाली आहे. या कादंबरीचा ताजेपणा आजही रसिकांना विशेष भावतो. सविता दामले यांनी या कादंबरीचा 'मन:शांती' ह्या नावाने अतिशय ओघवत्या शैलीत अनुवाद केला आहे.

'मन:शांती' ही कादंबरी तत्त्वज्ञानात्मक असून तुर्कस्तानी रागसंगीताबद्दल आणि तेथील संस्कृती, एकूणच सामाजिक वातावरण यांबद्दल अधिक माहिती देणारी आहे.

AF653042

तुर्की साहित्यातील महत्त्वपूर्ण लेखक आणि त्यांच्या अनुवादित कादंबऱ्या

अहमेत हमदी तानपिनार

मन:शांती (मूळ शीर्षक : 'हुजूर') - अनुवाद : सविता दामले

तास वाजे झणाणा (मूळ शीर्षक : सतलेरी आयर्लामा इन्स्टिट्युत्सू) - अनुवाद : जयश्री हरि जोशी

हकन गुंदे

देर्दा (मूळ शीर्षक : 'एझेड') - अनुवाद : शर्मिला फडके

गुल इरेपोलू

ट्युलिपच्या बागा : माझ्या छायेत (मूळ शीषर्क : इन टू द ट्युलिप गार्डन्स : माय शॅडो) - अनुवाद : ललिता कोल्हारकर

आयफर टंक

अझिझ बेची शोकान्तिका (मूळ शीर्षक : अझिझ बे इन्सिडंट) - अनुवाद : अरुणा श्री. दुभाषी

ओया बाय्दोर

नक्षी-दार (मूळ शीर्षक : द गेट ऑफ जुडास ट्री) - अनुवाद : जयश्री हरि जोशी

तहसीन युचेल

स्कायस्क्रेपर्स (मूळ शीर्षक : स्कायस्क्रेपर) - अनुवाद : शर्मिला फडके

मन:शांती

अहमत हमदी तानपिनार

मराठी अनुवाद

सविता दामले

पॉप्युलर प्रकाशन, मुंबई

मन:शान्ती
(म - १२४९)
पॉप्युलर प्रकाशन
ISBN 978-81-7185-492-9

MANASHANTI
(Marathi : Novel)
Ahmet Hamdi Tanpinar
Tr : Savita Damle

© २०१५, पॉप्युलर प्रकाशन प्रा. लि.

पहिली आवृत्ती : २०१५/१९३७
पुनर्मुद्रण : २०१६/१९३८

मुखपृष्ठ : चंद्रमोहन कुलकर्णी

प्रकाशक
हर्ष भटकळ
पॉप्युलर प्रकाशन प्रा. लि.
३०१, महालक्ष्मी चेंबर्स
२२, भुलाभाई देसाई रोड
मुंबई ४०० ०२६

अक्षरजुळणी
प्रियांका आर्ट्स
एल्फिन्स्टन रोड, मुंबई ४०० ०१३

मुद्रक
रेप्रो नॉलेजकास्ट लि.
बिल्डिंग नं. ए-१
जीइबीआय पार्क
सोनाळे, ठाणे ४२१३०२

भाग पहिला

इहसान

एक

(इस्तंबूल : दोन खंडांत पसरलेली नगरी, ऑगस्ट १९३९)

मुमताझचा चुलत भाऊ इहसान आजारी पडल्यापासून मुमताझ खूप दूरवर असा फिरायला गेलाच नव्हता. डॉक्टरना बोलावून आणणं, त्यांनी लिहून दिलेली औषधांची यादी घेऊन दुकानातून औषधं आणणं आणि शेजाऱ्यांच्या फोनवरून फोन करणं ही कामं तर तो करत होताच त्याशिवाय आठवड्यातला बराच वेळ इहसानच्या उशाशी बसत होता, आपल्या खोलीत बसून पुस्तकं चाळत त्यावर चिंतन करत होता किंवा आपली पुतणी आणि पुतण्या ह्यांना धीर देऊन त्यांची समजूत घालत होता. इहसानला न्यूमोनिया झाला त्याआधी दोन दिवस तो सतत पाठदुखीची आणि थकवा आल्याची तक्रार करत होता. त्याशिवाय त्याला तापसुद्धा आला होता. ही सुरुवातीची लक्षणं दिसताहेत तोच त्याच्यावर अचानकपणे न्यूमोनियाचा जोरदार घाला पडला. न्यूमोनियानं जणू साऱ्या घरादारावरच आपला अंमल बसवला. सारं घरदार मनातून हादरून गेलं. भीती, धास्ती, पश्चात्ताप आणि इहसान चांगला बरा होवो, अशी भावना प्रत्यक्ष बोलून किंवा नजरेतून व्यक्त होऊ लागली.

ते संपूर्ण घरच मुळी इहसानला होत असलेल्या वेदनांबद्दल खंतावत रात्रीचं झोपू लागलं आणि सकाळचं उठू लागलं.

आगगाडीनं जोरजोरात शिट्ट्या मारून मुमताझला झोपेतून उठवलं तेव्हा तो इहसानच्या आजाराच्या आठवणीनं पुन्हा चिंतामग्न झाला. आगगाडीच्या आवाजामुळे त्याच्या मनात पूर्णपणे वेगळ्याच चिंता निर्माण झाल्या होत्या. घड्याळात पाहिलं तर सकाळचे नऊ वाजायला आले होते. तो विचारात गढून पलंगाच्या कडेवरच बसून राहिला. बरीच बारीकसारीक कामं त्याची वाट पाहात होती. डॉक्टरांनी सांगितलं होतं की मी दहा वाजता येतो, पण त्यांची प्रतीक्षा करण्याची जबाबदारी मुमताझवर नव्हती. इहसानसाठी एक नर्स शोधण्याचं काम त्याला सर्वात आधी करायचं होतं. कारण इहसानची बायको मसिदे किंवा त्याची आई सबिरे ह्या दोघी इहसानच्या रुग्णशय्येपासून जराही हलत नव्हत्या. त्यामुळे मुलंही अगदी केविलवाणी झाली होती.

इहसानचा मुलगा अहमत ह्याला घरातला वयस्कर नोकर सहज सांभाळू शकत होता, परंतु अहमतची धाकटी बहीण सबीहा हिला सांभाळण्यासाठी कुणाची तरी गरज होती. सगळ्यात महत्त्वाचं म्हणजे त्या मुलीशी बोलणारं कुणीतरी हवं होतं. हा विचार मनात येताच आपल्या पुतणीच्या वेगवेगळ्या आविर्भावांची आठवण येऊन मुमताझला हसू आलं. तो घरी परतल्यापासून आपल्या ह्या अल्लड पुतणीबद्दल त्याच्या मनात माया उत्पन्न झाली होती. 'सगळं शेवटी सवयीवरच अवलंबून असतं का?' त्याच्या मनात विचार आला. जे आपल्या सहवासात असतात त्यांच्यावर आपण प्रेम करू लागतो का?

असले विचार मनातून काढून टाकून मुमताझनं आपलं लक्ष नर्स शोधण्याच्या कामाकडे वळवलं. मसिदेची प्रकृतीही फार बरी नव्हती. खरं तर एवढा ताण ती सहनच करतेय कशी ह्याचंच त्याला आश्चर्य वाटत होतं. चिंतेनं आणि थकव्यानं तिची आता सावलीच दिसतेय असा भास होऊ लागला होता. होय, त्याला लवकरात लवकर एक नर्स शोधायलाच हवी होती. त्याशिवाय दुपारी त्या बागूलबुवासारख्या भासणाऱ्या भाडेकरूलाही तोंड द्यायचं होतं.

कपडे घालता घालता मुमताझ स्वतःशीच बोलू लागला, 'ह्या काटकीसारख्या दिसणाऱ्या प्राण्याला माणूस म्हणावं का?'...लहानपणी मुमताझला एकटेपणाला तोंड द्यावं लागल्यामुळे त्याला स्वतःशीच बोलायची सवय होती. खरोखर आयुष्य हे अगदी वेगळंच काहीतरी असतं. स्वतःशीच बोलता बोलता त्याचे विचार पुन्हा छोट्या सबीहाच्या दिशेनं वळले. आपण ह्या घरी राहायला आलो म्हणून आपण आपल्या ह्या छोट्याशा पुतणीवर जीव लावतो आहोत, ह्या विचारानं तो अस्वस्थ झाला होता. पण खरं सांगायचं तर त्याला सुरुवातीपासूनच तिचा लळा लागला होता. तिच्या जन्माच्या वेळची परिस्थिती आठवून तर त्याला अल्लाचे आभारच मानावेसे वाटत होते. खूपच थोडी मुलं अगदी थोड्याच काळात एवढ्या सहजतेनं आणि उल्हासानं सारं घर भरून टाकतात.

मुमताझ सतत तीन दिवस नर्स मिळवण्याची शर्थ करत होता. आत्तापर्यंत दोन्ही हातात मावणार नाहीत एवढे पत्ते त्यानं लिहून घेतले होते आणि अगणित ठिकाणी फोन केले होते. पण ह्या देशात हव्या असलेल्या प्रत्येक गोष्टीची टंचाई होती. नाहीतरी पूर्वेकडचे देश म्हणजे शांतपणे वाट पाहात बसण्याची ठिकाणंच तर होती. थोडीशी चिकाटी अंगी बाणवली तर जणू काही प्रत्येक गोष्ट पायाशी हजर होणार होती. उदाहरणार्थ, इहसानची तब्येत सुधारल्यावर सहा महिन्यांनी कमीत कमी दोन नर्सेसनी

तरी 'काही काम आहे का?' म्हणून नक्कीच फोन केले असते. परंतु एखाद्याला खरोखर गरज असेल तेव्हा मात्र कुणी फोन करीत नव्हतं. अशा तऱ्हेनं नर्सला शोधण्याची सत्त्वपरीक्षा चालू असताना त्यातच भर म्हणून तो भाडेकरू...

हा भाडेकरू म्हणजे आणखी एक वेगळ्या प्रकारचा त्रास होता. त्यानं इहसानच्या आईकडून छोटं दुकान भाड्यानं घेतलं तेव्हापासून तो कायम नाखूशच होता. त्याची सारखी कुरबुर चालत असे. पण बारा वर्षं झाली तरी पठ्ठ्या तिकडून हलायचं काही नाव घेत नव्हता. मागील पंधरवड्यापासून तो सतत निरोप पाठवत होता की 'ह्या घरातील कुणी पुरुषमाणूस किंवा स्वतः मालकीणबाई मला भेटायला आल्या तर बरं होईल.'

त्याचा हा निरोप ऐकून सारं घरच अविश्वासानं पाहात राहिलं होतं. तापानं आणि येणाऱ्या पेटक्यांमुळे तडफडणाऱ्या इहसाननंसुद्धा 'ह्या माणसाच्या वागण्याचा अर्थच समजत नाही' असं मत व्यक्त केलं होतं. कारण हा भाडेकरू विक्षिप्त माणूस होता. तो नेहमी दृष्टिआडच राहात असे तर कधी गायबही होत असे. त्याला कुणी बोलावलं नाही तर किंवा बोलावलं तरीही तो खूपच उशिरानं आणि तेसुद्धा अगदी खूपच कष्ट होत असल्यासारखा प्रतिसाद देत असे.

त्या माणसाचा भाडेकरार नव्यानं करण्याची आणि त्याच्याकडून भाडं वसूल करण्याची जबाबदारी हल्ली मुमताझनं आपल्या खांद्यांवर घेतली होती. त्यामुळे त्याच्या दुकानात उभं राहून त्याला प्रत्यक्ष पाहणं आणि त्याच्याशी बोलणं हे खरोखर किती अवघड आहे ह्याची त्याला कल्पना होती.

मुमताझ त्याच्या दुकानात शिरला रे शिरला की लगेचच तो दुकानदार डोळ्यांवर काळ्या काचेचा चष्मा चढवी. जणू काही तो चष्मा म्हणजे अगदी जालीम ताईतच आहे असा त्याचा आविर्भाव असे. त्यानंतर का कोण जाणे पण तो एका काचेच्या कपाटाआड दडे आणि रेकल्यासारखा स्वर काढून बडबडू लागे. सध्या बाजार कसा नरम आहे, पोट भरणं कसं अवघड झालं आहे, सरकारी नोकरांसारख्या दरमहा पक्की आवक असणाऱ्या लोकांचं नशीब कसं चांगलं आहे हे त्याच्या बोलण्यातले विषय असत. बोलता बोलता तो एकदम संतापून उठे आणि आपल्याला चांगली सरकारी नोकरी होती ती सोडून आपण अल कासीबू हबीबुल्ला* ह्या हादिसमध्ये लिहिल्याप्रमाणे आचरण करायला गेलो म्हणून तो स्वतःची खरडपट्टी काढू लागे.

*** टीप :** कासीबू हबीबुल्ला हे इस्तंबूल इथं सापडलेलं रंगीत काचचित्र आहे. त्यात प्रेषित मुहम्मदांनी सांगितलेलं वचन मूळ एब्रू ह्या जुन्या तुर्की भाषेत लिहिलं आहे. त्या वचनाचा अर्थ असा होतो की जो माणूस हलाल पद्धतीनं व्यवसाय करील तो अल्लाचा लाडका सेवक असेल.

आता काय, खुद्द पैगंबरसाहेबांनीच व्यापाराचं उदाहरण घालून दिलं होतं आणि त्याला तर काय पैगंबरसाहेबांच्या वचनाबाहेर जायचं नव्हतं. सरतेशेवटी ग्रीक शोकांतिकेतील हेक्युबासारखा तो विव्हळू लागे, ''साहेब, काय चाललंय सध्या ते तुम्हाला ठाऊक आहेच. सबिरेदीदींबद्दल माझ्या मनात खूपच आदर आहे. भाडं देण्यासाठी त्यांनी मला थोडीशी मुदत द्यावी. माझ्या दृष्टीनं त्या काही नुसत्याच घरमालकीणबाई नाहीत, त्या आमच्या उपकारकर्त्या आहेत. त्यांच्या अंतःकरणात प्रेमाचा झरा आहे. जर त्या पुढल्या पंधरा दिवसांत केव्हातरी चक्कर टाकायला आल्या तर मला माझा बहुमान झाल्यासारखंच वाटेल. इन्शाल्ला, पण त्या वेळेस मी त्यांना थोडेसेच पैसे देऊ शकेन.'' असं बोलून तो ते संभाषण अर्धंच सोडत असे. पण मुमताझ दारातून बाहेर पडला की तो दुकानदार थरथरत्या आवाजात पुढे बोलू लागे. पंधरा दिवसांचा हा आपण काय वायदा देऊन बसलो म्हणून तो स्वतःच दचकल्यासारखा होऊन म्हणे, ''साहेब, मला वाटतं की पुढल्या पंधरा दिवसांतसुद्धा मला जमेलसं वाटत नाही बरं का!'' खरं तर त्याला असं म्हणायचं असे की, ''त्या इथं कधीच भाडं मागायला आल्या नाहीत तर फारच बरं होईल. खरं सांगायचं तर तुम्ही सर्वचजण माझ्यापासून चार पावलं दूर राहिलात तर उत्तम होणार आहे. नाहीतरी तुम्ही दुसऱ्या कुठल्या कामाला इथं येणार? एक तर मी ह्या असल्या जराजर्जर वाड्यातल्या टीचभर खुराड्यासारख्या दुकानात बसतोय, हेच पुरेसं आहे. तसं बसण्यासाठी आणखी तुम्हाला मी पैसेही मोजायचे म्हणजे खरं तर अती होतंय.'' पण तसं न बोलता तो पंधरा दिवसांपेक्षाही भविष्यकाळातला दूरचा कुठलातरी दिवस सांगे, ''मला वाटतं की मालकीणबाई पुढल्या महिन्याच्या सुरुवातीला आल्या किंवा त्याहूनही चांगलं म्हणजे पुढला महिना अर्धा संपल्यावर आल्या तर फारच बरं होईल.''

भाड्यासाठी ह्या माणसाच्या पाठी लागलं किंवा त्याच्याकडे भाडं मागितलं तरी त्याला राग येत असे. असा हा क्षुद्र कीटक ह्या वेळी चक्क पुन्हा पुन्हा निरोप पाठवतो की, ''मला भेटायला या.'' हे खरोखरच आश्चर्यकारक होतं. त्यानं निरोप पाठवले होते की, ''स्वतः मालकीणबाई किंवा घरातले इतर कुणी पुरुष मला भेटायला आले तर बरं होईल.'' जुन्या वाड्याच्या बाहेरच्या भागात बांधलेल्या वास्तूबद्दल-विशेषतः तेथील दुसऱ्या मजल्यावरील दोन खोल्यांबद्दल-त्याला बोलायचं होतं. तिथं सध्या कुणीच राहात नव्हतं. त्याशिवाय ''माझा भाडेकरार संपला आहे, त्याचंही नूतनीकरण करून हवं आहे,'' असंही चक्क तो स्वतःहून सांगत होता. त्यामुळे आश्चर्यचकित होण्यासाठी एकच नव्हे तर पुष्कळ कारणं होती.

दर महिन्यात मुमताझ अगदी जीवावर आल्यासारखा त्या दुकानात भाडेवसुलीला जात असे. कारण पुढे कसला प्रतिसाद वाढून ठेवलेला आहे ह्याची त्याला पूर्ण कल्पना असे. तसाच आज दुपारीही तो तिथं गेला. परंतु ह्या वेळचा प्रसंग अगदी आगळावेगळा होता. काल रात्री त्याची काकू त्याला रागावून म्हणाली होती, ''मुमताझ, अरे त्या भाडेकरूकडे जात का नाहीस तू?'' तेव्हा आपल्या आईची पाठ वळल्यावर त्याही अवस्थेत इहसानला सांगायची इच्छा होत होती की, 'काही उपयोग नाही गड्या. उगाच कशाला फुकटची मेहनत करायची? तो काय सांगणार ते तुला ठाऊक आहेच. त्यापेक्षा तू सरळ बाहेर पड आणि मोकळ्या हवेत फिरून ये.' परंतु एवढी सगळी वाक्यं मुद्राभिनय आणि खाणाखुणा करून सांगणं काही त्याला शक्य नव्हतं. शरपंजरी पडल्यासारखा इहसान पलंगावर पडला होता. त्याची छाती कष्टानं धपापल्यासारखी धपापत होती.

इहसानच्या मनातून तो भाडेकरू उतरला होता. त्याच्याबद्दल त्यानं मनात एक शहाणपणाचं तत्त्वज्ञान मांडलं होतं की जर आपल्याला काय निष्पन्न होणार हे आधीपासूनच माहीत असेल तर भिंतीवर फुकटचं डोकं का आपटायचं? परंतु मुमताझला मात्र काकूची निराशा करायची नव्हती. ते भाडं आपल्याला मिळणार आहे हे ती कधीही विसरू शकत नव्हती. कारण तिच्या वडिलांकडून तिला मिळालेला तो वंशपरंपरागत अधिकार होता. मुमताझच्या दृष्टीनं 'आयलंड ऑफ इहसान' ह्या घरातल्या गिचमिडीत राहणाऱ्या ह्या कुटुंबाच्या जीवनात ह्या भाड्याच्या कहाणीनं अनेक शाब्दिक कोट्या आणि विनोद निर्माण करण्यासाठी भरपूर ऐवज दिला होता.

त्यातून सगळ्यात मजेशीर प्रसंग घडे तो म्हणजे मुमताझ परत आल्यावर आपल्या म्हाताऱ्या काकूला काय काय प्रकारचे वायदे आपल्याला ऐकायला लागले ह्याबद्दल सांगे तेव्हा! सुरुवातीला ती रागानं भडकून उठे आणि म्हणे, ''हा मरत का नाही थेरडा? चळच लागलाय मेल्याला.'' मग हळूहळू तिचा पारा खाली उतरून त्या संतापाचं रूपांतर सहानुभूतीत होई आणि ती म्हणे, ''गरीब बिचारा, तो तरी काय करणार? आधीच तो म्हातारा गांजलेला आहे.'' किंवा मग तिचं मन अगदी भरून येई आणि ती म्हणे, ''कदाचित त्याला त्याच्या दुकानातून काही नफासुद्धा होत नसेल.'' मग प्राप्त परिस्थितीतून मार्ग काढण्यासाठी ती पुन्हा काहीतरी प्रयत्न करून म्हणे, ''त्या भल्यामोठ्या वाड्याचं नाहीतरी उरलंय तरी काय आता? नाही तर केव्हाच मी तो विकला असता आणि सगळ्या कटकटींतून मोकळी झाले असते.'' कधीच वेळेवर न मिळणारं भाडं म्हणजे आपल्या दृष्टीनं खरोखर पश्चात्तापाचा विषय आहे हेच त्यातून

तिला दाखवायचं असे. तथापि, एखाद्या दिवशी मात्र सबिरेकाकू अगदी दृढनिश्चय करत की, आज काहीही झालं तरी आपण भाडेकरूकडे जायचंच. परंतु त्या सलीम पाशाची नात होत्या. अजूनही लोक सलीम पाशाची आठवण काढून आसवं ढाळत असत. त्या सलीम पाशाच्या नातीनं दासीशिवाय रस्त्यावरून एकटीनं जाणं त्यांच्या प्रतिष्ठेला शोभलं नसतं. म्हणून मग उस्कुदारवरून अरिफे ह्या कुळंबिणीला बोलावणं धाडलं जाई. ती ठरलेल्या दिवशी उगवली की त्यापुढले तीन ते चार दिवस आता पुढे कसं काय करायचं ह्यावर खल करण्यात जात. सरतेशेवटी त्या म्हणत, ''उद्या आपण त्या माणसाला भेटायला जायचं.'' मग त्या भाडेकरूला गाठण्याचे अनेक निष्फळ प्रयत्न करताना मधल्या काळात त्या अरिफेसोबत मोठ्या बाजारात जात, शेजारपाजारच्या लोकांना भेटायला जात. सरतेशेवटी एके दिवशी त्या मोठ्या विजयानंदानं टॅक्सीत बसून घरी येत तेव्हा त्यांच्यापाशी बऱ्याच भेटवस्तू असत.

ते काही असलं तरी त्यांचं त्या भाडेकरूला भेटायला जाणं फुकट मात्र जात नसे. कारण काही नाही तरी त्या थोडं तरी भाडं वसूल करून आणल्याशिवाय राहात नसत. त्यांची जिद्द पाहून मुमताझ आणि इहसान आश्चर्यचकित होत. पण सगळ्या गोष्टींचा विचार करता त्यात आश्चर्य वाटण्यासारखं काही नव्हतं.

इहसानची आई अरिफेचे लाड करत असली तरी तिला तिच्या बडबडीचा कंटाळाही येत असे. घरभर फिरून अरिफेच्या चांभारचौकशा चालू झाल्या की सबिरेकाकूंचा पारा चढू लागे. लहानपणापासूनच त्या संतापी होत्या. संतापाचा अगदी कडेलोट झाला की त्या टॅक्सी बोलावण्याचं फर्मान सोडत आणि त्यात बसून दोघीजणी बाहेर पडत. आपण कुठं जात आहोत ह्याबद्दल अरिफेला अजिबात कल्पना नसे. मग उस्कुदारकडे जाणाऱ्या बोटीवर त्या वयस्कर आणि प्रामाणिक नोकराणीला बसवून सबिरेकाकू म्हणत, ''अरिफे, बाई, जा आता घरी. पुन्हा वेळ पडली की तुला बोलावीनच मी! कसं?'' त्यानंतर त्या भाडंवसुलीसाठी थेट दुकानाच्या दिशेनं चालू लागत.

मनाचा ठाम निर्धार करून आलेल्या घरमालकीणबाईंचा अवमान करणं हे अपेक्षेनुसार एक आव्हानच होतं. त्या अभागी माणसानं आत्तापर्यंत 'पोटात दुखतंय' वगैरे काय काय सबबी त्यांना सांगून पाहिल्या होत्या. पहिल्यांदा जेव्हा त्यानं हे कारण सांगितलं तेव्हा सबिरेंनी त्याला सुचवलं की ''तुम्ही पुदिन्याची पानं उकळून त्याचा काढा प्या.'' दुसऱ्यांदा त्यांनी एक जरा गुंतागुंतीचा काढा बनवून प्यायला सांगितलं. तिसऱ्या वेळेस जेव्हा तब्येत बिघडल्याची तक्रार त्यांना पुन्हा ऐकावी लागली तेव्हा

त्यांनी विचारलं, ''मी तुम्हाला सांगितले ते उपाय तुम्ही केलेत काय?'' त्यावर त्या माणसानं नकारार्थी उत्तर दिलं तेव्हा काकूंनी त्याला सरळ तडकावलं, ''तसं जर असेल तर तुम्ही मला तुमच्या आजाराबद्दल अक्षरही सांगू नका. कळलं?'' त्यांच्या तिसऱ्या भेटीच्या वेळेस भाडेकरूला समजून चुकलं की संताप आणि अपराधीपणाच्या हिंदोळ्यावर ही म्हातारी झुलत असते आणि तिला टाळणं अत्यंत जिकिरीचं काम आहे. मग ती आली की तो कॉफी मागवत असे, आपल्या पुढ्यातील मेजावर काहीतरी आकडेमोड करण्याचं ढोंग करत असे. मग तिच्या पुढ्यातली डेमिटास नामक तुर्कीश कॉफी संपली की तिच्या पसरलेल्या हातात एक लिफाफा देऊन तिला तिथून कटवत असे. भाडेवसुली झाल्यावर सबिरे दुकानादुकानांतून भटकत. त्यांनी भाड्यानं घेतलेली टॅक्सी त्यांच्या दिमतीला असेच. मग घरातल्या प्रत्येकाला साजेशी भेटवस्तू घेऊन जवळची पैन्‌पै खर्च झाली की त्या घरी परतत. मुमताझ आणि इहसानला ठाऊक होतं की ते दुकान, त्याचं भाडं, तो भाडेकरू आणि अरिफे हे सगळं काही त्या वृद्ध स्त्रीचं वेळ घालवण्याचं आणि मन रमवण्याचं एकमेव साधन होतं. अरिफे तर त्या जुन्या भूतकालीन वैभवी वाड्याचा भाग असल्यासारखीच होती. हे सगळं करणं म्हणजे सबिरेकाकूंच्या दृष्टीनं खूप मोठी करमणूक होती. त्यामुळे त्यांना आनंद मिळत असल्यामुळे त्यांची हौस पुरवण्यास ते दोघं मुळीच आडकाठी करत नसत.

आयलंड ऑफ इहसान नामक त्या घरात कुणीही काहीही केलं तरी बाकीचे लोक ते चालवून घेत असत. मग ते स्वप्नरंजन असो की कशाबद्दलही वाटणारी उत्सुकता असो, कधी मंद स्मित करून तर कधी खोटं खोटं हसून ते सारं खपवून घेतलं जाई. त्या घराच्या मालकाला तसंच वातावरण आपल्या घरात हवं होतं. कित्येक वर्षांपासून समाधानाची एकेक वीट चढवत त्यानं ते आनंदाचं घर बांधलं होतं. पण आता नशीब त्याची दुसऱ्यांदा परीक्षा बघू लागलं होतं. इहसान आजारी पडला होता. 'आज आठवा दिवस आहे.' ... मुमताझच्या मनात आलं. सम क्रमांकांचे दिवस नेहमी शांततेत जातात अशी त्यांच्यात समजूत होती.

झोप नीट न लागल्यामुळे डोळ्यांवर येणारी झापड झटकून मुमताझ कसाबसा खाली आला. छोट्या सबीहानं त्याच्या चपला पायात घातल्या होत्या आणि ती मोठ्या दिवाणखान्यात रुसून बसल्यासारखी दिसत होती.

ती चिमुकली पण तरीही दंगेखोर मुलगी अशी शांत बसलेली पाहून मुमताझचं काळीज हललं. तिचा भाऊ अहमत अगदी घुम्या होता हे जरी मान्य केलं तरी तो त्याचा स्वभावच होता. काहीही झालं तरी स्वतःलाच दोष देण्याची त्याला सवय

होती. विशेषतः त्यानं जेव्हा स्वतःच्या जन्माच्या वेळची हृदयद्रावक परिस्थिती ऐकली तेव्हापासून त्याचा स्वभाव आणखीनच तसा झाला होता. आता त्याच्या जन्माच्या वेळची हकिकत त्याला कुणाकडून समजली हे तर एक कोडंच होतं. कदाचित एखाद्या शेजारपाजारच्या माणसानं त्याला ती सांगितली असण्याची शक्यता होती. तो नेहमीच घराच्या एखाद्या कोपऱ्यात कसनुसा होऊन बसलेला असे. जर त्याच्याकडे कुणी जास्त लक्ष देऊन त्याचे लाड करू लागलं तर त्याला वाटे की हे लोक मुद्दामच आपलं कौतुक करताहेत. मग त्याचे डोळे पाण्यानं भरून येत. अशा तऱ्हेचं कमनशीब घेऊन कधी कधी कुणी जन्माला येत असेलही. काही लोक जन्माला येतात तेच जणू शिक्षा भोगायला जगात आल्यासारखे! स्वतःच स्वतःला झोडपून घ्यावं तसं त्याचं वर्तन होतं! परंतु सबीहा तशी नव्हती. ती म्हणजे जणू त्या घराला मंत्रमुग्ध करणारी एक परीकथाच होती. ती बोलायची, घरभर दुडदुडायची, गोष्टी रचून सांगायची आणि सतत गाणी म्हणत राहायची. तिनं घरात केलेला जल्लोष आणि घातलेला गोंधळ घरभर निनादत राहायचा.

ती मागचे तीन दिवस नीट झोपलेलीच नव्हती. तिच्या वडिलांच्या खोलीला लागून सज्जा होता. त्या सज्जात ठेवलेल्या मोठ्या दिवाणावर झोपल्याचं नाटक करत ती घरातल्या इतर लोकांसोबत आपल्या वडिलांवर लक्ष ठेवत जागत होती.

तिच्या चेहऱ्यावरले भाव निस्तेज होते, डोळेही खोल गेल्यासारखे दिसत होते. तरीही तिला पाहून मुमताझच्या मनात आनंदाचं भरतं आलं. तिच्या केसालाही तीन दिवसांपासून रिबीन बांधलेली दिसत नव्हती.

तीनच दिवसांपूर्वी ती म्हणाली होती, ''मी लाल रंगाची रिबीन बांधणार नाही. जोपर्यंत माझे बाबा बरे होत नाहीत तोवर मी मुळीच नटणार-थटणार नाही.'' हे वाक्य ती नेहमीच्याच खट्याळपणानं हसत हसत आणि खोटं खोटं लाजत म्हणाली होती. जेव्हा जेव्हा घरातल्या इतरांनी आपल्याशी मैत्रीनं वागावं, आपल्याला समजून घ्यावं अशी तिची अपेक्षा असे तेव्हा तेव्हा ती लाडीगोडी लावत असे. पण मुमताझ तिच्याशी प्रेमानं वागू लागला की मात्र तिला रडायला येत असे. तिच्या रडण्याचेही दोन प्रकार होते. पहिलं रडणं होतं ते लहान मुलाचं रडणं होतं. त्या रडण्यात दुसऱ्यांनी आपलं ऐकावं म्हणून बळेबळे रडण्याची तऱ्हा होती. तसं रडताना तिचा चेहरा वेडावाकडा होई, आवाज तीव्र होई, ती लाथा मारी, हातपाय आपटी. थोडक्यात सांगायचं तर स्वार्थात बुडालेल्या सर्वसामान्य लहान मुलाप्रमाणेच ती एखादं छोटंसं भूत असावं तशी वागे.

पण जेव्हा खरोखरचं दुःख तिला सामोरं येई तेव्हा तिच्या रडण्याचा बाज काही वेगळाच असे. अर्थात, तिच्या बालिश मनाला त्या दुःखाचं जेवढं आकलन होई त्यानुसार ती मुसमुसून रडे. मग जरा वेळ ती आपलं रडणं रोखून धरी. पण तरीही तिचा चेहरा वेडावाकडा होई, ओठ थरथरत आणि ती इतरांची नजर चुकवू लागे. ती जेव्हा बालिशपणे रडत असे तेव्हा तिचे खांदे सरळ ताठ असत, पण खरंखुरं रडताना मात्र ते अगदी खाली झुकलेले असत. जेव्हा कुणी तिच्याकडे दुर्लक्ष करी, किंवा तिला तुच्छपणे वागवी किंवा तिच्यावर अन्याय करी तेव्हा अशा प्रकारचे अश्रू तिच्या डोळ्यांत येत. मग ती आपल्या लहान मुलांच्या दुनियेतून बाहेरच्या साऱ्या दुनियेला हद्दपार करून टाकत असे. कारण तिला ती बाहेरची दुनिया अत्यंत सुसंस्कृत आणि आदरानं वागणारी असायला हवी होती. ती दुनिया शाश्वत चैतन्यानं भरलेली असायला हवी होती. तिची बालदुनिया पोवळ्याच्या फांद्या आणि खऱ्या मोत्यांच्या फुलांनी सजलेली होती. मुमताझला जाणवलं की आपल्या ह्या पुतणीच्या लाल मखमली रिबिनीतली चमकही थोडीशी कमी झालेली आहे.

सबीहा दोन वर्षांची झाली त्यानंतर काही महिन्यांनीच तिला ती मखमली रिबीन एकदा अचानक घरात जमिनीवर पडलेली मिळाली. तिनं ती वाइनसारख्या लालभडक रंगाची रिबीन उचलून आईच्या हातात देऊन सांगितलं, ''माज्या केशांना बांध ना अम्मी!'' त्यानंतर ती रिबीन काढलेली तिला अजिबात आवडत नसे. केस विंचरले की पुन्हा ती रिबीन केसांना बांधली गेलीच पाहिजे. त्यानंतरच्या मागील दोन वर्षांत ती रिबीन म्हणजे फॅशन करण्याचं एक साधन न राहाता तिचं माहात्म्य वाढलं होतं. सबीहाचं जे काही असे त्यावर जणू त्या लाल रिबिनीचा टिळाच उमटलेला असे. एखादी राणी जशी पारितोषिकं वाटते तशी ती लाल रिबिनी आपल्या आवडत्या वस्तूंना आणि व्यक्तींना बहाल करत असे. मांजरी, बाहुल्या आणि तिच्या आवडत्या वस्तूंना तो मानसन्मान मिळे. हल्लीच तिनं तो मान नव्यानं घरात आलेल्या लहान मुलांच्या पलंगाला बहाल केला होता. एवढंच नव्हे तर तो मानसन्मान जसा दिला जाई तसाच तो डांगोरा पिटून मागेही घेतला जाई. एकदा काय झालं की घरातल्या स्वैपाकीणबाई सबीहा फारच हट्टीपणा करते म्हणून तिला रागे भरल्या. तेवढंच करून त्यांचं समाधान झालं नाही तर त्यांनी तिच्या अम्मीजवळसुद्धा तिची तक्रार केली. त्यामुळे साहजिकच सबीहानं थयथयाट सुरू केला. काही काळानं तिनं स्वैपाकीणबाईंना नम्रपणे सांगितलं की, ''मी तुम्हाला दिलेली लाल रिबीन मला परत करून टाका.'' सबीहाच्या नाजूकसाजूक बाल्यावस्थेत अशी पारितोषिकं आणि अशा शिक्षा अंतर्भूत होत्या

एवढाच ह्या सगळ्याचा मथितार्थ होता. ते काही असो, पण ह्या आजाराचा शिरकाव होण्यापूर्वी साऱ्या घरादारावर सबीहाचीच सत्ता होती. घरातल्या प्रत्येक व्यक्तीप्रमाणे अगदी अहमतलासुद्धा आपल्या छोट्या बहिणीचा घरावरला अंमल नैसर्गिकच आहे असं वाटू लागलं होतं. कारण ज्या शोकांतिकेमुळे सारं घरदार मुळापासून हादरलं होतं त्या शोकांतिकेनंतरच सबीहाचा जन्म झाला होता. जेव्हा मसिदेनं सबीहाला जन्म दिला तेव्हाही तिचं मन तेवढं स्थिर झालेलं नव्हतं. मनानं उन्मळून पडलेल्या मसिदेनं पुन्हा जीवनाला सामोरं जाणं आणि भानावर येऊन शहाणपणानं वागू लागणं ह्या दोन्ही गोष्टी सबीहाच्या जन्माशी निगडित झाल्या होत्या. मसिदेची मानसिक पीडा जरी संपूर्ण नष्ट झालेली नसली तरी आता खूपच कमी प्रमाणात आणि कधीतरीच तिच्या मनाचा तोल ढळत असे. तशा अवस्थेत ती काहीतरी कपोलकल्पित गोष्टी रचू लागे, तिच्या बोलण्याचा सूर एखाद्या लहान मुलीच्या बोलण्यासारखा कोवळा होई, मग ती खिडकीच्या कठड्याशी किंवा ती जिकडे बसली असेल त्या जागी तासन्‌तास आपल्या सर्वात थोरल्या लेकीची—झैनपची—वाट पाहात बसून राही! एरवी मात्र ती झैनपविषयी अवाक्षरही काढत नसे.

झैनपला आलेल्या अपघाती मृत्यूचा परिणाम अत्यंत भयंकर होणं अगदी साहजिकच होतं. मसिदेला ती बातमी कळू नये म्हणून इहसान आणि डॉक्टर्सनी आटोकाट प्रयत्न केले. त्या वेळी ती हॉस्पिटलमध्ये होती. तिचे दिवस भरत आले होते. प्रसूतीच्या कळा सुरू झाल्या होत्या. त्याही अवस्थेत मसिदेपासून कुणाचंही दुःख आणि मनस्ताप लपून राहिला नाही. सरतेशेवटी आपल्या पोरीवर काय दुर्दैव कोसळलं हे मसिदेला नर्सेसकडून समजलं. मग ती पलंगावरून कशीबशी उठली आणि झैनपच्या शवापाशी तिनं स्वतःला कसंबसं ओढत नेलं. ते खाली ठेवलेलं शव तिनं पाहिलं, कुंठित झालेल्या अवस्थेत ती तिथं उभी राहिली. त्यानंतर तिला कसलंच भान उरलं नाही.

त्यानंतर कित्येक दिवस ती तापानं फणफणलेली होती. तशाच अवस्थेत तिनं अहमतला जन्म दिला.

आठ वर्षांपूर्वी जून महिन्यातील एका सकाळी झैनप आपल्या आजीपाशी आली होती. तिला आपल्या आईला भेटायला हॉस्पिटलमध्ये जायचं होतं. पण तिथं गेल्यावर तिच्या लक्षात आलं की आईसाठी आपण भेटवस्तू आणायला विसरलो. मग कुणालाही न सांगता ती पोर हॉस्पिटलच्या फाटकाशी जाऊन आपल्या वडिलांची वाट पाहात उभी राहिली. म्हणजे ते हॉस्पिटलमध्ये आले की लगेच तिला त्यांना भेटवस्तू आणायला

सांगता आलं असतं. ती क्षणभर तिथं उभी राहिली असेल नसेल, पण देवाच्या मनात काय आलं कुणास ठाऊक, तेवढ्यात तिच्यावर मृत्यूचा घाला पडला.

इहसाननं आपल्या बायकोचं मन वळवलं होतं की आपण तुझं बाळंतपण घरी न करता दवाखान्यात करू. कारण तिची प्रकृती तपासणाऱ्या डॉक्टर्सनी सांगितलं होतं की ह्या वेळची तिची प्रसूतीची लक्षणं वेगळी आहेत. कुठून आपल्याला तिला दवाखान्यात भरती करण्याची बुद्धी झाली म्हणून इहसाननं कधीच स्वतःला क्षमा केली नव्हती. झैनपला अपघात झाल्यावर काही मिनिटांतच त्याला सारं काही संपल्याची जाणीव झाली होती. रक्तानं न्हायलेलं तिचं शरीर अजूनही गरम होतं. तशाच अवस्थेत त्यानं आपल्या लेकीला उचलून दवाखान्यात नेलं आणि शेवटची आशाही कशी नष्ट होते ते मूकपणे पाहिलं.

दुर्दैवानं ती शोकांतिका अशी काही रचली होती की त्याचा ठपका कुणावरच ठेवता येत नव्हता. मसिदेला आपल्या लेकीची उपस्थिती दवाखान्यात नको होती. म्हणजे तिनं एकदाही तिथं येऊ नये असं तिला वाटत होतं. दोन दिवस त्या मुलीच्या हट्टाला आणि रडण्याला सबिरेआजीनं दाद दिली नाही. त्यातच इहसानला दवाखान्यात येण्यासाठी वेळेवर एकसुद्धा टॅक्सी मिळाली नाही आणि त्यामुळे त्याला नाइलाजानं ट्रॅमनं यावं लागलं. वाटेत कुठंतरी आपल्याला रिकामी टॅक्सी मिळेल ह्या आशेनं तो ट्रॅमच्या डब्याच्या पायऱ्यांवर उभा राहून प्रवास करत होता. ह्या शोकांतिकेला तोच जबाबदार होता असंही बऱ्याच लोकांना वाटलं होतं. परंतु एकट्या अहमतनंच त्या दुःखांतिकेचं वजन आपल्या बालखांद्यावर उचललं होतं आणि त्या ओझ्यासकटच तो जीवन जगत होता.

आपल्या वडिलांच्या पलंगाच्या कडेला अहमत बसलाय हे मुमताझनं पाहिलं. कुणाच्याही एवढ्याशा चाहुलीनं तिथून कधीही पळून जाण्याच्या तयारीत तो बसला होता. मसिदे तिथंच उभी होती. तिच्या अंगातील सैलसर स्वेटरमधील लोकरीचा धागा बाहेर आला होता. त्या धाग्याशी तिची बोटं नकळतपणे चाळा करताना दिसत होती.

मुमताझला पाहिल्यावर इहसानला मनातून आनंद झाला. त्याचा चेहरा पुनश्च आशावादी झाला. त्याची छाती हलकेच धपापत होती. सकाळच्या उजेडात मुमताझला तो प्रत्यक्षात होता त्यापेक्षाही अधिक अशक्त भासला. त्याच्या हनुवटीवर उगवलेल्या दाढीच्या खुंटांमुळे त्याच्या चेहऱ्यावर विचित्र भाव आले होते. त्याची अवस्था जणू काही साऱ्या जगाला ओरडून सांगत होती, 'मी आता इहसान म्हणून फार काळ टिकणार

नाही. लवकरच मी दुसरं काहीतरी होईन, किंवा माझं काहीच शिल्लकसुद्धा राहणार नाही. त्याच शक्यतेसाठी मी तयारी करतो आहे.'

त्यानं आपल्या अशक्त हातांनी काहीतरी असंबद्ध खुणा केल्या.

मुमताझ पलंगापाशी झुकला. ''मी अजून आजचं वृत्तपत्र वाचलं नाहीये, पण काही काळजी करण्यासारखं काही आहेसं मला वाटत नाही.'' तो म्हणाला.

सत्य परिस्थिती अशी होती की लढाई होणार ह्याबद्दल आता त्याची खात्री पटली होती. ''आपलं स्वतःचंच कातडं सोलण्याच्या पातळीवर जर जग उतरणार असेल तर अनागोंदीच माजणार, दुसरं काहीच होऊ शकत नाही.'' हे उद्गार होते अल्बर्ट सॉरेलचे. इहसानशी मुमताझ जेव्हा जेव्हा सद्यःस्थितीतल्या राजकारणविषयक घडामोडींची चर्चा करत असे तेव्हा तेव्हा इहसान सॉरेलनं काढलेले ते उद्गार उद्धृत करत असे. मग त्या इशाऱ्यापुढे मुमताझसुद्धा आपल्या एका आवडत्या कवीनं केलेल्या कटू भाकिताची ओळ जोडत असे, 'युरोपचा अंतकाळच आता जवळ येऊन ठेपलेला आहे.' ते काही असलं तरी इहसानच्या ह्या अवस्थेत अशा गोष्टींवर तो त्याच्याशी चर्चा करू शकत नव्हता. तो बिचारा केवढा आजारी होता.

इहसान पडल्या पडल्या सभोवतालचा अंदाज घेत असावा. त्याचा हात विनवणी करत असल्यासारखा पांघरुणावर निराशेनं लटकत असल्यासारखा दिसत होता.

''रात्र कशी गेली त्याची?'' मुमताझनं मसिदेला विचारलं.

''काहीच बदल झाला नाही मुमताझ!'' कोवळ्या गवताची पाती झुलावीत तशा स्वरात मसिदेनं उत्तर दिलं. ''होता तसाच आहे तो.''

''भाभी, तुम्हाला लागली का झोप?''

''मी सबीहाबरोबर इथं आडवी झाले होते, पण झोप आली नाही.'' तिनं हसून दिवाणाकडे बोट दाखवलं. खरं तर ज्या जागी ती गेले पाच दिवस झोपली होती त्या जागेकडे बोट दाखवताना फाशी द्यायच्या सुळाकडे पाहावं तसे तिच्या अंगावर भीतीचे शहारेही येऊ शकले असते. पण मसिदे म्हणजे एक आश्चर्यकारक आणि अत्यंत किमती चीज होती. तिच्या व्यक्तिमत्त्वाची अर्धी जादू तिच्या हास्यातच असे. ती जर हसत नसली तर तिला कदाचित ओळखताही आलं नसतं. 'नशीब आमचं, की ते दिवस मागे पडले.' मुमताझच्या मनात आलं. खरोखर, मसिदेच्या चेहऱ्यावरचं मालवलेलं हसू पाहण्याचे दिवस भूतकाळात जमा झाले होते.

''तू घटकाभर झोपत का नाहीस इहसान?''

''तू गेलास की झोपेन. मलाही रात्री झोप लागली नाही. आगगाडीच्या सारख्या

शिट्ट्या वाजत होत्या. मला वाटतंय की सैन्याच्या तुकड्या हलवताहेत की काय?'' इहसान खंगल्या स्वरात म्हणाला.

मुमताझला आठवलं, ''आपण कास्टामोनूला असताना तार मिळाली आणि आपल्याला ती दुःखद बातमी समजली. ती समजल्यावर आपण ताबडतोब आलो. तेव्हा मसिदेला आणि नवजात अहमतला वेगवेगळ्या खोलीत ठेवलेलं होतं. प्रत्येकजण मसिदेची काळजी करत होता. सबिरेकाकू कासावीस झाली होती, इहसान तर चिंतेनं खंगल्यासारखा दिसत होता. 'मी तो उन्हाळा कधीही विसरू शकणार नाही. जर इहसाननं जीवनावरची श्रद्धा अभंग ठेवली नसती तर मसिदे आज कुठल्या अवस्थेत असती?'

बोलता बोलता इहसाननं मसिदेकडे बोट दाखवलं, ''ही... हिला...'' पुढचे शब्द उच्चारताना त्याला गळून गेल्यासारखं वाटू लागलं. मग त्यानं सारी शक्ती एकवटून ते वाक्य पुरं केलं, ''हिला जरा चार शब्द सांग.''

अरे देवा, त्याला बोलताना केवढे कष्ट होत होते. मुमताझच्या ओळखीच्या सर्व माणसांत हा माणूस सर्वाधिक संभाषणचतुर होता. वर्गावर तास घेतानाच्या वेळची त्याची व्याख्यानं, संभाषणं आणि त्यानं मारलेल्या कोपरखळ्या सर्वांच्या कित्येक दिवस लक्षात राहात. त्याच माणसाला आज हे चार शब्द जुळवताना केवढे कष्ट पडत होते? पण तरीही त्याचं बोलणं ऐकताना मुमताझला समाधान वाटत होतं. खरोखर, काहीही झालं तरी तो विक्षिप्त म्हातारा पुन्हा जिवंत झाला होता. त्याला काय म्हणायचं होतं ते मुमताझला कळलं होतं. मसिदेला अतिश्रमापासून वाचवायला हवं होतं. त्यासाठी मुमताझलाच मार्ग काढावा लागणार होता. परंतु मुमताझच्या कोवळ्या चेहऱ्यावर बोलता बोलता रोखलेली इहसानची नजर परत कुठेतरी हरवली होती.

खूप काळानंतर एखाद्या वस्तूकडे पाहावं तसं बाहेर पडल्यावर मुमताझनं रस्त्याकडे पाहिलं. घरासमोरच्या मशिदीच्या प्रवेशद्वाराशी एक फाटक्या कपड्यातला पोरगा बसला होता. त्याच्या हातात लाकडाची कामटी होती. तिच्याशी चाळा करत तो मशिदीच्या भिंतीशी लवलेल्या अंजिराच्या झाडाच्या फांद्यांकडे पाहात होता. कदाचित लवकरच तो अंजिराच्या झाडावर आक्रमण करून त्यापासून मिळणारा आनंद लुटणार होता. त्या आनंदाच्या विचारात मग्न होऊन तो तिथं उभा असावा. 'मीसुद्धा वीस वर्षांपूर्वी असाच तिथं बसत होतो आणि ह्या पोरासारखाच विचार करत होतो... पण तेव्हा ही मशीद ह्या अवस्थेत नव्हती.' मुमताझनं खेदानं आपला विचार पूर्ण केला. आता ती मशीद तशी उरली नव्हती आणि मोहल्लाही तसा उरला नव्हता.

रस्त्यावर उन्हाची चकाकी हळूहळू पसरत होती. विचारांत हरवलेला मुमताझ

सूर्यप्रकाशाकडे टक लावून पाहात होता. मग त्यानं पुन्हा त्या पोराकडे, अंजिराच्या फांदीकडे आणि त्याहून वर दिसणाऱ्या मशिदीच्या घुमटाकडे पाहिलं. घुमटावरील शिशाचा लेप लष्कराला पुरवठा करण्यासाठी काढून नेण्यात आला होता. हातावरून हातमोजा काढून घ्यावा किंवा झाडावरच्या अंजिराची साल सहजगत्या काढावी तसं वाटत होतं त्या घुमटाकडे पाहून. मुमताझच्या मनात विचार आला, 'घाऱ्या डोळ्यांच्या मेहमत एफेंदीनं बांधलेली ही ऐतिहासिक मशीद आहे... हा माणूस नक्की कसा होता ते अजून मला शोधून काढायचं आहे. ह्याच माणसानं इजिप्तला आणखी एक मशीद देणगी म्हणून दिली. त्याची कबरही तिथंच आहे. पण त्याची खातरजमा करून घेण्यासाठी त्यानं उभारलेल्या धर्मादाय संस्थेच्या दप्तरावर आपल्याला संशोधन करायला मिळेल का?' हे मुमताझला ठाऊक नव्हतं.

दोन

मुमताझला जे काही पत्ते मिळाले होते त्यातले बहुतेक सारे चुकीचे होते. त्यानं ज्या पहिल्या ठिकाणी चौकशी केली त्या ठिकाणी फातिमा नावाची नर्स कधीच राहात नव्हती. त्या घरातल्या मुलीनं हल्लीच नर्सिंगच्या प्रशिक्षणाला प्रवेश घेतला होता. त्या मुलीनं त्याचं हसून स्वागत करून म्हटलं, ''मी ह्या कोर्ससाठी प्रवेश घेतला कारण जर लढाई झाली तर माझ्याकडून काहीतरी मदत व्हावी म्हणून! पण अजून तर मी नर्सिंगबद्दल काहीसुद्धा शिकलेले नाही.'' बोलताना तिचा आवाज गंभीर झाला. ''माझा भाऊ सैन्यात आहे ना म्हणून...'' मग मुमताझ दुसऱ्या पत्त्यावर गेला तेव्हा त्या ठिकाणी खरोखरची एक नर्स राहात होती, परंतु तिला ॲनातोलिया येथील इस्पितळात नोकरी मिळाल्यामुळे तीनच महिन्यांपूर्वी ती तिथं गेली होती. तिच्या आईनं मुमताझचं स्वागत करून म्हटलं, ''ठीक आहे. काही हरकत नाही. माझ्या मुलीच्या कुणी मैत्रिणी भेटल्या तर मी त्यांना विचारून ठेवीन.''

आता ते बोलणं अगदीच तोंडदेखलं आहे हे ठाऊक असूनही मुमताझनं चिकाटी धरून त्या बाईला आपला पत्ता एका चिठोऱ्यावर लिहून दिला. ते घर अगदीच जीर्णशीर्ण आणि मोडकळीला आल्यासारखं दिसत होतं. 'कुणास ठाऊक हे लोक हिवाळ्यात काय करतात? त्यांना कशी काय पुरेशी ऊब मिळते देव जाणे?' तिथून जाताना त्याच्या मनात विचार येत होते. जाऊ दे, हे प्रश्न केवळ तात्त्विक होते. कारण ऑगस्ट महिन्यातील त्या तळपत्या सकाळी प्रत्येक रस्ता त्याला जणू काही भट्टीसारखा वाटत

होता. ती रस्तारूपी भट्टी त्याला जणू काही गिळून अख्खाच्या अख्खा पोटात ढकलत होती आणि नंतर पुढल्या रस्त्यासमोर टाकत होती. वाटेत लागणाऱ्या एखाद्या सावलीमुळे किंवा दोन रस्ते जोडणाऱ्या चौकात येणाऱ्या वाऱ्याच्या झुळकीमुळे जीवनातले कष्ट कमी झाल्याचा भास होत होता. ''इहसान, ह्या उन्हाळ्यात मला ग्रंथालयात न जाऊन चालणारच नाही. मला काहीही झालं तरी ह्या पुस्तकाचा पहिला खंड संपवायचाच आहे.'' तो म्हणाला होता. पहिला खंड... मुमताझला डोळ्यांसमोर त्या पहिल्या खंडाची पानं दिसू लागली. लिहिलेल्या शब्दांचे फटकारे, लालभडक शाईत लिहिलेल्या टिपा, मोठं मार्जिन आणि काही वाक्यांवर मारलेल्या रेषा ह्यामुळे आपण स्वतःशीच वाद घालतो आहोत की काय असं वाटू लागे त्याला कधी कधी! 'कुणास ठाऊक, कदाचित ते पुस्तक कधीच पूर्ण होणार नाही.' ह्या विचारानं चिंतामग्न झालेल्या अवस्थेतच तो ह्या रस्त्यावरून त्या रस्त्यावर फिरू लागला. रस्त्याच्या कोपऱ्यावरच्या वाण्यांकडे आणि चहाच्या दुकानांच्या मालकांकडे चौकशी करू लागला. फक्त एका घरी त्याला नर्स सापडली, पण ती त्याला म्हणाली, ''माझे पती आजारी आहेत म्हणून मी रजा घेऊन घरी आले आहे. मला काम नाही असं नाही. ह्यांना इस्पितळात भरती केलं की मी माझ्या कामावर परत जाणार.'' एखादी इमारत पक्की असूनही कधीही कोसळेल असे भाव त्या स्त्रीच्या चेहऱ्यावर होते.

मुमताझनं काहीतरी विचारायचं म्हणून विचारलं, ''काय होतंय त्यांना?''

''त्यांना अर्धांगवायूचा झटका आला तेव्हा मी त्यांच्यासोबत नव्हते. लोकांनी ह्यांना घरी आणलं तेव्हा त्यांचं अर्ध शरीर बधिर झालेलं होतं. त्या लोकांना थोडी तरी अक्कल असती तर त्यांनी ह्यांना घरी न आणता तडक इस्पितळात नेलं असतं. आता डॉक्टर म्हणतात की त्यांना इस्पितळात भरती करायला अजून दहा दिवस लागतील. कितीतरी वेळा मी ह्यांच्या त्या रांडेला सांगितलं की, 'बये, तू ह्यांचा पिच्छा सोड. अग, काय आहे त्यांच्यापाशी? ना पैसा ना काही वस्तू. शिवाय ते काय तरणे आहेत का देखणे आहेत? जा बाई शोध तुझ्यासाठी ह्यांच्यापेक्षा दुसरा कुणीतरी बरासा!' पण नाही, तेव्हा ऐकलं नाही आणि आता माझ्या उरावर तीन पोरं टाकून ही गेली पळून.''

ह्या कौटुंबिक शोकांतिकेच्या उंबरठ्यावर उभं राहून मुमताझनं त्या स्त्रीचा निरोप घेतला. तीन मुलं, अर्धांग झालेला नवरा आणि... नर्सच्या कमाईवर... अरे बापरे! एका मोठ्या वाड्यातील दोन खोल्यांत ते लोक भाड्यानं राहात होते. त्यांना लागणारं पाणीसुद्धा दारातल्या पिंपात साठवलेलं दिसत होतं. ह्याचा अर्थ त्यांना स्वयंपाकघराची किंवा स्वच्छतागृहाचीसुद्धा सुविधा नसावी. तो लाकडी वाडा कुठल्या श्रीमंत ओटोमान

सरदारानं, अर्थमंत्र्यानं किंवा प्रांताच्या सुभेदारानं आपल्या लेकीला लग्नाच्या वेळेस बांधून दिला होता कुणास ठाऊक? त्या वाड्याच्या बाह्य भागावरील रंग जरी उडालेला असला तरी अत्यंत रेखीव खिडक्यांतून आणि वाशांतून त्या बांधकामातला डौल अजूनही दिसत होता. प्रवेशद्वारापाशी पाच पाच पायऱ्या एकत्र असलेले, कोरीव काम केलेले जोडजिने होते. उजव्या बाजूला कोळशाचं कोठार होतं. ते त्या मालकानं एका कोळसेव्यापाऱ्याला भाड्यानं दिलं होतं. कदाचित त्यानं स्वयंपाकघरही तसंच आणखी कुणाला तरी भाड्यानं दिलं असावं.

तेवढ्यात एक कोळसा भरलेला अवाढव्य ट्रक कर्णकर्कशपणे घरघरत आला आणि त्यानं रस्त्यावर जणू आपल्या अवाढव्य पावलाचा ठसाच उमटवला.

मग मुमताझ एका बोळात शिरला.

तो मागच्या उन्हाळ्याबद्दल विचार करत होता. कदाचित अशाच एके दिवशी तो त्याच्या लाडक्या नूरानसोबत ह्याच रस्त्यांवर फिरला होता. तेव्हा कोका मुस्तफा पाशा आणि हकीम अली पाशा ह्या परिसरात ते गेले होते. तेवढ्या त्या उन्हाळ्यात ते एकमेकांच्या जोडीनं चालत होते, त्यांची शरीरं जणू एकमेकांना चिकटलीच होती. कपाळावरला घाम पुसत ते सतत एकमेकांशी बोलत होते. ह्याच तर मदरशाच्या अंगणात ते शिरले होते. शिवाय आत्ताच ज्या कारंजाजवळून तो गेला त्याच कारंजाजवळून ते गेले होते तेव्हा त्यावर ओटोमानांनी कोरलेल्या शिलालेखातील अक्षरांचा अर्थ लावण्याचा प्रयत्न त्यांनी केला होता. एकच वर्षापूर्वी हे घडलं होतं. मुमताझनं आसपास नजर टाकली. जणू काही तो मागच्या वर्षात परत जाण्याचा सर्वात जवळचा रस्ताच शोधत होता. तो आता शहराच्या पुरातन भिंतींच्याही पुढे, सात हुतात्म्यांच्या कबरींपर्यंत गेला होता. सुलतान महमदनं हे शहर जिंकलं तेव्हा त्या युद्धात धारातीर्थी पडलेले सात हुतात्मे सात छोट्या छोट्या दगडी कबरीत एकमेकांच्या बाजूला पहुडले होते. त्यांच्या पुढ्यातला रस्ता धुळभरला आणि अरुंद होता. पण ज्या ठिकाणी कबरी होत्या तिकडे मात्र एक छोटासा चौक तयार झाला होता. तिथंच असलेल्या एका दुमजली घरातून टँगो नृत्याचे सूर ऐकू येत होते. पण ते घर इतकं काही मोडकळीला आलेलं होतं की पुठ्ठ्याच्या छोट्याशा गाड्या बनवाव्यात तशी त्या घराची अवस्था झालेली दिसत होती. रस्त्याच्या मधोमध धुळीनं माखलेल्या पोरीबाळी खेळ खेळत होत्या. मुमताझनं त्यांचं तुर्की लोकगीत ऐकलं.

तिकिटवाल्या तिकिटवाल्या, दार उघड दार
मला आत यायला तू काय देणार?

त्या मुली गुटगुटीत आणि सुदृढ दिसत होत्या, पण त्यांचे कपडे मात्र अगदीच फाटकेतुटके होते. ज्या परिसरात एके काळी हकिमोगलू अली पाशाचा प्रशस्त वाडा उभा होता त्याच परिसरात ही 'रेम्नंट्स ऑफ लाइफ' कादंबरीतल्यासारखी दिसणारी मोडकीतोडकी घरं, मुलींच्या अंगावरील फाटके कपडे आणि त्यांच्या तोंडचं ते लोकगीत ऐकून त्याच्या मनात चित्रविचित्र विचार येऊ लागले. नूराननं नक्कीच आपल्या लहानपणी तो खेळ खेळला असेल. तिच्याआधी तिची आई आणि आजी ह्या दोघींनीही तोच खेळ खेळताना तेच बडबडगीत म्हटलं असेल.

'हे बडबडगीत टिकलं पाहिजे, खेळ खेळताना हे गीत म्हणत मुलींचं मोठं होणं टिकलं पाहिजे. स्वतः हकिमोगलू पाशा किंवा त्याचा वाडा किंवा त्याचा परिसर बदलला तरी काही बिघडत नाही. जगात प्रत्येक गोष्टीतच बदल घडत असतो. आम्ही जर ठाम निर्धार केला तर असे बदल आम्ही स्वतःच झपाट्यानं आणू शकतो. पण ज्या गोष्टींवर आमचा ठसा आहे, ज्या गोष्टींमुळे आमच्या सामाजिक जीवनाची वीण गुंफली जाते त्या गोष्टी बदलता कामा नयेत.' मुमताझच्या मनात विचार येत होते.

इहसानला अशा गोष्टी चांगल्या समजत असत. तो एकदा म्हणाला होता, ''प्रत्येक अंगाईगीतात लाखो मुलांचे विचार आणि त्यांची स्वप्नं असतात.'' तोच इहसान आत्ता बिछान्यावर खिळून पडला होता. त्यातच भर म्हणून नूराननं मुमताझचं नाव टाकलं होतं आणि वृत्तपत्रातील मथळ्यांतून सीमेपलीकडील वातावरण तंग झालेलं दिसत होतं. ज्या ताणतणावांची दखल घ्यायची त्याची इच्छा नव्हती, ज्यांना तो मनाच्या कोपऱ्यात ढकलू इच्छित होता त्याच ताणतणावांनी सकाळपासून त्याच्यावर जणू हल्लाच केला होता.

त्या बिच्चाऱ्या पोरी काडेपेटी घेऊन खेळत होत्या. तरीही गाणं मात्र तेच होतं आणि दारूगोळ्यानं ठासून भरलेल्या पिंपांतून वाट काढत आयुष्य तसंच पुढे चाललं होतं.

एका विचारावरून दुसऱ्या विचाराकडे तो अगदी रमतगमत चालला होता. आपल्याला शहराच्या टोकाच्या ह्या भागात नर्स मिळणार नाही हे आतापर्यंत त्याच्या लक्षात आलं होतं. आपल्या हातातला शेवटचा पत्ता काय होता तेसुद्धा आता तो विसरला होता. त्या पत्त्यामागे जाण्यापूर्वी त्यानं अमेरिकन इस्पितळात काम करणाऱ्या आपल्या एका नातेवाइकाला फोन करून नर्स मिळेल का अशी चौकशी केली होती.

अत्यंत जीर्णशीर्ण, भयाण वस्तीतून तो चालला होता. थकलीभागलेली भकास घरं ओलांडून पुढे जात असताना मानवी चेहऱ्यांचीच आठवण येत होती. वाटेत दिसणारे

माणसांचे घोळकेसुद्धा एकाकी, दुःखी आणि आजारी वाटत होते.

जणू काही ते सर्वजण अगदी खिन्नमनस्क होऊन उद्याच्या जगबुडीच्या वेळेस काय उत्पात घडणार आहे ह्याची वाट पाहात बसल्यासारखेच भासत होते.

इहसानच्या आजाराचं सोडा पण समजा... आपल्याला लढाईवर जाण्याचा हुकूम मिळाला तर? इहसानला अशा आजारी अवस्थेत सोडून जावं लागेल का आपल्याला?

घरी परतल्यावर त्याला दिसलं की मसिदे झोपलेली आहे आणि इहसानचा श्वासोच्छ्वास स्थिर आहे. डॉक्टर जाता जाता चांगली बातमी देऊन गेल्यासारखे दिसत होते. अहमत सबिरेआजीसोबत आपल्या बाबांजवळ बसलेला होता आणि सबीहा आईच्या पायाशी मुटकुळं करून खरोखरची झोपलेली दिसत होती.

त्या विचित्र शांततेमुळे अंतःकरण भरून आलेल्या अवस्थेतच तो जिना चढून आपल्या खोलीकडे गेला. त्याच्या संपूर्ण विश्वातील सर्व पात्रांना त्यानं आज पाहिलं होतं, पण नूरानची मात्र काहीच खबर कळली नव्हती. 'ही नूरान करतेय तरी काय?' त्याच्या मनात विचार आला.

तीन

मुमताझला वाढवण्यात इहसान आणि त्याच्या पत्नीचा मोलाचा वाटा होता. काही आठवड्यांच्या अंतरानं त्याचे मातापिता मृत्युमुखी पडल्यानंतर त्याच्या ह्या चुलत भावानंच त्याला लहानाचं मोठं केलं होतं. मसिदे आणि इहसान; इहसान आणि मसिदे. नूरानशी ओळख होईतो त्याचं जीवन ह्या दोघांमध्येच गुरफटून गेलं होतं. इहसान त्याला केवळ वडिलांच्या जागीच नव्हता तर तो त्याचा गुरूसुद्धा होता.

त्यामुळे मसिदेची तब्येत बरी झाल्यावर मुमताझला जेव्हा दोन वर्षांसाठी फ्रान्सला पाठवण्यात आलं तेव्हासुद्धा त्याच्या मनावरील इहसानची छाप फारशी पुसली गेली नव्हती. खरं तर त्या नव्या वातावरणात कितीतरी मोह होते. परंतु तरीही केवळ इहसानच्या मार्गदर्शनाच्या आधारावर त्यानं नैतिक ऱ्हासापासून स्वतःला रोखलं होतं आणि आपला वेळही वाया घालवला नव्हता.

मसिदे त्याच्या जीवनात आली तेव्हा त्याला एका स्त्रीच्या मायेची गरज होती. स्त्रीचं सौंदर्य कसं असावं ह्याचं जणू उदाहरणच तिच्या रूपात त्याला मिळालं. मसिदेचा विचार मनात आला की त्याला वाटे की वसंतऋतूतील कोवळ्या पानांनी बहरलेल्या

फांदीखाली आपल्याला आपली किशोरावस्था व्यतीत करायला मिळाली. मुमताझच्या मनात त्या दोघांबद्दल तशा भावना असल्यामुळेच इहसान आजारी पडल्यावर आधीच व्यग्र मनःस्थितीत असलेला तरुण मुमताझ मुळापासून हादरला तर त्यात काही नवल नव्हतं. डॉक्टरांच्या तोंडून बाहेर पडलेला न्यूमोनिया हा शब्द त्यानं ऐकला तेव्हापासून तो दुःख आणि तळमळ अशा मानसिक अवस्थेत जगू लागला होता.

अशा तऱ्हेचा दुःखाचा प्रसंग मुमताझवर काही प्रथमच कोसळला नव्हता. त्याच्या अंतर्मनाला कायमच चिंतेची टोचणी लागलेली असे. वरवरच्या शांत बाह्य रूपाच्या आत चिंता विश्रांती घेत बसून आहे असं जरी दिसलं तरी प्रत्यक्षात सारे लगाम तिच्याच हाती होते. मुमताझच्या अंतर्मनात वेटोळं घालून बसलेल्या त्या चिंतासर्पाचा नाश करून, त्याच्या खोल रुतलेल्या मुळांना उपटून काढण्यासाठी इहसाननं खूपच कष्ट घेतले खरे, परंतु मसिदेचं त्या घरात जेव्हा आगमन झालं तेव्हापासून मुमताझची मन:स्थिती सुधारली. जणू काही सूर्याला पाहण्यासाठी सूर्यफुलानं वळावं तसं झालं त्याचं! तिच्या हाती त्याचं संगोपन जाईपर्यंत मुमताझच्या मनात सगळ्यांबद्दल तिरस्कार भरलेला होता. त्याच्या मनाचं कवाड बाहेरच्या जगासाठी बंदच होतं. आकाशातून आपल्यावर केवळ संकटंच कोसळणार आहेत ह्यापेक्षा त्याची वेगळी काहीही अपेक्षा नव्हती आणि तसं त्याला वाटणं अगदी साहजिक होतं.

१९२० च्या दशकाच्या प्रारंभी एसवर ग्रीकांनी आक्रमण केलं त्या पहिल्याच रात्री एका स्थानिक अनातोलियन ग्रीकानं मुमताझच्या वडिलांना गोळी घालून उडवलं. खरं तर मुमताझचं कुटुंब ज्या घरात भाडेकरू म्हणून राहात होतं त्या घराच्या मालकाशी त्या ग्रीक माणसाचं वैर होतं, पण नजरचुकीनं हा प्रकार घडला. त्या वेळीस ते शहर परकी आक्रमकांच्या ताब्यात जाण्याची चिन्हं दिसू लागली होती. अनेक कुटुंबांनी आधीच तिथून पळ काढलेला होता. मुमताझच्या दुर्दैवी वडिलांनीही त्याच रात्री पत्नी आणि मुलासह बाहेर पडण्यासाठी वाहन ठरवून ठेवलं होतं. त्यांची बोचकी आणि सामानसुमानही बांधून तयार होतं. रात्रीच्या त्या प्रवासाचं नियोजन करण्यासाठी त्यांनी तो संपूर्ण दिवस शहरातच काढला होता. तिन्हीसांजा होता होता ते घरी परतले आणि म्हणाले, ''हैदी, सगळं काही ठरवून आलोय हं मी! आपण चार घास खाऊन घेऊ, मग तासाभरात आपण आपल्या वाटेवर असू. रस्ते अजून तरी खुले आहेत.'' त्यानंतर जमिनीवर हातरी पसरून ते सर्वजण जेवायला बसले होते. त्याच क्षणी दारावर थाप ऐकू आली. नोकरानं त्यांना येऊन सांगितलं की बाहेर कुणीतरी घरच्या मालकाला भेटायला आलं आहे. तेव्हा मुमताझचे वडील तातडीनं दरवाजाकडे गेले. त्यांना वाटलं

की पहाटेपासून पार संध्याकाळपर्यंत आपण ज्या गाडीची व्यवस्था करण्यात घालवली त्याबद्दल कुणीतरी सांगायला आलं असावं. तेवढ्यात घरातल्या लोकांना बंदुकीचा आवाज ऐकू आला. एकच पोकळसा आवाज होता तो! त्या आवाजाचा इवलासा प्रतिध्वनीसुद्धा उठला नाही. मुमताझचे धिप्पाड वडील पोटावर हात धरून अक्षरशः खुरडत खुरडत वरती आले आणि दिवाणखान्यात येऊन कोसळले. हा सर्व प्रकार घडण्यास पाच मिनिटांहून जास्त कालावधी लागला नाही. त्यांच्या पत्नीला किंवा लहान मुलाला एवढंसुद्धा कळलं नाही की खाली काय बोलणं झालं. भेटायला कोण आलं होतं हेसुद्धा त्या बिचाऱ्यांना समजलं नाही. बंदुकीनं गोळी घातल्यावर खाली धावत जाणाऱ्या माणसाची पावलं तेवढी ऐकू आली. त्या धक्क्यानं सुन्न बधिर अवस्थेत असतानाच येणाऱ्या रणगाड्यांनी झाडलेल्या बंदुकीच्या फैरी त्यांना ऐकू आल्या. थोड्याच वेळात शेजारीपाजारी आले. एका वृद्ध माणसानं त्या मायलेकांना शवापासून दूर करण्याचा प्रयत्न केला. तो त्यांची समजूत काढताना म्हणाला, ''तुमचे मालक आमच्याशी नेहमीच खूप चांगले वागले. त्यांना असं आपण उघड्यावर टाकणं बरं नाही. आपण त्यांचं दफन केलं पाहिजे. त्यांना हौतात्म्य मिळालंय. त्यामुळे त्यांच्या अंगावरचे कपडे तसेच ठेवून धार्मिक विधीशिवायही आपण त्यांना दफन करू शकतो.''

मग अंगणाच्या कोपऱ्यातील हिरव्यागार प्लॅटेनस वृक्षाच्या पायाशी त्या लोकांनी घाईघाईनं एक खड्डा खणला. काजळी धरलेला एक कंदील आणि गाठोड्यात बांधायचा राहिलेला एक तेलाचा दिवा हातात धरून त्या घरचा अर्धवट वेडसर माळी खड्डा खणायच्या वेळेस बाजूला उभा राहिला होता.

हे दृश्य मुमताझ कधीही विसरू शकणार नव्हता. वरच्या मजल्यावर त्याची आई वडिलांच्या प्रेताला कवटाळून विलाप करत बसली होती आणि तो शुद्ध हरपल्यासारखा बागेच्या फाटकाशी उभा राहून झाडाच्या बुंध्याजवळ खोदत असलेल्या माणसांकडे पाहात राहिला होता. आता त्यांनी कंदील झाडाच्या फांदीला लटकावून ठेवला होता. त्या कंदिलाची ज्योत सतत येणाऱ्या वाऱ्यामुळे फडफडत होती. ती कधीही विझेल असंच वाटत होतं. म्हातारा माळी आपल्या सदऱ्याचा आडोसा धरून दिव्यातली ज्योत विझणार नाही ह्याची काळजी घेत होता. प्रकाशाच्या त्या दोन साधनांच्या काळ्या सावल्या सतत हेलकावून कधी लहान तर कधी मोठ्या दिसत होत्या. त्यातच रणगाड्यांचा घरघराट ऐकू येत होता. त्या घरघराटात आणि खोदण्याच्या आवाजात त्याच्या आईचा विलापही मधून मधून कानावर पडत होता. जेव्हा त्यांचं खोदकाम संपत आलं तेव्हा परिसर एकदम तांबडा झाला. हा तांबडा जाळ घरांच्या

दिशेकडून दिसत होता. म्हणजे सारं शहरच पेटलं होतं तर! त्याआधी तासापूर्वी गोळीबार झाला होता. तांबड्या आकाशाखाली माणसं खोदण्याचं काम संपवत होती. पुढल्याच क्षणी बॉम्बचे फुटलेले तुकडे आवारात इकडे तिकडे पडू लागले. तेवढ्यात नदीवरचा बांध फुटल्यावर पाण्याच्या लोंढ्याचा प्रचंड आवाज यावा त्याहूनही मोठ्ठा आवाज शहरातून आला. त्यानंतर जगबुडी व्हावी तशी माणसांची प्रचंड आरडाओरड ऐकू येऊ लागली. आवाराच्या कुंपणावरून ओरडून उडी मारून एक माणूस आला आणि ओरडला, ''ते लोक शहरात घुसताहेत.'' त्यासरशी प्रत्येकजण खिळल्यासारखा जागच्या जागी उभाच राहिला. फक्त मुमताझची अम्मी तेवढी रडत रडत वरून खाली आली. मुमताझला काही सहनच होईनासं झालं. त्यानं फाटकाचं दार धरलेला हात सोडून दिला आणि जमिनीवर उडी मारली. तो जिथं खाली पडला तिथून त्याच्या कानी काहीतरी आवाज येत होते. पण त्याच्या आसपास प्रत्यक्ष जे काही होतं त्यापेक्षा वेगळंच काहीतरी त्याच्या नजरेला पडू लागलं होतं. त्याला दिसलं की रोजच्याप्रमाणे आजही रात्री आपले वडील काचेचा मोठा कंदील पेटवण्याच्या प्रयत्नात आहेत. मग त्याची शुद्धच हरपली. तो जेव्हा शुद्धीवर आला तेव्हा त्याला कळलं की आपण कुंपणाच्या बाहेर आहोत. अम्मी त्याला विचारत होती, ''चालता येतंय का तुला बेटा?'' तेव्हा मुमताझ दिग्मूढ होऊन बघत राहिला आणि काहीच न कळल्यासारखा म्हणाला, ''हं, चालीन मी.''

तो चालणार होता.

तो प्रवास कसा झाला तेसुद्धा मुमताझला नीटसं आठवत नव्हतं. अख्खं शहर जळताना त्यांनी कुठल्या टेकडीवरून बघितलं? वेदनांनी विव्हळणाऱ्या शेकडो लोकांच्या भयंकर, दुःखद तांड्यात ते कुठल्या मुख्य रस्त्यावर सामील झाले? पहाट होण्यापूर्वी कुणी त्याला घोड्याच्या बग्गीत घोडेवाल्याच्या बाजूला बसवलं? हे प्रश्न त्याच्या दृष्टीनं कायमचे गूढच राहिले.

त्याच्या आठवणी तुकड्यातुकड्यांमध्ये विभागल्या गेल्या होत्या. निर्वासितांच्या त्या तांड्यात सामील झाल्यावर त्याच्या आईनं रडं पार टाकून दिलं होतं ही त्यातली एक आठवण त्याला येत असे. ती आता आपल्या पतीच्या शवाला कवटाळून शोकविलाप करणारी अबला स्त्री उरली नव्हती. ती आता एक माता होती आणि आपल्या मुलाला घेऊन मिळेल त्या मार्गावरून सुरक्षित स्थळी पोहचणार होती. त्या लोकांना तिथून हलवणारी तुकडी जे काही सांगेल तसं ती वागत होती आणि आपल्या मुलाचा हात हातात घट्ट धरून चालत होती. मुमताझला अजूनही ती घट्ट पकड आठवत

असे. अम्मीच्या मृत्यूपेक्षाही ती पकडच त्याच्या अधिक लक्षात राहिली होती.

किंवा ती आठवण तरी त्याला ठळकपणे आठवत असावी. त्याला आपली अम्मी अगदी ताठपणे त्याच्या बाजूला उभी असलेली दिसे. तिचा डोक्याला बांधायचा रुमाल फाटलेला होता. त्यातून तिचा वेदनाव्याकूळ, ताठरलेला चेहरा दिसत होता. बगीत बसल्यानंतर जेव्हा जेव्हा तिनं आपलं मस्तक मागे टेकलं तेव्हा तेव्हा ती आणखी आणखीच पांढरीफटक पडल्यासारखी दिसू लागली होती. परिस्थितीचं भानच सुटावं तशी तिची स्थिती झाली होती. जणू काही तिचा कोमेजलेला चेहरा आणि रोखून धरलेले अश्रू म्हणजे प्रत्यक्षात वाहणारी भळभळती जखमच!

विजनवासातील दुसरी रात्र त्यांनी एका प्रशस्त विश्रामगृहात घालवली. त्या विश्रामगृहाला चुन्याची रंगसफेदी केली होती. ग्राहकांची प्रतीक्षा करत बसल्यासारखं ते अनातोलियाच्या गवताळ कुरणातलं विश्रामगृह दिसत होतं. त्याचे जिने बाहेरच्या बाजूला होते आणि खोल्यांच्या खिडक्या गच्चीच्या दिशेनं उघडत होत्या. ऑटमऋतूतील उन्हात त्या गच्चीवर फळं सुकत घातलेली दिसत होती. मुमताझ ज्या खोलीत झोपला त्या खोलीत चार-पाच मुलं आणि तेवढ्याच बायका होत्या. विश्रामगृहाच्या प्रवेशद्वारापाशी उंट आणि खेचरांचे तांडे विसावले होते. ते तांडे त्यांना जोडलेल्या वाहनांपासून विलग केले होते किंवा मग जनावरांना नुसतंच तबेल्यातून बाहेर काढून मोकळ्यावर ठेवलं होतं. त्या शांतपणे बसलेल्या जनावरांतील एक जनावर हललं की तो सर्वच घोळका हलू लागे. त्यांच्या गळ्यात घातलेल्या बारक्या घंटांच्या किणकिण आवाजानं आणि रात्रपाळीच्या चौकीदारांच्या ललकारीमुळे शांततेचा भंग होत होता आणि त्या गवताळ कुरणातील रात्रीच्या वेळेस विजनवासात असल्याच्या भावनेला धक्का लागत होता. वाऱ्याचा झोत आल्यामुळे तो वैराण एकांत ढवळून निघत होता. कुठल्या दुर्गम पर्वताच्या पायथ्यावरून, निर्जन दरीतून किंवा ओसाड पडलेल्या खेड्यातून तो एकांत तिथं आला होता कुणास ठाऊक! पण खोल्यांमधील मिणमिण प्रकाश देणाऱ्या, काजळी धरलेल्या दिव्यांभोवती त्या एकांताचे ढीग रचल्यासारखे वाटत होते. बाहेरच्या फाटकाशी सिगरेट फुंकत उभे असलेले पुरुष जे काही बडबडत होते ते शब्द त्या अंधारातून तरंगत येऊन मुमताझच्या कानात शिरत होते. त्या शब्दांचा अर्थ जरी नीट कळत नसला तरी त्या शब्दांमुळे मुमताझचं मन निराशा आणि घृणेनं भरून गेलं. का कोण जाणे पण ती वाक्यं ऐकून त्याला वाटू लागलं की आत्तापर्यंत आपण जे कोषातलं, लाडावलेलं, सुखसुविधायुक्त जीवन अगदी आनंदानं जगलो ते जीवन प्रत्यक्षात अत्यंत कठोर, क्रूर, हास्यास्पद होतं. त्यानंतर मग

उघड्या खिडक्यांतून वारा वाहू लागला, चादरींचे पडदे हेलकावू लागले आणि दूरवरच्या लोकांचे आवाज जवळच्या लोकांच्या आवाजात मिसळून जाऊ लागले.

रात्रीच्या वेळी झालेल्या कोलाहलामुळे त्यांना जाग आली. आसपासच्या निःशब्द शांततेमुळे कसल्यातरी दाट तरीही पातळ पदार्थाचं आवरण त्यांच्या आयुष्यांवर चढून ते लोक अगदी निर्वात पोकळीत असल्यागत झाले होते. त्यामुळे अगदी इवलासा नाद किंवा किंचितसा आवाज आला तरी त्याचे प्रतिध्वनी घुमल्यासारखे होत होते. तसा आवाज आला की काचेवर काहीतरी आपटून तिचा चक्काचूर व्हावा तशा सर्वनाशाच्या आणि सारं काही मोडूनतोडून पडल्याच्या भावना त्या सर्वांच्या मनात जागृत होत. म्हणूनच तो कोलाहल ऐकून प्रत्येकजण खिडकीशी धावला. काही लोक तर बाहेर जाऊन दाटीवाटीनं काय झालं ते बघू लागले. फक्त मुमताझची अम्मी तेवढी जागच्या जागीच राहिली. चार घोडेस्वार आले होते. त्यातील एकानं घोड्याच्या पाठीवरून एका व्यक्तीला खाली उतरवलं. मुमताझ घोड्याच्या तोंडाशी पोहचला होता. त्याला एका तरुण ग्रामीण कन्येचं पुटपुटणं ऐकू आलं, ''देवा, तू दया कर माझ्यावर.'' विश्रामगृहाच्या मालकानं कंदील उंचावर धरला होता. त्या कंदिलाच्या उजेडात तिचे काळेभोर, टप्पोरे डोळे उठून दिसत होते. तिनं घागरा घातला होता. अफूच्या शेतात काम करणाऱ्या स्त्रिया तसे घागरे वापरत असत. वक्षभाग झाकण्याचं कार्य तिच्या अंगावरील कोट करत होता. एजियन पर्वतावरील झेबेक जातीचे योद्धे तशा प्रकारचे कशिदाकारी केलेले कोट घालत असत. विश्रामगृहातील नोकरांनी आणलेल्या मातीच्या बुधल्यांतून घोडेस्वार पाणी प्यायले. थोड्याच वेळापूर्वी हेच नोकर सर्व खोल्यांमध्ये चहा द्यायला आले होते. मग विश्रामगृहाच्या मालकानं दिलेल्या भाकऱ्या घोडेस्वारांनी खाल्ल्या आणि फरच्या पिशव्यांतून जवाचे दाणे भरून घेतले. जशी काही आधीच रंगीत तालीम करून ठेवलेली असावी, त्याप्रमाणे सारं काही अगदी झटपट घडलं. विश्रामगृहासमोर जमलेली माणसं त्यांना ''नवीन काय बातमी आहे का'' असं विचारू लागली.

''एस मध्ये तुंबळ युद्ध चाललंय. तुम्हाला उद्यापर्यंत सवड आहे. पण जास्त उशिरापर्यंत थांबू नका. निर्वासितांचा मोठा तांडा तिथून निघालेला आहे.'' घोडेस्वार सांगू लागले.

मग निरोप वगैरे घेण्यात फारसा वेळ न दवडता त्यांनी चटकन घोड्यांना टाच मारली.

मुमताझ पुन्हा जिना चढून वर आला तेव्हा त्याला दिसलं की ती नवी आलेली

अठरा-वीस वर्षांची कन्या आपल्या आईच्या बाजूला आडवी झालेली आहे आणि तिच्या दगडासारख्या निर्विकार चेहऱ्यावरून अश्रू ओघळताहेत. स्वतः बाजूला होऊन अम्मीनं तिच्याकरता जागा केलेली दिसत होती. त्या तरुण मुलीच्या शेजारी मुमताझ काही तासांसाठीच झोपला असेल. पण तिच्या त्या रात्रीच्या सान्निध्यामुळे त्याच्या शरीरात ज्या सुखसंवेदना चेतवल्या गेल्या त्या सुखसंवेदना नंतर कित्येक रात्री तो झोपेतच अनुभवत होता. ती त्याच्या बाजूला झोपल्यानंतर बऱ्याच वेळानं त्याला जाग आली तेव्हा जणू काही आपण तिच्या बाहुपाशातच आहोत असा त्याला भास झाला. तिच्या केसांनी त्याचा चेहरा झाकला होता. तिचे स्तन त्याच्या छातीशी दबले होते आणि तिचा उष्ण श्वास त्याच्या कपाळाला स्पर्श करत होता. त्या रात्री खरोखरच काही वेळा तो अनुभव त्याला प्रत्यक्ष आला होता. मधेच ती अचानकपणे दचकून जागी होत होती आणि थांबून थांबून विव्हळून रडत होती, हुंदके देत होती. तिचा स्वर तेव्हा अगदी अमानवी वाटत होता. तो स्वर जेवढा दुःखव्याकूळ होता तेवढंच त्याच्या अम्मीचं निर्विकार मौनही दुःखव्याकूळ होतं. पण ज्या क्षणी ती मुलगी पुनश्च झोपी जाई त्या क्षणी ती मुमताझला आपल्या हातांनी आणि पायांनी जखडून टाकी. जणू काही ती त्याला त्याच्या आईच्या कुशीतूनच ओढून घेत आहे की काय असं वाटत होतं. मग केसांनी झाकलेला तिचा चेहरा त्याच्या चेहऱ्याशी लगट करू लागे. कधी ती त्याला आपल्याजवळ ओढून पोटाशी धरून ठेवी. तिच्या वारंवार मिठी मारण्यामुळे आणि सुस्कारे सोडण्यामुळे मुमताझलाही जाग येत असे. तेव्हा त्याला आश्चर्य वाटे की गोंधळून टाकणाऱ्या, रहस्यमय इच्छावासनांनी ओतप्रोत भरलेल्या तिच्या शरीरानं आपल्या शरीराला कसं कवटाळून धरलेलं आहे. रंध्रारंध्रातून मीलनोत्सुकता जागृत झालेल्या तिच्या शरीरामुळे तो दचकून उठत होता. कालच्याच रात्री त्यानं वेगळ्या तऱ्हेचं मरण अनुभवलं होतं आणि आज तो हे वेगळंच मरण अनुभवत होता. तिचा मधुर श्वास, तिचा विचित्र, तणावग्रस्त चेहरा ह्यांच्या सान्निध्यात जे काही येत होतं त्याची जणू काही वितळून मऊ मातीच होत होती. तिच्याकडे पाहाताना मुमताझनं आपले डोळे घट्ट मिटून घेतले. कारण खोलीत अजूनही जळणाऱ्या दिव्यात तिच्या डोळ्यातली जी अजाण चमक दिसत होती तिच्याकडे बघणं त्याला टाळायचं होतं.

शारीरिक वासना घुसळल्या जात होत्या, तप्त आलिंगनं जिवाला जाळत होती, एकाकीपणाला जी सुस्काऱ्यांची जोड मिळाली होती त्या सुस्काऱ्यांमुळे मंत्रमुग्धावस्था अधिकच वाढत होती. परिणामतः त्याला तिच्या मिठीतून बाजूलाही होता येत नव्हतं. एखाद्या व्यक्तीनं उष्ण, सुगंधी पाण्यातच झोपून जावं, एकीकडे पाण्यात बुडण्याची

भीती असावी पण त्याच वेळी निद्रेचा अंमलही डोळ्यांवरून टाळण्याची इच्छा नसावी तशी त्याची गत झाली होती. अशा तऱ्हेचा अनुभव त्याला ह्यापूर्वी कधीच आला नव्हता. त्याच्या शरीराला ह्यापूर्वी केवळ साधी उत्तेजना ठाऊक होती तेच शरीर आता एका वेगळ्याच राज्यात प्रवेशलं होतं. त्या नव्या राज्यात त्याला एक वेगळीच नशा चढली होती. शरीरातील अत्यंत रहस्यमय आणि अनोळखी अशा परमोच्च बिंदूत अतीव आनंदाचे कित्येक क्षण गुंफले गेले होते. त्याच्या अंतर्मनात थकल्याची एक मधुर भावना जागृत झाली होती. ती भावना झोपेच्या शेवटल्या अवस्थेशी निगडित झाली होती. त्यातच भर म्हणून ह्या घट्ट मिठ्यांमुळे आणि एकमेकांना कुरवाळण्यामुळे त्याच्या मनातील आरझूची, त्याच्या मनातील इच्छांची परिपूर्ती झाली होती. त्या आरझूनं जेव्हा कळस गाठला तेव्हा त्याच्यातील चैतन्यच हरपल्यासारखं झालं. त्या वेळी तो आपल्या भोवतालाशी एकरूपच झाला. शारीरिक आणि मानसिक श्रमामुळे थकलेल्या त्याच्या शरीराचं भानच हरपलं. खरं तर जेव्हा जेव्हा झोपेनं त्याला घेरलं होतं तेव्हा तेव्हा त्याला कालच्या रात्रीचं स्वप्न पडलं होतं. तो भोवळ येऊन पडला तेव्हा त्याला त्याचे वडील काचेचा मोठा कंदील हातात धरलेल्या स्थितीत दिसले होते. जेव्हा ते स्वप्न त्याला पहिल्यांदा पडलं तेव्हा तो तळमळून उठला. त्याची आंतरिक वेदना जणू काही त्या उपवर कन्येच्या शरीरानं जागृत केलेल्या धुंदीशी एकरूप झाली आणि त्याचं सारं अस्तित्वच भावनाविवश झालं. जणू काही त्याचं रूपांतर शरीर आणि अर्थ बदलून गेलेल्या एका विद्रूप अस्तित्वातच झालं होतं.

पहाटेचं तांबडं फुटता फुटता त्याला संपूर्ण जाग आली तेव्हा तो त्या मुलीच्या मिठीत होता. त्याची हनुवटी तिच्या छोट्याशा हनुवटीला टेकली होती. तो संपूर्णपणे भानावर येत असतानाच अचानक तिचे डोळे उघडले. त्या डोळ्यात मन विचलित करून टाकणारा निग्रह होता. तिची नजर टाळण्यासाठी त्यानं पुन्हा डोळे मिटून घेतले आणि तो काळजीपूर्वक आपल्या आईच्या बाजूला सरकला.

दुसरी आठवण एवढी गुंतागुंतीची नव्हती. साधारण दुपारच्या वेळेपर्यंत ज्या बग्गीतून ते प्रवास करत होते त्या बग्गीनं बाकीचा तांडा बराच मागे टाकला होता. त्याच्यासोबत त्याची आई, तीन स्त्रिया आणि दोन लहान मुलं होती. ती मुलगीसुद्धा त्यांच्यात होती. सतत हलणाऱ्या पुढच्या आसनामागे ती शरीराचं मुटकुळं करून बसली होती.

गाडीवानानं सांगितलं की आपण ब ह्या ठिकाणी पोहचलो आहोत. बग्गी चालवताना गाडीवान सारखा बग्गीच्या अंतर्भागाकडे बघत होता. मुमताझला लगेचच

जाणवलं की ह्या माणसाला बोलणं उकरून माहिती सांगायची आहे आणि काढायचीही आहे आणि त्या माहितीचा संबंध आत बसलेल्या मुलीशी आहे. पण ती त्याच्याशी किंवा घोड्यावर बसून सोबत चालणाऱ्या अधिकाऱ्याशी एक अक्षरही बोलली नाही. तो लष्करी अधिकारी सतत त्यांच्यासोबत होता. त्यानं आपल्या घोड्याचा वेग एकदाही कमी किंवा जास्त केला नव्हता. रात्रीच्या वेळचं तिचं कण्हणं आता बंद पडलं होतं. मुमताझला तिच्याकडे बघण्याच्या तीव्र इच्छेनं वेडं केलं होतं. पण आपली मान वळवण्याचं धैर्य त्याच्यापाशी नव्हतं. त्यामुळे तो आपल्या आईलाही पाहू शकत नव्हता. रात्र होऊ लागली तशी त्याला त्या मुलीच्या उपस्थितीची धास्तीच वाटू लागली. मधूनमधून तिच्या खांद्याचा स्पर्श त्याच्या खांद्याला होई तेव्हा तर त्या स्पर्शाची संवेदना अत्यंत कठोर भासे.

तो स्पर्श धक्कादायक होता, आधीच्या रात्रीची उबदार उत्कटता त्यात औषधापुरतीसुद्धा शिल्लक नव्हती. तरीही त्या उत्कटतेच्या आठवणीनं, ती ऊब पुन्हा मिळावी म्हणून मुमताझचा खांदा आपोआपच ताठरत होता. अपेक्षेच्या अशाच एका हिंदोळ्यावर असताना त्याचं लक्ष गाडीवानाच्या चामडी चाबकाकडे गेलं. त्या चाबकाला निळसर हिरवे मणी लावलेले होते. आपल्या मनावरील विचारांचं ओझं कमी कसं करावं ह्या विचारात असताना त्याला वडिलांची आठवण आली आणि त्याच्या काळजात एवढी तीव्र कळ उठली की आत्तापर्यंत तशी कळ कधीच उठली नसावी. त्यांचा वियोग आणि त्यांचा कायमचा दुरावा त्या मनस्तापापुढे काहीच नव्हता. तो आता त्यांना कधीच पाहू शकणार नव्हता. ते आता त्याच्या जीवनातून कायमचे निघून गेले होते. हा नवाच साक्षात्काराचा अनुभव मुमताझ आयुष्यात कधी विसरणार नव्हता. त्याच्या डोळ्यांसमोर सारं दृश्य स्वच्छ उभं राहिलं होतं. ऑटमऋतूतील सूर्याची उन्हे पडल्यामुळे चामड्याच्या चाबकावरचे निळसर हिरवे मणी चमकत होते. त्यातील काही हवेत डुलत होते तर काही घोड्यांच्या पार्श्वभागावर चाबकासह विसावले होते. घोडे दौडत होते आणि दौडता दौडता आपली आयाळ झटकत होते. तेवढ्यात पुढे असलेल्या तारेच्या खांबावर मोठ्या पंखांच्या एका पक्ष्यानं हवेत झेप घेतली. आसपासच्या थकल्याभागल्या निसर्गात सारं काही मूक होतं. फक्त बग्ग्यांचा आणि तीन वर्षांच्या एका मुलीच्या रडण्याचा आवाज तेवढा येत होता. मुमताझ गाडीवानाच्या बाजूला बसला होता. त्याला पकडून ठेवणारी आणि त्याच्या अबोध, अजाण शरीरात रहस्यमय इच्छा जागृत करणारी ती कालच्या रात्रीची तरुणी त्याच्यामागेच बसली होती. तिच्यासमोर त्याची आई बसली होती. काय घडलं होतं किंवा काय घडणार

होतं ह्याची तसूभरही कल्पना त्याच्या आईला नव्हती.

आपल्या पित्याची आदर्श प्रतिमा अचानक त्याच्या डोळ्यांसमोर उभी राहिली. ती प्रतिमा पाहता पाहता त्याला जाणवलं की आपण त्यांना आता ह्यापुढे कधीच पाहू शकणार नाही. आता आपण त्यांना अगदी कायमचे अंतरलो. त्या विरहाचं तीक्ष्ण आणि कधीही न संपणारं दुःख आपल्याला आता सोसावं लागणार आहे. आता त्यांचा आवाज कधीच आपल्या कानी पडणार नाही. आता आपले अब्बा कधीच आपल्या अस्तित्वाचा भाग असणार नाहीत.

त्या ग्रामीण कन्येला कदाचित कळलं असावं की मुमताझ बहुतेक चक्कर येऊन पडतोय की काय! तो पडू नये म्हणून तिनं पाठीमागून त्याला धरलं. अशा तऱ्हेनं आदल्या रात्रीची ती आश्चर्यकारक विषयासक्ती आणि पित्याचा मृत्यू ह्या दोन्ही घटना त्याच्या मनात नव्यानंच इतक्या हलक्या धाग्यात गुंफल्या गेल्या की त्या परस्परांपासून वेगळ्या करणं कठीण व्हावं. त्याला खूप आत खोल कुठेतरी वाटत होतं की आपल्या हातून एवढं मोठं पाप घडलेलं आहे की ज्याचं परिमार्जन करणं अशक्य आहे. आपल्या हातून मर्यादेचं अतिक्रमण झालंय असं त्याला अस्पष्टपणे वाटू लागलं होतं. त्या क्षणी जर कुणी त्याची उलटतपासणी घेतली असती तर त्यानं असंही कदाचित सांगितलं असतं की माझ्या वडिलांच्या मृत्यूला मीच जबाबदार आहे. ती अनुभूती एवढी भीषण होती की त्यामुळे त्याला स्वतःची अवस्था खूपच दयनीय वाटू लागली. मनातील हा विरोधाभास मुमताझला कित्येक वर्षं पछाडणार होता, पावलोपावली अडखळवणार होता. तारुण्यावस्था प्राप्त झाल्यावरही तो त्या भावनांपासून मुक्त होऊ शकला नव्हता. त्याच्या स्वप्नदालनांना व्यापून राहणाऱ्या प्रतिमा, त्याला गोंधळात पाडणारा संकोच, चिंता आणि त्याच्या अस्तित्वाला दाटणारी मनस्तापाची आणि अत्यानंदाची मालिका ह्या सर्वांचं त्याच्या मनात दुहेरी अस्तित्व असणार होतं.

ब ह्या ठिकाणी त्या तरुण स्त्रीनं त्यांचा निरोप घेतला. शहरातील अर्धवट उद्ध्वस्त झालेल्या रस्त्यांपैकी एका रस्त्यावर भगभगीत उन्हात बग्गी थांबली. एक अक्षरही न बोलता आणि कुणाकडेही दृष्टिक्षेप न टाकता तिनं बग्गीतून खाली उडी मारली. घोड्यांच्या पुढूनच ती रस्त्याच्या दुसऱ्या बाजूला जोरात पळाली. तिथं पोहचल्यावर तिनं मुमताझकडे एक शेवटची नजर टाकली. त्यानंतर पुन्हा धावत ती एका बोळात वळली. तेव्हा मुमताझनं पहिल्यांदा आणि शेवटचा तिचा तेजस्वी चेहरा पाहिला. तिच्या उजव्या कपाळापासून ते हनुवटीपर्यंत चाकूच्या वाराचा हल्लीच बरा झालेला व्रण दिसत होता. त्या जखमेमुळे तिच्या चेहऱ्याला एक विचित्र उग्रता आली होती.

तरीसुद्धा मुमताझकडे पाहताना तिच्या चेहऱ्यावरील भाव मृदू झाले होते आणि डोळे हसले होते.

त्यानंतर दोन दिवसांनी तिन्हीसांजेच्या वेळेस मुमताझ आणि त्याची आई अ ह्या ठिकाणी त्यांच्या दूरच्या नातेवाइकांच्या घरी येऊन पोहचले.

चार

भूमध्यसमुद्री भाग : काही काळानं मुमताझ पुस्तकांतून शिकला की श्वेत समुद्रानंच मानव जातीला ऐशआरामाच्या जीवनाची देणगी दिली आहे. क्षितिजापर्यंत पोहचणारा तेथील सूर्यप्रकाश, स्फटिकासारखी स्वच्छ हवा आणि वातावरणातील नितळता ह्यामुळे प्रत्येक लाट आणि त्या लाटेचा प्रत्येक उंचवटा जणू वैभवशाली होऊन प्रत्येकाचं अंतरंग शुद्ध करत होता, आत्मा तृप्त करत होता. थोडक्यात काय तर ह्या ठिकाणी द्राक्षं आणि ऑलिव्हच्या उच्च गुणवत्तेसोबतच आध्यात्मिक प्रेरणा आणि तर्कशुद्ध विचारांना वाव मिळत होता. मुमताझच्या बाबतीत म्हणायचं तर ह्याच ठिकाणी अत्यंत तीव्र इच्छा आणि समाधान मिळवण्याची चिंता एकत्र नांदत होत्या. त्या वयात मुमताझला त्या गोष्टीचं नीटसं भान जरी आलेलं नसलं तरी त्याचा अर्थ असा नव्हता की त्या गोष्टींचा आनंद तो त्याच्या परीनं घेत नव्हता. ह्या ठिकाणी त्यानं तात्पुरता आसरा घेतला होता. त्याच्यावर आयुष्यानं दुर्दैवाचे कितीही प्रहार केलेले असले तरी ऋतूतील अपवादात्मक सौंदर्यात तोही सहभागी होत होता.

एस ह्या ठिकाणी अनुभवलेल्या तप्त अनुभवांनी त्यांचं जीवन काही अंशी पोळून काढलं होतं. तेच अनुभव इथंही अनुभवायला मिळत होते. प्रत्येक दिवशी नव्या नव्या बातम्यांनी शहर हादरत होतं. आज काय तर उत्तरेला मोठं बंड झाल्याची भीतिदायक बातमी आली. उद्या काय तर कुठेतरी विजय झाला म्हणून रस्त्यावर विजयसोहळे साजरे करण्यात आले. दिवसा केलेले सोहळे रात्रीपर्यंत कुणाला आठवेनासे झाले. रस्त्याच्या नाक्यानाक्यांवर वादळी चर्चा झडू लागल्या. रात्रीच्या वेळेस सैन्य आणि रसद गुप्तपणे इथून तिथं हलवली जाऊ लागली. त्यांच्या घरासमोरील हॉटेल रोजच नव्यानं भरू लागलं आणि रिकामंसुद्धा होऊ लागलं.

हे सगळं घडत असलं तरी सूर्य मात्र तेजस्वी हिऱ्यासारखा तळपत होता. संत्र्याचा बहर, कर्दळ आणि अरबी जुई ह्यांच्या सुवासानं हवेला धुंदी चढत होती. पुढ्यातील गर्द निळाशार समुद्रानं मुमताझला त्याच्या सर्व चंचलतेसह स्वीकारलं होतं. त्या समुद्राचा

तीव्र संताप, त्याची शांतता, त्याची बराच काळ चालणारी निरुत्साहाची स्थिती आणि त्याचा हर्ष ह्या साऱ्या भावना मुमताझला सतत सोबत करत होत्या.

तो दुःखानं पिडलेला असला तरी त्या दुःखातही ते प्रकाशरूपी चैतन्य शिरकाव करी आणि एखाद्या सुवर्णसर्पाप्रमाणे त्याच्या मनात सळसळू लागे. त्याच्या अंतरात कोंदलेल्या भावनांतून तो सूर्यप्रकाश त्याला मुक्त करत असे आणि एखादी दंतकथा सांगितल्याप्रमाणे अनेक शक्यता त्याच्या पुढ्यात उलगडून ठेवत असे. जणू तो त्याला सांगत असे, ''माझ्यावर श्रद्धा ठेव. सर्व चमत्कारांचा मूळ स्त्रोत मीच आहे. मी काहीही करू शकतो. ह्या मातीचं रूपांतर मी सोन्यात करू शकतो. मी मृतांना त्यांचे केस पकडून निद्रेतून जागं करू शकतो. मी विचारांना सहज मृदू करू शकतो आणि त्यांना माझ्या गुणवैशिष्ट्यांशी तादात्म्य होण्यास भाग पाडू शकतो. मी एफेंदी म्हणजे ज्ञानी पंडित आहे, मी जीवन कोळून प्यायलेला विद्वान आहे. मी जिथं असेन तिथं निराशा किंवा विफलतेची भावना असणार नाही. मदिरेची नशा आणि मधातील गोडी ह्यात मीच तर असतो!''

हा सल्ला ज्या ज्या जीवानं ऐकला तो तो प्रत्येक जीव सदैव किलबिलत असतो आणि प्रत्येक दुःखातून उठून आनंदानं बागडत असतो. वाफेच्या जहाजांतून आणि उंट-खेचरांच्या तांड्यांतून सामानसुमान आणि प्रवासी अगदी दररोज नित्य नेमानं त्यांच्या घरासमोरच्या हॉटेलात येत होते. मग वळकट्या उलगडल्या जात, पुन्हा नीट बांधल्या जात आणि परत वाहनात भरल्या जात. मोठमोठ्या हाऱ्यांना खिळे मारून ते बंद केले जात. लाकडी पेटाऱ्यांना पोलादी पट्टे बांधून ते बंद केले जात. प्रवेशदाराशी ठेवलेल्या खुर्च्यांवर प्रवासी गप्पा मारत बसत. एखाद्या आधुनिक चित्रकलेतील चित्राप्रमाणे एकच डोळा किंवा एकच कान आणि त्या कानात दाटलेली उत्सुकता किंवा एखाद्या अधीर झालेल्या स्त्रीचं खिडकीतून खाली वाकून पाहणारं डोकं असं काहीतरी चित्र पाहिल्याचा भास तेव्हा होत असे. ब्रिटन आणि दोस्तराष्ट्रांनी इस्तंबूल बळकावलेलं होतं. त्या सैन्यातील निलाजरे इटालियन सैनिक घरांच्या दरवाजांसमोर बसून तेथील मुलांशी तासन्तास खेळत असत. त्यांना पुन्हा पुन्हा कारो मियो किंवा कारा मिया म्हणून हाका मारत असत. त्या घरच्या गृहिणींना केक आणि बकलावा बेकरीत नेऊन भाजून घ्यायच्या असत. त्यांचे ट्रे उचलायलासुद्धा हे सैनिक मदत करत असत. पण ते जरा जास्तच आगाऊपणा करायला लागले की त्यांची कुणीतरी खरडपट्टी काढत असे, तेव्हा मग खोटी खोटी शरम वाटल्यासारखे ते खाली मान घालत आणि त्या स्त्रियांची उघडपणे मस्करी करत तिथून पाठच्या बाजूला निघून जात. अर्थात जरा

वेळानं ते पुन्हा परतत असतच. वखारीच्या पुढ्यात महाकाय अशा अरबी उंटांना एकमेकांशी मारामारी करायला लावत. खरं तर हे उंट स्वभावानं अत्यंत शांत-मवाळ म्हणून प्रसिद्ध होते. वेड्यावाकड्या शरीराचे आणि वृत्तीनं अगदी गरीब असलेल्या ह्या प्राण्यांनाही आपल्या इच्छेप्रमाणे लढायला लावणारी मानवी बुद्धी पाहून सारे अगदी संतुष्ट होत. रात्रीच्या वेळेस चंद्रप्रकाशात किंवा अगदी गुडूप अंधारातसुद्धा मुलंमुली पालिसादेस भागात किंवा इतर ठिकाणी जाऊन आपल्या घरापुढील बगिचासाठी पाणी आणत. जगण्यावर जरी मर्यादा असल्या तरी निसर्ग अमर्याद होता, स्वतःकडे येण्याचं आमंत्रण देत होता.

तिथं आल्यावर दुसऱ्याच दिवशी मुमताझला असंख्य मित्र मिळाले. तो त्या घरातील मुलांसोबत संत्र्यानिंबोणीच्या बागांत किंवा करावग्लान भागात भटकायला जाई. शहराच्या सीमेवर असलेल्या अक्रोडाच्या बागांपर्यंतही ते कधी कधी जात. बऱ्याच कालावधीनंतर त्याला कोजियातागी हा इस्तंबूलचा भाग आवडू लागला. कारण तिथं गेलं की अक्रोडाच्या बागेची आठवण होत असे. परंतु कित्येकदा त्याची मित्रमंडळी मेरमेरली ह्या भागात वेळ व्यतीत करत किंवा मग समुद्राकाठी जाऊन धक्क्यावर बसत. संध्याकाळच्या वेळेस समुद्राकाठच्याच हास्तानेस्तूच्या उंच सुळक्यापर्यंतही ती मुलं जात.

तिन्हीसांजेच्या वेळेस रस्ता आणि समुद्रामधील त्या खडकावर बसणं मुमताझला भारीच आवडे. असं वाटे की बे पर्वतावरून अस्तास जाणारा सूर्य जणू काही सोनेरी-चंदेरी किरणांचं चिलखत घालून स्वतःच्याच मृत्यूच्या वेळच्या धर्मकृत्यांची तयारी करतो आहे; सोनेरी जडावकाम केलेल्या सावल्यांतून स्वतःसाठी शवपेटिका तयार करतो आहे. त्या पर्वतावर किरणांचं धनुष्य फाकल्यासारखं दिसे तेव्हा तर ते एखादा सोनेरी पंखा उघडावा तसंच वाटे. त्यातील मोठमोठ्या तेजाळ रेषा जणू अग्निपंख लावून फडफडताना दिसत. वाटे की आगीची वटवाघळंच खडकांना लटकून बसलेली आहेत की काय? जे काही समोर दिसत असे त्यातील जिवंतपणा अगदी ऋतूंसारखाच सढळ हस्ते उधळण करणारा होता. दिवसाच्या वेळेस समजत असे की ते खडक म्हणजे दुसरंतिसरं काही नसून समुद्री शेवाळानं व्यापलेले केवळ मोठमोठाले दगड होते. वारा आणि पावसामुळे त्या दगडांना स्पंजसारखी भोकं पडलेली होती. पण संध्याकाळच्या वेळेस मात्र अचानक त्यांच्यात चैतन्य संचारल्याचा भास होत असे. त्या वेळेस मुमताझला काल्पनिक यक्षकिन्नरांचा जणू वेढाच पडे. ते यक्ष त्याच्या मनातच होते. त्याच्या मनातील त्या यक्षांचं ज्ञान आणि शारीरिक गुणवत्ता मानवापेक्षा वरचढ

होती. नियतीप्रमाणे तेसुद्धा मूकच असत. त्याच्या अंतर्मनात असलेल्या त्यांच्या अस्तित्वातूनच त्यांचा नाद सतत रुणझुणत असे. त्यांनी व्यापलेल्या त्याच्या छोट्याशा देहातील जीवनविषयक समज सतत वाढती होती. मुमताझच्या जीवनात भीतीनं आपली मुळं भूतकाळातच रुजवलेली होती. कधी कधी त्याच भीतीचा सोसाट्याचा वारा त्याच्या मनाभोवती रिंगण घालू लागे. पण त्या वाऱ्याच्या भीतीनं सटपटून जायचं नाही असा निकराचा प्रयत्न मुमताझ करत असे. ज्या वेळेस समुद्र आणि सूर्याचं मीलन होत असे त्या वेळेस जणू सर्वच गोष्टी कात टाकून नव्यानं पुनर्जन्म घेतल्यासारख्या भासत. त्या वेळेस ध्वनीची गती वाढे, माणुसकी हळूच त्या अवकाशात जाऊन दडे. ते अनंत अवकाश आता आपुलकीची ऊब आणि मित्रत्वाचा चेहऱ्यानं उभं असे. जणू काही निसर्ग सगळ्यांना जाहीरपणे सांगे, "तुम्ही कुठल्या कारणास्तव उदासवाण्या यातनांचे शिकार होता? या, माझ्याकडे परत या. सृष्टीच्या ह्या समन्वयात स्वतःला विसरून जा. तुम्ही सगळं काही विसरून जा आणि निर्विकार पदार्थात वास करणाऱ्या भावनांप्रमाणेच सुखकर आणि खुशाल निद्रा घ्या." निसर्गाची ही साद मुमताझला जाणवे. सरतेशेवटी ती साद त्याच्या पाठीच्या कण्यातून सळसळत जाऊ लागे. त्या आमंत्रणाचा अर्थही त्याला नीट कळत नसताना आपण तिकडे ओढल्यासारखं जाऊ नये म्हणून त्याचं चिमुकलं अस्तित्व ताठर होऊन कोषात दडल्यासारखं होऊ लागे.

उंचावरून समुद्रात डोकावणाऱ्या खडकाळ सुळक्यांच्या अगदी पुढपर्यंतही क्वचित कधी तो जात असे. तिथून अगदी कडेला जाऊन खाली दिसणाऱ्या समुद्री शैवालाच्या तुकड्यांचं तो निरीक्षण करी तेव्हा त्याला दिसे की शांत, संथ पाण्याच्या हिरव्याजर्द स्फटिकासारख्या आरशात संध्याकाळच्या वैभवाचं सुंदर प्रतिबिंब पडलेलं आहे, मातेच्या गर्भाशयात जमावेत तसे प्रकाशाचे कण त्या पाण्यात एकत्र जमताहेत आणि पुनश्च हेलकावत दूर जाताहेत. दबलेल्या आवाजात लाटा खूप खाली पुढे-मागे सरकत आहेत. अगदी अलगदपणे हिंदकळत आहेत, त्यातच जणू प्रेमाची कुजबुज, पंखांचं फडफडणं मिसळून गेलेलं आहे. मग तिन्हीसांजेच्या वेळेस जिवंत होणाऱ्या त्या गूढ, रहस्यमय अस्तित्वांचं बोलणं त्याच्या कानी पडे. ती वेळ संध्याकाळ आणि रात्र ह्यांच्या सीमारेषेवरची असे. अशा त्या गूढरम्य वेळेस नक्षीदार किनारे आणि रंगीबेरंगी लोलक त्याला अगणित आमंत्रणं देत. मोती असलेल्या शिंपल्यांतून, माशाच्या खवल्यांतून, खडकांच्या पोकळीतून, चंद्रकिरणांतून आणि तारकांच्या प्रकाशातून ते दैवी अस्तित्व अभिव्यक्त होई. पण ते अस्तित्व त्याला बोलावत होतं तरी कुठे? मुमताझला ते माहीत असतं तर तो नक्कीच तिथं गेला असता. कारण प्रेम

आणि इच्छा ह्यांच्या हाकेपेक्षाही समुद्राच्या गाजेत अधिक ताकद होती. अंधारात त्या पाण्याचा कल्लोळ जणू काही यमदेवतेच्या जिभांनी बोलत होता.

त्या कर्णकर्कश आमंत्रणाचा स्वीकार करायच्या बेतात आपण आहोत हे दर्शवणारी थरथर त्याच्या काळजात उठली तेव्हा त्या काळ्या आरशात मुमताझ आपल्या आत्ता कुठे सुरू झालेल्या जीवनातील ओळखीची दृश्यं शोधू लागला. त्याला अंगणातला तो वृक्ष दिसला. त्या वृक्षाच्या खाली त्याचे वडील चिरविश्रांती घेत होते. त्याशिवाय त्याला बालपणातल्या स्वच्छंद घटिका आठवल्या. त्या घटिका तो अचानकपणे मागे सोडून आला होता. विश्रामगृहात भेटलेली ती काळ्याभोर डोळ्यांची ग्रामीण तरुणी आठवली. जणू त्याच्या निष्पाप, निरागस त्वचेला तिनं दंशच केला होता. ते पाहता पाहता त्याच्या लक्षात आलं की हा तर पाण्यात निर्माण झालेला एक काळा आरसा आहे. मग तो उभा राहिला आणि एखाद्या दुःस्वप्नातून बाहेर पडावं तसा त्या खडकांच्या महाकाय सावल्यांतून बाहेर पडण्याचा प्रयत्न करू लागला. प्रत्येक पावलावर तो अडखळत आणि धडपडत होता.

त्या खडकांजवळून जाताना ते जणू जिवंत होऊन उठल्यासारखे भासत होते. असं वाटत होतं की अचानक एखादा हात येऊन आपले हात-पाय धरील किंवा कुणीतरी अंगावरील वस्त्रच आपल्या डोक्यावर टाकेल.

दिवसाच्या लखलखीत उजेडातसुद्धा तो एकूण देखावा त्याच्या अंगावर काटा आणत असे. निसर्गाचा एक भाग म्हणून ते खडक दिसत नव्हते. असं वाटत होतं की ते जिवंत प्राणीच होते आणि कुठल्यातरी विध्वंसकारी प्रसंगात गोठून पाषाणरूपात गेले होते. पण त्याची कल्पनाशक्ती जेव्हा अगदी ठप्प होई तेव्हाचं त्यांचं रूप तर अत्यंत भीषण होतं. अशा क्षणी त्याला वाटे की जीवनाच्या अध्यायातून ह्या खडकांना वगळलं गेलं आहे. ते जीवनाला कायमचे परके झालेले असून जीवनाचा धिक्कारच करताहेत. ते जणू जाहीरच करत आहेत की आम्ही जीवनाच्या कक्षेबाहेर आहोत. जीवनाच्या कक्षेबाहेर ह्याचा अर्थ तो सर्वपोषक, जीवनदायी रस आमच्यातून काढून घेतला गेला आहे. आम्ही जेवढे उजाड आणि ओसाड आहोत तेवढा उजाड आणि ओसाड साक्षात मृत्यूसुद्धा नसेल. त्या खडबडीत पाषाणांपलीकडे माती होती. तिची ढेकळं कशी उत्साही आणि तेजस्वी वाटत. लहान मुलगा असताना मातीत तो किती खेळत असे. ती माती त्याला नेहमीच प्रिय असणार होती. तिचं मऊ आणि कसलाही आकार घेणारं अस्तित्व कुठल्याही क्षणी कुठलंही रूप घेऊ शकत होतं, कुणाच्याही इच्छेप्रमाणे आणि कल्पनेप्रमाणे होऊ शकत होतं. पण दगडाचे हे भरीव तुकडे मात्र

जीवनापासून कायमचे दुरावले होते. वारा वाहो, पाऊस पडो, ते आपले कणाकणानं झिजणार होते. त्यांच्या अवाढव्य देहांवर खोल रेषा आणि चरे उमटणार होते. परंतु त्यांपैकी काहीही त्यांना त्यांच्या अवस्थेतून बाहेर काढणार नव्हतं. जगाच्या सुरुवातीच्या काळात घडलेल्या कुठल्यातरी प्रलयकाळात त्यांची तशी अवस्था झाली होती. जीवन कुठल्या वळणांवरून चाललं होतं त्याची ते चौकसपणे काहीच दखल घेत नव्हते. अत्यंत अशुद्ध आणि खडबडीत प्रतीकांच्या रूपात अनंत काळापासून पडणारे सर्वच प्रश्न एकत्रितपणे पुढे यावेत तसे ते पाषाण होते. तो जिकडे पाय टाकी तिकडून क्वचित एखादं वटवाघूळ उडे, किंवा एखादं नवजात वटवाघूळ दुरातून आपल्या बांधवाला साद घाली. ह्या खडकाळ भागातून बाहेर पडलं की त्याचा जीव भांड्यात पडे. मग सपाट, डांबरी रस्त्यावरून चालताना तो आपली गती कमी करी आणि आपला निर्धार बोलून दाखवी, मी ह्या जागी पुन्हा कधीही येणार नाही. परंतु दैवी साक्षात्काराची चटक मोहमयी असते. त्यामुळे पुढल्याच संध्याकाळी तो परत तिकडे येई, समुद्राकाठी जाई किंवा मग रस्त्याजवळच्या एका खडकावर जाऊन बसे. त्या आनंदानं पुलकित होण्यासाठी कधी कधी तो दिवसासुद्धा आपल्या मित्रांना काहीतरी खोट्या सबबी रचून सांगे.

मग एक दिवस असा आला ज्या दिवशी त्याचे सवंगडी त्याला गुवरकिनलिक ह्या ठिकाणच्या एका समुद्रीगुहेत घेऊन गेले. ही गुहा हास्तानेस्तू आणि कोन्यालू ह्यांच्या मधे शहरापासून बऱ्यापैकी अंतरावर होती. ते किनाऱ्यावर थोडा काळ भटकले आणि नंतर समुद्राकाठच्या खडकांत शिरले. सरतेशेवटी एका भुयारातून जमिनीच्या आत गेले. गडद अंधारात हातापायांवर रांगत दबून चालणं मुमताझला मानवण्यासारखं नव्हतं. पण त्या बोगद्याच्या शेवटाशी अचानक सारा परिसर तेजोमय होऊन उठला. जणू काही सूर्यच हिरव्यागार पानांतून प्रकाशमान झाला होता. ह्या तेजस्वितेतच त्यांनी एका समुद्रीगुहेत प्रवेश केला. त्यांच्या हातांना आणि गुडघ्यांना जरी खरचटलं होतं तरीसुद्धा गडद निळ्या आणि हिरव्या रंगांच्या प्रकाशानं मुमताझ रोमांचित झाला. जेव्हा समुद्रानं पोकळ केलेल्या खडकांपासून लाटा दूर गेल्या तेव्हा आतमध्ये जो जलाशय शिल्लक राहिला तो संथ आणि खोल होता. नैसर्गिक तळ्याच्या धर्तीवर एखादा कृत्रिम तलाव असावा, त्यात शंख, शिंपले, मण्यांनी सजवलेलं छोटंसं बेट असावं तसा तो जलाशय वाटत होता. तेथील पाणी एवढं नितळ होतं की त्या पाण्यात पोहणारे मासे, खडकाला चिकटून बसणारे खेकडे आणि तत्सम जलचरही स्पष्ट दिसत होते. गुहेच्या ह्या भागात समुद्रातूनही प्रवेश करता येत होता. पाठीमागे म्हणजे जिथून

ते आत आले तो रुंद भाग उंचवट्याचा आणि दगडाच्या कपच्यांनी भरलेला होता. जेव्हा एखादी लाट येऊन आदळे आणि गुहेचं तोंड बंद करून टाकी तेव्हा त्या गुहेत हळूहळू निळसर, हिरवी आभा पसरे. त्यानंतर मग भूगर्भातूनच यावा तशा नादानं खळाळत गुहेत बंदिस्त झालेलं पाणी आवेगानं तिथून बाहेर पडे. त्या वेळी सूर्यप्रकाशात न्हायलेल्या समुद्राची प्रतिबिंबं पडून तो सगळा भागच झळाळून उठे. तो प्रकाशसावल्यांचा तेजस्वी खेळ खडकावर बसलेल्या मुमताझनं तासन्‌तास हनुवटीवर हात धरून शांतपणे पाहिला होता.

तिकडे बघताना तो काय विचार करत होता? त्याची काय अपेक्षा होती? त्यानं असं गृहीत धरलं होतं का की त्या लाटा त्याला काहीतरी संदेश देतील? त्या गुहेत सातत्यानं भरणारं आणि रिक्त होणारं पाणी जो घनगंभीर अनाहत नाद निर्माण करत होतं त्या ध्वनीला तो शरण गेला होता का? त्या ध्वनीत आमंत्रण होतं, पण कुठे जाण्यासाठी होतं ते? कुठल्या गुप्त गोष्टी खुल्या करण्यासाठी होतं ते आमंत्रण?

ते गुहेत गेले त्या दिवशी रात्रीच्या वेळेस योगायोगानं किनाऱ्याशी आलेल्या एका गलबतानं त्यांना आरामशीर प्रवासाचं सुख देत धक्क्यावर नेऊन सोडलं. मुमताझ घाईघाईनं आपल्या मित्रांचा निरोप घेऊन घराकडे पळाला. त्यानं आज जे काही पाहिलं त्याचं वर्णन आपल्या अम्मीला सांगायची त्याला घाई झाली होती. पण तिची अवस्था बघून एक शब्दही उच्चारण्याचं धाडस त्याला झालं नाही. ह्यापुढे तिला एकटं सोडून लांब जायचं नाही ह्याची काळजी तो घेऊ लागला.

त्यानंतर अम्मीच्या रुग्णशय्येजवळ बसून तो दिवस कंठू लागला. त्याचा वेळ तिच्या सेवाशुश्रूषेत जाई. उरलेला वेळ तो काहीतरी विचार करत बसे किंवा मग वाचन करत बसे. अम्मीनं पाठवलेल्या तारेचं काही उत्तर आलंय का ते बघायला रोज दुपारच्या सुमारास तो तारकचेरीत जात असे. त्यानंतर मग तिच्या एकाकी खोलीत जाऊन आजही तार न आल्याबद्दल तिचं सांत्वन करत असे. त्या खोलीत बाहेरच्या गजबजलेल्या आणि जिवंत रहदारीचे पडसाद घुमत असत.

संध्याकाळ झाली की तो खिडकीशी जाऊन बसे. हल्ली काही दिवस त्या वेळेस एक मुलगी रस्त्यावरून जाऊ लागली होती. रोज रात्री त्यांच्या घरासमोरून जात असताना ती एखादं तुर्की लोकगीत गात गात जाई. तिच्या हातात रिकामी बाटली किंवा तसंच काहीतरी भांडं असे. ती रस्त्याच्या दुसऱ्या टोकाला असली तरी मुमताझला तिचा आवाज ओळखू येऊ लागला होता.

ती गात असलेल्या गाण्याचा भावार्थ साधारण असा होता,

''आता रात्र पडणार आहे, पण मी अजून दिवा लावलेला नाही, देवानं माझ्या नशिबात तसंच लिहिलं आहे, मी आज माझ्या कोकराला उराशी धरून कवटाळलेलं नाही, मी जर मेले तर लाडक्या पिल्ला, तुझ्या नशिबात काय वाढून ठेवलेलं असेल?''

त्या शब्दांनी मुमताझच्या काळजात तुटल्यासारखं होई. त्याची अम्मी जेव्हा जेव्हा आपलं डोकं उचलून त्याच्याकडे पाही तेव्हा तिच्या नजरेत त्याला जे भाव दिसत त्या भावांचा अर्थ त्या गीतातील शब्दांशी किती मिळताजुळता होता. तरीसुद्धा ते गाणं लक्ष देऊन ऐकल्याशिवाय त्याला राहावत नसे. त्या मुलीचा आवाज गोड, धारदार असला तरी ती वयानं तशी लहानच होती. ते गीत गाताना मधेच कण्हावं तसा तिचा आवाज विचित्रपणे फाटे.

त्यांच्या घरांपुढे रस्ता खालच्या बाजूला वळे त्या टोकाशी ती वळली की तिचं गाणं बदलत असे. तिच्या आवाजातही अचानकपणे धीटाई आणि उत्साह येई. तो एवढा चढे की त्या स्वराच्या प्रतिध्वनीमुळे घरांच्या भिंती, रस्ता आणि अगदी हवासुद्धा कंपायमान झाली आहे असं वाटे. त्या दुसऱ्या गाण्याचा भावार्थ असा होता–

''ज्या शिंपल्यातून मोती जन्म घेतो असा शिंपला आहेस तू आई! इझमीर मशिदीचा मिनार तुझ्याच मोत्यांनी सजला आहे. तू माझ्यासाठी जे पेय जलपात्रात भरून देशील ते मी मोठ्या उत्साहानं प्राशन करीन.''

आपण आपल्या अल्प आयुष्यात आत्तापर्यंत जे दुःखभोग भोगले त्या सर्वांपासून मुक्ती मिळाल्याची जाणीव मुमताझला हे दुसरं लोकगीत ऐकताना होत असे, पण त्याला त्या गीताचा अर्थ नीटसा कळत नव्हता. फक्त त्याला वाटे की ते गीत ऐकताना आपण दुसऱ्याच कुठल्यातरी स्वयंप्रकाशित दुनियेत पोहचतो आहोत. त्या दुनियेत तीव्र आस आणि यातना आहेत. ती दुसरी दुनिया इझमीर येथील कोर्डोनबोयू ह्या मैदानापासून सुरू होत होती आणि त्याच्या अब्बांच्या मरणाशी येऊन संपत होती. आपल्या अब्बांच्या मृत्यूबद्दलही अजून त्याला नीट आकलन झालं नव्हतं. त्याच्या किशोरवयीन कल्पनाशक्तीत बसू शकणार नाहीत अशा वेदनांचे अंश ह्या नव्या दुनियेत वसतीला होते. इथंही मरण, विजनवास, रक्त, एकाकीपणा होता. दुःखाचा फडा काढलेला नाग त्याच्या अंतर्मनात वेटोळं घालून बसलेला होता. मुमताझच्या दृष्टीनं दिवसाचं अस्तित्व ती मुलगी त्या रस्त्यावरून गेली की संपत होतं. त्या मुलीचं नाव त्याला ठाऊक नव्हतं. तिच्या गाण्यामुळे आपल्या अम्मीच्या झोपेत व्यत्यय येईल म्हणून त्याला कितीही भय वाटलं तरी तिच्या येण्याची तो वाट पाहात राही. मग दुसऱ्या दिवशीच्या संध्याकाळपर्यंतचा वेळ मात्र काहीही न घडता अगदी शांततेत जाई.

त्या आठवड्यात म्हणजे पहाटेचं तांबडं फुटण्याच्या थोडंसं आधी त्याची अम्मी दुसऱ्या दुनियेत कायमची निघून गेली. मरण्यापूर्वी तिनं पिण्यासाठी पाणी मागितलं. त्यानंतर त्याच्याशी काहीतरी बोलण्याचा तिनं पुन्हा पुन्हा अयशस्वी प्रयत्न केला. बोलण्याचा प्रयत्न करताना तिचा चेहरा पांढराफटक पडला. डोळे वरच्या बाजूला लागले. ओठ थरथरले आणि शरीर एकदम ताठ झालं. तिचे अंतिम क्षण मुमताझच्या मनात अगदी विस्तारानं नोंदले गेले.

तिच्या मृत्यूनंतर त्याच्या मनात जी खोल पोकळी निर्माण झाली ती काही केल्या मुमताझला भरता येईना. कदाचित क्लेशदायक दिवसांच्या आठवणी नकोत म्हणून मुमताझनं स्वतःहूनच ती पोकळी आपल्या मनात निर्माण केलेली असेल. तथापि, ज्या दिवशी त्याला जहाजावर बसून इस्तंबूल येथे पाठवण्यात आलं तो दिवस त्याला चांगलाच स्मरत होता. त्याचे नातेवाईक त्याला घेऊन एका जुन्या मशिदीच्या आवारातील एका छोट्याशा थडग्याकडे घेऊन गेले. त्या ठिकाणी असलेली माती नव्यानंच भरलेली दिसत होती. ते त्याला म्हणाले, ''ह्या इथं तुझी अम्मी आहे.'' पण मुमताझनं मनापासून ते थडगं आपल्या अम्मीचं आहे असं मानलंच नव्हतं. त्याच्या मनात त्यानं आपल्या अब्बांच्या बाजूला आपल्या अम्मीला पुरलेलं होतं. त्या दोघांच्या मरणातील कालावधी फारसा नव्हता. त्या विशाल मृत्युवृक्षाखाली आपल्या पित्याशेजारी तिलाही चिरविश्रांती देणं अधिक सोपं आणि उचितही होतं. कदाचित, ह्या जगात पाय टाकल्यापासूनच त्या दोघांना सतत एकत्र बघण्याची मुमताझला एवढी सवय झाली होती की चिरनिद्रा घेतानाही ते एकमेकांपासून एवढ्या दूर असावेत हा विचारच त्याला मानवत नसावा.

त्याला तो दिवस अगदी स्पष्टपणे आठवत असे. त्या वेळेस सारी पृथ्वी धवल प्रकाशात न्हाऊन निघाली होती. सूर्यप्रकाशानं आपल्या किरणांचे स्फटिक सगळीकडे पसरले होते. लाकडी घरांवर, मातीच्या कौलांवर, शुभ्र पांढऱ्या रस्त्यांवर, पुळणीवर येऊन परत जाणाऱ्या समुद्राच्या लाटांवर, जुन्या मशिदीच्या लिंबूरंगी भिंतीवर, दफनभूमीतील धूळभरल्या छोट्याशा झुडपांवर, अणकुचीदार दगडांवर आणि उद्ध्वस्त झालेल्या किल्ल्याच्या बाह्य भिंतीवर तो प्रकाश पडला होता. त्या किल्ल्यावर त्यानं आपल्या जुन्या मित्रांना खेळताना पाहिलं. खरोखर प्रकाश जणू तेजगीतच गात होता. ते आगळंवेगळं गीत सर्वांना गावंस वाटत होतं. त्या गीताचे सूर सर्वत्र भरलेले होते. मधमाश्या, कीटक, गल्लीत भटकणारी हडकुळी मांजरं, त्यांच्या घरासमोरील रस्त्याची रखवाली करणारा कुत्रा, सगळ्या बाजूंनी फडफडत येणारी कबुतरं... प्रत्येकजण त्या

संगीताची लयबद्ध धुंदी आणि ऐश्वर्याचं आमंत्रण आकंठ प्राशन करत होता.

त्याला वाटलं की फक्त एकच व्यक्ती ह्या रंगीत फुलांच्या गुच्छापासून वंचित आहे. नियतीनं त्या व्यक्तीला सर्वांपासून वेगळं काढलेलं आहे. ती व्यक्ती म्हणजे आपण स्वतः आहोत.

आता त्याला कसल्या प्रसंगाला तोंड द्यावं लागेल हे त्याला माहीत नव्हतं. तो इस्तंबूलला जाणार होता खरा, पण तिथं तो कुणाजवळ राहणार होता? ते लोक त्याच्याशी कसं वागतील? तो आपल्या अम्मीला आणि अब्बांना ह्यापुढे कधीच भेटणार नव्हता, पाहणार नव्हता. अम्मी-अब्बांच्या वियोगाच्या दुःखात आता अनाथपणाची हताशा मिसळली होती. त्याला खूपखूप रडावंसं वाटत होतं, आक्रोश करावासा वाटत होता. पण त्यानं स्वतःवर ताबा मिळवला. ह्या सूर्यप्रकाशात रडणं अशक्य होतं, जिथला प्रत्येक प्रवासी गाणं गुणगुणत जात होता अशा रस्त्यावर रडणं अशक्य होतं, त्या नितळ समुद्रापुढे रडणं अशक्य होतं. त्याच्या भोवती जे लोक होते त्यांना त्याची दया वाटली असती ह्यापेक्षा त्यातून काहीही निष्पन्न झालं नसतं. लोकांनी त्याच्याकडे पाहून अनुकंपेनं हलवलेल्या माना आणि टाकलेल्या चोरट्या नजरा कित्येक दिवस त्यानं अनुभवल्या होत्या. त्या प्रत्येक वेळी आपल्या पाठीवर कुणीतरी चटका बसणारा हात ठेवला आहे असंच त्याला वाटलं होतं. त्याला वाटू लागलं होतं की आपण आता कुणावर तरी ओझं म्हणून जगणार आहोत. त्यामुळे तो स्वतःच्या नशिबाला दोष देऊ लागला होता. नाही, तो रडणार नव्हता, पण त्याचं नशीब इतरांपेक्षा खूपच वेगळं होतं हे मात्र निश्चित होतं.

दुपार कलत आल्यावर जहाजावर चढायचं होतं. सर्व नातेवाईक त्याला धक्क्यापर्यंत सोडायला आले. तिथं त्यांनी त्याला एका सरकारी अधिकाऱ्याच्या आणि त्याच्या पत्नीच्या हाती सोपवलं. ते जोडपं त्याला इस्तंबूलला घेऊन जाणार होतं. मनातून नियतीच्या नावानं बोटं मोडतच पण बाहेरून मात्र हसत मुमताझनं जमलेल्या मंडळींचा निरोप घेतला. त्या घरातील सर्वात मोठा मुलगा तिथं आला नव्हता, तेसुद्धा त्याच्या लक्षात आलं नाही. खरं तर त्या मुलाशीच मुमताझची घट्ट मैत्री झाली होती. एक विचित्र उबग मुमताझच्या मनात दाटून आली. सूर्यप्रकाश त्याच्या डोळ्यांत तीक्ष्णपणे घुसत होता. आसपास जो आनंदोत्सव चालला होता त्यात आपण भाग घेऊ शकत नाही म्हणून तो चडफडत होता. त्याला माथं टेकायला अत्यंत उदास, खिन्नतेनं भरलेली आणि मूक अशी जागा हवी होती. त्याच्या अम्मीचं थडगं जिथं होतं तशी जागा हवी होती त्याला. तशी जागा मशिदीच्या भिंतीच्या एका बाजूला होती.

सूर्यप्रकाश तिथं थेट येऊ शकत नव्हता, प्रकाशाचे स्फटीककण तिथं त्याच्या नशिबाची क्रूर चेष्टा करत नव्हते. जीवनरस आणि सूर्यप्रकाश पिऊन धुंद झालेल्या मधमाश्या तिथं गुणगुणत नव्हत्या. सूर्यप्रकाशात न्हायलेली मुलं तिथं उत्साहानं हसत ओरडत नव्हती. एखादा आरसा फुटून त्याच्या काचा शरीरात घुसाव्या तशा वेदना त्या मुलांच्या हसण्या-ओरडण्यानं त्याला झाल्या असत्या.

दूरवर नांगरून ठेवलेलं काळं जहाज पाहून त्याच्या जीवात जीव आला. तो कशाबद्दलच बोलत नव्हता, अगदी कुणाचे आभारसुद्धा मानत नव्हता. आलेल्या लोकांच्या हातांवर आणि गालांवर ओठ टेकून फक्त सर्वांचे घाईघाईनं निरोप घेत होता.

इस्तंबूलमध्ये त्याच्या काकूनं आणि इहसाननं त्याचं स्वागत केलं. इजिप्तमधल्या लष्करी कैदेतून सुटून इहसान हल्लीच परतला होता. तब्येत चांगली नसल्यामुळे तो अनातोलिया येथे लढायला गेला नव्हता. त्याऐवजी तो दोस्तराष्ट्रांनी बळकावलेल्या इस्तंबूलमधील भूमिगत देशभक्तांसाठी काम करत होता. मुमताझचे अब्बा घरी पुष्कळ वेळा इहसानचा उल्लेख करत असत. त्याचा उल्लेख करताना ते म्हणत, ''मला इहसानचं खूप कौतुक वाटतं. मुमताझही त्याच्यासारखाच होईल अशी मला आशा आहे.'' किंवा कधी कधी ते म्हणत, ''आमच्या घराण्यातला सर्वात हुशार माणूस म्हणजे इहसानच असावा.'' त्यांच्या तोंडी एक वाक्य तर रोजच ऐकायला मिळे. ते म्हणजे ''तो मुलगा लढाईवरून धडपणे परतावा हीच माझी इच्छा आहे.'' आपल्या अब्बांची इहसानबद्दलची विधानं ऐकल्यामुळे मुमताझच्या मनात आपल्यापेक्षा तेवीस वर्षांनी मोठ्या असलेल्या ह्या चुलत भावाच्या अनेक प्रतिमा निर्माण झाल्या होत्या. जेव्हा जहाजावरून त्याला घेण्यासाठी इहसान आला तेव्हा मुमताझच्या लक्षात आलं की त्याचं प्रत्यक्ष व्यक्तिमत्त्व हे आपल्या मनातील त्याच्याविषयीच्या प्रतिमांपेक्षा अधिक भावणारं आहे. मुमताझ जहाजातून उतरला तेव्हा पायाला झालेल्या जखमेमुळे लंगडणाऱ्या, चेहऱ्यावर वांग असलेल्या आणि हसऱ्या डोळ्यांच्या एका माणसानं त्याला अचानक पकडून म्हटलं, ''आपल्या मोठ्या भावाचं स्वागत करण्याची ही काय पद्धत झाली का?'' आणि असं म्हणून त्यानं मुमताझला उचलून हवेत धरलं आणि तो म्हणाला, ''मुला, इतका का रे लांब चेहरा करून उभा आहेस? सगळं काही विसर आता.'' अशा तऱ्हेनं मुमताझकडून कशाचीही अपेक्षा न करता इहसाननं आपली निरपेक्ष मैत्री त्या मुलाला देऊ केली.

जुन्या इस्तंबूल शहरातील सेहझादेबासी वाड्यातल्या जीवनाशी जुळवून घेताना मुमताझला खूपच अडचणींचा सामना करावा लागला. त्याच्या वयस्कर काकूनं

आत्तापर्यंत खूपच दुःख भोगलं होतं. इहसान स्वतः खूपच कामात असे. तो शिकवत असेच त्याशिवाय घरी असला तरी त्याला पुष्कळ लेखन-वाचन करायचं असे. शाळेव्यतिरिक्त मुमताझ आपला सारा वेळ एकलकोंड्यासारखा घालवत होता. त्यांनी त्याला सर्वात वरच्या मजल्यावर इहसानच्या डोक्यावरचीच खोली दिली होती. त्या खोलीच्या बाजूलाच असलेल्या पुस्तकांच्या खोलीमुळे त्याला अभ्यास करायला आणि लिहायला जागा मिळाली. ही एवढी पुस्तकं, चित्रांचे संग्रह आणि वेगवेगळ्या आकर्षक वस्तू प्रथमच एवढ्या संख्येनं मुमताझच्या पाहण्यात आल्या. त्यामुळे सुरुवातीला तो आश्चर्यानं दबकूनच गेला. पण हळूहळू त्या घरातल्या वातावरणाची त्याला सवय झाल्यावर ती पुस्तकांची खोली त्याला हाक मारून बोलावू लागली. त्याच्या हातात पडलेली पहिली पुस्तकं त्याच खोलीतल्या फळीवरून आली होती. ज्यांचा अर्थ त्याला नीटसा कळत नव्हता अशा कादंबऱ्या, कथा, कविता सुरुवातीच्या वर्षांतल्या त्याच्या सच्च्या सख्यासोबतिणी बनल्या. पुढच्या वर्षी त्यांनी त्याचं नाव फ्रेंच आयसीअम गालातासराय ह्या शाळेत दाखल केलं. त्यानंतर आठवड्याभरानं इहसान आणि मसिदे ह्यांचं लग्न झालं.

मुमताझला आपली ही नवी वहिनी प्रथमदर्शनीच पसंत पडली होती. इहसाननं जेव्हा गमतीत खुणेनंच त्याला विचारलं, "काय कशी वाटते नवी वहिनी?" तेव्हा "खूपच छान आहे. मला आनंद झाला," असं उत्तर त्यानं दिलं होतं. पण त्याच्या निरागस उत्तरात एक सत्यही दडलेलं होतं. कारण आसपासच्या परिसरात सुखसमाधान निर्माण करण्याची कला मसिदेला जात्याच अवगत होती. तिचं सौंदर्य, तिचा सोज्वळपणा, तिच्या वागण्यातील अदब ह्या सर्वांच्या आत दडलेल्या तिच्या व्यक्तिमत्त्वाचा तो जणू गाभाच होता. तिच्या आगमनानं त्या घरातलं वातावरण अगदी नाट्यपूर्णरीत्या बदललं. गप्प गप्प राहणाऱ्या इहसानचा मूकपणा मालवला. सबिरेकाकू जुन्या दिवसांच्या आठवणींत रमेनाशी झाली. मुमताझच्या दृष्टीनं पाहिलं तर त्याच्यापेक्षा बारा वर्षांनी मोठ्या असलेल्या त्या मुलीशी त्याची मैत्रीच जुळली. एवढी की त्यानंतर काही आठवड्यांनी जेव्हा त्याला शाळेच्या वसतिगृहात राहण्यास जागा मिळाली तेव्हा त्याला खरोखरच दुःख झालं. म्हणजे ज्या घरात तो पाहुण्यासारखा आला होता त्या घरानं बघता बघता त्याला आपलंसं केलं होतं.

आपल्याला जे लोक आवडतात त्यांनीही आपल्याला स्वीकारलंय ह्या जाणिवेमुळे मुमताझ पुन्हा आपल्या जीवनाला नव्यानं सामोरा गेला. एस ह्या ठिकाणी शेवटची रात्र काढताना त्या किशोरवयीन मुलाला वाटलं होतं की आता सारं काही

संपलेलं आहे, आपल्या कमनशिबामुळे आपल्याला सामाजिक जीवनापासून नेहमीच वंचित राहावं लागणार. सगळ्यांपासून दूर, एकाकी आयुष्य काढावं लागणार. पण आज त्याच मुलाला अनपेक्षितरीत्या एक नवीन अस्तित्व मिळालं होतं. जीवनानं त्याला आपल्या कवेत घेतलं होतं आणि तोही त्या जीवनाचा एक भाग बनला होता.

मसिदे ही आगळीवेगळी स्त्री ह्या नव्या जीवनाच्या केंद्राशी होती. त्या नाजूक स्त्रीनं आपल्या भोवतालच्या सर्व वस्तूंना आणि व्यक्तींना स्वतःच्या प्रभावाखाली ओढून घेतलं होतं, त्या सर्वांवर जणू जादूची कांडीच फिरवली होती. आठवड्याच्या शेवटल्या दिवशी ती मुमताझला शाळेतून घेऊन येई आणि दोघंही रिकाम्या पोटीच दुकानांसमोरून फिरत, येणाऱ्या-जाणाऱ्यांकडे पाहात रस्त्याच्या कडेला उभे राहात, बेयोग्लूच्या युरोपियन मोहल्ल्यांतून तासन्‌तास हिंडत. नंतर वर्ग बुडवून फिरत असलेल्या उडाणटप्पूंप्रमाणे आपणही पकडले जाऊ ह्या भीतीनं घरी परतत. जेव्हा तो शाळेत परत जायला तयार होई तेव्हा मसिदे पुन्हा त्याच्या बाजूला असे. ती त्याची शाळेची पिशवी भरून देई, त्याचे सगळे कपडे बरोबर दिलेत ना ते जातीनं पाही. ती काही त्याची आई नव्हती की मोठी बहीणही नव्हती. तर त्याच्या दृष्टीनं ती जणू एक देवदूतच होती. जगातल्या बऱ्याच गूढ गोष्टी अवगत असणारी, प्रत्येक गोष्टीचं रूपांतर करून तिला सुंदर बनवणारी ती एक जादूगार होती. आसपासच्या निर्जीव आणि सजीव जीवनात एकसंधता आणणारी आणि दिवसाच्या तासातासात माधुर्य आणि प्रकाश भरणारी देवता होती ती.

मुमताझची इहसानशी खरी ओळख तशी उशिरानंच म्हणजे तो जेव्हा बुद्धिवंत जीवनात प्रवेशला तेव्हा झाली. तोपर्यंत इहसाननं ह्या मुलावर लांबूनच लक्ष ठेवलं होतं, त्याचा कल आणि त्याची आवड कशात आहे हे पाहून त्याची जोपासना केली होती. जेव्हा मुमताझ सतरा वर्षांचा झाला तेव्हा जीवनाचा उंबरा ओलांडण्यासाठी आपण सिद्ध झालोय अशी त्याची भावना झाली. त्यानं ओटोमान काळातील अभिजात काव्य वाचलं होतं, इतिहासातील अनेक नाजूकसाजूक प्रसंगांचा आस्वाद घेतला होता. गालातसराय विद्यापीठात स्वतः इहसानच इतिहास शिकवत असे. विद्यालयातील वर्गात आपल्या चुलत भावाला पाहून मुमताझच्या मनात आलं होतं, 'हूं, आपल्याच चुलत भावाकडून काय शिकायचं आपण?' पण जसा तास सुरू झाला तेव्हा त्याला जाणवलं की एक प्राध्यापक म्हणून इहसानचं व्यक्तिमत्त्व अगदी वेगळंच आहे. आपण ज्या भावाला खूप चांगलं ओळखतो त्यापेक्षा ते अगदी आगळं व्यक्तिमत्त्व आहे. पहिल्या दिवसापासूनच सारा वर्ग अगदी भारून गेल्यासारखा झाला होता. ट्रौजन

युद्धातील जेनीमेड ह्या सुंदर तरुणाला गरुडानं उचलून नेलं असं एका ग्रीक पुराणकथेत लिहिलेलं आहे. त्या गरुडासारखं इहसानचं व्यक्तिमत्त्व होतं. त्यानं जणू त्या विद्यार्थ्यांना पहिल्या दिवसापासूनच काबीज केलं होतं. जेनीमेडला गरुडानं ऑलिंपस पर्वतावर नेलं तसं अगदी ऑलिंपसवर जरी नसलं तरी त्या मुलांना इहसाननं बऱ्याच उंचीवर नेलं होतं. पण त्या विद्यार्थ्यांना त्या रस्त्यावरून परत मागे मात्र आपलं आपणच यायचं होतं.

त्यानंतर कित्येक वर्षांनी मुमताझ आणि त्याच्या वर्गमित्रांनी इहसानच्या पहिल्या तासाच्या वेळेस त्यानं उच्चारलेली आणि त्यांच्या मनात अजूनही ताजी असलेली वाक्यं आठवून पाहिली होती. शिवाय मुमताझसाठी वर्गातले तास घरीसुद्धा चालूच राहात. इहसानच्या दृष्टीनं आपण आता एक तरुण सहकारी झालो आहोत हे पाहून मुमताझ अचंबित झाला. इहसान आपल्या मनातील कित्येक कल्पना मुमताझला सांगू लागला, त्याच्याशी वादविवाद करू लागला आणि त्याची अनेक छोट्या छोट्या प्रकारांनी जडणघडण करू लागला. तो एका मागोमाग एक त्याला कामं सांगत असे, ''जा बरं, ह्याविषयी जोसेफ वॉन हॅमर काय म्हणतोय ते बघून मला सांग.'' किंवा, ''बघ बरं, ह्याविषयी तो भोंदू इतिहासकार सानीझादे मेहमद अताउल्ला काय म्हणतोय?'' किंवा ''मग होका साद्देदीन ह्या पंडितांनी 'तासीत्तेवारिह' ह्या पुस्तकात अमुक गोष्टीबद्दल काय लिहिलंय बघून सांग.'' मग मुमताझ एक मोठ्ठं बाड घ्यायचा आणि खोलीच्या कोपऱ्यातील त्याच्यासाठी खास राखून ठेवलेल्या मेजापाशी बसायचा आणि हातातल्या कामाच्या अनुषंगानं तासन्तास तिथं बसून इहसानसाठी हेलेत एफेंदीच्या जीवनाविषयी माहिती उतरवून घ्यायचा किंवा मग हाप्सबर्ग राजघराण्याला इस्तंबूलमधील कुठल्या परदेशी वकिलातीनं नजराणे पाठवले किंवा ओटोमानांनी इजिप्तविरुद्ध जी मोहीम काढली त्यामागील तत्त्व काय होतं ह्याबद्दल माहिती लिहून ठेवायचा. तुर्कांचा एकसंध इतिहास आपण लिहून काढावा अशी इहसानची खूप इच्छा होती. त्यानं जे सामाजिक तत्त्व अंगीकारलं होतं त्यासाठी तो इतिहास एका साधनासारखा कामी आला असता. हळूहळू तो आपल्या कल्पनांविषयी मुमताझशी बोलू लागला.

इहसानचं बोलणं ऐकताना मुमताझला वाटू लागलं की आपल्याला एका साक्षात्कारामागून दुसरा साक्षात्कार घडतो आहे की काय? इतिहासाच्या त्या खंडाचा आराखडा कसा असावा ह्याविषयी ते चर्चा करू लागले. बायझांटीन साम्राज्याकडून जी आर्थिक परिस्थिती ओटोमान साम्राज्याला वारशानं मिळाली होती त्या परिस्थितीबद्दल लिहून इहसानला लेखनाला प्रारंभ करायचा होता. त्यानंतरच्या एकेका

वर्षाबद्दल लिहीत सद्य:स्थितीपर्यंत यायचं असं त्यांना करता आलं असतं. त्याउलट मोठमोठ्या प्रसंगांमागील घटनामालिका ह्या रूपातही इहसानला लेखन करता आलं असतं. पण त्यामध्ये त्याला हवा होता तसा सर्वसमावेशक परिशिष्टांचा संग्रह देता आला नसता. पण मग त्यात वेगवेगळ्या संस्था आणि प्रसंगांविषयी अधिक ठळकपणे लिहिता आलं असतं. मुमताझला हे दुसरं स्वरूप अधिक पसंत होतं. मग त्यावर अगदी हमरीतुमरीवर येऊन वाद घातल्यावर इहसान तसं करायला तयार झाला. मुमताझ त्याला त्या प्रकल्पावर मदत करणार होता. त्यातही तो कला आणि बौद्धिक इतिहास ह्या भागांवर अधिक मेहनत घेणार होता. इहसाननं दाखवलेल्या मार्गावरून चालताना मुमताझला कविता आणि सौंदर्यशास्त्राविषयी ओढ वाटू लागली. त्यामुळे तो त्याही दोन विषयांचा अभ्यास करू लागला. एखाद्या कवी होऊ घातलेल्या माणसाला लागलेला सर्वांत मोठा शोध हा असतो की त्याला अवगत असलेल्या साधनांच्या साहाय्यानं त्याची आंतरिक स्वाभाविक प्रवृत्ती त्याला समजून येते. आत्तापर्यंत फ्रेंच कवी रेने आणि सुनीते लिहिण्यात वाकबगार असलेला हेरेदिया हे कवी मुमताझला सापडले होते. त्याशिवाय प्रतीकात्मक लिहिणारे वेर्लाईन आणि बॉडलेअर ह्यांचंही त्यानं वाचन केलं होतं. ह्या सर्व कवींच्या माध्यमातून त्याच्यासमोर एक नवीन क्षितिजच खुलं झालं होतं.

जे काही वाचलं किंवा ऐकलं त्या सर्वांतून मुमताझच्या मनाच्या रंगभूमीवर अन्ताल्या येथील खडकाळ भूमी आणि एन येथे असलेलं घर ह्या पार्श्वभूमीवरील नाट्यरूपच जणू काही प्रकटत होतं. त्यानं ज्या काही कादंबऱ्या वाचल्या होत्या त्यातील प्रसंग ह्या दोन ठिकाणी घडले होते. तिथूनच ते त्याच्या खाजगी जीवनात झिरपले होते.

मुमताझनं बॉडलेअरच्या काव्यात स्वत:ला शोधलं. ह्या शोधाबद्दल तो इहसानचा कायमचा ऋणी राहणार होता. इहसान स्वत: काही कलाकार नव्हता. इतिहास आणि अर्थशास्त्र ह्यांच्या अभ्यासानं त्याच्यातील सर्जनशीलतेला झाकोळून टाकलं होतं. तरीदेखील त्याला काव्य आणि चित्रकलेची चांगली जाण होती. तरुण वयात त्यानं फ्रेंच लेखक पद्धतशीरपणे वाचून काढले होते. लॅटिन लोकांची चलती असण्याच्या काळात तो त्यांच्या मोहल्ल्यात आंतरराष्ट्रीय सैन्याच्या पलटणीसोबत राहिला होता. त्यानं बरेच विचारप्रवाह आलेले आणि गेलेले पाहिले होते. अनेक सिद्धान्त त्याच्या डोळ्यांसमोर जन्मले होते. सौंदर्यशास्त्राविषयीच्या गरमागरम चर्चांत त्यानं हिरिरीनं भाग घेतला होता. नंतर म्हणजे इस्तंबूलला परतल्यावर अचानकपणे त्यानं ह्या सर्वाला

पूर्णविराम दिला होता आणि त्याच्या अत्यंत आवडत्या अशा कवींचाही निरोप घेतला होता. त्यानंतर अनपेक्षितरीत्या त्यानं जे विषय केवळ तुर्कांशीच संबंधित आहेत तेवढ्याच विषयांपुरतं स्वतःला जोडून घेतलं होतं. त्याच्या सौंदर्यशास्त्रविषयक संवेदनेची जडणघडण युरोपात झालेली असल्यानं तो सहसा स्थानिक कलेतील आवडीनिवडीचा इतरांबरोबर फारसा फरक करत नसे. त्यानं बाकी, नेफी, नैली, नदीम आणि शेख गालिप ह्यांसारख्या ओटोमान कवींची ओळख मुमताझला करून दिली. तसंच देदे आणि इत्रीसारख्या संगीतकारांचीही ओळख करून दिली. बॉडलेअरच्या काव्यसंग्रहाची प्रतही इहसाननंच त्याच्या हातात दिली होती. ते पुस्तक देताना तो मुमताझला म्हणाला होता, ''तू कविता वाचत असशील तर तुला ह्या प्रतिभावान जादूगाराच्या कविता वाचल्याच पहिजेत.'' मग त्यानं त्याला बॉडलेअरच्या त्याच्या स्मरणात राहिलेल्या काही कविता म्हणूनही दाखवल्या होत्या. त्या आठवड्यात मुमताझ शाळेत गेला नव्हता. थोडासा ताप आल्यामुळे त्याला पलंगावर पडून राहावं लागलं होतं. त्याशिवाय बाहेर हिवाळाही कडक होता. सगळं इस्तंबूल शहरच मुळी बर्फात बुडून गेलं होतं. इहसाननं आपल्या आईच्या पलंगाशी बसून मुमताझसाठी आणलेली बॉडलेअरलिखित 'फ्लॉवर्स ऑफ एव्हिल'ची प्रत त्याला दिली. ती देताना त्याच्या नजरेसमोर त्याचे स्वतःचे तारुण्यातील दिवस आले. बॉडलेअरच्या प्रेमविषयक कवितेवर मोहित झालेला इहसान त्या काळात आपल्या तरुण मित्रांच्या कंपूसह रात्रीपासून पहाटेपर्यंत एका कॅफेतून दुसऱ्या कॅफेत भटकत असे. मग इहसाननं आपल्या घोगऱ्या आवाजात त्याला काही कविता म्हणूनही दाखवल्या. त्यात 'इन्व्हिटेशन टू द व्हॉयेज', 'ऑटम सॉनेट,' आणि 'द इर्रिमेडिएबल' ह्या कविता होत्या. मुमताझला ते पुस्तक हातातून खालीच ठेववेना. त्यानंतर बऱ्याच काळानं प्रतीकात्मक लिहिणारा मालार्मे आणि प्रेमविषयक लिहिणारा नेर्वाल हेसुद्धा त्याच्या आवडत्या कवींत समाविष्ट झाले. पण त्यांची ओळख होईतो तो तरुण मुलगा अशा वयात आला होता की तिथून पुढे तो आपला मार्ग स्वतःच ठरवू शकत होता आणि त्याच्या संवेदनशीलतेला रुचेल अशा वाङ्मयाचा आस्वाद घेऊ शकत होता.

ह्याच काळात मुमताझ त्याच्या आयुष्यातील एक छळवादी काळ अनुभवत होता. एखाद्या कादंबरीतल्या व्यक्तिरेखेप्रमाणे त्यालाही लहान वयातच शोकांतिकेला सामोरं जावं लागलं होतं. त्या दुःखाचे परिणाम पुढील जीवनात त्याला कायमचे झपाटणार होते. त्याच्या पित्याचा मृत्यू आणि त्याचं इहसानच्या घरी इस्तंबूलला पुनरागमन ह्या काळात त्याच्या मनात प्रेम आणि इतर विचार उमलले होते.

त्या दोन महिन्यांच्या काळात त्याच्या आत्म्याची वेगळ्याच प्रकारे जडणघडण झाली होती. आपल्या स्वप्नांमध्ये अजून तो ते दिवस जगत होता. त्या दिवसांच्या स्मृतीच्या आगीनं अजूनही त्याला झोपेतून जाग येई आणि मग दरदरून घाम फुटे. त्याला जेव्हा पहिल्यांदा भोवळ आली होती तेव्हाचं चित्र संगीतातील एखाद्या सुरावटीसारखं त्या स्वप्नाला सजवत असे. त्या स्वप्नात त्याला दिसे की रणगाड्याच्या घरघराटात आपले वडील स्फटिकाचा कंदील पेटवण्याचा प्रयत्न करताहेत, मग कुदळ-फावड्याचा आणि कुजबुजीचा आवाज ऐकू येई. त्या पाठोपाठ आईनं फोडलेला हंबरडाही त्याला ऐकू येई. त्यातच आयुष्यातील अगदी पहिल्या वासनाभरल्या उत्कटतेची गुंतागुंतीची आठवण तर कधीच फिकट झाली नव्हती. तो आपल्या आजारी आईच्या बाजूला झोपलेला असताना त्या खेड्यातून आलेल्या मुलीचं थकलंभागलं शरीर त्याच्याभोवती विळखा घालून होतं. तिचे कुठेतरी हरवलेले डोळे त्याच्या डोळ्यात सखोल गुंतले होते. दुःखातच ते शरीरसुखही दडलेलं होतं. त्याचे विचार आणि त्याचं अस्तित्व ह्या दोन्हींना ते आनंदमय दुःख कायमचं पछाडणार होतं. तरीसुद्धा प्रत्येक दिवशी घडणाऱ्या काही ना काही घटनांनी म्हणजेच ज्याला काळ म्हणतात त्या काळानं त्याच्या मनावर चढलेले दुःखाचे आणि असह्य यातनांचे थर हलके हलके विसरायला लावले होते. पण तरीही जेव्हा त्याला उदासीनता गाठे तेव्हा त्याच्या मनात एखाद्या सर्पासारखं ते दुःख फणा काढून उभं राही आणि त्याच्याभोवती वेटोळं घालून त्याला गुदमरवण्याचा प्रयत्न करी. त्याचे वर्गमित्र म्हणत की तो रात्रीचा झोपेत गळा काढून रडतो. ह्या कारणासाठीच त्यानं गालातासराय विद्यापीठात शिकत असताना शेवटची काही वर्षं विद्यापीठाच्या वसतिगृहात राहणं बंद केलं होतं.

पाच

दुपार झाली तसा मुमताझ भाडेकरूला भेटायला गेला. तिथून परत येताना तो बेयाझित येथील कॉफीहाऊसमध्ये काही काळ थांबला. तो दोन-तीन तासांचा प्रवास म्हणजे हिमवादळात रात्रीच्या वेळी घराबाहेर नाक वर करून उभं राहण्यासारखा प्रकार होता. त्या प्रवासात त्याला काही गोष्टींचा अंदाज आला. तो बेयाझितला पोहचत असतानाच त्याची ट्राम थांबवण्यात आली. कारण कुठल्यातरी मोहिमेसाठी पाठवल्या जाणाऱ्या लष्करी फौजेला पुढे जाऊ द्यायचं होतं. त्या संधीचा फायदा घेऊन मुमताझ ट्रॅमच्या डब्यातून खाली उतरला आणि उर्वरित रस्ता चालतच गेला. हा प्रवास त्याला आत्ताच

नाही तर बऱ्याच काळापासून आवडत असे. बेयाझित मशिदीच्या बाजूला असलेल्या अक्रोडाच्या झाडाखाली घुमणारे पारवे बघताना त्याला मजा येत असे. तिथल्या सहाफ्लार पुस्तकबाजारात जाऊन पुस्तकं चाळणं, ओळखीच्या पुस्तकविक्रेत्याशी गप्पा मारणं, बंद बाजारातील अर्धवट उजेडात चालणं ह्या गोष्टी त्याला आवडत. बंद बाजारात छान गारवा होता. अत्यंत तीव्र उकाडा आणि त्यातच उन्हाची झळ ह्यातून अचानक मिळणाऱ्या त्या थंडाव्यामुळे हायसं वाटत असे. तिथं भटकता भटकता शरीराला मिळणारा थंडावा त्याला रंध्रारंध्रात जाणवत असे. जर त्याला फार घाईनं कुठे जायचं नसेल तर तो तिथल्या जुन्या बाजारालाही भेट देत असे. तिथल्या चक्रव्यूहासारख्या रस्त्यांवरून अनेक वळणं घेत घेत तो जुन्या बेडस्टन ह्या इमारतीकडे पोहचत असे. ती इमारत बंद बाजाराच्या मध्यभागी होती. जुन्या बाजारात स्वस्त, नकली आणि कमी दर्जाच्या वस्तू मिळत असत. आज तो तिथं गेला तेव्हा त्याला महागड्या ब्रँडच्या वस्तूंच्या स्वस्त नकला, आयात केलेल्या खालच्या दर्जाच्या वस्तू, सटरफटर चीजा, स्वस्त दरातला घाऊक माल अशा गोष्टी दिसल्या. एरवी जर त्यानं लक्षपूर्वक वस्तू निरखून पाहिल्या असत्या तर त्याला जुन्या बाजारात किंवा बेडस्टनमध्ये काहीतरी नवलाची गोष्ट नक्कीच सापडली असती.

ह्या ठिकाणीच जीवनातील परस्परविरुद्ध टोकाच्या, ज्यांचं सोंग आणणं अवघड अशा दोन गोष्टी म्हणजे दारिद्र्य आणि ऐश्वर्य ह्या एकत्र येत होत्या. खरं तर श्रीमंतांनी टाकून दिलेल्या वस्तू तिथंच विकायला ठेवल्या होत्या. एखादा प्राणी अंगाला डसून त्याचं विष शरीरात भिनावं तशा त्या वस्तू ह्या ठिकाणी एकमेकींत मिसळत आहेत असं वाटे. पावलोपावली करमणुकीच्या जुन्या प्रकारांचे अवशेष आणि लयाला गेलेल्या जुन्या, भव्य परंपरांच्या खुणा ढिगाढिगांनी रचून ठेवलेल्या होत्या. त्या परंपरांचं मूळ आणि त्या परंपरा ज्यातून निर्माण झाल्या ती कारणं हे सारं सारं आता विस्मृतीत गेलं होतं. अशाच एका अरुंद आणि एकमेकांना चिकटलेल्या दुकानांपैकी एका दुकानात जुनं इस्तंबूल, बुरख्यात दडलेलं अनातोलिया आणि ओटोमान साम्राज्याच्या वारशाचे उरलेसुरले अवशेष चकाकताना त्याला अगदी अनपेक्षितरीत्या दिसले. शहराशहरांतून, जमातीजमातींतून प्रत्येक कालावधीप्रमाणे वेगवेगळे असणारे भूतकालीन राजेशाही कपडे, जुने गालिचे आणि जाजमं, (हे गालिचे कुठे बनायचे त्याची ठिकाणं तो पुन्हा पुन्हा सांगूनही विसरत असे. पण त्यांच्यावरील चित्रं आणि त्यांचे रंग मात्र त्याच्या कित्येक दिवस लक्षात राहात.) बायझांटीन काळातील मूर्तिकला, ओटोमान काळातील सुंदर अक्षरात लिहिलेले फलक, भरतकाम, सजावटीचे नमुने आणि कलात्मक वस्तू

अशा कितीतरी वस्तू तिथं होत्या. मागील दोनेक पिढ्यांतील, विस्मरणात गेलेल्या एखाद्या सुंदरीची मान आणि हात शृंगारणारी आभूषणं तिथं होती. हे सर्व काही त्या दमट आणि अर्धवट अंधारलेल्या दुनियेत मांडलेलं होतं. मुमताझला वाटत असलेल्या भूतकाळाच्या आकर्षणामुळे आणि त्या वस्तूंना चिकटलेल्या रहस्यमयतेमुळे तासन्तास तो बाजार त्याला आपल्या मोहजालात गुरफटून ठेवी. पारंपरिक किंवा आधुनिक अशा कुठल्याच बाजाराचं प्रतिनिधित्व तिथं होत नव्हतं. कदाचित त्या बाजाराची कालातीत अवस्थाच तिथं विक्रीला ठेवलेली असावी. मुमताझनं त्या कोलाहलातून काढता पाय घेतला आणि तो महमूत पाशा रस्त्यावरील बाजारात गेला तेव्हा त्याला वाटलं की मद्य साठवतात त्या कोठारात बसून मद्य प्यायलेला माणूस त्याच धुंदीत बाहेर पडून एकदम सूर्यप्रकाशात यावा तशी आपली अवस्था झाली आहे. पण त्यामुळे मिळणारं समाधान हे त्याच्या वयाच्या माणसाला मिळणाऱ्या समाधानापेक्षा एखाद्या मध्यमवयीन माणसाला मिळणाऱ्या समाधानासारखं होतं.

ह्या वेळेसही तो तिथं जाण्याच्या मोहाला पुन्हा बळी पडला. सुरुवातीला त्यानं पारव्यांचं नुसतंच निरीक्षण केलं. मग आणखी पुढे जाऊन त्यांना चणेही टाकले. हे करत असताना लहानपणी आपण अल्लापाशी काहीतरी मागणं मागायचो तसंच आताही मागावं अशी भावना त्याच्या मनात डोकावली. परंतु त्या दैवी अस्तित्वाला रोजच्या जीवनातल्या कटकटींचं गाऱ्हाणं मुमताझला घालायचं नव्हतं. ते त्याच्या श्रद्धेच्या विरुद्ध ठरलं असतं. अल्लाचं दैवी अस्तित्व हे एखाद्या मूळ स्रोतासारखं असायला हवं होतं. त्यावर कसल्याही मानवी भावनांचं ओझं नको होतं. ते अगदी भक्कम, सगळ्या अनुभूतींपासून दूर असायला हवं होतं. जीवन सहन करण्यासाठी लागणारी लवचीकता आणि सोशीकताच फक्त त्या दैवी अस्तित्वानं मानवाला द्यायला हवी होती. पण नेहमीच काही तो ह्या दृष्टिकोणातून विचार करत नसे. संकटाच्या कष्टमय काळाला तोंड देताना त्याच्याही मनात पिढ्यान्‌पिढ्यांपासून भिनलेल्या जुनाट अंधश्रद्धा आणि समजुती डोकं वर काढत असत. सध्या तर त्याच्या हृदयात अंधकारानं आपलं राज्यच वसवलेलं होतं. कदाचित ज्या विचारांचा त्यांच्यावर पगडा बसला होता त्यांना धरून राहण्याचा आटोकाट प्रयत्न तो करत असावा. त्याच्या एका मित्रावर आयुष्यात अशीच संकटं कोसळली होती. महिन्याभरापूर्वी तो मित्र त्याला म्हणाला होता, ''समाज म्हटलं की मला अगदी किळस येते. ह्या समाजाशी माझे जोडलेले बंध एकामागून एक तुटत जात आहेत. आता मी संपूर्णपणे बंड करूनच उठणार आहे.'' त्यानंतर तो वेड्यासारखा ओरडून म्हणाला होता, ''समाजाची ही ठेकेदारी अशीच चालू राहणार नाही. ती तशी राहाता कामा नये.''

त्या वेळेस मुमताझनं त्याला समजवायचा खूप प्रयत्न केला होता की, ''तुझी ही मानसिक अवस्था खूपच थोडा काळ टिकणारी आहे. तिचा संबंध तू तुला आलेल्या अनुभवांशी जोडणं हा वेडेपणा आहे.'' तो त्याला म्हणाला, ''परिस्थितीनं वाईट वळण घेतलं म्हणून तू देवाला दोष देऊ नकोस. आपण जे काही करतो, वागतो, भोगतो तो म्हणजे परिस्थितीनं आपल्याला दिलेला दगा असतो किंवा मग आपण स्वत: घडवलेली किंवा आपल्या संदर्भात घडलेली काहीतरी दुर्दैवी घटना असते. कदाचित काही पिढ्यांनाही त्याचा त्रास भोगावा लागतो. परंतु आपल्या अंतर्मनातील ज्या नैसर्गिक श्रद्धा आहेत त्यांच्याशी आपण आपलं नातं कधीही तोडता कामा नये. मग कितीही विनाश होवो, कितीही अराजक येवो. जर आपण ह्या दोन वेगळ्या गोष्टींची मोट एकत्र बांधायला गेलो तर आपण अगदी उघडे पडू. देव आपल्याला कायम यशच देईल असंही आपण गृहीत धरता कामा नये. आपल्या जीवनाचा जो ढाचा आहे त्यात अपयश लिहिलेलं असतंच. तुझ्या काकांवर जो खटला चाललाय त्याचा निकाल पुढे ढकलला जाणं आणि ह्या देशावर आपला ऐतिहासिक काळापासून अधिकार असणं ह्यात काय संबंध आहे? तुझ्या बहिणीचं लग्न होणं, सुलेमानिये मशिदीवर पहाटेची आजान होणं आणि तुझा जन्म मुसलमान पित्याच्या पोटी होणं ह्यात काय संबंध आहे? किंवा मग तुला ज्या जमीनविक्रीच्या दलालानं पैशाबाबत फसवलं त्याचा आणि आपलं चारित्र्य ठरवणाऱ्या सद्‌गुणांचा किंवा आपण कोण होऊ हे ठरवणाऱ्या प्रचंड वास्तवाचा त्यात काय संबंध आहे? जरी हे सर्व वास्तव शेवटी साऱ्या समाजातच असलं तरी त्या वास्तवामुळे आपण स्वतःलाच नाकारायला उद्युक्त होता कामा नये. तर ती परिस्थिती बदलण्यासाठी आपण उद्युक्त व्हायला हवं. अर्थात आपल्यापेक्षा अधिक समाधानी देश आणि अधिक समाधानी नागरिक इतरत्र असतीलच. आपल्याला केवळ आपल्या जीवनातून नव्हे तर आपल्या रक्तामांसाच्या आतून जाणवतं की साम्राज्याचं विघटन होऊन ते कोसळल्यामुळे मागील दोन शतके आपणास अत्यंत वाईट स्थितीला तोंड द्यावं लागलं आहे, एका मोठ्या साम्राज्याचे आपण उर्वरित अवशेष आहोत. आपले स्वतःचे आदर्श आणि नियम प्रस्थापित करणं आपल्याला अजूनही जमत नाही. ह्या वेदनेतूनच आपण जो नकार देत आहोत तो नकार आपल्याला शून्याकडे घेऊन जाणारा असेल. त्यामुळे आपण आणखी अनर्थाला आमंत्रण देऊ. नाही का? आपली मातृभूमी आणि आपलं राष्ट्र ह्यांना आपण जीवापाड जपलं पाहिजे. कारण ती आपली मातृभूमी असते आणि ते आपलं राष्ट्र असतं म्हणून! धर्माबद्दल वादविवाद होतात, एकतर तो धर्म स्वीकारला जातो किंवा नाकारला जातो. पण त्या

धर्मामुळे आपलं जीवन किती सोयीस्कर होतं ह्या मुद्द्यावर आपण धर्माचा विचार करत नाही...''

मुमताझ बोलत असताना त्याला जाणवत होतं की इतरांबद्दलच्या त्याच्या अपेक्षा खूपच जास्त आहेत. त्याला माहीत होतं की जेव्हा सामाजिक परिस्थिती बदलते तेव्हा लोक बदलतात, देवांचे चेहरेही फिकुटतात. पण त्याला हेसुद्धा ठाऊक होतं की नेहमीच असं घडलं पाहिजे असं नाही. तो कबुतरांना खाणं खाऊ घालत असताना हेच विचार त्याच्या मनात येत होते आणि हातात घेतलेले गोल दाणे जणू आपल्या शरीराला छिद्र पाडून आत जाताहेत अशा वेदना त्याला जाणवू लागल्या होत्या.

नाही, ह्यापुढे तो अल्लाकडे काहीही मागणार नव्हता. आपलं कमनशीब किंवा आपल्या जीवनानं उचललेली चुकीची पावलं ह्याबद्दल तो अल्लाला जाब विचारणार नव्हता. कारण जर त्याच्या याचनेला अल्लानं धुडकावून लावलं तर त्याची दुहेरी निराशा झाली असती.

दुपारच्या उन्हाची झळ मारत असताना मिळणाऱ्या धान्याकडे कबुतरं दुर्लक्षच करत होती. ती नाखुषीनंच टाकलेल्या धान्याकडे यायची, जमिनीजवळच घिरट्या घालायची. एका वेळी एकच कबुतर जमिनीवर उतरायचं. जादूगाराच्या हातातून अचानक एखादा चमकदार निळा रुमाल हवेतूनच प्रकट व्हावा तशा त्या पक्ष्यांच्या नवल वाटतील अशा मनोवेधक हालचाली होत होत्या. परंतु कडकडून भूक लागल्यावर ती जशी जोशात येऊन दक्षिण वाऱ्याच्या झुळकीवर स्वार व्हायची आणि त्यांचा थवाच्या थवा एखाद्या लाटेसारखा धान्यावर झडप घालून उतरायचा तशी ती आता उतरत नव्हती. एखादं सोसाट्याचं वादळ आकाशात घोंगावत असावं तशा घिरट्या ती हवेत घालत नव्हती की समुद्राच्या काठावर असलेल्या एखाद्या गढीच्या भिंतीला धडकल्यासारखी किंवा एखाद्या अदृश्य खांबाला धडक दिल्यासारखी अचानक गती थांबवून खाली कोसळत नव्हती.

त्यांचं आगमन अगदी मंद गतीनं, मरतुकड्यासारखं आळसावून होत होतं. विरुद्ध बाजूच्या इमारतीच्या भिंतीवर रांगेनं विसावलेली काही कबुतरं तर अगदी शंकेखोरपणे किंवा कीव करत असल्यासारखी जमिनीवर पडलेल्या धान्याकडे पाहात होती. खाली जमिनीवर एक झोपाळलेला छोटासा थवा दाणे टिपत होताच. त्या थव्याची प्रत्येक हालचाल वेगवेगळ्या तऱ्हेनं रेखाटल्यासारखी होत होती. फ्लॉविश पद्धतीची चित्रं काढणारा चित्रकार राऊल डुफी ह्यानं काढलेल्या समुद्रासारखा तो कबुतरांचा थवा दिसत होता.

लोकांच्या दयेचा फायदा उठवणारी वृत्ती आणि हावरटपणा हे दोष असूनसुद्धा ते पक्षी सुंदर होते. विशेषतः ज्या तऱ्हेनं ते समोरच्या व्यक्तीवर विश्वास ठेवत ती तऱ्हा खूपच सुंदर होती. मानवालाही पक्षी आपल्यावर विश्वास ठेवत आहेत ही भावना आवडत होती. त्या भावनेमुळे आपण मालक असल्याचा आनंद त्याला होत होता. जणू काही आपणच जीवनाचे निर्माते आहोत अशी भावना त्याच्या मनात बळावत होती. मानवाचं स्वतःचं जीवन कितीही दुःखानं आणि क्लेशानं भरलेलं असो, त्याच्या वागण्यात कितीही असंबद्धता आणि स्वार्थ असो पण तरीही हा स्वतःच चाचपडत चालणारा आणि अनेक गुणांचा अभाव असणारा मानवरूपी देव समजत होता की हे पक्षी आपल्यावर विश्वास ठेवताहेत म्हणजे एक प्रकारे आपली पूजाच बांधताहेत. तरीही आपल्यावर विश्वास ठेवणाऱ्यांचा विश्वासघात करण्यातही त्याला आनंद मिळत होता. कारण त्याला स्वतःला बदल प्रिय होता. वेगवेगळ्या क्षणांत आणि वेगवेगळ्या परिस्थितींत त्याला स्वतःची ओळख निर्माण करणं पसंत होतं. मानव स्वतःच्याच प्रतिबिंबावर खूश असणाऱ्या नार्सिससारखा असला तरी त्याच्या अंतर्मनात होणारं संभाषण केवळ आधीच ठरवल्यासारखं होत नव्हतं.

मुमताझनं वरून दाणे खाली टाकले. ते टाकताना त्यानं आपला हात डोक्यावर उंच उचलला आणि गरागरा फिरवला. त्यामुळे कबुतरं उडाली असती आणि त्यांच्या पंखांचा फडफडाट त्याला जाणवला असता. पण त्याला हवं होतं तसं एकही कबुतर जागचं हललंसुद्धा नाही. थोडीशी मरतुकडी आणि तुरळक हालचाल जमिनीपासून एक वारभर उंचावर झाली आणि पुन्हा थंडावली.

मुमताझच्या दृष्टीनं ती कबुतरं म्हणजे इस्तंबूलमधील लोकांना लागलेलं एक व्यसनच होती. म्हणजे पुरुष जसे चवचाल स्त्रियांकडे आकृष्ट होतात, तसा त्या कबुतरांचा मोह लोकांना पडत असे. लहान मुलं स्वतःला मोठ्या माणसांसारखं करण्यासाठी, आपल्यातलं गूढरम्य जग भरून टाकण्यासाठी कहाण्या रचतात त्या प्रकाराशीसुद्धा कबुतरांची तुलना करता आली असती. मुमताझ प्रत्येक वेळी मागे वळला की कबुतरं होती त्या भागातला विशाल वृक्ष आणि तेथील ओटोमानकालीन वास्तुकला असलेल्या जडावाच्या प्रवेशद्वाराची जांभळी सावली त्याला दिसत असे. त्या छोट्या पक्ष्यांमुळे ती जांभळी सावली जादुई होत असावी. तेवढ्यात कॉफीहाऊसमध्ये काम करणाऱ्या एका नोकरानं कबुतरांच्या मधून जाताना मीनाकाम केलेला धातूचा ट्रे जोरात हलवला. कबुतरं इकडे तिकडे जोरजोरात उडावीत हा त्याचा हेतू होता. तो नोकर साधारण सतरा वर्षांचा एक देखणा तरुण होता. तो हळूहळू दबत

दबत चालला असला तरी त्यामुळे त्याच्या देहातील चपळता लपत नव्हती. त्यानं निळ्या-पांढऱ्या गडद पट्ट्यांचा फ्लॅनेलचा शर्ट घातला होता. एका कानामागे त्यानं पेन्सिलचा तुकडा खोचला होता. नजीकच्या काळात म्हणजे अगदी उद्यासुद्धा त्या पेन्सिलच्या जागी सिगारेटचा तुकडा येणं अगदी निश्चितच होतं. ते सगळं दृश्य पाहून परीकथेतील वाळूवर चालणारं जहाज आणि दक्षिण वाऱ्यामुळे वाळूत निर्माण झालेली लाट मुमताझच्या अंतर्चक्षूसमोर उभी राहात होती. तेवढ्यात निळ्याशार, बांधीव अशा एकमेकींशी जोडलेल्या लाटा अचानक विलग झाल्या आणि दमट फडफड कानी पडली. पक्षी उडत आणखी पुढे गेले. खालच्याच पातळीवरून उड्डाण करत त्यांनी दुसऱ्या एका दाणे टाकणाऱ्या माणसाच्या पायांशी गर्दी केली. त्यातील एक कबुतर तर तिथून उडताना त्या माणसाच्या कपाळालाच चाटून फडफडत पुढे गेलं. कदाचित मानवाच्या एवढ्या निकटच्या सान्निध्यामुळे ते दचकलं असावं.

दाणे विकणारी बाई म्हणाली, ''तिथं बसलेल्या दाणेवालीचे नातेवाईक आजारी आहेत. त्यांना इस्पितळात भर्ती केलंय. तिच्याकडूनसुद्धा दाणे विकत घ्या. मोठं पुण्याचं काम होईल दादा.''

पण तिच्या स्वरात विनवणीपेक्षाही उपहास अधिक वाटला म्हणून मुमताझचं लक्ष तिच्या चेहऱ्याकडे गेलं. तिचे डोळे त्याच्याकडे एकटक बघत होते. काळ्या रुमालानं केस झाकूनही तिच्या सौंदर्याचा बहर लपत नव्हता. ते डोळेही पुण्याच्या भावनेपासून कित्येक कोस दूर होते. सर्वसामान्य स्त्रियांच्या नजरेत पुरुषांबद्दलची जी वैरभावना वाटते ती वैरभावना क्षणभर तिच्या नजरेत चमकून गेली. त्यामुळे जणू सूर्यप्रकाशात तिचं सारं शरीरच उघडं पडल्यागत झालं. त्या नजरेनं विद्ध झालेल्या मुमताझनं जीव अक्षरशः मुठीत धरला आणि तिच्या हातात पैसे ठेवून तो सहाफ्लार पुस्तकबाजारात शिरला.

पुस्तकबाजाराची ती गल्ली म्हणजे लहानसा बोळच होता. दर उन्हाळ्यात तेथील चौकातले आणि चौकाच्या परिसरातले सर्व वास बोळात अटळपणे रेंगाळत असत. ह्या वेळीही मौसमातले सगळे वास त्या बोळात मंदपणे आपलं अस्तित्व दाखवत होते. का कोण जाणे पण बाजाराच्या दारासमोर गेल्यावर मुमताझची आत जाण्याची इच्छाच मरून गेली. नाहीतरी तिकडे जाऊन त्याला असं काय मोठंसं दिसणार होतं? ओळखीच्याच पण तरीही विचित्र वस्तू तिथं असणार होत्या. त्यातच त्याचं मन अस्वस्थ झालेलं होतं. तो द्विधा नव्हे तर त्रिधा मन:स्थितीत पडला होता. त्यातील पहिली कदाचित सर्वात महत्त्वाची मन:स्थिती नियतीला घाबरत होती. आणि आपल्या

विचारांना काबूत आणू पाहात होती. ते मन इहसानच्या रुग्णशय्येजवळ उभं होतं, त्याच्या शून्यात पाहणाऱ्या डोळ्यांकडे, फुटलेल्या ओठांकडे आणि धपापणाऱ्या छातीकडे पाहात होतं. दुसरं मन तिथून दूर निघून इस्तंबूलच्या रस्त्यांच्या कुठल्यातरी कोपऱ्यावर अचानक नूरान येईल आणि तिची आपली पुनर्भेट होईल ह्या आशेनं तळमळत होतं. त्या वेळेस परिस्थितीचं वादळ जसं वाहील तसं स्वतःला झोकून द्यायचं त्या मनानं ठरवलं होतं. तिसरं मन मात्र अज्ञाताच्या जंगलात हरवलेलं होतं आणि नशिबाच्या लहरीवर फिरत होतं. त्याची ट्राम थांबवणाऱ्या लष्करी फौजेसारखीच ती नशिबाची लहर अवचितपणे फिरत होती, अवचितपणे कोसळत होती. कित्येक दिवस त्यानं राजकारणात काय चाललं आहे ह्याचा आढावाच घेतला नव्हता. हल्ली कित्येक रात्री लष्करी फौजा आणि दारूगोळा वाहून नेणाऱ्या आगगाड्यांच्या शिट्ट्यांचं प्रमाण वाढत चाललं होतं हे मोठं दुश्चिन्ह होतं.

असे गोंधळात टाकणारे प्रश्न एका बाबतीत दिलासा देत होते. कारण तीन तीन गोष्टींचा विचार करायचा म्हणजे प्रत्यक्षात कसलाच विचार करायचा नाही असं होतं. ही तिन्ही मनं अचानक एकत्र आली तरच भीती होती. कारण त्यातून एक असंबद्ध आणि दुःखदायक असं समीकरणच तयार होणार होतं, त्यातून निघणारा उपाय सुघड असणार नव्हता.

पुस्तकबाजाराच्या मध्यवर्ती भागात शांतता होती. बाजाराच्या सुरुवातीलाच एक छोटंसं दुकान होतं. इजिप्तमधील जुन्या मसाला बाजारातून उडून इथं यावं तसं ते दुकान दिसत होतं. जुन्या वैभवशाली पूर्वेचे आणि तेथील अनंत परंपरांचे नाजूक दयनीय अवशेष तिथं मांडलेले होते. त्या परंपरांची पाळंमुळं खूप खोल अशा अनादी अनंत काळात रुजलेली होती. खूप पूर्वीच मृत झालेल्या संस्कृतींशी जोडली गेली होती. तिथे मांडून ठेवलेल्या वनौषधीच्या आणि मुळ्यांच्या गुणधर्मांना कित्येक शतकांपासून मान्यता मिळालेली होती. जीवन आणि आरोग्य ह्यांच्यातील विसंवाद, जो हरपत चालला होता. त्या विसंवादावर ती औषधं म्हणजे रामबाण उपाय होती. त्याशिवाय सातासमुद्रापलीकडील लोकही ज्या मसाल्यांसाठी जीव टाकत होते ते मसालेही तिथल्या धूळभरल्या बरण्यांत, मोठ्या लाकडी पेट्यांत आणि कार्डबोर्डच्या उघड्या डब्यांत भरून ठेवलेले होते.

मुमताझ त्या दुकानांकडे पाहात असताना त्याला फ्रेंच कवी मलार्मेची ओळ अचानक आठवली, 'कुठल्यातरी अनामिक संकटातून तिचा इथं अंत झाला' अशी ती ओळ होती. ह्या धूळभरल्या दुकानात ट्रिकॉट कापडाचे हातांनी बनवलेले स्टॉकिंग्ज

टांगून ठेवलेले होते. त्याच्या बाजूच्या दुकानांत लाकडी दरवाजे, बाकडी आणि नमाज पढण्यासाठी जमिनीवर टाकायची जाजमं होती. ती जाजमं अप्रतिम देखणी होती. लांबून पाहिली असता त्यात गूढ, दैवी परंपरा भरल्यासारखं वाटे. हे सर्व सामान वर्गीकरणाच्या अनेक सर्वमान्य पद्धतींना धुडकावून तिथं मांडलेलं होतं. म्हणजे फडताळांवर, पुस्तकं ठेवण्याच्या बैठकींवर , खुर्च्यांवर आणि जमिनीवर अगदी कुठेही ते सामान कसंही ठेवलेलं होतं. जणू काही थोड्याच वेळात त्यांच्यावर दफनविधीचे संस्कारच होणार होते. किंवा असंही म्हणता आलं असतं की थडगं बांधलेल्या अवस्थेतच ते सामान तिथं पडलेलं होतं आणि त्याच अवस्थेत त्यांचं निरीक्षण करणं शक्य होतं. परंतु पौर्वात्य संस्कृती अगदी आपल्या थडग्यात जरी असली तरी तिचं हे रूप अस्सल आहे असं म्हणता आलं नसतं. फेरीवाल्याच्या टोपल्यांत ठेवलेल्या पुस्तकांखेरीज तिथं खंडीभर पुस्तकं अशीसुद्धा होती जी आंतरिक परिवर्तन, स्वतःला बदलण्याची इच्छा, नवीन संदर्भात आणि नवीन वातावरणात स्वतःचा घेतलेला शोध अशा प्रकारची होती. त्याशिवाय रंगीबेरंगी आवरण असलेल्या स्वस्तातल्या कादंबऱ्या, शाळेची पुस्तकं, मूळचा हिरवा रंग उडालेल्या बांधणीची फ्रेंच इयरबुक्स आणि औषधी सूत्रांवरची पुस्तकं अशी बरीच पुस्तकं तिथं होती. मानवी मनातील सर्व उर्वरित गाळ घाईघाईनं बाजारात मांडून ठेवावा तशी इथली पुस्तकं एकमेकांत मिसळून गेली होती. 'कॉफीचा साका खाली बसल्यावर त्यात भविष्य कसं वाचायचं' हे पुस्तक आणि 'इतिहासकार मॉम्सेन ह्याच्या दृष्टिकोणातून रोम' हे पुस्तक तिथं बाजूबाजूला होतं. पेयॉट ह्या पुस्तकाच्या उर्वरित प्रती, काराकिन देवेसियान एफेंदी ह्या विद्वानाची मत्स्यविषयक पुस्तकं तिथं होती. त्याशिवाय पशुवैद्यक, आधुनिक रसायनशास्त्र, इमारती बांधताना भूलभूलय्यासारख्या त्या कशा रचायच्या ह्याविषयीची पुस्तकंही तिथं होती.

एकत्रित बघता असं वाटत होतं की तिथं बौद्धिक अपचनाचे एकावर एक थरच जमले आहेत की काय? मुमताझच्या लक्षात आलं की पुस्तकांचा हा ढिगारा शतकभरापासून तरी अस्तित्वाची लढाई लढतो आहे आणि त्या प्रक्रियेत स्वतःचीच त्वचा सोलवटून काढतो आहे.

सामाजिक-नैतिक असे कसलेच नियम शिल्लक नसलेला आणि जवळ जवळ शतकभर नव्यानं जन्मू पाहणारा तो संपूर्ण समाजच हताश झाला होता आणि काहीतरी नवीन मिळवण्यासाठी झगडू लागला होता. त्यामुळे अरेबियन नाइट्स, तुतिनाम म्हणजे पोपटानं सांगितलेल्या कथा, हयातुलहैवान, पंचतंत्रासारख्या पशुकथा आणि केंझूहवस

म्हणजे चतुर संभाषणकथा ह्यांच्याऐवजी आता हेरगिरीच्या आणि ज्यूल व्हर्नेच्या कादंबऱ्याही तिथं दिसू लागल्या होत्या.

त्याच्या ओळखीच्या एका पुस्तकव्यापाऱ्यानं त्याचं हसून स्वागत केलं. कसं काय असं विचारणारे भाव चेहऱ्यावर घेऊन मुमताझही त्याच्याजवळ गेला.

व्यापाऱ्यानं जुन्या चामडी बांधणीच्या पुस्तकांच्या राशीकडे बोट दाखवलं. त्या पुस्तकांचा एकत्र गठ्ठा दोरीनं बांधून लाकडी बाकावर ठेवला होता. ''जुन्या मासिकांचा संग्रह आहे तो, तुम्हाला हवा तर चाळून पाहा.'' तो म्हणाला.

त्यानं दोरी सोडली आणि धूळ झटकत मुमताझच्या हातात पुस्तकाचे खंड दिले. त्या खंडांवरील चामड्याचं आवरण वाकडंतिकडं झालं होतं. काही पुस्तकांची बांधणीही सैलावली होती. मुमताझ बाकाच्या कडेला हवेत पाय हलवत बसला. त्याला माहीत होतं की तो पुस्तकविक्रेता आता आपल्याला काहीच विचारणार नाही. झालंही तसंच कारण तो माणूस चष्मा लावून एका फळीवर उघडून ठेवलेलं हस्तलिखित वाचण्यात पुन्हा गर्क झाला.

मुमताझनं हातातील खंड न्याहाळले. असं वाटत होतं की कुणीतरी ते खंड हळूहळू अगदी सावकाशपणे आगीत भाजून काढले आहेत. त्याला आठवलं की मागच्या वेळेस तो जेव्हा ह्या दुकानात आला होता तेव्हा मे महिना होता. वसंतऋतूच्या त्या काळात आपण जिवंत आहोत हेच मुळी मोठं सुख होतं. तो नूरानला भेटणार होता त्याआधी एक तास वेळ त्याच्यापाशी होता. वेळ घालवण्यासाठी म्हणून तेव्हा तो इथं थांबला होता आणि त्यानं तिथल्या म्हाताऱ्या पुस्तकविक्रेत्याशी गप्पा मारल्या होत्या. त्या वेळेस त्यानं तास्कोप्रुझादेनं लिहिलेला सोळाव्या शतकातील चरित्रविषयक ज्ञानकोश विकत घेतला होता. त्याची बांधणीही चांगली होती. त्याशिवाय त्याला परिशिष्टही जोडलेलं होतं. त्या दिवशी तो नूरानसोबत केकमेसी येथील दोन तळ्यांकडे गेला होता. जरी त्यानं सारं इस्तंबूल तिच्यासोबत पायाखाली घातलं होतं तरी अजून ते दोघं त्या तळ्यांकडे मात्र गेले नव्हते. त्या दोन तळ्यांपैकी छोट्या तळ्याच्या काठी एका हॉटेलात घेतलेल्या जेवणाची त्याला आठवण झाली. ते हॉटेल पाण्यावर अशा तऱ्हेनं बांधलेलं होतं की ते पाहून चीनमधील तरंगत्या घरांची आठवण व्हावी. त्यानंतर झऱ्याच्या बाजूच्या हंटर कॉफीहाऊसच्या बागेत त्या दोघांनी एकमेकांच्या सहवासात काळ व्यतीत केला होता. ती बाग तळ्यावरल्या पुलाच्या टोकाशी होती. तिथं जायचं तर लाकडी जिने चढून जावं लागे. तिथंच जवळपास कोळीलोक आपल्या बोटीतून म्युलेट जातीचे पट्टेरी मासे पकडत होते. मासे पकडताना ते कोळी अगदी कर्णकटू

स्वरात एकमेकांना कुकारे देत. तेवढ्यात एका सुरात ''हैय्या'' म्हणून सगळे ओरडले. आणि फक्त कमरेचं वस्त्र अंगावर असलेले ते उघडीबोडके कोळी निर्धारानं हालचाली करून जाळं खेचू लागले. त्यानंतर दोन बोटींना बांधलेलं जाळं पाण्यातून हळूहळू बाहेर आलं. ते जाळं चकाकणाऱ्या भरीव ढालीसारखं दिसत होतं. पाऱ्यासारखे चकाकणारे छोटे छोटे मासे त्या ढालीच्या परिघावर उड्या मारत होते. त्यामुळे ते अख्खं जाळंच मुळी सूर्याखाली धरलेल्या भल्यामोठ्या आरशासारखं तळपत होतं. जमिनीवर उभ्या असलेल्या कोळ्यांच्या पायाशी एक रस्त्यावरलं कुत्रं जवळीक दाखवत नुकतंच उभं राहायला आलं होतं. शेपटी हलवून खाणं मागताना ते मधेच आपले कान पाडत होतं. मधूनमधून ते आपल्या जागेवरून दुसरीकडे भटकत जाई आणि गोल गोल फिरून पुन्हा माघारी येई.

नुकत्याच तिथं आलेल्या स्वॅलो पक्ष्यांनी अंतर राखूनच भराभरा घरटी बांधायला घेतलेली दिसत होती. पुलाच्या कडांशी आणि कॉफीहाऊसच्या वळचणीशी ते पक्षी बागडत, कलकलत होते. त्या कलकलाटाचा अर्थ त्यांना तरी कळत होता की नाही कुणास ठाऊक! पोहणारा माणूस समुद्रात तरंगत राहण्यासाठी पाय मारतो तसा कधी कधी एखादा पक्षी आपल्या पंखांच्या वेगवान भरारीनं अशी काही उसळी घेई की तो निळ्याभोर, अमर्याद आकाशाच्या पोकळीत उडण्यासाठी नाही तर बुडण्यासाठीच उडाला आहे असं वाटे. पण त्यानंतर तो उभ्या रेषेत उंच भरारी घेई आणि नजरेला दिसणार नाही एवढ्या उंचावर जाऊन पुन्हा खाली येई. तीरासारख्या मारलेल्या झेपेमुळे तो पक्षी आता जमिनीवर येऊन आदळणार की काय अशी भयंकर परिस्थिती निर्माण होण्याआधीच तो क्षितिजाशी समांतर होई आणि अनेक विलोभनीय वळणं घेऊन खाली खाली येई. एखाद्या भूमितीच्या न सुटलेल्या प्रमेयासारखा तो अचानक पण तरीही एकमेकांत गुंफलेल्या हालचाली करत सरतेशेवटी आपणच निर्माण केलेल्या भूलभूलय्यातून बाहेर येऊन एकदाचा आपल्या उत्साही, आनंदी घरट्याकडे परते. नूरान जेव्हा भेटली तेव्हा मुमताझनं अगदी विनासंकोच आपल्या प्रेयसीचे डौलदार खांदे आणि मान ह्यांचं निरीक्षण केलं. त्या मानेमुळे तिच्या मस्तकाला बहरलेल्या वेलीचा डौल मिळाला होता. ती जेव्हा डोळे बारीक करून पाहायची तेव्हा तर ते फारच तेजस्वी दिसत. गेल्या मेमधलीच तर गोष्ट होती ती... तेव्हा त्याची दुनिया अजूनही थोडीबहुत शाबूत होती.

...तिथं गोळा करून ठेवलेल्या हस्तलिखितांपैकी एक हस्तलिखित दरबारी कवींनी लिहिलेल्या काव्याचं होतं. तेराव्या शतकातील राजदरबारातला आध्यात्मिक संत युनूस एमरे ह्यांनी लिहिलेलं ते काव्य कुठल्यातरी माणसानं आपल्या नवशिक्या

हस्ताक्षरात अगदी सुरुवातीपासून अखेरपर्यंत उतरवून काढलेलं दिसत होतं. परंतु खाली दिलेल्या टिपणीत गझला समाविष्ट केलेल्या होत्या. त्या गझला बाकी, नेफी नबीपासून ते शेख गालिब ह्यांच्यापर्यंतच्या सर्व ओटोमानकालीन कवींच्या होत्या. पुस्तकाच्या शेवटी शेवटी काही पानांवर वेगवेगळ्या हस्ताक्षरांत अनेक औषधी उपाय लिहिले होते. काळी मिरी, वेलची, रुबार्ब इत्यादी साहित्य त्यासाठी लागत होतं. त्यातील एका उपायाचं शीर्षक होतं. 'लोकमन हकिमाच्या औषधी वड्या.' त्या वड्यांची कृती लालभडक शाईनं लिहिलेली होती. आणखी एका उपायात लिहिलं होतं की कांद्यात लवंगा भरून तो चुलीवर थेट भाजला की सर्व आजारांवरचा रामबाण उपाय तयार होतो. आणखीही एक पुस्तक तिथं होतं ते गाण्यांचं पुस्तक होतं. कर्णमधुर असे तुर्कस्तानी शास्त्रीय संगीतातील माकाम आणि संगीतकारांची नावं त्या गाण्यांवर लिहिलेली होती. सर्व गाण्यांमध्ये एकही स्वर न वगळता विराम घेतलेला होता. ही गाणी गुलाबी, निळ्या, पांढऱ्या आणि पिवळ्या पानांवर लिहिलेली होती. ओळी व्यवस्थितपणे लिहिल्या जाव्यात म्हणून खडूनं पानांवर मारलेल्या रेघा आगीच्या रेघांसारख्या वाटत होत्या. शेवटी शेवटी गमतीशीर चारोळ्याही उद्धृत केलेल्या होत्या. त्यानंतर हाझरा सन किंवा इसवी सनमध्ये नोंदणी झालेले जन्म आणि मृत्यू ह्यांची यादी होती. ती यादी लिहिताना सगळं कसं सविस्तरपणे आणि औपचारिकता सांभाळून लिहिलेलं होतं. हाझरा सनमध्ये त्या पुस्तकाच्या मालकाचा मुलगा अब्दुल सिलाल हा दोन दिवसांच्या आजारानंतर रेबिलाहीर महिन्याच्या सतराव्या दिवशी अल्लाघरी निघून गेला. त्यानंतर काही महिन्यांनी त्याची कन्या एमिन जन्माला आली म्हणून देवाचे आभार मानायला हवेत. अशा तऱ्हेच्या त्या वर्षात घडलेल्या वैयक्तिक घटनाही तिथं नमूद केलेल्या होत्या. उदाहरणार्थ, त्याच माणसानं अमीन एफेंदी ह्या आपल्या दूधभावाला (दोघांनाही एकाच दाईनं अंगावर पाजलं होतं.) घोड्याची रिकीब आणि खोगीर विकण्याचं दुकान काढून दिलं. त्याशिवाय बरीच वर्षं डावललं गेल्यानंतर त्याच वर्षी त्याला कपानिदाकिक संस्थेचं संचालकपद मिळालं. त्याच्या पुढल्या वर्षातील सर्वात महत्त्वाची घटना म्हणजे त्याचा मुलगा हाफीज नूमान एफेंदी ह्यानं संगीतक्षेत्रात पाऊल ठेवलं ही होतं. त्यांचे शेजारी मेहमत अमीन एफेंदी त्याच्याकडून रियाझ करून घेणार होते. हे लोक होते तरी कोण? कुठे राहात होते ते? त्यांच्या जीवनाबद्दल अधिक जाणून घेण्याची इच्छा नसल्यानं मुमताझनं ते पुस्तक मिटून टाकलं.

तिसरा खंड तर फारच विचित्र होता. त्यातील बहुतेक पानं कोरी होती. त्यामुळे ते पुस्तक एखाद्या लहान मुलाचं असावंसं वाटत होतं. पुस्तकाच्या मध्यावर एका

नवशिक्या व्यक्तीनं झाडावर बसलेला शहामृग किंवा उंट पक्षी असं चित्र काढलेलं होतं. पण ते चित्र ना धड उंटाचं वाटत होतं ना धड पक्ष्याचं वाटत होतं. त्या खाली वक्राकार चित्र काढलं होतं, पण ते ओल्या शाईमुळे पसरलं होतं. त्या पुस्तकातसुद्धा बऱ्याच तारखा नोंदवलेल्या दिसत होत्या. पण एकाही लिखाणातून स्पष्ट असं काहीच आकलन होत नव्हतं. कदाचित ते अक्षरं गिरवण्याचा कित्ता किंवा सरावपुस्तकसुद्धा असू शकत होतं. अशीही शक्यता होती की ती एखाद्या वयस्कर माणसाची वही असेल आणि आयुष्यात उशिरानं तो लिहावाचायला शिकला असेल. त्या पुस्तकातील जवळ जवळ प्रत्येक ओळ नवख्या व्यक्तीनं लिहिल्यासारखी पुन्हा पुन्हा खाली उतरवून काढलेली दिसत होती. त्यात पवित्र मक्केच्या धर्मयात्रेतील आमचा मार्गदर्शक आणि पाणी वाहून नेणारा मुहम्मद अल कासिमी एफेंदी ह्यानं लिहिलेला निबंध, हे वाक्य तर वारंवार येत होतं. त्यानंतर त्या माणसाची माहिती अधिकच सविस्तर झाली. ती पुढीलप्रमाणे होती : राजमान्य राजश्री मुहम्मद अल कासिमी एफेंदी हे पवित्र काबाच्या अभिरक्षकांपैकी एक असून ते पवित्र मक्केतील बाबुन्नेबी येथील सोनार मसूद एफेंदी ह्यांचे पुत्र आहेत.

त्यानंतर काही पानं पुढे गेल्यावर खर्चाचं एक विस्तृत विवरण दिलेलं होतं. त्यात सुरुवातीला लिहिलं होतं, ''बादशाहाच्या खाजगीकडील पाचवे सचिव म्हणून राजमान्य राजश्री दानशूर नसीत बैफेंदी ह्यांची नियुक्ती झाली त्या दिवशी झालेला खर्च.'' त्याही पुढे काही पानं सोडून लिहिलेलं होतं, ''राजमान्य राजश्री, दानशूर, नसीत बैफेंदी ह्यांची नेमणूक बादशाहांच्या खाजगीकडील पाचवे सचिव म्हणून झाली होती तिचे आज्ञापत्र आज जारी करण्यात आले, त्या वेळेस आपल्या इतमामाला साजेशी अधिकारवस्त्रे परिधान करून त्यांनी आपले कर्तव्य निभावण्याच्या हेतूने राजमहालाच्या दिशेने प्रयाण केले. सर्वोच्च आणि सर्वशक्तिमान अल्ला त्यांना आपले वैभवशाली आणि दैवी मार्गदर्शन आणि साहाय्य देवो.'' हे वाचताना एकोणिसाव्या शतकाच्या मध्यात होऊन गेलेल्या सुलतान अब्दुलमसीतच्या राज्यातील सांगीतिक गायकवृंद मुमताझच्या डोळ्यांसमोरून सरकून गेला. त्याच पानावर अगदी खाली जाड शाईत कसंतरी खरडल्यासारखं अक्षर काढून दोन ओळींचं काव्य लिहिलं होतं. त्याचा भावार्थ असा होता : ''गुलाबाचं फूल कुठंय आणि तो बुलबुल पक्षी कुठंय? गुलाबाच्या पाकळ्या तर निस्तेज होऊन सगळीकडे विखुरल्या आहेत.''

त्यानंतर एक जादुई पेय बनवण्याची कृती सांगितली होती. सात झऱ्यांचे पाणी काचेच्या बाटलीतून आणून ते महिन्याच्या पंधराव्या दिवशी मध्यरात्री कासवाच्या

अंड्याच्या कवचात उकळायचं. ते उकळताना त्यात डाळिंबाची चाळीस टरफलं, केशर आणि काळी मिरी घालायची. हा काढा नुकत्याच कापलेल्या चेरी वृक्षाच्या काटकीनं ढवळायचा आणि तो ढवळत असताना एक मंत्र म्हणायचा. त्यानंतर तो काढा चाळीस दिवस उन्हात ठेवायचा. त्यानंतर चाळीस दिवस दर दिवशी चाळीस वेळा एक मंत्र म्हणायचा. त्यानंतर मग माणूस अदृश्य होऊन इतरांसोबत फिरू शकतो.

त्या कृतीच्या समोरच्या पानावर सहा शब्द भडक लाल अक्षरात लिहिलेले होते. ते शब्द कुठल्याच ओळखीच्या भाषेतले नव्हते. तेमागिसिन, बेगेदानिन, येसेवादिन, वेग्दासिन, नेवफेना आणि गादीसिन असे ते सहा शब्द होते. त्या खाली असं स्पष्टीकरण दिलं होतं की झोपण्यापूर्वी सात वेळा जर हे शब्द म्हटले गेले तर आपल्याला जे स्वप्न पडायला हवं आहे ते स्वप्न पडतं. त्या पानाच्या अगदी खाली केलदानी लिपीतील शब्दांचे उच्चार दिले होते. मुमताझनं स्वतःशीच शब्द उच्चारले, तेमागिसिन, बेगेदानिन, येसेवादिन, वेग्दासिन, नेवफेना, गादीसिन.

त्याला ह्या गोष्टीचं दुःख होत होतं की ह्या सगळ्या गमतीजमती तो नूरानला सांगू शकणार नव्हता. नूरानला जे काही समजत नसे ते समजावून सांगणारा मुमताझच तर होता. नूरानचा कट्टर शंकेखोरपणा आणि ताठर तर्कशास्त्र ह्यांना तोंड देण्यासाठी तो इथून तिथून ऐकल्या–पाहिलेल्या मजेदार गोष्टी आणि प्रसंग सांगत असे. एक वर्षापूर्वी किंवा अगदी आज किंवा उद्यासुद्धा मुमताझ तिला भेटला असता तरी त्यानं तिला एखादी उत्सुकता जागृत करणारी गोष्ट सांगितली असती. देवानं आपल्याला मदत करावी म्हणून आपण सात वेळा तो मंत्र कसा म्हटला आणि मग आपल्याला काय स्वप्न पडलं हेसुद्धा त्यानं तिला सांगितलं असतं. अशा तऱ्हेची वेडगळ माहिती सांगताना मुमताझला स्वतःचा चेहरा अगदी गंभीर ठेवावा लागला असता. म्हणजे सांगता सांगता त्यानं हळूच गालातल्या गालात किंवा मोठ्यानं हसता कामा नये होतं. मग ती दंतकथा अत्यंत गंभीरपणे शेवटपर्यंत चालली असती, ती ऐकता ऐकता नूरान लाजून हसली असती, मग तिला आश्चर्य वाटलं असतं आणि सरतेशेवटी त्यानं आपल्याला टोपी लावली म्हणून ती त्याच्यावर वैतागली असती. मग त्या विनोदाचा तातडीनं शेवट करण्यासाठी तिनं अपराधी भावनेचं एक सुंदर क्षितिज उभारलं असतं आणि त्यात ती तासन्तास रमली असती, नाहीतर स्वतःच त्याच्या कहाणीत सामील झाली असती.

हे सगळं आत्ता आठवायचं म्हणजे स्वतःचीच कीव करण्यासारखं होतं.

विचारांच्या एका टप्प्याशी येऊन तो एकदम थांबला. मी ह्या लोकांची का चेष्टा करतो आहे? निसटून जाण्याच्या कित्येक संधी हाताशी असलेला माझा मनस्ताप ह्या

भूतकाळातील लोकांच्या जीवनापेक्षा अधिक परवडणारा आहे का? पण सुटकेची त्यानं गृहीत धरलेली साधनं खरोखरच अस्तित्वात होती का? ह्या पुस्तकांत वर्णन केलेल्या अगणित शक्यतांच्या राशीत बसलेले ते लोक आणि त्यांच्यासारखे इतर लोक खरोखरच केव्हातरी आपलं जीवन कंठित होते काय? तसं जर असेल तर तो स्वतःही आपल्यापुढील समस्यांपासून पळूनच जात नव्हता का? दिवसाच्या ह्या वेळेस ह्या दुकानात बसून वेळ काढणं हासुद्धा सुटकेचा एक मार्गच नव्हता का? संकटाच्या ओझ्याखाली दबलेल्या अवस्थेत असताना त्याला खरोखरच हा तास शांततेत घालवायचा होता. इहसान आणि त्याच्या कुटुंबापासून त्यानं हा तास चोरला होता. हे खरं होतं की मुमताझ त्याचं नेहमीचं जीवन उन्हाळ्याच्या सुरुवातीपासून जगतच नव्हता. विशेषतः मागील काही दिवसांत तर त्याची झोप पार उडालेली होती. जे काही थोडे तास त्याचा डोळा लागे तेव्हा त्याला चमत्कारिक दुःस्वप्नं पडत. त्यामुळे तो झोपेतून जेव्हा उठे तेव्हा त्याला झोपायला जाण्यापूर्वी जेवढा थकवा जाणवत असे त्यापेक्षाही अधिक थकवा जाणवू लागे. सगळ्यात जास्त कठीण होते म्हणजे आपल्या विचारांची दिशा तीच ठेवणं. प्रत्येक नवी कल्पना पुढे येई ती मुळी नवा मनस्ताप घेऊन येई. आजही तो रस्त्यावरून चालत असताना त्याला जाणवलं की तो चालताना हातवारे करत चालतो आहे. अशा वेळी त्याचे सहकारी म्हणत की कुठल्यातरी विसंगत विचारांची हकालपट्टी करण्यासाठी तू असे हातवारे करतोस आणि स्वतःशीच काहीतरी बडबडतोस.

त्यानं ते खंड निरखून पाहिले. ते पाहता पाहता त्याला एक वर्षापूर्वीच्या मे महिन्यातली सकाळ आठवली आणि प्रलयकाळासारखा तो उन्हाळा त्याच्या मनात दाटून आला. आपलं सारं जीवनच विषमय झालेलं आहे असं त्याला ज्या काळात वाटू लागलं होतं ते दिवसही त्याला आठवले. त्या विषात नूरानचा संताप होता, त्याच्या स्वतःच्या मनातली भीती आणि शंका होत्या, त्यानं धरलेला दुर्बळ आणि थकलाभागला हट्ट होता. त्याच्यापाशी ह्या प्रत्येक भावनेनं दाटलेल्या आठवणी होत्या. त्याला माहीत होतं की त्या आठवणींत त्याला फार काळ राहता येणार नव्हतं, पण तेच त्याला सहन करता येत नव्हतं. तो फक्त टक लावून त्या स्मरणभूमीकडे पाहात होता आणि पाहाता पाहाता जणू काही विचारत होता की ह्या यातनेचा आणखीही क्लेशदायक आविष्कार अजून व्हायचा बाकी आहे काय?

पुस्तकविक्रेत्यानं आपली नजर हस्तलिखितातून वर काढली, ''एकूण भवितव्य अंधकारमय वाटतंय. नाही का?'' तो म्हणाला.

खूप दीर्घ संभाषण करण्याएवढी ताकद आणि इच्छा मुमताझपाशी नव्हती.

म्हणून तो म्हणाला, ''आम्ही घरी एका आजारी नातेवाइकाची शुश्रूषा करीत आहोत. त्यामुळे मागील आठवड्याभरात मला रोजचं वृत्तपत्र वाचणं शक्य झालेलं नाही.'' तो खोटं बोलत होता हे तर स्पष्टच होतं. त्यानं वृत्तपत्र वाचलंच नव्हतं असं नव्हतं. पण त्यातील बातम्यांवर सखोल विचार करण्याची त्याची शक्तीच हरवलेली होती. त्यामुळे एखादा धडा रट्टा मारून पाठ करावा तसा त्यानं अर्थ समजून न घेता आणि त्याविषयी आपलं स्वतःचं काहीही मत न बनवता केवळ घटनाक्रम तेवढा लक्षात ठेवला होता.

अशा तऱ्हेनं वेगानं घडलेल्या त्या घटनाक्रमांवरील चर्चा तर सोडाच पण त्यांचा अर्थ लावणं सुद्धा व्यर्थच होतं.

नाहीतरी त्याआधी कित्येक वर्षं ते बोलत आलेले होतेच की! प्रत्येकजण प्रत्येक ठिकाणी संधी मिळेल तेव्हा त्या त्या शक्यतेवर बोलला होताच. सर्व तऱ्हांची मतं व्यक्त करून झाली होती, सर्व शक्यताही पडताळून झाल्या होत्या. आता मानवतेच्या पुढ्यात एक अक्राळविक्राळ रूपातलं वास्तव उभं ठाकलं होतं.

''तुम्ही हल्ली बँकेत गेला नसाल असं वाटतं. हल्ली त्या अगदी गच्च भरलेल्या असतात.'' मग एकदम आठवल्यासारखं करून दुकानदारानं विचारलं, ''कोण आहे आजारी?'' ''इहसान.'' मुमताझ उत्तरला. त्यावर दुकानदारानं मान हलवली, ''बऱ्याच दिवसांपासून ते दुकानात आले नाहीत हा योगायोग नव्हता तर. त्यांची तब्येत पुन्हा चांगली होऊ दे.'' बातमी ऐकून दुकानदाराला वाईट वाटल्याचं दिसलं होतं पण इहसानला काय आजार झालाय हे त्यानं विचारलं नव्हतं. मुमताझ विचार करू लागला. बहुतेक त्याला वाटतंय की इहसानचा आजार हे आमचं फॅमिली सिक्रेट असावं. त्यानंतर जगात ज्याला त्रास नाही असा एकही माणूस नाही हे समजावून सांगावं तसा तो दुकानदार म्हणाला, ''माझ्या दोन्ही मुलांना सैन्यात बोलावणं आलं. खरं सांगायचं तर काय करावं तेच मला कळेनासं झालंय. माझा मेव्हणा गावाकडे घोड्यावरून पडला आणि त्यानं हाडं मोडून घेतली. माझी बायको अशा अवस्थेत आहे म्हणून सांगू...''

दुसऱ्या माणसाचं सांत्वन करण्यासाठी त्याला आपल्या दुःखाच्या गोष्टी ऐकवणं हा प्रकार न संपणारा आहे हे मुमताझला स्वतःच्या अनुभवावरून ठाऊक झालं होतं. ''काळजी करू नका, परिस्थिती नक्कीच सुधारेल. सगळं काही चांगलं होईल,'' असं बोलून मुमताझ तिथून निघाला.

जणू मागील कित्येक पिढ्यांपासून त्यानं आपल्या भात्यात जी काही ठरावीक वाक्यं सांभाळून ठेवली होती त्यांपैकी ते एक वाक्य होतं. त्यामुळेच ती वाक्यं न वापरण्याचा हट्टीपणा तो करत असे. पण आत्ता ह्या माणसाच्या दुःखावर फुंकर

घालण्यासाठी ते वाक्य आपोआपच त्याच्या ओठावर आलं होतं. रोजचं जीवन जगण्यासाठी आवश्यक असं संस्कृतीचं तत्त्वज्ञानच आहे हे! त्याच्या मनात विचार आला. प्रत्येक प्रकारच्या अनुभवाला वेगळ्या प्रकारचा प्रतिसाद तयारच असतो. ह्याचा अर्थ आपल्याला केवळ दुःख आणि वेदनांचाच वारसा मिळालेला नसतो तर त्यासोबत दिलासा देण्याचा आणि तग धरून राहण्याचाही वारसा मिळालेला असतो तर!

नेहमीसारखाच आजही कादीरसिलर रस्ता कोलाहलानं भरलेला होता. एका दुकानाचं दार नेहमीच बंद असे. त्या दुकानाच्या पुढ्यात काय काय वस्तू ठेवलेल्या दिसत होत्या. रशियन बनावटीची किटली आणि तिचा दांडा, दाराची कडी, पुष्कळ वर्षांपूर्वी प्रचारात असलेला मोत्यांचा पंखा, एखाद्या मोठ्या घड्याळाचे आणि ग्रामोफोनचे सुटे भाग इत्यादी प्रकारच्या फारशा मोडतोड न होता आलेल्या वस्तू तिथं ठेवलेल्या होत्या. कॉफी दळण्याचं पितळेचं पारंपरिक यंत्र, सांबरशिंगापासून बनवलेलं काठीचं हँडल ह्या गोष्टी अगदी समोर दिसतील अशा ठेवलेल्या होत्या. धातूनं सजवलेल्या लाकडी, जाड्या फ्रेममधल्या दोन भल्यामोठ्या तसबिरी दुकानाच्या पत्र्याच्या बंद दाराला टेकवून ठेवल्या होत्या. त्या तसबिरीत ओटोमान काळातील ग्रीक ऑर्थोडॉक्स चर्चच्या दोन पॅट्रीआर्कचे फोटो होते. ते फोटो बहुधा सुलतान अब्दुलहमीद दुसरा किंवा त्यानंतर लगेचच्या काळातले असावेत. त्या पॅट्रीआर्कांच्या अंगावरील पदकं, त्यांची वस्त्रं आणि इतर प्रतीकं वृत्तपत्रांतून दिसायची तशीच होती. चकचकीत पॉलिश केलेल्या काचेआडून जणू निघून गेलेला काळच त्यांच्या रूपात सगळीकडे टवकारून पाहात होता. जणू काही ते त्यांच्या पुढ्यात ठेवलेल्या सर्व वस्तूंकडे आणि येणाऱ्या-जाणाऱ्या गर्दीकडे टक लावून पाहात होते. गर्दीच्या प्रत्येक लोंढ्यात ते फोटो तात्पुरते दिसेनासे होत. कदाचित बऱ्याच वर्षांनी त्यांना जीवनाचा गदारोळ आसपास पाहायला मिळाल्यामुळे ते खूषसुद्धा झाले असतील. उन्हं आणि कोलाहल बऱ्याच काळानं त्यांना अनुभवायला मिळाला असेल.

मुमताझला आश्चर्य वाटलं की फोटो काढताना फोटो काढणारा माणूस जसा आपल्याला हातानं ढोसतो किंवा आपला चेहरा इथं तिथं वळवतो तसंच त्यानं ह्या लोकांनाही केलं असेल काय?

अशा तऱ्हेनं काही सूचना केल्याच्या खुणा त्या लोकांच्या सैलसर अंगरख्याच्या चुण्यांत आणि चेहऱ्यांवर दिसतात का हे मुमताझनं निरखून पाहिलं. ते ज्या चर्चचं प्रतिनिधित्व करत होते त्या चर्चची खानदानी अदब आणि डौल दिसेल असे आविर्भाव

चेहऱ्यांवर आणण्यासाठी त्या लोकांनी कित्येक वर्षं कसून मेहनत केली होती.

त्यांच्या वरच्या बाजूला अरबी भाषेत सुंदर हस्ताक्षरात लिहिलेला पण फारच भडक अशा फ्रेममध्ये एक सुभाषितलेख होता. त्यावर 'हुवेसेमिउलालिम' म्हणजे 'जो सगळं काही शोधून काढतो आणि ज्याला सगळं काही ठाऊक असतं तो' अशा अर्थाचे शब्द होते. त्या अक्षरांतील जिवंतपणा त्यावरील कडक प्लास्टरनं घालवून टाकलेला नव्हता. प्रत्येक वळणानं आणि सुबक रेघोटीनं त्यातील संदेश अगदी कलात्मकरीत्या व्यक्त केला होता.

ह्या छोट्याशा रस्त्याची चित्रविचित्र वैशिष्ट्यं काही तेवढीच नव्हती. तिथून थोडंच पुढे असलेल्या एका दुकानात दारूलेल्हन संगीतशाळेतील नेवाकार संगीताची रेकॉर्ड लागली होती. पुराखाली दडून गेलेली गुलाबाची बाग असावी तसं ते दुकान आपली दैवी सांगीतिक दुनिया थोडी दाखवत होतं तर थोडं लपवत होतं. तिथूनच पुढे फॉक्सट्रॉट पद्धतीचं गाणं ग्रामोफोनवरून कोकलत होतं. मुमताझनं त्या संपूर्ण रस्त्यावर एक नजर टाकली. रस्त्याला चढ असल्यानं तो अगदी उभा वर गेल्यासारखा वाटत होता. त्या उंचावलेल्या रस्त्यावरील दुपारच्या उन्हामुळे मुमताझचे डोळे दिपल्यागत झाले. जुन्या वस्तू, पलंगांचे सांगाडे, मोडलेलं आणि जुनंपानं फर्निचर, दुमडून वर जाणारे लाकडी पडदे आणि त्यांच्या तुटक्या पाखा, शेगड्या अशा सर्व वस्तूंचे ढीग तिथं ओळीनं एकमेकांवर रचून ठेवलेले होते.

सगळ्यात दयनीय अवस्था कुणाची असेल तर ती गाद्या आणि उशांची होती. त्या इथं येऊन पडल्या होत्या हीच त्यांची शोकांतिका होती. त्या गाद्या-उशांनी कितीतरी स्वप्नांच्या आणि गाढ निद्रांच्या राशी आपल्यात सामावून घेतलेल्या होत्या. त्या काळात फॉक्सट्रॉट पद्धतीचं नृत्य करताना शरीरं एखाद्या स्प्रिंगसारखी लवलवत असतील आणि नृत्य संपल्यावर एखादं जुनं तुर्की लोकगीत ऐकू येत असेल. तेवढ्यात मुमताझनं मेमो नामक गायकाचा आवाज ओळखला. मेमो गात होता, द गार्डन्स ऑफ कमीका... सुलतान अब्दुल हमीद दुसरा ह्याच्या कारकिर्दीच्या शेवटल्या काळातील दुःख संपूर्णतया त्या गायकाच्या स्वरात एकवटलेलं होतं. तो गायक स्वतः लष्करी शिक्षणसंस्थेतील एक उमेदवार होता. तो इस्तंबूलमधील गोल्डन हॉर्न येथे पाण्यात बुडाला. त्याच्या स्वरानं गतजीवनातील उरल्यासुरल्या अवशेषांना एखाद्या भव्य, तेजस्वी आवरणानं झाकावं तसं व्यापून टाकलं होतं. खरोखर त्या छोट्याशा बोळापाशी केवढं घनदाट आणि गुंतागुंतीचं जीवन होतं. जणू सारं इस्तंबूल शहरच तिथं वस्तीला होतं. तिथल्या जीवनाची प्रत्येक तऱ्हा, तिथल्या फॅशनच्या नाना परी, तिथली गुपितं आणि नवलाई

सारं काही वाहात वाहात येऊन तिथं पोहचलं होतं. जणू काही भौतिक वस्तूंनी रचलेली ती एक कादंबरीच होती पण त्या कादंबरीतील चैतन्याचे अंश मात्र फेकून दिलेले होते. किंवा मग असंही म्हणता आलं असतं की प्रत्येकाचं रोजचं जीवनच जणू काही तिथं हातात हात घालून एकत्र आलं होतं आणि प्रत्येकाच्या जीवनात प्रत्यक्षात फारसं काही वेगळं नसतं हेच जणू त्यातून सिद्ध होत होतं. शहरात दररोज, दर तासाला घडणारा प्रत्येक अपघात, प्रत्येक आजार, शहरात पाडलेली प्रत्येक इमारत आणि प्रत्येक शोकांतिका ह्यांच्यामुळे ते सामान तिथं येऊन पडलं होतं. तिथं त्या सामानाचं स्वतंत्र व्यक्तिमत्त्व नाहीसं होत होतं. ते सार्वजनिक मालमत्ता असल्यासारखंच होत होतं. संधी आणि दुःख ह्यांनी हातात हात घालून ते सामान तिथं आणल्यासारखं वाटत होतं.

कुठल्यातरी पुरातन संस्कृतीत मृतासोबत त्याच्या मालकीच्या सर्व वस्तू जाळण्याची किंवा पुरण्याची जी प्रथा होती ती केवढी चांगली होती ना? परंतु आपण केवळ मरतानाच सगळ्या वस्तू सोडून देत नसतो. दोनच महिन्यांपूर्वी मुमताझनं आपले आवडते कफलिंक्स एका मित्राला देऊन टाकले होते. पंधराच दिवसांपूर्वी तो टॅक्सीमध्ये एक नवीन बांधून घेतलेलं पुस्तक विसरला होता. एवढंच नाही तर काही महिन्यांपूर्वी तो ज्या स्त्रीवर प्रेम करत होता ती तिला वेगळं राहण्याची इच्छा होती म्हणून त्याला सोडून गेली होती. इहसान अंथरुणाला खिळून पडलेला होता. जवळ जवळ नऊ दिवस न्यूमोनियानं त्याला आपल्या पाशात जखडून ठेवलेलं होतं आणि हळूहळू त्याला एका शांत ठिकाणी नेलं होतं. तिथं आज तो थकूनभागून पडलेला होता. काहीतरी भयंकर अरिष्ट आता केव्हाही कोसळू घातलं होतं. नाही, एखादा माणूस जेव्हा मरतो तेव्हा तो सर्व काही मागं ठेवून काही अचानक अदृश्य होत नाही. कदाचित त्याच्या एकूण अस्तित्वाच्या काळातच क्षणोक्षणी त्याला अनंत गोष्टी सोडून जात असतात. त्यानंतर मग ती तोडून निघाल्याची जखम हळूहळू भरून निघते आणि एका अत्यंत सूक्ष्म आणि अदृश्य प्रक्रियेद्वारे त्याच्या आसपास जे असते त्यापासून तो विलग होऊ लागतो. पण मग आपण त्या सगळ्यांना सोडतो की ते सगळे आपल्याला सोडून जातात हाच एक मोठा प्रश्न होता.

त्या रस्त्यावर पुरातन, कलात्मक वस्तूंचा पुष्कळ मोठा संग्रह होता. बंद बाजारातील झरोक्यांतून पडणाऱ्या सूर्यकिरणांच्या झोताकडे प्रत्यक्ष जीवन आणि त्यात येणारे अनुभव ह्यांचा विसर पाडण्याची ताकद होती.

एक सैनिक तिथं आला. तिथं ठेवलेल्या वस्तूंमधील त्याचं लक्ष जिथं पटकन

गेलं अशा एका किरकोळ वस्तूवर त्यानं झडप घातली. तो दाढी करायचा आरसा होता. त्यानंतर तिथं एक वयस्कर माणूस आला. त्या बुटक्या, काटकुळ्या माणसाचे केस व्यवस्थित विंचरलेले असले तरी त्यानं कपडे मात्र अगदी जुनेपुराणे घातले होते. त्यानं एखाद्या नवख्या किशोरवयीन मुलासारखा एक मोत्यांचा पंखाच उचलला आणि तीन-चार वेळा उघडमीट करून पाहिला. कोणे एके काळी एका नृत्याच्या वेळी त्याच्या सखीनं त्याला तसा पंखा धरायला दिला होता. तो पंखा त्यानं आपल्या हातात चोरट्यासारखा धरून ठेवला. तो पंखा जणू तिच्याच मालकीचा असावा की काय ह्या विचारानं तो अगदी स्तंभित झाला होता. त्याच्या मनात त्या पंख्याविषयी प्रेम दाटून आलं. नंतर सुटकेचा निःश्वास सोडून त्यानं तो पंखा जागच्याजागी ठेवून दिला आणि सांबरशिंगापासून बनवलेल्या काठीच्या हँडलची किंमत विचारली. तो माणूस जुन्या ओटोमान राज्याच्या मंत्रिमंडळातील एक सदस्य बेहसत बैफेंदी होता. त्याच्याशी सलगीनं बोलावं हे मुमताझला पटलं नाही म्हणून तो थोडा बाजूला सरकला आणि तिथं उभं राहून अगदी एकटं पडल्यासारखा त्या वृद्धाच्या कळसूत्री हालचाली निरखू लागला. त्याच्याकडे नुसतं पाहून कुणाला कळलं नसतं पण तो दुर्दैवी अभागी माणूस जवळ जवळ वीस वर्षं आपल्या पत्नीच्या प्रेमात होता. तिच्याशी दुसऱ्या कुणी बोललेलंसुद्धा त्याला खपत नव्हतं... आणि सरतेशेवटी...

बेहसतनं आपली पत्नी अतिये हिच्याशी वीस वर्षं संसार केला. त्याचं तिच्यावर खूप प्रेम असलं तरी तो तिच्याविषयी खूपच संशयी होता. त्याचा स्वभाव एकूणच संशयी आणि मत्सरी असल्यानं संशयावरून तो कुणाचाही काटा काढण्याचा प्रयत्न करत असे. केंद्र सरकारातील प्रोग्रेस पक्षाचे डॉक्टर रफिक आणि आपल्या पत्नीचे संबंध आहेत असा त्याला संशय होता. म्हणून त्यानं ओटोमान बादशाहाकडे डॉक्टर रफिकनं व्यभिचार केल्याचा एक गुप्त पोलिसी अहवाल पाठवला. त्यामुळे डॉक्टरला तडीपार करण्यात आलं. तडीपार असताना डॉक्टरचा मृत्यू झाल्यावरही बेहसतला त्याच्याविषयी वाटणारा द्वेष काही केल्या कमी व्हायचं नाव घेईना. बेहसतनं स्वतःच इहसानला सांगितलं की त्याची पत्नी मृत्युशय्येवर असताना तुर्की शास्त्रीय संगीतातील एक माहूरगीत म्हणू लागली. तेव्हा त्यानं तशाही अवस्थेत तिच्या कानफटात मारली. त्यामुळेही तिचे प्राण लवकर गेले असावेत. तुर्की शास्त्रीय संगीतातील ते माहूरगीत म्हणजे एक बॅलड किंवा कथाकाव्यच होतं. ते नूरानचे पणजोबा तलत ह्यांनी लिहिलेलं होतं. ती घटना आणि तशा प्रकारच्या अनेक घटनांमुळं बेहसतवर त्याच्या घराण्याच्या इतर शाखांनी अपशकुनी असा शिक्का मारला. तो काळ तांझिमत काळ म्हणून

ओळखला जात असे. त्या काळात मोठमोठ्या मातब्बर स्थळांशी आपल्या घराण्यातील मुलामुलींची लग्नं लावल्यामुळे बेहसतच्या घराण्याच्या इतर शाखा चांगल्याच भरभराटीला आल्या होत्या आणि ते झपाटणारं कथाकाव्य लोकांच्या दीर्घकाळ स्मरणात राहिलं होतं.

ते माहूरगीत अगदी साधं आणि छोटंसंच होतं. त्याचे शब्द आर्त, हृदयाला पीळ पाडणारे होते. त्यामागची कहाणीसुद्धा अजबच होती. तलतची पत्नी नूरहयात एका इजिप्शियन मेजरसोबत पळून गेली तेव्हा त्यानं ते गाणं लिहिलं. तो मेवलेवी ह्या संगीतघराण्याचं गाणं शिकलेला होता. त्याला ते संपूर्ण गीतच माहूर पद्धतीत संगीतबद्ध करायचं होतं. पण त्याच सुमारास इजिप्तवरून परतलेल्या त्याच्या मित्रानं त्याला नूरहयातच्या मृत्यूची बातमी दिली. नंतर त्याला कळलं की ज्या रात्री त्याची गीताला चाल लावून झाली त्याच रात्री नूरहयात मरण पावली. मुमताझचं मत होतं की माहूरगीताला एक वेगळीच लय आहे. देदे एफेंदी ह्या संगीतकाराच्या चाली किंवा परंपरागत सेमाई पद्धतीनं बांधलेलं शास्त्रीय संगीत किंवा ताबी एफेंदीनं बांधलेल्या बेयाती उरुक सेमाई ह्या पदाप्रमाणेच माहूरगीतही आपल्या मनात दैवी साक्षात्कार जागृत करतं. 'शेवटी नशिबाच्याच अधीन सारं काही असतं' असं भान हरपून गेलेल्या श्रोत्याला वाटतं. नूराननं ते गाणं एकदा म्हटल्याचं त्याला चांगलंच स्मरत होतं. त्यानंतर नूराननं त्याला आपल्या पणजीची कहाणीसुद्धा ऐकवली होती. त्या वेळेस ते दोघं सेंजेलकोय येथील टेकड्यांवरील वेधशाळेच्या पलीकडे गेले होते. आभाळ हत्तीसारख्या महाकाय मेघांनी भरून आलं होतं आणि सोनेरी संध्याकाळ त्या मेघांतून धरेवर उतरली होती. तेव्हा नूराननं ते गाणं म्हटलं होतं. आठवणींनी दाटून आलेल्या त्या संध्याकाळच्या संधिप्रकाशानं एक न समजणारी हुरहुर आपल्या काळजाला लावली की त्या गाण्याचाच तो परिणाम होता, ह्याचा बराच काळ मुमताझला पत्ताच लागला नव्हता.

बेहसतनं काठीचं हँडल बाजूला ठेवलं. अजूनही त्याचा जीव त्या पंख्यात अडकलेला दिसत होता. ज्या क्षणी त्याची बायको मरण पावली त्या क्षणी त्या माणसाची सारी बुद्धी चावी अडकून पडलेल्या घड्याळासारखी एकाच जागी अडकून राहिली होती. १९०९ साली प्रचलित असलेले कपडे तो १९३९ सालीही घालत होता. त्याचा तो पोशाख, नेकटाय आणि बूट पाहून तो त्या काळातलं जितंजागतं स्मारक आहे की काय असा भास होत होता. छोटासा पंखा पाहून तो भूतकाळात हरवून गेला असावा. त्या काळात तो एक प्रतिष्ठित अभिजन होता. आपल्या पत्नीवर प्रेम करत होता. एवढंच नव्हे तर तिच्या आणि तिच्या प्रियकराच्या मृत्यूलाही कारणीभूत ठरला होता.

आत्ता ह्या क्षणी खूप पूर्वी विस्मरणात गेलेल्या आठवणी त्याच्या मनात रुंजी घालू लागल्या असाव्यात. खरं तर तो माणूस स्वतःच एक जिवंत आणि श्वास घेत असलेला भूतकाळ होता. मुमताझच्या मनात विचार आला की हा माणूस जेव्हा रस्त्यावरील फरशीकडे टक लावून पाहातो तेव्हा त्याच्या मनात जीवनाविषयीच्या कुठल्या आठवणी येत असतील?

एक म्हातारी कजाग बाई हमालामागून चालायचा प्रयत्न करत होती. तिनं गाद्या विकत घेतल्या होत्या. तिला बहुधा बरंच पुढे जायचं होतं. गाद्यांचं वजन जरी जास्त नसलं तरी ते पाठीवर नीट न ठेवल्यामुळे हमाल लडखडू लागला. आता मुमताझला त्या जागी एक सेकंदसुद्धा अधिक घालवायची इच्छा नव्हती. आज पुस्तकबाजार किंवा कादीरसिलर रस्ता ह्यातील कुठल्याही ठिकाणी त्याला थांबावंसं वाटत नव्हतं. मग तो पुन्हा जुन्या बाजाराकडे वळला.

गर्दीनं भरलेल्या त्या बाजारात गारवा होता. वेगवेगळे आवाज अंगावर चाल करून येत होते. प्रत्येक लहान लहान दुकानात कपडे आणि ते कपडे ज्यावर चढवले होते ते पुतळे दिसत होते. चारही बाजूंनी बांधून ठेवलेल्या नशिबासारखे ते पुतळे वाटत होते. 'एखादा कपडा विकत घ्यावा, तो अंगावर चढवावा आणि दुसऱ्या दारानं वेगळाच कुणीतरी माणूस बाहेर पडल्यासारखं निघून जावं' असं मुमताझच्या मनात आलं. दुकानांच्या दोन्ही बाजूंना कपडे कोंबलेले दिसत होते. त्यात कामगारांचे निळे-पिवळे गणवेष, जुने वापरलेले कपडे आणि मंद रंगाचे उन्हाळी कपडे होते. त्या कपड्यांवर शिवणीसोबत रफू केलेले टाकेही स्पष्ट दिसत होते. तिथंच बायकांसाठी स्वस्तातले ओव्हरकोटसुद्धा होते. जीवनाची सारी स्वप्नं अदृश्य कात्र्यांनी कापून शून्यवत करून टाकली आहेत असं त्या कोटांकडे पाहून वाटत होतं. त्याशिवाय मेज, छोट्या खुर्च्या, कोच, फळ्या असा माल जिकडे जागा मिळेल तिकडे ठेवलेला दिसत होता. तिथं सगळ्याच वस्तूंचा अगदी सुकाळ झाल्यासारखं दिसत होतं. त्यामागील खरं कारण हे होतं की चणचण किंवा दुःखाची जगात मुळीच टंचाई नव्हती. जीवनालाच उघडंवागडं केल्यावरचं वैफल्य हेच वेगवेगळ्या आकारात तिथं नजरेस पडत होतं.

एका दुकानाच्या खिडकीपाशी तो थबकला. स्त्रीच्या छोट्या, मोडक्या पुतळ्यावर लग्नाचा पोशाख चढवलेला दिसत होता. कसा कोण जाणे पण तो पोशाख तिच्या खांद्यावरून निसटून खाली ओघळला होता. दुकानदारानं तिच्या उघड्या मानेवर फॅशनच्या मासिकातील एका नवपरिणित दांपत्याचा फोटो चिकटवला होता. पुतळ्याच्या केसांना बांधलेल्या आभूषणाच्या आणि तोंडावरील झिरझिरीत बुरख्याच्या

खाली आणि पांढऱ्या गाऊनच्या वर त्या डौलदार जोडप्याचा फोटो दिमाखात विराजमान झाला होता. चंदेरी पडद्यावरील प्रेमिकांना शोभेल असा सुंदर देखावा चित्रात त्यांच्यामागे दिसत होता. त्या देखाव्यामुळे जीवनातील तो महत्त्वाचा क्षण अगदी शाश्वत सुखानं ओतप्रोत भरल्याचा भास होत होता. जणू जीवन आणि प्रेमाची ती जाहिरातच होती. एखाद्या ऋतूतील सौंदर्य मंदपणे जाणवावं तसं त्या चित्रातून व्यक्त होत होतं. जी स्त्री तो गाऊन पहिल्यांदा घालणार होती तिच्या मनात तशाच भावना दाटून आल्या असत्या. विक्रीसाठी ठेवलेल्या ह्या समाधानावर एक छोटा विजेचा दिवा तळपत होता. जणू काही विचार आणि अनुभव ह्यातील फरकच तो उजेड ठासून सांगत असावा. अधिक बघण्याची आवश्यकता नसल्यानं मुमताझ भराभर चालू लागला. त्यानं अनेक वळणं घेतली. अनेक ठिकाणी त्याला रस्ते ओलांडावे लागले. तो आता कुठेही काहीही बघत नव्हता. कारण जे दिसणार होतं ते त्याला अपेक्षितच होतं. आपल्या अंतरात काय आहे ते पाहिल्यावर आता बाहेर पाहण्याची गरजच नव्हती. कित्येक महिने सगळीकडे त्याला त्याच्या अंतरात होतं तेच दृश्य दिसत होतं. तो जे काही बघत होता किंवा ज्याच्या पुढ्यात तो उभा राहात होता त्यात आश्चर्य वाटण्यासारखं किंवा घाबरण्यासारखंही काही नव्हतं हेदेखील त्याला कळून चुकलं होतं.

हा बाजार म्हणजे शहरातील जीवनाचा एक नेहमीच असणारा भाग होता. एक दिवस तो त्याला विश्वासात घेऊन आपलं गुपित सांगणार होता. तरीसुद्धा मुमताझला जे दिसत होतं त्यापेक्षा त्याच्या मनात काहीतरी वेगळंच चालत होतं आणि त्याच अनुभवांचं आरोपण तो परिस्थितीवर करत होता.

लेस नाबीस हा चित्रकारांचा गट स्थापन करणाऱ्या पिएरी बॉनार्ड ह्या चित्रकारानं काढलेल्या उत्तम चित्रापुढे तो उभा असता किंवा बेयलेरबेयी पॅलेसवरून त्यानं बॉस्फरसच्या आखाताकडे पाहिलं असतं किंवा ताबी मुस्तफा एफेंदीचं गाणं ऐकलं असतं किंवा त्याची अत्यंत आवडती असणारी मोझार्टची 'जादुई फ्ल्युट' ही संगीतिका ऐकली असती तरी त्याच्या मनात त्याच भावना आल्या असत्या. त्याचं मन एखाद्या खदखदत्या डायनेमोसारखं झालं होतं. त्या डायनेमोमधून जे काही जात होतं त्यावर त्याच्या स्वतःच्या व्यक्तित्वाचा शिक्का मारला जात होता. त्यामुळे त्या वस्तूचा किंवा दृश्याचा प्रत्यक्ष अर्थ आणि रंगरूप लपूनच जात होतं. मुमताझनं ह्या प्रकाराला सुप्त परिणाम असं नाव दिलं होतं.

बाहेरच्या जगाशी मुमताझचं नातं कित्येक महिने असंच राहिलं होतं. त्याच्यात आणि नूरानच्यात निर्माण झालेल्या तीव्र बेदिलीच्या ऐरणीखालून प्रत्येक गोष्ट गेल्यावरच

तो त्या गोष्टीचा अनुभव घेत होता. त्यामुळे समोर येणारी प्रत्येक गोष्ट, त्या गोष्टीमागची भावना, तिचं रंगरूप आणि वैशिष्ट्य ह्यांच्यात मातीच कालवली जात होती. त्याचं सारं व्यक्तिमत्त्वच मुळी दूषित झालेलं होतं. त्या कडू जहराच्या घोटाचे जे काही परिणाम होते त्या परिणामांच्या दृष्टिकोणातूनच तो आपल्या भोवतालाशी स्वतःचं नातं जोडत होता.

एकाच फटक्यात नूरानच्या साऱ्या आठवणी गुंडाळून टाकायच्या म्हणजे मोठं बिकट काम होतं. इस्तंबूलमधल्या पावसाळी धुक्याची सकाळ जशी बेरंग असे, तसं झालं असतं मग सगळं. आपल्या मनाभोवती गुंडाळलेलं ते दफनविधीचं अनेकपदरी कफन उघडण्यासाठी मुमताझ कितीही धडपडला तरी त्याला ओळखीचं असं काहीच दिसत नव्हतं. त्याच्या अस्तित्वाच्या भानापासूनच सुरुवात करायची होती त्याला! निस्तेज पडलेल्या, दुर्गंधी येणाऱ्या नदीच्या कशाबशा ओळखता येणाऱ्या प्रवाहानं आपल्यासोबत सगळं काही घेऊन जावं तसं त्याला सगळं काही सोबत घेऊन पुढे जायचं होतं. मात्र त्या नदीत लाव्हारस होता. इटलीतलं पॉम्पे शहर ज्या लाव्हारसात पूर्ण बुडालं होतं तसला लाव्हारस होता त्या नदीत आणि तिचा वेग म्हणाल तर एकेक आयुष्य जेवढं असतं तेवढा वेग होता त्या नदीचा.

त्या मनोवस्थेच्या काळात मुमताझसाठी चांगलं, वाईट, छान किंवा विद्रूप असं काही अस्तित्वातच नव्हतं. एखाद्या डोळ्याचा शरीराशी आणि चेतनासंस्थेशी संपर्क तुटल्यामुळे त्याची समजशक्तीच नष्ट व्हावी असा केवळ वस्तुरूप झालेला डोळा म्हणजेच आपण आहोत असं मुमताझला वाटू लागलं होतं. त्या वस्तुरूप डोळ्यासारखे आपण प्रेषितानं वर्तवलेल्या जगबुडीच्या भविष्यवाणीचे अंतिम क्षण अनुभवत आहोत, त्या मृत्यूच्या तांडववनातील जित्याजागत्या दृश्यांपासून आणि फिकट दुर्गंधीपासून विलग होऊन पुढे उभ्या ठाकलेल्या प्रत्येक गोष्टीकडे खुळ्यासारखे पाहात आहोत असं त्याला वाटू लागलं होतं. जणू काही प्रतिध्वनी आणि भूकंपानंतरचे छोटे छोटे धक्के ह्यांचंच राज्य सगळीकडे असावं आणि त्यांच्या प्रतिबिंबांकडे आपण बघत बसावं अशीच त्याची अवस्था झाली होती.

एखादी इमारत मुळापासून गदागदा हलावी, तिच्या खिडक्यासुद्धा खडाखडा वाजाव्यात तसा काळजीचा घोर मुमताझच्या जीवाला लागला होता. अशा मानसिक अवस्थेत त्याला सगळ्याच गोष्टींचं एवढं भय वाटू लागे की त्याचा स्वतःच्या मनावरचा ताबाच सुटे. वादळात खडकाला आपटून बुडू पाहणाऱ्या जहाजाचे सारे खिळे निघून यावेत, प्रत्येक फळीसकट ते बुडण्याच्या पंथाला लागावं तशी त्याच्या मनाची अवस्था होई.

तो बंद बाजाराच्या ओल्ड बेडस्टन भागाकडे वळला. तिथलं लिलाव पुकारण्याचं सभागृह रिकामं होतं पण दोन्ही बाजूला असलेली कपाटं आणि खोल्या ह्यांत उद्याच्या मोठ्या लिलावाची तयारी केलेली दिसत होती. त्यातील एका कपाटात दागिन्याचा जुन्या काळातील एकच प्रकार मांडून ठेवलेला दिसत होता. त्यातील रत्न तारकापुंजाप्रमाणे चमकत होतं. त्याची चमक तीव्र असली तरी सुंदर होती. त्याच दागिन्याबद्दल गेले दोन महिने इस्तंबूलमध्ये चर्चेला उधाण आलं होतं.

त्या रत्नातून जणू एक सत्यच प्रज्वलित झालं होतं आणि त्या सत्याचं सत्त्वच जणू तेजोमय होऊन झगमगत होतं. एवढी तेजस्वी प्रभा बाहेर विखरायला हवी असेल तर अंतरात केवढी उदारता हवी, केवढी सहज अभिव्यक्ती हवी, केवढं सौंदर्य हवं. ते सौंदर्यही कसं तर सगळी वैगुण्यं नष्ट करणारं!

नूरानच्या गळ्यात तो दागिना कसा शोभेल ह्याची कल्पना करण्याचा त्यानं किंचितसा प्रयत्न केला पण त्यात त्याला यश आलं नाही. आनंददायक दृश्यं मनासमोर आणण्याचं हल्ली तो विसरूनच गेला होता. शिवाय त्याला असंही वाटत होतं की पुन्हा तिला आपण भेटलो तरी आपली मानसिक अवस्था पूर्वीची असणं आता सर्वथैव अशक्य आहे. आता आपण तेवढ्या ओढीनं एकमेकांना भेटणारसुद्धा नाही. त्या अशक्यतेमुळेच त्या दागिन्यातली अमानुष चमक आणि त्याच्या मनातली प्रेमिकेची मूर्ती ह्या जणू एकत्र झाल्या होत्या आणि त्याला आणखीनच भेदरवून टाकत होत्या.

त्याच्या आयुष्यातून दूर जाऊन नूराननं आपल्यातील सारे दोष आणि त्या दोघांनी एकत्र अनुभवलेले सारे अनुभव पुसून टाकले होते. तिच्या अस्तित्वाच्या गाभ्यात आता त्या हिऱ्याचं चमकदार काठिण्यच जणू वसतीला आलं होतं. तिच्या वियोगामुळे मुमताझच्या जीवनातलं तिचं अस्तित्वच मिथ्या बनलं होतं.

'ह्या रत्नासारखीच मुळातून सुंदर आणि तेवढीच अलिप्त असलेल्या नूरानला जर मी एवढ्या दुरून एकट्यानंच अनुभवलं असतं... तर... तर मला माझ्या सदसद्विवेकबुद्धीची टोचणी लागली नसती आणि आठवणींनी बेभानपणे वार करून मला करवतीनं कापल्यासारख्या वेदना दिल्या नसत्या.' त्याच्या मनात आलं. कदाचित जी स्त्री त्याला सोडून गेली होती त्या स्त्रीच्या व्यक्तित्वाचा हा वेगळाच पैलू कधी कधी त्याला आपल्या मनःचक्षूंपुढे दिसतही असेल. त्याच स्त्रीमध्ये अशीही एक स्त्री होती जिच्यासोबत त्यानं कित्येक महिने आपली रोजची भाकरी तोडून खाल्ली होती. त्याची लाडकी नूरान, एक सजीव व्यक्ती. जिनं त्याच्यासाठी कितीतरी दुःखं झेलली, जिनं त्याच्या साऱ्या आशा-आकांक्षा स्वतःच्या मानल्या तीच नूरान बाकी सगळ्यांपासून

दूर होऊन, तात्पुरतं का होईना, केवळ मुमताझसाठी आणि मुमताझच्या सोबतीनं जगली. पण ते तेवढंच नव्हतं. लहान लहान प्रसंगांतून नूराननं मुमताझला रिझवण्याचे प्रयत्न केले होते. त्या प्रसंगांतील संदर्भ किंवा रंग कदाचित मुमताझच्या आत्म्याच्या अधुरेपणातूनसुद्धा घेतले गेले असतील. तो सारा अधुरेपणा तिनं कापून जणू त्याच्या मांसातच रुतवून ठेवला. ती नूरान एकच नव्हती तर तिच्यात अनेक नूरान दडलेल्या होत्या. ज्या खोल गहनतेत ते दोघं अडकले होते, त्यातून बाहेर पडण्यासाठी त्या अनेक नूराननं संधी शोधली आणि मुमताझच्या अस्तित्वाला स्वतःच्या नियंत्रणात ठेवण्यासाठी त्या प्रकट झाल्या. त्या नूरानमधील प्रत्येक नूरान ही वॅग्नरियन ऑपेऱ्यातील नायिकेसारखी होती. ती प्रत्येक नूरान आपला स्वतःचा स्वभावधर्म आणि त्याच्यावर स्वामित्व मिळवण्याची स्वतःची पद्धत घेऊनच निर्माण झाली होती. त्यातील प्रत्येक नूराननं त्याला हताश केलं. त्याच्या व्यक्तित्वावर, मानसिक स्थितीवर वेगवेगळ्या तऱ्हेनं परिणाम घडवून आणला. त्यातील काही नूराननी त्याला कित्येक दिवस दुःखी मानसिक स्थितीत सोडून दिलं. त्या स्थितीत असताना कधी त्याला खूप राग येई तर कधी सुडाची भावना जागृत होई तर कधी काळाकभिन्न मृत्यूच त्याला हवासा वाटे. पण तेवढ्यात किंचितशी चाहूल लागावी किंवा काहीतरी अगदी साधं कारण घडावं आणि तिनं आपलं ते रूप सोडून दुसराच मुखवटा धारण करावा. मग मत्सरानं ताठर झालेला मुमताझचा चेहरा, संतापानं थाडथाड उडत असलेली त्याची नाडी हे त्याचं रूप अचानकपणे बदलून जावं आणि त्याच्या मनात तिच्याबद्दल भरून आलेल्या प्रबळ सहानुभूतीमुळे त्याचं हृदय फाटून जावं, तिच्याबाबतीत त्याच्या हातून जी पापं घडली त्या पापांच्या ओझ्यानं त्याचे खांदे खाली झुकावेत. मग त्याला पटावं की आपण क्रूर आहोत, असंवेदनशील आहोत, स्वार्थी आहोत. त्यातूनच मग त्याला स्वतःची आणि स्वतःच्या आयुष्याची लाज वाटू लागावी.

ह्या वेगवेगळ्या मुखवट्यांमुळे मत्सर, प्रेम, खंत, आत्यंतिक इच्छा आणि टोकाची भक्ती अशा भावना त्याच्या मनात बराच काळ वसती करू लागल्या. नरकातून आलेल्या वावटळीसारख्या त्या त्याच्या अंतर्मनात आणि त्याच्या देहात घुसळू लागल्या, तेथे गुणाकारानं वाढू लागल्या. त्यांनी त्याला विसावा घ्यायला किंवा अगदी श्वासही घ्यायला इतकीशीही जागा ठेवली नाही. ज्या ज्या जगात त्यांनी त्याला नव्यानं जन्माला घातलं त्या त्या प्रत्येक ठिकाणी त्याला कैदेत टाकलं आणि त्याचं सत्त्व शोषून घेतलं. जणू त्याचं सतत बदलणारं जीवन त्यांनीच व्यापून टाकलं.

नूरान जे काही ठरवत असे त्याप्रमाणेच बाहेरील प्रत्येक वस्तूनं किंवा व्यक्तीनं

वागायचं होतं. मग त्या सर्वांनी तिचा रंग घेतला. त्या तिच्याभोवतीच रुंजी घालू लागल्या आणि तिच्या तेजस्वितेनुसार लहान-मोठ्या होऊ लागल्या. हा सगळा प्रकार हल्लीहल्लीच्या दिवसांत एवढा वाढला की मुमताझला स्वतःचं स्वतंत्र असं आयुष्यच शिल्लक राहिलं नाही. तो सतत विसंगतींच्या जगात आणि एकमेकांच्या मागे धावणाऱ्या मुखवट्यांच्या वातावरणात जगू लागला. तो त्यांच्या माध्यमातूनच विचार करू लागला, बघू लागला आणि आसपासच्या परिसराचा अनुभव घेऊ लागला. पण ती दुरावली आणि हळूहळू काळ गेला तसं त्याच्या मनातलं वादळ शांत झालं. त्यानं आता स्वतःची तर्कबुद्धी वापरून कित्येक अनावश्यक ठरणाऱ्या शक्यतांना हद्दपार करून टाकलं होतं. नूरानशी झालेल्या वियोगाच्या संदर्भात तर आता मुमताझनं स्वतःशी मिळताजुळता असा वेगळाच मुखवटा धारण केला होता. पूर्वी जसा तिच्याबद्दल त्याला सतत संशय यायचा तसा आता येईनासा झाला होता. तिचं जे वागणं अत्यंत क्रूरपणाचं आणि अप्रामाणिकपणाचं वाटे त्याची बोच आता नाहीशी झाली होती. तिचं दोष देण्यासारखं, क्रूर आणि निर्दयीपणे बेपर्वाई दाखवणारं अस्तित्वही आता नाहीसं झालं होतं. आता त्याचे विचार आणि भावना अधिक शांत आणि खिन्न झाल्या होत्या. त्याच मनःस्थितीत त्यानं नूरानच्या एका वेगळ्याच पैलूला नव्यानं ओळख दिली होती. ह्या नूरानच्या चेहऱ्यावरचे भाव शांत होते, दुःखी होते. ती आपल्या चुका मान्य करत होती, त्याच्यातील दोषांचा पाढा न वाचणारी ह्या नव्या नूरानची मूर्ती तो अगदी सहजगत्या डोळ्यांपुढे आणू शकत होता.

ह्या सर्व मूर्खपणाच्या आणि विक्षिप्तपणाच्या वर एका स्त्रीची प्रतिमा तरंगत होती. ती स्त्री नूरानच होती. त्या स्त्रीनं त्याला त्याच्या मूर्खपणाच्या आणि अर्थहीनतेच्या दोषांतून मुक्त केलं. तो बंडखोर हुतात्मा नव्हता तर केवळ अनेक गैरसमजांचं एक गाठोडं होता. त्या स्त्रीनं आपल्या मधुर हास्यानं त्याच्या आयुष्यातील सर्व छळवादी घटनांना जणू कफनात गुंडाळून टाकलं. त्या मधुर हास्यानं त्याच्यातील भयंकर, प्रलयंकारी, निराशावादी वैगुण्यांना झाकून टाकलं. पण तिच्यात एक अंगभूत कडवटपणाही होता. त्या कडवटपणामुळे जखमी झालेलं त्याचं हृदय तिच्या हास्यामुळे लपून गेलं. कुणावरही विश्वास ठेवण्याची शक्तीच आता त्याच्या हृदयाकडे शिल्लक राहिली नव्हती. वैफल्याच्या भावनेतून त्यानं सगळं काही त्यागून टाकलं होतं. त्याच्या हास्यातून आता काहीच उघड होत नव्हतं. त्यानं सगळं काही बुरख्यांच्या आणि मुखवट्यांच्या आत दडवून टाकलेलं होतं. कारण सगळ्या गोष्टींनाच मुळी आता ग्रहण लागलं होतं. त्यामुळे आपोआपच ते हास्य म्हणजे त्याचं एक सर्वांत भयंकर असं शस्त्रच बनलं होतं.

ते हास्य म्हणजे जणू काही एक उंच धरलेला आरसाच होतं. त्या आरशात त्याच्या अंतर्मनाशी संबंधित असलेले पैलू तो निरखू शकत होता. केव्हातरी त्याच्या हातून घडलेलं चुकीचं वर्तन, अपराधीपणाच्या भावनेतून त्याच्या हातून घडलेले गुन्हे किंवा त्याला स्वतःलाच न समजलेले त्याचे पैलू तो त्यात पाहू लागला होता. निराशा आणि टोकाची परिस्थिती जवळ आल्यावर नूरान जशी हसत असे, त्या नूरानच्या हसण्याच्या तऱ्हेशी मुमताझ अपरिचित नव्हता. त्यामुळे ती त्याला कुणीतरी बिनओळखीची व्यक्तीच वाटू लागे. आपण ज्या स्त्रीला ओळखतो, जिच्यावर प्रेम करतो ती ही व्यक्ती नव्हे, हा जणू काही आपल्या मनाच्या क्षितिजावर उगवलेला नवा ताराच आहे असं त्याला वाटू लागे. मौनाच्या कलेचा ती कसा उपयोग करी हेसुद्धा त्याला चांगलंच माहीत होतं. युगानुयुगांपासून घडवलेली एखादी ताशीव मूर्ती असावी तशी ती तेव्हा वाटू लागे. ह्या ओढूनताणून आणलेल्या हास्यामागे आणि मूक बसण्यातून ती कशी कोषात जात असे हे त्याला ठाऊक होतं. तिथं बसून ती दुःखी आणि अस्वस्थ मन:स्थितीत सारा परिसर निरखी, त्या दोघांच्या जीवनावर नजर टाकी. काहीतरी अशुभ घडणार आहे असा जणू तिला संकेतच मिळे.

अशा वेळी भोवतालची परिस्थिती तर सोडाच पण नूरानला स्वतःचं भानही उरलेलं नसे.

त्यातच भर म्हणून वियोग आणि त्यातून निर्माण झालेल्या यातना त्याच्या मनात वेगवेगळ्या स्थानांवर असलेल्या अनेक नूरानवर जणू झडपच घालत होत्या. त्याची ज्या स्त्रीशी जवळीक निर्माण झाली होती, जिच्याबद्दल त्याच्या मनात निष्ठा निर्माण झाली होती त्या स्त्रीमधील भयचकित करणारी वैशिष्ट्यं जणू लुप्तच होऊन गेली होती. त्याच्या काळजात खुपसला गेलेला खंजीर त्याला एकदाच ठार मारून मुक्ती देत नव्हता. त्याला जे विष प्यावं लागत होतं त्यामुळे ताबडतोब मरण न येता वेदनेनं तळमळावं लागत होतं. त्याला ज्या निरागस आनंदाचं भरतं आलं होतं तो आनंद आता जराही शिल्लक राहिला नव्हता. प्रेमात पडलेल्या स्त्रीला येणारं प्रेमाचं भरतं, प्रेममोहिनीत गुरफटून गेल्यामुळे मनाला आलेला आवेग, कुणीतरी आपल्यावर जीव तोडून प्रेम करतंय ह्या भावनेच्या जगात राहायची सवय, ती सुरक्षितपणाची भावना, ती बुद्धीनं आणि उत्साहानं मारलेली भरारी ह्यातलं काही काही म्हणून शिल्लक राहिलं नव्हतं. शाश्वत सुख म्हणून जे वाटत होतं त्याचा काचेच्या फुटक्या पेल्यासारखा चक्काचूर झाला होता. हिऱ्याचं काठिण्य अनुभवास आल्यामुळे वसंतऋतूला आलेला बहर ओसरला होता. सगळ्यात दयनीय कुठली गोष्ट होती तर मुमताझ ज्या रस्त्यांवरून पूर्वी गेला होता ते रस्ते त्याच्या आठवणींतून कधीच पुसले जाणार नव्हते. नूरानच्या

गूढ स्मिताच्या आरशात त्याची कल्पनाशक्ती सतत हरवलेल्या स्वर्गीय दुनियेची स्वप्नंच पाहणार होती.

एखादं गाणं, चालताना रस्त्याच्या कडेकडेनं पडणारा उजेडाचा कवडसा, संभाषणाच्या भरात मधेच उच्चारलेलं एकच वाक्य, वाटेत लागणारं फुलांचं दुकान, भविष्याबद्दल पाहिलेली स्वप्नं, काम सुरू करण्याचा केलेला निर्धार. हे सगळं सगळं मुमताझ भूतकाळाचा चष्मा लावून पाहत असल्यामुळे तो मनानं मागच्या वर्षात जाऊन पोहचत असे. तिथं पोहचल्यावर मात्र एकदम शुद्ध आल्यागत होऊन तो पुन्हा वर्तमानात येत असे.

खरं सांगायचं तर अरेबियन नाइट्समधील मोच्याप्रमाणे मुमताझही दुपेडी आयुष्य जगत होता. एकीकडे त्याला आपल्या जीवनातील सुंदर दिवसांच्या आठवणी सोडत नव्हत्या. पण सकाळ झाली की वियोगाचं दुःस्वप्न त्याला छळण्यासाठी त्याच्या अंतर्मनाला ग्रासून टाकी. आपल्या कल्पनाविश्वात रममाण होणारा हा तरुण मुलगा एकाच वेळेस स्वर्ग आणि नरक सहन करत होता. झोपेत चालावं तसं तो ह्या दोन्ही सीमारेषांच्या आत आपलं जीवन जगत होता. एका अत्यंत खोल अशा पोकळीत असताना मधेच तो दचकून जागा होई. मनाच्या ह्या दोन परस्पर विरुद्ध अवस्थांमध्येच तो आपल्या आसपासच्या लोकांशी बोले, अभ्यासक्रम शिकवी, विद्यार्थ्यांच्या बोलण्याकडे लक्ष देई, त्यांना नेमून दिलेलं काम कसं करायचं ते समजावून सांगे, मित्रांच्या शंकांना उत्तरं देई आणि कुणी बोलता बोलता खिंडीत गाठलंच तर वादविवादही करी. एकूण काय तर तो आपलं नेहमीचं आयुष्य जगत चालला होता.

मन अस्वस्थ करणाऱ्या आठवणींच्या कळपातून वाट काढत जीवन पूर्णार्थानं जगण्याचा प्रयत्न करताना पावलोपावली मुमताझला खूपच क्लेश सहन करावे लागत होते.

मधूनमधून असं होई की त्याचं जीवन म्हणजे सतत टाळण्याची एक मालिकाच बने. एखादं भुताटकीनं भरलेलं जहाज असावं तसा तो व्याकूळ अवस्थेत इस्तंबूलच्या रस्त्यांवरून भटकत राही. मग त्याला हव्या असलेल्या एखाद्या ठिकाणी तो आपोआप पोहचला की त्याच्या मनातला वादळवारा त्याला पुढे पुढे ढकलत राही. मग अनैच्छिकपणे त्याच्या मनाचं सुकाणू टाकलं जाई, शिडात वारा भरे आणि तो मार्गक्रमण करत पुढे जाई.

मुमताझच्या मेंदूत जर संवेदनशीलता नसती तर तो ह्या पृथ्वीतलावरून केव्हाच नष्ट झाला असता. परंतु ज्या दुहेरी व्यक्तिमत्त्वानं मुमताझच्या प्रेमसंबंधात खो घातला

होता त्याच दुहेरी व्यक्तिमत्त्वानं त्याला नष्ट होण्यापासून सावरलं होतं. त्याला आतून कितीही उद्ध्वस्त झाल्यासारखं वाटलं तरी बाहेरून मात्र तो खंबीर आणि कामात गढलेला वाटे. किशोरावस्थेतून तारुण्यावस्थेत जाताना त्यानं स्वतःकडे आसुसलेल्या नजरेनं निरखून पाहिलं होतं तेव्हा त्याला आपणात काय आहे ते चांगलं समजलं होतं आणि आपला दृष्टिकोण, आपली समजूत कशी वळवून घ्यायची तेसुद्धा चांगलं समजलं होतं. त्याला समजलं होतं की आपल्याला आपल्या वैयक्तिक जीवनात भाबडं, बावळट, दुःखी किंवा बालिश राहण्याची शिक्षा अगदी मरेपर्यंत मिळालेली आहे.

'कसलाच विचार म्हणून करायचा नाही' असा निर्धार केलेला माणूस जसा चालेल तशा पद्धतीनं मुमताझ तडक चालू लागला. बाजारातून तो नुरू ओस्मानिये रस्त्यावरून बाहेर पडला आणि तिथून खाली उतरू लागला. त्याला भाडेकरूला लवकरात लवकर भेटायचं होतं. आपल्याला दिलेली सर्व कामं त्याला शक्य तेवढ्या लवकर उरकायची होती. इहसानचा आजार हटायला हवा होता. तब्येत सुधारायला हवी होती. तेवढ्यात एका भिकाऱ्यानं त्याच्यापुढे हात पसरले. एका चाकं लावलेल्या फळकुटावर तो भिकारी बसला होता आणि हातातल्या लाकडी फळ्यांना जोर लावून फिरत होता. त्याचे वाकलेले, पातळसे पाय कोळ्याच्या पायांसारखे त्याच्याच खांद्यांवरून लटकत होते. पायाच्या अंगठ्याच्या चिमटीत धरलेल्या सिगरेटचे तो लांब लांब झुरके घेत होता. त्याच्या तोंडावरील फिकटपणा, त्याचा अस्ताव्यस्त अवतार आणि त्याला असलेलं व्यंग ह्या सर्वांचा परिणाम मुमताझवर झाला नसता तर एक अपंग भिकारी ह्या त्याच्या रूपाऐवजी तो एक कसरत करणारा निष्णात कसरतपटू किंवा एखादा कुशल बॅलेनर्तकच वाटला असता. तो बॅलेनर्तकसुद्धा कसा तर नृत्याच्या आवेगतालाच्या ठेक्यावर क्षणात कोळी होणारा, क्षणात धुमकेतू होणारा, सुरुवातीला हंसासारखा डौलदार तर पुढल्या क्षणी समुद्रावर दूर गेलेल्या जहाजासारखा चपळ!

अशक्तपणामुळे फिकुटलेल्या त्या माणसाला सिगरेटचे झुरके घेतल्यामुळे खूपच सुख मिळत असल्याचं दिसत होतं. त्याच्या फेंदारलेल्या, जाडजूड मिशांतून त्याचं वय समजून येत होतं. मुमताझनं पुढे केलेले पैसे त्यानं घेतले. मुमताझ तिथं तसाच उभा राहिला. जणू काही पैसे मिळाल्यावर कृतज्ञता म्हणून तो माणूस जणू काही आणखी एखाद्या आश्चर्यकारक आसनात जाणार होता किंवा आपल्या अंगातील दुसरा एखादा गुण दाखवणार होता. त्याऐवजी त्या माणसानं डोकं खाली झुकवून चेहरा लपवला आणि सिगरेटचा आणखी एक झुरका ओढून हातातल्या लाकडी फळ्यांनी स्वतःला पुढे खेचलं. त्यानं आपले पाय खांद्याभोवती लटकावलेले असल्यानं त्याची पुढे आलेली

छाती फांद्या फुटलेल्या झाडासारखी दिसत होती. तो भराभरा रस्त्याच्या पलीकडे गेला आणि नव्यानं दुरुस्त केलेल्या, उन्हात चमकणाऱ्या भिंतीला टेकला. ह्या अवस्थेत तो एखाद्या दुःस्वप्नासारखा किंवा अर्धवट उबलेल्या कल्पनेसारखा दिसत होता. रस्त्यावर नेहमीच पडलेली एखादी वस्तू दिसावी तसा वाटत होता.

मुमताझनं आपल्या सभोवताली लक्ष केंद्रित केलं. टळटळीत उन्हातल्या त्या मोडक्यातोडक्या रस्त्यावर मोडकळीला आलेली घरं, उघडे दरवाजे, बाहेर आलेल्या खिडक्या आणि सौधावर वाळत घातलेले कपडे असं काहीबाही दृश्य होतं. तो रस्ता एवढा लांबलचक होता की तो अनादी अनंत असून कधी संपणारच नाही की काय अशी चिंता मनात निर्माण करत होता. उन्हात तो एवढा तळपत होता की स्वतःचंच अंग सोलून काढतोय की काय असा भास होत होता. रस्त्याच्या कडेला केवढं तरी तण माजलेलं होतं. तेवढ्यात एका बागेच्या बुटक्या भिंतीवरून मांजरीनं उडी मारायला आणि तिथल्याच लाकूड कापायच्या गिरणीतली करवत घुमायला एकच गाठ पडली. जणू काही मांजरीनं उडी मारून सिग्नलच दिला होता.

'हा रस्ताच थकलाभागलेला आहे, महारोग झालाय ह्या रस्त्याला. त्यामुळे कडेच्या घरांच्या भिंती सडल्यासारख्या दिसतात.' मुमताझच्या मनात निरर्थक विचार आला आणि तो विचार त्याच्या मनात घट्ट रुतूनच बसला. काही केल्या जाईना.

तो जेव्हा जेव्हा वर पाही तेव्हा तेव्हा त्याला जाणवे की येणारे-जाणारे वाटसरू थांबून त्याच्याकडे टक लावून पाहात आहेत. त्याच्या लक्षात आलं की आपल्याला बरं नाहीये असं त्यांना वाटतंय. वेदनेमुळे त्याला एका घराच्या महारोगी भिंतीला टेकून उभं राहावं लागलं होतं. रस्ता मात्र पुढे पुढे जातच राहिला होता आणि सूर्य त्या रस्त्याची कांती सोलवटत राहिला होता.

एक मुलगा त्याच्यापाशी येऊन म्हणाला, ''पाणी हवंय का तुम्हाला?''
''नको.'' मुमताझला फक्त तेवढेच शब्द उच्चारणं शक्य झालं. त्याला फक्त ह्या रस्त्यावरून उठता आलं तर बरं झालं असतं. पण त्याच्या पायाखालचा रस्ता घसरायचा थांबून एका जागी उभा राहिला असता तरच त्याला चालणं शक्य झालं असतं ना! म्हणजे हा त्याचा शेवट होता की काय? अंत किंवा मोक्ष म्हणतात तो हाच होता? सर्व काही संपवून पडदा पाडण्याची वेळ येते म्हणतात ती हीच होती? हीच का ती महान आणि सर्व काही शमवणारी मुक्ती होती? त्याच्या मनात साठलेल्या विसंवादाला आता ओरडून सांगायला हवं होतं, ''चला, निघायची वेळ झाली.'' मग मनाची दारं उघडून त्या विसंवादाला मुक्त करायला हवं होतं. त्यानंतर मनातील प्रत्येक स्मृती, प्रत्येक

दृश्य आणि प्रत्येक कल्पनेचा कणनूकण हाकलून द्यायला हवा होता. त्यानंतर मग केवळ एक सामान्य वस्तू म्हणून त्याचं अस्तित्व राहणार होतं. एक निर्जीव आणि कसलंही भान न उरलेलं एक अस्तित्व राहणार होतं त्याचं. जणू काही सापानं टाकलेली चमकदार कात असावी ना तशी! किंवा वरच्या बाजूला जाणारा तो रस्ता, भिंती आणि घरं असतात ना तसं. त्या घरांवर आणि भिंतींवर उन्हाचे कवडसे पडले होते ते महारोगानं त्वचा कुरतडल्यासारखे वाटत होते. अस्तित्वाचं वर्तुळ भेदून उरलेल्या प्रत्येक विसंगतीपासून त्याला मुक्ती हवी होती.

सहा

एखादी मांजरी बाळंत होताना तिला जशा वेदना व्हाव्यात तशा वेदनांनी विव्हळत असल्यासारखा तो भाडेकरू आपल्या छोट्याशा दुकानात घिरट्या घालत होता. भिंती, गोण्या, सामान ठेवलेल्या पिशव्या, टोपल्यांत ठेवलेले खिळे आणि शिंक्यात लटकावून ठेवलेलं फालतू सामान त्याच्या आसपास पडलं होतं. अशाच कशापासून तरी सुटण्याच्या हेतूनं तो सतत हात चोळत असावा असं वाटत होतं.

मुमताझला पाहता क्षणी दुकानदारानं डोळे बारीक केले. आलेल्या पाहुण्याचं स्वागत करण्याची ती त्याची पद्धत होती. मागील कित्येक वर्षं त्यानं मेजापाशी बसून घालवली होती. आपल्या छोट्याशा जागेत बसून लोकांकडे डोळे बारीक करून पाहण्याची सवयच त्याला लागली होती.

"ये, ये, तरुण गृहस्था, मी तुझीच वाट पाहात होतो." हे त्याचं वागणं त्याच्या नेहमीच्या वागण्याशी एवढं मिळतंजुळतं होतं की तो ते शेवटलं वाक्य बोलला नसता तर मुमताझला नक्कीच वाटलं असतं की ह्या माणसानं आपल्याला पुन्हा पुन्हा जे निरोप धाडले ते त्यानं धाडले नसून कुणीतरी त्यांची थट्टामस्करीच केलीय. ह्या विचारात मशगूल असतानाच त्यानं भाडेकरूच्या प्रश्नांना उत्तरं दिली.

"बरे आहेत ते! तुम्ही विचारलंत म्हणून आभार. त्यांनीही तुम्ही कसे आहात असं विचारलंय. सध्या जरा हवा बरी नाहीये ना म्हणून त्यांना थोडा त्रास होतोय... धन्यवाद." बोलत असताना मुमताझला जाणवलं की हा म्हातारा भाडेकरू पहिल्यासारखा निर्विकार उरलेला नाही. आशा, अपेक्षा ह्या भावनांची त्याच्याही हृदयात घुसळण होतेय. त्यामुळे सुरक्षिततेच्या भावनेनं त्याच्या मनात शिरकाव केलेला आहे.

“तू कॉफी किंवा काहीतरी थंड घेशील ना रे?”

मुमताझनं त्याचा पाहुणचार नाकारला. ते दुकान, त्या गोण्या, कचरा ठेवलेल्या त्या पिशव्या ह्यामुळे त्याला अगदी कसंसंच होऊ लागलं होतं. शिवाय त्या माणसाचाही फार आग्रह करण्याचा इरादा नव्हताच. मागील वीस वर्षं तो म्हातारा स्वतः पोटदुखीनं हैराण झालेला होता. त्यामुळे दोन जेवणांमध्ये काही खाल्लं, प्यायलं तर पचनसंस्थेचा तोल कसा ढळू शकतो हे त्याला चांगलंच ठाऊक होतं. म्हणून एकदा नम्रपणे विचारल्यानंतर तो आपल्या मूळ कामाकडे वळला. जणू काही एखाद्या मालगाडीनं आरामशीर, प्रवासी आगगाडीला वाट करून द्यावी तसा अगदी आनंदानं त्यानं मूळ मुद्द्याला हात घातला. “रिटेल स्टोअरसाठी आणि स्टोअर गोदामासाठी करारनामे बनवून तयार आहेत हं माझ्यापाशी.” तो म्हणाला.

कोपऱ्यात असलेल्या खुराड्यासारख्या त्या दुकानाला रिटेल स्टोअर म्हणणं आणि कोंदट तळघराला स्टोअर रुम म्हणणं म्हणजे अगदी अतीच होतं, पण त्यामुळे बिलकूल न बिचकता म्हाताऱ्यानं ताबडतोब मुमताझच्या समोर दोन करारनामे पसरले. “तुमच्यापाशी तुमच्या काकूंचा सहीशिक्का असेलच ना?”

मुमताझनं सहीशिक्के आणले होते. करारनामेसुद्धा व्यवस्थित लिहिलेले दिसत होते. मुमताझनं आपल्या काकूच्या वतीनं त्यावर सह्या केल्या. मग त्या माणसानं आपलं पाकीट बाहेर काढलं आणि तो म्हणाला, “मी पूर्ण वर्षाचं भाडं देणार आहे.” असं म्हणून त्यानं पाकिटातून एक लिफाफा बाहेर काढला.

‘आता मात्र ह्याला नक्कीच वेड लागलेलं आहे.’ मुमताझच्या मनात आलं.

मुमताझनं तो निळा लिफाफा हाती घेतला आणि त्यावर नजर टाकली. त्यात नोटा सोडून दुसरंच काहीतरी असेल असंच त्या नजरेत स्पष्ट दिसत होतं. त्याच क्षणी टेलिफोन वाजला. त्याबरोबर तो माणूस एकदम दचकून उठला. त्याच्या अशा वागण्याचा परिणाम त्याच्या आसपासच्या लोकांवरही होत असे. आत्ताही त्या दोन्ही माणसांना ओळखत असणारे दुकानातले इतर बघ्ये दचकले. मुमताझसुद्धा एकदम दचकून उठला. इहसानला काही झालं तर नसेल ह्या काळजीनं त्याचा ठोका चुकला होता. घरचे लोक इथं फोन करून त्याला नक्कीच गाठू शकत होते.

“जस्त विकत घ्या. मी तुम्हाला सांगितलं जस्त आणि कच्चं चामडं... तेवढं घेतलं की बास झालं. तुम्हाला जेवढं मिळेल तेवढं विकत घ्या. बाकीचं सगळं विसरून जा. फक्त जस्त आणि कच्चं चामडं.”

केवळ जस्त आणि कच्चं चामडं सोडून जगाच्या पाठीवरल्या सर्व गोष्टी विसरून

जाण्याचा त्याचा निर्धार ह्या पूर्वी मुमताझनं कधीच पाहिला नव्हता. त्यानंतर त्या म्हाताऱ्याच्या स्वरात संशय डोकावू लागला. "आपल्याला मोटर्सबद्दल काय ठाऊक आहे? मी सांगतोय तसं करा." तो ओरडला.

त्यानं फोन ठेवून दिला आणि तो मागे रेलून बसला. आपलं बोलणं लोकांनी ऐकल्यामुळे त्याला चिंता वाटत असल्याचं जाणवत होतं. मग काहीतरी चाळा म्हणून त्यानं डोळ्यांवर चष्मा चढवला. मग खूप दूरवरून बोलत असल्यासारखं त्यानं मुमताझला विचारलं, "लिफाफ्यातला ऐवज व्यवस्थित आहे ना?"

मुमताझनं निळा लिफाफा आपल्या खिशात सारला. त्याचे डोळे टेलिफोनवर खिळले होते. जणू काही ते विचारत होते की तुम्हाला आणखी काही सांगायचं आहे का आम्हाला? मग त्यानं दुकानदाराचा निरोप घेतला. निरोप घेता घेता त्याला एकदम संकोचल्यासारखं होऊन दुकानदाराच्या तोंडाकडे पाहणंही शक्य होईना.

एखादी राजकीय चर्चा ऐकल्यावर किंवा कागदपत्र वाचल्यावर सध्याच्या राजकीय घडामोडींबद्दल माहिती मिळाली असती त्यापेक्षा केवढीतरी अधिक माहिती केवळ ते संभाषण ऐकून त्याला मिळाली होती. त्या संभाषणातलंही केवळ अर्धंच संभाषण त्याला ऐकायला मिळालं होतं. लढाई आता अगदी उंबरठ्याशी येऊन ठेपली होती. तो अस्वस्थपणे धडपडत हळूहळू चालू लागला. चालता चालता त्यानं बऱ्याचदा कपाळावरचा घाम पुसला.

"आता लढाई होणार." तो म्हणाला. कारण ही सगळी जी साधनांची जुळवाजुळव चालली होती ती साधीसुधी नव्हती. त्यामागे निश्चित असं संघटन होतं. शंभर टक्के, नव्हे हजार टक्के निर्धार त्यामागे होता. अशा सर्वच दुकानांतून अशीच शांतपणे तयारी चालू होती. टेलिफोनचा वापर त्यासाठीच तर केला जात होता. जस्त, कच्चं चामडं, रंग आणि यंत्रांचे भाग बाजारातून काढून घेतले जात होते, संख्या बदलत होत्या, शून्याचा गुणाकार होत होता, प्रगतीच्या संधीही कमी होत होत्या. ह्याचाच अर्थ लढाई जवळ येऊन ठेपली होती. आम्हीही लढाईवर जाऊ, आमच्यातले सर्वच जण जातील. त्याला भीती वाटत होती का? त्यानं स्वतःचाच सखोल अंदाज घेतला. आपण घाबरत नाही असंच त्याला स्वतःला वाटत होतं.

त्याला जे वाटत होतं त्याला भीती असं निदान त्या क्षणी तरी म्हणता आलं नसतं. तो फक्त बेचैन झाला होता. काहीतरी रंगहीन, आकारहीन अस्तित्व त्याच्या अंतरंगात वेटोळं घालून बसलं होतं. त्या प्राण्याचा स्वभावही त्याला अजून कळायचा होता. ते नक्की काय आहे ते ठरवण्यासाठी त्याला प्रतीक्षा करावी लागणार होती. मला

नाही मरणाची भीती वाटत! कारण मी माझं सारं आयुष्यच मृत्यूच्या सान्निध्यात काढलेलं आहे. त्यामुळे मृत्यूला घाबरण्याचं कारण मला दिसत नाही. परंतु लढाई म्हणजे नुसता मृत्यूच नसतो. विशेषतः लढाईत जे आघाडीवर असतात त्यांच्या दृष्टीनंही तो केवळ मृत्यू नसतो. तसं पाहाता नुसताच मृत्यू सोपाच होता की! कधी कधी एखाद्यासाठी तो सुटकेचा मार्गही बनू शकतो. मुमताझ मृत्यूकडे मोक्षभूमी ह्याच दृष्टीनं पाहात आला होता. मृत्यू हा असा दूरचा किनारा होता की तो प्रत्येकाला केव्हा ना केव्हा गाठायचा होता. एखाद्या पोहणाऱ्याला नाही का वाटत की आपण शेवटचे पाच-दहा फटकारे मारल्यावर आपले पाय जमिनीला टेकतील आणि मग आपली दमणूक पूर्ण नाहीशी होईल, असा किनारा असतो मृत्यू! बहुतेक लोक मृत्यूकडे ह्याच नजरेनं पाहात असतील. मृत्यू हा मुळात काही एवढा भीषण नव्हता. परंतु जेव्हा इतर सर्व गोष्टींसारखी त्याच्यासाठीही जेव्हा ओढाताण करावी लागत होती तेव्हा ही मूलभूत कृती, हा आधीपासून ठरलेला करार म्हणजे गुंता होऊन बसलेल्या लोकरीच्या गुंड्यासारखा होत होता. हा गुंता ना धड कधी सोडवता येत होता. पाण्यात मारायच्या शेवटच्या पाच-दहा फटकाऱ्यांएवढं अंतरही हजारो अडथळ्यांनी भरून जावं तसं होत होतं कधी कधी. मुमताझच्या मनात अनेक विचारांनी दाटी केली होती. दुरावा, एकाकीपणा, दुःख, प्रेम... सारे सारे कष्ट तिथं त्या उंबऱ्याशी जाऊन संपणार होते. पण आपण सगळेच जण असा विचार करतो का? आपण सगळे जण मृत्यूची मुलं असतो की जीवनाची? नाना ऋतूंचे हात आणि निरंतर अंधाराची बोटं ह्यातील कुठल्या बळामुळे आमच्या देहबुद्धीतील घड्याळ चालतं? मृत्यू अटळ आहे, अंतिम आहे. पण तरीही माझ्या क्षुद्र प्राणांना जेव्हा जीवनाची लॉटरी लागते तेव्हा मला जाणवतं की अगदी सर्वात छोट्या मूलकणापर्यंतची ही सर्वच निर्मिती केवळ माझ्यासाठी सजीव होऊन ह्या जगात आलेली आहे. तसं जर असेल तर ह्या भावना आणि संवेदनांच्या स्वर्गात, ह्या हास्यास्पद खुळ्या मायावी दुनियेत मला माझं जीवन अगदी उत्कटपणे जगू द्या की! पण नाही. तो असा विचार करू शकत नव्हता. कारण तसा विचार करणं अगदीच बाळबोधपणाचं लक्षण होतं. कारण त्याचा अर्थ होता कायमच बहिर्मुख राहणं, फक्त वरवरचं जीवन जगणं. पण आपण काही फक्त दरवाजाशीच उभे राहात नाही. आपण त्या जीवनधामात प्रवेश करतो आणि तेथील मालकी घेतो, ते घर स्वीकारतो आणि जगजाहीर करतो की ते आमचं आहे. आपण त्याची इच्छा करतो आणि तसं करताना आपल्याला आनंद मिळतो. जे आपल्याला सोडून जातात त्यांच्या वियोगानं आपण रडतो, त्यांच्या पायावर पडून म्हणतो, 'जाऊ नका. मला सोडून जाऊ नका.' आपण स्वतःला कशापासूनही विलगच होऊ देत नाही.

आपण काही मेजापाशी बसणारे नुसतेच मूक पाहुणे नसतो. आपण आपल्या परिसरात सतत काहीतरी निर्माण करत असतो, काहीतरी घडवत असतो. भौतिक परिस्थितींची निरंकुश अवस्था म्हणजे जीवन असं आपल्यातलं कुणीच मानत नाही. अगदी जे विचारवंत लोक ह्या विषयाचं पृथक्करण करण्याच्या कामी गढलेले असतात तेसुद्धा अगदी शेवटपर्यंत जीवनाच्या खेळात गुंतलेलेच राहातात. प्रत्येकच चीज आमच्याकडून येते, आमच्यासोबत येते आणि आमच्या माध्यमातून घडते.

मृत्यूही अस्तित्वात नसतो आणि जीवनही अस्तित्वात नसतं. अस्तित्वात असतो ते आपण! बाकी सर्व गोष्टी आणि घटना म्हणजे काळाच्या आरशात घडून नाहीसे होणारे प्रचंड मोठे किंवा लहानसहान अपघात असतात. मंगळावरील एखादा ज्वालामुखी पर्वत उफाळतो आणि त्याचे तुकडे तुकडे होतात. चंद्राच्या पृष्ठभागावरील वितळलेल्या लाव्हाचे झरे घट्ट होतात. आकाशगंगेत नव्या सूर्यमाला दिसू लागतात तेव्हा दुधाचे प्रचंड मोठ्ठे थेंब असल्यासारख्या त्या दिसतात. ते थेंब त्या आकाशगंगेतील सूर्याच्या प्रकाशात चमकत असतात. समुद्रांच्या तळाशी पोवळ्यांचे खडक तयार होतात. वाऱ्याच्या झोतावर एप्रिल महिन्यात फुलणारी डेझीची फुलं लहरत असतात तशी चंद्रम्याच्या छायेत तारकादळे लखलखत असतात. पक्षी किड्यांना खातात, झाडाच्या एका फांदीवर हजारो, लाखो अळ्या एकाच क्षणी जन्म घेतात आणि हजारो, लाखो किडे जमिनीच्या आत नांदत असतात. ह्या सर्व घटना घडतात त्या कुणाच्या इच्छेनं घडत नाहीत. आपण ज्याला निसर्ग म्हणतो त्या अत्यंत विशाल, दुर्मीळ आणि अजोड अशा सृष्टिमौक्तिकाची ती तेजस्वी आणि क्वचित प्रसंगी काळवंडलेली अशी परावर्तनं असतात. सृष्टी म्हणजे काळाला आलेला एकमेव बहर असतो, युगानुयुगापासून अस्तित्वात असलेलं कमळ असतं ते!

फक्त मनुष्यजातीसाठीच काळ एकसंध असतो, अमर्याद असतो. तो काळ मनुष्यांना दोन भागांत विभागतो. ह्या काळामुळेच मंद तेवणाऱ्या कंदिलाची काजळी धरलेली चमक मनुष्याच्या अंतरात जळण्यासाठी धडपडत असते. हाच काळ किचकट अंकगणिताची मानवाला समजेलशा भाषेत ओळख करून देतो. जमिनीवर पडलेल्या सावल्यांवरून मानव काळाला मोजतो. हा काळच जीवनाला मृत्यूपासून विलग करतो. घड्याळाचा लंबक झुलावा त्याप्रमाणे मानवानं स्वतः निर्माण केलेल्या जीवन आणि मृत्यू ह्या दोन परस्परविरुद्ध ध्रुवांत त्याच्यातील चैतन्य लंबकासारखं झुलत असतं. त्या त्या काळाच्या चौकटीत बंदिस्त असलेली मानवजात निकरानं धडपडत असते, तिला त्या चौकटीच्या बाहेर जायचं असतं. काळाच्या ओघात हरवून जाण्याऐवजी

किंवा विशाल, निरंतर वाहत्या कालनदीत इतर जे काही वाहात चाललंय त्यासोबत निमूटपणे वाहात जाण्याऐवजी मानवजात प्रयत्न करते की ह्या कालनदीचा अर्थ आपण काठावर बसून जाणून घ्यावा. त्यामुळे काळ म्हणजे एक यातनायंत्रणाच बनून जातो. एक उडी मारली की आपण मृत्यूच्या अशा ध्रुवावर पोहचतो ज्या ठिकाणी सारं काही संपणार असतं. आपल्याला पूर्णांकांचा भागाकार करता येतो पण त्यामुळेच आपल्या नशिबी अपूर्णांक होऊन राहणं येतं. अपूर्णांक असणं हीच आपली नियती आहे हे खरं तर आपण मान्य करायला हवं. परंतु तेवढ्यात काळाच्या गतीमुळे आपला लंबक दुसऱ्या ध्रुवाकडे पोहचतो. तिथं जाऊन आपण जीवनातच उतरतो, आपल्यात स्फूर्ती संचारते, मग पुन्हा आपण आपल्यातील जडत्वाच्या हातातील अंदाधुंदपणे धावणारं खेळणं बनतो. पण तरीही पुन्हा एकदा त्या लंबकाच्या मूलभूत गुणधर्मानुसार तो हलतो आणि पुन्हा मृत्यूकडे जाऊन झुकतो. अशा तऱ्हेनं त्यानंतर आपला छळ कित्येक पटींनी वाढतो.

नियती असे काही गुंतागुंतीचे धागे गुंफते, कारण मानवजात आपल्या बुद्धिमत्तेच्या जोरावर काळाच्या मर्यादा उल्लंघून जाण्याचा प्रयत्न करते. मानवजात प्रेमाचा नियम मानत नाही. ती परिवर्तनातच स्थैर्य शोधण्याच्या नादी लागते. पण रात्रीच्या वेळेस सावल्या बघण्यासाठी वापरल्या जाणाऱ्या छोट्याशा दिव्यातून मिळणाऱ्या प्रकाशाची गुलामगिरी पत्करणं हीच मानवजातीची प्रत्यक्ष नियती असते. म्हणजे जे साधन सावल्या आणि काळोखाचं तळघरात रूपांतर करतं. त्याचेच आपण गुलाम होतो. आपण प्रकाशाच्या छोट्याशा, अशरीरी बटुरूपावर बांडगुळासारखे जगू लागतो, त्याचे गुलाम होतो. तथापि, मूळ जीव हा अग्नी आणि जल ह्यांच्यातील क्रियाप्रतिक्रियांतून जन्मलेला असतो. त्याला अधिक अंतर्दृष्टी असते. ज्या अनुभवांतून तो जन्मलेला असतो त्यातून निर्माण होणाऱ्या दुःखाची आणि आपल्या परिसरातील अशक्य गोष्टींची त्याला जाणीव असते. म्हणूनच गटेनं ग्रीक पुराणकथेबद्दल लिहिलं आहे की समुद्रपरी असलेल्या गलातियाच्या वाहनावर त्या जीवाला धडक मारायची असते आणि आपलं छोटंसं काचेचं आवरण फोडून टाकायचं असतं. म्हणजे मग तो जीव अनंत, निराकार अशा अवकाशातील मोकळ्या, विशुद्ध हवेत विलीन झाला असता. पण रात्रीच्या वेळेस लावायच्या छोट्याशा दिव्यापाशी हे धैर्य कुठलं? मग त्यानं स्वतःसाठी एक दंतकथा रचली. त्याची त्या दंतकथेवर श्रद्धा होती. त्याला जीवनाचा स्वामी बनायचं होतं. पण प्रत्यक्षात मृत्यूनंच त्याचा घास घेतला. मुख्य नदीपासून वेगळा झालेला एखादा ओहळ ज्याप्रमाणे पुढ्यात येणाऱ्या पहिल्या छिद्रातून

बाहेर जायची संधी शोधतो तेव्हा त्याच्या मनात अनेक भ्रम असतात त्यांचाच तो बळी ठरतो. त्या भ्रमांतील एक मोठा भ्रम हा असतो की तसं केल्यामुळे त्याला स्वतःचं स्वतंत्र अस्तित्व मिळेल हा! मानवजातीला सोसाव्या लागलेल्या वेदनांइतकं सहज नैसर्गिक दुसरं काहीच नसतं. आपल्या अस्तित्वाची–प्रामाणिक अस्तित्वाची–किंमत त्यानं आपल्या सदसद्‌विवेकबुद्धीचा बळी देऊन चुकवली खरी, परंतु मानवजात तेवढ्यावरच थांबली नाही. ह्या महान, अपरिवर्तनीय आवश्यकतेनंतर तिनं नवनवी नशिबं पुनःपुन्हा निर्माण केली. मानवजात जगली म्हणून तिनं अनेकानेक मृत्यू निर्माण केले. पण हे मृत्यू अस्तित्वाच्या चिंतेचीच फलनिष्पत्ती होते. कारण खरा मृत्यू म्हणजे काही यातना नसतात तर ती असते मुक्ती. मी हे सारं काही मागे सोडून जात आहे. कारण मला त्या अनंतात विलीन व्हायचं आहे. मी स्वतःच ते भव्य मौक्तिक बनलो आहे, ज्या ठिकाणी चेतना नाहीशी होते तिथं मी केवळ एक धूलिकण नसतो तर मी स्वतःच अनंत असतो. जिथं प्रकाशाची छाया पडत नाही, त्या चेतनेच्या सीमारेषेवरचं मी आतूनच प्रकाशमान झालेलं आणि तेजानं तळपणारं एक भव्य, शुभ्रधवल कमळ असतो. पण खरंच तसं असतं का? मुमताझ विचार करू लागला, 'मी विचार करतो म्हणूनच मी आहे. मला जाणवतं म्हणून मी आहे. मी धडपड करतो म्हणून मी आहे. मी वेदनेनं पिळवटतो म्हणून मी आहे. मी वाईट आहे. म्हणून मी आहे, मी मूर्ख आहे म्हणून मी आहे. मी आहे. मी आहे, मी आहे.'

सात

गोंधळलेल्या अवस्थेतले त्याचे विचार अक्षरशः सैरावैरा धावत होते. त्या विचारांवर त्याचा कसलाही ताबा नव्हता. अशा अवस्थेतच तो एमिन्योन्यूला पोहचला. आता फक्त एखाद्या बोटीवर चढून बॉस्फरसला निघायला जमलं असतं तर फारच बरं झालं असतं. तो जवळ जवळ महिनाभर स्वतःच्या घरात झोपला नव्हता. त्याच्या अंतःचक्षूपुढे त्याचं घर आलं. ते एमिर्गानच्या अंतर्भागात होतं. जुन्या काळातल्या मदरशांच्या अंगणाची आठवण व्हावी तशी बंदिस्त बाग त्याच्या घराभोवती होती. त्याशिवाय त्याच्या घराला एक सौधही होता. त्या सौधावरून संपूर्ण बॉस्फरसचा समुद्री देखावा नजरेस पडत असे. कांदिलीपासून ते आशियाच्या बेकोझच्या बाजूपर्यंतचं आखात तिथून दिसे. उन्हात त्याच्या घराभोवतीच्या बागेत मधमाश्यांची आणि वेगवेगळ्या किड्यांची गुणगुण ऐकू येत असे. त्या बागेत एक–दोन फळझाडं म्हणजे

दारापुढे आणि बागेच्या कुंपणाला लागून अक्रोडाची आणि जंगली बदामाची झाडं होती. त्याशिवाय फुलझाडंही एवढी होती की त्यातील काहींची नावंसुद्धा त्याला ठाऊक नव्हती. दार उघडलं की आतल्या बाजूला काचांच्या भिंती असलेली छोटीशी वाट होती. त्या ठिकाणी एके काळी धान्य साठवण्याची कोठी होती. तिथूनच पुढे दगडी फरशी घातलेली ओवरी लागत असे. हा भाग उन्हाळ्यातही शीतल राहात असे. तिथं एक खूप मोठं पण कमी उंचीचं मेज ठेवलं होतं. बाजूलाच मद्य ठेवण्याचं छोटं कपाट आणि भला मोठा दिवाण होता. तिथून वर जाणाऱ्या पायऱ्या चांगल्याच लांब-रुंद होत्या. कधी कधी तो आणि नूरान त्या दिवाणावर दोन उश्या घेऊन त्यांवर रेलून बसत. पण नूरानला वरचा मजलाच अधिक बरा वाटे. तिथं असलेल्या सौधावरून आणि दिवाणखान्यातूनही बेयकोझपर्यंतचा देखावा दिसत असे. त्या दिवसांच्या आठवणींपासून दूर जाण्याची त्यानं खूपच शिकस्त केली होती. ते दिवस आता परत येणं सर्वथैव अशक्य होतं. त्याविषयी विचार करत बसण्याची ही वेळही नव्हती. इहसान अंथरुणाला खिळून पडलेला होता. त्याच्या देहातील आजार ती सांगताही येणार नाही एवढी सूक्ष्म गाठ-तिनं आता पूर्ण स्वरूप धारण केलं होतं.

शारीरिक पीडा होत असलेला इहसान वेदनेच्या भाषेत बोलत होता. त्याच्या यातनांनी एखाद्या ऑक्टोपसप्रमाणे आपले हात-पाय सर्वत्र रोवले होते. आजार त्याच्या आत होता आणि बाहेरही होता. मुमताझ पुन्हा त्याच्या बाजूला पोहचेपर्यंत त्याची तीच अवस्था राहणार होती. जोपर्यंत तो इहसानचे हात आपल्या हातात घेऊन म्हणणार नव्हता, ''दादा, कसा आहेस तू?'' किंवा जोपर्यंत त्यांची एकमेकांशी डोळाभेट होणार नव्हती तोपर्यंत परिस्थिती तशीच राहणार होती. ते झाल्यावर मगच मुमताझ नूरानच्या जगात प्रवेश करू शकणार होता. त्या ठिकाणीच तर दोन वेगवेगळ्या जगांची सीमारेषा सुरू होत होती. त्यातील एका जगात सगळं काही दुरावलेलं होतं, तिथं असं वाटत होतं की आपण निरंतर विजनवासातच राहणार आहोत. तिथल्या एकलकोंडेपणामुळं पाठीच्या कण्यातून भयाची शिरशिरी जात होती. स्त्रीसहवास नसलेल्या एकाकी पुरुषाचं ते जग होतं. नूरानच्या अत्यंत दुःखद अनुपस्थितीचं ते जग होतं. बराच काळ तो त्या एकमेकांना जोडलेल्या जगांतून भिरभिरत राहिला होता, ह्या जगातून त्या जगात भरकटत होता.

पण ज्या जगात परत जाणं त्याला अशक्य होतं ते जग काही केल्या त्याचा पिच्छा सोडत नव्हतं. ती आता जणू काही दोन तरुण स्त्रियांच्या रूपात त्याच्या पुढ्यात उभी राहिली होती. त्यातील एकीनं अत्यंत तलम असं रेशमी वस्त्र परिधान केलं होतं.

त्या वस्त्राच्या डिझाइनमधील तांबडा रंग उठून दिसत होता. दुसरी स्त्री गडबडून धापा टाकत होती. तिनं खोल गळ्याचं पिवळं वस्त्र परिधान केलं होतं. त्याचं डिझाइन अगदीच साधं असलं तरी खांद्याशी लावलेलं नक्षीदार बटण मात्र त्या डिझाइनच्या साधेपणाशी विसंगत दिसत होतं. असं वाटत होतं की ती स्त्री घाईघाईनं ते कपडे घालून तिथं आलेली आहे.

''अरे वा, मुमताझ, बरं झालं भेटलास ते. तुझी भेट झाली म्हणजे केवढं नशीब आमचं.''

''अरे, होतास कुठं तू? नजरेलाही पडला नाहीस आणि काही हालहवालही कळली नाही तुझी.''

तो अचानक भेटलेला पाहून दोघीजणी खूश झाल्यासारख्या वाटल्या.

''माझ्याकडे तुला देण्यासारखी एक बातमी आहे.'' मुआइझेझ म्हणाली.

नूरानची चुलत बहीण असलेल्या इख्लालला तो विषय बदलायचा होता. परंतु तिनं कितीही दटावलं असतं तरी आपल्याला जे काही ठाऊक आहे ते सगळंच्या सगळं मुमताझच्या कानात ओतल्याशिवाय मुआइझेझ काही गप्प बसली नसती.

पण सुरुवात कुठून करावी तेच मुआइझेझला कळत नव्हतं. आपल्याला जे काही ठाऊक आहे ते गावभर सांगत सुटण्याची सवय त्या मुलीला होती. पण तरीसुद्धा ती गोड मुलगी मुमताझला नव्यानं आवडून गेली. आज मात्र आपल्या अल्प जीवनात प्रथमच ती मुलगी हा असला विखार पसरवणार होती. तो विखार पसरवताना तिला जे माहीत होतं त्याचं ती वर्णन करणार होती आणि ते करताना मुमताझवरचा कित्येक वर्षांचा सूडही ती उगवणार होती. तो क्षण तिला अगदी चवीचवीनं उपभोगायचा होता. पण त्या क्षणाला संकटाचा तिसराही पैलू होता. खरोखर हा मुमताझ किती बेअक्कल होता. कसे काय आपण ह्या मूर्खावर भाळलो तेच तिला कळत नव्हतं. तिला ती बातमी अशा तऱ्हेनं द्यायची होती की मुमताझ तिची कितीही थट्टामस्करी करत असला, तिचं बोलणं गंभीरपणे घेत नसला तरीही त्याला समजेल की तो अजूनही तिला प्रिय आहे आणि त्याचं सांत्वन करायला ती एका पायावर तयार आहे. पण ते सांगायचं कसं हे मात्र काही केल्या तिच्या डोक्यात शिरत नव्हतं. ती फक्त मुमताझकडे टक लावून पाहात हसतच राहिली. हसता हसता तिचे टोकदार दात त्याला दिसले.

''सांग ग बये, पटकन सांग. झालं काय एवढं?'' विचारता विचारता मुमताझही हसला.

तिच्यातही एक प्रकारची आकर्षकता होती खरी. ती बोलण्यात फटकळ,

लाडावलेली, स्वार्थी आणि बेअक्कल असली तरी सुंदरही होती. एखाद्या फळाची मधुर आणि आकर्षक फोड असावी तशी होती ती! ती स्त्री आवडण्यासाठी, तिची इच्छा धरण्यासाठी किंवा तिच्यावर प्रेम करण्यासाठी त्याचं कुणी मन वळवण्याचीही गरज नव्हती. त्याला फक्त एवढंच करायचं होतं की तिचा चेहरा हातांत धरायचा, तिच्या सोनेरी केसांची सतत लहरणारी महिरप दूर करायची आणि तिचं चुंबन घ्यायचं. ते चुंबन घेता घेता तिचे ओठ चावून तिच्या दातांची धारदार चमक दिसणार नाही असं करायचं. तो तजेलदार आणि मधुर क्षण एखाद्या खोल विहिरीसारखा असेल. पण तिच्याकडून दुसरी काही अपेक्षा करणं किंवा तिच्यासह पुढलं क्षितिज शोधणं हे मात्र निरर्थक होतं. मुआइझेझची सुरुवातच मुळी तिच्यापासून होत होती आणि शेवटही तिच्यापाशीच होत होता. त्यामुळे ती मुक्त आवेगानं कुणाच्या प्रेमात पडेल अशा शक्यतेचा विचारही न करता आपल्या मार्गानं चालत राहणं हेच योग्य होतं... निदान आपल्या दृष्टीनं तरी... मुमताझच्या मनात विचार आला.

ती लवकरच वार करणार होती. ती त्याला सांगणार होती की नूरानचं लग्न लवकरच होऊ घातलेलं आहे.

इख्लालला ते सहन होईना. हे नाटक आता बराच काळ चाललं होतं. आपल्या नात्यातील व्यक्तीशी संबंधित असलेली एखादी गोष्ट अशा तऱ्हेनं उघड व्हावी हे त्या तरुण मुलीला बरं वाटत नव्हतं. नूराननं आपल्या माजी पतीशी समेट केला होता. अशा गोष्टी काय नेहमीच घडत असतात. मग त्याचा एवढा बाऊ करून त्याबद्दल चोरटेपणानं चर्चा करण्याची गरज तरी काय होती? त्यामुळे पोटात पडणाऱ्या खड्ड्याला शरण जाऊन ती मुमताझला समजावू लागली, ''कदाचित तुला समजलंही असेल मुमताझ, पण फहीर आणि नूरान ह्यांच्यात पुन्हा दिलजमाई झालीय ही काही फार मोठी सनसनाटी बातमी आहे असं नाही. उद्या ते इझ्मीर येथे एकत्र जाताहेत. लग्नसमारंभ तिथंच होणार आहे.'' आत्ता आपण जे काही बोलून टाकण्याचा मार्ग स्वीकारला त्याच्याकडे वळून बघण्यासाठीच जणू काही ती थांबली आणि लगेच तिची तिलाच खूप लाज वाटली.

मुमताझशी अशा तऱ्हेनं तटकन तोडून बोलण्याची गरज होती काय? पण मुआइझेझच्या तडाख्यातून नूरानला वाचवण्यासाठी ती आणखी वेगळं काय करू शकत होती? तिनं आपला स्वर मृदू करून म्हटलं, ''फातमा केवढी मजेत आहे ते तू एकदा पाहायला हवं होतंस. ती आनंदानं ओरडत सगळीकडे नाचत सुटलीय, पप्पा परत येताहेत, पप्पा परत येणार आणि कधीच परत नाही जाणार, असं ओरडत सुटलीय ती.''

आता सूड घेण्यासारखं बाकी काहीच उरलं नव्हतं. एखादं ओझं उतरल्यासारखा तिनं दीर्घ श्वास घेतला. मुमताझ काहीतरी प्रतिसाद देईल म्हणून ती वाट पाहात होती. म्हणजे मग तिचा जीव भांड्यात पडला असता.

मुमताझला बोलणं कठीण होत होतं पण तरीही तो म्हणाला, ''अल्ला त्यांचं भलं करो.'' ते चार शब्द त्यानं केवढ्या महत्प्रयासानं उच्चारले होते ते त्याचं त्यालाच ठाऊक. कोरड्या पडलेल्या गळ्यातून ते शब्द त्याच्या तोंडातून बाहेर तरी कसे पडले तेच त्याला कळत नव्हतं. परंतु आपला स्वर फारच घोगरा आला नाही म्हणून त्याला बरं वाटलं. जेव्हा त्यानं इख्लालकडे पाहिलं तेव्हा त्याला वाटलं की इख्लाल जणू आपल्याला म्हणतेय की, 'अजून बोल. काहीतरी बोल. मला ह्या दुष्ट सर्पासारख्या बातमीपासून वाचव.' मग मुमताझ म्हणाला, ''फातमाला आपल्या अब्बांबद्दल खूपच ओढ वाटते ना.'' त्यानंतर त्यानं दुसरा काहीतरी विषय काढला. तो हळूहळू आपल्या मनावर ताबा मिळवत होता. अजून थोडा प्रयत्न केला तर त्याला नेहमीसारखं सहज वागताही आलं असतं. तो बोलत असताना इख्लालचं नेहमीचं स्मित तिच्या ओठांवर खेळू लागलं. तिचे डोळे हसले. तिच्या चेहऱ्यावरील भावांमुळे तिच्या भुवया तिच्या निरुत्साही डोळ्यांत मिसळून गेल्यात असं वाटत होतं. त्यामुळे तिच्या कपाळाखाली एक शिथील आणि मोहक खोलगटपणा दिसू लागला. इख्लालनं आपलं स्त्रीत्व नैसर्गिकपणे अनुभवलं होतं हे मात्र निश्चित होतं. तिनं आपलं जीवन स्त्रीसुलभ विनयशीलतेत घालवलं होतं. एखादी तृप्त मांजरी असावी तशी होती इख्लाल! तिच्या आसपासचे लोक एकमेकांशी मिळूनमिसळून वागले तरी तेवढं तिच्यासाठी पुरेसं होतं. मागील काही मिनिटं ती काय विचार करत होती हे मुमताझच्या लक्षात आलं. आता तिचं चित्त शांत झालं होतं. अनेक विध्वंसक घटना घडून गेल्यानंतर तिच्या नात्यातले सर्वजण सुखी झाले होते. फहीर आपल्या पत्नीबरोबर सुखी असणार होता, नूरान आपल्या लेकीसह आणि इख्लाल आपल्या कौटुंबिकतेच्या भावनेसह सुखी होणार होती. मुआइझेझसुद्धा आनंदात होती. कारण तिनं स्वतःहून मुमताझला सांगितलं होतं की तुझं आनंदाचं क्षितिज आता पूर्णतया नष्ट झालेलं आहे. खरोखरच आता ते सर्वजण सुखावले होते आणि आपापला रस्ता धरायला मोकळे झाले होते.

''मी तुला बोटीपर्यंत सोडायला आले असते. पण मला एवढं काम आहे की...''

''असू दे, असू दे. तुझ्यामुळे माझी पाच वाजून पाच मिनिटांची बोट आधीच चुकलेली आहे...''

इहसान आजारी असल्यामुळे घरीच असल्याचा उल्लेख मुमताझला करायचा

नव्हता. कारण त्यांनी फक्त कोरडी सहानुभूतीच तेवढी दाखवली असती.

"मला खरोखरच काम आहे," असं म्हणून तो तिथून निघाला.

खूप पुढे गेल्यावर त्यानं मागे वळून पाहिलं. पिवळ्या रंगाचं आणि लाल रंगाचं वस्त्र परिधान केलेल्या त्या दोघी अजूनही बाजूबाजूला उभ्या होत्या. मुआइझेझचा स्कर्ट इख्लालच्या कुडत्याला स्पर्श करत होता. पण त्या दोघींनी आता एकमेकींच्या हातात हात घातले नव्हते. विचारांच्या एकतालावर त्यांची पावलं आता जोडीनं पडत नव्हती.

भाग दुसरा

नूरान

एक

आत्तापर्यंत सांगितल्या गेलेल्या प्रेमकहाण्यांतली ही सर्वात साधी, सरळ-सोपी प्रेमकहाणी असेल. बीजगणितातील सूत्र असावं तशी सरळसोट कहाणी आहे ही!

मागच्या मे महिन्यातील एका सकाळी प्रिन्सेस बेटावर जाणाऱ्या फेरीबोटीवर मुमताझची नूरानशी ओळख झाली. त्या आठवड्यात कुठल्याशा गंभीर रोगाच्या साथीनं त्या परिसरातील कित्येक मुलांना ग्रासलं होतं. कितीही आटापिटा केला तरी आपली लेक फातमा हिला घरात डांबून ठेवणं अशक्य आहे ही गोष्ट नूरानला पटल्यामुळे तिनं निर्धार केला की आपण तिला घेऊन बुयुकाडा नामक मुख्य बेटावर आपल्या मावशीकडे राहायला जायचं. हिवाळा सुरू होतानाच तिनं आपल्या पतीला घटस्फोट दिला होता. तेव्हापासून तिनं एकाकी, विरक्त जीवन जगण्यास सुरुवात केली होती. संपूर्ण हिवाळाभर ती इस्तंबूलला फक्त तीन की चार वेळाच–अगदीच गरज होती म्हणूनच–आली होती. हा घटस्फोट खरं तर दोन्ही पक्षांच्या संमतीनं झालेला असला तरी नूराननं एक शेवटचं सौजन्य म्हणून फहीरच्या म्हणण्याप्रमाणे आम्ही एकमेकांशी जुळवून घेण्यास असमर्थ आहोत ह्या कारणास्तव घटस्फोटाचा संयुक्त अर्ज द्यायचं मान्य केलं होतं. परंतु त्या कायदेशीर प्रक्रियेच्या धांदलीमुळे ती पूर्णतया थकून गेली होती.

ही सगळी भानगड फारच लज्जास्पद होती. ज्याच्यावर तिनं प्रेम केलं होतं, ज्याला आपली निष्ठा वाहिली होती तो तिचा नवरा, तिच्या मुलीचा बाप लग्नाला सात वर्षं झाल्यावर घर सोडून एका संशयास्पद चारित्र्याच्या रोमानियन बाईच्या नादी लागला होता. मागील दोन वर्षं हे प्रकरण चाललं होतं. ती बाई त्याला प्रवासात भेटली होती. तिच्याबरोबर भरपूर भटकून झाल्यावर एक दिवस त्यानं नूरानला सांगितलं की, "आपण ह्यापुढे एकत्र राहू शकत नाही. मला तुझ्यापासून घटस्फोट हवा आहे."

तसं म्हटलं तर मुळातच नूरानचं आणि त्याचं नातं काही फार सुखासमाधानाचं नव्हतं. ते दोघं एकमेकांना आवडत असले तरी एकमेकांना परमोच्च शारीरिक सुख कधी देऊ शकले नव्हते. फहीर खत्रूड स्वभावाचा होता. सारं काही ताटात वाढून मिळाल्यानं त्याला सुखाचाही उबग आलेला होता. तो आणि आपल्या नियतीला

मूकपणे सामोरी गेलेली नूरान हे दोघं नशिबानं अचानक गाठ बांधल्यासारखे शरीरानं एकमेकांसोबत असले तरी एकमेकांपासून मनानं दूर राहात होते. रोजच्या व्यवहारात एकमेकांना सहकार्य करत होते. फातमाच्या जन्मामुळे त्यांच्या एकाकी आणि नीरस जीवनशैलीत थोडा बदल घडून आला. फहीर जरी आपल्या लेकीवर जीव तोडून प्रेम करत असला तरी तो फारसा कुटुंबवत्सल स्वभावाचा नसल्यानं घरगुती जीवनाचा आणि त्यातील जबाबदाऱ्या घेण्याचा त्याला एकूणच कंटाळा होता. त्यातच त्याच्या बायकोच्या अंतर्मुख, सोशीक आणि सालस स्वभावामुळे तर तो आणखीनच गोंधळात पडत असे. त्याच्या मते नूरान वृत्तीनं सुस्त होती. तिला त्या निद्रावस्थेतून खडबडून जागं करण्यासाठी त्याला जवळ जवळ सात वर्षं लागली.

एक स्त्री म्हणून तिचं जीवन ऐशआरामाचं असलं तरी ते डगमगत्या पायावर उभं होतं. त्या आयुष्यात अक्षरशः काही म्हणजे काही घडू शकत होतं. कसंही वाढलेलं रान असावं तशी तिच्या मनात स्वतःबद्दलच्या न्यूनगंडाची भावना फोफावलेली होती. आपल्या स्वत्वाची जोपासना करण्याची शक्ती ठायी नसल्यानं आपलं अस्तित्व अर्धवट स्वप्नाळू आणि पेरणी न झालेल्या शेतासारखं झालं आहे ह्याबद्दल ती स्वतःलाच दोष देत असे. फहीरनं स्वतःच्या मनातील स्वामित्वाच्या भावना दाबून टाकल्या होत्या, त्यासोबत त्यानं आपल्या सर्व इच्छा, वासनाही दाबून टाकल्या होत्या. अशा तऱ्हेनं नूरानमध्ये दडलेली संपत्तीची खाण न शोधताच तो तिच्यासोबत जवळ जवळ संन्यस्त जीवनच जगत असला तरी कधीतरी त्याच्या भावनांना साथ देईल अशा तऱ्हेची आवेगयुक्त जाग तिला येईल ह्या आशेवर तो होता. तो आपल्या कामाच्या व्यापातून मधे मधे बायकोला भेटायला येत असे. त्या भेटीसुद्धा फारशा काही उत्साहवर्धक नव्हत्या. शिवाय स्त्रियांशी वागताना तो नेहमीच उथळ दिखाऊपणे वागत असे. एखाद्या खडकावर भरतीची लाट कोसळावी पण तरीही त्या लाटेचा खळखळाटसुद्धा होऊ नये असं नूरानच्या दृष्टीनं त्याचं येणं-जाणं होतं. ज्या ठिकाणी शारीरिक सुखाला खूप महत्त्व आहे अशा एखाद्या प्रेमप्रकरणामुळे त्याची ही भूक जागृत होऊ शकली असती. अशाच एका साहसी, रोमहर्षक प्रसंगातून आवेगानं भरलेलं प्रेम त्याच्या अगदी ओंजळीतच येऊन पडलं. खरं सांगायचं तर कॉन्स्टान्साच्या समुद्रकिनारी एम्मा त्याच्या जीवनात आली ती तशाच मार्गानं आली. ह्या देखण्या पुरुषाला शारीरिक वासनेच्या मार्गानं कुठल्याही स्त्रीशी स्वतःला जोडून घेणं अशक्य होतं. तथापि, एम्माला पंधरा वर्षांचा वेश्यावृत्तीचा अनुभव होता.

एम्माच्या सहवासात असताना मत्सर, ताळतंत्र सोडून केलेला तमाशा,

अपराधीपणाची जाणीव आणि भावनांचा हलकल्लोळ थोडक्यात काय तर सर्व प्रकारच्या गैरविचारांचा धुरळा उठू लागला. त्यानंतर कुठे फहीर स्वतःकडे एका वेगळ्याच जाणिवेनं बघू लागला. जवळ जवळ दोन वर्षं त्यानं आपल्या प्रेमपात्राचा पिच्छा केला होता. तो पिच्छा करताना एखाद्या शर्यतीत धावताना होते तशी त्याची दमछाक झाली. जेव्हा त्याला कळलं की आपण तिला पकडू शकत नाही किंवा तिला मागे टाकून पुढेही जाऊ शकत नाही, तेव्हा त्यानं सारे लगाम पूर्णपणे तिच्या हातातच देऊन टाकले.

...मुमताझनं नूरानशी ओळख करून घेतली. तिला स्वतःला एकाकीपणानं घेरलेलं असूनही त्या स्त्रीनं त्याच्या जीवनाचा प्रत्येक पैलू सुंदर केला होता. त्या दिवशी बोटीत बसताना वरच्या डेकवर बसणं आरामशीर नसेल हे माहीत असूनही त्यानं तिथेच बसायचं ठरवलं होतं. कारण खालच्या डेकवरील वातावरण त्याला उदासवाणं वाटत असे. पण तरीही आपल्याबरोबरचे सहप्रवासी कोण आहेत हे पाहण्याचा मोह कुठल्याही इस्तंबूलवासीयाला आवरला नसता तसाच तो त्यालाही आवरला नाही. म्हणून मग वरच्या डेकवर जाता जाता त्यानं सहज खालच्या डेकवर डोकावून पाहिलं तर तिथं त्याला सबीह दिसला. बऱ्याच दिवसांपासून न भेटलेला तो मुमताझचा मित्र आपली पत्नी अदिले हिच्यासोबत तिथं बसला होता. आजच हा टोण्या दिसायचा होता मला. स्वतःशीच तक्रार करत मुमताझ खालच्या डेकवर जाऊन सबीहच्या बाजूला बसला. तेवढ्यात नूरान तिथं आली. तिच्या एका हातात सामान आणि हॅण्डबॅग होती तर दुसऱ्या हातानं तिनं एका मुलीचा हात धरलेला होता. तपकिरी केसांची ती मुलगी सात-आठ वर्षांची असावी. त्या नवराबायकोनं मुमताझचं जसं आनंदभरानं स्वागत केलं तसंच स्वागत ह्या नवीन आलेल्या पाहुण्यांचंही केलं.

अगदी सुरुवातीपासूनच मुमताझला त्या तरुण स्त्रीची चेहरेपट्टी आवडली. तिचा चेहरा आणि तिची देहाकृती म्हणजे जणू श्वेतधवल रंगातील एखादी कल्पनारम्य मूर्तीच वाटली त्याला! ती बोलू लागली तेव्हा लगेचच त्याच्या मनात विचार आला, 'ही नक्कीच इस्तंबूलमध्ये राहणारी असणार.' तेवढ्यात ती म्हणाली, "सहसा कुणाला आपल्या ओळखीची जागा सोडून दुसरीकडे जायला आवडत नाही. पण बॉस्फरसला राहणं कधी कधी अगदी त्रासदायक होऊ शकतं." तेव्हा ती समाजाच्या कुठल्या गटाचं प्रतिनिधित्व करते ह्याचा अंदाज त्यानं बांधला. मुमताझच्या दृष्टीनं स्त्रीसौंदर्याचे दोन मूलभूत आणि आवश्यक असे दंडक होते. त्यातील पहिला दंडक म्हणजे ती स्त्री इस्तंबूलची राहणारी असावी आणि दुसरं म्हणजे ती बॉस्फरसच्या परिसरात राहणारी असावी. पण त्या दिवशी जरी त्याच्या लक्षात आलं नाही तरी पुढील काही आठवड्यांत

त्यानं ठरवलेला सर्वात महत्त्वाचा स्त्रीसौंदर्याचा तिसरा दंडकही त्याच्या लक्षात आला. तो म्हणजे त्या स्त्रीनं अगदी नूरानसारखंच दिसायला हवं होतं. तुर्की भाषा बोलताना तिचा स्वर नादमधुर होत असे. तिच्याशी संभाषण करणाऱ्याला तिच्या स्वरातला निग्रह तिच्या डोळ्यांतही दिसत असे. जेव्हा तिच्याशी कुणी बोलू लागे तेव्हा तिचं सोनेरी केस असलेलं मस्तक एका बाजूला झुके, तिला बोलताना हातवारे करण्याची सवय होती. पण ती जेव्हा एखादं चपखल, हजरजबाबी असं उत्तर देई तेव्हा ते उत्तर दिल्यावर ती हळूच लाजून खाली पाही आणि आपण असं उत्तर दिलं कसं म्हणून तिला स्वतःलाच स्वतःचं आश्चर्य वाटे. आयुष्याच्या मार्गावरून शांत, परिपोषक वृत्तीनं तिला मार्गक्रमण करायचं होतं. तिला केवळ स्वतःची इच्छा मानणारी स्त्री व्हायचं होतं. कसलंही ढोंग न करणारी, कसलीही चिंता नसलेली, अत्यंत विशाल पात्र असलेली नदी असते ना तसं तिला वाहात राहायचं होतं. त्या नदीचं पाणी इतकं नितळ असणार होतं की त्यातून नदीचा तळही दिसावा.

जेव्हा सबीहनं तिची मुमताझशी ओळख करून दिली तेव्हा नूरान हसून म्हणाली, ''मी ओळखते तुला. आज सकाळी इथं येण्यासाठीसुद्धा आपण एकच फेरीबोट घेतली होती. तू इख्लालचा मित्र मुमताझ आहेस ना?''

तिनं इख्लालचा मित्र ह्या शब्दावर जोर दिला. त्या ओळखीमुळे मुमताझ जरी सुखावला असला तरी त्याला भीती वाटू लागली की इख्लालनं आपली माहिती सांगताना आपल्याबद्दल काय सांगितलं असेल आणि काय नाही? इख्लाल काही वाईट मुलगी नव्हती. त्यांच्यातील मैत्रीसुद्धा अशी होती की ती आयुष्यभरही राहिली असती. तरीसुद्धा... तिचा स्वभाव गप्पिष्ट आणि कधी कधी वाहावत जाणारा होता.

''माझ्या त्या अद्वितीय मैत्रिणीनं माझ्याबद्दल तुला काय माहिती सांगितली असेल ह्याचं मला आश्चर्य वाटतंय.'' मुमताझ म्हणाला.

''आणि तिनं माझ्याबद्दल तुला काय सांगितलं असेल याची भीती मला वाटू लागलीय.''

''तसं असेल तर मी सांगतो ना तिनं मला काय सांगितलंय ते.'' मुमताझ उत्तरला. ''तूच ती सुप्रसिद्ध नूरान आहेस.'' मग फातमाकडे बोट दाखवून तो म्हणाला, ''ह्या छोट्या बाईसाहेब आमच्या वर्गात कधीच आल्या नसतील पण त्यांच्या सगळ्या गोष्टी आम्हाला ठाऊक आहेत. जणू काही ती आमच्या वर्गातच लहानाची मोठी झाली असावी ना अगदी तशा. दररोज सकाळी आम्हाला इख्लालकडून रोजची हालहवाल काय आहे ह्याचं वार्तापत्रच मिळतं.'' तो त्या छोट्या मुलीकडे पाहून

दुरूनच हसला पण फातमाला असली भीड मुळीच नव्हती. एकतर कुठल्याही अनोळखी पुरुषाला चालवून घ्यायची तिची तयारी नव्हती. तिच्या दृष्टीनं सर्वच पुरुष तिच्या आनंदाला ग्रहण लावणारे होते. फक्त तिची आई तेवढी तिच्या दृष्टीनं चांगली होती. मुमताझला आठवलं की सकाळच्या बोटीनं येताना नूरानसमोर बसण्याचा त्याला झालेला मोह त्यानं आवरला होता. पण तेव्हा त्याला हे माहीत नव्हतं की मुआइझेझच्या वळवळत्या जिभेनं त्याच्याबद्दल नूरानला काय काय सांगितलं असेल आणि त्यामुळे नूराननं त्याच्या संकोची वागण्याबद्दल काय विचार केला असेल.

आमची मैत्री अगदी गाढ आहे असं मुआइझेझ आणि इख्लाल मोठ्या गर्वानं म्हणत असत. त्या दोघींचे स्वभाव एकमेकींना पूरक होते. त्या मैत्रीमुळे त्यांना जणू परिपूर्णताच लाभत होती. सटरफटर दैनिक बातम्या प्रकाशित करणाऱ्या एखाद्या वृत्तपत्रासारखा मुआइझेझचा स्वभाव होता. शिवाय माहिती नसलेल्या, दूरदूरच्या दुनियेतील बातम्यासुद्धा ती आणत असे. ती दिसायला अगदी तिच्या आजीसारखी होती. ह्या तिच्या आजीचा इस्तंबूलमधील प्रत्येक भागात एखादा तरी नातेवाईक किंवा गेलाबाजार एखादी मैत्रीण राहायला होतीच. त्या प्रत्येकाशी तिचे सख्ख्या भावंडाप्रमाणे संबंध होते. ती कधीही त्यांना भेटायला जाऊ शकत असे.

ही उपरोल्लेखित आजी सामाजिक मानसन्मान मिळण्याच्या दृष्टीनं योग्य वयाची होती. ती पहाटेपासून संध्याकाळपर्यंत सगळीकडे भटकत असे आणि वाटेत ऐकलेल्या किंवा आधीच्या ठिकाणी कळलेल्या बातम्या पुढल्या घरी जाऊन सांगत असे. सरतेशेवटी ती जेव्हा घरी येई तेव्हा साहजिकच तिच्यापाशी फक्त आठवणीत राखून ठेवलेल्या भरपूर चमचमीत बातम्या असत. ह्या भल्या मोठ्या शहरात तिला माहीत नाही अशा फारच कमी गोष्टी होत्या. इस्तंबूलमधील सर्वच गाळीव रत्नांशी तिचा परिचय असल्यानं एखाद्या विशिष्ट वर्षी, विशिष्ट महिन्यात किंवा विशिष्ट दिवशी लोकांची मन:स्थिती कशी होती ह्यावर ती चर्चा करू शकत असे. ती म्हणे, ''बातम्यांची आणि माहितीची पोतडी घेऊनच आम्ही घरी येतो. रात्रीच्या वेळेस जेवणाच्या टेबलाशी बसलेले असताना आज काय काय घडलं हे आम्ही एकमेकांना सांगतो. मग सकाळी न्याहारीच्या वेळेस आम्ही त्यातील महत्त्वाची माहिती वेगळी करून बाकीचं फोलपट टाकून देतो.'' एकदा तर असं झालं की ह्या सांगोवांगीच्या बातम्यांची खातरजमा करता करता मुआइझेझच्या काकांना एक महत्त्वाची घोषणा करण्यासाठी तीन दिवस संधीच मिळाली नाही. शेवटी तीन दिवसांनी त्यांनी कसाबसा हिय्या करून जमलेल्या मंडळींना सांगितलं की, ''तुमच्या बोलण्यात मी व्यत्यय आणतोय म्हणून क्षमा करा,

पण मला तुम्हा लोकांना कित्येक दिवसांपासून एक बातमी सांगायचीय. ती म्हणजे मला इक्बालकडून तार आलीये की आम्हाला एका कन्यारत्नाचा लाभ झालेला आहे.'' मग त्यांनी आपल्या लेकीचं नाव ठेवलं निस्यान. त्या शब्दाचा अर्थ होता मनाच्या कोपऱ्यात विसरून राहिलेली.

मुआइझेझच्या तुलनेत इख्लाल खूपच कमी बोलत असे. तिला बारीकसारीक गोष्टी चघळायला आवडत. मुआइझेझनं गोळा करून आणलेल्या माहितीचं ती वर्गीकरण करत असे. त्यातील काही बाबींना ती नाट्यमयता देत असे आणि लोकांना रसभरीत वाटतील अशा तऱ्हेनं त्यांचं रूपांतर करत असे.

एखाद्या गोष्टीतून अर्थ काढणं, त्यावर प्रकाश पाडून योग्य रंग देणं ह्या सगळ्या गोष्टी तिच्याकडूनच तर येत. त्यामुळेच तर अगदी शंभर माणसांत उभी असली तरी मुआइझेझ इख्लालकडेच पाही आणि कुठल्याही वाक्याचा शेवट करताना म्हणे, ''मला नाही ठाऊक ते, इख्लाल, तुला काय ग वाटतं?''

ह्या जोडीला रोज संध्याकाळी डोक्याला डोकं लावून आणि हातात हात घालून विद्यापीठातून बाहेर पडताना पाहणं ही मुमताझच्या दृष्टीनं अत्यानंदाची गोष्ट होती. 'झैनपच्या वसतिगृहातील दोन कजाग पोरी' असं टोपणनाव त्यानं त्या दोघींना ठेवलेलं होतं. ह्या पोरींना जे ठाऊक आहे ते आमच्या विद्यापीठाच्या कुलगुरूंनासुद्धा ठाऊक नसेल, अशी त्यांची तो थट्टामस्करीसुद्धा करत असे. कधी कधी तो म्हणत असे की, ''मुआइझेझला विचारा. जर तिला अमुक अमुक घडलं ह्याचा थांगपत्ता नसेल तर ती घटना नक्कीच घडली नसली पाहिजे. जर इख्लालला एखादी गोष्ट आठवत नसेल तर ती नक्कीच महत्त्वाची नसेल. मग त्याबद्दल मुळीच काळजी करण्याची गरज नाही.'' परंतु इख्लाल आणि मुआइझेझ ह्यांच्यात फरक होता. इख्लालला योगायोगानं गोष्टींचा छडा लागे तर मुआइझेझ कुतूहलापोटी एखाद्या प्रसंगाच्या मुळाशी जाऊन स्वतःहून शोध लावी. इख्लाल मुआइझेझला उच्च माध्यमिक शाळेपासून ओळखत होती. तिला मुआइझेझ आवडत होती, तिच्यावर तिच्या बोलण्या-वागण्याचा परिणामही होत होता पण तरीही तिचा हा स्वभाव ठाऊक असल्यानं इख्लालनं तिची आपल्या स्वतःच्या कुटुंबातील जवळच्या नातेवाइकांशी ओळख करून दिली नव्हती.

त्यामुळे इख्लालचे नातेवाईक म्हणजे मुआइझेझच्या दृष्टीनं फक्त तिच्यासोबत राहणारे लोक होते. त्यांचा उल्लेखच नुसता होई, पण प्रत्यक्षात ते तिला कधी भेटले नव्हते.

एके सकाळी मुआइझेझनं मुमताझच्या कानात माहितीचा खजिना ओतला.

बॉस्फरसमधल्या येनिकोय येथील एका जुन्या ओटोमान ग्रीक कुटुंबानं आपल्या मालकीची जागा अगदीच क्षुल्लक किमतीला विकली. तिथंच बाजूच्या घराला भडक शेंदरी रंगानं रंगवलेलं होतं. जेव्हा त्यांचा जावई नव्यानं लग्न होऊन त्या घरी आला तेव्हा ते पाहून दचकून तो म्हणाला, ''अरे बापरे, असल्या भयंकर आवडीनिवडी असलेल्या लोकांच्या घरी मी राहू शकत नाही.'' बहुधा त्याला बायकोबरोबर वेगळं राहायचं असणार. त्यासाठी हे सगळं नाटक चाललं असणार त्याचं. त्याशिवाय दोन वाईट चालीच्या बायकांचं काकीर येथील अर्नावुत्कोयच्या दारूच्या गुत्त्यावर किरकोळ भांडण झालं. तसंच बेबेक येथील कोळ्यांनी नवीन गलबत विकत घेतलंय. तसंच त्यांच्या परिसरात एकूण तीन साखरपुडे आणि दोन लग्नं ठरली अशीही माहिती तिनं त्याला दिली. ही माहिती सांगताना इख्लाल तिथं नसल्यानं त्यातील कुठल्याच माहितीचं नाट्यपूर्ण आणि रसभरीत असं विश्लेषण ऐकावयास मिळालं नाही. ह्याचाच अर्थ असा होता की इख्लालच्या निरीक्षणात खरोखरच विश्लेषणाची ताकद होती.

''मग, तुझा प्रबंध लिहून पूर्ण झाला की नाही?'' नूराननं विचारलं.

आपल्या पोरकट संकोचाला बालिश आनंदाची जोड देत मुमताझ म्हणाला, ''काल रात्रीच मी शेवटच्या पानावर लिहिलेल्या ओळींखाली एक लांबलचक रेघ ओढली. त्या खाली मी आणखी एक, पहिलीपेक्षा जाडी, रेघ काढली. त्यानंतर आणखी एक रेघ ओढून सगळ्यात खाली लिहिलं, ४ मे. रात्री मग मी तिथंच बाजूला सही केली. त्यानंतर मी उठलो आणि घराच्या सज्जावर गेलो. तिथं मी स्वीडिश पद्धतीनं तीन-चार वेळा दीर्घ श्वास घेतला आणि आता मी बुयुकाडा येथे जातो आहे.'' जर तेवढं बोलल्यानं त्याचा संकोच कमी झाला नसता तर तो पुढे असंही बोलला असता की, ''मी सव्वीस वर्षांचा आहे. मी एमिरगान येथील डोंगरमाथ्यावरील एका आरामदायक घरात राहातो. मला नृत्याची फारशी आवड नाही. मासे पकडण्यातही मी फारसा नशीबवान नाही. कारण माझ्या अंगी अजिबात चिकाटी नाही. पण खलाशी होण्याची मात्र मला आवड आहे. तुम्हाला खास सांगायचं तर निदान समुद्री अपघातातून वाचण्याचं कौशल्य माझ्या अंगी आहे. मी पालेभाजी आणि दह्याचा रायता दोन बशा खाऊ शकतो. मी सिगरेटी ओढतो खरा पण दिवसाला एकच पाकीट एवढ्या कमी संख्येपर्यंत मी येऊ शकतो.''

प्रबंध पूर्ण झाल्यामुळे ही उन्मादावस्था त्याच्यात निर्माण झाली असावी. त्याबद्दल विचार करता करता त्याचा आनंद आणखी आणखी ओसंडून वाहू लागला. कारण ह्यापुढे आता तो मुक्त होता. स्वतःच्या इच्छेनं तो आता खुशाल हवं तिथे भटकू

शकत होता. त्याच्या मनाला ज्या क्षणी जे वाचावंसं वाटेल ते तो वाचू शकत होता. ४ मे रोजीच त्यानं आपला प्रबंध संपवला ह्याचा अर्थ असा होता की त्यानं उन्हाळ्याची सुट्टी कमावली होती. चार वर्षांनी प्रथमच उन्हाळारूपी जादूची यक्षिणी त्याची होणार होती. आता चार महिन्यांसाठी इस्तंबूल त्याचं होतं, तेथील गेट ऑफ फेलिसिटी हा दरवाजा त्याचा होता. अर्थात अजून त्याला परीक्षा द्यायच्या होत्या. पण त्यामुळे काय मोठासा फरक पडणार होता? त्यातूनही तो मार्ग काढणार होताच की!

येणारं हसू ओठातल्या ओठात दाबून नूरान ऐकत राहिली. जणू काही तिच्या नजरेतच तिचं सारं व्यक्तिमत्त्व केंद्रित झालेलं असावं तशा तऱ्हेनं ती अगदी बारकाईनं प्रत्येक गोष्ट टिपून घेत होती. सूर्याच्या हालचालींमुळे जसा दिवसाचा प्रहर ठरतो तशी तिच्या डोळ्यांतील चमक तिच्या व्यक्तिमत्त्वावर राज्य करत होती. मुमताझ तिच्याकडे बघत असताना त्याच्या मनात आलं की इख्लाल खरंच बोलत होती. नूरान खरोखरच सुंदर होती. तिच्या सौंदर्यात अवर्णनीय असं काहीतरी होतं खरं.

''मागील हिवाळ्यात इख्लालनं तुझ्याबद्दल खूप काय काय सांगितलं मला. ती म्हणाली की बॉस्फरसमधल्या घरात तू एकटाच राहात होतास...''

''होय ना, अचानक अशा काही घटना घडल्या. काही वर्षांपूर्वी उन्हाळ्यात माझा चुलत भाऊ इहसान ह्याला एक सुंदर घर मिळालं. मग त्या हिवाळ्यात तो आणि त्याचे कुटुंबीय तिथं राहायला गेले आणि मी मागे एकटाच राहिलो.''

''मग तुला कंटाळा आला नाही का एकट्याला?''

''नाही आला. कारण मी बऱ्याचदा शहरात येत होतो. त्याशिवाय त्या घरात मी बालपणापासून राहात असल्यानं ते माझ्या सवयीचंही होतं. त्यामुळे सुरुवातीला फारसं कठीण गेलं नाही. पण जेव्हा वसंतऋतू आला...''

ते बोलणं चालू असताना दोघंही आपापल्या स्वतंत्र वळणावळणानं महिन्याभरापूर्वीच्या काळात पोहचले. त्या वेळेस ज्युडास वृक्षांवर जणू माणिकबहर आलेला होता. माणकांसारख्या लालभडक फुलांनी लवलेल्या फांद्या वाटेवर जिकडे तिकडे झुकल्या होत्या. नूरानला वाटलं की त्या सुंदर फुलांच्या स्मरणात दुःख आणि मनस्तापाच्या भावना आपल्यासाठी गुंफल्या गेल्या आहेत, पण तसं मुमताझच्या बाबतीत घडलं नसू दे. तिला हेसुद्धा ठाऊक होतं की तो केवळ अकरा वर्षांचा असताना अवघ्या काही आठवड्यांच्या अंतरानं त्याची आई आणि वडील दोघंही मृत्युमुखी पडले. इख्लालनंच तिला ती माहिती सांगितली होती. खरोखर, जीवन कुठल्या वळणावर कुणाला विषाचा प्याला हाती देईल हे कळणं अवघड होतं. ती जेव्हा बोटीवर

चढण्यासाठी रांगेत उभी होती तेव्हा रोजचा खर्च भागवणं कसं अवघड होत चाललंय ह्या विषयावर चक्क दोन मुलं बोलताना तिनं ऐकलं होतं. एवढ्या लहान वयातल्या मुलांवर असली चर्चा करण्याची वेळ येत होती ह्याला काय म्हणावं?

''... अब्बांपाशी पैसे नव्हते... पैसे असते तर काहीतरी वेगळंच झालं असतं ना. अब्बांच्या हाती असतं ना तर त्यांनी आमच्यासाठी जीवसुद्धा दिला असता. पण मग मलाच कळलं की ह्या प्रकाराला काही अंतच नाहीये. म्हणून मग मीच मनाशी पक्कं ठरवलं की आपण ह्यापुढे शाळेत जायचं नाही. नाहीतरी शिक्षकांना आमच्यावर काय परिस्थिती कोसळलीय ह्याची कुठे कल्पना असते? ते आपले सारखा तक्रारींचाच पाढा वाचत असतात. ह्या मुलाचं काय होणार? काही व्हायचं नाही. मग मी एके ठिकाणी शिकाऊ कामगार म्हणून नोकरीला लागलो. आता आठवड्याला जेमतेम पेनी मिळतात. करा लेको काय करता तेवढ्या पैशात ते. ते काही असो, पण निदान फीचे पैसे वाचले, फेरीबोटीचा खर्च वाचला. त्याशिवाय ते मला जेवणसुद्धा देतात. पण जेवताना माझ्या हाताला लागलेला वंगणाचा वासच जात नाही रे. त्या वासामुळे मला जेवताना भडभडून उलटी येईल असं वाटतं. माझ्या आईला गर्भारपणी कडक डोहाळे लागायचे तशी अवस्था झालीये माझी...''

''दुसरं काही नाही का रे काम?''

''होय, पण त्यात पैसे जास्त नाही रे मिळत. कसबी कारागिरांकडे त्यांच्या कामातलं कौशल्य शिकावं लागतं. त्यामुळे सुरुवातीला ते लोक आपल्याला काहीच पैसे नाही देत. मग मला कसं चालणार? जाऊ दे रे, आम्हाला इथं बक्षिसीसुद्धा मिळते. लिरा मिळाल्या महिन्याला तरी खूप होतं की! एकदा का माझे अब्बा चांगले झाले की मी एका मोच्याकडे शिकाऊ उमेदवार म्हणून जाणार आहे. पण अब्बा आधी ठीक तर व्हायला हवेत ना.''

हे बोलणं ऐकता ऐकता नूराननं मागे वळून पाहिलं तर तिला दिसलं की हे बोलणारी व्यक्ती म्हणजे अवघा बारा-तेरा वर्षांचा, अंगानं अगदी हडकुळा असा एक मुलगा आहे. त्याचे डोळे ऑलिव्हच्या तपकिरी रंगाचे होते आणि चालता चालता तो नुकतीच तोडलेली एक फांदी आधारासाठी जमिनीवर रोवून चालला होता. त्याच्या एकूणच आविर्भावात खंत, उपहास आणि अदब दिसत होती.

सबीहने मुमताझला विचारलं, ''तुला अड्ड्यात्तरी रेकॉर्ड सापडली का?''

''सापडली, पण त्यावर खूप ओरखडे उठलेले आहेत. पण त्यातली गाणी आपण ह्यापूर्वी कधी ऐकलीच नाहीत अशी आहेत. खरं तर ह्या बाबतीतलं सखोल

ज्ञान इहसानपाशी आहे. तो म्हणतो की खरं अभिजात संगीत म्हणजे काय त्याची एक टक्कासुद्धा माहिती आपल्याला नाही. जर खरोखर कुणी पुढे आलं आणि त्यानं ह्या गाण्यांच्या प्रसारासाठी योगदान दिलं, संगीताच्या लिखित प्रती प्रकाशित केल्या, त्यातील गीतांचं नव्यानं ध्वनिमुद्रण केलं तर आपण आजच्या बाजारू संगीतापासून स्वतःला वाचवू शकू. क्षणभर विचार करा, आपल्या देशानं इस्माइल देदे एफेंदीसारख्या महान संगीतकाराला जन्म दिला. सईद नूह, अबूबकीर आगा आणि हाफीज पोस्तसारख्या संगीतकारांनी असामान्य दर्जाचं संगीत निर्माण करून ठेवलं. ह्या लोकांच्या कलेमुळेच तर आपल्याला आपली अस्मिता काही अंशी तरी मिळाली. नाहीतर आपण आध्यात्मिक उपासमारीच्याच अवस्थेत जगत आहोत ह्याची आपल्याला जाणीवसुद्धा नव्हती... क्षणभर समजा, की आजची पिढीच नाहीशी झाली तर केवढं मोठं अरिष्ट उभं राहील आपल्यापुढे. कारण ह्या संगीतापैकी बरंचसं संगीत आपल्याला फक्त मुखोद्गत आहे. ते लेखी स्वरूपात नसल्यामुळे कायमचं नष्टच होऊन जाईल ना आपल्याबरोबर. विचार करा केवळ मुनीर नुरुद्दीन सेलकक ह्यांच्यापाशीच केवढं संगीताचं भांडार आहे ते.''

सबीह नूरानकडे वळून म्हणाला, ''आपल्या पारंपरिक संगीतात मुमताझला एवढा रस आहे ह्याची तुला काही कल्पना होती का?''

नूराननं त्याच्याकडे स्नेहभावानं नजर टाकली. तिच्या चेहऱ्यावर फुललेल्या हास्यलकेरीमुळे तिचा चेहरा एखाद्या पिकलेल्या फळासारखा मधुर भासला. ''नाही. हे नव्हतं माहीत मला. इख्लालनं ही माहिती माझ्यापासून दडवून ठेवलेली दिसतेय...''

आपल्याला ह्या संभाषणातून वगळताहेत की काय, ह्या शंकेनं अदिलेचे ओठ थरथरले. कपाटात वामकुक्षी करत असलेल्या एखाद्या मांजरीनं कपाटातून बाहेर यावं आणि त्या कपाटाशीच आपल्या पाठीची कमान करून उभं राहावं तशा थाटात ती म्हणाली, ''खरं सांगायचं तर मला अशा लोकांचा वैताग येतो. ते स्वतःला फारच शहाणे समजतात.''

अदिलेची इख्लालशी ओळख नव्हती आणि संगीताबद्दल म्हणायचं तर तिला त्यातही फारसं गम्य नव्हतं. त्यापेक्षा तुर्कस्थानी पाककलेत तिला अधिक रुची होती. आपला नेहमीचा, सवयीचा विषय म्हणून आणि कोलाहलात बोलताना तो विषय बरा पडे म्हणून ती पाककलेविषयीच बोलत असे. तिच्या मते हे संगीतबिंगीत असले धंदे केवळ टाइमपास करण्यासाठीच निर्माण झालेले होते. एखाद्याला कलेचं असामान्य रूप पाहून जेवढा आनंद मिळत असेल तेवढाच आनंद तिला समोर चाललेली एखादी

सैनिकी कवायत, मुष्टियुद्धाच्या सामन्याचं रसभरीत वर्णन किंवा वाक्पटुत्वाच्या जोरावर चघळलेल्या बातम्या हे सगळं पाहून किंवा ऐकून मिळत असे. दुसऱ्या मजल्यावरील भाडेकरूंबद्दलच्या चविष्ट बातम्या चौकीदाराच्या बायकोकडून ऐकण्यात वेळ घालवल्यामुळे तिची दहा वाजताची फेरीबोट चुकली होती. पण हुरी नामक नोकराणीनं तिला फारसं नवं काहीच सांगितलं नव्हतं. म्हणजे अदिलेनं जो अंदाज बांधला होता त्याचीच खातरजमा तेवढी तिनं केली होती. होय, त्या भाडेकरूनं ह्या गुंत्यातून शिताफीनं मार्ग काढला होता. त्याच्या बायकोला नाहीतरी फारशी अक्कल नव्हतीच. ती वांझ आहे ह्या कारणाखाली त्यानं दुसरं लग्न करण्याची कोर्टाकडून परवानगी मिळवली. तीन वर्षांपूर्वीपासूनच त्याचं एका काळुंद्र्या पोरीशी प्रकरण चाललेलं होतं. कडीकोय फेरीबोटीवर ती पोरगी त्याला भेटली. नंतर तिच्यापासून त्याला एक पोरसुद्धा झालं. तीच पोरगी आता त्याची दुसरी बायको झाली होती. पण जेव्हा त्याच्या पहिल्या बायकोनंसुद्धा आपल्याला दिवस गेल्याचं जाहीर केलं तेव्हा ह्या कहाणीला वेगळंच वळण लागलं. अचानकपणे तो नीच माणूस दोन दोन पोरांचा बाप झाला. अशा तऱ्हेनं देवानंच त्याचा न्याय केला.

ह्या भानगडीविषयी अदिलेची जी दिव्यदृष्टी होती त्याबद्दल कुणालाच आक्षेप घेण्यासारखं काही नव्हतं. म्हणजे ही भानगड बाहेर फुटायच्या सहा महिने आधीच तिला तिचा वास लागलेला होता. कारण कडीकोय येथील आपल्या ओळखीच्या लोकांशी संपर्क साधून तिनं त्याविषयी बित्तंबातमी काढलेली होती. त्या प्रकरणातील चमत्कारिकपणा असा होता की त्या माणसाच्या पहिल्या बायकोला वाटत होतं की आपण खरोखरच वांझ आहोत. जेव्हा ते खोटं ठरलं तेव्हा अदिलेला वाटलं की कदाचित त्या दोन्ही पोरांचा बाप तो माणूस नव्हताच. अर्थात फक्त डॉक्टरलोकच त्याबद्दल खरं काय ते सांगू शकत होते. एखाद्या क्षेत्रातील निष्णात व्यक्तीनं दिलेल्या गुंतागुंतीच्या अहवालात न्यायाधीशानं डोकं घालून तो अहवाल अगदी बारकाईनं वारंवार तपासावा तसा तिच्या चेहऱ्यावरील आविर्भाव दिसत होता. जर ती बायकोही दोषी नसती तर ती असा अपमान गिळून गप्प राहिली असती का? गावंढळ आणि कामकरीवर्गातल्या बायकांसारखीच त्या बाईचीही समजूत होती की आपला नवरा असुरियन जातीच्या वळूसारखा भटकत असतो. त्याला वाटतं की जणू काही मुलंबाळं निर्माण करणारी पुरातन देवांची शक्तीच आपल्या ठायी एकवटलीय. स्त्रियांचं गर्भाशय म्हणजे भांडीच आहेत आणि काय वाट्टेल ते करून ती भांडी भरली गेलीच पाहिजेत. त्यासाठी स्त्रियांनी माथा झुकवून दयनीय अवस्थेत उभं राहिलं पाहिजे. हा विचार मनात आल्यावर मात्र

अदिलेच्या मनातील ताठर बाणा हवा गेलेल्या फुग्यासारखा गळून पडला आणि तिच्या मनात विचार आला, 'पण अशा निर्लज्ज बायकांकडे पाहताना मला न हसता त्यांच्या डोळ्यांत बघता येईल का? असं केलं तर त्यांना आम्ही क्षमा करून सोडून दिलंय असा अर्थ होईल. जरासं हसून कुचेष्टेची नजर टाकायची. ह्यातून चांगलंच निष्पन्न घडलं म्हणजे मिळवलं, असं त्या नजरेनंच सांगितलं पाहिजे. शिवाय त्यात काही क्रूरता नव्हती, केवळ सूडच तर होता.'

नूरानच्या आनंदभरल्या हास्याला, मुमताझच्या आंधळ्या कौतुकाला आणि ते दोघं एकमेकांकडे ज्या तऱ्हेनं बघत होते त्या सर्वांनाच अदिलेच्या मनातील ह्या विचारांनी अचानकपणे गालबोट लागलं. एकमेकांबद्दल आधीपासून माहिती असल्यानं हे दोन मूर्ख लोक ह्या वळणावर येऊन पोहचले होते. ते नक्कीच प्रेमात पडणार होते. मग ही बातमी षट्कर्णी झाली असती तर त्यामुळे अदिलेला काय फरक पडणार होता? दुसऱ्या मजल्यावरील भानगडीमुळे किंवा सबीह हल्ली वाट्टेल तसे पैसे उधळू लागल्यामुळे तिला जो मनस्ताप होत होता ह्याबद्दलच्या अफवा लोकांनी चघळल्या असत्या तर त्याविषयी प्रत्यक्ष कुठे भोकं पडत होती?

नूरानचं सुंदर स्मितहास्य अदिलेच्या दिशेनं वळलं खरं, पण त्यात ती चमक नव्हती. तिला फक्त आपण इख्लालविषयी जे काही बोललो त्यातील गम्य पटवून द्यायचं होतं. ती म्हणाली, ''इख्लाल वेगळी आहे. ती चौदा वर्षं पियानो शिकत होती. तेच शिक्षण तिनं संगीतशाळेत जाऊनही चालूच ठेवलेलं आहे. तिला संगीताचं ज्ञान आहे आणि तिचं संगीतावर प्रगाढ प्रेमही आहे.''

इख्लाल तिची नातेवाईक असल्यानंच केवळ ती अतिशयोक्तीनं बोलत नव्हती. जीवनातील ह्या वळणावरसुद्धा इख्लालला संगीतातील जाणकार म्हणून संबोधता आलं असतं. ती तर तिचं कॉलेजशिक्षणसुद्धा विसरून गेली होती. आता फक्त संगीत आणि संगीतच तिच्यासाठी उरलं होतं. तिची दुनियाच आता सुरांची दुनिया बनून गेली होती.

''खरं सांगायचं तर मला त्या दोन्हीतलं काही कळत नाही. मी काही ते शिकलेली नाही. पण तरी मला ते आवडतं. जे काही मी ऐकते त्यामुळे मला अगदी भरून आल्यासारखं होतं आणि माझ्या मनावर त्याचा खोल परिणाम होतो. माझी काही आवडती गाणी आहेत. काही गाणी मला साधारण वाटतात तर काही मला अजिबात आवडत नाहीत.''

मुमताझनं नूरानकडे नजर टाकली. त्याला जणू म्हणायचं होतं, ''संगीताचा

एखादा भाग न समजता कुणाला आवडू शकतो का? अरे बोला, कुणी काहीतरी बोला.''

''तुम्हाला संगीतविषयक पुष्कळ माहिती मिळू शकली का?'' नूराननं मुमताझला विचारलं.

''त्यातलं बरंचसं मला बेडस्टन येथे मिळालं. त्यातही जुनं काम खूप होतं... पण तरी मला कुठून कुठून मिळत राहातं. तीनच दिवसांपूर्वी मला हाफीज उस्मानच्या ध्वनिमुद्रिका मिळाल्या.'' बोलता बोलता मुमताझच्या मनात आलं, 'मी बोलत असताना ही सारखी हसत का राहाते? मी काही आता अजाण मुलगा नाही... पण तुझं हे हसणं एवढं अद्वितीय सुंदर आहे की मला त्यामुळे राग येत नाही. उलट आनंदानं गुदगुल्याच होतात.' लंबकाला लावून ठेवलेलं सोनेरी फळ झुलावं तसं नूरानचं हास्य झुलत होतं आणि त्याच्या अंतरातील काहीतरी त्या हास्यरूपी फळाभोवती घिरट्या घालत होतं. तिचं हास्य एवढं मनोवेधक होतं की समोरच्यानं आपोआपच त्याला प्रतिसाद द्यावा. जणू त्याच्याही अंतरातील हास्याच्या झाडाला लक्ष लक्ष कळ्यांचा बहर यावा.

त्यानंतर जेव्हा जेव्हा तो फराहफेझा, एसीमासीरन आणि नुहूफ्त हे मकाम संगीत घरात बसून ऐकत असे तेव्हा जणू त्या ध्वनिमुद्रिकांवर आणि त्याच्या साऱ्या असण्यावरच त्या हास्याचा मुलामा चढलेला असे. ते सर्वच जणू काही तेव्हाच्या वसंतऋतूच्या स्पर्शात विरघळून गेलेलं असे. त्याच्या स्वतःच्या उत्तेजित अवस्थेची उष्णता त्या सर्वांना लाभलेली असे.

... अशा काहीतरी विचारात असताना त्यानं वर पाहिलं आणि त्याची नूरानशी नजरभेट झाली. त्याची नजर धीरगंभीर होती, गहन होती आणि तिनं काही म्हणता काहीही लपवलेलं नव्हतं.

त्याच्या एका आवडत्या कवीनं त्या नजरेचं वर्णन करताना लिहिलं होतं की ती तशी नजर जणू सूर्यप्रकाश आणि असोशी ह्यांचं वस्त्रच परिधान करते. जुन्या काळी जशा एखाद्या जेत्या वीरपुरुषाला सोन्याच्या थाळीत किंवा मखमली उशीवर ठेवलेल्या किल्ल्याच्या चाव्या नजर करत तसाच प्रतिसाद नूराननं मुमताझच्या नजरेला दिला होता. तसं करताना तिनं आपलं सर्वस्वच जणू आपल्या स्मितातून आणि नजरेतून अर्पण केलं होतं.

अदिले गप्पच बसली. अशा तऱ्हेनं हसण्याचा आणि चोरट्या नजरेनं एकमेकांकडे पाहण्याचा अर्थ तिला चांगलाच ठाऊक होता. ते डोळे फडफडत होते,

त्या नजरांची वारंवार टक्कर होत होती. आता ती दुसऱ्या मजल्यावरच्या, दोन बायकांच्या मूर्ख, बावळट दादल्याचा विचार करत नव्हती. तो मूर्ख माणूस भलत्याच माणसांच्या पोरांना आपली पोरं म्हणून चालला होता. पण आता तो विचार तिच्या मनातून पूर्ण निघून गेला होता. मी त्या माणसाकडे पाहून त्याला नमस्कारसुद्धा करणार नाही. का म्हणून अशा मूर्खाला मी अभिवादन करायचं? नाहीतरी तो माणूस शेजाऱ्यापाजाऱ्यांकडून मदतीचीच तर अपेक्षा करत होता... तो असा माणूस होता की स्वतःची सगळ्या प्रकारे शोभा झाली तरी त्याला चालत होतं. आता तर तो बाजूच्या इमारतीच्या तळमजल्यावरील धोबिणीचा नवरा झाला होता. आता अदिलेनं त्यांचा काय म्हणून विचार करावा? असा तऱ्हेचा अंतिम निर्णय देऊन अदिलेनं आपला शेजारी सबीत ह्याच्यावर बनवलेली खाजगी फाइल बंद करून टाकली. आता मुमताझ आणि नूरानचं गैरवर्तन तिला खटकू लागलं होतं. मुमताझ तिच्या घरी बऱ्याच वर्षांपासून येत असे. आत्तापर्यंत तिच्या घरी राहण्यासाठी त्याला बोलावणं तिला शक्य झालं नसलं तरी तो त्यांचा कौटुंबिक स्नेही होता. त्यामुळे त्याचं भविष्य उज्ज्वल असावं आणि ते ह्या जवळ जवळ विधवाच असलेल्या स्त्रीशी जोडलं जाऊ नये अशी तिची साहजिकच इच्छा होती. पण अदिले त्या बाबतीत कमनशिबी होती. तिला ज्या लोकांचं कौतुक वाटे त्यांच्याकडून फसवलं जाण्याची वेळही तिच्यावर येत असे. तिचं सारं आयुष्य अशाच तऱ्हेनं तर गेलं होतं. तिच्या स्वतःच्या नातेवाइकांनीच तिच्या जवळच्या मैत्रिणींशी लग्नं केली होती. आता मुमताझची पाळी होती. तिला आपले खांदे उडवून म्हणावंसं वाटत होतं, ''काय घालायचा तो गोंधळ घालू दे त्यांना.'' पण प्रत्यक्षात मात्र त्या भानगडीत नाक न खुपसणं तिला जमत नव्हतं.

आपल्या विचारांचं ओझं आपल्याच खांद्यावर घेण्याची बऱ्याच लोकांना सवय असते. हे विचारांचं ओझं जसजसं वाढतं तसतसं खांदे हलवणंही त्यांना मुश्कील होऊन जातं. मुमताझच्या विचारांचं ओझं अदिलेच्या खांद्यावर आलेलं होतं. खरं तर त्याच्या भविष्याचं संपूर्ण ओझं आता तिच्याच खांद्यावर तर आलं होतं. पण खरं तर हा तिचाच मूर्खपणा नव्हता का? मुमताझ कोण होता तिचा? आणि दुसऱ्यांच्या भानगडीत नाक खुपसणारी ती तरी कोण होती? दैवानं आपल्याला पुन्हा एकदा फसवलं आहे हे जाणवताच पाहाता पाहाता तिचा चेहरा पडला. काय मूर्ख माणूस आहे हा मुमताझ? नाहीतरी ह्या पुरुषजातीत मूर्ख नसतो कोण? सारी पुरुषजात विदूषकच तर असते. जरासं कौतुक केलं, दुरूनच स्मित केलं, चार गूढ शब्द बोलले आणि अंड्यावर आलेल्या कोंबडीगत नजर लावली... की लगेच वेसण घालून घेण्याची वेळ येते ह्या पुरुषांवर. आता अदिले दुसऱ्यांच्या आयुष्यात ढवळाढवळ करणार नव्हती. ती काही

कुणासाठी बेत वगैरे रचत नव्हती. तिला फक्त एकटेपणाची भीती वाटत असे. आपल्याला कुणी वगळतंय, डावलतंय ही भावना तिला भीतिदायक वाटे. म्हणूनच जेव्हा तिच्या परिचयाच्या व्यक्ती तिला धरून राहात नसत तेव्हा तिच्या जिवाची तळमळ होऊ लागे.

मुमताझ आणि नूराननी आपलं नातं तिच्यावर अजिबात अवलंबून न राहाता पुढे नेलं होतं. हे तर अगदी अक्षम्यच होतं. कारण हल्ली तिनं दोन स्त्री-पुरुषांचं मीलन होण्यासाठी साहाय्य करण्याची भूमिका स्वीकारली होती. तिला वाटणाऱ्या ह्या नैसर्गिक ओढीमुळे तिचं घरगुती जीवन आणि एकूणच तिचे दिवस बरे चालले होते. पुरुष आणि स्त्रियांना तिच्या घरी येण्यास मुक्तद्वार होतं. तिथं येऊन एकमेकांची गाठ घेणं आणि जमलं तर एकमेकांच्या गाढ प्रेमात पडणं हे देखील तिला मंजूर होतं. पण हे सारं तिच्या सोनेरी छत्राखाली व्हायला हवं होतं. त्या जोडप्यानं तिच्या मध्यस्थीवर अवलंबून असायला हवं होतं. अशा सुरुवातीच्या परिचयानंतर तिनं नूरानचा उल्लेख मुमताझपाशी केलाही असता. अगदी सूक्ष्म तऱ्हेच्या शाब्दिक फटकाऱ्यांनी डिवचावं तशी तिनं मुमताझची उत्कंठा जागृत केली असती. मग दुसऱ्याच दिवशी नूरानला ती भेटली असती तेव्हा तिलाही तिनं त्याच तऱ्हेनं डिवचलं असतं. अशा तऱ्हेनं तिनं दोघांच्याही मनात एकमेकांचे विचार पेरले असते. मग एक दिवस संध्याकाळचं त्या दोघांना भोजनासाठी एकत्र बोलावलं असतं. त्यानंतर मग ती दोघं तिच्या दिवाणखान्यातील फर्निचरसारखी कायम संध्याकाळच्या जेवणाच्या वेळेस तिच्या घरी येऊ-जाऊ लागली असती. नाहीतरी ती संध्याकाळची वेळ तिला एकटीला घरी खायलाच उठत असे. तिनं जुळवून दिलेल्या एखाद्या जोडप्यात प्रेमाची ठिणगी पडली आणि त्या ठिणगीमुळे दोन्हीकडे आग लागली की तिला अगदी ब्रह्मानंद होत असे. पण त्या जोडप्यातील नातं अगदी गहिरं आणि उत्कट झालं आणि ते दुसऱ्या कुणाचीही पर्वा न करता फक्त स्वतःच्या जगातच जगू लागलं तर मात्र तिला अजिबात आवडत नसे. कारण मग ते जोडपं तिलासुद्धा विसरून जात असे, मग ते तिला आवडो किंवा नावडो त्यांना त्याची फिकीरच नसे. अशा तऱ्हेचं निष्पन्न निघणार नाही ह्यासाठी ती संपूर्ण काळजी घेत असे. तथापि, तिला साध्या मैत्रीचं पायरीपायरीनं संपूर्ण प्रेमात रूपांतर होताना पहावयास खूप आवडे. दोन्ही पक्षांच्या विश्वासातली व्यक्ती म्हणून तिला त्यांच्याकडून नाजूकसाजूक जवळिकीच्या बातम्या कळत. त्यांच्यात काही भावी गैरसमज होणार असतील तर त्यांचंही निराकरण करण्यासाठी ती सज्ज असेच. मात्र ते प्रकरण वाढलं आणि संबंधित मंडळी खरोखरच त्याविषयी गंभीरपणे विचार करू लागली तर ती

आपल्याला शक्य असतील तेवढी सर्व साधनं वापरून त्यांना एकमेकांपासून दूर करण्याचा प्रयत्न करी. त्या प्रयत्नांच्या मागे तिचा दहा-बारा वर्षांचा अनुभव असल्यामुळे ती बहुधा त्यामध्ये यशस्वी होई. हे अगदी खरं होतं की अदिलेला जशी प्रेमाची ज्योत पेटवता येत होती तशीच विझवतासुद्धा येत होती. ते काहीही असलं तरी अदिलेला विवाहसंस्थेबद्दल अत्यादर होता. जर तिच्या ओळखीच्या स्त्रीनं अदिलेच्या सामाजिक परिघाबाहेर लग्न केलं तर ते अदिलेला अधिक रुचे. कारण तिला आपल्या मैत्रिणी स्वतःपाशीच ठेवायला आवडत. वेगवेगळ्या सामाजिक परिघातील मंडळी एकत्र आल्यानं मर्यादित काळ चालणारी छचोर लफडी करता येणं शक्य होई. पण ह्याबद्दल उघड उघड बोलण्याएवढी अदिले पोरकट नव्हती. शेवटी जरी त्या जोडप्यानं लग्न करायचं ठरवलंच तरी त्यांचं बिऱ्हाड उभारण्यासाठी त्यांनी अदिलेची मदत आणि सहकार्य घेतलं तर बरं होई. अशा तऱ्हेच्या समाधानाच्या घटका जर मिळत नसतील तर ह्या जीवनातील कष्ट उपसणं शक्य तरी होतं का? इथं झालं होतं काय की मुमताझ आणि नूरान ह्यांची आधीपासूनच ओळख असल्यानं त्यांचं प्रणयरंग उधळणं चालू झालं होतं. योगायोगानं अदिलेच्या मनातही पूर्वीपासूनच हा विचार होता की त्या दोघांचं आपण जुळवून द्यावं. तथापि, आत्ता जेव्हा तिनं पाहिलं की मुमताझ नूरानकडे टक लावून बघतोय तेव्हा तिनं ताबडतोब ठरवलं की तीन दिवसांनी आपल्या घरी असणाऱ्या पार्टीला त्या दोघांना एकत्र येण्याची संधी म्हणून आपण निमंत्रण द्यायचं नाही.

अदिलेच्या हातूनही चुका होत होत्याच की! पण तिच्यात एक चांगला गुणही होता. म्हणजे जेव्हा तिला आपली चूक कळत असे तेव्हा ती चूक सुधारण्यासाठी योग्य कृती करण्यास ती मागे-पुढे पाहात नसे.

नाही, ती काही आमंत्रणं वगैरे धाडणार नव्हती. आता तिची फक्त एकच इच्छा होती, ती म्हणजे जेवढं जमेल तेवढं लवकर सबीहला सांगायचं की मुमताझला आणि नूरानला पार्टीला बोलावण्याविषयी मी माझं मत बदललं आहे. सबीहला सांगितल्या-शिवाय एखादा विचार स्वतःच्या मनात फार काळ ठेवणं त्या स्त्रीला अगदी त्रासदायक होत असे. मग हा खूपच महत्त्वाचा निर्णय अगदी थेटपणे आणि काहीही फापटपसारा न लावता सांगणं आवश्यकच होतं. त्यातच ह्या निर्णयाचं गांभीर्य हे तुलनेनं मृत्युदंडाच्या शिक्षेसमान होतं हे तर वेगळं सांगण्याची गरजच नव्हती. अदिलेला पुरुषांचा कळवळा असल्यानं हा निवाडा खरं तर नूरानलाच उद्देशून होता असा अंदाज मुमताझनं नंतर बांधला असता. तिच्या दृष्टीनं पुरुष काही स्त्रियांएवढे दुष्ट नव्हते. त्यांच्यातील अगदी

विद्रूप पुरुषही अगदी गोड आणि आज्ञेत राहणारे होते की...

मुमताझला खात्री होती की अदिले त्याचा त्याग करणार नाही. ती त्याला अगदी ह्याच आठवड्यात आमंत्रण देईल. परंतु नूरानला मात्र ती एकटी असतानाच बोलावेल हेसुद्धा त्याला ठाऊक होतं.

अदिलेचा ओढा ज्या गोष्टींकडे होता त्यापेक्षा सबीहच्या आवडीनिवडी अधिक मूलभूत होत्या. मुमताझ आणि नूरानमधील आकर्षण पाहून त्याला खूपच आशा वाटू लागली होती. मागच्या वेळेस दुसऱ्या कुणाच्या बाबतीत केलेल्या प्रयत्नांत ते तोंडघशी पडले होते. त्या सुमारास सबीहला मूत्रविकार जडला होता. त्यावर एका पोलीश मित्रानं उपाय सुचवला होता. मग अदिलेने आपलं सारं लक्ष नवऱ्याच्या औषधोपचाराकडे वळवलं होतं. आता कित्येक महिन्यांपासून तो उकडलेलं गाजर आणि लोणी लावलेल्या भाज्या खाऊ लागला होता. विशेषतः नूरीच्या लग्नानंतर तर त्याची आहारपद्धती फारच कडक बनली होती. कित्येक आठवड्यांपासून त्यानं राकी ह्या मद्याचा एक थेंबसुद्धा पाहिला नव्हता. एखादा अनपेक्षित पाहुणा घरी आला असता तर? पण दुर्दैव असं की एखादं चिटपाखरूसुद्धा त्यांच्या घराच्या आसपास फिरकलं नव्हतं. आता ह्या दोन मूर्खांना जर हे प्रकरण पुढे न्यायला जमलं तर अगदी बरं झालं असतं. म्हणजे अगदी उद्या संध्याकाळीसुद्धा... पण नाही, काल रात्रीप्रमाणे आणि आजच्या रात्रीप्रमाणे उद्या संध्याकाळीसुद्धा बशीभर उकडलेली गाजरं आणि ताजी काकडीच आपल्यासमोर असणार. त्यानं निःश्वास सोडला. खरोखर लोक फारच दुष्ट होते. हे आयुष्य जगणं कठीण होतं. अहो, उकडलेलं गाजर खाणं म्हणजे एखादा भुकेजलेला कोळी आपलाच पाय खातो तसं होतं अगदी. म्हणजे हा कोळी खरोखरच आपला पाय खातो? पण त्याच्या पुढ्यात पसरलेल्या फ्रेंच वृत्तपत्रात तीच माहिती त्यानं वाचली होती सकाळी.

अदिले जिथं बसली होती तिथून तीसुद्धा एखाद्या कोळ्यासारखी वाटत होती. ती जणू स्वतःच्या विचारांच्या बकासुरी भुकेच्या पूर्णतया आहारी गेली होती. तिनं आसपास निरखून पाहिलं तेव्हा तिला दिसलं की टेबलाच्या पलीकडल्या टोकाला बसलेली फातमा अस्वस्थ होऊन सारखी चुळबुळ करू लागलीय. ही मुलगी तशी दिसायला गोड होती, पण तिला अगदीच लाडावून ठेवल्याचं दिसत होतं आणि त्यामुळेच तिच्या सौंदर्याला गालबोट लागलेलं होतं. आपली आई दुसऱ्या कुणाकडे तरी अधिक लक्ष देतेय ह्याचा तिला मत्सर वाटतोय हे तर अगदी उघड उघड दिसत होतं. ते पाहून अदिलेच्या मनात आशेची ज्योत तेवू लागली. ओरिगामी ह्या जपानी

हस्तकलेनं बनवलेलं कागदी फूल पाण्यात फुलावं तसं तिचं हृदय उमललं आणि तिच्या मनात कणव आणि वात्सल्याची सखोल भावना दाटून आली. तिच्यासमोर जणू काही एक नवं क्षितिजच संपूर्णतया उघडलं होतं. ती त्या मुलीकडे पाहात असताना तिच्या लगेच लक्षात आलं की ह्या मुलीशी चांगले संबंध प्रस्थापित करण्याची चालून आलेली ही नामी संधी आपण मुळीच सोडता कामा नये. ''कित्ती ग गरीब बिच्चारी पोर ती!'' अदिले लगेच तिचं कौतुक करू लागली. मग डेमन्स ऑफ टॉर्मेंट्स ह्या चित्रातल्या भुताखेतांनासुद्धा रडू येईल अशा स्वरात तिनं त्या मुलीला विचारलं, ''बेटा, कशी आहेस तू?'' फातमाच्याही लगेच लक्षात आलं की कुणीतरी आपली कीव करतंय. मग तिनंही आपला चेहरा वेडावाकडा केला. नूरानच्याही लक्षात आलं की आता बहुतेक हिच्या डोळ्यांतून अश्रूंचा महापूर कोसळणार! म्हणून तिनं दचकून अदिलेकडे दृष्टिक्षेप टाकला. ती जणू अदिलेला नजरेनं सांगत होती, 'नको...' पण तिच्याकडे न बघता अदिले मात्र सहानुभूतीच्या मार्गावरूनच दौडत चालली होती. ती फातमाला म्हणाली, ''सांग ग मला, अजूनही तू पहिल्यासारखीच छान नाचतेस का? तुला आठवतं, एकदा रात्री तुम्ही आमच्याकडे आला होतात. तेव्हा तू आमच्या घरी पुष्कळ खेळली होतीस? तुझा तो आगगाडीचा खेळ होता बघ, त्याचं काय झालं?'' तिचा स्वर अगदी मखमलीसारखा मृदू झाला होता. दुसऱ्या माणसाच्या काळजाचा अगदी ठाव घेण्याची केवढी ताकद होती त्या स्वरात ! मागच्या वर्षी नवीन वर्षाच्या आदल्या संध्याकाळी जो कार्यक्रम झाला होता त्या कार्यक्रमाचा एक भाग म्हणून तो आगगाडीचा खेळ आणि नाच फातमाच्या लक्षात होता. त्या वेळी फातमाचे पप्पासुद्धा त्या कार्यक्रमात सहभागी झालेले होते. अदिलेच्या सहानुभूतीनं बरोब्बर अगदी त्याच स्मृतीवर बोट ठेवलं होतं. जणू काही माळ्यावरील जुन्या वस्तूंच्या ढिगाऱ्यातून एखाद्यानं अचूकपणे कट्यारच शोधून काढावी तसं वागणं होतं तिचं.

केवळ त्या बोलण्यावरच फातमाची अगदी हृदयस्पर्शी प्रतिक्रिया उमटली. एवढे दिवस ती अंतर्मुख होऊन कोषात दडून बसली होती. आपल्याला सगळे विसरले आहेत ह्या मनस्तापानं चडफडत होती त्या नैराश्याच्या गर्तेतून ती एकदम बाहेर आली. एखाद्या लहान बालकाच्या मत्सरी मनोवृत्तीचा वापर दुष्टबुद्धीची व्यक्ती कुठल्या प्रमाणात करू शकते हे त्या दिवशी मुमताझला समजलं. मग त्यानंतर फेरीबोटीनं प्रवास करताना फातमानं नूरानला एक मिनिटसुद्धा मोकळं सोडलं नाही. त्या चिमुरडीच्या अंगात शिरलेल्या भुतानं जणू त्या तरुण मातेला अगदी मूक करून टाकलं. केवळ चेहऱ्यावरचं हसू कायम ठेवूनच नूरान त्यांच्यात हजर होती. त्या दूरस्थ स्मिताच्या दीपस्तंभाकडे

नजर लावून जगात सध्या काय घडामोडी चालल्या आहेत ह्यावर सबीहचं भाष्य मुमताझ ऐकत होता. एका गरीब जीवाला जो काही छळ सोसावा लागला त्याचा बदला तो मानवजातीकडून घेत आहे त्याबद्दल हा घ्या पुरावा, अशा अभिनिवेशात सबीहने आपल्या पुढ्यातील फ्रेंच वृत्तपत्रांवर हाताचा तळवा दाबला आणि जणू काही साऱ्याचाच धिक्कार केला.

अदिलेशी बोलण्यात गर्क असलेल्या नूरानच्या चेहऱ्यावरील गूढ भाव जर मुमताझला दिसले नसते, चेहऱ्यावरील सुबक स्मितानं उजळलेलं तिचं बाह्य रूप त्याला दिसलं नसतं तर आता जगबुडी आली असाच विचार त्याच्या मनात आला असता. एवढंच नव्हे तर स्वतःला मानवजात म्हणवून घेणाऱ्या ह्या मूर्खांच्या बाजाराचा अंत होण्यासाठी जगबुडीच व्हायला हवी आणि तिचं आपण स्वागतच केलं पाहिजे असंही त्याला वाटलं असतं. तथापि, नूरानचं स्मितहास्य, तिच्या सोनेरी केसांचा अंबाडा ह्यामुळे ती साक्षात ऋतुरूप घेऊन आल्यासारखं वाटत होतं. त्यामुळेच त्याला आता पटलं होतं की राजकारण आणि कार्यकारण सोडून जीवनाला वेगळं क्षितिज असतं. ते क्षितिज सुंदर तर असतंच पण ते इतकं स्वच्छंदी असतं की ते आपल्याला कुठल्यातरी तरल ठिकाणी घेऊन जातं. तिच्या तेथील उपस्थितीमुळे त्याला जाणवत होतं की सुखसमाधान हे कधी कधी अगदी हाकेच्या अंतरावर उभं असतं. आपण गृहीत धरतो त्यापेक्षाही आपल्या असण्याचे प्रत्यक्ष ताणेबाणे अधिक चांगल्या तऱ्हेनं बांधलेले असतात. फेरीबोट बेटाजवळ जाऊ लागली तेव्हा मुमताझच्या मनातील आशावादाला मनस्तापाच्या बंधनांनी जखडलं. तिथं पोहचल्यावर तो नूरान आणि तिच्या मुलीपासून विलग होणार होता.

दोन

त्यांना सोडून निघाल्यावर घाईघाईनं तिथून निघाल्याचा मुमताझला पश्चात्ताप झाला. आपण नूरानला सोडून इतकं तडकाफडकी निघून जायला नको होतं. कदाचित जरा वेळानं त्या दोघी पुन्हा दिसतील, असा विचार मनात येऊन तो फेरीबोटीतून लोक उतरण्याच्या ठिकाणी वाट पाहात बाजूला थांबला. गर्दी तर अखंडपणे वाहात होती. प्रवासी आणि त्यांना घ्यायला आलेल्या लोकांचा जमाव थोडा विरळ झाला तेव्हा त्याला प्रथम सबीह आणि अदिले दिसले. नवऱ्याला रेलून चालल्याशिवाय अदिलेला पाच पावलांपेक्षा जास्त पावलं टाकता येत नसत. नवऱ्यासोबत बाहेर गेलं असताना,

त्याला रेलून चालत अंशतः का होईना पण त्याला आपला भार उचलायला लावणं हा नवरा नामक हमालाचा पुरेपूर वापर करण्याचा अदिलेच्या दृष्टीनं उत्तम मार्ग होता. ह्या क्षणी ते दोघं हातात हात घालून चालत होते. उजव्या बाजूनं चालत असणाऱ्या अदिलेचं वजन तोलण्यासाठी जणू काही जागतिक राजकारणाच्या वजनाची गरज असावी तशा तऱ्हेनं सबीहनं आपल्या डाव्या हातात वृत्तपत्रांचं बाड धरलेलं होतं. हैराण झाल्यागत त्याच्या चेहऱ्यावरचे भाव दिसत होते. फेरीबोट-वाहतुकीबाबत पाश्चात्त्य देशात जसे व्यवस्थित नियम होते ते नियम आणि इथले नियम ह्याविषयीच्या कल्पनांचा आणि तुलनांचा भार त्याच्या डोक्यावर असणार ह्यात काही शंकाच नव्हती.

त्या जोडप्याशी पुन्हा बोलण्याचा प्रसंग येऊ नये म्हणून मुमताझ दुसऱ्या एका गटातील प्रवाशांमागे दडला. थोड्याच वेळात नूरान आणि तिची मुलगी त्याला दिसल्या. व्यवस्थित चालता यावं, धक्काबुक्की होऊ नये म्हणून नूरान शेवटपर्यंत बोटीवरच थांबून राहिलेली दिसत होती. तिचा चेहरा मुलीच्या दिशेनं झुकलेला होता. मुलीला काहीतरी समजावून सांगत चालताना तिच्या चेहऱ्यावर साधंसुधं, गोडसं हसू होतं.

पण ते तिचं हसू किंवा बोलणं फार काळ काही टिकलं नाही. फेरीधक्क्याच्या इमारतीतून त्या बाहेर पडल्या आणि फातमा एकदम ओरडली, ''बाबा! आई, आई, बाबा येताहेत बघ आपले.'' बोलता बोलता ती एकदम धावत सुटली. त्यानंतर मुमताझनं जो काही देखावा पाहिला तो त्याला उभ्या आयुष्यात विसरता आला नसता. नूरानचा चेहरा पांढराफटक पडला होता. मुमताझनं पाहिलं तर त्याच्या पुढ्यात वीस-पंचवीस पावलांवरून एक सोनेरी केसांची स्त्री येत होती. ती तब्येतीनं सुदृढ आणि भरदार छातीची होती. त्या दृश्याबद्दल नंतर त्याच्या मनात विचार आला तेव्हा त्याला वाटलं की दिसायला अप्रतिम सुंदर असं काही त्या बाईला म्हणता आलं नसतं. पण तरी काही पुरुषांना ती सुंदर वाटू शकली असती. त्या बाईच्या बाजूनं एक पस्तिशीचा सावळा पुरुष चालत होता. त्याचे केस काळ्या रंगाचे होते, उन्हातान्हात वावरल्यामुळे हात-पायही रापल्यासारखे दिसत होते. त्याच्या एकूण आविर्भावावरून असं वाटत होतं की ह्या माणसाला पाण्यातील क्रीडाप्रकार आवडत असावेत. नूरानचं सारं शरीरच थरथर कापू लागलं होतं. ती आडव्या हाडाची मजबूत बाई मुमताझजवळून गेली तेव्हा ती अर्धवट फ्रेंचमध्ये आणि अर्धवट तुर्कीमध्ये कुजबुजली ते मुमताझला ऐकू आलं. ''केवढी बातमी होईल ही सगळीकडे. फहीर, त्या पोरीला गप्प बसव ताबडतोब.'' सरतेशेवटी फहीर आणि त्याचं प्रेमपात्र नूरानपाशी पोहचलं. ''देव तुझं

कल्याण करो पोरी, किती गोड आहेस तू,'' असं म्हणत एम्मानं फातमाला उचलून घेतलं. फहीर एखाद्या बर्फाच्या पुतळ्यासारखा तिच्या बाजूला उभा होता. त्याला जेमतेम त्या पोरीचा गाल कुरवाळण्यापलीकडे काहीच जमलं नव्हतं. खरोखर तो प्रसंगच अगदी चमत्कारिक आणि कसनुसा करणारा होता. नूरान जिथं उभी होती तिथंच थरथरत उभी होती. आपल्या प्रत्येक शब्दावर जोर देत एम्मा फातमाचं कौतुक करू लागली, ''कित्ती गोड मुलगी आहे ही.'' ह्या भलत्याच कुठल्यातरी बाईनं आपले लाड करायला सुरुवात केल्यानं भांबावलेली फातमा बाबांच्या दुराव्यानं आणखीच गांगरली आणि आपल्या आईच्या पदराला धरून हुंदके देऊन रडू लागली. हे दृश्य बघणाऱ्याला वाटू शकलं असतं की हा प्रसंग नूराननं मुद्दामच घडवून आणला आहे. किंवा एम्माच्या पुढ्यात आपल्या माजी पत्नीबद्दल आपल्याला वाटणारी बेपर्वाई दाखवण्याची संधी फहीरनं सोडली नसावी असंही कुणाला वाटू शकलं असतं. पण त्या कडवट प्रसंगावर शेवटी पडदा पाडला तो नूराननंच. नाहीतर तो प्रसंग कदाचित तासन्‌तास चालू राहू शकला असता. ती जे वागली त्यातून तिचं कणखर व्यक्तिमत्त्वच दिसून आलं. तिनं सरळ आपल्या मुलीला उचलून कडेवर घेतलं आणि त्या दोघांच्या मधून चालत ती पुढे निघून गेली आणि थोडं अंतर चालल्यावर तिनं भाड्याचा टांगा केला. त्या दोघी तिथून जात असताना मुमताझनं पाहिलं तर फातमा ओक्साबोक्शी रडत होती. ते पाहून त्याला खूपच भरून आलं. रस्त्याच्या तोंडाशी त्याचे मित्र त्याची वाट पाहात होते. तो त्यांच्यापाशी गेला.

''अरे आहेस कुठे तू? आम्ही केव्हापासून वाट बघतोय तुझी.''

''इहसान आलाय का?''

''होय, आलाय. तो तुमच्या नातेवाइकांसोबत आहे.''

''कोण?''

''कुणीतरी सुआद नावाचा माणूस आहे. विचित्रच वाटतो तो. तो इथल्या आरोग्यधामात हवापालट करण्यासाठी राहायला उतरलाय.''

''घोड्यासारखा दिसतो तो...''

''मी ओळखतो त्याला.'' मुमताझ एवढंच बोलला. मग तो नूरीकडे वळून म्हणाला, ''खरंय ते, तो दिसतो घोड्यासारखा.'' पण हे बोलता बोलता त्याच्या मनःचक्षूंना नूरानचीच मूर्ती दिसत होती. मस्तकावरून सतत तिच्या डोळ्यांकडे झेपावणाऱ्या तिच्या केसांच्या बटा...

ओरहाननं विश्लेषण पूर्ण केलं, ''तो नरभक्षकासारखा दिसतो.''

"छे, छे, तो फक्त खुनी आहे. अंदाधुंद खुनी किंवा आत्मघातकीसुद्धा म्हणू शकतो आपण त्याला."

हे सगळे शब्द हल्ली विद्यापीठात एक विनोद म्हणून वापरले जाऊ लागले होते. क्युल्युक कॉफीहाऊसमध्ये बसले असताना एके दिवशी त्यांना अशी माहिती मिळाली की मुक्रिमिन हलील ह्या सुप्रसिद्ध इतिहासकारानं लोकांची तीन गटांत वर्गवारी केली आहे. पूर्वेचे पाठीराखे, जगाचे नियंत्रक आणि ठग असे ते तीन गट होते. मग ह्या मंडळींनी त्या गटांसारखे आणखी उपगट तयार केले. नरभक्षक ह्या गटात होते उजव्या किंवा डाव्या अशा कुठल्याही जहाल सिद्धान्ताचा पाठपुरावा करणारे लोक. तर खुनी म्हणजे असे लोक होते की ज्यांना काहीतरी मानसिक समस्या होती. जो तावडीत सापडेल त्याच्याशी हे खुनी त्या समस्येवर चर्चा करू लागत. अंदाधुंद खुन्यांच्या भावनिक समस्या अगदी टोकाच्या असत. त्यामुळे ते बंड करून उठल्याच्या आवेशातच नेहमी असत. तर आत्मघातकी गटातले लोक भावनिक समस्यांमुळे स्वतःचाच छळ करत.

कित्येक वर्षांपासून हातात हात घालून, जवळ जवळ अर्धा रस्ता व्यापून ती मंडळी चालत असत तशीच ती आजही चालली होती. तशीच हसत, तशीच बोलत... मुमताझचं आपल्याकडे लक्ष नाही हे त्यातल्या कुणालाच जाणवलं नव्हतं.

ह्या दुपारच्या वेळेस हॉटेलात समुद्राचं अस्तित्व जाणवत असे. सुआद आणि इहसान कोपऱ्यातल्या टेबलाशी बसले होते. समुद्रातून परावर्तित होणारा प्रकाश सुआदच्या चेहऱ्यावर पडला होता. मुमताझनं मागच्या वेळेस सुआदला पाहिलं होतं त्या वेळेपेक्षा तो आज अधिक बारीक, अधिक फिकुटलेला दिसत होता. त्याची हाडं बाहेर आल्यासारखी दिसत होती.

इहसान बेचैन होऊन म्हणाला, "आता जास्त वेळ घालवू नका हो, बसा इथं पटकन इहसान फारच क्वचित वेळा मद्य घेत असे. त्यामागे तब्येतीच्या काळजीपेक्षा मद्याला आपल्या जीवनात फारशी जागा द्यायची नाही हे कारण होतं. तो म्हणे, "मद्यातील नशायुक्त रहस्यमयतेनं आपल्यावर कुरघोडी करता कामा नये." मद्य घेतलं की तो अगदी लहान मुलासारखा चुळबुळू लागे. हे हॉटेल निवडण्यामागचं त्याचं कारण हे होतं की फेरीबोट जिथे लागे त्या धक्क्यापासून ते जवळ होतं. तो अगदी अधीर होऊन मुमताझची वाट पाहात होता. तो मुमताझकडे वळून म्हणाला, "तुझ्या डोळ्यांत वेगळीच चमक दिसतेय. काय प्रकार काय आहे?"

आश्चर्यचकित होऊन मुमताझ म्हणाला, "सुआदला भेटून खूप आनंद झालाय

मला...'' खरं सांगायचं तर त्याला सुआदच्या बुद्धिमत्तेचं आणि संभाषणशैलीचं कौतुक असलं तरी सुआदला भेटून त्याला आनंद झाला नव्हता. सुआदच्या कुठल्या गोष्टीमुळे आपण अस्वस्थ होतो त्यावर त्याला नेमकं बोट ठेवता येत नव्हतं.

''आनंद आहे... म्हणजे जगात काही लोक असेही आहेत तर ज्यांना मला भेटलं की आनंद होतो.''

सुआदच्या हसण्याला प्रतिसाद देताना मुमताझच्या मनात आलं, 'तुला ठाऊक आहे का? हे तुझं वागणंच आवडतं मला.' खरं पाहाता सुआदचं हास्य अगदी त्याच्या हृदयापासून आलेलं असलं तरी त्यामुळे नकारात्मक भावनाच निर्माण होई. आत्तासुद्धा तो हसला आणि त्याचा चेहरा अचानक परका आणि वैरभावनेनं भरल्यासारखा दिसू लागला. ते बघून मुमताझच्या मनात विचार आला की 'हा माणूस स्वतःच्या आयुष्याला कंटाळलाय की तो मला चिडवतोय?'

फाहरीनं हसून इहसानकडे पाहिलं आणि तो म्हणाला, ''मी म्हटलं होतं ना की मुमताझ येईल. पण तुमचा माझ्यावर विश्वास नव्हता.''

''पण तो दोन फेरीबोटी उशिरा आला.''

''छे, छे, एकच बोट चुकली माझी.''

''तू उठलास कधी सकाळी?''

मुमताझला पुन्हा आपला काल संध्याकाळचा महान पराक्रम आठवला आणि तो म्हणाला, ''मी पुस्तक काल रात्री संपवलं. रात्री उशिरा झोपायला गेलो आणि बराच वेळ मला झोपच लागली नाही. खरं तर मी सुंबूलला कितीही वेळा सांगितलं की मला अमक्या वेळेला उठव, तरी तिला काही केल्या ते जमत नाही.''

सुंबूल ही अमिर्गन येथे मुमताझच्या घरी काम करणारी नोकराणी होती.

सुआदनं विचारलं, ''मुमताझ, आजकाल काय वाचन चाललंय?''

मुमताझनं पुढ्यात ठेवलेल्या भूक वाढवणाऱ्या पदार्थांकडे गंभीरपणे पाहिलं. तो दाराच्या बरोब्बर समोरच बसला होता. त्याला खरं तर ठाऊक होतं की ज्या तरुण स्त्रीशी आत्ताच त्यानं ओळख करून घेतली ती तरुण स्त्री काही तिकडे येणार नाही. तो उत्तर देऊ लागला, ''हाताला येईल ते जवळ जवळ सगळंच वाचतोय मी सध्या... अहमत सेवदेतचा इतिहास, सिसिल ओस्मानीच्या आत्मचरित्रात्मक नोंदी, तास्कोप्रुझादेचं सकायिक...''

सुआदनं त्यात काही विशेष नाही अशा अर्थानं मान हलवून म्हटलं, ''अरे बाप रे, म्हणजे केवढा हा गोंधळ. आता आपण बोलायचं तरी कुठल्या विषयावर? पूर्वी मी

आणि मुमताझ अगदी आरामात एकमेकांशी संभाषण करू शकायचो. मी त्याला विचारायचो, 'कुठला लेखक वाचतो आहेस हल्ली?' मग मी त्या लेखकाच्या दृष्टिकोणातून किंवा त्याबद्दलच्या विचारांच्या दृष्टिकोणातून बोलायला सुरुवात करत असे.'' त्याचा गूढ चेहरा अचानक पोरकट हास्यानं फुलून आला. तेव्हा आपल्या मनातला आधीचा विचार पूर्ण करत मुमताझनं आणखी एक स्वगत म्हटलं, 'हूं, म्हणूनसुद्धा हा आवडतो मला.'

नूरीनं मधेच तोंड घातलं, ''पण सगळेजण ह्याच पद्धतीनंच नाही का वाचत?''

ते चारही मित्रमैत्रिणी गालातसराय शाळेत असल्यापासून जिवलग दोस्त होते. त्या सर्वांचं मुमताझवर खूप प्रेम होतं आणि त्याच्याविरुद्ध वाकडंतिकडं बोललेलं खपवून घ्यायची त्यांची तयारी नव्हती.

सुआदनं हात वर केले, ''अग मी विनोद करत होतो. मी नेहमीच मुमताझच्या फिरक्या घेतो. तो किती हुशार आहे ते मला चांगलं ठाऊक आहे. आम्ही एकमेकांचे नातेवाईकच आहोत ना. पण मला बऱ्याचदा वाटतं की आम्ही जेवढं वाचतो तेवढं इतर लोक कुणी वाचत असतील काय?''

फाहरीच्या मतामुळे त्या संभाषणाचा ओघच बदलला. कारण फाहरी म्हणाला, ''युरोपातले लोक आपल्यापेक्षा अधिक वाचन करतात. अनेक भाषांतून वाचन करतात. तो मुद्दा नाही तरीसुद्धा...''

''आणखीही एक अडचण आहे. आपण जे काही वाचतो ते आपल्याला तेवढंसं रुचत नाही.''

इहसान आपल्या पेल्यातील बर्फाच्या रूपांतराकडे पाहात बसला होता. त्या पारदर्शक द्रवपदार्थात संगमरवराच्या शिरांचं जाळं होऊन त्याचा वर्ण दुधाळ झाला होता. आता पेल्यातील पेय तेवढं सौम्य राहिलं नव्हतं.

''हूं, चला, होऊन जाऊ द्या,'' पेला उचलत तो सुआदला उत्तर देऊ लागला, ''मुद्दा असा आहे की जे काही आपण वाचतो त्यातून आपल्याला पुढे जाण्याचा रस्ता दिसत नाही. तुर्कांबद्दल इतरांनी काय लिहिलंय हे आपण वाचतो तेव्हा आपल्या लक्षात येतं की आपण खऱ्या आयुष्याच्या फक्त काठाकाठावरूनच चाललो आहोत. जेव्हा एखादा पाश्चात्त्य माणूस आपल्याला आठवण करून देतो की आपणही ह्या जगाचे नागरिक आहोत तेव्हा आपल्याला बरं वाटतं. खरं सांगायचं तर आपल्या वास्तविक जीवनापासून पळून जाऊन एखाद्या प्रवासाला निघावं तशा तऱ्हेनं आपल्यातले बरेच लोक वाचन करायला निघतात. हीच आपल्या समोरची मोठी

अडचण आहे. हां, आपण एक नवीन सामाजिक अस्मिताही निर्माण करण्याच्या प्रक्रियेत आहोत. ती सामाजिक अभिव्यक्ती खास आपली आहे. मला वाटतंय की सुआदला हेच म्हणायचं आहे. हो ना सुआद?''

''खरोखर, आपल्याला जे काही गदागदा हलवून उखडून काढायचं आहे त्यात जुनं आहे, नवं आहे आणि सगळंच आहे. त्यातून फ्रेंच कवी रोनसार्ड सुटणार नाही की पूर्वेकडील फझलीसारखा कवीही सुटणार नाही...''

''हे कधीतरी शक्य होईल का?'' मुमताझ म्हणाला आणि पुनश्च त्याचा जीव नूरानच्या केसांच्या बटांत घोटाळू लागला. तिचे केस नेहमी असेच रुळतात का? ती आपलं मस्तक किंचितसं उचलून हातांनी नेहमीच ते केस मागे घेते का?

सुआद त्याचं बोलणं ऐकत होता. त्याला नूरानच्या केसांची गंधवार्तासुद्धा नव्हती. ''का शक्य होणार नाही?''

''ते अशक्य आहे कारण... अं...'' खरं तर त्या क्षणी ह्या असल्या विषयावर चर्चा करणं मुमताझला अशक्य होतं. त्याच्या मनात विचार येत होते, आज ह्या बेटावर मी आहे आणि ती... तीसुद्धा आहे... पण एकमेकांपासून किती दूर आहोत आम्ही. जणू काही आम्ही एकाच घरात दोन वेगवेगळ्या खोल्यांत असल्यासारखे आहोत. पण ते विचार मनातून ढकलून देऊन तो बोलू लागला, ''कारण... कारण सांगायचं झालं तर तसं केल्यानं आपण उगाचच एक कोरी पाटी तयार करू असं होईल. अशा तऱ्हेनं आपण सगळ्यावरच हल्ला केला तर आपल्याला त्यातून काय लाभ होईल असं वाटतं तुला? त्यातून आपण आपलं मूळचं जे काही आहे तेसुद्धा गमावून बसू.''

त्याच्याकडे स्नेहानं पाहून सुआद म्हणाला, ''नावीन्य... नावीन्य मिळेल आपल्याला त्यातून. अमेरिका आणि रशियानं केलं तसं आपण त्यातून एका नव्या आदर्श जगाचं मिथक निर्माण करू.''

''पण त्या लोकांनी आधीचं सगळंच खरोखर धुडकावून लावलं असं वाटतं का तुला? मला विचारलंस तर मी सांगेन की आपण आपला भूतकाळ नाकारला किंवा नवीन भविष्यकाळ निर्माण करण्याचा निर्धार केला तरीही नवीन आदर्श राज्याचं मिथक निर्माण होणार नाही. नव्या जीवनाची गती जशी असेल त्यावरच ते मिथक अवलंबून राहील.''

''मग आपण काय करावं अशी अपेक्षा आहे तुझी?''

त्यावर मुमताझनं काहीच उत्तर दिलं नाही. नूरान आणि तिचा नवरा नसलेला तो प्राणी ह्यांच्यात जो प्रसंग घडला त्यातच त्याचं मन घोटाळत होतं. तो माणूस

नक्कीच फहीर असणार. कसा बिचारीचा चेहरा एकदम पडला! ती एवढी अस्वस्थ झाली की कुठल्याही क्षणी ती रडायला लागेल असंच वाटत होतं. अचानक त्याच्या उरात तिच्याविषयी कळवळा दाटून आला आणि त्यानं मनोमन प्रतिज्ञा केली की, 'बाई ग, मी... मी तुला पुन्हा आनंद आणून देईन.' त्याच क्षणी त्याला आपल्या पोरकटपणाचं हसू आलं. खरोखर किती बालिश आहोत आपण? आपण भावनेच्या किती आहारी जाऊ शकतो हे त्यानं प्रथमच स्वतःशी कबूल केलं.

''अमेरिका आणि रशिया म्हणजे युरोपचीच शेपटं आहेत हे विसरू नका.''

''ठीक आहे. मग काय करायला पाहिजे आपण?''

इहसाननं पेला उचलला. ''आपण अगोदर पिऊया.'' तो म्हणाला, ''मग ह्या सुंदर सागरानं आपल्याला जी मासळी बहाल केली आहे तिचा आस्वाद घेऊया. त्यानंतर आपण देवाचे आभार मानूया की आज आपण वसंतऋतूतल्या ह्या सुंदर घटकेला सागरासमोर आहोत आणि ह्या हॉटेलातही आहोत. एवढं केल्यावर त्यानंतर आपण खास आपल्यासाठी एक नवं जीवन निर्माण करण्याचा प्रयत्न करू आणि आपल्या स्वतःची नवी संस्कृती तयार करू. हे जीवन आपलं आहे. आपल्याला हवा तो आकार आपण त्याला देऊ शकतो. जीवन आपलं स्वतःचं रूप घेईल आणि ते घेता घेता स्वतःचं गीत गाऊ लागेल... मात्र आपण कला आणि कल्पना ह्यांच्यात मात्र मुळीच ढवळाढवळ करायची नाही. आपण त्यांना मोकळं सोडायचं. कारण स्वातंत्र्य... संपूर्ण स्वातंत्र्य हीच त्यांची मागणी असते. केवळ आपण तीव्र इच्छा धरली म्हणून काही हवेतून आपोआपच एखादं आदर्श राज्य निर्माण होणार नाही. अहो, ते तर सामाजिक जीवनातून निर्माण होतं. पण भूतकाळाशी असलेले आपले बंध तोडून टाकायचे आणि पाश्चात्त्यांशी काहीही संबंध ठेवायचा नाही हे तर कधीच शक्य नाही. आपण कोण आहोत, आपण काय आहोत असं वाटतं तुला? पौर्वात्यांची उच्च अभिरुची आणि त्यांच्या आनंदाच्या कल्पना ह्यांचे आपण जणू काही अर्क आहोत. आपली चिकाटी आणि आपलं सातत्य चालूच राहावं हीच आस आपल्याला लागून राहिली आहे.''

''पण जर आपण भूतकाळाला तसंच टिकू दिलं तर मग आपण नव्या जीवनाचा विचार तरी कशाला करायचा?''

''कारण आपल्या अस्तित्वाला अजून स्वतःचं रूप सापडलेलं नाही म्हणून. ते काहीही असलं तरी जीवनाला संघटनाची, यंत्रणेची गरज आहे. विशेषतः आपल्या काळात तर ती गरज पुष्कळच आहे.''

''त्या बाबतीत आपण भूतकाळ पुसून टाकत आहोत तर!''

''नक्कीच. पण जिथं गरज आहे तिथंच बरं का. आपण आपल्या मृत झालेल्या मुळांना उपटून दूर फेकून द्यायचं, नव्या साहसांना सामोरं जायचं आणि नव्या माणसांची, नव्या समाजाची जोपासना करायची...''

''पण ह्यासाठी पुढाकार घ्यावा लागेल तो आपण कुठून आणायचा?''

''आपल्या स्वतःच्या गरजा आणि आपली स्वतःची जीवनेच्छा ह्यातूनच तो मिळेल. पण खरं पाहाता आपल्याला पुढाकाराची गरज नाही तर आपल्याला शिक्षण मिळण्याची गरज आहे. वास्तव परिस्थितीच आपल्याला ते शिक्षण देईल. रामराज्याची कुठलीतरी अंधूक कल्पना उराशी बाळगून ती शिकवण मिळणार नाही.''

सुआदनं हातानं भुवई पुसली, ''मी आदर्श राज्याबद्दल बोलतच नाहीये... पण मला कसलीही भेसळ नसलेल्या लोकगीतांचे निनाद ऐकायचे आहेत, मला नव्या नजरेनं साऱ्या जगाकडे पाहायचंय. फक्त तुर्कस्तानसाठीच मी हे म्हणत नाहीये तर साऱ्या जगाबद्दलच म्हणतो आहे. नवजात अर्भकासाठी विजयगीत गायलं जावं अशी माझी इच्छा आहे.''

''म्हणजे तुला न्याय हवाय, तुला हक्क हवेत.''

''नाही, तसं मला नकोय काही. निरर्थक शब्द आहेत ते! हा नवा माणूस भूतकाळातील कुठल्याही अवशेषाला मान्य करणार नाही...''

दारातून आत येणाऱ्या गिऱ्हाइकांकडे बघत बघत मुमताझ म्हणाला, ''ह्या नव्या माणसाचं वर्णन सुआदनं करावं म्हणून आपण त्याला खास निमंत्रित करायला हवं.''

''मी त्याचं वर्णन करू शकत नाही. कारण तो अजून जन्माला यायचा आहे. पण तो जन्माला येणार आहे ह्याबद्दल मला संपूर्ण खात्री आहे. त्याच्या जन्माच्या वेळच्या प्रसववेदना सारं जग देत आहे. उदाहरण म्हणून आपण स्पेन हा देश घेऊ.''

त्यावर इहसान म्हणाला, ''तसंच व्हावं अशी जर तुझी आकांक्षा असेल तर निश्चिंत राहा. लवकरच सगळं युरोप नव्हे ही सारी पृथ्वीच स्पेनसारखी दिसू लागणार आहे. पण तुला खरोखरच वाटतंय का की कुठलातरी नवा माणूस स्पेन किंवा रशियात जन्मला आहे असं? मला तर वाटतंय की मानवनिर्मित अरिष्ट कोसळण्याचीच पार्श्वभूमी तयार होते आहे.''

''तू काय हे भविष्य वर्तवतो आहेस की काय?''

''छे, छे, हे माझं केवळ एक निरीक्षण आहे... सर्वसामान्य वर्तमानपत्र वाचणारा तुमचा कुठलाही वाचक हे निरीक्षण नोंदवू शकतो.''

सुआद जरा वेळ आपल्या हातातील रिकाम्या पेल्याशी चाळा करत बसला.

मग त्यानं तो पेला इब्राहिमच्या हातात देऊन म्हटलं, ''भरशील का रे?'' मग राकी ओतलेल्या पेल्यात पाणी घालून त्यानं पहिला घुटका घेतला आणि तो म्हणाला, ''असं जरी घडलं तरी काय होणार? मी तसं काही घडण्याच्या विरुद्ध आहे असं नाही. पण जर अशी मोठी आग लागली तर जुनाट आणि संदर्भ हरवलेल्या जीवनाच्या साच्यापासून मानवजात मुक्त होऊ शकते...''

''म्हणजे आणखीही कमी दर्जाच्या साच्यात तिला दडपून बसवता येईल असंच म्हणायचंय ना तुला? मागचं जागतिक युद्ध झालं त्याचं निष्पन्न काय झालं ते आपल्याला चांगलंच ठाऊक आहे.''

पण सुआदचं त्याच्या बोलण्याकडे लक्ष नव्हतं. तो आपला बोलतच राहिला, ''युद्ध आता टाळता येणार नाही अशा अवस्थेला जाऊन पोहचलेलं आहे. असे गुंतागुंतीचे हिशोब केवळ युद्ध करूनच चुकते होऊ शकतात.'' मग त्यानं अचानक इहसानकडे पाहिलं, ''मानवजातीकडून तू काही फार नव्या अपेक्षा नाही ना करत आहेस?''

''मानवजातीबद्दल वाटणारी आशा आपण सोडू शकतो का? मात्र एक आहे की युद्धातून काही चांगलं निष्पन्न होईल असं मला वाटत नाही. त्यामुळे संस्कृतीचा विनाश होईल. युद्ध म्हणा, क्रांती म्हणा किंवा लोकांचं हित राखतो असं म्हणणारे हुकूमशहा म्हणा, त्यांच्यापासून लोकांच्या फायद्याचं काही निष्पन्न निघेल असं मला वाटत नाही. लढाई म्हणजे युरोपवर किंवा कदाचित साऱ्या जगावरच कोसळलेलं महाभयंकर अरिष्ट असेल.'' मग स्वतःशीच बोलल्यासारखा इहसान म्हणाला, ''माझा मानवतेवरील विश्वास अजूनही उडालेला नसला तरी वैयक्तिक स्तरावर मात्र माणसांवर माझा विश्वास उरलेला नाही. सुरुवातच करायची झाली तर असं म्हणता येईल की एकदा का माणसांचे सामाजिक बंध तुटले की ते पूर्णपणे बदलून जातात. आधीपासून कामं ठरवून दिलेल्या यंत्रांसारखी वागू लागतात ती... मग अचानक वाटू लागतं की ते जणू निसर्गातील शक्तींसारखे बहिरे आणि संवेदनारहित झाले आहेत की काय? युद्ध आणि क्रांतीचा भीषण पैलू हा आहे की त्यामुळे माणसातील मूलभूत प्रवृत्ती उफाळून उठतात. आपण गृहीत धरलेलं असतं की शिस्त, सामाजिकता आणि संस्कृतीच्या माध्यमातून त्या प्रवृत्तींना आपण कित्येक वर्षांपासून काबूत ठेवलेलं आहे पण ते तसं होत नाही.''

''तेच तर मला हवंय ना. क्रांती हवीय मला क्रांती.''

इहसाननं वैतागून निःश्वास सोडला.

“चांगलं काहीतरी घडेल अशी आशा आपण करू शकतो. पण मानवता जर एवढी तकलादू असणार असेल तर आशा ठेवून तरी काय उपयोग? हां, आता मानवजातीवर विश्वास ठेवणं अवघड आहे खरं. पण जर आपण मानवाच्या नियतीचा विचार केला तर मनुष्यप्राण्याएवढा दयनीय प्राणी दुसरा कुठला नसेल.”

“मला मनुष्यजातीचं कौतुक वाटतं. मला बंधनांविरुद्ध लढण्याच्या मानवाच्या शक्तीचं कौतुक वाटतं. आपली नियती काय आहे ते ठाऊक असूनही मानव जीवनात गुंतून राहातो, त्या त्याच्या धैर्याचं मला कौतुक वाटतं. एखाद्या चांदण्या रात्री आकाशाकडे बघताना सगळ्या निर्मितीचंच ओझं आपल्या पाठीवर आहे असं कुणाला वाटत नाही? मानवजातीच्या धाडसी वृत्तीएवढं सुंदर ह्या जगात दुसरं काहीही नाही. मी जर कवी असतो ना तर मी एकच महाकाव्य लिहिलं असतं आणि त्यात दोन पायांवर उभ्या राहू लागलेल्या आपल्या पूर्वजांपासून आत्तापर्यंतच्या काळापर्यंतचं वर्णन केलं असतं. सुरुवातीचे विचार, सुरुवातीच्या काळातील भीती, सुरुवातीच्या काळातील प्रेम आणि सुरुवातीच्या काळातील जागृत होऊ पाहणारी बुद्धिमत्ता... त्यातूनच ह्या विश्वाबद्दल मिळालेलं ज्ञान, जे काही पूर्वी स्वतंत्रपणे अस्तित्वात होतं त्या सर्वाला एकत्र आणण्याची कृती, असंख्य शोध लावून ह्या निसर्गात भर टाकण्याची कृती... अल्लाला आपल्या सभोवताली आणि आपल्या अंतरात निर्माण करण्याची आपली कृती... खरोखर मी फक्त एकच लेखन करीन. निर्जीव जगाला आपल्या निद्रेतून जागं करणाऱ्या आणि विश्वाला आपल्यातील उत्साहानं नामोहरम करणाऱ्या मानवतेचं कौतुक करण्याची मला केवढी आस लागलीय त्याचं वर्णन मी त्या लेखनात करीन. सर्व उदात्त, उत्तुंग गोष्टींना आपल्या कवेत घेणारी भाषा असेल ती. हे शब्दांनो, तुम्ही माझ्या साहाय्यास या.” मुमताझ म्हणाला.

इहसाननं आपल्यापुढील अन्नाकडे आंबट तोंड करून पाहिलं. “वा! उत्साहानं फारच ओसंडून वाहात असल्यासारखा दिसतो आहेस मुमताझ! एकोणिसाव्या शतकातील संस्कृतिरक्षकांसारखा बोलतो आहेस.”

“नाही, उलट विरुद्ध आहे मी त्यांच्या. कारण ह्या समस्या कधीतरी सुटतील असं मला मुळीच वाटत नाही. आपण सदैव मारू आणि मारले जाऊ. आपण सदैव कुठल्या ना कुठल्या धमकीच्या छायेत जगत राहू. कुठल्याही शोकांतिकेचं एक शोकांतिका म्हणून मला कौतुक आहे. मरण येणार हे माहीत असूनही जे धाडस आपण दाखवतो त्यातच खरी महानता आहे.”

“हां, हां, म्हणजे मुमताझला गोरिलापासून आजचा माणूस म्हणजेच

होमोसेपियन कसा उत्क्रांत झाला त्यावर कविता लिहायची आहे तर.''

''होय, गोरिलापासून मानवापर्यंतची उत्क्रांती. तू मला आठवण करून दिलीस म्हणून बरं झालं रे. पण तुला जे युद्ध हवंय ना ते म्हणजे ह्या समजाचा पूर्ण धुव्वा उडवणारं असेल. मला सांग, आपल्याला मानवापासून पुन्हा माकडापर्यंत मागे जायचंय का? ज्या आपत्तीत आपण सापडलो आहोत ती डोस्टोव्हस्कीला चांगली समजली.'' इहसाननं पेल्यातील दारू न पिता पेला तसाच मेजावर ठेवला. ''तुला जे युद्ध हवंय ना ते आपल्याला तिथंच घेऊन जाणार आहे. अशाच आणखी दोन जागतिक लढाया होऊ देत मग संस्कृती किंवा सुधारणा ह्यातलं काहीच शिल्लक राहाणार नाही आणि स्वातंत्र्याचा आदर्श आपण अनंतकाळपर्यंत गमावून बसू.''

''मलाही ते ठाऊक आहे. पण आपल्या आत्म्याची दिवाळखोरी आणि आपल्या सभोवतालचं दुःख, माणसांना गवतासारखं वापरण्याची आपली हौस आणि दहशतीचं वातावरण... ह्यामुळेच हा प्रकार सुरू झाला आहे. मग जर लोकांना जाणीव झाली की हाच जीवनाचा अनिवार्य भाग आहे तर तेव्हा केवढं अरिष्ट कोसळेल? एका युगाचा अंत होईल असंच दिसतंय मला. म्हणजे अगदी जगबुडी म्हणून ते संकट आलं तरी तसंच होईल असं वाटतंय ना आपल्याला.''

''सुट्टे पैसे राहू द्यात तुमच्यापाशीच...'' सबीह टांगेवाल्याला म्हणाला.

अदिलेनं आपल्या नवऱ्याकडे उपहासानं टवकारून पाहिलं आणि ती अगदी हळू स्वरात बोलली, ''हूं, नाहीतरी पैसे काय झाडालाच लागतात, नाही का?'' तिचा स्वर हळू असला तरी बोचरा आणि रक्त काढणारा होता.

सबीहनं भुवई उंचावली आणि पत्नीकडे सवयीनं एक प्रेमळ नजर टाकली. आता उरलेल्या दिवसभरात ती लहानसहान गोष्टीवरून उखडणार होती. पण त्यामागचं कारण त्याला कळलं होतं आणि त्यानं मनाशी ठरवूनही टाकलं होतं की आपण एका कोपऱ्यात बसून राहायचं. आपण ज्यांच्याकडे जात आहोत तेच लोक तिच्याशी काय ते बोलतील आणि तिचे मूड सांभाळतील. एखाद्या जुन्यापान्या गाडीच्या नखऱ्यांची सवय व्हावी तशी त्याला आपल्या बायकोच्या नखऱ्यांची सवय झाली होती. जुनी गाडी कशी अचानकपणे वाटेत कुठेही थांबते, कधी कधी तिचे ब्रेकच लागत नाहीत, कधी तिचे गिअरच अचानक पडतात आणि कधी कधी कुठलीही पूर्वसूचना न देता ती एकदम जोरात धावतच सुटते तसं तिचं झालं होतं. सबीहला एवढंच बघावं लागत होतं की बाईसाहेब अचानक अपघात तर करत नाहीत ना? मूलतः ती एक चांगली स्त्री

होती, सहवासानं त्याला तिची सवय झाली होती. त्यांचं सहजीवन आनंदात जात होतं. मात्र हा आनंद मिळवण्यासाठी सबीहनं पराकोटीचा त्याग केला होता हे कबूल करावं लागणार होतं. तिला जिंकण्यासाठी त्यानं आपल्या अर्ध्या व्यक्तिमत्त्वाला अक्षरशः तिलांजली दिली होती. त्याच्या मनात आलं की 'केवळ अर्ध्याच व्यक्तिमत्त्वावर साऱ्या जगाशी कसं जुळवून घेता येतं हेसुद्धा मला नक्की ठाऊक नाही.'

टीप मिळाल्यानं खूश झालेल्या टांगेवाल्यानं वळसा घेतला. तो अदिलेजवळून जात असताना त्याच्या टांग्याची वेताची गहूवर्णी आसनं आणि रंगीबेरंगी झिरमिळ्या उन्हात चमकल्या. त्या टांग्याच्या घोड्यांनी वसंतातील सकाळी उत्साहाच्या भरात आपल्या अगदी जवळून वळसा घेणं म्हणजे आपला अपमान आहे की काय ह्यावर अदिलेनं थोडासा विचार केला. मग ती निर्धार केल्यासारखी तडातडा चालू लागली. रस्त्यावरील डांबर उन्हामुळे मऊ झालेलं होतं. त्या डांबराला आपल्या उंच टाचांच्या चपलांनी भोकं पाडायचा तिचा इरादा आहे की काय असं वाटत होतं. तेवढ्यात तिच्या पुढ्यात अतिशय खडकाळ उतार आला. त्या उतारावर भणभणता वारा होता. त्या उतारावरून खाली जाणं तिला भाग होतं. सबीहनं येऊन आपला हात धरावा म्हणून ती थांबली. अरे बापरे, ह्या एवढ्या उंच टाचा. कालच तिनं हा जोड विकत घेतला होता. ह्या खडकाळ रस्त्यावर त्या चपलांची वाट लागावी असं तिला वाटत नव्हतं. 'निदान अशा परिस्थितीत तरी हा आपला नवरा कामाला येतो हेही नसे थोडके,' तिच्या मनात आलं. आपल्या हातून होणाऱ्या चुका सुधारण्याची नशिबानं दिलेली संधी सबीहही कधीही वाया दवडू देत नसे. रस्त्याच्या कडेला असलेल्या एका घराच्या व्हरांड्यात एक मुलगी आरामखुर्चीत विसावली होती. तिचे कपडे बिकिनीच्या चड्डीएवढे वर सरकल्यामुळे त्यातून तिचे नितंब दिसत होते. त्या नितंबापाशी त्याचे विचार घोटाळत राहिलेले असले तरी त्यानं आपल्या बायकोचा दंड हातात धरून हळूच दाबण्यात मुळीच कसूर केली नाही. उत्तेजित करणारा तो दाब आणि त्यातील कौशल्य त्यानं तेरा वर्षांच्या अनुभवान्ती आत्मसात केलं होतं. त्याच्या मनात आलं, 'ते काहीही असलं तरी आपण सामाजिक कर्तव्य म्हणून कुणालातरी भेटायला चाललो आहोत...' मग तो हळूच तिच्या कानात कुजबुजला, "मुमताझचं आयुष्य धोक्यात सापडलेलं दिसतंय. ...तुला काय वाटतंय त्याबद्दल?" ह्या एकाच वाक्याचा अदिलेवर काय परिणाम होईल याची त्याला कल्पना होती. शिंपल्यातील प्राण्यावर लिंबू पिळल्यावर त्या प्राण्याच्या अंगाची थरथर व्हावी तसा अदिलेचा चेहरा त्यामुळे सुरकुतेल हेसुद्धा त्याला चांगलं ठाऊक होतं. पण त्यानं जाणूनबुजून तिला दुखावलं होतं. त्याची

भरपाई करण्यासाठीच तो तिचा दंड दाबत राहिला. बायकोबद्दल प्रेम दाखवण्यासाठी करण्याच्या त्याच्या कृती एवढ्याच मर्यादित होत्या. ''हूं, धोका आहे खरा, कारण नूरानच्या मनातही मुमताझबद्दल प्रेमभावना आहेसं दिसतंय.'' तो पुढे बोलू लागला. बोलता बोलता तिच्या मानसिक त्रासाचा अगदी कडेलोट व्हावा म्हणून तो म्हणाला, ''काय ग, ते ह्यापूर्वीच एकमेकांना भेटले असतील आणि आपल्याला पहिल्यांदाच भेटल्याचं नाटक करून मूर्ख बनवत असतील. असं तर नसेल ना?''

''मला नाही ठाऊक. पण ते दोघं एवढे बिलंदर असतील असं नाही वाटत मला. एक सांगा त्यांना ढोंग करण्याची गरज तरी काय होती?'' अदिले म्हणाली.

''तुझं लक्ष होतं का ग? त्या छोट्या पोरीच्यासुद्धा लक्षात आलं.''

''हो ना, गरीब बिच्चारी.'' अदिलेचं हृदय नूरानच्या मुलीबद्दल वाटणाऱ्या कळवळ्यानं अगदी भरून आलं. आता ती आपल्या देहाचा सगळाच भार सबीहवर टाकून चालू लागली होती. ''मला चमत्कारिक हेच वाटतंय की अगदी पहिली संधी मिळताक्षणी नूरान कशी अगदी भावी नवऱ्याशी बोलावं तसं त्याच्याशी गुलूगुलू बोलायला लागली... खरोखर ह्या बायका म्हणजे भारीच चमत्कारिक असतात. तुम्ही माझे शब्द लक्षात ठेवा. हा मूर्ख मुमताझ वेड्यासारखा संकटाच्या जाळ्यात स्वतःहून फसतोय.''

सबीहच्या मनात मुमताझबद्दल एक वेगळंच प्रेम जागृत झालं. मोटार चालवायला शिकवणाऱ्यानं अंतर मोजण्यासाठी ज्या काही क्लृप्त्या त्याला शिकवल्या होत्या त्याबद्दल तो एकीकडे विचार करत होता. त्यानुसार त्यानं जायचं होतं त्या घराचं प्रवेशद्वार आणि सध्या ते जिथं होतं ते ठिकाण ह्यातील उरलेल्या अंतराचा अंदाज घेतला आणि त्यानं हळून अदिलेच्या दंडाला स्पर्श करून म्हटलं, ''हूं, हूं, हळू चाल. आलो आपण उतारावरून खाली आता.''

पुरुषी मनाशी चांगलीच ओळख असलेल्या स्त्रीच्या नखरेल आनंदानं एम्मा चीत्कारली, ''अय्या, आज लॉबस्टर्स आहेत त्यांच्याकडे.'' आनंदानं ती अगदी टाळ्या वाजवायच्याच बेतात होती. ''फहीर, तुला ठाऊक आहे, कालचे लॉबस्टर मात्र अगदी बकवास होते हं.'' तिचा आवाज अगदी वेगळाच होता. काकडीच्या फोडीत मोहरी फेसून टाकल्यावर त्या खाताना जशा झिणझिण्या येतील तशा झिणझिण्या तिचा आवाज ऐकताना येत असत. तुर्कीश शब्द तिच्या ओठातून बाहेर पडत तेव्हा तर ते अगदी कर्णकटू आणि कोरडे वाटत. तरी तिच्या उच्चारात मात्र परदेशीपणाची झाक फारशी नव्हती.

उत्साहानं पुढे आलेल्या तिच्या हनुवटीकडे आणि पांढऱ्याशुभ्र दातांकडे फहीर दचकून पाहात राहिला. ''लॉबस्टरनंतर दुसरा पदार्थ काय घेऊया आपण?'' त्यानं विचारलं.

त्यावर तिनं ठेवणीतलं एक दिलखेचक स्मित करून म्हटलं, ''आधी आपण लॉबस्टर तर खाऊ. मग ठरवू.'' पण मग तिला आठवलं की तुर्की पुरुषांना सहसा जेवणाच्या टेबलाशी पदार्थांची वाट बघत बसायला आवडत नाही आणि फहीरही त्याला अपवाद नाही. म्हणून मग ती म्हणाली, ''आपण श्निटझेल किंवा स्टेक घेऊया.''

''ठीकाय, मग तुझ्यासाठी श्निटझेल किंवा स्टेक सांगून टाकतो.'' तो वेटरकडे वळून म्हणाला, ''ह्या दोनपैकी काय अधिक चांगलं आहे? काय सुचवाल तुम्ही?''

तो ग्रीक वेटर क्षणभर काय सांगावं हे न कळल्यामुळे गांगरून गेला. श्निटझेलसारखा श्रेष्ठ पदार्थ सांगावा की स्टेकसारखा गरिबांचा पदार्थ सांगावा हे त्याला कळेना.

''पण तुम्हीही खायला हवं. तुम्ही त्यातलं काहीच घेतलं नाहीत तर चालणार नाही बरं का!'' आगीत टाकलेल्या काचेचा तुकडा फुटून त्याच्या ठिकऱ्या ठिकऱ्या उडाव्यात तसा एम्माच्या मधाळ स्वरातून फहीरबद्दलचा कनवाळूपणा ठिबकू लागला.

त्या प्रेमळपणाच्या हुडहुडी भरवणाऱ्या माऱ्याला प्रतिसाद म्हणून फहीर एकदम ताठरला. त्याच्या माकडहाडातून भीतीची लहर शिरशिरून गेली.

''तुम्हाला काहीतरी घ्यायला हवंच हं.'' आईच्या ममतेनं आणि एक प्रकारच्या धूर्त कळवळ्यानं एम्मा म्हणाली. कारण प्रत्येक पुरुषात एक छोटं मूल असतं आणि त्या मुलाला मार्गदर्शनाची नेहमीच गरज असते असं तिचं मत होतं. ''अहो, शिवाय आज सकाळी तुम्ही व्यायाम करायलाही विसरलात बरं का.''

कॉन्स्टंट्साच्या समुद्रकिनाऱ्यावर सुरुवातीला जेव्हा त्या दोघांनी सकाळच्या प्रहरी व्यायाम सुरू केला होता त्या वेळेस तिचा आवाज आणि तिचा आग्रह ह्या दोन्हींचा फहीरला जाच वाटला नव्हता. उलट आपल्यात ती एवढा रस घेतेय ही गोष्टच त्याला खूप आवडून गेली होती. त्या तोलूनमापून केलेल्या नियंत्रित मैत्रीतही त्याला अकल्पनीय आनंद मिळाला होता.

''ठीकाय, मीसुद्धा त्यातलं थोडं खाईन.'' निदान त्यामुळे तरी तिची बडबड बंद झाली असती. तिलाही आश्चर्य वाटेल अशा एका विचित्र निर्धारानं त्यानं मेनू कार्डात डोकं खुपसलं. कदाचित त्यामुळे एम्माचे दात, तिचा दणकट देह, पुरुषी शक्तीला

दमवणारी तिची भरदार छाती ह्या सगळ्याकडे बघणं टळलं असतं. एम्मा म्हणजे हमखास समाधानाची गॅरंटी देणाऱ्या यंत्रासारखी होती. त्या यंत्राच्या रूपवैशिष्ट्यांकडे बघणं त्याला नकोसं झालं होतं. एके काळी त्याच यंत्रानं त्याला सुख देऊन वेडं केलं होतं. पण आज मात्र त्या बाईकडे बघताना त्याच्या मनात अस्वस्थपणाच्या आणि अगदी संतापाच्याच भावना जागृत होत होत्या.

इस्तंबूलला परतल्यानंतर एम्माचे दात पाहून फहीर दचकू लागला होता. ते मोत्यांसारखे पांढरेशुभ्र दात डागविरहित आणि भगभगीत होते. सुंदरतेबद्दल ज्या तोंडाची लोकांनी अतिशयोक्त स्तुती केली होती त्या तोंडात त्यांची वसती होती. अविरतपणे हालचाल होणारी एखादी यंत्रणा असावी तसे ते दात दिसत. त्या दातांकडे बघून त्याला वाटे की हे दात एखाद्या रगड्यासारखे आहेत, त्यांच्या तावडीत जे काही मिळेल त्याचा ते पार भुगा करून टाकतील. हा तिच्या दातांचा रगडा त्या लॉबस्टरची दाणादाण उडवेल, त्यानंतर तो व्हिएन्नीझ श्निटझेललाही गिळंकृत करेल. अगदी हळूहळू... हळूहळू...

''वाईन घेत्येस की पाणी?''

''राकी.''

ती विनंती ऐकून बावचळून गेलेला फहीर आश्चर्यानं आपल्या पुढ्यात बसलेल्या बाईच्या तोंडाकडे पाहातच राहिला. पण एम्मा मात्र समोरच्या निमोसा वृक्षाला आलेल्या निळ्याशार बहराकडे बघताना सातासमुद्रापलीकडे हरवून गेल्यासारखी दिसत होती.

''ह्यापूर्वी तुला कधी राकी आवडत नव्हती.''

''पण आता मला तिची चव आवडायला लागलीय.'' मग तिनं फहीरकडे अगदी प्रेमळ नजर टाकून म्हटलं, ''तुला ठाऊक आहे का, मीही आता इस्तंबूलकर झालेय ना,''

खरं तर एम्माला राकीची अजिबात गोडी निर्माण झाली नव्हती. तिला फहीरलाही काही पिऊ द्यायचं नव्हतं. फक्त त्याच्यावर अधिकार गाजवायचा होता. परंतु फेरीबोटीतून उतरताना नूरानशी मुख्य म्हणजे तिच्या मुलीशी गाठ पडल्यामुळे तिला आपली तत्त्वं काही दिवसांसाठी तरी सोडून देणं भाग पडलं होतं. जर काही आणीबाणीची परिस्थिती निर्माण झालीच तर काही काळासाठी आपण बांडगुळासारखं त्याला चिकटून राहायचं. अगदी सालस, सोशीक आहोत असं दाखवायचं तिनं ठरवलं होतं. ते हल्लीच जहाजावरील एका श्रीमंत स्वीडीश माणसाला भेटले होते. त्याचा व्यवस्थित अंदाज येईतो तिला फहीरची गरज होती. तिनं स्वतःशीच पुन्हा एकदा

स्वगत म्हटलं, ‘जास्तीत जास्त एक महिना... होय, तिला जास्तीत जास्त एक महिना फहीरबरोबर राहावं लागणार होतं... मग... मग एका राजेशाही, खाजगी जहाजानं भूमध्यसागराच्या प्रवासावर ती गेली असती.’ किती वेगवेगळे, उच्चभ्रू पाहुणे त्या जहाजावर असणार होते. शिवाय आत्ता मस्त सुगीचे दिवस होते हे तर आणखीच चांगलं होतं. अथेन्स, सिसिली, मार्सिली... तिला आणखी कसला म्हणून विचार करण्याची गरजच नव्हती. कारण उन्हाळा असो की हिवाळा काय वाट्टेल तो जरी ऋतू असला तरी तिला पॅरिसला जायची खूपच इच्छा होती. खरोखर तिकडे तिला जायचंच होतं. फहीरला भेटण्यापूर्वी ती पॅरिसला गेली होती ती तिची भेट अगदी भाकडच ठरली होती. एक दळिद्री खोली, खाणावळीसारखं साधंसुधं हॉटेल आणि संध्याकाळपर्यंत बाजूच्या खोलीतून ऐकू येणारी पियानोची गुणगुण की भुणभुण! कमी पैशात मिळणारं थोडंसं फर्निचर... अर्थात शारीरिक सुखाच्या दृष्टीनं विचार करता तिनं अगदी पुरती धमालच केली होती. पण त्या फायद्यासाठीसुद्धा वाटेल त्या गैरसोयी चालवून घ्यायची तिची मुळीच तयारी नव्हती. त्याशिवाय आता तिची लग्न करून एका जागी राहण्याची आणि स्वतःची पोरंबाळं जन्माला घालण्याची वेळही जवळ येऊन ठेपली होती. म्हणूनच तिला ही संधी अजिबात हातून जाऊ द्यायची नव्हती. पण नशीब नेहमीच एम्माशी दुष्टपणे दावा साधत आलेलं होतं. ह्या वेळीसुद्धा तसंच घडलं होतं. कारण तो वयस्कर आणि श्रीमंत स्वीडीश मनुष्य काही एकटाच त्या प्रवासाला आलेला नव्हता. त्याच्यासोबत जहाजाचा तरुण, सावळा कप्तानसुद्धा आला होता. त्यातच भर म्हणून तो कप्तान एम्माचे सारे नखरे ओळखून असल्यासारखाच वागत होता आणि त्या दोघांनाच एकांत मिळावा म्हणून काही ना काही शक्कल लढवत होता. तिलाही त्याला प्रतिकार करणं जमत नव्हतं. टपोऱ्या काळ्याभोर डोळ्यांचा एकच अर्धोन्मिलित दृष्टिक्षेप तिच्यावर टाकून त्यानं तिला जोखलं होतं आणि त्याला कळून चुकलं होतं की हिच्याशी आपल्याला नसती भीडभाड ठेवण्याची काहीएक गरज नाही... काल रात्री समुद्रकिनाऱ्यावर तसंच तर घडलं होतं. एकूणच सर्वजण तेव्हा तारेत होते. ती नशा, ती चांदणी रात्र आणि शांतता ह्या सर्वांचाच त्यानं किती पटकन फायदा उचलला होता. आपल्या स्वतःच्या मूर्खपणाबद्दल ती स्वतःवर रागावलेली असली तरी त्याच वेळी त्याची ती घसट पुन्हा पुन्हा आठवताना तिच्या अंगावर रोमांच उभे राहात होते.

पण त्या समाधानात फार काळ डुंबण्यात तिनं आपला वेळ वाया दवडला नाही. ह्या सगळ्या काय तात्पुरत्या मौजमजा होत्या. तिला आपलं लक्ष मुख्य गोष्टींवरून

विचलित होऊ द्यायचं नव्हतं. आत्ता ह्या क्षणी मुख्य विषय होता फहीरचा. सकाळी झालेल्या भेटीचा फहीरवर काय परिणाम झालाय हे जाणून घेण्याची तिला खूपच उत्सुकता लागून राहिली होती. तिला नूरानला पाहण्याची संधी जेमतेम मिनिटभरच मिळाली असेल, पण नूरानला पाहाता क्षणी तिच्या मनात मत्सराची तीव्र भावना आपोआपच जागृत झाली होती. नूरानपाशी एक आगळंवेगळं, गहन सौंदर्य होतं. त्या दोघी एकमेकींना परक्या होत्या तरी तिला नूरानबद्दल उत्सुकता नव्हती. पण तिला भीती कुणाची वाटली असेल तर ती फातमाची म्हणजे फहीरच्या मुलीची वाटली होती.

''तुझ्या लक्षात येतंय का फहीर, तू फातमाशी किती दुष्टपणे वागलास ते?''

तिला ओळखता येणार नाही अशा स्वरात फहीर उत्तरला, ''मला ठाऊक आहे...'' तिसऱ्यांदा एम्मा त्याला असं बोलली होती, ''तुझ्या लक्षात येतंय का?...''

का कोण जाणे पण तो एकदम बेचैन झाला. नूरान त्याला एवढी सुंदर पूर्वी कधीच दिसली नव्हती. घटस्फोटाची व्यवस्था करण्यात जे काही तीन-चार महिने गेले त्या काळात मानसिक थकव्यानं थकलेली जी नूरान त्याला दिसली होती ती नूरान ही नव्हती. एक दशकापूर्वी एक शुभ्रधवल स्वप्न ह्या रूपात ती वागदत्त वधू म्हणून त्याच्यापुढे उभी राहिली होती. ती नूरानही ही नव्हती. आज दिसलेली नूरान एक वेगळीच स्त्री म्हणून समोर उभी होती. संपूर्ण अनोळखी... ज्या स्त्रीसोबत आयुष्यातील दहा वर्षं तो राहात होता ती स्त्री आज ओळखण्याच्या पलीकडे गेली होती. त्याच्या मनात विचार आला, 'मी... मी एवढा थक्क होऊन पाहात राहिलो की मला फातमाशी बोलायलाच जमेनासं झालं... ती जणू दुसऱ्याच कुणाची तरी मुलगी असावी तसा मी वागलो. पण आपल्या स्वतःच्या मुलीशी एवढ्या थंडपणे वागण्याचं तेच खरं कारण होतं की एम्मा चिडेल अशी आपल्याला भीती वाटली. मी मनानं एवढा दुबळा आहे की मी कुठल्याही प्रकारचा मूर्खपणा करू शकतो...' त्याच्या मनात आलं.

त्यानं मान उचलली तेव्हा त्याची नजर एम्माच्या नजरेशी भिडली. जणू काही तो काय विचार करत आहे ते सारं काही तिला कळतच असावं अशा नजरेनं ती त्याच्याकडे पाहात होती. ती म्हणाली, ''फहीर, मला समजतंय सारं. तुला जर त्यांच्याशी समेट करायचा असेल तर एक सांगते की मला तुझ्या आणि तुझ्या मुलीच्या आड यायची इच्छा नाही.'' त्या निर्णयातील निर्धार जोरदारपणे व्यक्त करावा अशा आविर्भावात एम्मानं आपल्या हातातील काटा जेवणाच्या थाळीत ठेवला. जणू काही दिवसपाळी चालू असताना सार्वत्रिक संपाची हाकच द्यावी असा तिचा आवेश होता.

तिचा चेहरा जणू काही म्हणत होता की मी तुझ्यासाठी त्याग करते आहे, मानवी भावनांची मला कदर आहे. जन्मभर ज्या स्त्रीला फक्त स्वतःचीच कीव करण्याची सवय होती त्या स्त्रीच्या चेहऱ्यावरील प्रथमच आलेले ते भाव अगदी विकृत आणि तिला न शोभणारे होते.

एम्मानं आत्तापर्यंत कुठलीही गोष्ट कधी मागितली नव्हती. हवी ती गोष्ट हिसकावून घेण्याची तिला सवय होती. एक पतिता स्त्री ह्या नात्यानं तिला जे काही अनुभव आले होते त्या अनुभवांनी तिला शिकवलं होतं की कुठलीही गोष्ट कधीच सरळपणे मागता येत नाही. हाताला मिळेल ते उचल, सरळ हात मार, जणू काही वेढाच घालावा तसं वाग. तुझ्या भक्ष्याला श्वासही घेण्याची उसंत देऊ नकोस. हेच तिचं ब्रीद होतं. सुरुवात मैत्रीपासून करायची, आपण अगदी समजूतदार आहोत असा आव आणायचा, चिकाटी सोडायची नाही. पुरुषाला जाणवलं पाहिजे की आपण त्याला समजून घेत आहोत. मग हळूहळू आपले पंख पसरायचे, त्याला श्वास घेण्याचीही संधी मिळू द्यायची नाही... असं काहीही करू शकत होती ती. पण कुठल्याही गोष्टीसाठी कुणाकडे अजिजी करायची. छे, कधीच नाही, हाड्... कधीच नाही. एम्मा किती समजूतदार आहे, तिला आपल्याबद्दल वाटणारा कळवळा केवढा शहाणपणाचा आहे, तिची संगत किती उदारतेनं भरलेली आहे हे त्या श्रीमंत स्वीडीश माणसाला आता खोल कुठंतरी जाणवू लागलं होतं.

फहीरनं एम्माकडे क्षणभर पाहिलं, ''हे सगळं बोलण्याचा आत्ता काय संबंध आहे?''

तिला कळलं की तिच्या हातून समाजमान्य नसलेलं व्यक्तव्य घडलंय. त्या विषयाबद्दल तिनं काहीच उल्लेख करायला नको होता. मग तिनं मान खाली घातली आणि आपलं लक्ष पुढ्यातील लॉबस्टरवर केंद्रित केलं. आज रात्री त्या श्रीमंत स्वीडीश माणसाशी तिला स्पष्टच काय ते बोलून टाकण्याची गरज होती.

एम्मानं आत्ताच जे काही सुचवलं होतं त्याबद्दलचा विचार फहीर एक अख्खा आठवडाभर करत होता. पण त्याला असुरक्षितपणाच्या भावनेनं ग्रासलेलं होतं, तो सवयीचा गुलाम होता, त्याशिवाय ज्या तऱ्हेच्या आयुष्याशी एम्मानं त्याची ओळख करून दिली होती ते आयुष्य अगदी आगळंवेगळंच होतं. त्यामुळे त्याला अजून काहीही ठरवणं शक्य झालं नव्हतं. शिवाय त्यानं पुढे ठेवलेल्या प्रस्तावाला नूरान कसा प्रतिसाद देईल त्याचाही त्याला अंदाज येत नव्हता. आपण मागचं सारं विसरून जाऊ आणि पुन्हा नव्यानं एकत्र येऊ असं म्हणण्याच्या असंख्य संधी नूराननं पूर्वी त्याला वारंवार

दिल्या होत्या. पण सगळ्यात खरोखर कठीण काय होतं तर ते एम्माला सोडणं. तो तिच्यावर प्रेम करत नसला तरीही तो स्वतःच्याच इच्छा-वासनांचा गुलाम असल्यानं तिला सोडणं त्याला अवघड होत होतं. एकदा ठरवलं की ठरवलं असा निर्धार त्याच्या ठायी नव्हताच पण त्याशिवाय योग्य वेळेस तिला सोडून देण्याचं शहाणपणही त्याच्या अंगी नव्हतं... त्याच्याऐवजी तसा निर्धार एम्मानंच दाखवला असता. तशीच वेळ येऊन कदाचित ती त्याला कंटाळली असण्याची शक्यता होती. कुणास ठाऊक कदाचित... आदल्या रात्री प्यायलेल्या मद्याच्या नशेत काय काय घडलं ते त्याला अंधूकसं आठवत होतं. त्याबद्दल त्यानं विचार करण्याचा प्रयत्न केला. त्या दक्षिण अमेरिकन कप्तानाची वस्तऱ्यासारखी निमुळती हनुवटी, त्यानं भेदकपणे टाकलेले दृष्टिक्षेप त्याच्या डोळ्यांसमोर उभे राहिले. त्यानंतर थोडा काळ तो कॅप्टन आणि एम्मा दोघं एकत्रच गायब झाले होते. त्याला स्वतःला ब्रिजच्या डावातून लगेच उठणं जमलं नव्हतं. कुणास ठाऊक आणि कदाचित... अचानक पुन्हा एकदा नव्यानं उरात सुरी फिरावी तशी त्याला आपल्या जीवनातील स्वर्गमय दिवसांची आठवण झाली. शारीरिक सुखाच्या अत्युच्च बिंदूपर्यंत एम्मानं केलेली भरधाव घोडदौड, त्या उत्कट मिठ्या आणि शारीरिक झटापटी... त्यानं विव्हळ होऊन आपलं मस्तक वर उचललं. मग एखादं खरोखरचं आश्चर्य पाहावं तसा तो बघतच राहिला. एम्मा आपल्या बत्तीसच्या बत्तीस दातांनी लॉबस्टर हळूहळू चावून खात होती. अगदी हळू, शांतपणे. जणू काही एखादी कविताच तोंडपाठ म्हणून दाखवावी तसं तिचं खाणं चाललं होतं. कधी नव्हे ते तिचे डोळे निष्पाप आणि क्लांत दिसत होते. छे, असल्या निरर्थक विचारांची मनातून हकालपट्टी करणं हीच सर्वोत्तम कृती होती. त्यानं आपल्या हातातला चषक उंचावला. जणू काही आपल्या बेवफा प्रेमिकाला त्यांनी एकत्र घालवलेल्या उत्कट क्षणांची आठवण करून द्यावी तशा पद्धतीनं एम्मा म्हणाली, ''सेरेफेनीझ एफेंदिम.'' तिनं तुर्की भाषेत शिकलेलं हे पहिलंच वाक्य होतं. ते बोलताना तिला अवघडल्यासारखं होत होतं. त्या वाक्याचा अर्थ होता, 'चिअर्स, महाराज, खास तुमच्या सन्मानासाठी.'

तिचे डोळे वियोगाच्या दुःखानं भरले. तसे अश्रू तिला अगदी हुकमी गाळता येत असत. पण तरीही तिच्या अंतर्मनात अगदी प्रामाणिकपणे विचार येत होता, माझं आत्तापर्यंतचं सगळं आयुष्य ज्या लोकांना माझी किंमत कळत नव्हती अशा लोकांच्या लाथा खाण्यात गेलं. बेसराबियातील त्या श्रीमंत जमीनदारानं तसंच नव्हतं का केलं? ठीक आहे, एम्माच्या हातूनही त्या वेळेस आणखी एक घोडचूक झाली होती. घोड्याचा तबेला साफ करणाऱ्या नोकराबरोबर तिनं चक्क संग केला आणि तोसुद्धा तबेल्याच्या

वरच्या खोलीत अगदी दिवसाढवळ्या केला. खरोखर, तिचं सगळं आयुष्यच मुळी दुर्दैवाची मालिका असल्यासारखं झालं होतं. लहानसहान चुका आणि दूरदृष्टीचा अभाव ह्यामुळेच तसं घडत होतं. पण तिनं काय करावं अशी अपेक्षा होती त्यांची? पुरुष नाहीतरी असेच असतात की! पण त्या मेल्या जमीनदारानं आपल्या नोकराला नोकरीवरून काढून टाकण्याऐवजी एम्मालाच तिथून हाकलून दिलं. त्या नोकरानं तरीसुद्धा तिचा पिच्छा केलाच. अशाच तऱ्हेच्या चुकीमुळे तिचा नियोजित वरसुद्धा तिला सोडून गेला होता. पण तेव्हा अगदीच तसं घडलेलं नसलं तरी जवळ जवळ तसंच घडलं होतं. पण त्या वेळेस तिची चूक नव्हती. तिचा भावी दीर मायकेलपेक्षा किती तरुण होता. त्या दोघांमध्ये तीन बहिणी होत्या ना.

"एम्मा, तुला जर चालणार असेल तर आजची रात्र आपण कुठंही जाऊया नको. चालेल?"

"तू म्हणशील तसं फहीर, ... तुला ठाऊकच आहे मी किती दमलेय ते. काल रात्री..." पण काल रात्री काय झालं त्यावर चर्चा करण्याची आवश्यकताच नव्हती. तिच्या तोंडातून ते शब्द निघाले आणि ती लालेलाल झाली. खरोखर ते आज रात्री बाहेर जाणार नव्हते का? निराशेनं ती पुढ्यातल्या लॉबस्टरकडे वळली. अख्खी संध्याकाळ फहीरच्या संगतीत काढायची म्हणजे केवढा त्रास होता?

फहीर आपल्या रखेलीकडे आश्चर्यानं पाहात राहिला. त्या दोघांची भेट झाल्यापासून प्रथमच एम्मानं आपण थकलो आहोत अशी तक्रार केली होती. त्याच्या मनात विचार आला, 'खरोखरच मी तिला सोडून दिलं नाही किंवा तीच मला सोडून निघून गेली नाही तर... तर काय होईल?'

"तुला ठाऊक आहे का फहीर, तू खूपच बदलला आहेस..."

पण फहीरचं तिच्या बोलण्याकडे लक्ष नव्हतं. तिथं असलेल्या वेट्रेसच्या फ्रॉकवरील तुटक्या बटणाकडे त्याचं लक्ष लागलं होतं. खरोखर असं तुटलेलं बटण आणीबाणीच्या प्रसंगात मन विचलित करण्यास बरं पडतं. त्या तुटक्या बटणामुळे निर्माण झालेल्या फटीनं त्याच्या विचारांना वेगळंच स्वातंत्र्य बहाल केलं. विचार करता करता त्याच्या मनात हाही विचार आला की, 'मला खरं तर ह्या बायकांचा एवढा कंटाळा आला आहे तरी पण मी त्यांच्या सहवासाच्या भानगडीतच का पडतो तेच मला कळतं नाही.'

सबीहची सब्रियेमावशी एक गोल गरगरीत स्त्री होती. तिच्या चेहऱ्यावरील भाव

अत्यंत सालस आणि आनंदी होते. अस्थम्यानं जखडलेल्या, स्वभावानं विक्षिप्त असलेल्या नवऱ्याचा जाच तिनं पस्तीस वर्षं सोसला होता. त्याची मानसिक स्थिती तासातासाला बदलत असे. त्या बाईनं नवऱ्याची सगळी कर्जं फेडली. ती कर्ज का आणि कशी निर्माण झाली ते तिला अजिबात माहीत नव्हतं. त्याशिवाय तिनं चार मुलांनाही लहानाचं मोठं केलं. ती मुलं आपल्या नवऱ्याच्या वळणावर गेली असतील तर त्यांचं काही खरं नाही असा विचार करूनसुद्धा तिनं त्या सर्वांची लग्नं लावून दिली, त्यांना घरं विकत घेण्यास मदत केली, त्यांचे संसार लावून दिले. आता तिच्यापुढे एकच उद्योग राहिला होता. तो म्हणजे आपल्या घरी येणाऱ्या पाहुण्यांचं आगतस्वागत करणं हा! तिच्या नवऱ्याच्या हेकट स्वभावामुळे तरुणपणी तिला इतर तरुण स्त्रियांशी मैत्री करता आली नव्हती. मागील सात वर्षं तिनं अक्षरशः अगणित पाहुण्यांना आपल्या घरी बोलावलं असेल. त्यांना घरी बोलावून तिनं त्यांच्यासाठी चवीढवीचे पदार्थ बनवले होते. खरोखरच इतके उत्तम पदार्थ बनवण्याची कृती फारच थोड्या स्त्रियांना माहीत असते.

तिनं अदिलेचं आणि सबीहचं बागेच्या दरवाजाशीच स्वागत केलं. सबीह तिचा अगदी आवडता भाचा होता.

''अरे पोरांनो, तुम्ही होता कुठे एवढा वेळ? केव्हाची वाट पाहातेय मी तुमची.'' बोलता बोलता तिनं कानातल्या हिऱ्याच्या तीनपदरी कुड्या चाचपून पाहिल्या. अशा दिवशी सब्रिये त्या कुड्या घालायला कधीही विसरत नसे. त्या कुड्या तिला तिच्या लाडक्या सासूकडून भेट मिळालेल्या होत्या. तिला भीती वाटे की त्या कुड्यांमधील मोठा हिरा आणि त्या हिऱ्याला लावलेलं माणकाचं मळसूत्र खाली पडेल की काय! म्हणून ती सारखी त्या कुड्यांना हात लावून पाहात राही. सबीहनं आपल्या मावशीच्या गालांवर ओठ टेकता टेकता म्हाताऱ्या माळ्यासाठी बांधलेल्या शेडकडे पाहिलं. तीन वर्षांपासून ती शेड त्याच मोडकळीला आलेल्या अवस्थेत उभी होती. आपण काही दुरुस्ती म्हणा किंवा डागडुजी म्हणा असं काहीतरी करावं अशी कल्पना सब्रियेच्या मनाला कधी शिवलीसुद्धा नसावी. ते काहीही असलं तरी ज्या कधीही पडतील अशा वस्तू वेगळ्या होत्या आणि ज्या ती काढून टाकणार होती किंवा ज्या तिच्याकडून हरवून गेल्या होत्या त्या आणखीनच वेगळ्या होत्या.

''मी तुमच्यासाठी छान छान पदार्थ केलेत!'' ती म्हणाली, मग सबीहकडे वळून म्हणाली, ''तुझं पथ्याचं जेवणही वेगळं बनवलं आहे रे बाबा!''

ते ऐकून आपल्या नवऱ्याचा चेहरा आक्रसलेला अदिलेनं पाहिला. त्यामुळे

तिला फुटलेल्या आनंदाच्या उकळ्या किंचितही न लपवता ती म्हणाली, ''मावशी, देव तुमचं कल्याण करो. मला अगदी भीती वाटत होती की आमचे हे न पचणारं असं नको ते काहीतरी खातील आणि आजारी पडतील.'' पण तिचा स्वर काळजीपेक्षा आनंदानंच अधिक उसळत होता.

''अग पोरी, मी त्याच्या तब्येतीबद्दल विसरेन कशी? तो माझा एकुलता एक सबीह आहे ना.'' त्या खात्रीमुळे आश्वस्त झालेली अदिले गाणं गुणगुणत व्हरांड्याच्या दिशेनं गेली. ते टँगोगीत ती दोन-तीन रात्रींपूर्वीच शिकली होती. सबीह मनातल्या मनात 'नाही नाही' म्हणत रागारागानं निषेध व्यक्त करत होता. 'मी दाखवतोच तुला, थांब, मी केवळ तुलाच नाही पण सगळ्यांनाच अद्दल घडवीन.' त्यानं मनाशी ठरवून टाकलं. जर्मनीतल्या आर्थिक आणीबाणीच्या पार्श्वभूमीवर पोलंडची समस्या काय आहे त्याविषयी हल्लीच त्यानं लेख वाचले होते. त्यानं ठरवलं की आपण ह्या लोकांना त्या समस्येविषयी अपासून ज्ञपर्यंत सारं समजावून सांगायचं. आणि अशा तऱ्हेनं त्या सर्वांचा बदला घ्यायचा.

जर त्या सर्वांनी त्याला पथ्याचं जेवण काय जेवावं ह्याविषयी भंडावून सोडलं नसतं तर त्यानं त्या लोकांना सील ह्या समुद्री जलचराच्या जीवनचक्राविषयी माहिती सांगितली असती. ह्या समुद्री जलचरांचं जीवन खरोखरच मंत्रमुग्ध करणारं होतं. 'लू' नामक मासिकात त्यानं त्यांच्याविषयी माहिती वाचली तेव्हा त्याच्या मनात विचार आला, 'हे सील प्राणी समुद्रात वावरताना मासे असतात, तर जमिनीवर वावरताना सस्तन प्राणी असतात.' पण आता मात्र तो सीलविषयी बोलणार नव्हता किंवा एस्किमो लोकांच्या विचित्र समजुतींबद्दलही काही सांगणार नव्हता. एस्किमोत अशी समजूत होती की समजा एखाद्या आजोबांच्या मरणाच्या वेळेसच एखादं कुत्र्याचं पिल्लू जन्मलं तर आजोबाच त्या कुत्र्याच्या पिल्लाच्या रूपात जन्मले असं समजून त्या पिल्लाला आजोबांची प्रतिष्ठा दिली जाते. आता पथ्याच्या जेवणाविषयी जाहीर चर्चा झाल्यामुळे त्याला जबरदस्तीनं जर्मन उद्योग आणि अर्थव्यवस्था ह्या विषयात घुसावं लागलं होतं. त्याच्या मनात तिरस्कार भरून आला. सबीहनं आपल्या मावशीच्या कानांकडे पाहिलं. त्या कानातले हिऱ्याचे मोठे लोलक खाली पडून हरवतील ह्याची चिंता करणं त्यानं सोडून दिलं. तो जी काही सविस्तर माहिती देणार होता ती नाहीतरी मावशीच्या त्या कानांतून पंचेचाळीस अंशाचा कोन करून बाहेरच निघून जाणार होती. वृत्तपत्रातील माहितीचा उपयोग सबीह कित्येक वर्षांपासून एखाद्या व्यक्तीशी संभाषण करण्यासाठी किंवा ते वाढवण्यासाठी करत आला होता. पण त्यांच्या घरात नेहमीच ठिय्या देऊन

असणाऱ्या अदिलेच्या एका प्रिय चाहत्याच्या कानावर एके दिवशी तो ती माहिती घालत असताना त्या माणसानं चक्क जांभई देऊन आपली अस्वस्थता प्रकट केली आणि तिथून तो सरळ चालताच झाला. तेव्हा कुठे सबीहच्या लक्षात आलं की जागतिक घडामोडीविषयी प्रत्येकाचा प्रतिसाद आपल्यासारखाच असेल असं नाही. त्या क्षणापासून त्यानं हे हत्यार योग्य वेळी कसं वापरायचं त्याचा अभ्यास सुरू केला. हे शस्त्र विकसित करण्यासाठी त्याला त्याची तीव्र स्मरणशक्ती आणि भरपूर फावला वेळ उपयोगी पडला.

व्हरांड्यात नेहमीप्रमाणे सात-आठ इतरही पाहुणे होते. सब्रियेच्या सर्वच मुलांनी तिचं घर सोडलं होतं आणि घर सोडताना आपलं सर्व मित्रमंडळ तिला बहाल केलं होतं. ते सगळेचजण तिथं होते. तिच्या थोरल्या मुलाचा पत्त्यांच्या डावातला भागीदार यासर तिथं होता. तो नूरानचा मामे भाऊ होता. तिच्या सर्वात मोठ्या मुलीची नणंद नूरिये तिथं होती. त्याशिवाय तिच्या मधल्या मुलाचा मित्र इफ्फत तिथं होता. ह्या माणसानं तिच्या मुलाला जुगाराच्या नादी लावलं. त्यामुळे त्यानं अभ्यास सोडून दिला आणि स्वतः इफ्फत मात्र इंजिनियरिंग कॉलेजात पहिला आला. त्याशिवाय तिच्या सर्वात धाकट्या लेकीची वर्गमैत्रीण मुआइझेझसुद्धा तिथं होती. सब्रियेची स्वतःची मुलं क्वचितच तिला भेटायला येत. मग सब्रिये त्यांच्या ह्या मित्रमैत्रिणींना बोलावून आपल्या मुलांनी निर्माण केलेली पोकळी बुजवण्याचा यत्न करत असे.

व्हरांड्यात पाय ठेवता क्षणी अदिले उद्गारली, ''अरे वा, आज यासरसुद्धा आहे का? किती मस्तच योगायोग आहे ना हा?''

आपल्या अकाली पांढऱ्या झालेल्या केसांतून यासरनं हात फिरवला आणि आपला चष्मासुद्धा पुसून घेतला. त्यानंतर त्यानं मोठ्या अदबीनं अदिलेचं स्वागत केलं. नाही म्हटलं तरी युरोपियन रीतिरिवाजाशी ओळख असलेला माणूस होता तो.

''आम्ही आत्ताच नूरानला भेटलो. तू तिला बघायला हवं होतंस, काय देखणी दिसत होती म्हणून सांगू?'' मग अदिले सब्रियेकडे वळून म्हणाली, ''आणि मुमताझसुद्धा तिथे होता बरं का!''

सब्रियेच्या मनात मुमताझबद्दल खूपच जिव्हाळा होता. कारण सुप्रसिद्ध ओटोमान राजघराण्याच्या 'सिकिल-इओस्मानी' ह्या आत्मचरित्रात्मक दप्तरातून त्यानं सब्रियेच्या आजोबांचं नाव आणि चरित्र शोधून काढलं होतं. मुमताझनं त्यांची नोंद शोधून काढल्याचं सब्रियेला टेलिफोन करून कळवलं होतं. खूप पूर्वी, म्हणजे तीस वर्षांपूर्वी, सब्रियेनं तो विषय जेव्हा आपल्या नवऱ्याकडे काढला होता तेव्हा ते नाव शोधण्याचं

वचन तिला त्यानं दिलं होतं, पण ते त्याला पूर्ण करता आलं नव्हतं. त्यामुळे हे आता जुनाट आणि विस्मृतीत गेलेलं प्रकरण आहे असाच अर्थ तिनं काढला होता. त्यामुळे मुमताझने ते शोधून काढल्यामुळे तिला अगदी चमत्कार झाला असंच वाटू लागलं.

''हो का? अग मग तू मुमताझला का नाही आणलंस बरोबर? मी त्याला कित्येक महिन्यांपासून पाहिलेलं नाही. अय्या, म्हणजे मग मुमताझसुद्धा आत्ता इथं असता की.''

आपल्या बायकोला मधे काहीतरी बोलण्याची संधी देण्यापूर्वीच सबीहला तिला अडवायचं होतं. म्हणून तो म्हणाला, ''त्याला त्याच्या मित्रांना भेटायचं आहे हे आम्हाला ठाऊक होतं ना म्हणून आम्ही आग्रह नाही केला त्याला.''

आरामखुर्चीत रेलून बसलेली मुआइझेझ उठली, ''सुआद आजारी आहेसं दिसतंय. तो इस्तंबूलमध्ये एका आठवड्यासाठी आलाय. हवापालटासाठी आजारी लोक उतरतात तसल्या विश्रामधामात तो उतरलेला आहे. तो त्यांनासुद्धा वेळ ठरवून भेटायला जाणार आहे. इथं येताना वाटेत मी त्याला पाहिलं.''

हा सगळाच्या सगळा कंपूच सकाळच्या फेरीबोटीनं इकडं आलाय हे ऐकून चकित झालेला सबीह सहानुभूती दाखवत म्हणाला, ''अरेरे, किती वाईट ना?... झालंय काय त्याला? म्हणजे मला काय म्हणायचंय की ते फार गंभीर काही नसेल ना?'' बोलता बोलता त्याच्या मनात विचार येऊ लागले... अगदी क्षय झाला तरी तोसुद्धा काही एवढा गंभीर आजार नाही. त्यासाठी फक्त सकस खाणंपिणं ठेवलं की झालं. पण माझा स्वतःचा आजार खरोखरच गंभीर म्हणावा लागेल. मला केवढं पथ्य पाळावं लागतं. विचार करता करता त्याला लोणी लावलेल्या काकड्या आणि गाजरांची आठवण झाली. सुआदला आपल्यापेक्षा बरा आजार झालाय म्हणून त्याचा मत्सरही वाटू लागला. कारण सुआदला जो भेटेल तो सांगत असे की, ''बाबा रे, पोटभर खा, उत्तम जेवण घे, पॅस्ट्रीज खा, तंदूर मटण खा, ... चांगलं खाल्लंस की तू अगदी पहिल्यासारखा होशील.'' पण एक आहे, हे सगळं ह्या मुआइझेझला कसं काय माहीत? तिच्या वागण्यात एवढी असंगती कशी? तिला कळलं तरी कुठून हे सगळं?

दुसरा एखादा दिवस असता तर सुआदला होत असलेल्या त्रासाबद्दल ऐकून अदिले कदाचित अस्वस्थ झाली असती. त्याच्याएवढा उत्साही आणि स्त्रियांच्या मनात काय चाललंय ह्याचा बरोब्बर अंदाज असणारा पुरुष तसा विरळच होता. पण ह्या क्षणी मात्र ती मुमताझ आणि नूरानचं बिंग मुआइझेझ आणि यासरसमोर फोडण्याच्या बेतात होती. नेमका त्याच वेळेस तिला सुआदचा उल्लेख अडचणीचा ठरला असता.

तिला तर आता अजिबातच धीर राहिला नव्हता. शर्यतीत धावणाऱ्या घोड्यांना जसं वाटेतले अडथळे शिताफीनं ओलांडून जाण्याचं प्रशिक्षण दिलेलं असतं त्याच शिताफीनं अदिलेनं हा अनपेक्षित अडथळा ओलांडला आणि ती बोलू लागली, ''खरं सांगायचं तर मुमताझला इथं बोलवायचं ह्याबद्दल मी विचार केला नव्हता असं नव्हतं... पण तो नूरानवर एवढा भाळला होता की आम्हाला काही बोलताच आलं नाही.'' तिनं डोळ्यांच्या कोपऱ्यातून यासरकडे नजर टाकली. तिला माहीत होतं की यासर बऱ्याच काळापासून नूरानवर फिदा आहे. इतर पुरुषांचं तिच्याकडे लक्ष जातं म्हणून त्याला त्यांचा मत्सर वाटतो. फहीरपासून नूरानला विभक्त करण्यात यासरचाच हात होता. कारण त्यानंच फहीर आणि एम्मा ह्या दोघांतील संबंध वाढू देण्यात पुढाकार घेतला होता आणि त्यांच्यातील भानगडीचा रोजचा अहवाल नूरानच्या कानावर पोहचवला होता. तिचं बोलणं ऐकून यासरचा चेहरा राखेसारखा काळाठिक्कर पडला.

''ते काही काळापासून एकमेकांना ओळखत आहेत असं म्हणता आहात का तुम्ही?'' तो अडखळत बोलला.

अदिले अगदी जोशात आल्यासारखी झाली, ''छे हो, आम्हीच त्या दोघांची एकमेकांशी ओळख करून दिली.''

मग ती सब्रियेकडे वळून म्हणाली, ''मावशी, अग तू बघायला हवं होतंस, काय पण त्यांचं गुट्टुर्गू चाललं होतं एकमेकांत ते. खरं सांगायचं तर ते पाहून मला स्वतःला खूपच आनंद झाला. म्हणजे त्यांच्या कहाणीला हे वाईट वळण लागलं असं वाटलं नाही मला. आता दोघांच्या वयात थोडंसं अंतर आहे म्हणा... पण...''

आश्चर्यचकित झालेला सबीह आपल्या बायकोकडे अजागळासारखा पाहात राहिला. मुआझ्झेझ तिथं असताना अदिलेनं एवढं खोटंनाटं बोलायला नको होतं. तिथं असलेल्या सर्वांपेक्षा मुआझ्झेझ वयानं खूपच लहान होती.

''हा मुमताझ नामक प्राणी आहे तरी कोण?'' यासरनं विचारलं.

''तो विद्यापीठातल्या आमच्या विभागातला सहायक आहे.'' मुआझ्झेझनं उन्हात आपले केस फलकारले. तिचे डोळे तिरळे झाले होते. तिच्या मनात विचार आला, 'तो फारच गर्विष्ठ आहे...' तिची नजर सातत्यानं बागेतील हॉलंड स्टार ह्या मोठ्या फुलांकडे लागली होती. किती लालभडक रंग आहे त्यांचा. अचानक तिनं आपले विचार बदलले. ''तो आम्हाला खूप आवडतो. तुम्हाला माहित्येय?'' मुमताझबद्दल ही बातमी ऐकल्यामुळे ती अगदी दुःखी आणि निराश दिसत होती. तिला मुमताझनं स्वतःच सांगितलं होतं की मी बेटावर येतोय. म्हणून तर ती इथं आली

होती. पण फेरीबोटीवर त्याची आणि तिची चुकामूक झाली. मग काय, नंतर हे असं प्रसंगाला नवं वळण मिळालं... खाली झुकवलेल्या पापण्यांतून तिनं अदिलेकडे असूयेनं पाहिलं.

"हे भगवान, अरे बाबा, तू त्याला कसा काय विसरू शकतोस? तुला तुझ्या बाबांचा मित्र इहसान आठवतो ना? तो त्याचा चुलत भाऊ आहे. तू असंख्य वेळा त्याला आमच्या घरी पाहिला असशील."

पण यासरला काही मुमताझ आठवत नव्हता. घरातल्या घड्याळानं दीडचे ठोके दिले. आता त्याची गोळ्या घ्यायची वेळ झाली होती. नूरानचं लग्न दुसऱ्या पुरुषाशी होण्याची शक्यता आहे असं समजलं तरीही यासर गोळ्या घेणं विसरू शकत नव्हता. त्यानं खिशातून एक छोटीशी कुपी बाहेर काढली. मग तिचं झाकण हळूच उघडलं आणि ती कुपी किंचित वाकडी करून त्यानं टीपकागदावर त्यातील दोन गोळ्या हातांनी स्पर्शही न करता काढून घेतल्या.

"थोडं पाणी आणायला सांगा त्यांना." मग तो सबीहकडे वळला, "ह्यामुळे खूपच उत्साह वाटतो." तो म्हणाला, "जीवनसत्त्वं आहेत ही. ह्या गोळ्या घ्यायला लागल्यापासून मला पहिल्यापेक्षा खूपच बरं आणि ठणठणीत झाल्यासारखं वाटतंय."

अदिलेच्या डोळ्यांतील उपहास आणि तिरस्कार सबीहच्या नजरेतून निसटला.

तीन

आधीपासून ठरवून ठेवावं तसे दुसऱ्या दिवशी रात्री ते दोघं फेरीबोटीच्या धक्क्यावर एकमेकांना भेटले. सबीह आणि अदिले कुठेही दृष्टिपथात नव्हते. नूराननं फातमाला आपल्या मावशीच्या घरीच ठेवलं होतं. वसंतऋतूचा सुगंध धक्क्याच्या परिसरात दाटला होता. जवळ जवळ प्रत्येकच प्रवाशाच्या हाती कळ्यांनी बहरलेली फांदी होती. काहींच्या हातात ताज्या गुलाबांचे गुच्छही होते. तो सगळाच जमाव जणू काही फुलंच लुटून आला होता.

नूराननं त्याला दुरून पाहिलं तेव्हा तिनं हातानं काहीतरी असंबद्ध हालचाल केली. तिच्या दर्शनानं सुखावलेला मुमताझ हलक्या पावलांनी तिच्यापाशी येऊ लागला. ही भेट घडेल ह्याविषयी त्याला किंचितही पूर्वसूचना मिळालेली नव्हती. ती आपल्यात रस घेईल हे तर त्याला अशक्यच वाटत होतं.

"तू इतक्या लवकर शहरात परतशील असं वाटलं नाही मला." मुमताझ म्हणाला.

''मला पण नव्हतं वाटलं, पण मी परत येतेय खरी. कसा गेला तुझा वेळ इथं?''

बहुधा त्याच्या दिवसाचा हिशोब ती विचारत असावी. तिच्यापाठीमागे अनातोलियन किनाऱ्याचं सृष्टिवैभव दिसत होतं. त्या वैभवाचे मंद रंग टीपकागदानं टिपल्यासारखे सगळीकडे पसरले होते. मुमताझ उत्तरला, ''आम्ही चर्चा केली... नाहीतरी आपल्या ह्या देशात चर्चा करणं हे सगळ्यात सुलभ झालेलं आहे...'' मग आपल्या मित्रांवर आपल्या हातून अन्याय होऊ नये म्हणून त्यानं पुस्ती जोडली, ''आम्ही चांगल्या गोष्टींवर बोललो. इहसानसुद्धा तिथं होता. आम्ही जवळ जवळ अर्ध्या दुनियेच्या समस्या सोडवून टाकल्या... त्यानंतर संध्याकाळी उशिरानं आम्ही बासरीवादनाचा एक सुंदर कार्यक्रम ऐकला.''

''कुणाचा होता तो?''

''सेमिल म्हणून एक कलाकार आहे. अमीन देदेंचा शिष्य आहे तो. त्यानं साझ ह्या वाद्यावर अनेक गीतं वाजवली. तसंच मेवलेवी घराण्याची आध्यात्मिक सुफी गीतंसुद्धा वाजवली.''

अचानक कुणीतरी ओळखीचा माणूस उपटणार नाही आणि आपल्या बोलण्यात व्यत्यय आणणार नाही अशी आशा बाळगून दोघंही आसपास चोरट्या नजरा टाकत होते. सरतेशेवटी बोटीत प्रवेश करण्याचं दार एकदाचं उघडलं आणि खूप जुने मित्रमैत्रीण बऱ्याच काळानं एकमेकांना भेटावेत तसे ते दोघं बोटीवर चढले आणि पुन्हा खालच्याच डेकवर बसले.

मुमताझनं विचारलं, ''छोट्या बाईसाहेबांना कुठं सोडलंस तू? तिला सोडून आलीस तेव्हा ती बिथरली नाही का? तिला फार लळा आहे तुझा.''

''ते बरोबर आहे रे, पण तिला तिथं राहाणं भाग आहे ते तिला ठाऊक आहे.'' सध्या आम्ही राहातो त्या भागात डांग्या खोकल्याची साथ आलीय. त्याशिवाय अख्खा हिवाळाभर ती आजारीच होती. आजारपण आणि प्रकृती ह्याबद्दल ती समजून घेते, हट्ट करत नाही.''

''चार वर्षांपूर्वीची गोष्ट असती ना, तर मला ही माहिती आधीच कळली असती पण आता इख्लाल नाहीये ना...'' चार वर्षांपूर्वी तो इख्लालला दररोज भेटत होता आणि नूरानबद्दल सगळी माहिती त्याला समजत होती.

नूरानचं त्याच्या विधानाकडे लक्ष नव्हतं. ती स्वतःच्याच विचारांच्या पाठलागात गर्क होती.

''फातमा अगदी विचित्रच मुलगी आहे. लोकांनी तिच्याकडे सारखं लक्ष द्यायला हवं असतं तिला! स्वतःचं मन स्वतः रमवत नाही ही पोरगी ! आत्ताही आजारी पडायची

भीती नसती तर तिनं अगदी धिंगाणा घातला असता.''

''मला वाटलं की तुला तिच्यासोबत राहायलाच बरं वाटलं असतं.''

उजव्या बाजूनं येणारा उजेडाचा एक खट्याळ कवडसा तिच्या केसांना चिकटून होता. तो कवडसा हळूहळू तिच्या मानेकडे सरकला आणि मानवी उबेला सरावल्यासारखा तिच्या चंद्रप्रकाशानं न्हायलेल्या फिकट कांतीवर खेळकरपणे नाचू लागला.

''आवडलं असतं ना. मी राहिलेही असते कदाचित पण नंतर माझी कुणाशीतरी भेट झाली. ती भेट अगदी दुर्दैवी आणि अनपेक्षित होती.''

ती असं बोलली तेव्हा मुमताझच्या लक्षात आलं की काल वाटत होती तेवढी नूरान आज उल्हसित मनःस्थितीत नाहीये. आज ती कुठल्यातरी विचारात गढलेली आणि उदास वाटते आहे.

फेरीबोटीच्या धक्क्यावर नूरानला तिच्या माजी नवऱ्यासोबत पाहाताना ज्या दुःखद भावनेनं मुमताझला ग्रासलं होतं तीच भावना त्याच्या मनात पुन्हा भरून आली. तो काही काळ गप्पच झाला आणि मग विचारपूर्वक बोलू लागला, ''मी कालची तुमची भेट पाहिली. मी माझ्या मित्रांना शोधत होतो.'' खोटं न बोलता आल्यानं तो एकदम शरमला. ''तू फहीरला भेटलीस ते मी पाहिलं.'' नूराननं त्याच्याकडे मूकपणे टक लावून पाहिलं. तिच्या नजरेमुळे मुमताझला अगदी अवघडल्यासारखं झालं. कारण तिच्या जीवनातील एका खाजगी क्षणाचा तो साक्षीदार होता. 'मी जर तुझ्यापासून काहीही लपवून ठेवायचं नाही असं ठरवलं नसतं तर नक्कीच मी ह्या गोष्टीचा उल्लेख केला नसता. मुमताझ मनातल्या मनात स्वगत बोलला. मग त्यानं सगळी भीडभाड वाऱ्यावर सोडून दिली आणि तो तिला म्हणाला, ''मला ह्या गोष्टीचं सगळ्यात वाईट वाटतंय की तू जेव्हा धक्क्यावरून बाहेर आलीस तेव्हा तुझ्या चेहऱ्यावर एवढे आनंदी भाव होते, तुझं वागणंसुद्धा अगदी स्वच्छंदी वाटत होतं...''

नूरान उदासपणे हसली, ''तू सरळ सरळ कबूल का करत नाहीस रे, की मी बाहेर येण्याची वाट पाहात तू थांबला होतास... मी बघितलं होतं तुला! उगाचच लाजू नकोस. हे तुम्हा पुरुषांचं असंच तर वागणं असतं. पण त्या भेटीतला सर्वांत वाईट भाग तुला कळला नाही. सगळ्यात वाईट म्हणजे तू माझ्या मदतीला धावून आला नाहीस आणि त्या बिचाऱ्या पोरीला माझ्याकडून उचलूनही घेतलं नाहीस. आम्ही दोघीही पार कोलमडण्याच्या बेतात होतो.'' मुमताझचा चेहरा गोंधळात पडल्यासारखा दिसू लागला पण नूराननं तिकडे लक्षच दिलं नाही. ''फातमा तर अगदीच नर्व्हस झाली

होती. ते फार वाईट झालं. ती खरं तर तिच्या बाबांना विसरू लागली होती. काय बरोबर आणि काय चूक ह्याबद्दल त्या मुलीच्या वेगळ्याच कल्पना आहेत. बाबांचं प्रेम तिला मिळत नाही म्हणून तिचा आता जळफळाट होऊ लागलाय. सकाळ होईपर्यंत ती रडत होती. सारखं म्हणत होती, माझ्या बाबांना मी आवडत नसले म्हणून काय झालं, मला आवडतात ते...''

बोलता बोलता नूराननं अचानक विषयच बदलून टाकला. जणू काही तो विषय तिला तिथल्या तिथे संपवूनच टाकायचा असावा. ती म्हणाली, ''हा इहसान म्हणजे आम्हा सर्वांना माहीत आहे तोच इहसान आहे का?''

''मला काय ठाऊक? तुला कुठला इहसान माहीत आहे?''

''महायुद्ध झाल्यावर दोस्तराष्ट्रांनी जेव्हा तह केला त्या काळात माझे काका हक्कसंरक्षणार्थ लढणाऱ्या संघटनेत काम करत होते. त्यांनी मला सांगितलं की ते कुणातरी इहसान नामक माणसाला मदत करत असत. तसं पाहाता ते नादीर पाशाचे सहायक होते. पाशाच्या मृत्यूच्या कटात इहसानला गुंतवायचा लोकांनी प्रयत्न केला. इहसान तेव्हा सहज पळून जाऊ शकत होता पण तो म्हणाला की जोपर्यंत माझ्यावरचा गुन्ह्याचा आळ जात नाही तोवर मी कुठेही जाणार नाही. इहसानला सुळावर चढण्यापासून वाचवण्यात माझ्या काकांची थोडीफार मदत झाली.''

''नादीर पाशानं त्यांना एक पत्र लिहिलं होतं म्हणून बरं झालं ग. म्हणजे तू म्हणतेस तो हाच इहसान आहे. पण इख्लाल कधीच कशी बोलली नाही मला. मी तुझ्या काकांना बऱ्याचदा पाहिलेलं आहे.''

''इख्लाल एखाद्या वास्तववादी कादंबऱ्या लिहिणाऱ्या लेखकासारखी आहे. रोजच्या गोष्टी सोडून ती बाकी फारसं काही बोलत नाही.''

मुमताझ अवाक झाला होता.

''हां, म्हणजे अग, तेहफिक हे तुझे सख्खे काका लागतात... आणि तलत हे तुझे पणजोबा?''

''होय, तलत हे माझ्या आईचे आजोबा होते.''

''अग, मी एकदा तैफिकजींचं गाणंसुद्धा ऐकलेलं आहे. त्यांनी आम्हाला माहूरगीत ऐकवलं होतं. तुलाही आवडतं का ते?''

''खूप आवडतं म्हटलंस तरी हरकत नाही. पण तुला ठाऊक आहे का ते गाणं आमच्या घरात अपशकुनी मानतात.''

''पण तुझा असल्या गोष्टींवर आहे का विश्वास?'' मुमताझनं तिला गंभीरपणे विचारलं.

''नाही, म्हणजे मला म्हणायचंय की मी त्यावर फारसा विचारच केलेला नाही. अर्थात इतर सगळ्यांप्रमाणेच मलासुद्धा आतल्या आत एक अनामिक भीती वाटते. माहूरगीताचा माझ्यावर झालेला परिणाम अगदी विलक्षणच होता. माझ्या पणजीच्या वागण्यातील चुका मला घाबरवतात. आमच्या घराण्यातील बऱ्याच लोकांनी महत्त्वाकांक्षा आणि लालसेपोटी आपल्या स्वतःच्याच प्रिय व्यक्तीला पराकोटीचा त्रास दिला आहे. मी लहान असल्यापासून मला लोक सांगायचे की मी पुष्कळशी माझ्या पणजीसारखी दिसते. त्यामुळे मी तिच्याबद्दल बऱ्याचदा विचार करू लागते. कदाचित ह्याच कारणासाठी मी माझं जीवन भावनेपोटी नाही तर तर्कबुद्धी वापरून जगायचा प्रयत्न केला असेन. पण जर नशिबातच खोट असेल तर कितीही काळजी घेऊन काय उपयोग?... एवढं सगळं करून माझी पोर दुःखी झालीच ना?''

''म्हणजे तुझं बेहसतशीसुद्धा नातं आहे का?''

''थेट नातं नाही त्यांच्याशी माझं पण सासरहून नातं आहे... तेसुद्धा दुःखीच झाले. माझ्याकडे त्यांची अभागी बायको अतीये हिचा फोटो आहे. हा सगळा प्रकारच एवढा विचित्र होता की... पण जाऊ दे, आपण नको बोलूया ह्या विषयावर.''

''इहसानला माहूरगीत खूपच आवडतं. त्यानं तैफिकबरोबर त्या गाण्याचा रियाझ केलाय. तुला ठाऊक आहे का की तुझ्या पणजोबांचं ते गीत म्हणजे एक सर्वोत्कृष्ट कृती आहे ते?''

''त्यांना खरं तर मेवलेवी संगीतातील एक भावनोत्कट गीत लिहायचं होतं. पण त्याऐवजी त्यांना हेच गीत सुचलं.'' तिनं डोळे मिटून घेतले. मुमताझनं खिडकीतून दिसणाऱ्या राखाडी रंगाच्या समुद्राकडे नजर लावली. राखाडी रंगाच्याच मऊ मुलायम अजस्र ढगांनी आकाशात दाटी केली होती. नूरानला पाहताना त्याला आपल्या बागेतील गुलाबाचं रोपटं आठवलं. अशा हवेत ते नाजूक रोपटं थरथर कापत असे. आकाशातील ढगांच्या मऊमुलायम, रेशमी दाटीतून प्रकाश परिवर्तित होऊन खाली पडत होता. त्यामुळे वेगळ्याच प्रकारच्या अनोख्या सुखाची अनुभूती येत होती. तो तेजस्वी प्रकाश जणू नूरानचा चेहरा आणि गाल अगदी आनंदानं कुरवाळतोय असं वाटत होतं.

''तू काल रात्री झोपली नव्हतीस असं दिसतंय.''

''नाही ना. रात्रभर फातमा रडत होती.''

''पण मग तिला तशीच सोडून तुझा पाय निघाला तरी कसा?''

''माझ्या मावशीनं हट्ट धरला. ती म्हणाली की मी तिथून निघाले की फातमा सुतासारखी सरळ येईल. म्हणून मग मी निघाले. मी तिच्यासोबत असले की ही पोर फारच बिथरल्यासारखी वागते.''

"पण त्यामुळे तू एवढी अस्वस्थ आणि बेचैन दिसतेयस की जर तुझ्या जागी मी असतो तर..."

"तू माझ्या जागी असतास तर? हूं, पण तू काही स्त्री नाहीस ना."

"ते खरंय ग, पण मला वाटतं की तो माझ्यातला फार मोठा दोष आहे असं तू मानणार नाहीस." खरोखरच त्याला अगदी प्रामाणिकपणे नूरानचं नशीब वाटून घ्यायचं होतं. ते आपण करू शकत नाही म्हणून त्याला स्वतःची खूप लाज वाटत होती, दुःखही होत होतं. त्याच्यावर झालेला हा परिणाम बघून नूरानला हसू यायला लागलं. त्यांच्यात एक प्रकारच्या मैत्रीचे धागे जुळले होते. ह्या मैत्रीच्या प्रवासाचा मार्ग आधीपासूनच ठरलेला होता. खरोखर, त्या दोघांची आयुष्यं एकमेकांच्या केवढी निकट आली होती.

"अगदीच विचित्र आहेस हं तू! तू असं गंमत म्हणून वागतोहेस की तुझं वागणं नेहमीच असं लहान मुलासारखं असतं?"

ह्याचा अर्थ आपण खरोखरच मूर्ख आहोत असं तिला म्हणायचं असावं. मुमताझनं तिला काहीच उत्तर दिलं नाही. तो नुसताच हसला.

थोड्या वेळानं तो तिला म्हणाला, "तू मला एकदा ते माहूरगीत ऐकवशील का? तुझा आवाज चांगला आहे हे मला ठाऊक आहे." माहूरगीताचा विचार मनात आला की प्रेम आणि मृत्यूनं एकमेकांना दिलेलं दुःखद आलिंगन आणि नियतीनं केलेला उपहास ह्याच भावना त्याच्या मनात दाटून येत. नूरान लगेच उत्तरली, "हरकत नाही, मी एक दिवस म्हणून दाखवीन तुला ते गाणं." मग ती पुढे म्हणाली, "मला तू परका वाटतच नाहीस अजिबात. कितीतरी लोकांना आपण दोघंही ओळखतो ना."

मुमताझ म्हणाला, "मलाही तसंच वाटतंय ग. मला वाटतं की जर आपली मैत्री तशीच राहिली तर तिचा ओघ काय वळण घेईल ते आधीपासून ठरलेलं असेल."

मग ते दोघं पूर्णपणे वेगळ्याच विषयावर बोलू लागले. मुमताझला तिचं हास्य खूपच मनमोहक वाटलं. त्याला त्या हास्याचा मनमोकळा आस्वाद घ्यायचा होता. त्यानं तिला एकामागोमाग एक केवढ्या तरी गोष्टी सांगितल्या. बोलताना त्याला जाणवलं की आपण इहसानच्या माहितीभांडारावर डल्ला मारत आहोत... 'म्हणजे ह्याचा अर्थ मी अजूनही वरवरचं जिणंच जगतो आहे का?... मी अजूनही स्वतःला शोधू शकलेलो नाही...' त्याच्या मनात आलं. पण तसं पाहिलं तर एक विशाल उंबरा तो आत्ता कुठे ओलांडत होता.

ह्या अनुभवी आणि सुडौल बांध्याच्या सुंदर स्त्रीपाशी मंत्रमुग्ध करणारा एक

तेजस्वी गुण होता. जणू काही ती सूर्यदेवाचं उपवन होती. ती तेजस्वी दुनिया त्यानं पूर्वी कधीही अनुभवली नव्हती. ती दुनिया आपल्यासाठी अस्तित्वात असेल असंही त्यानं कधी गृहीत धरलं नव्हतं. पण ती दुनिया त्याच्या हृदयात सुप्तावस्थेत वास करत होती. नूरानच्या उपस्थितीनं ती दुनिया भरणार होती आणि रिक्तही होणार होती. त्याला अचानक जाग आली आणि त्या जागृतावस्थेत त्याच्या मनातील प्रत्येक समजुतीनं वेगळंच रूप धारण केलं. त्याच्या अंतरात खूप खोलवर छोट्या, रहस्यमय लहरी निर्माण होत होत्या आणि आत्तापर्यंत विसरून गेलेल्या जीवनाची गाणी त्या गात होत्या. हे मौनसंगीत दोघांच्याही हृदयात वास करत होतं. खूप गहन अंतरावरून ते त्यांच्या मुखावर प्रकट होत होतं. ते संगीत दाबून टाकण्यासाठी बेचैन झालेली नूरान जेवढी उदास आणि दुःखी वाटत होती तेवढी ती प्रत्यक्षात नव्हती. मुमताझला आपल्या स्वभावातील लाजाळूपणा झाकून टाकायचा होता म्हणून तो वाजवीपेक्षा अधिक धीटपणा आणि शांतपणा दाखवायचा प्रयत्न करत होता.

आत्तापर्यंतचा मुमताझचा प्रेमविषयक अनुभव दोन-चार धाडसी कृत्यांपलीकडे गेला नव्हता. ती कृत्यं केली आणि विसरली ह्यापलीकडची नव्हती. त्याच्या जीवनात स्त्रीचा अजून महत्त्वपूर्ण उदय झाला नव्हता. त्याऐवजी छोटी-मोठी प्रकरणं किंवा तात्पुरतं आकर्षण ह्याच स्वरूपात त्याचा अनुभव होता. त्याला स्वतःलाच केव्हातरी नेहमीच्या गोष्टींचा कंटाळा आला असेल किंवा त्याच्या मनात शारीरिक वासनांनी तात्पुरती उचल खाल्ली असेल तेवढ्यापुरतंच ते होतं. पूर्णपणे स्वकेंद्रित असल्यानं त्याहून आपल्याला अधिक काही हवंय ह्याचा विचार त्यानं कल्पनेतसुद्धा कधी केला नव्हता. त्याच्या दृष्टीनं स्त्री म्हणजे मसिदेनं त्याला दिलेली सोबत होती, सबिरेकाकूनं त्याच्यावर केलेली माया होती. त्याच्या जीवनात ज्या गोष्टींची कमतरता होती त्या गोष्टी त्या दोघींनी भरून काढल्या होत्या. आपल्या आईचा मृत्यू आणि इहसानच्या घरात तो रुळणं ह्यासाठी त्या दोघीच तर त्याला साहाय्यभूत झाल्या होत्या.

आत्ता नूरानसमोर बसल्यावर तिचं अवर्णनीय सौंदर्य टक लावून पाहात असताना त्याच्या मनात प्रेमाचं तात्पुरतं लफडं, तात्पुरती भानगड, वासना आणि तत्सम प्रकारचं काहीही येत नव्हतं. तो विचार करत होता की एवढं असामान्य सौंदर्य असलेल्या स्त्रीसोबत जीवन व्यतीत करणं हे शक्यतेच्या सीमेच्या किती पलीकडे आहे. त्याच्या मनात अवर्णनीय निराशा दाटून आली होती आणि तीच भावना नजरेत भरलेले त्याचे डोळे वेगळ्याच धिटाईनं त्या तरुण स्त्रीच्या चेहऱ्यावर आणि हातांवर भिरभिरत होते. ती धीट नजर चुकवण्याचा नूराननं प्रयत्न केला. प्रत्येक वेळी जेव्हा तिला क्षणभराची

उसंत त्याच्याकडून मिळे तेव्हा ती अवघडल्यासारखी आपल्या कोषात जायचा प्रयत्न करी. जणू काही ती अचानक त्या पुरुषासमोर अनावृत्तच झाली होती. त्या माणसापासून लपण्यासाठी म्हणून ती वारंवार आपली पर्स उघडण्याचा आणि रुमालानं तोंड पुसण्याचा चाळा करू लागली. त्या दोघांनाही जाणवू लागलं होतं की आपल्यासाठी एक विशिष्ट अशी नियती रचली गेली आहे. ती जाणीव झाल्यामुळे ते दोघंही एकमेकांशी अधिकच जवळिकीनं बोलू लागले.

चर्चच्या धर्मोपदेशकाचं मातीचं घर पाण्यात तरंगत असावं तसा संध्याकाळच्या वेळेस उस्कुदारच्या दक्षिणेचा विशाल समुद्र दिसत होता. लिएंडर्सचा मनोरा आणि मारमारा समुद्र ह्यांच्यामधील सखोल पाण्यात तासलेली रत्नं बसवलेले तांब्याचे पत्रे टाकलेले आहेत की काय असं वाटत होतं. रत्नजडित तराफ्यांसारखे हे तांब्याचे पत्रे वर येऊन कधी कधी तरंगल्याचा भास होत असे. तर कधी ते पाण्यातच तेजस्वी लाल रंगाची अथांग पोकळी तयार करत. तेव्हा वाटे की ती पोकळी तीव्र असोशीनं भरली आहे. फ्रेंच प्रिमिटिफ स्कूल ह्या शैलीत चित्र काढणाऱ्या चित्रकारांच्या चित्रांत बऱ्याचदा दाखवलेलं असे की खूप दूरच्या ठिकाणी प्रकाश आणि दैवी साक्षात्कार एकमेकांत मिसळले आहेत. पाण्यातली ती अथांग पोकळी पाहाताना वाटे की त्या पोकळीतून वर येऊन आपल्यालाही त्या चित्रात दाखवल्यासारखा काहीतरी साक्षात्कार होईल.

आत्ता तरी त्या रंगांचा विभ्रम पाहून वाटत होतं की ते केवळ नेत्रांना सुख देणारं दृश्य नाही तर अंतरात्म्याला ज्यात डुंबावंसं वाटावं असं मृगजळच त्या रंगांनी तयार केलेलं आहे.

"सुंदर रात्र आहे ही!" मुमताझ म्हणाला.

नूरानला आपण आश्चर्यचकित झालोय हे दाखवायचं नव्हतं म्हणून ती म्हणाली, "होय, कारण मोसमच तसा आहे ना हा."

"केवळ मोसम चांगला आहे म्हणून आपली आदरयुक्त भीती कमी होता कामा नये." मुमताझ म्हणाला. त्याच्या मनात आलं, 'तू सुंदर आहेस, तुझं सौंदर्य तुझ्या तारुण्यातून आलेलं आहे. पण तरीही मला भीती वाटते आहेच की.' पण ती खरोखरच सुंदर होती का? आत्ताच्या उल्हसित मनोवृत्तीपासून दूर होऊन तिला निरखायला हवं होतं. छे, आत्ता तर त्याला काहीच बोलता येत नव्हतं. त्याला काही दिसेनासंच झालं होतं. आपल्या स्वतःच्या विस्मयचकित अवस्थेपलीकडे त्याला काहीच दिसत नव्हतं. खरं तर आपल्या मनातील भीतीच्या आरशाशीच तो अडखळत होता हे सांगायचीसुद्धा गरज नव्हती. त्या जादुई आरशातून तो आपल्या अंतरंगात पाहात होता तेव्हा त्याला

आपल्या आत काय दडलंय ते दिसत होतं. हळूहळू आळोखेपिळोखे देणारी एक इच्छा दडली होती तिथं.

त्याचा प्रतिसाद आपल्याला उद्देशून आहे. जे आमंत्रण इतका काळ अंधारात लपून राहिलेलं होतं ते आत्ता कुठं दिसू लागलं आहे हे नूराननं ताडलं.

''मला तसं नव्हतं म्हणायचं.'' ती म्हणाली, ''मला म्हणायचं होतं की आत्तापासून नेहमीच आपण आजच्यासारख्याच कित्येक सुंदर संध्याकाळी जोडीनं घालवू.'' द्व्यर्थी बोलायची गरज नव्हती म्हणून बोलता बोलता ती स्वतःवरच वैतागली.

दुसरी फेरीबोट त्यांना बॉस्फरसला घेऊन जाणार होती. त्या बोटीला अजून वेळ होता. ती दोघं केमाल नामक पुस्तकाच्या दुकानासमोर थांबली. नूराननं एक-दोन वर्तमानपत्रं आणि कादंबऱ्या विकत घेतल्या. ती आपली पर्स बाहेर काढून पैसे देत असताना मुमताझ तिच्याकडे बघत होता. ह्या सगळ्या हालचालीत खरं तर विशेष असं काय होतं? पण त्याला त्या अगदी आगळ्यावेगळ्या वाटत होत्या. जणू काही पुस्तकविक्रेत्याकडून पुस्तकं विकत घेण्याच्या क्रियेनं त्या दोघांत एक पूल जोडला गेला होता. असं वाटत होतं की तो एका दंतकथेतलंच जीवन जगत होता. ती अशी दुनिया होती की त्यात चैतन्यमय रेषा आणि तेजस्वी रंगांनी साऱ्या वस्तुमात्राला नवतारुण्यच बहाल केलं होतं आणि प्रत्येकाला अप्रतिम डौलदार अर्थ दिला होता. शांत पाण्यात प्रकाशानं अनंताकडे पोहचणारा खेळ मांडावा तशी त्या ठिकाणी होणारी प्रत्येक हालचाल चमचमत होती.

स्वतः विकत घेतलेली भेटवस्तू आणि तिनं विकत घेतलेल्या सर्व वस्तू त्यानं हातात धरल्या होत्या. त्या घेऊनच ते बॉस्फरसच्या फेरीबोटीच्या धक्क्याकडे चालू लागले. ते एकामागोमाग चालले होते. कुणाला खरं तरी वाटलं असतं का की तो नुकताच इस्तंबूलला पोहचला आहे आणि त्याच्यासोबत कालच सकाळच्या फेरीबोटीवर भेटलेली स्त्री आहे. त्या स्त्रीला तो केवळ दुरून ओळखत होता. केवळ योगायोगानं त्याची तिच्याशी ओळख झाली होती तरीसुद्धा आज, आत्ता ते बॉस्फरसला दुसऱ्या फेरीबोटीनं परत एकत्र चालले आहेत. त्याच्या दृष्टीनं ही घटना अगदी अनाकलनीय होती. ठीक आहे, रोज अशा कित्येक घटना घडतात. ठीक आहे की शेकडो, हजारो लोकांना ह्या तऱ्हेच्या भावनांचा अनुभव आपल्या जीवनात एकेकदा किंवा अगदी शंभरदाही येतो. पण त्यानं काहीच फरक पडत नव्हता. प्रेमात पडणं, सुख मिळवणं, प्रेमात पडण्याआधी ओळख होणं आणि प्रेम करून झाल्यावर एकमेकांना विसरून जाणं किंवा अगदी एकमेकांचे शत्रूच होणं ह्या अगदी सर्वसामान्य घटना होत्या

हेसुद्धा त्याला आता कळलं होतं. पण मग समुद्रात अंघोळ करणं, झोपणं ह्यासुद्धा सर्वसामान्य क्रियाच होत्या की! जगात हा अनुभव नवा नव्हता किंवा पहिलाच नव्हता असं जरी असलं तरी त्यामुळे त्याची उत्कटता काही कमी होत नव्हती. त्याच्या बाबतीत ते प्रथमच घडत होतं म्हणूनही असेल किंवा त्याचं शरीर आणि त्याचा अंतरात्मा प्रथमच एका दिशेनं पावलं टाकू लागले असतील म्हणूनही असेल, पण ते दोघं परस्परांशी एकजीव झाले होते, एकमेकांचे सहचर झाले होते. म्हणून ते अपवादात्मक होतं. पण तीसुद्धा असाच विचार करत होती का? तिलासुद्धा त्याच्यासारखंच समाधान वाटलं होतं का? ती त्याच्यासाठी आसुसली होती का? की ती केवळ त्याला बरं वाटावं म्हणून तसं वागत होती? ही तगमग, ही शंका... मुमताझ अगदी कासावीस झाला. ती एवढी शांत का होती? एखाद्या काळोख्या रस्त्यावरून चालताना दोरीत पाय गुंतल्यामुळे नीट चालता येऊ नये तशी मनात उसळलेल्या प्रश्नांच्या गर्दीनं त्याची स्थिती झाली होती. 'हं, ती काहीतरी बोलली तर किती बरं होईल ना?' त्याच्या मनात येत होतं.

इकडे नूरानची अशी अवस्था झाली होती की तिला एक शब्दही बोलता येत नव्हता. आयुष्याच्या नव्या वळणावर मुमताझ जसा मुक्तपणे आणि सहजपणे उभा होता तशी ती उभी नव्हती. तिचं एक आयुष्य आधीच जगून झालं होतं. आता ती पतीपासून विभक्त झाली होती. ह्या गर्दीतले शेकडो डोळे आपल्या दिशेनं लागले असतील असं तिला वाटलं तर त्यात चुकीचं नव्हतं. 'त्यानं इथून निघून जावं... तो फक्त निघून गेला तरी... त्याचं येणं इतकं अवचित होतं की... मला थोडा वेळ एकटीलाच हवाय. मी कोण आहे असं वाटतंय त्याला? तो मौजमजा करत मित्रमैत्रिणींबरोबर फिरतो त्यातलीच मीही एक आहे असं वाटतंय का त्याला?' तिच्या मनात विचारांचा कल्लोळ झाला होता.

मी आयुष्यात सुस्थापित झालेली एक स्त्री आहे... नव्हे, होते. ते माझं सुस्थापित आयुष्य माझ्याभोवती कोसळून पडताना मला पाहावं लागलं. मला एक मुलगी आहे. प्रेम ही काही माझ्यासाठी नवीन गोष्ट नाही. त्या अनुभवातून मी ह्या मुलापेक्षा पुष्कळ पूर्वी गेले आहे... पण जिथून नूरानला आनंदाचे हजारो क्षण कदाचित मिळाले असते तिथंच तिच्या वाट्याला केवळ यातनाच आल्या होत्या.

ज्या रस्त्यावरून मी पूर्वी एकदा गेले त्या वाटेवरून पुन्हा जायलाच हवं का? ह्यापेक्षा अधिक छळ दुसरा कुठला असणार आहे? हे पुरुष एवढे स्वार्थी का बरं असतात? ते जसे मुक्त असतात तशाच आम्ही स्त्रियाही मुक्त असतो असं ते का

समजतात?... तिला नव्या चपला घेणं अगदी गरजेचं झालं होतं. ह्या चपलांच्या टाचा एवढ्या त्रासदायक होत्या की त्यामुळे ती अगदी मुलींच्या शाळेतल्या विक्षिप्त आणि अर्धवट शिक्षिकांसारखी वाटत होती. स्त्रियांच्या हक्कासाठी काढलेल्या एखाद्या निषेध मोर्च्यात स्त्रियांना उद्देशून भाषण करताना उभं राहण्यासाठीच त्या चपला बऱ्या होत्या. हां, म्हणजे त्या चपला भाषण करणार नव्हत्या काही! ...चपला थोड्याच स्वतः काही बोलू शकतात? ...पण असल्या अजागळ चपला घातलेल्या असूनही मी त्याला एवढी आकर्षक आणि सुंदर कशी वाटले?

कालच्या फेरीबोटीवरली ती पोरगी, डाळिंबाला बहर यावा तसे लालेलाल होते तिचे ओठ. ती सारखी मुमताझकडेच पाहात होती. मी जिथं बसले होते तिथून मलाही तिच्या ओठांवरलं आमंत्रण स्पष्ट दिसत होतं. तिची तर मला काळजीसुद्धा वाटू लागली होती. पण हा हा यडबंबू मात्र जिथं होता त्या जागेवरून मान सारखी वर करून फक्त मलाच पाहात होता. मान वर करून पाहायची त्याची वेगळीच लकब होती. तसं बघणं काही फारसं शोभत नव्हतं... तिला त्याला सांगावंसं वाटलं, 'हूं, ठीक आहे तर, आता तू जा. इथून पुढे आपण आपापला रस्ता धरू... नाहीतरी ह्या निरर्थक भेटीगाठी वाढवण्याचा हट्ट धरावाच कशाला?' पण तिच्यानं तसं बोलणं शक्य होईना. ती तसं बोलली असती तर त्याला अत्यंत पराकोटीचं दुःख होईल हे ती जाणून होती आणि तिला तर त्याला मुळीच दुखवायचं नव्हतं. त्याऐवजी तिला शक्य झालं असतं तर दूर जाऊया म्हटल्याबद्दल तिनं त्याचं मस्तक आपल्या हातात धरून त्याचं सांत्वन केलं असतं. जर ते शक्यतेच्या अलीकडे असतं तर त्यातलं क्रूर सुख मिळवण्यासाठीसुद्धा तिनं तसं केलं असतं. कारण क्रौर्यातसुद्धा एक वेगळाच आनंद असतो. तिच्या मनात तसं करण्याची तीव्र इच्छा दाटून आली. अर्थात तो विचार अगदीच क्षणभर तिच्या मनात चमकून गेला. तिला फार काळ दुःख सहन करायचं नव्हतं म्हणूनच सुख मिळावं अशी तिची फार काही अपेक्षाही नव्हती. तोच तिचा स्वभाव होता. तसं असल्यामुळेच तिला आनंद आणि वेदना सारं काही एकत्रच सहन करायचं होतं. नूरान त्या आनंदाची आणि वेदनेची ओळख त्याला करून देणार होती. त्या जाणिवेनं तिला आपल्या अंगी ताकद आल्यासारखं वाटू लागलं. खरोखरच ती शक्तिमान होती. तो विचार मनात आल्यावर म्हणूनच तिचं स्मितही सुरीच्या पातळ धारेसारखं धारदार झालं. तरीसुद्धा तिच्या मनातील चिंतेमुळे तिला बोलल्यावाचून राहावत नव्हतं. बाकीचे लोक आपल्याला बघतील. ते काय म्हणतील कुणास ठाऊक? केवढा लहान आहे हा माझ्यापेक्षा... आता सगळे लोक म्हणतील की ह्याच्यासोबत

मला राहायचं होतं म्हणून मी फहीरपासून वेगळी झाले. पण मी कुठं फहीरला सोडलं? तोच मला सोडून गेला. खरोखर, हा मुमताझ निघून का जात नाहीय? सोड, मला एकटं सोड. नको रे, नाही सहन होत.

चार

बॉस्फरसच्या फेरीबोटीतली गर्दी वेगळ्याच जातीची होती. ती फेरीबोट म्हणजे श्रीमंतांना अय्याशी करण्यासाठी मिळालेलं आलिशान, मोकळं कुरण नव्हतं. श्रीमंत ठिकाणी सगळ्या गोष्टी कशा व्यवस्थित असतात. तिथं पैसा फेकून सगळ्या सुखसोयी करून घेतलेल्या असतात. डांबरी रस्ते असतात, फुलांच्या सुंदर कुंड्या असतात. नवीन बेटावर तसं होतं. इस्तंबूलचा ऱ्हास झाला तेव्हा ते बेट अचानक उदयाला आलं. तेसुद्धा इतक्या थोड्या काळात की त्याला मोसमी बेट म्हटलं असतं तरी चाललं असतं. पण बॉस्फरस हे ठिकाण असं होतं जे सुरुवातीपासूनच इस्तंबूलच्या खांद्याला खांदा लावून जीवन जगलं होतं. जेव्हा इस्तंबूलला सौभाग्य प्राप्त झालं तेव्हा बॉस्फरसचंही भाग्य फळफळलं आणि इस्तंबूलला जेव्हा वाईट दिवस आले तेव्हा बॉस्फरसनंही दुर्दैवाचे दशावतार पाहिले. पण इस्तंबूलनगरीनं आपल्या आवडीनिवडी बदलल्या तेव्हा बॉस्फरस कोषात मिटून बसलं. त्यानं भूतकाळात जमा झालेल्या प्रथा शक्य होतील तेवढ्या जतन केल्या. थोडक्यात काय तर बॉस्फरसनं संपूर्ण संस्कृतीच कोळून प्यायली असं म्हटलं तरी हरकत नव्हती.

मुमताझला वाटत होतं की नव्या बेटावर एखादा माणूस गेला की तो काहीसा अनामिकच होतो. ती जागा तशी पारंपरिक लोकांसाठी होती. तिथं माणसाची काय इच्छा आहे ही गोष्ट तेवढी महत्त्वाची नव्हती. तिथं गेल्यावर माणूस स्वतःपासून वेगळा होत होता. त्या प्रक्रियेत त्याला मुळं रोवून उभं राहण्यासाठी जागाच मिळत नव्हती. त्याविरुद्ध बॉस्फरसमध्ये प्रत्येकाला अंतर्मुख होऊन आपल्या स्वतःच्या अंतरात खोलवर डोकावून पाहाता येत होतं. इथली प्रत्येक गोष्ट सर्वांची होती. काल्पनिक आणि आध्यात्मिक गोष्टींना महत्त्व देण्यापेक्षा ऐहिक गोष्टींवर आणि तर्कावर भर दिला पाहिजे असं विश्लेषण अयीन रँड ह्या रशियन लेखिकेनं केलं होतं. त्या विश्लेषणाच्या अनेक पैलूंपैकी भौतिक पैलूंचं अखंड दर्शन आणि त्यांची बांधणी माणसांनीच निर्माण केली आणि मग ते भौतिक पैलू आम्हा माणसांसोबतच कायमचे वसतीला आले. ह्या ठिकाणी बसके मिनार आणि छोट्या मशिदी असलेली खेडी होती. त्या मशिदींच्या

चुना मारलेल्या भिंती हा इस्तंबूल परिसराचाच भाग होत्या. त्या तिथंच कधी काळी ऐसपैस आणि दूरदूर पसरलेल्या दफनभूमीचं अखंडित दृश्य पाहावयास मिळत होतं. त्या ठिकाणी कारंजी होती. त्यांच्या सजवलेल्या तोट्या फुटलेल्या असल्या तरी त्या फुटक्या आणि बऱ्याच काळापासून कोरड्या पडलेल्या तोट्यांतूनही थोडाफार थंडाव्याचा जीवनरस पाझरत होता. ह्याच बॉस्फरसमध्ये मोठमोठे वाडे होते, सुफी पंथाच्या दरविश लोकांची घरं होती. त्या घरांच्या अंगणात सध्या बकऱ्या चरत असत. त्याशिवाय फेरीबोटीच्या धक्क्याच्या बाजूला कॉफीची दुकानं होती. तिथल्या शिकाऊ वेटरलोकांचं ओरडणं इस्तंबूलच्या आध्यात्मिक जगात मिसळून जाई तेव्हा वाटे की तो कोलाहल म्हणजे भौतिक जगानं आध्यात्मिक जगाला केलेला सलामच आहे. त्या ठिकाणी मोठाले सार्वजनिक चौक होते. त्या चौकातही भूतकालीन कुस्त्यांच्या आठवणी भरलेल्या होत्या. त्या कुस्त्यांच्या वेळेस ढोलकी, कर्कश पिपाण्या वाजत. राष्ट्रीय उत्सवाच्या वेळेस घालावयाच्या पोशाखात त्यात कुस्तीतले स्पर्धक सजलेले असत. तिथं महाप्रचंड प्लॅटानस ओरिएंटालिसचे वृक्ष होते. मेघाच्छादित संध्याकाळी होत्या, भावनांनी भरलेले चित्रविचित्र प्रतिध्वनी होते. तांबडं फुटायच्या वेळेस पहाटेच्या पऱ्या हातात तांबड्या मशाली घेऊन तरंगत होत्या. भावभावनांच्या आरशात प्रतिबिंबित होणाऱ्या, मोत्यांसारख्या शुभ्र प्रतिमा असाव्यात तशा वाटत त्या.

त्याशिवाय बॉस्फरसवरील प्रत्येक गोष्ट म्हणजे जणू प्रतिबिंबच होती. तिथला प्रकाश परावर्तित होता, तिथला ध्वनी परावर्तित होता. ह्या ठिकाणी असलेली प्रत्येकच व्यक्ती अजाणतेपणी अनेक गोष्टींचं प्रतिबिंबच बनत असे आणि ते त्याचं त्यालाही कळत नसे.

जेव्हा मुमताझ आपल्या बालपणाच्या अगदी सुरुवातीच्या आठवणी आठवत असे, तेव्हा फेरीबोटींचे हॉर्न आसपासच्या डोंगरपठारांवर आपटून त्याच्या कानात निनादत. ते ऐकताना त्याच्या अंतरात प्रचंड तळमळ जागृत होई. त्यातूनच मग रोजची दिनचर्या चालू असतानासुद्धा आपण आतून खूपच समृद्ध झालो आहोत अशी भावना त्याच्या मनात येई.

शहरात काम करणारे चाकरमाने, पर्यटक, समुद्रावर गेलेली मंडळी, तरुण विद्यार्थी, लष्करी अधिकारी, वयस्कर स्त्रिया आणि धर्मोपदेशक मंडळी ह्या फेरीबोटीतून परतत होती. त्या लोकांच्या जीवनातील उदासी आणि त्यांचा दिवसभराचा थकवा त्यांच्या चेहऱ्यावरून जाणता-अजाणता ओसंडत होता. त्या अंधूक संध्याकाळच्या वेळेला जणू ते सर्वजण शरणच गेले होते. उमर खय्यामनं वर्णन केल्याप्रमाणे ईश्वररूपी

कुंभारानं ती सर्व मस्तकरूपी मडकी एकत्र केली होती आणि त्यांच्यावर आतून-बाहेरून काम चालू केलं होतं. तो त्यांच्यावरील रेषांना वळणं देत होता, त्यांच्यात रंग भरत होता, त्यांना मुलामा देत होता, त्यांचे डोळे अधिक स्वप्नाळू बनवत होता, त्यांचे ओठ अधिक मृदू-मुलायम करत होता, त्यांच्या नजरेत नवी असोशी आणि नवीन आशा निर्माण करत होता. ह्या तेजस्वितेच्या केंद्रबिंदूशी ते स्वतःच्याच रूपात आले असले तरी अचानक जादू व्हावी तसं प्रकाशातील परिवर्तनासोबत त्यांचंही रूप बदलत होतं. मधेच केव्हातरी एखाद्या गटातून आसुरी वाटेल अशा हास्याचा गडगडाट ऐकू येई. थोड्याच अंतरावर बॉस्फरसमधील श्रीमंतांची मुलं बाजा वाजवून आपल्या कोवळ्या स्वरांत गाणी म्हणत होती. एकत्र प्रवासामुळे ओळखीचे झालेले नेहमीचे प्रवासी एकमेकांना हाका मारत होते. हे सगळे आवाज म्हणजे मधूनमधून येणारे अडथळे होते. परंतु तरीही त्या ठिकाणी अनेक अपेक्षा पोटात घेतलेली शांतताच होती. त्या शांततेच्या वृक्षानं आपल्या पानांच्या चवऱ्यांनी त्या सर्वांवर जणू कफनच घातल्यासारखं वाटत होतं.

त्या शांततेच्या वृक्षाच्या मुळांनी सूर्याखालच्या क्षितिजरेषेवर तेजस्वी लाल रंगाची कमान तयार केली होती. त्या कमानीकडे पाहून हेरातमध्ये तयार होणाऱ्या मुलामा दिलेल्या छानशा पुस्तकबांधणीचीच आठवण येत होती. त्या बांधणीत अराबेस्क ह्या इस्लामी चित्रकलेतील रेषा सोनेरी रंग धारण करून चमकत होत्या. दर क्षणाला ती बांधणी बदलत होती आणि आपल्या स्वतःच्या कल्पनाशक्तीप्रमाणे नव्यानं बांधली जात होती. तिथून तो वृक्ष फांद्याफांद्यांनी पसरला होता. त्या वृक्षाच्या तेजस्वितेखाली बसलेल्या नूरानच्या चेहऱ्यावर दगडासारखे भाव होते. ते भाव चेहऱ्यावर घेऊन बसलेली नूरान ही स्वतःच त्या शांततेच्या वृक्षावरील फळासारखी वाटत होती. तिची छोटीशी, पुढे आलेली हनुवटी त्याला नाकारण्यासाठी सज्ज होऊन उभी होती. तिचे डोळे बारीक झाले होते आणि तिनं आपली पर्सही हातात घट्ट धरली होती.

''असं वाटतंय की ह्या संध्याकाळच्या जडशीळ भारामुळे तू अगदी खाली झुकलेली आहेस... हा प्रकाश संपूर्णपणे लयाला गेला की तू कधीही खाली पडशील असं वाटतंय.''

''ही रात्र सर्वांनाच आपल्या कुशीत घेणार आहे. कारण तुझी काही माझ्यापेक्षा वेगळी अवस्था नाही.''

आणि अगदी तसंच झालं. उस्कुदारला पोहचेपर्यंतच त्या संध्याकाळच्या वेळेनं

इथं तिथं टाकलेली गुलाबाची फुलं कोमेजून गेली आणि समुद्राचा रंग वाइनसारखा गडद जांभळा झाला. हेरातच्या नक्षीदार बांधणीनं सजवलेल्या ग्रंथाचं रूपांतर आता किरमिजी रंगाच्या मेघात झालं. दूरवर दिसणाऱ्या मिनारांच्या टोकावर घरट्यात परतायला उशीर झालेल्या पक्ष्यांप्रमाणे प्रकाशाचे दोन-चार पांढरे पट्टे अजूनही टिकून होते. विरुद्ध बाजूच्या किनाऱ्याला कवेत घेणारी प्रकाशाची लाट ओटोमान संगीतातील आलापीसारखी वाटत होती.

रात्र झाली तशी मुमताझला हवेत थोडा थंडीचा शिरकाव झालेला जाणवला. थंडीच्या बेचैन करणाऱ्या जाणिवेनं तो स्वतःच्याच कोषात गुरफटून बसल्यासारखा झाला.

''हिवाळ्यात बॉस्फरसचं सौंदर्य काहीतरी वेगळंच भासतं.'' तो म्हणाला, ''एक विचित्र असा एकाकीपणा जाणवायला लागतो.''

''पण तुला तो सहन करता येत नाही ना?''

''नाही, नाही येत मला. तो एकाकीपणा सहन करायचा असेल तर एकतर तुम्ही तुमच्या जीवनात पक्की मुळं रोवून उभे असायला हवं किंवा मग अगदी जीवन उधळून टाकता आलं पाहिजे तुम्हाला. पण तसं करायला तुमच्यापाशी पुरेसा अनुभव हवा. माझ्याबद्दल म्हणायचं तर...''

बोलता बोलता तो मधेच थांबला... त्याला म्हणायचं होतं की 'मी अजूनही लहान मुलासारखाच आहे.' त्याच्यापाशी प्रदर्शनात मांडून ठेवलेल्या वस्तूंसारखी फक्त स्वप्नंच तर होती. त्याखेरीज दुसरं होतं काय त्याच्यापाशी? उद्या... नूरान उद्या तूसुद्धा एक स्वप्नच नाही का बनणार आहेस माझ्यासाठी?

''माझी एक आवडती गोष्ट काय आहे तुला माहित्येय का? मी अगदी लहान मुलगी असल्यापासून घराच्या खिडक्यांच्या बंद, काळ्या काचांवरचा प्रकाशाचा खेळ बघायला मला आवडतो. मात्र त्या खिडक्या बॉस्फरसच्या दिशेनं उघडणाऱ्या हव्यात. फेरीबोटींच्या दिव्यांचा प्रकाश हलतो आणि एका खिडकीकडून दुसऱ्या खिडकीकडे जातो तेव्हा तर वाटतं की आगीच्या कमानीच तयार झालेल्या आहेत की काय?... पण आता तू काही तिकडे बघू नकोस. तुझ्या नाही ना आधी ते लक्षात आलं? जाऊ दे मग. तिकडे बघायचंच असेल तर मोक्याची जागा पकडून बस. थोडं पुढे जा.''

एवढी साधी-सोपी गोष्ट आपल्या लक्षात आली नव्हती म्हणून मुमताझला आश्चर्यच वाटलं. बॉस्फरसचा रात्रीच्या वेळचा नकाशा माझ्या डोळ्यापुढे आला की हेच दिवे माझ्या डोळ्यांपुढे येतात. तू म्हणालीस तसं... इथं माणूस एखाद्या स्वप्नात

असल्यासारखा जगतो. कधी कधी जणू तो एखाद्या दंतकथेचा भागच बनतो...

फारच भावनाप्रधान झाल्यामुळे मुमताझला अवघडल्यासारखं झालं. उस्कुदार गेलं आणि रात्रीचं भव्य साम्राज्यच सुरू झालं. घरांचे मोठमोठे आकार, त्यांच्या काठांवर उजळलेले रस्त्यांवरील दिव्यांचे खांब तेजानं तळपू लागले... त्यातच मधे मधे अंधारलेल्या पोकळ्यांची भर पडत होती. त्यामुळे ते सारं दृश्यच अंगावर आल्यासारखं वाटू लागलं. होतं त्यापेक्षा अधिक गूढ, रहस्यमय आणि काल्पनिक वाटू लागलं. पण जेव्हा फेरीबोटीच्या धक्क्यासमोरच्या सार्वजनिक चौकातले भगभगते दिवे दिसू लागले तेव्हा ही सगळी रहस्यमयता भंग पावली. आता ह्यापुढील जीवन अधिक आरामाचं असेल हे जणू त्यातून ध्वनित होत होतं. बॉस्फरसमधील मोक्याच्या जागी असलेल्या एका घराच्या सगळ्याच खिडक्या चमकून उठलेल्या दिसत होत्या. ते घर पाण्यात बऱ्याच काळ बुडून राहिलेल्या आणि नुकत्याच पाण्याबाहेर पडलेल्या एखाद्या महाकाय प्राण्यासारखं वाटत होतं.

''बरेच लोक दिसताहेत त्या घरात.'' मुमताझ म्हणाला.

खरोखर त्या घराच्या प्रत्येक खिडकीतून दोन-चार डोकी तरी दिसत होतीच. फेरीबोटीकडे बघण्यासाठी आणि तिचा भोंगा ऐकण्यासाठी त्यांनी खिडकीशी गर्दी केल्यासारखं दिसत होतं.

''उन्हाळ्यात भोंगे जसे जोरात वाजतात तसे अजून वाजू लागलेले नाहीत...''

त्यांनी एकमेकांना आपलं निरीक्षण सांगितलं. ती दोघंही अगदी लहान मुलांसारखीच होती. जे काही दृश्य वाटेत लागे ते दृश्य दोघंही स्वतंत्रपणे निरखत होते आणि अगदी क्वचितच एकमेकांशी बोलत होते. नूराननं एका काळ्या, उघड्या खिडकीकडे बोट दाखवलं. ''बघ...'' ती म्हणाली, ''एखाद्या रंगवलेल्या रेशमी वस्त्रासारखी दिसतेय ना ती खिडकी... ह्या बघ कमानी दिसू लागल्या... हा बघ, उल्का खाली पडताना दिसतो तसा प्रकाश दिसतोय पहा तिथं... थोडं पुढे पाहिलंस तर आमच्या घराजवळ कोळीलोकांचे कंदील प्रकाशाच्या कवडशांत मिसळलेले आहेत पहा. पण सगळ्यांत सुंदर जर काय असेल तर ह्या प्रकाशामुळे निर्माण झालेल्या सावल्या.''

जरा वेळानं दोघंही परत सरळ होऊन उभे राहिले. जणू काही दोघंही एका मोठ्या ग्रंथातच डोकं घालून बसलेले होते. दोघं एकमेकांकडे पाहू लागले. दोघांच्याही चेहऱ्यावर स्मित होतं.

''मी तुझ्या घरापर्यंत येतो.'' तो म्हणाला.

''हो, पण एका अटीवर. म्हणजे आमच्या घरासमोरच्या रस्त्याच्या तोंडाशीच तू माघारी वळशील... म्हणजे माझ्या अम्मीला हृदयविकाराचा झटका यावा अशी तुझी इच्छा असेल तर गोष्ट वेगळी.''

मुमताझ मनातल्या मनात वैतागला. 'हिची अम्मीसुद्धा आहेच का? हे अल्ला, आणखी किती अडथळे पार करावे लागणार आहेत मला?' त्याच्या मनात आलं.

मुमताझचं मन कळल्यासारखं ती म्हणाली, ''आपण त्याबद्दल काहीसुद्धा करू शकत नाही. आपली आयुष्यं जशी आहेत तशीच ती आपल्याला मान्य करून घ्यायला हवीत. आपल्या मर्जीप्रमाणे वागता येत नाही सर्वांना... तुला ठाऊक आहे का? मी कुठे आहे, काय करते ह्याचा हिशोब मला अगदी ह्या वयातसुद्धा द्यावा लागतो. जर आत्ता माझ्या अम्मीला ठाऊक असतं की मी परत येतेय तर आत्तापर्यंत माझ्या काळजीनं ती वेडी झाली असती. आत्तापर्यंत कमीतकमी पंचाहत्तर प्रकारची संकटं तिच्या लाडक्या कन्येवर कोसळताना तिनं मनातल्या मनात पाहिली असती. मन चिंती ते वैरी न चिंती हेच खरंय.'' मग तिनं अचानक विषय बदलला, ''तुला फक्त पारंपरिक संगीतच आवडतं का रे?''

''नाही, नाही, मला सर्वच प्रकारचं संगीत आवडतं... म्हणजे मला कळतं तेवढंच बरं का... संगीताबद्दलची माझी स्मरणशक्ती मर्यादित आहे आणि मी त्याचा अभ्यास असा काही केलेला नाही. तुला पण संगीताची आवड आहे, होय ना?''

''आमच्या घरात आवड नाही हे अपवादात्मकच म्हणावं लागेल... आमच्या घराण्यात पारंपरिक संगीत म्हणजे वारसा असल्यासारखं आहे.'' ती म्हणाली. ''माझ्या वडिलांकडे मेवलेवी घराण्याचं संगीत आहे तर आमच्या अम्मीच्या घरी बेकताशी घराण्याची गायकी आहे. माझ्या आईचे आजोबा एकोणिसाव्या शतकात जन्मले. ते सुफी पद्धतीची गाणी गायचे म्हणून त्यांना सुलतान मेहमत दुसरा ह्यानं तडीपार केलं आणि मॅसेडोनिया येथील मनस्तीर पाठवलं. मी जेव्हा लहान होते ना, तेव्हा दररोज रात्री आमच्याकडे गाण्याच्या मैफली व्हायच्या आणि इतरही मनोरंजनाचे कार्यक्रम व्हायचे.''

''मला माहीत आहे ते.'' मुमताझ म्हणाला. ''मी एकदा तुझा लहानपणीचा फोटो पाहिला होता. त्यात तू मेवलेवी घराण्याचा पारंपरिक वेष घातला होतास. तुझ्या वडिलांच्या नकळत तो फोटो काढला गेला होता.''

इख्लालचं नाव आपल्या तोंडून येणार नाही ह्याची त्यानं पराकाष्ठा केली. त्याच्या भित्रेपणाची ती एक खूणच होती. शिवाय नूरानच्या पुढ्यात त्याला दुसऱ्या स्त्रीचं नाव सतत घ्यायचं नव्हतं हेसुद्धा कारण होतंच.

‘‘हो ना, इख्लालसुद्धा...’’ ती म्हणाली. मग तिच्या मनात आलं, ‘काय पण ही पोरगी आहे इख्लाल. सगळं काही दुसऱ्यांना सांगत सुटते. तिला ठाऊक नाही का काही गोष्टी नाजूक असतात.’

मुमताझ म्हणाला, ‘‘मला इख्लालनं नाही दाखवला तो फोटो. आणि मुख्य म्हणजे त्या फोटोतली मुलगी म्हणजे तूच असली पाहिजेस असा मी अंदाज बांधला होता.’’

ती आठवण आपल्याला भूतकाळात घेऊन जाईल अशी कल्पनाही नूराननं केली नव्हती. तिचे अब्बा हातात बासरी घेऊन वरच्या मजल्यावरील दिवाणखान्यातल्या पलंगावर बसले होते. ‘‘ये, बस.’’ त्यांनी तिला बाजूला बसायला बोलावलं होतं.

त्या बासरीतून निघालेल्या भावमधुर संगीताच्या पिंजऱ्यातच तिचं बालपण गेलं होतं. दुनिया इतरांसाठी हजारो संवेदना घेऊन येत असेल पण त्याच दुनियेनं तिच्यावर ध्वनी आणि संगीत ह्या दोन संवेदनांची बरसात केली होती. त्याच दिवाणखान्यातल्या मोठ्या झुंबराखाली गोल आकाराची एक पातळ काच बसवली होती. न्यू वर्ल्ड असे शब्द लिहिलेल्या त्या काचेतून वेगवेगळी प्रतिबिंबं पडत असत. त्या प्रतिबिंबांसारख्याच विशुद्ध कल्पनाशक्तीच्या जोरावर नूरान आपल्या जीवनाला सामोरी गेली होती. ‘‘जेव्हा तो फोटो काढला तेव्हा माझे अब्बा जिवंत होते. पण तेव्हा आम्ही बॉस्फरसच्या किनाऱ्यावर राहात नव्हतो. तेव्हा आम्ही लिबादिये येथे राहात होतो. कॅम्लिका भाग तुला ठाऊक आहे का ते मला ठाऊक नाही.’’

पण मुमताझच्या मनात त्या फोटोचेच विचार घोळत राहिले होते. तो म्हणाला, ‘‘फारच छान फोटो होता तो! जुन्या काळच्या रेखाचित्रातल्या चित्रासारखी दिसत होतीस तू! हां, त्यात तू घातलेले कपडे त्या काळातले नव्हते पण तरीही तुला पाहून अली सीर नेवाई ह्या सुलतानाला मद्याचा चषक भरून देणाऱ्या साकीची आठवण होत होती.’’ मग हसत हसत तो पुढे म्हणाला, ‘‘तसं बसायला शिकलीस कुठे तू?’’

‘‘मी तुला म्हटलं तसं तो माझ्या पूर्वजांकडून आलेला वारसा आहे. तो माझ्या अस्तित्वाचाच एक भाग आहे. जन्मतःच मी घेऊन आले ते सगळं.’’

त्यानंतर थोड्याच वेळात त्या दिवसाचा तिसरा महत्त्वाचा प्रसंग घडला. ते दोघंही कांदिल्ली येथे एकदमच उतरले. जणू नेहमीच एकत्र जात असावेत तशा सहजतेनं दोघंही धक्क्यावरच्या लाकडी फळ्यांवरून एकत्र चालत गेले. मुमताझनं दारावरच्या तपासनिसाला दोघांची तिकिटं एकदमच दिली आणि त्या माणसानंही सहजपणे ती

तिकिटं घेतली. मग चौकही त्यांनी त्याच पद्धतीनं ओलांडला आणि ते टेकडी चढू लागले. चालत असताना ते एकमेकांच्या अगदी जवळून चालत होते. चालता चालता नूरानचा पाय दगडाला अडखळला तेव्हा मुमताझनं तिचा दंड धरला. त्यानंतर ते डावीकडे वळून एका बोळात शिरले आणि एक छोटीशी चढण चढू लागले. मग एका अरुंद रस्त्याशी तो आणि नूरान वेगळे झाले. ''ही आमची बाग आहे... आणि माझं घर मागच्या बाजूला आहे. तू इथून मागं फिरलास तर बरं होईल.'' नूरान म्हणाली.

रस्त्यावरील खांबावरचा दिवा त्यांच्या डोक्यावर चमकत होता. त्या दिव्यामुळे तिथं असलेलं भलंमोठं प्लॅटानस ओरिएंटालिसचं झाड आतूनच प्रकाशमान झाल्यासारखं भासत होतं. त्या तेजस्वी प्रकाशात त्या झाडाच्या पानापानांतून सुंदर ताजेपणाचा जणू त्यांच्यावर वर्षावच होत होता. कारंजाचा मधुर खळखळाट आणि बेडकांच्या डराव डरावचा अखंड घोष ह्यांच्या संगतीत त्यांनी एकमेकांचा निरोप घेतला. आपण लवकर भेटू शकतो का असं नूरानला न विचारल्याबद्दल मुमताझला खंत वाटू लागली. आपल्याला कधीच ती दिसणार नाही ह्या भीतीनं तो आतल्याआत घाबरला. त्या ओझ्याखालीच दबून आलेल्या रस्त्यानंच तो परत गेला. त्याची अवस्था किंचित दुःखी असली तरी त्याच वेळी नूरानच्या व्यक्तित्वाच्या मोहिनीनं त्याला अगदी समृद्ध झाल्यासारखं वाटत होतं. त्याचं हृदय कुठल्यातरी अनोख्या सोबतीसाठी उमलून आलं होतं.

पाच

बऱ्याच दिवसांनी नूराननं इख्लालला आनंदी, गडबडलेल्या अवस्थेत घरात शिरताना पाहिलं. फेरीबोटीच्या धक्क्यावर तिची मुमताझशी गाठ पडली होती. तिथं त्या दोघांनी एकत्र बसून देमितास ह्या तुर्की कॉफीचे कप रिचवले होते. त्यानंतर मुमताझ तिला घरापासून अर्ध्या अंतरावर सोडायला आला होता.

मुमताझनं रचून सांगितलेली गमतीशीर गोष्ट आठवून इख्लाल अगदी घरात शिरतानासुद्धा हसत होती.

मुमताझला खात्री होती की त्या दोघींपैकी निदान एकजण तरी आपल्याला कांदिल्ली इथं भेटेल. त्यामुळे त्यानं जवळ जवळ पाच दिवसांपासून कांदिल्लीसमोर तळच ठोकलेला होता. अर्थात त्याला जर तैफिकला भेटायचंच होतं तर तो इख्लालला थेट सांगू शकला असता किंवा इहसानकरवीसुद्धा ते काम झालं असतं. तथापि, त्याला

आपल्या भावना तिसऱ्या व्यक्तीसमोर उघड करायच्या नव्हत्या. म्हणून त्यानं ठरवलं की आपण कांदिल्लीच्या समुद्रकाठावर घेराव घालून बसायचं. तो काही समुद्रपर्यटनाचा मोसम नव्हता. परंतु बॉस्फरसच्या समुद्रात छोटी होडी घेऊन उतरणं हे काही कुठल्या मोसमावर अवलंबून नव्हतं. बॉस्फरसवरील वाहतुकीचा तो अनेक वर्षांपासून चालणारा जुना, कुठल्याही वेळेस उपयोगी पडणारा सर्वमान्य मार्ग होता. लोकांच्या दृष्टीनं तो एक क्रीडाप्रकार आणि वेळ घालवण्याचं साधनसुद्धा होतं. न्यूयॉर्कमध्ये जन्मलेल्या माणसापाशी एखादे वेळेस फोर्ड गाडी किंवा तत्सम वाहन नसेल पण बॉस्फरस येथे जन्मलेल्या लहान मुलाला होडी वल्हवता येत नाही हे तसं अशक्यच होतं. त्यामुळेच मुमताझला आपल्या होडीत बसून कांदिल्लीच्या धक्क्याच्या आसपास घिरट्या घालताना पाहून कुणालाही म्हणूनच आश्चर्य वाटलं नाही. दररोज तो उठला की तडक होडीत बसत असे. होडीला कधी शीड तर कधी मोटर लावून तो ती धक्क्यापाशी नेत असे. तिथं जाऊन तो मासे पकडायचा प्रयत्न करी किंवा मग कॉफीहाऊसमध्ये बसून पुस्तक वाचत बसे किंवा मग म्हाताऱ्या माळीबुवांसोबत किंवा जुन्या शेजाऱ्यांसोबत गप्पा छाटत बसे. त्याचा कंटाळा आला आणि आता पाण्यात करता येण्यासारखं काहीही उरलं नाही की तो डोंगरावर जाई. नूरानच्या घरापासून लांब राहण्याचं त्यानं ठरवलं होतं. त्यानुसार तो बॉस्फरसच्या भणाणत्या वासंतिक वाऱ्यात रानफुलं आणि झाडाझुडपांत भटकत राही.

त्यानं घेतलेल्या दक्षतेला पाचव्या दिवशी फळ आलं. इख्लाल फेरीबोटीवर होती. ते घडल्याचा आनंद व्यक्त करण्यासाठी त्याला अगदी उड्याच माराव्याशा वाटू लागल्या पण महत्प्रयासानं त्यानं स्वतःला आवरलं. त्यानं तिला धक्क्यापाशीच गाठलं. ह्या ठिकाणी आपली मुमताझशी भेट होईल अशी जराही कल्पना इख्लालला नव्हती. मुमताझनं तिला सांगितलं की मी एका मित्राला भेटायला म्हणून तिथं आलो पण तो मित्र काही आला नाही.

मुमताझ एवढ्या गुंतागुंतीची शक्कल लढवील असं नूराननं अजिबात गृहीत धरलेलं नव्हतं. तिनं जेव्हा इख्लालची कहाणी ऐकली तेव्हा तीसुद्धा हसली.

''पण त्याला आणलं का नाहीस सोबत तू?''

''खरं सांगायचं तर माझ्या मनात अगदी विचार आला होता ग त्याला आणायचा, पण तुला आधी विचारल्याशिवाय कसं आणायचं त्याला परस्पर?''

''अग, माझी आधीच ओळख झालीये त्याच्याशी.''

''होय, मुख्य बेटावर जातानाच्या फेरीबोटीवर भेटला ना तो तुला? तू बहुधा

अदिलेसोबत होतीस ना? तिनं तुला सलामआलेकुम सांगितलंय... ती म्हणाली की तुम्हा दोघींना दुपारी वेळ असेल तर मला भेटायला या. मी आहे मोकळी तुमचं आदरातिथ्य करायला.''

त्या दोघी जेव्हा धक्क्यापाशी आल्या तेव्हा मुमताझ अगदी मस्तमौला होऊन पाण्यात वल्हं मारत बसला होता. त्यानं दोघींना बघून सुस्कारा टाकला, ''मला वाटलंच होतं की तुम्ही दोघी याल.'' तो म्हणाला.

नूरानला त्याचा चेहरा आधीपेक्षा बारीक आणि उन्हानं रापल्यासारखा वाटला. जेव्हा त्या दोघीजणी त्याच्या होडीत चढल्या तेव्हा तो सुकाणूजवळ गेला.

''हे काय? आपण पाण्यातून सैर करायला जाणार आहोत की काय?

इख्लाल आणि नूरान दोघींनाही पाण्यातून सैर करायला आवडत असे. त्यातील मजा आणि लाटांच्या सळसळण्यामुळे डोक्यात भिनणारी नशा काही औरच होती. बॉस्फरसच्या किनारपट्टीवर भिरभिणाऱ्या लाटा पाहून असं वाटत होतं की सूर्यप्रकाश आणि समुद्र ह्यांना लवलवणाऱ्या नृत्याच्या हालचाली करण्यासाठी जणू काही कुणीतरी समर्थ दिग्दर्शक मिळालेला आहे की काय? पण मुमताझ म्हणाला की, ''पाण्यात सैर करण्यासाठी ही वेळ योग्य नाही.''

तो आनंद उपभोगण्याचा मोसम अजून सुरू झालेला नव्हता. त्यातच त्याला भीती वाटत होती की ह्या मुलींचे कपडेही पाण्यात भिजतील. कारण पाण्यात जायला योग्य असे कपडे त्या दोघींनी घातले नव्हते.

इख्लालनं गडद निळ्या रंगाचा गणवेषासारखा पोशाख घातला होता. तो दुपारच्या टीपार्टीसाठी चालला असता. त्यावर घालण्यासाठी नूराननं तिला राखाडी रंगाचा ओव्हरकोट दिला होता. नूराननं स्वतः लाल पट्टे असलेला फिकट गुलाबी रंगाचा पोशाख घातला होता. तिच्या जाकिटाच्या पाखातून आत घातलेला पिवळ्या रंगाचा स्वेटर दिसत होता. त्या स्वेटरमधून तिची मान अधिकच मऊ आणि मखमली भासत होती. तिनं बहुतेक आपले केस शेवटच्या क्षणी पिना लावून कसेबसे बांधल्यासारखे दिसत होते.

अशा तऱ्हेनं घाईघाईनं तयारी केल्यामुळं उलट ती अधिकच सुंदर दिसत होती. पण त्याच वेळेस मुमताझला भेटायला जावं की न जावं अशी तिची द्विधा मनःस्थिती झाली असावी हेसुद्धा त्यातून कळत होतं. तिच्या काळ्याभोर केशकलापात आपला चेहरा लपवावा अशा तीव्र इच्छेनं मुमताझच्या नसानसांत जाळ पेटल्यासारखा झाला. बराच काळ एखादी व्यक्ती झोपलीच नसावी तसा थकवा त्याच्या जणू संपूर्ण

अस्तित्वातूनच उजळून उठल्यासारखा झाला.

इख्लालनं होडीचं कौतुक केलं, ''मी काही फारशी जाणकार नसले तरी ही होडी छान दिसतेय तुला.'' ती म्हणाली.

इख्लालपेक्षा आपल्याला समुद्रसैर करण्याचा अधिक अनुभव आहे अशा थाटात नूरान म्हणाली, ''छान आहे ही होडी. वेगवेगळ्या कामांसाठी म्हणजे मासे पकडायला, पाण्यावर सैर करायला किंवा दूरवर जायलाही बरी वाटते. शिवाय नवी पण दिसतेय ही.''

त्या नौकेचं टोक हातात पकडून धक्क्याशी उभा असलेला मेहमत नावाडी म्हणाला, ''ह्या बोटीनं तर मी पार इझमितपर्यंत जाऊ शकतो.'' त्या तरुण स्त्रियांच्या उपस्थितीनं आणि त्यांच्या वागणुकीमुळे तो खूश झाल्यासारखा दिसत होता. आज त्यानं मुमताझबरोबर प्रथमच अशा मैत्रिणी पाहिल्या होत्या. तो मुमताझला आदरानं अगाबे म्हणजे दादा असं म्हणत असे. मुमताझच्या मैत्रिणी त्याला आवडल्या. पण जेव्हा त्या बोटीत शिरल्या तेव्हा मात्र आपल्या हातात कुणीतरी काचसामान सांभाळायलं द्यावं तसा तो दचकला. त्याच्या आयुष्यातील स्त्रिया ह्या वेगळ्याच मातीच्या बनलेल्या होत्या. उदाहरणार्थ, बोयासिकोय येथील कॉफीहाऊसमधल्या शिकाऊ वेटरची मैत्रीण जशी होती तशा बायका त्याला स्वतःला आवडत. कारण त्या बायकांवर आयुष्याच्या प्रत्येक वळणावर आपण अवलंबून राहू शकतो. ह्या मुली मात्र फारच नाजूकसाजूक दिसत होत्या. अर्थात त्यांच्या दिसण्याबद्दल त्याला काहीच म्हणायचं नव्हतं.

''तुला मासे पकडायला आवडतं का?'' मुमताझनं नूरानला विचारलं.

''माझे वडील वारले त्याआधी ते मला घेऊन जायचे ... पण खरं सांगायचं तर लग्नापूर्वी मी मासे पकडायला जात असे.''

त्या दुपारच्या वेळेस वारा युद्धनीती आखल्यासारखा ठरावीक स्थानांवर दबा धरून बसला होता. सुरुवातीला ते बैलेरबैयीच्या भागाकडे गेले. तिथून त्याच मार्गानं परत आले. वाटेत त्यांनी अनादोलूहिसारी आणि कन्हका ही खेडी लागली. जणू काही ते उघड्या समुद्रातच गेले असावेत अशा तऱ्हेनं अकिंतीबर्नू येथे वारा आणि लाटांनी त्यांना घेरून टाकलं.

हाकेच्या अंतरावर असलेल्या किनाऱ्यावर बागा होत्या. पतंग उडवू पाहणाऱ्या मुलांसाठी पाऊलवाटा होत्या. फळांनी बहरलेल्या फांद्या होत्या. शिकाऊ कोळी आपापले गळ आणि जाळ्या घेऊन चिकाटीनं उभे होते. खालच्या बाजूला समुद्र मोठाले प्रवाह पोटात घेऊन उसळत होता. आपल्या अखंड गाजेतून आणि गंधातून

मनाला बावरून टाकणाऱ्या, अत्यंत हृदयस्पर्शी अशा आमंत्रणांची उधळण करत होता.

मुमताझ आपल्या जीवनातील ह्या मौल्यवान खजिन्याबद्दल स्वतःशीच बोलत होता. तो थोडासा अडखळला, मग म्हणाला, ''मी स्वतःच राजा आहे आणि मी स्वतःच नावाडीसुद्धा आहे. त्यामुळे मी सांगतोय की आपल्या सहलीची ही शेवटली सीमा आहे. ह्याहून पुढे आपण नाही जायचं.''

नूरानच्या डोळ्यांत पाहात तो हे म्हणाला. पण नूरान मात्र आसपासचं दृश्य पाहण्यात आणि स्वतःच्या विचारातच दंग होती. मागील पाच दिवसांत तिनं काही निर्णय घेतले होते. एकीकडे तिला आपलं घर आणि आपलं जीवन अगदी कंटाळवाणं वाटत होतं आणि मुमताझचं आमंत्रण स्वीकारण्यास ती अगदी अधीर झाली होती तर दुसरीकडे तिची मुलगी तिच्या बाजूच्या पलंगावर झोपली होती. कुठल्याही बाहेरच्या आकर्षणामुळे आपण आपल्या स्थानापासून ढळणार नाही असा नूरानला स्वतःबद्दल विश्वास होता. पण हे भलतंच झालं होतं. तीन तास तिनं स्वतःशीच वाद घातला होता आणि शेवटी निमूटपणे ती मुमताझला भेटायला बाहेर पडली होती. तिच्यात काही कणखरपणाच नव्हता का? की ती आपल्या जन्मसिद्ध हक्काचा वापर करत होती? तिला काहीच कळत नव्हतं. तिला एवढंच कळत होतं की गलबताचा नांगर जसा बोटीत पडतो तसे आपण आपल्या साऱ्या अस्तित्वासकट ह्या बोटीत शिरलो आहोत. परतताना ते एमिरगन पार्क येथे थांबले. त्या कॅफेत लोकांची वर्दळ वाढण्याचा मौसम सुरू झाला होता. तिथं सर्व प्रकारची गिऱ्हाइकं येत असत. त्यात सर्व वयाची आणि सर्व व्यवसायांतली माणसं होती. त्या तिघांनी संध्याकाळचा आणि मोसमाचा अंदाज घेतला आणि ठरवून टाकलं की अचानक जर तापमान घसरलं तर आपण इथून ताबडतोब निघायचं.

वसंतऋतू म्हणजे अगदी तीव्र झिणझिण्यांचा मोसम होता. तापातून बरं होत असताना मधेच बारीक ताप येत राहावा तशी जीवाची स्थिती होत होती. फेरफटका मारताना हवेतील थंडीची लहर त्यांना जाणवली. टवटवीत, कोवळी पानं, त्यांचे तेजस्वी रंग आणि पांढऱ्या तेजस्वी उन्हात आपण उभे असताना पडणारी सावली ह्यांमुळे एक प्रकारची हुरहुर लागून मन अगदी रोमांचित होऊन उठत होतं. ते ज्या ठिकाणी भेटले होते त्या डोंगरमाथ्यावर जांभळ्या रंगाच्या हेलिओ ट्रॉप फुलांची दाटी होती. त्याशिवाय लालभडक, किरमिजी, गुलाबी आणि हिरव्यागार झाडाझुडपांच्या स्पर्शानं तर सर्वांची त्वचा हुळहुळून निघत होती.

तथापि, इथं ह्या उघड्यावरच्या कॅफेत वसंतऋतूचं एक छोटंसं रूप दिसत होतं, जीवनाची असोशी जाणवत होती. त्या कॅफेतल्या गर्दीतलेच एक होऊन ते ट्युलिपच्या फुलाच्या आकारातल्या कपातून गरम गरम चहा पीत दाटीवाटीनं बसले. दुसऱ्या किनाऱ्यावरील मोक्याच्या ठिकाणाहून आपण येथील दृश्य पाहात आहोत अशी खुळचट कल्पना त्यांच्या मनात येऊ लागली होती. त्यांनी नुकत्याच ज्या जागा पाहिल्या होत्या त्या आज त्यांना वेगळ्याच दिसल्या होत्या.

''बरंय मग ठीक आहे तर. तू कांदिल्लीच्या किनाऱ्यावर घेराव का घालून होतास त्याबद्दल सांग.''

आपल्या गालांवरची लाली लपवण्यासाठी मुमताझनं मस्तक खाली झुकवलं. ''आता त्याला घेराव म्हणायचं की काय ते मला ठाऊक नाही. कारण जमिनीवरून यायचा मार्ग पूर्णतया मुक्तच होता की. मी फक्त फेरीबोटीचा धक्का तेवढा काबीज केला होता.'' तो हसला आणि त्यानं अशा तऱ्हेनं हात हलवले की त्याला जणू काही सूचित करायचं होतं की, 'मी तेवढंच फक्त करू शकतो. आणखी दुसरं मी बापडा काय करणार?' तरी पण त्याच्या चेहऱ्यावरील आविर्भावानं जाहीर केलं की हा अख्खा आठवडा त्यानं बरंच काही सोसलं असावं. त्याच्या हसण्यातून दिसून येत होतं की ही वेदना सोसण्यासाठी त्याचा संपूर्ण चेहरा सिद्ध होता. त्याच्या डोळ्यांतून आणि ओठांतून ते जाणवत होतं.

''तू आम्हाला कांदिल्लीमधल्या राजवाड्याचं प्रकरण काय आहे ते का सांगत नाहीस मुमताझ? त्या पदात काय वर्णन केलेलं आहे?''

आपण सकाळी इख्लालला काय माहिती दिली ह्याबद्दल मुमताझनं आपलं डोकं खाजवलं. ''ते एक दृश्य होतं... धुरातलं दृश्य. अंतऱ्यातील एका ओळीचा संदर्भ काय ते आम्ही शोधत होतो. प्रामाणिकपणे सांगायचं तर तो सगळा अगदी नादिष्टपणाच होता आमचा.'' पण त्याला तेवढंच बोलून गप्प बसता येणार नव्हतं. ''त्या राजवाड्याची पुन्हा बांधणी व्हावी ह्यासाठी एक तारीख निश्चित केली गेली होती. अर्थात आज तो राजवाडाही उभा नाही की त्याचा पायासुद्धा तिथं शिल्लक राहिलेला नाही की तिथं ती जुनी बागही शिल्लक नाही. पण त्या गीताच्या अंतऱ्यातली ओळ मात्र अजून शिल्लक आहे. ती ओळ अशी, 'अजूनही भूतकाळातली कांदिल्ली किनाऱ्यावर आपल्या तेजस्वी ठिणग्यांचा वर्षाव करते.' ह्या ओळीनं माझ्यावर जणू काही जादूच केली. म्हणून आम्ही संदर्भ शोधायला लागलो.'' तो म्हणाला. नंतर त्यानं कान्लिका ह्या आखातातून आत आलेल्या छोट्या प्रवाहाची आणि

बॉस्फरसमधील कांदिल्ली, सेन्जेलकोय आणि वानीकोय ह्या खेड्यांची माहिती सांगितली. त्याची विद्वत्ता वेगळ्याच प्रकारची होती. त्याला केवळ ज्ञानासाठी ज्ञान नको होतं तर आत्तापर्यंत जी माणसं होऊन गेली त्यांच्या जीवनाबद्दल माहिती करून घ्यायची त्याला तीव्र इच्छा होती. तो म्हणाला, ''माणसंच सर्वात महत्त्वाची असतात. बाकी सगळा माझ्या दृष्टीनं फापटपसारा आहे. काळानं पेटवलेल्या भट्टीत कागदाचा तुकडा भुर्रकन जळून जावा तसं माणसाचं आयुष्यही भुर्रकन जळून जातं. काही तत्त्वज्ञानी म्हणतात तसा कदाचित आयुष्य हा एक हास्यास्पद खेळ असेलही. निर्णयांच्या बुरख्याखाली आपण अगदी हताशपणे वागत असतो. हो-नाही करत आपण फालतू आणि ज्यातून काहीही निष्पन्न होणार नाही अशा भूमिका घेण्याच्या गोंधळात सापडतो. कदाचित आपले ते निर्णय हेसुद्धा स्वप्नरंजन असू शकतं. ते काहीही असलं तरीसुद्धा जेव्हा एखादं जीवन प्रत्यक्ष ती व्यक्ती जगते तेव्हा ते खूपच महत्त्वाचंच मानलं पाहिजे. कारण जीवन कितीही हास्यास्पद असलं तरी आपण ते पूर्णपणे नाकारू शकत नाही. अगदी मानसिक क्लेशांच्या जंजाळातसुद्धा आपण आपल्या आयुष्यात तत्त्वं शोधत असतो. मग ती चांगली असोत की वाईट, त्याची आपल्याला तमा नसते. आपण प्रेम आणि अभिलाषा ह्यांच्यासाठी स्वतःला थोडी सूट देतो. सर्जनशीलतापूर्वक जगायचं की क्षुल्लक भांडणात आणि वायफळपणा करण्यात आयुष्य वाया दवडायचं ह्यात आपण फरक करतो.''

नूरान त्या तरुणाकडे एकटक पाहात राहिली, ''पण कृतीचं काय?'' ती म्हणाली. ''तू कृतीबद्दल काहीच चर्चा करत नाहीस?''

''मी बोललो ना त्याबद्दल... प्रत्येकाला कृती करावीच लागते. प्रत्येकाची स्वतःची अशी नियती असते. मला माहीत नसलं तरी माझी जी काय नियती आहे तिचे वेगवेगळे पैलू मला योग्य तऱ्हेनं जगायचे आहेत आणि माझ्या अंतर्मनातील दुनियेलाही सामोरं जायचं आहे. मला कला आवडते. कदाचित कलेमुळे आपल्याला मृत्यूचा खूपच सौम्य आणि प्रेमळ चेहरा दिसत असेल. ज्या चेहऱ्यांना आपण सहज स्वीकारू शकू असे चेहरे असतील ते मृत्यूचे. एखादी सुंदर कलाकृती असावी तसं एखाद्याचं जीवनही असू शकतं. जेव्हा मला तसं काही सामोरं येतं...''

''उदाहरणार्थ?''

''उदाहरणच घ्यायचं तर अठराव्या शतकातील शायर शेख गालिब ह्याचंच घे... तो खूप तरुणपणीच वारला. तो त्याचा ऐन उमेदीचा काळ होता. त्याला उत्तम शिक्षण मिळालं, उत्तम शिष्टाचारी अदब शिकायला मिळाली. त्यामुळे एक वेगळ्याच

प्रकारचं शहाणपण त्याच्या ठायी आलं. सुरुवातीपासूनच त्या शिक्षणानं अनेक वाईट प्रसंग आणि घातकी प्रभावांपासून त्याचा बचाव केला. पहाट किंवा दुपार ह्यांचा जणू त्याच्यावर काही परिणामच होत नव्हता. प्रसन्न संध्याकाळच्या वेळेस दाटणाऱ्या भावना, संधिप्रकाशाचा खेळ, आपल्याला जे काही प्रिय असतं त्याबद्दल वाटणारी तळमळ ह्या सगळ्या गोष्टींनीच त्याला घडवलं. इस्माईल देदे एफेंदी ह्या संगीतकाराचं उदाहरण घ्या. तोही त्याच काळात जन्मला. त्यानं जवळ जवळ हजारएक पदांना चाली दिल्या. त्याच्या जीवनाकडे पाहा. लौकिकार्थानं त्याचं जीवन सर्वसामान्य असलं तरी ते केवळ त्याचं स्वतःचं होतं.''

''पण ज्या काळात ते जन्माला आले त्या काळाचासुद्धा काहीतरी परिणाम झाला असेलच ना?''

''झाला की, पण तरीही हे जे काही अपवाद होते ते कालातीत होते. त्यांनी काळाची चौकट पार केली. त्यांना इतरांपेक्षा अधिक सुखासीनतेचं जीवन मिळालं असं गृहीत धरण्याचा एखाद्याला मोह होऊ शकतो. कारण उदाहरणच घ्यायचं तर दोघांपैकी एकानंही दुनियेला सुधारण्याचा वसा घेतला नाही. पण तुमच्या परिसरात सतराव्या शतकातले सुप्रसिद्ध धर्मोपदेशक वानी एफेंदी राहात होते त्यांनी अगदी तेच करण्याचा विडा उचलला आणि ते करताना प्रत्येकाची मनःशांती आणि समाधान घालवून टाकलं. शेवटी निराशेनं त्यांच्यावर मात केली... माझी पहिली दोन उदाहरणं आहेत ती कलाकारांची आहेत. आपल्या अंतरात्म्याशी निष्ठा राखून जीवन जगण्याचं गुपित त्यांनी शोधून काढलं होतं. मला वाटतं की बाकीचे लोक सहज गंमत करायची म्हणून स्वतःचीच फसवणूक करतात.''

नको असलेल्या शाब्दिक युद्धातून सुटकेची वाट शोधण्याचा प्रयत्न करावा तसा मुमताझ इकडे तिकडे पाहात राहिला. संध्याकाळची वेळ झाली होती. जणू काही ती संध्याकाळ पारंपरिक ओटोमान संगीताच्या जलशाचीच तयारी करते आहे की काय असं वाटू लागलं होतं. तेजस्वितेचं प्रत्येक वाद्य सूर्याचं भैरवी रागातील महानिर्वाणगीत गायच्या तयारीस लागलेलं दिसत होतं. निसर्गातील प्रत्येक अणूरेणू म्हणजे तेजोमय वाद्यच बनला होता. नूरानचा चेहरा आणि अगदी हातसुद्धा कॉफीच्या चमच्याने ताल धरत होता...

''आपण इथून दुसरीकडे कुठे जायला पाहिजे असं वाटतं का तुला?''

''तुझ्या मनात काय आहे?''

''बुयुकदेरी किंवा इस्तिन्ये...''

आता दिवस संपत आला होता. पण त्याला तो दिवस एवढ्यात संपावा असं वाटत नव्हतं. कदाचित आणखी दूर, दूर... सूर्यप्रकाश अजून असेलही तिकडे जावंसं वाटत होतं त्याला.

"निराशा म्हणजे... तुला काय म्हणायचंय मुमताझ ते सांग ना समजावून."

"अग, नाही माहीत ग मला. पण निराशा म्हणजे मृत्यूची जाणीव किंवा मग ज्या तऱ्हेनं मृत्यू आपल्यावर परिणाम करतो... आपल्या जीवनात अनेक गळफासांचं जाळं निर्माण करतो. ते जाळं म्हणजे निराशा... निराशा म्हणजे एखाद्या हत्याराचे दात जे आपल्या प्रत्येक हालचालीवर मर्यादा आणतात. कुठल्याही प्रकारची कृती ही शेवटी निराशेचीच फलनिष्पत्ती असते. विशेषतः ह्या उघड उघड भयावह वातावरणात भीतीवर जिथं खपलीच धरली जात नाही अशा वातावरणात आपल्याला प्रिय असणाऱ्या गोष्टींनाच आपण नकार देतो. तो नकार म्हणजे निराशा. आपण आपल्या पित्यासारखे होऊ ह्याचीही भीती वाटते. शेवटी काहीही जीव तोडून केलं तरी मृत्यूपासून सुटकाच नाही ह्याची जाणीव म्हणजे निराशा. लोकांना वाटतं की मृत्यूनं आम्हाला अगदी निकराच्या क्षणी पकडावं. म्हणजे आम्ही समूहामध्ये उभं राहून द इंटरनॅशनल हे क्रांतिकारी समाजवादी राष्ट्रगीत गाताना किंवा मानवंदना देण्यासाठी कवायत करत असताना मृत्यूचा घाला पडावा..."

त्या क्षणी तो स्वतःही त्या भीतीच्या यातनांत गुरफटलेला होता. पलीकडल्या काठावरील घरांच्या खिडक्यांच्या तावदानांवर सोनेरी प्रकाश चमकत होता. त्या प्रकाशामुळे बॉस्फरसच्या सागरी लाटा शोभायमान झाल्या होत्या. त्याला एकदम वाटलं की ह्या प्रकाशामुळेच आपण बचावलो आहोत. हा प्रकाश नसता तर आपण गुदमरून गेलो असतो. ह्या सदाहरित वृक्षाच्या खाली आपलं दफन झालं असतं. त्याच्या मनात पूर्वीपासून ठाण मांडून बसलेल्या दुविधेमुळे त्याला कितीही मानसिक क्लेश होत असले तरीही आत्ता तो होता त्या सुखाच्या सीमारेषेच्या आतच राहून त्याला कृती करायची होती. तेवढ्यानं तो समाधानी असणार होता.

नूराननं त्यानंतर काहीच प्रश्न विचारले नाहीत. ती आपल्याच विचारात हरवून गेली. त्या संध्याकाळच्या अर्ध्यामुर्ध्या उजेडानं तिला अगदी मूक करून टाकलं. ताज्या हवेनं तिला दमवून टाकलं. एकच प्रश्न तिला वारंवार छळत होता की, 'ह्या अग्निपरीक्षेची फलनिष्पत्ती काय असणार होती?' सर्वात चांगलं हेच होतं की सारं काही विसरून जायचं आणि कसलाही विचार म्हणून करायचा नाही. तिला आत्ता ह्या क्षणी विलक्षण प्रसन्नतेचा अनुभव येत होता. वाटत होतं की आपण जगतोय त्या

क्षणातच केवळ का जगू नये? इख्लाल कुठल्यातरी विचारात गढल्यासारखी दिसत होती. त्या संध्याकाळच्या प्रकाशाचा तिच्यावर काही परिणाम झालेला दिसत नव्हता. मृत्यूमुळे मानवी जीवनात जे काही अस्थैर्य आणलं होतं त्याबद्दल तिच्या मनात एकदाही कधी विचार आलेला नव्हता. ती नाजूक, निरागस तरुणी आपल्या आसपासच्या परिसरातच गुंतून गेली होती, कसलाही विचार न करता केवळ जगत होती. तिच्या पुढ्यात अगणित दिवस पडले होते. छोट्या छोट्या कळसूत्री बाहुल्यांना सूत्रात बांधावं तसे तिनं ते दिवस आशेच्या सूत्रानं बांधले होते. आपल्यापाशी कपड्यांचे भरपूर जोड असावेत तशी प्रेम, असोशी, स्वतःचं घरकूल, कामाचे तास, अपेक्षा, गरज पडल्यास खूप कष्ट आणि अर्थातच मैत्री अशा वेगेवगळ्या भावनांची वस्त्रं तिनं त्या दिवसांना बहाल केली होती. त्या दिवसांचं काय करायचं ते जणू तिला पक्कं ठाऊक होतं. पण त्या दिवसांचे चेहरे तिला आत्ता दिसू शकत नव्हते, त्यांचे चेहरे भविष्य नावाच्या भिंतीकडे वळलेले होते. योग्य वेळ आली की त्यातील प्रत्येक दिवस मागं वळून तिच्याकडे तोंड करणार होता आणि तिला मानाचा मुजरा करणार होता. त्यानंतर अगदी हळुवारपणे, अजिबात खळखळ न करता आपल्या अंगावरील मनमोहक, भरजरी वस्त्रं दूर करून, दूर कुठेतरी बोट दाखवून तिला म्हणणार होता, 'तुला वाटला होता तो दिवस मी नाही. रांगेत असणारा पुढला दिवस असेल तो.' असं म्हणून तो तिच्याजवळून पुढे जाणार होता आणि पूर्वी निघून गेलेल्या दिवसांच्या रांगेत जाऊन उभा राहणार होता. हा वसंतऋतूसुद्धा तसाच नव्हता का? हा वसंतऋतू, तिनं मनात अपेक्षिलेला वसंतऋतू आणि भर हिवाळ्यात ज्या वसंताची तिनं वाट पाहिली होती तो वसंतऋतू...

"आपण त्या ऐतिहासिक लॉजला भेट द्यायची का?" इख्लालनं सुचवलं. नाही तरी ते त्या लॉजच्या अगदी जवळ आले होते.

"इतक्या संध्याकाळी?"

"त्यात काय झालं? अजून संध्याकाळ कुठे झालीय? आपण सावलीत आहोत ना म्हणून तसं वाटतंय आपल्याला. अजून सहासुद्धा वाजलेले नाहीत. त्यातच आपण सतत काहीतरी बोलतच होतो हे वेगळं सांगायची गरज नाही. मी अख्खा आठवडा कुणालाही भेटलेले नाही. त्यामुळे माझ्यापाशी केवढंतरी बोलायचं साठलंय ना."

नूराननं मनात मुमताझची एक प्रतिमा निर्माण केली. हा माणूस कृतीकडे पाठ फिरवून होडीत तरंगत बसला होता. त्यानं जणू फेरीबोटीच्या धक्क्याची नाकाबंदीच करून टाकली होती. केवळ निराशेनं प्रेरित होऊन तो एवढे कष्ट घेत होता का? पण

एखाद्या स्त्रीच्या हृदयात कसा शिरकाव करायचा हे ह्या प्रेमसृष्टीतील नवागताला चांगलं ठाऊक होतं. तिच्या मनात त्याच्याबद्दल कळवळा आणि कौतुक अशा वेगळ्याच भावना दाटून आल्या. आपल्या प्रियतमेला कसं पुकारायचं हे मुमताझला चांगलं ठाऊक होतं. परंतु एवढ्या चिकाटीनं आणि ताकदीनं साद घालायची म्हणजे तो किती एकाकी असला पाहिजे? निदान स्वतःचं गोंधळलेलं मन ताळ्यावर आणणं एवढं तरी त्याला शक्य व्हायला हवं.

नूरानची अपेक्षा होती तसं ते लॉज अजिबात नव्हतं. त्याला काहीही भव्यता नव्हती. म्हणजे ह्याचा अर्थ आपल्या आवडत्या प्रेमिकेसाठी सुलतान मुराद चौथा ह्यानं फक्त हे एवढंसं छोटं घर बांधलं होतं? त्या तेवढ्या घरात तिला आणि मुमताझला जेमतेम राहाता आलं असतं... तो विचार मनात आला तत्क्षणी ते लॉज तिला प्रिय झालं. त्या लॉजच्या मजल्यांची रचना तिला आपल्या स्मृतीत साठवून ठेवायची होती. कारण एके दिवशी त्या रचनेचा उपयोग झालाही असता. निदान आज पलंगावर पडून ती मुमताझचा विचार करत असताना तरी तिला ते लॉज आठवणार होतं. मुमताझनं त्यांना माहिती दिली की, ''बॉस्फरसमधून दिसणारं हे मूळचं बांधकाम असणार. कदाचित त्या लॉजच्या परिसरातील जंगलसुद्धा ह्याच मालमत्तेत मोडत असणार. पण तसं जरी नसलं तरी एके काळी एक मोठं राजवाड्यासारखं घर ह्या जागी उभं असणार.''

भिंतींच्या वाशांवर लिहिलेली ओटोमानकालीन कोरीव अक्षरं वाचण्याचा प्रयत्न इकडे तिकडे फिरताना नूरान करत होती. चालता चालता तिथं असलेल्या जुन्या आरशात तिला तिचं प्रतिबिंब सावलीसारखं हलताना दिसत होतं. भूतकाळाचा एक प्रकारचा सुगंध सगळीकडे रेंगाळत होता. इतिहासातील हा गंध आपल्याला आपण कोण होतो ह्याचं भान देतो.

दुधीभोपळ्याच्या पात्रात गाळून साठवून ठेवलेली जुन्या काळातील रामबाण दवा प्यावी तसा तो गंध नूराननं पिऊन घेतला. मुमताझची कल्पनाशक्ती भलतीकडे मंथन करू लागली होती. जुन्या काळातील सुलतान चौथा मुराद ह्याची लाडकी गणिका अशा रूपात त्याला नूरान दिसू लागली. दागिने, शाली, चांदीच्या तारांनी भरतकाम केलेली वस्त्रं, व्हेनेशियन पद्धतीच्या लेसची वस्त्रं, केशरी गुलाबाच्या रंगाच्या सपाता... आणि दुलदुलीत उशांच्या गराड्यात बसलेली नूरान... त्यानं आपले विचार तिच्यासमोर प्रकट केले.

''म्हणजे तुझं म्हणणं असं आहे की मी जनानखान्यातल्या बांदीच्या रूपात दिसते तुला. माटीस ह्या चित्रकारानं काढलेल्या चित्रासारखी वाटते का तुला मी?'' हसता हसता तिनं मान हलवली. ''नाही हं, मुळीच नाही. माफ कर, मी नूरान आहे.

मी कांदिल्लीत राहाते. हे १९३८ साल चालले आहे. मी ह्या काळाला अनुसरून कपडे घालते. मला माझी शैली आणि माझं व्यक्तिमत्त्व ह्यांपैकी काहीही बदलायची इच्छा नाही. मी अजिबात निराश मन:स्थितीत नाही, पण ह्या आरशांमुळे माझ्या मनात एकाकीपणाची भावना दाटून येते.''

तसं असूनसुद्धा तिला परतण्याची इच्छा नव्हती. लॉजमध्ये इतस्ततः फिरत असताना तिच्या मनात तेथील सुखसोयींची अभिलाषा निर्माण झाली. इथलं सौंदर्य सहजतेत सामावलेलं होतं. एखाद्या फ्रेंच राजवाड्यात कसं सर्वत्र ऐशआराम आणि विलासी वातावरण असतं तसं तिथं नव्हतं. तशा प्रकारच्या विलासी राजवाड्यांचे फोटो तिला 'ला इलस्ट्रेशन' किंवा तसल्याच कुठल्यातरी इंग्रजी मासिकात बघायला मिळाले असते. हे लॉज म्हणजे अगदी सरळसाधेपणाचं आगर असल्यासारखं वाटत होतं. बिनपैलूंची रत्नं बसवलेल्या भरजरी भारतीय साडीच्या रंगासारखं ते लॉज विलोभनीय होतं किंवा मग तिला तिच्या बाबांनी जी गाणी शिकवली होती त्या गाण्यांसारखं होतं ते लॉज... विचार करता करता त्या गाण्यातील दुःख तिच्या काळजात दाटून आलं.

ते बाहेर पडले. ''आता आपण काय करायचं?'' इख्लाल म्हणाली.

''आपण घरी जाऊया. हा निराशेनं खचलेला मनुष्य म्हणजेच मुमताझ जास्तीत जास्त आपल्याला टेकडीपर्यंत सोडायला येईल. त्याला एवढा त्रास दिल्याबद्दल आपण त्याला थोडासा मोबदला देऊया. मागील पाच दिवस बिचारा भुकेनं अगदी अर्धमेला झालाय तो. त्यानंतर मग त्याची इच्छा असेलच तर तो धक्क्याची नाकेबंदी करण्याचं काम चालू ठेवू शकतो.''

बोलत असताना तिनं मुमताझच्या चेहऱ्यावरील भाव पाहिले. रंग उडालेल्या आरशासमोर थोड्या वेळापूर्वी त्यांनी जे चुंबन घेतलं होतं त्या क्षणाची उष्णता तिला रंध्रारंध्रात जाणवली. तिनं आत्तापर्यंत ज्यांना कधीही बघितलं नव्हतं किंवा जे तिला माहीतही नव्हते अशा शेकडो लोकांच्या आयुष्यांचे पैलू त्या आरशाच्या पाऱ्यात दडलेले होते. मुमताझचं आणि तिचं मस्तक एकमेकांना लागलेलं होतं, त्यांनी एकमेकांचे हातही अनपेक्षितरीत्या हातात घेतले होते. हे एवढं अचानकपणे झालं की त्यामुळे दोघंही एकदम दचकले होते. ते दचकणं लपवण्यासाठी नूराननं चेहऱ्यावर एकदम हर्षाची भावना आणली.

मग त्या छोट्या होडीत आणखी काहीच बोलणं झालं नाही. मुमताझनं त्या होडीचं कप्तानपद आपल्याकडे घेतलं आणि तिची मोटर सुरू करताना सुकाणूजवळ पाय ठेवले. बॉस्फरसला घनदाट शांततेनं वेढलं होतं. एक प्रकारच्या शांततेनं त्यांच्यावर

जणू सुंदर लेपच चढवला होता असं वाटत होतं. मावळत्या सूर्याच्या सावल्यांत त्या तीन आकृतींना सोनेरी, मधाळ आणि जांभळ्या रंगाच्या रिबिनींनी वेढल्यासारखं वाटत होतं. त्या धीरगंभीरतेचा भंग सर्वप्रथम नूराननं केला. कदाचित आपण किती निर्लज्जपणा करतोय ह्याची तिला जाणीव झाली असावी किंवा मग जो माणूस आपल्याकडे एवढा आकृष्ट झालाय त्याची गहनता किती आहे ते तपासून पाहण्याची तिला इच्छा झाली असावी. ती म्हणाली, ''खरं सांगायचं तर काहीतरी भव्यदिव्य करावं अशी काही प्रेरणा तुझ्या अंगी नाही.''

''भव्य नसेलही, पण तुला ठाऊक आहे की मी काम करतो. मी जे करतो त्याहून अधिक काही करत नाही.''

भव्यतेमुळे त्याच्या मनावर दडपण येत असे. त्याच्या दृष्टीनं भव्यतेत काहीतरी भयसूचक दडलेलं होतं. भव्यतेसाठी जीवनाच्या मर्यादेच्या पलीकडे जाण्याची गरज होती. अन्यथा विचारस्वातंत्र्य गमावून केवळ ऐतिहासिक घटनांच्या हातातील बाहुलं बनण्याखेरीज दुसरा काहीही उपाय हाती राहिला नसता.

''तसं जर असेल तर आपण आपणच विणलेल्या जाळ्यात किंवा घडणाऱ्या घटनांच्या जंजाळात हरवून जाऊ. वास्तविक पाहाता जीवन म्हणजे एक प्रकारची मैफलच असते. त्या मैफलीत भव्यदिव्य नसतं आणि क्षुल्लकही नसतं. तिथं प्रत्येक गोष्ट असते आणि प्रत्येक माणूस असतो... आत्ता जशी परिस्थिती आहे आणि त्या परिस्थितीत आपण सगळे आहोत तसंच असतं ते. आता मला सांग, ह्या लाटा आणि हे उजेडाचे कवडसे ह्यातील कुणाला तू वगळू शकतेस? ते आपले आपण चमकतात आणि आपले आपणच लय पावतात. ते येतात आणि जातात... सृष्टीच्या हातमागावरील वीण तर सतत चालूच असते. पण मला एक सांग, तू भव्यतेच्या का मागे लागलेली आहेस? त्यापेक्षा समाधान पुरेसं नाही का?''

नूरानच्या प्रतिसादानं त्याला आश्चर्य वाटलं, ''असा छंद असेल तर लोक मजेत असतात.'' ती म्हणाली.

''पण त्यांच्याभोवतालचे लोक वैतागतात त्याचं काय?'' मुमताझ म्हणाला.

ज्या ठिकाणी बॉस्फरसचं आखात काळ्या समुद्राला भेटत होतं त्या ठिकाणापर्यंत ते चालत गेले. अंधार दाट झाला होता. इख्लाल दिवास्वप्नात रंगून गेली. तिचं स्वतःचं घर होणार होतं. काम, पुष्कळ काम, जबाबदारी, हिशोब ठेवणं, पुष्कळ वेळ वाट पाहणं, मुलांचे कपडे, जेवणखाण... मधूनमधून ती त्या विचारातून बाहेर येई आणि मुआइझेझचा विचार करू लागे. नूरान आणि मुमताझ एकमेकांत गुंतलेले होते. तिला

हे नक्कीच कळलं होतं. पण हे ती मुआइझेझजवळ उघड करणार होती का? तिच्या मनात आलं की कदाचित तिच्या लाडक्या मैत्रिणीच्या मनातही मुमताझबद्दल प्रेमाच्या भावना असू शकतात. अशा प्रकारच्या प्रेमाच्या गोष्टी ती स्वतःच्या अंतर्मनातच ठेवू शकत होती. तिच्या अंतरात फक्त इतरांच्या जीवनातील प्रेमालाच थारा होता... नाही, नाही, मी मुआइझेझला काहीच सांगू शकत नाही. पण ही बातमी अगदी अपवादात्मक आहे. माझ्या आयुष्यात एकदा तरी मी ह्या रसाळ बातमीमुळे तिच्यावर मात केली आहे.

नूरानचं जे घर मुमताझनं कित्येकदा आपल्या मनःचक्षूंपुढे आणलं होतं त्या घराकडे त्या रात्री नुसती नजर टाकणंही त्याला शक्य होईना. परत येताना पायातील चपलांशी चाललेल्या इख्लालच्या चाळ्यांचा फायदा घेऊन नूराननं मुमताझला गुपचूप सांगितलं की, ''तुझं घरी येणं बरं दिसणार नाही.'' ते जेव्हा तिच्या घराच्या परिसरात शिरले तोपर्यंत तिची आधीची धिटाई आणि बेफिकिरी संपूर्ण नष्ट झाली होती.

''मी फोन करून तुला एकदा भेटायला येते.'' ती म्हणाली. पण त्याच्यासोबत थोडा अधिक काळ घालवता यावा म्हणून तिनं सुचवलं की तू मला पिस्त्याच्या झाडांपर्यंत सोडायला ये. तिथं ते रात्र पडायची वाट पाहात थांबले आणि तिथंच मुमताझनं पुन्हा एकदा तलतनं लिहिलेलं माहूरगीत नूरानच्या तोंडून ऐकलं. त्याचबरोबर तिनं त्याला सुलतानिये मकाम रागातील इस्माईल देदे एफेंदीचं गीतही ऐकवलं.

सहा

नूरान ठरलेल्या दिवशी आली. तो दिवस मुमताझला त्यानंतर कितीतरी वेळा आठवला. त्या दिवसाची आठवण म्हणजे त्याच्या दृष्टीनं एकाच वेळेस काळजात कट्यार घुसल्याची वेदना होती तर दुसरीकडे विशुद्ध सोन्याची बाग होती. म्हणूनच त्या दिवशीचा एकही तपशील त्याच्या स्मरणातून गेला नव्हता. पुढील काळातील यातनामय दिवसांत जेव्हा जेव्हा त्याच्या लक्षात येई की नूरान आपल्याशी बेपर्वाईनं वागते आहे त्या त्या वेळेस तो त्या दिवशीचा एकेक तपशील आठवून तो दिवस जणू काही नव्यानंच पुन्हा जगू लागे.

त्या दिवसापर्यंत त्यानं नूरानकडे एक मोहमयी स्वर्गीय अप्सरा म्हणूनच बघितलं होतं. पण ज्या क्षणी ती रस्त्यावरून चालताना त्याच्या कानात कुजबुजली, ''आत्ता येऊ नकोस तू. मी फोन करून भेटायला येते.'' त्या क्षणापासून ह्या मोहमयी अप्सरेनं—

त्या दुरातल्या देवतेनं–अचानक आपलं रूपच पालटलं होतं. जणू काही त्याच्या कानात झिरपलेले ते शब्द म्हणजे अत्यंत गूढ असे जादुई मंत्रच होते. त्या शब्दांनी त्याच्या मनात ज्या भावना निर्माण केल्या त्या भावनांनी नंतरचा प्रत्येक क्षण सजवला होता; गहन-गंभीर केला होता आणि समृद्धही केला होता. त्या क्षणांना तेजानं भरलेलं हसरं रूप त्या शब्दांनी बहाल केलं होतं.

त्या क्षणापर्यंत त्या तरुण मुलाला फक्त ह्या सुंदर स्त्रीच्या आपल्यासोबत केवळ असण्यानंच समाधान लाभत होतं. जेव्हा ती निघून जाई तेव्हा तिच्या विरहानं त्याच्या मनाला डागण्या लागत. पण तरीही ती स्त्री आपल्या जीवनाचा एक भाग होऊ शकेल अशी मात्र कल्पना त्यानं कधीच केली नव्हती. तिच्याबद्दल त्याच्या भावनांना हल्लीच कल्पनाशक्तीची जोड मिळाली होती. त्या भावना म्हणजे त्यानं रचलेली डौलदार मनोराज्यं होती, साधीसुधी आकर्षणं होती. त्या भावनांनी वेगवेगळे मुखवटे धारण केले होते. त्यातच केव्हातरी उफाळून येणाऱ्या वासनाही होत्या.

कधी कधी काय होतं की अशा तऱ्हेचं खोटं नाटक करून मग वासनेपोटी संबंध जुळतात, त्याबरोबर कुणी प्रेमही करतात, पण नंतर आपापल्या रस्त्यानं जातात. अशा तऱ्हेच्या भेटीगाठींत हॉटेलात एकत्र सावकाश जेवण घेणं, त्याच हॉटेलात खोली घेऊन तिथं एकत्र झोपणं, मोटारीनं एकत्र फिरणं किंवा सिनेमा-नाटकांचा आस्वाद घेणं आणि मौजमजा करणं ह्या गोष्टी येतात.

ह्या पद्धतीच्या नात्यांचा अनुभव मुमताझच्या गाठीशी थोडाबहुत होता. पण ज्या क्षणी नूरानचा चेहरा आणि तिचे ओठ त्याच्या कानाशी लागले त्या क्षणी त्याच्या दृष्टीनं सारं काही बदलून गेलं. त्या जवळिकीच्या क्षणी तिच्या स्वरातली अभिलाषा त्यालाही जाणवली. त्या क्षणापासून त्याच्या कल्पनाशक्तीला जणू तेज चढलं. त्याच्या मनातल्या आश्चर्यकारक, भव्य अशा ऐरणीवर प्रत्येक सेकंदासेकंदाला नूरानच्याच अनेक प्रतिमा निर्माण होत होत्या. त्याच्या अस्तित्वाला जे काही चटके त्यामुळे बसत होते त्या चटक्यांमुळे त्याला धक्के बसू लागले होते. कधी त्याला आपल्या विचारात नवीन काहीतरी पद्धत आणि नवीन काहीतरी समरसता निर्माण झाली आहे असंही वाटे.

त्याच्या नसांतून वाहणाऱ्या नूरानच्या श्वासामुळे पौर्णिमेच्या रात्री उसळणाऱ्या भरतीच्या लाटांसारखी त्याच्या मनात प्रसन्न आणि मधुर भावनांची मालिकाच सुरू झाली आणि जीवनाविषयी तीव्र ओढ आणि शारीरिक आकर्षणाच्या लाटा त्याच्या अंतर्मनातून तिच्या दिशेनं झेपावू लागल्या. जणू काही भरदुपारच्या उन्हाच्या तलखीत

गुरांच्या तहानलेल्या कळपांनी थंड झऱ्याचा आसरा घ्यावा तशी त्या दोघांची अवस्था झाली.

अस्तित्वाचंच रहस्य आणि शरीरात वास करणारे जादुई अणूरेणू अचानकपणे शरीरातच जिवंत होऊन उठले. मुमताझला वाटू लागलं की खरं तर आपण त्या विश्वातला केवळ एक बिंदू पण तरीही आपण त्या विश्वाइतकेच विशाल आणि अथांग झालो आहोत. जणू नूरानच्या केवळ असण्यातून त्याला त्याच्या स्वतःच्या अस्तित्वाचा शोध लागला होता.

तो जणू अनेक आरसे असलेल्या जगातच वावरू लागला. त्यातील प्रत्येक आरशात त्याला वेगळी नूरान दिसत होती आणि तिच्यामुळे बदललेलं त्याचं नवं रूपही त्याला दिसत होतं. झाडं, पाणी, प्रकाश, वारा, बॉस्फरस सामुद्रधुनीतली खेडी, जुन्या दंतकथा आणि कहाण्या, तो वाचत असलेली पुस्तकं, ज्या रस्त्यांवरून तो भटकत होता ते रस्ते, ज्या मित्रांशी तो बोलत होता ते मित्र, त्याच्या डोक्यावरून फडफडत जाणाऱ्या पारव्यांचा थवा, उन्हाळ्यात गुणगुणणारे कीटक... ह्या कीटकांची शरीरं, त्यांचे रंग आणि त्यांचं जीवनचक्र ह्याबद्दल नेहमीच त्याला गूढता वाटत असे. ...हे सारे सारे जणू काही नूरानचेच आविष्कार होते. ते सारे तिच्याच मालकीचे होते. खरं सांगायचं तर त्याच्या अस्तित्वानं आणि कल्पनाशक्तीनं त्याच्यावर जो मंत्र टाकला होता त्या मंत्राच्या मोहिनीखाली तो पार निपचित होऊन पडला होता. गोंधळात टाकणाऱ्या त्या ऐश्वर्यशालिनीनं आणि निसर्गाच्या त्या स्त्रीरूपी देणगीनं त्याच्या कानात जणू आपल्या अस्तित्वाची ऊब क्षणभरासाठी का होईना, देऊ केली होती.

त्या रात्री त्याच्या नजरेसमोर अनेक चित्रविचित्र दृश्यं तरळत राहिली. तो नूरानशी लग्न करणार होता. होय, अशा तऱ्हेचं प्रेम नुसत्या योगायोगावर सोडून देता येण्यासारखं नसतं. त्यानं मनानंच आपलं घर तिच्यासाठी सज्ज केलं. आपल्या संसाराला आणखी कुठून आपल्याला आधार मिळू शकतो तेही त्यानं चाचपून पाहिलं. सरतेशेवटी तिच्यासह युरोपात फिरायला जायची भल्यामोठ्या ठिकाणांची यादी त्यानं मनोमन अंतिम टप्प्यात आणलेली असतानाच त्याचे डोळे निद्रेनं बंद झाले. त्या वेळेस तो हातात हात घातलेल्या त्या दोघांच्या प्रतिमा नॉर्वेत असलेल्या पाहात होता. नॉर्वेतील समुद्री बेटावर ते जाणार होते आणि तिथं जाऊन आकाशातील अद्भुत किरणं पाहणार होते. पण ते खरोखरच नॉर्वेत होते की जगाच्या वेगळ्याच कुठल्यातरी भागात होते? त्याला वाटत होतं की ते बॉस्फरसच्या समुद्रातील अनादोलुहिसारी ह्याच भागात होते. त्या अनिश्चिततेमुळे तो एकदम दचकून जागा झाला. त्यानंतर रात्रभर तो निद्रा आणि

जाग ह्यांच्या मधे झोके खात होता. नूरानचा चेहरा, तिचं स्मित किंवा तिच्या वागण्यातील न विसरता येणारी अगदी इवलीशी ढब ह्यांच्या आठवणींमुळे मधून मधून त्याला नव्यानं पडू लागणाऱ्या स्वप्नाचा भंग होत असे. त्या वेळेस मुमताझ थरथरल्यासारखा होऊन जागा होत असे. त्यानंतर मागच्या जागेपणात त्यानं जी काही दिवास्वप्नं रंगवली होती ती तिथून पुढे चालू होत. अशा तऱ्हेनं ती अख्खी रात्र जणू तो त्याच्या आयुष्याला समांतर जाणारी एक कादंबरीच जगला.

शांत पडून राहणं अशक्य झाल्यामुळे तो मधे मधे उठत होता आणि खोलीत घिरट्या घालत होता, सिगरेट ओढत होता किंवा पुस्तकातलं एखाददुसरं पानसुद्धा वाचत होता. नंतर तो पुन्हा पलंगावर पडे आणि झोपण्याचा प्रयत्न करी. थोड्याच वेळात मागचीच प्रतिमा तेवढ्याच स्पष्टतेनं त्याच्या डोळ्यांसमोर उभी राही आणि त्याच्या स्वप्नाचा ओघ भंग करी. ते कशामुळे हे त्याला काही केल्या कळत नसे. मग नूरान अचानकपणे खालच्या मजल्यावरील आरशातून बाहेर येई किंवा आवारातलं प्लमचं झाडच तिचं रूप धारण करी. किंवा मग तो आपल्या बालपणीच्या कुठल्यातरी खोलीत तिला आलेली पाही. जेव्हा तिची चेहरेपट्टी संपूर्ण स्पष्टपणे त्याच्या डोळ्यांसमोर उभी राही तेव्हा त्याला एकदम जाग येई आणि त्याच्या मनात विचार येई... 'उद्या येणार आहे ती.'

त्यापूर्वी मुमताझला उद्या ह्या शब्दाची काय माधुरी आहे ती समजली नव्हती. त्याचं आयुष्य आजमध्येच घोटाळत होतं. गालातसाराय येथे विद्यार्थी असताना त्याला एकदा खूप गंभीर आजार झाला होता. त्यानंतर बालपणातले त्याच्या मनात विष कालवणारे विचारही हळूहळू मंदावले होते. आणि आत्ता तर उद्या हा शब्द त्याच्या मनात एखाद्या रत्नासारखा चमकत होता. तो शब्द आठवताना मुमताझला जाणवलं की विश्वाला कवेत घेणारं ऐश्वर्य आपल्या मनात विसावलं आहे. जणू काही उद्या उगवणारा सूर्य म्हणजे त्याच्या अंतरात उगम पावलेलं सोनेरी अंडंच होतं आणि तो आपल्या अस्तित्वातून साऱ्या विश्वातच तेज पसरवणार होता...

उद्या... उद्या हे एक फारच आश्चर्यकारक आणि मंत्रमुग्ध करणारं ठिकाण होतं. त्याला एकदम वयाच्या सत्ताविसाव्या वर्षात घेऊन जाणारं ते एक दार होतं. त्या दाराच्या उंबऱ्यापाशीच तो आत्ता झोपलेला होता. तो अस्वस्थ होता ह्यात काही नवल नव्हतं. कारण त्या दारामागून नूरानसुद्धा डोकावत होती. गूढ आणि ओळखीची अशी अनेक मोहमयी आकर्षणं तिच्यापाशी होती... मृदू स्वर, स्नेहाळ हास्य आणि इतरही असे काही रामबाण उपाय तिच्यापाशी होते; जे ती त्याच्यावर हवे तेव्हा उधळत होती.

तिचं ते औषध रक्तासारखं लालभडक होतं, आगीसारखं उष्ण होतं, रंगीबेरंगी तावदानांवरून लाटालाटांनी खाली येणाऱ्या प्रकाशकिरणांसारखं होतं. त्याच्या जोडीला पुरातन मशिदीत घुमणारं कुराणातील मंत्रपठणही कानी पडत होतं. त्यापलीकडे दारापलीकडे तिचं आयुष्य होतं, त्या आयुष्याच्या निकट जाण्याचा मार्ग त्याला हवा होता. नव्हे, त्याचं अस्तित्वच तिच्या अस्तित्वात विलीन होऊ पाहात होतं. त्या दोघांचं संपूर्ण मीलन होण्यासाठी किती पर्वतशिखरांवर मंद मंद वाहणारा समीर, किती नद्या व कारंज्यातील जल आणि अवकाशातील किती अथांगता हवी होती?

त्याला आता आणखी सहन करता येत नव्हतं. त्या अजस्र, अथांग 'उद्या'तील एकही सेकंद वाया घालवायचा नसल्यासारखा तो आपल्या पलंगावरून चपळाईनं उठला आणि त्यानं सौधाचं दार उघडलं. पहाटेचं तांबडं फुटलेलं होतं पण धुकं दाटल्यामुळे सगळा परिसर अंधूक दिसत होता. जणू विश्वनिर्माता अजूनही समयाच्या मौक्तिकात सृष्टीचं वस्त्र विणत होता. फक्त विरुद्ध बाजूचे डोंगरमाथे तेवढे त्या दफनविधीसारख्या धुकाळ आवरणातून भुताटकीचं जहाज मधेच दिसावं तसे बर्फात चमकत होते. साधूंसारख्या प्रत्यक्ष वास्तवापासून दूर गेलेल्या त्या डोंगरमाथ्यांकडे टक लावून पाहिल्यावर त्याला वाटलं की ते सर्व वस्तूंच्या मूळ स्रोताचा गुप्त मंत्रच आपल्याला सांगतील. तिथून थोड्या अंतरावर काही झाडं त्या धुकाळ वातावरणातूनही त्यांच्यापर्यंत पोहचलेल्या सूर्याच्या किरणांमुळे चमकत होती आणि नेहमीपेक्षा अधिक डौलानं बहरली होती.

परंतु बॉस्फरसची सामुद्रधुनी मात्र काही केल्या दिसत नव्हती. ती जणू काही विश्वनिर्मितीच्या कफनाखाली झाकली गेली होती... बेयकोझ खेड्याच्या समुद्राकडील बाजूला ते धुक्याचं आवरण आणखीनच दाट झालेलं दिसत होतं.

तो हलके हलके चालत फेरीबोटीच्या धक्क्यापाशी पोहचला तेव्हा कमीत कमी सात तरी वाजलेले होते. चहाचा दुकानदार दुकानातल्या खुर्च्या-टेबलं मांडण्यासाठी सूर्य आकाशात चांगला वर येण्याची वाट पाहात असे. त्या दुकानातून पाहिलं की समुद्राचं पाणी अगदी स्फटिकासारखं नितळ दिसत होतं. समुद्रातच वेगवेगळ्या जागी तेजस्वी भोवरे तयार झालेले होते आणि वेगवेगळे रंग त्यात विखुरलेले होते. जणू काही अत्यंत विशुद्ध आणि स्फटिकासारखं नितळ असं त्यांचं अस्तित्व तिथं जाणवत होतं.

ह्या संधिप्रकाशी जगात एक लालभडक रंगाची मोटरबोट अचानकपणे त्याच्या समोर आली. त्या मोटरबोटीचं सपाट नाक पाहून वाटत होतं की काळ्या समुद्रावरील सुरमेनी ह्या ठिकाणी ती बनवण्यात आली असावी. पण काहीही संबंध नसल्यासारखी

ती बोट तिथून अदृश्यही झाली. जणू काही अज्ञाताकडून आलेल्या इशाऱ्याप्रमाणे ती बोट चालत होती. बोटीमागोमाग तिच्याहून अधिक देखणा, अरुंद असा एक तराफासुद्धा दुसऱ्या जगातून आल्यासारखा अवतरला. जणू काही सगळं काही आदर्शवत असलेल्या जगातून तो तराफा आला होता. क्षणात जन्मणाऱ्या एखाद्या भासासारखी किंवा कल्पनेसारखी ती बोट आणि तराफा झटकन डोळ्यांपुढून चमकून गेले आणि मग मनाचा तरल तुकडाच जणू काही तोडून दुसरीकडे चिकटवावा तसं दुसरंच काहीतरी त्याच्या डोळ्यांपुढे नाचू लागलं. सगळ्यात अस्वस्थ करणारी गोष्ट त्यात कुठली असेल तर त्याला वेगेवेगळे आवाज ऐकू येत होते तसेच ते आवाज थांबतही होते.

मुमताझ फेरफटका मारत बोयासीकोयपर्यंत गेला. तिथं तो कोळीलोकांच्या एका छोट्याशा कॉफीहाऊसमध्ये बसला. ज्या दिशेनं तो चालत आला होता त्या दिशेनुसार त्याच्या नजरेसमोरील देखावा लहान-मोठा होत होता. प्रकाश, होड्या, मोटरबोटी, जाळ्यांत लॉबस्टर भरून आणलेले कोळ्यांचे तराफे, त्या तराफ्यांचं जवळ येणं किंवा दूर जाणं ह्या सर्वांच्या उत्कंठावर्धक खेळामुळे प्रत्येक गोष्टीला आश्चर्याचा आगळा रंग चढला होता. शेजारपाजारचे दोन-तीन तरुण आणि काही कोळीमंडळी कॉफीहाऊसमध्ये ऐसपैस पसरून बसली होती. मुमताझ त्यातल्या एकाजवळ गेला आणि त्यानं सांगितलं की, ''मी आलोय असं मेहमतला सांगा.'' मग ते सगळे इकडच्या तिकडच्या गप्पा मारत बसले. परंतु मुमताझला फारच बेचैन वाटत असल्यामुळे त्याला एका जागी फार काळ बसवेना. नूरान यायच्या मार्गावर होती. ह्या कल्पनेनंच त्याला काही विचारच करवेनासा झाला होता. तो फक्त आपले विचार केवळ त्याच उंबऱ्यापर्यंत नेऊ शकत होता. पण त्या उंबऱ्याशी तो पोहचला की पुढल्याच क्षणी आपल्या पायाखालची धरती दुभंगल्याची भावना त्याच्या मनात येत होती.

त्या पलीकडे काय होणार आहे ह्याविषयी तो पूर्णपणे अज्ञानी होता. त्या पलीकडे जे काही होतं त्यात एक तेजस्वी पोकळी होती. त्या पोकळीत सारे रंग एकमेकांत मिसळत होते आणि त्या तेजस्वी, रंगीत किरणप्रभेत तो आणि नूरान अदृश्य होणार होते.

तो क्षण त्याच्यासाठी खाजगी होता, आगळावेगळा होता. त्या क्षणालासुद्धा आपण इतरांशी रोजच्याच गप्पाटप्पा करत बसलो आहोत हे पाहून तो स्वतःच आश्चर्यचकित झाला. विचित्र म्हणजे त्याची ही अवस्था कुणाच्याही लक्षातच आली नव्हती. सगळी पात्रं नेहमीसारखीच वागत-बोलत होती. कॉफीहाऊसचा म्हातारा मालक खुशीत होता. कारण मागच्या वर्षी स्वर्डफिश माशासाठी मासेमारी करताना

हिवाळ्यात त्याला सायटिकाचा आजार झाला होता त्या आजारानं ह्या वर्षी डोकं वर काढलं नव्हतं. त्याच्याकडल्या शिकाऊ वेटरनं आपली मैत्रीण अनाहिता हिच्यासोबत पुन्हा जुळवलेलं दिसत होतं. प्रेम करून दमल्यावर प्रियकरापासून बराच काळ दूर जायचं आणि काही काळानं पुन्हा परतायचं हा जणू तिनं पायंडा पाडल्यासारखाच दिसत होता. झोप आल्यासारखा आणि दमल्यासारखा तो वेटर ज्या तऱ्हेनं झुलत होता त्यावरून ते कळत होतं. कालच्या रात्रीच्या शयनगृहात लुटलेल्या सुखाच्या धुक्यात तो हरवल्यासारखा झाला असावा. त्यामुळे सुकाणू नसलेल्या होडीसारखी त्याची अवस्था झाली होती. त्या सुखाची धुंदी अजून उतरलेली नसावी असा त्याचा अर्थ होता. दोन कोळी जमिनीवर पडलेलं एक जाळं दुरुस्त करत होते. जमिनीवर पडलेलं जाळं पाहून तिथं एखादा चमत्कारिक जलचरच पहुडला आहे की काय असं वाटत होतं. जाळी दुरुस्त करण्याचे काळे दोरखंड आणि दोरीचे गुंडे घेऊन ते कोळी गुडघ्यांवर बसून काम करत होते. त्यांच्या आसपास समुद्रातील वनस्पती, शिंपले होते. समुद्राजवळची खारट हवा अधिकच गडद होत चालली होती. त्या कंपूतल्या प्रत्येकानं मुमताझला काहीबाही प्रश्न विचारले आणि मुमताझनंही त्यांच्या प्रश्नांना उत्तरं दिली. पण त्याच्या मनात काय विचार चालले आहेत हे कुणालाही माहीत नव्हतं. कदाचित त्यांना ते ठाऊक असेलही पण त्यातल्या कुणीही त्याला फारसं महत्त्व दिलं नाही. त्याला एखादी स्त्री मिळणं, एखाद्या स्त्रीनं त्याच्यावर प्रेम करणं हे अगदी नैसर्गिकच तर होतं ना. हा अपघात तर त्याच्यापूर्वीपासून हजारो वर्षं घडत आलेला होता. फक्त मृत्यू आणि वेदना ह्यांच्यासारखाच हा प्रेमाचा अपघात त्या व्यक्तीला स्वतःलाच अनुभवावा लागत होता... कदाचित त्यामुळेच तर ती व्यक्ती आपल्या परिसरापासून वेगळी होत होती.

ह्या विचारात गुंतलेल्या मुमताझनं राईझवरून आलेल्या सादिककडे, गिरेसनहून आलेल्या रेमझीकडे, हिसार्लीत सात पिढ्या गेलेल्या अरब नूरीकडे आणि बेबेकहून आलेल्या यानीकडे पाहिलं. प्रेमरूपी अपघातातूनच त्या सर्वांचा जन्म झाला होता. फक्त समुद्र, मासे, लाटा, शीड, जाळी ह्यांचीच माहिती असलेली ती सुरकुतलेल्या चेहऱ्यांची आणि खडबडीत हातांची माणसं त्याच्या बाजूला उभी होती. ॲण्ड्रिया देल सार्तो ह्या फ्रेंच चित्रकर्तीनं चित्रं काढलेल्या मध्ययुगीन काळातील मेडोनासारखे त्यांचे केस काळे होते. त्यांनी आपली पोहायची चड्डी रुमालासारखी गळ्याभोवती बांधलेली होती. त्या सर्वांना प्रेमाचा अनुभव होता किंवा तो घेण्याची ते तयारी करत होते.

त्याच स्थानकातून त्यांच्याही जीवनाची गाडी जात होती किंवा जाणार होती. त्यांच्या जीवनातही त्याच क्रियेचं मंथन सुरू होतं. पण तसं असूनही मुमताझच्या त्या प्रेमपैलूबद्दल त्यांना काहीच कल्पना नव्हती. छे, त्यांच्यासोबत बसणं- बोलणं निरर्थक होतं. खरं तर हे सगळे लोक त्याचे मित्र होते. हे कॉफीहाऊस, ही जाळी, ही भिंतीला रेलून ठेवलेली शिडं, तिथूनच पुढे असलेली मशीद, तिथलं कारंजं हे सगळे सगळे त्याचा मित्र होते. अगदी ते काळ्या रंगाचं आणि कुरळ्या केसांचं कुत्र्याचं छोटंसं पिल्लूसुद्धा त्याचं मित्रच होतं. ते पिल्लू रोज सकाळी त्याच्या मागोमाग फेरीबोटीच्या धक्क्यापर्यंत आणि कॉफीहाऊसपर्यंत येत असे आणि त्याच्यासोबत परत घराकडे जात असे. पण आज... आज मात्र मुमताझ आपल्या आनंदात एकाकी होता. आता नेहमी तसंच होणार होतं. भविष्यात तो आपल्या दुःखातही एकाकी असणार होता, लोकांना कोड्यासारखा वाटणार होता. मित्रांच्या आणि परिचितांच्या दृष्टीनं तो एक रहस्य असल्यासारखा होणार होता. नाही तर तो जीवनाच्या परिघावर लटकलेल्या एखाद्या शून्यासारखा असणार होता. जेव्हा केव्हा तो मरणार होता तेव्हाही तसाच मरणार होता.

तो हळूहळू उठला आणि धक्क्यावरची मित्राची नाव घेऊन समुद्रात शिरला. धुकं अजूनही होतंच पण तरी आता ते तेवढं दाट नव्हतं. मोत्याच्या रंगाच्या पुरातन गाळणीतून गाळल्यासारखा प्रकाश चमकत होता. रात्री झोप लागलेली नसली तरी थंड खाऱ्या पाण्यानं त्याचा सगळा थकवा धुऊन काढला. आपण क्षणिक विचारांनी किंवा क्षणिक भीतीनं कुणासाठी एवढा आव आणत होतो ह्याचा विचार करत करत त्या नावेतून तो एमिर्गन येथील बोटीच्या धक्क्यापर्यंत गेला. नंतर आपली ओली चड्डी हातात घेऊन तो घराकडे निघाला तेव्हा कुत्र्याचं काळं पिल्लू त्याच्या मागे मागे येऊ लागलं. ह्या मैत्रीमुळे ते पिल्लू अगदी खुशीत आलं होतं. त्याचा आनंद जणू गगनात मावेनासा झाला होता. त्यानं केवळ मुमताझच्या भोवतीच गोल गोल उड्या मारल्या नव्हत्या तर उड्या मारताना वेगवेगळे आवाज काढले होते, लडिवाळपणाचे छोटे छोटे गुरगुराट केले होते. चला, आपला आनंद व्यक्त कसा करायचा हे निदान त्याला तरी ठाऊक होतं. मानवजात कधीच संपूर्ण समाधानी असू शकत नाही. ते अगदी अशक्यच होतं. तसं जर झालं तर विचार करणं, हिशोब चुकते करणं आणि चिंता करणं ह्यांचं काय झालं असतं मग? विशेषतः चिंता हा प्रकारच भयंकर होता. मानव हा प्राणी मुळी चिंता आणि भीती ह्यांनीच जखडलेला होता. कोणता चमत्कार ह्या भीतीपासून आमचा बचाव करील? ह्या क्षणाला तरी मुमताझ भीतीपासून अगदी मुक्त

होता. अनेक विचारांच्या आणि जे अनुभव त्याचे स्वतःचे नव्हते अशा अनुभवांच्या गर्दीत तो सापडला असला तरी तो मनानं अगदी निवांत, निश्चिंत होता. पण अचानक टेकडीच्या मध्यावर गेल्यावर भीतीनं एकदम नांगी मारली आणि त्याचा समाधानाचा तराजू अचानक दुसऱ्या बाजूला वळला. ती... जर आलीच नाही तर... किंवा त्यांच्या भेटीचं फलित मनासारखं झालं नाही तर...

दार उघडून त्यानं कुत्र्याच्या पिल्लाला आत येण्यासाठी चुचकारलं. पण पिल्लू आत आलं नाही. ते फक्त एकदाच तीन दिवसांसाठी ह्या घरात पाहुणं म्हणून आलं होतं आणि तेवढ्यावरच पुरे म्हणून त्यानं आपलं स्वातंत्र्य पुन्हा मिळवलं होतं. ज्या ठिकाणी त्याचा जन्म झाला होता त्याच मोठ्या झाडाच्या बुंध्याशी सध्या त्यानं आपलं बस्तान ठोकलं होतं. मुमताझची वाट बघत तिथंच थांबणं आणि मुमताझ फिरायला जाण्यासाठी बाहेर पडला की त्याची सोबत करणं हेच त्याला पसंत असावंसं दिसत होतं.

आत्ता ह्या क्षणी ते पिल्लू उंबरठ्यावर दोन पंजे ठेवून शेपूट हलवत बाहेर उभं होतं. त्याचे कान टवकारलेले होते. जणू काही माझ्याशी जरा वेळ खेळ किंवा काहीतरी बोल अशीच मूक विनंती ते मुमताझला करत होतं. त्यामुळे मुमताझला दार उघडं टाकून आत जाण्यावाचून दुसरा काहीच पर्याय नव्हता. पारंपरिक प्रेमकथेतील जुन्या काळातील प्रेमिकासारखा त्या पिल्लानं आपला माथा उंबरठ्यावर टेकवला आणि ते दारासमोर अंग ताणून पसरलं. ते स्नेहाळ नजरेनं आत डोकावत होतं आणि मधेच गुरगुरत होतं. आपल्या लाडक्या व्यक्तीला पुन्हा भेटायला मिळेल ह्या अपेक्षेच्या आनंदात जणू ते ताटकळत बसलं होतं.

अशा नेहमीच्या वातावरणातच नूराननं त्याच्या घरात प्रवेश केला. ती येईपर्यंत कुत्रं निघून गेलेलं होतं. मुमताझ अधीरतेच्या भावनेनं अगदी हैराण झाला होता. तो दारासमोरच उभा राहून तिची वाट पाहात होता. त्यानं अंगात निळा शर्ट आणि चुण्यांची पँट घातली होती. टेकडीवरून नूरान जेव्हा घरात शिरली तेव्हा ती धापा टाकत होती.

''हाय अल्ला, केवढी ही उंच टेकडी.'' ती म्हणाली.

तिनं स्वतःशी पूर्ण तीन दिवस वाद घातला होता. तिला वाटत होतं की हा सर्व प्रकारच अगदी अनावश्यक आहे. व्याकूळ होऊन ती हाच विचार करत होती की, 'हे पाऊल आपण उचलत आहोत ते आपल्याला कुठं घेऊन जाणार आहे.' जणू रहस्यमयतेच्या कफनासमोरच ती उभी होती. ते कफन तिनं दूर केलं असतं तर सारं विश्वच डळमळणार होतं का? मुमताझबद्दल आपल्याला ओढ वाटते आहे हे तिनं स्वीकारलं होतं. तिच्या मनात काहीतरी एक संपूर्ण नवीच भावना जागृत होत होती,

त्या नव्या भावनेनं अनिश्चित, अमर्याद अशा अपेक्षा तिच्या मनात निर्माण केल्या होत्या. जीवनाच्या अस्तित्वाची ऊबच तिला त्याच्याकडे जाण्यास भाग पाडत होती. पण ते करताना अनेक अडथळ्यांची मालिकाच तिच्या मार्गात उभी राहिली होती.

त्या तीन दिवसांच्या काळात तिच्या पणजीच्या आत्म्यानं काही तिचा पिच्छा सोडला नव्हता. ज्या काळात फोटोग्राफीची कला अगदी प्राथमिक अवस्थेत होती त्या काळात काढलेला तिच्या पणजीचा एक फिकटसा फोटो तिला घरातल्या संदुकीत मिळाला होता. त्या वेळेस नूरान अगदी लहान मुलगी होती. त्या फोटोत तिच्या पणजीनं पांढराशुभ्र पोशाख घातला होता, तिच्या चेहऱ्यावरील बुरखा अर्धपारदर्शक होता. तिचा फिकट पडलेला पण चंद्रप्रकाशामुळे उजळलेला चेहरा आणि दचकलेल्या नाजूक हरणीसारखे डोळे ह्यामुळे त्या स्त्रीनं नूरानच्या मनात गूढ इच्छा प्रज्वलित केल्या. भूतकाळातील सुखाची जोपासना करायला तिला शिकवलं. तिनंच पारंपरिक संगीत आणि पदं ह्यांचं रूपांतर एका वेगळ्याच वातावरणात करून नूरानला खुलवलं. पण तीच स्त्री आज मात्र नूरानच्या वैयक्तिक जीवनाच्या मुळावर उठली होती. ते फिकट पडलेलं चित्र जणू काही जिवंत होऊन नूरानला सातत्यानं सांगत होतं की, 'विवाहबंधनाबाहेरील पुरुषाचा मी प्रेमविषय होते, त्यामुळेच माझा सत्यानाश झाला. मी प्रेम केलं, माझ्या प्रेमाला प्रतिसादही मिळाला, पण तेव्हा जे लोक माझ्यावर अवलंबून होते अशा सर्वांना दुःखभोगच भोगावे लागले. तुझी सर्वांत जवळची नातेवाईक मी आहे. मला काय भोगावं लागलं त्याचा धडा तुझ्यासमोर असताना तुला असं वागायचं धाडस होतं तरी कसं?'

नूरानच्या कानात केवळ आपल्या पणजीचाच आवाज घुमत नव्हता. त्याहून खालचा असा अधिक खोल आणि अधिक गुंतागुंतीचा आवाज तिच्या अंतर्मनातून येत होता. हा आवाज तिच्या हृदयाला, तिच्या आत्म्याला उद्देशून बोलत होता. तिचा आत्मा आणि तिचं हृदय तळमळून उठलं होतं. तो अत्यंत गहन आणि दगाबाज ध्वनी त्याच तळमळीबद्दल उच्चरवानं तिला सांगत होता. तिच्या शरीरात वेगवेगळ्या वंशांचं मिश्रण होऊन जे रक्त धावत होतं ते रक्त तिला सांगत होतं. तिच्या पणजीचं–नूरहयातचं–रक्त जोमानं दौडत तिला सांगत होतं की, 'प्रेम आणि तीव्र आस ह्यांच्यासाठी सर्वस्वाचा होम कर.' तिचे पणजोबा तलत ह्यांचं रक्तही तिला सांगत होतं की, 'इरॉस ह्या प्रेमदेवतेसारखीच माझी पत्नी नूरहयात होती आणि तिचा यज्ञात बळी जाण्यासाठी मी तयार होतो.' त्याच रक्तांत तिच्या पित्याचं रक्तही मिसळलेलं होतं. ओटोमान राज्याच्या सीमेवर, बाल्कन भागात आणि काळ्या समुद्राच्या काठावर शौर्याच्या हजारो मोहिमा

काढल्यानंतर क्रिमियन युद्धाच्या वेळेस अचानकपणे तिचे वडील इस्तंबूल इथं पोहचले. त्यानंतर स्वातंत्र्यासाठीचे सर्व लढे सोडून देऊन त्यांना एक संथ आणि क्षुल्लक जीवन जगावं लागलं. ते मग नानाविध सुखोपभोगांच्या मिलाफात गुंतून गेले. जीवनाच्या एका भागात धाडसी शौर्य तर दुसऱ्या भागात निवृत्ती, नशिबाला दिलेला होकार आणि लीनता होती. नूरानच्या अंतर्मनात अगणित प्रकारांनी जो दुसरा आवाज बोलत होता तो दुसरातिसरा कसला नसून ह्या साचून राहिलेल्या वंशपरंपरेचा आवाज होता. त्या रक्तावर ताबा मिळवून त्याला नाकारण्यासाठी नूराननं पुष्कळ प्रयत्न केला आणि शेवटी एखाद्या अस्थिर वारशासारखं ते रक्त कित्येक वर्षांपासून आपल्या धमन्यांत सांभाळलं. पण बेटावरच्या फेरीबोटीत तिची मुमताझशी जेव्हा दुसऱ्यांदा भेट झाली तेव्हा तिनं पूर्णपणे शरणागती पत्करली. कारण तसंच काहीतरी आपल्या जीवनात येणार आहे अशी भीती आणि अपेक्षा तिला वाटत होती. कदाचित तिच्या अंतरात दडलेल्या भीतीमुळेच तो वारसा जागृत होण्यास ती स्वतःच कारणीभूत ठरली होती. त्यामुळेच जेव्हा मुमताझनं तिला पहिल्यांदाच फेरीबोटीवर माहूरगीत गाण्याची विनंती केली होती तेव्हा ती विनंती मानून तिनं ते गीत त्याला हलक्या सुरात म्हणून दाखवलं होतं. 'ते गाणं म्हणशील का प्लीज', हे त्याचं वाक्य पूर्ण होण्यापूर्वीच तिनं गाणं म्हणायला सुरुवात केली होती. हाय अल्ला, किती हा निर्लज्जपणा. तेवढंच नव्हे तर कांदिल्लीच्या डोंगरमाथ्यावर गेले असताना तिनं तेच गीत सुलतानियेगाह मकाम ह्या शैलीतही म्हणून दाखवलं होतं. खरोखर तिच्यात आलेलं हे संगीताचं रक्त म्हणजे काहीतरी वेगळंच रसायन होतं. अ ला तुर्का ह्या पुरातन संगीतशैलीत ते रक्त जणू घुसळलं गेलं होतं.

चारित्र्यहीनतेबद्दल काहीच न बोलता केवळ क्रौर्याचं स्मारक असलेलं ते माहूरगीत हे त्या कुटुंबाचा वारसाच होतं. त्या गीतामुळे मनात निर्माण होणाऱ्या वेदना आदिम काळाकडे घेऊन जात होत्या. विवाहबाह्य संबंध आणि क्रौर्याच्या त्या जुळ्या वारशानं जी पोकळी निर्माण केली होती तीच पोकळी आत्ता नूरानच्या अंतर्मनात आळोखेपिळोखे देऊन साद घालत होती. जेव्हा नूरानच्या मनात आपल्या पणजीच्या जीवनाबद्दल विचार येई तेव्हा खरोखर तिला आश्चर्य वाटे की ह्याच स्त्रीनं आपल्याला शिष्टाचाराचे आणि कुलीनतेचे आदर्श धडे दिले पण जेव्हा आपण ते माहूरगीत म्हणतो तेव्हा त्या गीतातून आपली पणजी जी भाषा बोलते ती काहीतरी वेगळीच भाषा असते. ते गीत म्हटल्यावर त्या मोडक्यातोडक्या, धातूचं पाणी दिलेल्या फोटोफ्रेममधली ती फिकट पडलेली, चेहऱ्यावर कठोर भाव असलेली स्त्री नूरानच्या जीवनाकडे उघड उघड धिक्कार केल्याच्या भावनेनं पाहू लागे. तेव्हा असं वाटे की आपली पणजी असलेली

ती स्त्री ऑटम ऋतूच्या पानगळीत वाळलेल्या पानांच्या शय्येखाली आपल्या प्रतिमेच्या पुढ्यात अगदी उत्कटतेनं स्वतःच्याच दफनाची तयारी करते आहे. आपण चुकीचं वागल्याची पश्चात्तापाची भावना तिच्या नजरेतून आता नाहीशी झालेली आहे. ज्या वडीलधाऱ्या स्त्रियांनी नूरानचं संगोपन केलं होतं त्या स्त्रिया तिच्या पणजीच्या सहजासहजी कुणाचं न ऐकणाऱ्या स्वभावाचं वर्णन करत. तेव्हा त्या आठवणींतून जणू ती जिवंतच होऊन उठत असे. नीतिबाह्य प्रेम आणि जीवनासक्ती ह्यांच्या भट्टीत सातत्यानं चालणाऱ्या अग्निनृत्याला जणू ती आरंभ करत असे. ती नूरानला आग्रहानं म्हणे, 'चल, तूही ये, ह्या नृत्यात सामील हो. अडथळ्यांनी भरलेलं नृत्य आहे हे. तूही ह्यात जळ आणि आयुष्य जग. कारण प्रेमासाठी जगण्यातच माणसाचं अस्तित्व कारणी लागतं...' सगळ्यात आश्चर्याची गोष्ट म्हणजे तिच्या पणजीच्या–नूरहयातच्या–ह्या अग्निनृत्यात, त्या अत्यंत आदिम अशा परंपरेत तिचे पणजोबाही सामील होते. खरं तर त्यांचं मन पायदळी तुडवलं गेलं होतं, सदैव पराजित पावलेलं होतं तरीही ते त्या यातना पुन्हा भोगायला तयार होते. खरोखर नूरहयातच्या भुरळ घालणाऱ्या करिष्म्यासारखं बेभानपणे आणि तीव्र आस मनात बाळगून ते नूरानशी आपल्या चित्रातून बोलत नव्हते, तेवढ्या चपळाईनं त्यांना ते अग्निनृत्य करताही येत नव्हतं. पण एखादा चिकट, तेलकट लाकडाचा ढलपा मनस्तापाच्या आगीत जळत राहावा तसे ते आपल्या वेदनांनी ती आग आणखी धुमसत ठेवत होते. ते जणू नूरानला म्हणत होते, 'माझं रक्त तुझ्यात आहे. त्यामुळे कुठल्या ना कुठल्या रूपात तूही प्रेम करशील आणि तूही यातना भोगशील. नियतीपासून दूर पळण्याचा तू निष्फळ प्रयत्न करू नकोस.' त्यानंतर ते पुढे तिला असंही म्हणत होते, 'तुझं अखखं आयुष्य केवळ तू ह्या क्षणासाठीच जगली आहेस ना?' तिचे पणजोबा आणि पणजी हे असे लोक होते ज्यांना खोटे शिष्टाचार म्हणजे काय ते ठाऊक नव्हतं. तिचे पणजोबा तिला सांगत होते, 'ह्या आगीत जळण्यासाठी मी केवढंतरी अंतर चालून आलो. अगणित वाऱ्यांनी मला हाकलून दिलं, अनेक अनाम किनाऱ्यांवर सूर्यकिरणांत मी पुन्हा पुन्हा सुकलो...'

ते ऐकत असताना नूरानला आठवलं की एमिर्गन येथील झाडाखाली मुमताझनं आपल्याला सांगितलं होतं की नशिबानं त्याच्यासाठी आधीच सारं ठरवून ठेवलेलं आहे. तो म्हणाला होता, ''कुणास ठाऊक कदाचित मी माझ्या बालपणी भूतकाळातल्या साऱ्याच गोष्टी नाकारल्या. त्यामुळे मी आता भूतकाळाच्या प्रेमात पडलो आहे. किंवा मग त्यामागे पूर्णपणे वेगळं कारणही असू शकतं. तीन पिढ्यांपूर्वी आम्ही शेतमजूर होतो. सांस्कृतिकीकरणाची ती प्रक्रिया आता आमची पिढी पूर्ण

करत आहे. माझ्या अम्मीला जुन्या पद्धतीतलं संगीत आवडायचं. तर माझ्या अब्बांना त्यातलं ओ की ठो कळत नव्हतं. इहसान हा संगीतातला तज्ज्ञ आहे असं मी म्हणू शकतो. परंतु मी मात्र संगीताला माझ्या जीवनाशी जोडून घेतलेलं आहे. इतिहासात सगळीकडे असंच घडलं नाही का? होय, कदाचित मी एका समूहाच्या वाट्याला आलेली नियती जगत असेन. मला खरोखर काय वाटतं ते तुला जाणून घ्यायचं आहे का? जोपर्यंत आपलं संगीत सजीवांना सामावून घेत नाही तोपर्यंत आयुष्यातलं आपलं स्थान बदलणार नाही. कारण ते मूळ संगीत आहे. त्या संगीताला विसरणं आपल्याला शक्य होणार नाही... ते जोपर्यंत आपलं रूप बदलत नाही तोपर्यंत आपली एकमेव नियती म्हणजे प्रेमाला सामोरं जाणं हीच असेल.'' नूराननं हे त्याचं बोलणं ऐकलं तेव्हा ती त्याच्यावर वैतागली. कारण इख्लाल तिथं असताना तिच्या डोळ्यांत पाहात त्यानं प्रेमाच्या गोष्टी केल्या होत्या. पण आता... आता तिला तो काय म्हणतोय ते कळलं होतं. तिला मुमताझमध्ये आपल्या पणजोबांसारखं व्यक्तिमत्त्व दिसत होतं. अनुभवाचे चटके सहन करण्यासाठी त्यानं स्वतःला मुळांपासून उखडलं होतं आणि तो इथं पोहचला होता.

तिच्या मनात विचारांचं वादळ घोंघावत होतं. मनात झडलेल्या त्या वादळी चर्चेतूनच नूरान आपलं जीवन आणि आपला सभोवताल ह्यांच्याकडे नव्या दृष्टीनं पाहू लागली. तेव्हा तिला जाणवलं की आपल्या कुटुंबातील विचित्र प्रथेनं आपलं सगळं वैयक्तिक आयुष्य जखडून ठेवलेलं आहे आणि आपल्या पणजीच्या हातून घडलेल्या गंभीर कृत्याचे परिणाम अजूनही आपल्या मनावर राज्य करत आहेत. केवळ तिच्यावरच नव्हे तर तिच्या कुटुंबातल्या सगळ्याच माणसांवर त्याचा परिणाम झालेला आहे. प्रेमासाठी भूतकाळात केलेलं ते वेडं धाडस म्हणजे जणू त्या लोकांनी भूतकाळातील कॅलेंडरची एक तारीखच कापून काढली होती आणि त्या तारखेला काळच गोठवून टाकला होता. आता ती तारीखच त्यांचं वर्तन नियंत्रित करत होती. त्यांच्यासाठी आणि त्यांच्या संपर्कात येणाऱ्या दुसऱ्या व्यक्तींसाठी संपूर्ण वैयक्तिक दुःखं निर्माण करत होती. आता ह्या वेळेस तिची पाळी होती... तिची आणि मुमताझची. ...माहूरगीत नामक सोनेरी पिंजऱ्याच्या आत त्या दोघांच्या सावल्या वेगानं फिरणार होत्या आणि तीरासारख्या आतल्या आत झेपावणार होत्या.

पहिल्या दिवसापासूनच नूरानला ठाऊक होतं की आपण मुमताझला भेटणार. एक सहज उपलब्ध असणारा तरुण माणूस तिला बोलावतोय हे त्यामागचं कारण नव्हतं. मुमताझनं घातलेली साद त्यासाठी अपुरी होती. तिच्या संपूर्ण आनुवंशिक

वारशानंच जणू काही हे प्रेम म्हणजेच तिची एकमेव नियती आहे असं ठरवलेलं होतं. इतर लोक त्या प्रेमापासून पळून जाऊन अगदी शुष्क असं जीवन जगत होते. नूरानची अम्मी त्यातलीच होती. उभ्या आयुष्यात ती बाई कधी मोकळेपणानं हसली नव्हती. एखादा द्व्यर्थी विनोद तिनं मोकळेपणानं ऐकला नव्हता किंवा आपल्या भावनाही कधी व्यक्त केल्या नव्हत्या. तिनं कधी उचंबळून येऊन आपल्या पोटच्या पोरांच्याही गालाची कधी पापी घेतली नव्हती. आयुष्यातला पहिला सल्ला नूराननं आपल्या आईकडून ऐकला होता तो असा की, 'मुली, सर्वात महत्त्वाचं म्हणजे आपण स्वतःवर कशा मर्यादा घालून घ्यायच्या हे बाईच्या जातीला समजलं पाहिजे.'

संपूर्ण जीवनभर ती बाई स्वतःची इच्छा नसतानाही दुष्टपणेच वागली होती आणि तिनं नूरानच्या अब्बांना हैराण करून सोडलं होतं. तिचे अब्बा आपल्या बायकोवर खूप प्रेम करत होते. आपण जिवंत आहोत हे कळण्यासाठी त्यांना तिच्याकडूनही तशाच भावना मिळण्याची अपेक्षा होती. तिचे काका तैफिक ह्यांचं वागणं चिडखोरपणाचं झालं होतं त्यामागं नूरानच्या अम्मीचा स्वभावच होता. तसंच तैफिकचा मुलगा यासर ह्याला नूरानबद्दल वाटणारं चुकीचं आकर्षण हेसुद्धा एकाच छताखाली राहाताना फारच सनसनाटी वाटेल असं होतं. त्यामागेही नूरानच्या अम्मीचा स्वभावच कारणीभूत होता. नूरानसुद्धा कायम भीतीच्याच छायेत वाढली. तिच्यासाठी आणलेल्या सुयोग्य वरांमधून तिनं फहीरला वरलं होतं. त्याच्यावर आपण प्रेम करू शकू असं तिनं गृहीत धरलं होतं. कारण एका चांगल्या मैत्रीच्या पायावर आपण आपलं लग्न सांभाळू शकू असं तिला वाटत होतं. तिची मुलगी फातमा हिलासुद्धा तेच भोग भोगावे लागणारसं आत्तापासून दिसू लागलं होतं. फहीर आणि नूरानवर असलेलं फातमाचं टोकाचं अवलंबित्व, तिचा हळवेपणा आणि आईवडिलांच्या प्रिय व्यक्तींबद्दल तिला वाटणारा मत्सर हे सगळं सगळं तिला मिळालेल्या वारशाचं निदर्शक होतं. त्या वारशाचं ओझं फातमाही वागवणार होती हे स्पष्टच दिसत होतं. आयुष्यातील नंतरच्या काळात फातमा केवढी दुःखी होणार होती ह्याचा अंदाज बांधणं कुणालाही फारसं अवघड नव्हतं. त्याची पूर्ण जाणीव असलेल्या नूराननं ते सर्व विचारात घेतलं होतं आणि त्याच वेळेस जीवन जसं पुढ्यात येईल तसं स्वीकारायचंही ठरवलं होतं. कारण तिला वाटत होतं की एखाद्याची इच्छा असेल तरच जीवन त्याला दुःख देऊ शकतं, अन्यथा नाही. तलत ज्या दुःखभोगातून गेला होता त्यानंतर त्या साऱ्या कुटुंबातच घटस्फोटाविरुद्ध आत्यंतिक टोकाच्या भावना निर्माण झाल्या होत्या. घटस्फोटाइतकं लांच्छनास्पद दुसरं काहीही नाही असं त्या कुटुंबात प्रचलित झालं होतं. त्यामुळेच त्या कुटुंबातील

मुलींशी लग्न केलेले बरेच पुरुष बाहेरख्याली वागू लागले होते आणि दुराचारी बनले होते. कारण त्यांना आधीपासूनच ठाऊक होतं की त्यांनी कितीही गैरप्रकार केले तरी त्यांना क्षमा केली जाणार होतीच. काही पुरुषांनी तर शिळ्या पावाच्या तुकड्यासाठीसुद्धा आपल्या बायकोला मोताद केलं होतं. नैतिक कडवेपणा केवळ बायकांतच नव्हता तर तो पुरुषांतही उतरला होता. तैफिक अशा स्त्रीबरोबर संसार करत होता जी लग्नाला तीस वर्षं होऊनही अगदी उघडउघडपणे त्याचा तिरस्कार करत होती. कारण तिला वाटत होतं की तो आपल्यापेक्षा दिसायला देखणा आहे. हे सगळं माहीत असूनसुद्धा नूराननं फहीरला घटस्फोट दिला होता. साठ वर्षांच्या काळात ज्या घराण्यात तलाक म्हणून झाला नव्हता त्या घराण्यातला साठ वर्षांनंतरचा पहिला तलाक नूराननं प्रत्यक्षात घडवून आणला होता. पण घटस्फोट न घेता आयुष्याचा होम करण्याचा वारसा म्हणा किंवा सामाजिक प्रथा म्हणा ही केवळ त्यांच्याच घरात अस्तित्वात नव्हती. त्या प्रथेसाठी हुतात्मा होऊन आपलं जीवन बरबाद करणारी मंडळी त्यांच्या मोठ्या घराण्याच्या प्रचंड विखुरलेल्या शाखांत पसरलेली होती. बेहसत, अतिये, डॉक्टर रफिक आणि मदिना येथे मृत्यू पावलेले सलाहदीन रेसित हे त्यांपैकीच काही लोक होते.

आपल्या मनाच्या ह्या कटू ताडनाला नूराननं तीन दिवस तोंड दिलं. तिसऱ्या दिवशीच्या संध्याकाळी तिनं सारांश काढला की शेवटी माझ्या कृतीबद्दल उत्तर द्यायला मी कुणालाही बांधील नाही. तेव्हा कुठे तिनं मुमताझला फोन केला. मग दुसऱ्या दिवशी त्याला वाट पाहायला लागू नये म्हणून तिनं भल्या सकाळीच घर सोडलं. सरतेशेवटी जीवनाची जडणघडण होण्यासाठी कारणीभूत असणाऱ्यांत थॅनेतोस हा मृत्युदेव होता तशीच इरॉस ही प्रेमदेवताही होती. मुमताझला भेटायला जाताना तिच्या मनासमोर मुमताझच होता. त्याच्या प्रतिमेकडे पाहात पाहात ती माहूरगीत गुणगुणू लागली.

''आणि तू माझं मन असोशीनं भरलेलं सोडून निघून गेलास...''

तथापि, त्या गाण्याचं दुर्दैव आठवून तिनं दुसरं कडवं गायलं नाही. त्याउलट तिनं पुढं जाऊन त्याचा दुसरा भाग म्हटला, पण जो भाग तिला अत्यंत आवडत होता तो मात्र म्हटला नाही. फेरीबोटीच्या धक्क्यावर रस्त्यावरली एक नाजूकशी भिकारीण मुलगी तिच्याजवळ आली. तिनं चिटाचा एक मळका आणि फाटका पोशाख घातला होता. वाळलेलं अन्न चिकटलेला लाकडी चमचा असावा तसा तिनं आपला हात लोकांपुढे केला आणि 'अल्ला तुमचं रक्षण करो,' असं तारस्वरात ओरडून पैसे मागितले.

नूराननं आपली पर्स उघडली आणि ती उघडताना तिच्या मनात आलं, 'मी कुठं चाललेय हे प्रत्येकाला माझ्या चेहऱ्यावर वाचता येतंय काय?' तिचे डोळे पाण्यानं भरून येऊ लागले. जे तिनं किशोरवयात किंवा तारुण्यातही केलं नव्हतं ते ती आता करायला निघाली होती. 'मी परत जाऊ का?' तिकिटाच्या खिडकीसमोर येरझारा घालताना ती विचार करू लागली. परंतु अज्ञाताच्या रहस्यमय प्रदेशात जाण्यासाठी प्रेमच तिला मोह घालत होतं.

"मी डीबसीच्या ध्वनिमुद्रिका आणल्या आहेत. काही झालं तरी तू येच." मुमताझ तिला टेलिफोनवर म्हणाला होता. म्हणजे डीबसी आणि वॅग्नर ह्या आधुनिक संगीतकारांचं कौतुक करताना प्रत्यक्षात माहूरगीत जगायचं हीच तुर्क म्हणून जगणाऱ्या माणसाची नियती होती का? नूरान फेरीबोटीची वाट पाहात उभी असताना तिला इख्लालचं बोलणं आठवलं. त्या रात्री तिनं जेव्हा मुमताझचा निरोप घेतला होता तेव्हा इख्लाल म्हणाली होती, "जर मुमताझनं स्वतःच्या जीवाला शांतपणा दिला तर तो खूप काही करू शकतो, अगदी बहार आणू शकतो. कुणालाही तो आवडण्यासारखा आहे. पण प्रेम, कला, इतिहास, शारीरिक सुख ह्या सगळ्यांची तो गल्लत करतो आणि गोंधळात पडतो. तुझ्यासारख्या स्त्रीच्याच तो मोहात पडू शकतो." म्हणजे ह्याचा अर्थ इख्लाललासुद्धा ते जाणवलं होतं तर. फेरीबोटीची वाट पाहात असताना आपण एवढ्या अधीर का आहोत ह्याचा नूरान विचार करत होती, 'कंटाळा आला आहे म्हणून मी हे करते आहे का? की हा फक्त शारीरिक आकर्षणाचाच भाग आहे?' पण ते दोघं भेटल्यापासून एकदाही तिला कंटाळवाणं वाटलेलं नव्हतं. ती अगदी सुखावलेली होती, तिला कसलीही बेचैनी वाटत नव्हती. ती फेरीबोटीवर चढली तेव्हा तिच्या मनात आलं, 'आता काय वाटेल ते होवो, पण मी स्वतःकडून पराजित होणार नाही.' त्या निर्धाराच्या आधारावरच तिनं आपल्या प्रेमाकडे आणि मनातील मुमताझच्या प्रतिमेकडे हसून पाहिलं.

तिनं खिडकीतून बाहेर डोकावून अकिंतीबुर्नूकडे पाहिलं. धुक्याचे छोटे छोटे तुकडेच जणू इतस्ततः तरंगत होते. एखाद्या हवेत झेप घेणाऱ्या पक्ष्यासारखं बॉस्फरस दिसत होतं. वसंतातल्या सूर्यप्रकाशात पाणी अगदी आनंदानं उचंबळून येत होतं. मी अगदीच बेदरकार आहे. सगळ्या घरात माझ्याएवढी बिनधास्त आणि फाजील धीट व्यक्ती दुसरी कुणी नसेल. ह्याचा अर्थ माझी पणजी आणि मी दोघीजणी दोन विदूषकांच्या मागे लागलो. ज्यांना आयुष्यात कसलंच ध्येय नाही अशा माणसांच्या प्रेमात पडलो. जो तो शेवटी स्वतःच्या इच्छेनं आपापलं आयुष्य घडवतो हेच खरंय...

पूर्वी मुमताझनं चाखूनही पाहिली नव्हती अशी मधुर पक्वान्नं जणू त्या दिवसानं मुमताझला दिली होती. जीवनात प्रथमच एका स्त्रीनं त्याला आपल्या सहवासात काय जादू आहे ते दाखवलं होतं. ती देवी नव्हती की गुपचूप भेटण्यासाठी आलेली कामोत्सुक अभिसारिकाही नव्हती. तिनं आपल्या सर्वच अस्तित्वाचा परित्याग केला होता आणि एखाद्या उपवनासारखा आपल्या अंतरातील सुगंध त्याच्यावर भरभरून उधळला होता. शारीरिक आकर्षणातून तिनं जो प्रियकर निवडला होता त्याच्याशी ती रममाण झाली होती. तिनं त्याच्यासमोर आपली सगळी गुपितं आणि भावी सौख्यं उघड केली होती. जणू काही ती त्याला म्हणत होती, 'घे, घे, ही मी अशी आहे...' एवढं होऊनही तिच्यापाशी आगळावेगळा असा आणखी खजिना शिल्लक होता. खरोखर प्रेमाच्या उदात्ततेचा अनुभव न येताच कितीतरी लोक मरून जात असतील. समुद्राच्या तळाशी असलेला किंवा दंतकथेत दडलेला खजिनासुद्धा एवढा अफाट किंवा आश्चर्यकारक नसेल. दार घट्ट बंद केलेल्या खोलीत झिरपणाऱ्या प्रकाशात तिचा संपूर्ण अनावृत्त देह मुमताझनं जेव्हा पहिल्यांदा पाहिला तेव्हा ती स्मृती मुमताझच्या मनात नंतर बराच काळ घोळत राहिली. तिनं जणू त्याच्यावर चांदण्यांची बरसात केली, रत्नांचं तेजस्वी ऐश्वर्य उधळलं. तेजाचा हा नशिला उत्सव स्वतःचीच स्तुतिगीतं गात होता, स्वतःचीच भक्ती करत होता. आपल्याच राखेतून त्या उत्सवाची आग पुन्हा पुन्हा धुमसत होती. तिच्या ज्वाळा सगळीकडे उसळत होत्या, नजर दिपवून टाकणारं तेज निर्माण करत होत्या. शारीरिक सुख आणि आत्मिक मीलन ह्यांनी जणू समरसतेचं मृगजळच निर्माण केलं होतं. त्यामुळे स्वर्गाशी परिचित नसतानाही स्वर्गसुख म्हणजे काय ह्याची अनुभूती येत होती.

जेव्हा जेव्हा मुमताझ आपल्या प्रेयसीकडे पाही तेव्हा तेव्हा त्याला त्याच दिवसाची आठवण येई. दैवाच्या कुठल्या योगानं आपलं मीलन घडवून आणलं ह्याबद्दल तो विचार करत राही.

हे सगळं कुठल्या अथांग गहनतेत आधीपासूनच ठरवलं गेलं होतं ह्याबद्दल तो आश्चर्य करत राही. नूरानची शालीनता, सौंदर्य, साधेपणा, त्वचेचा मृदूमुलायम पोत आणि मंद मंद श्वास ह्याच्यातून वाटे की तिच्या अंतरात दडलेल्या जादूच्या खजिन्यातून नवीनच काहीतरी प्रकट होणार आहे. गूढतेच्या लाटांतून तिचं शारीरिक अस्तित्व अधिकच ठळक होत होतं. मधेच ते कोमल होई, मधेच ती त्याला कुरवाळी. पण पुढल्या क्षणी मृत्यूची मिठी पडावी तशी त्याला अर्धवट ग्लानी येई. त्यानंतर त्या आनंदाच्या ग्लानीतून त्याला जागं झाल्याचा अनुभव येई. तिच्या सहवासात असताना

मुमताझला आपण छोटे असल्याचा, नगण्य बनत चालल्याचा भास होई, त्याच्या शरीरातली ऊर्जाच नाहीशी होऊ लागे. पण तसं होताना नूरानरूपी सूर्याच्या तेजातून नवसंजीवनी मिळाल्याचा त्याला भास होई. ती जणू काही सूर्याची महिरप होती. त्या गहन मीलनातून त्यांच्या मनातील असोशीचा झरा उसळू लागे. तो झरा केवळ एकाच अस्तित्वात सामावण्यासारखा नव्हता. मानवी ज्ञानाच्या किंवा अगदी मानवी अस्तित्वाच्याही आधीच्या एका दुर्गम, काळोख्या युगात ज्या काही शक्ती प्रकट झाल्या असतील त्या शक्तींचाच तो परिणाम असू शकत होता. निसर्गाला केवळ एकट्याच्या बळावर ती निकटता निर्माण करता आली नसती. आपल्यातीलच दुसऱ्या अस्तित्वाचा शोध लागण्यासाठी केवळ योगायोग पुरेसा नव्हता.

नूरानच्या प्रत्येक पैलूनं त्या दिवशी मुमताझला वेड लावलं. सुख मिळवण्याच्या अपेक्षेनं ती प्रेमाला आणि शारीरिक सुखाला शरण गेली होती. बंदरावरील शांत पाण्यात एखादं गलबत विसावलेलं असावं तशी ती वाटत होती. इस्तंबूलमधल्या झोपाळलेल्या सकाळसारखा तिचा चेहरा निद्रेच्या बुरख्याआड दडल्यासारखा वाटत होता. जगत असलेल्या क्षणाच्या सीमारेषेपलीकडे तिचं हसू पोहचत होतं. त्या प्रत्येक स्मिताला आपली स्वतःची अशी गोडी होती. ते प्रत्येक स्मित तो चवीचवीनं उपभोगत होता. दोघांमधल्या अथांग एकतेमुळे त्याला एकाच वेळी भीती आणि आश्चर्य वाटू लागलं. त्याचं वेळेच्या लयीचं भानही हळूहळू कमी होऊ लागलं. जणू काही अथांग समयसागरात त्यांनी पदार्पण केलं होतं. साधेपणा हेच जिच्या सौंदर्याचं रहस्य होतं त्या नूरानबद्दल त्या दिवसापासून त्याच्या मनात एक आगळीवेगळी अशी भक्तिभावना निर्माण झाली. त्या भक्तिभावनेनं इतर सर्व भावनांवर मात केली होती. एखादं निसर्गदृश्य कसं हळूहळू निरखावं तसं त्यानं तिला अगदी हळुवारपणे शोधलं होतं आणि तसं करताना त्याला तिच्याबद्दल वाटणारं कौतुक आणि भक्तिभाव आणखीनच उत्कट झाला होता.

आपल्याला कुणाबद्दलही एवढं शारीरिक आकर्षण वाटेल आणि नूरान एवढी मनाला भुरळ घालणारी असेल असा विचारसुद्धा मुमताझनं कधी केला नव्हता. आदल्या रात्री त्याची नोकराणी सुंबूल हिनं सारी तयारी करून ठेवली आणि ती सकाळी लवकर निघून गेली. मग मुमताझ आणि नूरान स्वयंपाकघरातच जेवले. त्यानंतर नूराननं दोघांसाठी खास देमितास कॉफी बनवली. आपल्या घरात एक जुना किमोनो आहे हे मुमताझला ठाऊक नव्हतं. त्या किमोनोत तिला बघून त्याला वाटलं की हा नक्कीच मसिदेभाभीचा किमोनो असणार. त्या किमोनोच्या चुण्यांतून तिच्या देहाचा सुडौल

आकार दिसत होता, तिला वेगवेगळ्या तऱ्हेनं वाकताना आणि काम करताना पाहून हलके हलके मधुर नशा चढल्यासारखं मुमताझला वाटू लागलं.

मुमताझनं ठरवलं होतं की जेवण झाल्यावर आपण होडीतून छोटीशी सैर करायची. पण नूरान म्हणाली की, ''चार लोकांत आपण एकत्र जाणं बरं दिसणार नाही.'' त्यातच घरात ते दोघंच होते. अनावृत्त अवस्थेतल्या नूरानला पाहून मुमताझ पार वेडा झालाच पण त्या स्तब्ध घरातले आरसेही नूरानवर लट्टू झाल्यासारखे वाटू लागले. तेथील भिंती, छत, लाकडी सामान - सारं सारं त्या देवतेच्या स्पर्शानं पुनीत झाल्यासारखं भासत होतं.

नूरानच्या सौंदर्यानं त्या घरालाही आपलंसं केलं होतं ह्याचा आनंद मुमताझ आनंदानं चाखत होता.

''मी इथं पहिल्यांदा आले तेव्हापासून मला हे घर आवडलं.'' नूरान म्हणाली.

सरतेशेवटी रात्र पडायच्या वेळेस त्या दोघांनी एकमेकांपासून विलग व्हायचं ठरवलं. मुमताझ तिच्यासोबत अर्धं अंतर चालत गेला. नूरानच्या म्हणण्यानुसार तो तिच्यासोबत असलेला दिसणं धोक्याचं होतं. कुणीही अलाणाफलाणा त्यांना बघू शकला असता. जेव्हा रस्त्याच्या वळणावरून तिची सावलीसुद्धा दिसेनाशी झाली तेव्हा आपण आता काय करणार हे न कळून मुमताझचा एकदम थरकाप उडाला.

मुमताझच्या अल्प जीवनातला तो उन्हाळा आयुष्याच्या मुकुटात बसवलेल्या रत्नासारखा तळपत होता. नूरान सुंदर, प्रेमळ आणि त्याचं लक्ष वेधून घेणारी केवळ स्त्रीच नव्हती तर ती त्याची सखी होती, विश्वासू मैत्रीण होती. तिच्यापाशी काहीही समजून घेण्याची विलक्षण शक्ती होती. नव्या गोष्टी करताना तिच्या वागण्यात डौल आणि अभिरुची दिसून येई. तिला संगीताचं ज्ञान होतं, तिच्या स्वरात सूर्यप्रकाश भरलेला होता. तिचा स्वर खर्जातला आणि कणीदार होता.

ह्या सर्व गुणांहूनही तिच्यातील आगळावेगळा संकोच आणि तिचं विशुद्ध मन ह्यामुळे मुमताझ तिच्या मोहात पडला होता. तिच्या मनातील विशुद्धतेला कुठल्याही पापाचा किंवा वासनेचा स्पर्श होऊ शकत नव्हता. त्यांच्या भेटीच्या अखेरीस म्हणजे जेव्हा ती अगदी खात्रीनं त्याची झाली होती तेव्हाही त्या दोघांमधलं प्रेम अगदी सुरुवातीच्या दिवसांसारखंच नवं नवं राहिलं होतं. नव्या-नव्यानं जवळ येऊ पाहणाऱ्या जोडप्यात सुरुवातीचा संकोच आणि जी लाज असते ती अजूनही त्यांना एकमेकांबद्दल वाटत होती. तिची लाज आणि तिची निरागसता ह्यांचा भंग करण्याचा प्रयत्न मुमताझही करत नव्हता.

असं नव्हतं की जीवनाला तोंड देताना नूरान मागे सरली होती किंवा तिनं कधी भित्रेपणा दाखवला होता. ती त्याला दुसऱ्यांदा भेटायला आली तेव्हा तिला कळलं की मुमताझला संशोधनाची आवड आहे. तेव्हा जीवनाच्या प्रत्येक पैलूबद्दल तिच्याशी वादविवाद करताना मुमताझला अत्यंत आनंद मिळाला होता. तिचा तटस्थपणा आणि मोजूनमापून पाहण्याची वृत्ती ही नूरानची मुख्य वैशिष्ट्यं होती, ती त्या वादविवादांच्या वेळेस कामी येत होती. मुमताझच्या अस्तित्वावर कुठल्याही तऱ्हेनं टाच आणण्याचा नूराननं प्रयत्न केला नव्हता. स्वातंत्र्याची गळचेपी म्हणजे तिच्या प्रेमाचा आविष्कार असं नव्हतं. मुमताझनं जणू तिला आपल्या जीवनाचा आणि अस्तित्वाचा नजराणा दिला होता आणि पुरातन अब्बासी घराण्यातील खलिफांच्या दिलदारपणे तिनं तो नजराणा स्वीकारून तसाच त्याला परतही करून टाकला होता. जणू काही तिनं त्याला सांगितलं होतं की ह्या नजराण्याची मालकी जरी माझी असली तरी तो राहणार आहे तुझ्याजवळच... अशा तऱ्हेच्या विलक्षण संयमाची स्वामिनी असलेल्या नूराननं आपले दिवसच नव्हे तर आपलं सगळं अस्तित्व मुमताझला वाहिलं होतं आणि त्याविषयी तिनं कधी चकार शब्दही काढला नव्हता. तसं असूनसुद्धा मुमताझला जाणवलं होतं की ह्याच औदार्यासोबत एक अभेद्य किल्लासुद्धा तिच्या अंतरात वास करतो आहे. कुठलीही शक्ती किंवा अगदी प्रेमसुद्धा तो किल्ला, ती स्वातंत्र्याची जाणीव भेदू शकत नाही. स्वतःशी प्रामाणिक राहण्याची आणि कुठलीही ढोंगबाजी न करण्याची वृत्ती होती ती.

त्यांच्या परिचयाच्या सुरुवातीच्या दिवसांपासूनच तिचा मनमोकळे भाव असलेला साधासुधा चेहरा आणि त्यावर दिसणारं एखाद्या साध्वीसारखं समाधान ह्यांतूनच त्याच्या मनात तिच्याबद्दल आकर्षण निर्माण झालं होतं. त्या आकर्षणाचं रूपांतर कोड्यात कधी झालं हे मुमताझला कळलंच नाही. फारसा काहीही विचार न करता भीती आणि एक प्रकारची हुरहुर त्याच्या अंतरात भरून आली होती आणि त्याला नूरानविषयी भक्तिभाव वाटू लागला होता. आता त्याचं सारं अस्तित्वच चांदण्या रात्री तुफान यावं तसं बनून गेलं होतं.

सात

त्या उन्हाळ्यात अदिलेनं तस्कीम येथील आपल्या घरातून बाहेर पाऊल टाकलंच नाही. तिला तिचं निवडक आणि हल्लीच जमवलेलं आतलं वर्तुळ मोडायचं नव्हतं. ते पुरुष आणि त्या स्त्रिया आधीच तिनं केवढ्या महामुश्किलीनं जमवलेल्या होत्या. इस्तंबूलबद्दल बोलायचं तर अगदी उन्हाळा असूनही बाहेर पडणं अपवादात्मकच होतं. इस्तंबूलमधील प्रत्येक रहिवासी तिथून बाहेर पडत होता, पण पुनश्च परतही येत होता. आता तर बाहेर पडलेले लोक अधिकच वारंवार परत येऊ लागले. कारण रिसॉर्ट्स बांधले गेले, आसपासच्या परिसरात सहली निघू लागल्या. त्यामुळे जे कोणी बाहेर जात नव्हते, तेही आता आपापसात एकत्र जमू लागले. अगदी मुमताझसारख्या माणसानंसुद्धा – कित्येक महिने तोंड दाखवलं नव्हतं त्यानंसुद्धा – एके दिवशी दुपारी चार वाजता अदिलेच्या घराची घंटी वाजवली. तिनं त्याला दारात पाहिलं मात्र, तिचा आनंद गगनात मावेनासा झाला. तिच्या ओठांवर हसू उमललं. ते हसू म्हणजे तिनं मनोमन ठोकलेली विजयाची आरोळी होती. म्हणजे तो परत आला होता तर! कळपापासून दूर भटकलेलं कोकरू पुन्हा कळपात आलं होतं तर! पण तो किती बदलला होता. त्याचा चेहरा आता पूर्वीसारखा पटकन वाचता येत नव्हता. त्याच्या हात राखून वागण्यामागेही एक चमक होती. ती चमक अदिलेला गोंधळात पाडत होती. जणू काही त्याला वाटणारा हर्षोल्लास त्यानं अगदी दाबून ठेवला होता. इतके दिवस अदिलेची अवस्था अशी झाली होती की जनान्याची दारं बंद करून ठेवावीत, खिडक्यांनाही भरतकाम केलेले पडदे लावून त्यातून भोचक कानांना ऐकू येऊ नये आणि चौकस डोळ्यांना दिसू नये. त्यामुळे मुमताझच्या रूपात आता मनोरंजनाचं नवं साधन मिळालं असंच तिला वाटू लागलं. पण नक्की काय प्रकार आहे, म्हणजे नूरानचं काय झालं, ह्याबद्दल अदिलेला अंदाज बांधता येईना. तेवढ्यात नूरान आली आणि सगळ्या प्रकाराला वेगळीच कलाटणी मिळाली. आपल्या प्रियेनं एवढी सुंदर वेषभूषा केलेली बहुधा मुमताझनं प्रथमच पाहिली होती. एकमेकांचे होऊन त्या दोघांना जवळ जवळ महिना लोटलेला असला तरी केवळ कपडे बदलल्यावर नूरान एवढी सुंदर दिसू लागेल याची त्याला अजिबात कल्पना नव्हती. पण तिच्या नुसत्या येण्यानंच सारं कसं बदलून गेलं होतं! ते दोघं कालच तर एकत्र होते. काल तो तिच्या मिठीत होता. त्या वेळेस तिनं तिचा नेहमीचा निळ्या रंगाचा समरड्रेस घातला होता, त्या पोशाखाचं कापड अगदी स्वस्तातलं होतं. जणू काही ती त्याला दाखवून देत होती की माझ्या खर्च

करण्याच्या क्षमतेच्या मी अगदी काठावर आले आहे. ह्याहून महाग कपडा घेणं मला परवडतच नाही. पण आज, आत्ता मात्र तिची काळजीपूर्वक केलेली केशभूषा, प्रसाधन केलेला चेहरा आणि ज्यूटपासून बनवलेल्या शुभ्रधवल कापडाचा पोशाख ह्यामुळे तिनं एक वेगळंच रूप धारण केल्यासारखं वाटत होतं. मुमताझला भीती वाटली की एखाद्या दूरच्या नातेवाइकाचं स्वागत करावं तसं ती आपलं स्वागत करील की काय? पण आपला डाव अगदी उघड उघड खेळणाऱ्या व्यक्तीच्या शांतपणानं ती त्याला म्हणाली, ''मला फार उशीर नाही ना रे झाला, मुमताझ?'' असं बोलून आपण एकमेकांत गुंतलेले आहोत असं तिनं जणू जाहीरच केलं. हा प्रहार अदिलेनं फारस मनावर न घेता झेलला.

सबीह बरेच दिवस शांत होता. त्यानं राजकीय घडामोडींची चर्चा करण्यासाठी बऱ्याच दिवसांपासून कुणालाही पकडलं नव्हतं. नरभक्षक प्राणी जसे आपल्या भक्ष्याचा पाठलाग करून त्याची शिकार करतात तशीच त्याची त्या बाबतीत कार्यपद्धती होती. आपला लाडका विषय काढून तो कुणावरही लगेच हल्ला करत नसे. आपल्या भक्ष्याचा अंदाज घेतल्यावर तो कोपऱ्यात निमूटपणे खुरमांडी घालून बसे आणि आपल्या भक्ष्याला मोकळीक देई. त्यायोगे तो जेव्हा अचानक झडप घाली तेव्हा आश्चर्याचा परिणाम चांगलाच साधला जाई. जेव्हा तो भोळाभाबडा माणूस आपण अगदी स्वतंत्र आहोत अशा भ्रमात वागू लागे तेव्हा त्याला म्हणजेच आपल्या भक्ष्याला इतकंसंही हलण्याची संधी न देता अचानक सबीह त्याच्यावर झडप घाली. मग अगदी अगणित वेळपर्यंत तो त्याला मागील अख्खा आठवडाभर किंवा अख्खा महिनाभर युरोपियन वृत्तपत्रात जागतिक घडामोडींबद्दल आपण काय काय वाचलं ते सगळं काही सांगत राही. अक्षांश आणि रेखांशांच्या रेषा कशा संपूर्ण पृथ्वीच्या गोलावर पसरलेल्या असतात त्याप्रमाणेच त्याला साऱ्या जगभरातील भानगडींमध्ये रस होता. चीनपासून अमेरिकेपर्यंत, ब्रिटिशांच्या तेलाच्या राजकारणापासून हंगेरीतील जमीनदारांनी काढलेल्या योजनांपर्यंत, हिटलरपासून अल्बानियाचा राजा झोगू आणि रझा शाह पहलवीपर्यंत आणि मध्य आशियापासून गांधीजींच्या उपोषणापर्यंत जिथं जिथं काही म्हणून मानवी नियतीशी संबंधित घडत होतं तिथं तिथं त्याची अत्यंत तल्लख बुद्धी झेप घेत असे. सबीहसारख्या लोकांना बोलताना ऐकलं की मुमताझ अगदी मनोमन विचार करत राही की आपली पचनसंस्थाही सबीहसारखी काम करू लागली तर आपली काय भयंकर अवस्था होईल? म्हणजे कुणी गाजर खाल्लं की त्याचा रंग केशरी झाला असता, बीट खाल्लं तर लाल झाला असता. एखाद्यानं भात खाल्ला, दूध प्यायला, त्याला तळलेल्या तिसऱ्या

आवडत असल्या तर ह्या निसर्गानं दिलेल्या देणग्यांचा वास, रंग किंवा इतर वैशिष्ट्यं त्या माणसात निर्माण झाली असती आणि त्याच्या शरीरावरची खूण म्हणून जगाला दिसली असती. असं झालं असतं तर आणि तरच संशोधनात बुडालेल्या (!) सबीहनं जी काही विधानं केली त्या विधानांशी सहमत होणाऱ्या व्यक्ती निर्माण झाल्या असत्या. त्यांना सबीहच्या समालोचनेतील मर्म आणि सार समजलं असतं. आज सबीह नेहमीपेक्षा शांत आणि आरामात दिसत होता. मुमताझ त्याला दिसला तेव्हा त्यानं वृत्तपत्रं गोळा करून ती सहजगत्या फडताळात ठेवून दिली. अशा तऱ्हेच्या पूर्वसूचना अशुभसूचक असतात हे मुमताझ जाणून होता. त्याला ठाऊक होतं की थोड्याच वेळात सबीह त्याच त्या घटना पुन्हा पुन्हा घोळवून सांगेल आणि बोलता बोलता अनेक परस्परविरोधी विधानं करेल. तोंडातून ब्रही न काढता तो जे काही सांगेल ते मुकाट्यानं ऐकणं ह्यापलीकडे मुमताझकडे दुसरा मार्गही शिल्लक नव्हता.

‘‘तू संध्याकाळची आमच्याकडेच थांबणार आहेस ना ग दीदी?’’

नूरानला दीदी अशी हाक मारून आपल्या वयातली आठ ते दहा वर्षं कमी केल्याच्या आनंदात अदिले नूरानच्या उत्तराची प्रतीक्षा करू लागली. नूराननं तिला समजावून सांगण्याचा प्रयत्न केला की ती फक्त थोड्या वेळासाठीच त्यांच्याकडे आलेली आहे. परंतु अदिले आणि सबीह ह्या दोघांनी तिच्या बोलण्याकडे बिलकूल लक्ष दिलं नाही.

‘‘ते काही नाही, तू आणि मुमताझ दोघंही बॉस्फरसजवळ राहाता आणि एकमेकांचे चांगले मित्र आहात. तू जरी निघालीस तरी उशिराच निघशील हे ठाऊक आहे मला. चला, आपण राकी घेऊया.’’

‘‘आम्ही लवकर गेलो तर बरं होईल. कारण इख्लाल आणि मित्रकंपनी उद्या येणार आहे...’’

पण ते लवकर जाणार नाहीत असं आश्वासन मिळाल्यावरच जर्मनीत हल्ली नव्यानं काय घडामोडी झाल्या ह्याबद्दलच्या माहितीच्या पोतडीत सबीह घुसला. त्याच्या मते जर्मनीची अर्थव्यवस्था अगदी रसातळाला पोहचली होती. युद्ध होणार हे तर अगदी धडधडीत दिसत होतं. त्याचे हे कठोर आणि कदाचित सत्यही ठरणारे अंदाज गुंतागुतीच्या पुराव्यांवर आणि माहितीवर आधारलेले होते.

मग एखाद्या कालव्यात किंवा समुद्री गुहेत जोराचा पाणलोट यावा तसं त्या मुद्द्याला त्यानं जोरदार तोंड फोडलं. तो अगदी सुरुवातीपासून सारं सांगू लागला. ते सांगताना वेगवेगळ्या उपमा देऊ लागला, तुलना करू लागला आणि परस्परविरोधी

परिस्थितींचं चित्र हवेतच रंगवू लागला. सबीहसमोर बसलेल्या मुमताझला एवढीच खबरदारी घ्यायची होती की सबीहचा हा एकट्याचाच संवाद कमीतकमी वेळ चालेल. त्यामुळे त्यानं एकही प्रश्न विचारला नाही की काही प्रतिवादही केला नाही. फक्त अधूनमधून तो होकारार्थी मान डोलावत होता आणि भर पावसात लोक जसे दुकानांच्या वळचणीखाली पाऊस जाण्याची वाट पाहात शांतपणे उभे राहतात तसा शांतपणे बसला होता. कधी कधी नूरानच्या गळ्यातील मोत्यांची माळ तिच्या मानेजवळच्या खळग्यात विसावे तिथं त्याचं लक्ष जाई. त्या मोत्यांच्या पदकात बॉस्फरस अशी अक्षरं होती. कधी तिच्या हनुवटीवरील त्याच्या लाडक्या खळीकडे तो पाही तर कधी तिच्या बालिश हातवाऱ्यांकडे आणि चलबिचल करणाऱ्या हातांकडे त्याची नजर जाई. पावसाला जसा वळचणीचा आधार असतो तसा सबीहच्या भाषणाच्या पुरापासून वाचण्याचा आधार म्हणजे नूरान होती. एवढी लावण्यवती स्त्री आपल्या जीवनात आली कशी हेच त्याला समजत नव्हतं. त्या बाबतीत त्याचा नशिबावर मुळीच विश्वास नव्हता. मधून मधून नूरान लाजून हसत होती. त्यामुळे पाण्यात ठेवलेलं एखादं गुलाबाचं फूल फुलावं तसा तिचा चेहरा दिसत होता, त्या चेहऱ्याकडे पाहात मुमताझनं मंत्रमुग्ध झालेल्या अवस्थेत सबीहची भाषणबाजी तासनूतास ऐकली.

वृत्तपत्र ज्याला जनमत असं नाव देतात, त्यासाठी अनेक लोकांच्या मुलाखती घेतात तरी ते जनमत नक्की काय हे समजत नाही अशा त्या गोंधळात टाकणाऱ्या जनमत नामक अनेकमस्तकी काल्पनिक प्राण्याचं हलणारं शेपूट म्हणजेच सबीह होता असं मुमताझचं मत होतं. कारण त्या प्राण्याला नक्की किती मनं आहेत तेच गुलदस्तात होतं. माणूस ताज्या घडामोडींवर जगतो हे त्याला समजत होतं. एखादा मोठा पाषाण सतत येणाऱ्या लाटांनी धुतला जावा तशा आपल्या भोवतालावरून घटना जात आहेत ह्यावरच सबीह समाधानी होता. त्याला स्वतःची एखादी कल्पना किंवा स्वतःचा एखादा विचार असण्याची गरजच नव्हती. कारण त्यासाठी वृत्तपत्र होतंच ना. वृत्तपत्रात लिहिलं गेलेलं ज्ञानी लोकांचं ज्ञान हेच सबीहचं जहाजही होतं आणि समुद्रही होता. तेच त्याचं फिरण्याचं क्षेत्र होतं आणि तेच त्याला कुठे फिरायचं हे सांगणारं दिशादर्शक होतं. क्वचित केव्हातरी त्याच्या वागण्यात बदल होई पण एरवी तो कायम ताज्या बातम्या लोकांना सांगण्याच्या भरात असे. त्याशिवाय तो रोजची आवृत्ती आणि ज्यादा पुरवण्या वाचत असे ते वेगळंच. तो बोलायला लागला की संस्थांचा गुणाकार होई, आठवणी आणखीन सखोल होत आणि सरतेशेवटी त्याचं रूपांतर एकाच वेळेस चार किंवा पाच कल्पना सांगणाऱ्या पशूत होई. आज ती रात्र आली होती. सुरुवातीला तो एक

लोकशाहीवादी माणूस होता. नंतर त्याचं रूपांतर अत्यंत उग्र अशा क्रांतिकारकात झालं. त्यानंतर तो मानवतेच्या अथांग प्रेमात बुडाला आणि सरतेशेवटी त्याला कायदा आणि सुव्यवस्थेची काटेकोर गरज भासू लागली.

अदिलेचं नशीब आज फारसं चांगलं नव्हतं. कारण दुकानातून बऱ्याच वस्तू आणायच्या होत्या. नोकराणीची रजा होती आणि चौकीदार आजारी होता.

ह्या सगळ्या राजकारणी टीकेच्या भडीमारात आणि त्याचं स्वागत करणाऱ्या नूरानच्या मधुर आठवणीत रमलेला मुमताझ मनातल्या मनात गुपचूप विचार करत होता की, 'ही अदिले नूरानच्या आनंदाला कशी टाचणी लावेल? ती तिला काय काय तपशील सांगेल? भूतकाळात निघून गेलेल्या दिवसांतील काय त्रांगडं बाहेर काढेल? थोडक्यात काय, तर त्या दोघांच्या प्रेमाला अटकाव करण्यासाठी ती काय काय गोष्टी घडणं अशक्य आहे ह्यांची जंत्री देईल?' त्याला ठाऊक होतं की फेरीबोटीवर नूरान मुमताझशी अगदी मोकळेपणानं वागली-बोलली होती ते अदिलेला मुळीच खपलं नव्हतं. त्यामुळेच नूरान तिच्या मर्जीतून उतरली होती. एखाद्या खालच्या दर्जाच्या व्यक्तीशी वरवर पाहाता चांगलं वागावं तशी तिच्याशी अदिले खोट्या सौजन्यानं वागत होती. त्या अचानक भेटीनंतर सबीहनं आग्रह धरला म्हणून त्या दोघांबरोबर मुमताझ एकदा कॉफीहाऊसमध्ये कॉफी प्यायला गेला होता तेव्हा ती त्याला म्हणाली होती, "मुमताझ, तुला कल्पना नाही, पण ती नूरान कसली दगडाच्या काळजाची बाई आहे. तिला दयामाया नाही. अगदी क्रूरच आहे ती..." जणू काही अदिलेला अगदी चांगलंच ठाऊक होतं की नूरान भौतिक सुखसोयींना चटावलेली आहे. वैभव मिळावं म्हणून तिनं आपल्या हृदयाची हाक ऐकली नाही. पण अदिलेनं केलेल्या उग्र, शाब्दिक हल्ल्याकडे मुमताझनं दुर्लक्ष केलं होतं आणि विषय बदलला होता. आता मुमताझला आश्चर्य ह्याच गोष्टीचं वाटत होतं की जी अदिले केवळ आपल्याच खास माणसांची काळजी घेणारी होती ती अदिले आता त्यांच्या सुखात खो घालण्यासाठी काय पावलं उचलेल?

अदिलेनं मुमताझला फार काळ प्रतीक्षा करायला लावली नाही. राकीचा दुसरा पेला रिचवल्यावर तिच्या मनात कळकळीची जोरदार लाट आली. त्या लाटेवर आरूढ होऊन तिनं सुरुवातीला नूरानच्या सौंदर्याचं कौतुक केलं. त्यानंतर स्वतःच्या एका बालमैत्रिणीच्या मोटारीचं वर्णन केलं. तिचा फरचा कोट, संध्याकाळच्या वेळेस तिच्या घरी चालणाऱ्या पार्ट्या वगैरे गोष्टी तिनं नूरानला सांगितल्या. शेवटी तिच्या हृदयातील कळवळ्याचा झरा जेव्हा आटला तेव्हा तिनं नूरानबद्दल आपल्या कळकळीच्या अपेक्षा

व्यक्त केल्या. ज्यातली एकही वस्तू तिला मुमताझ बहुधा कधीच देऊ शकणार नव्हता अशा सर्व वस्तूंची नावं अदिलेनं घेतली आणि म्हटलं, ''नशिबानं नूरानच्या पदरात भरपूर घालावं. तिलाही फरचे महागडे कोट, भरपूर दागदागिने मिळावेत, माणकं मिळावीत, तिच्या नजरेसमोर आलिशान मोटार उभी असावी.'' ह्या सगळ्या वैभवाच्या वर्णनामुळे आश्चर्यचकित झालेल्या नूरानला आपल्या बोलण्याचा सारांश सांगताना अदिले म्हणाली, ''वल्लाही, खरं सांगायचं तुला नूरान तर तुझ्या आजारी मुलीचं मन रमवण्यासाठी, तिला निराश वाटू नये ह्यासाठी तू केवढी झटतेस. त्याबद्दल मी विचार करते ना तेव्हा मला वाटतं की मला स्वतःला एवढं सहनशील कधीच होता येणार नाही. तुला कळतंय का हीच तुझी खरं तर उमेदीची वर्षं आहेत... जर माझं म्हणणं ऐकलंस तर ह्यापुढे तुझं किती चांगलं होईल ह्याची तुला काही कल्पना आहे का?''

अशा तऱ्हेनं जीवनात काय काय शक्यता आहेत ह्यांची यादी नूरानला वाचून दाखवल्यावर तिनं फातमाच्या आजाराची आठवण देऊन तिला बजावलं की मातृत्वाच्या जबाबदाऱ्या घेणं हेच तिचं आत्ता खरं कर्तव्य आहे. पण पुढे तिनं अशीही पुस्ती जोडली की ते काहीही असलं तरी तुलाही तुझं जीवन पूर्णांशानं जगण्याचा हक्क आहे. ह्या असल्या सल्ल्यापासून फक्त एकच अर्थ निघू शकत होता तो नूरानला कळला होता का? तो सल्ला असा होता की, ''एक तर तू तुझ्या मुलीची चांगली आई हो, नाहीतर स्वतःसाठी चांगल्या भविष्याची तरतूद कर. ह्या असल्या विदूषकांसोबत तू कशासाठी वेळ वाया घालवते आहेस? जरी आत्तापर्यंत घालवला असशील पण ह्यापुढे तरी घालवू नकोस.''

अर्थात अशा तऱ्हेचा सूक्ष्म गर्भित सल्ला देऊन अदिले गप्प बसली नाही. तिला आणखीही मोठा आवाका असलेले हल्ले चढवायचे होते. परंतु उशिरा आलेल्या दोन पाहुण्यांनी त्या रात्रीचा पोतच बदलून टाकला. त्यातले एक पाहुणे नूरानच्या वडिलांचे मित्र होते. त्यांनी एके काळी नूरानला तानबूर नामक बासरीचे धडे दिले होते. दुसरे होते ते शेजारीच राहणारे सबीहचे मित्र होते. ते स्वतः गायक आणि संगीतकार होते. हे दोन्ही पाहुणे रात्री राहणार होते. त्यांच्या आगमनामुळे त्या संध्याकाळला जोष आणि मदिरेनं युक्त अशा जलशाचं रूप प्राप्त झालं.

आपल्या एके काळच्या गुरुजींचा आग्रह नूरान मोडू शकली नाही. तिनं मुकाट्यानं त्या रात्रीला मिळालेल्या ह्या नवीन वळणापुढे मान तुकवली.

त्या संगीतकारांना आधुनिक तुर्कस्तानी संगीताचं कौतुक असलं तरी ते स्वतः फराहफेझा, असीमासीरन, बेयती, सुलतानीयेगाह, नुहुफ्त ह्या रागांपलीकडे फारसे

जात नसत. त्यांचं सगळं संगीत आत्मानंदाच्या परिघात वावरणारं होतं. वेगवेगळे राग गाताना ते प्रत्येक तान आणि आलाप एकाच पद्धतीनं घेत नसत. मुमताझच्या मते 'अ ला तुर्का' हे नवीन संगीत ओटोमान शास्त्रीय काव्याशी मिळतंजुळतं होतं. त्यातही खरोखरची अस्सल कला आणि तिची कल्पनाशून्य नक्कल ह्यातही फरक करायला हवा होता. स्पष्टपणे सांगायचं तर आजच्या काळातील अभिरुचीनुसार जी काही पदं निवडली जात होती ती पाश्चात्त्य अभिरुचीच्या कसोटीवर निवडली जात होती. ती पदंही सुंदर होतीच. त्या रागांशिवाय त्यांनी हुसेनी रागातलं ताबी मुस्तफा एफेंदीची आणि इस्माइल देदे एफेंदीची पदं वाजवली. हिकाझ रागात त्यांनी हाजी हालील एफेंदीची लोकप्रिय सेमाई वाजवली. त्यानंतर त्यांनी हाजी अरीफची दोन पदं वाजवली. जेव्हा त्यांनी सुझीदिलारा रागातील पदाचं वादन केलं तेव्हा मैफलीनं जणू कळसच गाठला. आधुनिक कलांना आश्रय देणाऱ्या सुलतान सलीम तिसरा ह्याचं भाग्य ठरवणारं ते पद सुझीदिलारा रागात बांधलेलं होतं.

एकोणिसाव्या शतकात सुलतान अब्दुल मसीद आणि सुलतान अब्दुल अझीझ ह्यांच्या काळात संगीत बहराला आलेलं होतं. त्यातील काही बेहोष करणारी दुर्मीळ पदं त्यांनी आपल्या खजिन्यातून बाहेर काढली. त्यात साझसेमाई हे वाद्यसंगीत होतं. कर्नाटीक ह्या नावानं प्रचुर असलेलं मौखिक संगीत होतं. त्याशिवाय त्यांनी एमिन देदेसारख्या समकालीन संगीतकारांचंही संगीत वाजवलं. एखाद्या जुन्या झाडावर उशिरानं बहर यावा किंवा एखाद्या विदेशी रोपानं नवीन मातीतही जोम धरावा तशा तऱ्हेनं एमीन देदेंनी वर्तमानकाळातही विशुद्ध शास्त्रीय संगीताची मुळी जिवंत ठेवली होती. आधुनिक काळातील संवेदना आणि अभिरुची ह्यांच्याशी ओटोमान शास्त्रीय संगीतानं कसा मेळ घातला आहे हे मुमताझला त्यावरून कळून आलं. चित्रकलेचा अभ्यास करताना त्याला जाणवलं होतं की अठराव्या शतकात ? आणि एकोणिसाव्या शतकांत चित्रकलेतील वेगवेगळ्या घराण्यांत जे निष्णात चित्रकार होऊन गेले त्यांचीच कला गेली पन्नास-साठ वर्षे आधुनिक कला म्हणून मानली जाते आहे. सौंदर्यशास्त्र आणि संवेदनशीलतेतील अस्सलपणा त्यांच्या कलेत आहे असं लोक मानत आहेत. त्या चित्रांप्रमाणेच ह्या संगीताचीही बेस्ते, सेमाई आणि सारकी अशी वर्गवारी करता येत होती. त्याशिवाय कार नावाची अगदी संथ चमकदार पदंसुद्धा त्यात होती. अनेक रंगांनी रंगवलेली आणि नाजूक कोरीव काम केलेली लाकडी छतं असावीत तशी ती गायकी मुमताझला वाटत होती. किंवा सोळा नांगरांच्या बोटींतून सफर करताना बॉस्फरसचा सुशोभित आणि राजेशाही देखावा आपल्या नजरेसमोर उभा राहातो तशी

दिव्य अनुभूती ही गाणी ऐकताना येतेय की काय? ह्या तुकड्यांशिवाय अर्थातच त्या संगीतवृक्षाची सालं, बीजं, शाखा आणि मुळंसुद्धा तिथं होती. थोडक्यात सांगायचं तर तिथं जणू काही वनस्पतींचं जीवन बहरास यावं तसं सांगीतिक जीवन बहराला आलं होतं. त्या ठिकाणी नजाकत, संतोष, विशुद्ध कल्पना आणि चेतना देणारा जीवनरस अनुभवाला येत होता. खरोखरच त्या मैफलीचं दृश्य म्हणजे केवळ योगायोगानं हाती आलेली दुर्मीळ संधी होती. तिथं खरोखर आत्म्याचं राज्य निर्माण झालं होतं.

नूरानला संगीताचंही अतोनात प्रेम होतं. पण तिच्या प्रिय मुमताझच्या आणि तिच्या सांगीतिक आवडीनिवडीत एक फरक होता. तो म्हणजे तिला गझल ऐकायला खूप आवडत असे. कदाचित गझलगायकीतला खर्जातला पुरुषी स्वर, गझलमधून व्यक्त होणारं दुःख आणि जीवाला लागणारी हुरहुर ह्या सगळ्यांतून अगदी जीवनाच्या मूळ तत्त्वाच्याच आपण जवळ जात आहोत, असं तिला वाटत होतं. तिच्या स्त्रीत्वात वसलेल्या ऐहिक सुख-वासनांना त्यातून अभिव्यक्ती मिळत होती. तिच्या दृष्टीनं उन्हाळ्यातील रात्री गाइली गेलेली गझल म्हणजे सौंदर्याला मिळालेला सूरच होता. नेहमीच्या संगीतापेक्षाही वेगळी अशी ती गझलगायकीची कला होती. त्याशिवाय नूरानला वेगवेगळ्या ताना, पलटे आणि लोकगीतंही ठाऊक होती. ते सर्व ज्ञान तिनं आपल्या आजीकडून घेतलं होतं. तिची आजी खूप देशाटन केलेली आणि अनुभवी अशी बेकताशी म्हणजेच सुफी पंथाची होती. त्यामुळे नूरान एका नामांकित घराण्यातली कन्या आणि त्या घराण्याची वारस होती. तिच्यामुळे एक चमकदार, नवं क्षितिजच मुमताझसमोर उभं राहिलं. बॉस्फरसच्या काठावर ती लहानाची मोठी झाली होती. इस्माईल देदे एफेंदी किंवा हाफीझ पोस्त ह्या गायक-संगीतकारांची ती चाहती होती. ती स्वतः वेगवेगळी पदं अत्यंत भावपूर्ण स्वरात म्हणत असे. त्यात गाण्यांत खेडेगावात गायली जाणारी दिर्गे म्हणजे मृत्यूच्या वेळची शोकगीतं होती. रुमेली, कोझान आणि अफसर ह्यांची तुरुकू म्हणजे लोकगीतं होती. कास्तामोनू आणि त्राब्झोन ह्यांची पारंपरिक नृत्यगीतं होती, जुनी बेकताशी पदं होती, कादिरी नात म्हणजेच पैगंबरसाहेबांना उद्देशून आळवलेली भक्तिगीतं होती. ती गात असताना बऱ्याच वेळा मुमताझच्या मनात येई की नूरान जणू काही पूर्वेकडील आदिवासी टोळीतलीच एक कन्या आहे किंवा रंगीबेरंगी मखमल, अटलासचं रेशीम, उत्तरीय, चांदीचं काम केलेल्या सपाता असा साजशृंगार करून स्त्रियांच्याच एखाद्या सांस्कृतिक कार्यक्रमाला जाणारी कुताहया शहरातली नववधू आहे. नूरानसारख्या अत्यंत सुसंस्कृत आणि चार लोकांत वावरणाऱ्या स्त्रीनं अशी वेगवेगळी गीतं गावीत आणि ती गीतं गाताना ज्या समाजात ती गाइली जातात त्या

सर्व लोकांचे उच्चार आणि गायकी आत्मसात करावी ह्यामुळे तो अचंबित झाला होता. जणू काही ती त्यांच्यातलीच एक होती. जसजसे दिवस जात होते तसतशी मुमताझच्या नजरेसमोर त्याची प्रिया, त्याची नूरान, बदलत गेली. ती जणू परिपूर्ण अशी शक्तिरूपच झाली. त्या दोघांच्या प्रेमाला तिनं आत्म्याच्या समीपतेचं रूप दिलं.

त्या रात्रीसुद्धा सबीहच्या घरी नुहुफ्त आणि सुलतानीयेगाह रागांतील चीजा नूराननं लागोपाठ गाइल्या. तिच्या पुढ्यातल्या छोट्याशा लाल टेबलक्लॉथवर लाटालाटांचं चित्र रेखाटलं होतं, तिथंच वापरलेले काटे-चमचेसुद्धा पडलेले होते पण तरीही तिचे हात त्या टेबलक्लॉथवर ठेका धरत होते. त्याच तिच्या कोमल हातांचं मुमताझला केवढं कौतुक होतं. बघता बघता त्याच्या नजरेसमोर तीन तारका प्रकटाव्यात तशा तीन नूरान प्रकटल्या. ती जणू काही सगळीकडे अस्तित्वात होती. तिच्या एका चेहऱ्यात अनेक चेहरे दडलेले होते. आपल्यातील संबंधांविषयी फार कुठे वाच्यता करू नये असं तिनंच मुमताझला सांगितलं होतं. पण जसजसा काळ लोटला तसतशी नूरान स्वतःच ते विसरून गेल्यासारखी दिसत होती. कारण टेबलाजवळून उठताना ती स्वतःच मोठ्यानं पटकन बोलून गेली, ''मुमताझ चल रे, मला आता घरी सोड. ह्या राकीनं मला अगदी बेहोष केल्यासारखं दिसतंय.'' हे बोलून ती टेबलाजवळून उठली तेव्हा जणू तिनं अदिलेशी उघड उघड युद्धच छेडलं. परंतु त्या वेळेस अदिले नेमकी दुसऱ्या कुणाच्यातरी लग्न करण्याच्या इराद्यावर कडक अटी घालून पाणी ओतण्याचा प्रयत्न करत होती. त्यामुळे तिनं नूरानच्या बोलण्याकडे फारसं लक्ष दिलं नाही.

मुमताझच्या दृष्टीनं सईद नूहनं गाइलेली नुहुफ्त रागातील चीज म्हणजे तुर्की संगीताचा अस्सल आविष्कार होता. खरं तर फारच थोड्या चीजांतून आत्म्याची मोक्षाप्रत जाण्याची तळमळ व्यक्त होते. पंख लावून सूर्याच्या दिशेनं केलेले उड्डाण, तेजस्वितेपुढे केलेलं समर्पण असं काहीसं त्या गीतातून व्यक्त होत होतं. मुळात नुहुफ्त हा राग उत्साहानं भारलेला होता. तो तुर्की संस्कृतीच्या अंतर्गत दुनियेचा अर्कच होता. मनातलं सारं काही पुसून टाकून श्रोत्यांना तेजाकडे घेऊन जायची ताकद त्याच्या अंगी होती. श्रोत्यांना मंत्रमुग्ध करणं, त्यांच्या मनाला ग्लानी आणणं हे एकमेव ध्येय त्या रागाचं असावं असं वाटत होतं. सगळ्या तर्कविचारांना एकाच फटक्यात नाहीसं करून मानवतेच्या अथांग डोहात बुडी मारायला लावणं म्हणजे खरं तर आत्म्याची विशुद्धता प्राप्त करण्याची प्रक्रियाच होती. ते गाणं ऐकताना मुमताझला असं वाटलं की भौतिक जगातून आपण पार नाहीसे झालो आहोत. मृत्यू म्हणजे जणू ध्रुवापुढील जादुई आरसाच बनला आहे. त्या जादुई आरशासमोर विश्वाशी एकरूप झालेलं तर्कसंगत जीवन उभं

आहे. मृत्यू म्हणजे त्या जीवनाचं दुःखी भावंडच आहे आणि ते जीवनरूपी हसऱ्या पडछायेत गुंतून पडलेलं आहे.

हा विलक्षण चमत्कारी अनुभव कधी अचानकपणे संपला हे खरोखरच गोंधळात पाडणारं होतं. साध्याशाच दोन ओळींच्या कडव्यानं मैफल सुरू झाली. त्यानंतर श्रोत्यांच्या मनाचा ताबाच गाण्यानं घेतला. ह्या रागांचीच तर ती जादू होती. त्या पदांमधील माधुर्यात जीवन आणि मृत्यू म्हणजेच इरॉस आणि थॅनाटॉस ह्यांच्या छटा होत्या. खरं तर जीवन आणि मृत्यू ह्या दोन परस्परविरुद्ध ध्रुवात मानवी मन येरझारा घालत होतं आणि ते दोन्ही ध्रुव स्वतःहून एकमेकांत मिसळून जात होते.

इस्माईल देदे एफेंदीची एसेमासीरन सेमाई ही ६/४ ह्या ठेक्यातली होती. तिचं सौंदर्य नुहुफ्त रागापेक्षा अगदीच वेगळं होतं. अनेक मरणं मेल्यानंतर जीवाला जाळणाऱ्या स्मृती आठवाव्यात तशी मनाची अवस्था ती सेमाई ऐकल्यावर होत होती. जणू हजारो-लाखो आत्मे त्रिशंकूसारखे स्वर्गआणि नरकाच्या मार्गावर लटकून राहावेत तशी अवस्था होती ती. त्या गाण्यातून जणू गूढाला वाचा फुटली होती. मानवतेनं कित्येक गुणधर्मांचा त्याग केला होता तरीही त्या संगीतात असं काहीतरी होतं ज्याची आस सर्वांच्या जीवाला लागून राहिली होती. तिथं ती आस अल्ला किंवा आपली प्रियतम व्यक्ती होते. त्या परमोच्च अल्लाकडे जाण्यासाठी फारसी भाषेत पदं आळवली जात होती :

'जिथं जिथं तुझा निवास असेल, तिथं तिथं माझा स्वर्ग असेल.'

नूरानचा स्वर ऐकत मुमताझ बसला होता. थकव्यामुळे तिच्या चेहऱ्यात झालेले बदल तो निरखत होता. इस्माईल देदेप्रमाणेच तोही मनात म्हणाला, 'ह्या इथंच तर माझा स्वर्ग आहे.'

मुमताझनं ते पद ऐकलं. त्यानंतर वयस्कर गायक एमीन देदे ह्यांनी गाइलेली अत्यंत भावपूर्ण अशी तुरुकू आणि मधुर पदंही ऐकली. ती ऐकताना आपल्या आणि नूरानच्या नात्याबद्दल कसलाही शेंडाबुडखा नसलेली दुष्ट भावना अदिलेनं मनात बाळगली होती त्याबद्दल तो विचार करत होता. दोन विरुद्ध टोकांमध्ये जीवन एवढं बहरू कसं शकतं? मानवाला अत्युच्च सुख लाभावं ह्यासाठी अनेक साधनं एका बाजूला निर्माण होतात तर दुसऱ्या बाजूला क्षुल्लक चिंता, हिशोब चुकते करणं आणि कारणाशिवाय शत्रुत्व घेणं असं वागून उंचावर पोहचलेल्या माणसांना पुन्हा तिथून खाली लोटलं जातं किंवा त्यांना तिथं येण्यास बंदी केली जाते.

की नियतीच असं जाहीर करते की मी तुम्हाला तुमच्या आत्म्यासह एकटं सोडणारच नाही. टेबलाशी बसलेले असताना अदिलेनं त्याच्याकडे आणि नूरानकडे

दोन–तीन वेळा दृष्टिक्षेप टाकलेले त्याच्या लक्षात आले होते. त्या घराची ती यजमानीणबाई होती. तिनं मुमताझकडे चोरून पाहिलं तेव्हा तिच्या नजरेतले भाव त्याला जणू सांगत होते, 'थांब, तुला दाखवतेच चांगला इंगा.' पण जेव्हा नूरानशी तिची नजरानजर झाली तेव्हा तिच्या नजरेनं जणू जाहीरच केलं, 'मी कायमची तुझीच मैत्रीण आहे. माझ्याहून चांगली मैत्रीण तुला दुसरी मिळणारच नाही.' अशा तऱ्हेनं अदिलेनं नूरानला जणू आपल्या कह्यातच घेतलं. तिला वाटत होतं की, नूरान दुर्बल आहे, जीवनात तिचा क्वचित पाय घसरलेलाही आहे. मुमताझच्या मनात विचार आला की, 'सईद नूहला सूर्याचं मृगजळ हे पद गाताना अशाच क्षुद्र मनोवृत्तीनं हिशोब चुकते करण्याचा अनुभव आला असेल. देदेनं जेव्हा अल्ला आणि आपली प्रियतमा ह्यांचं प्रेम व्यक्त करताना त्या दोघांना एकत्व दिलं तेव्हाही त्याला ह्या क्षुद्र मनोवृत्तीचा अनुभव आला असेल. तसंच रुमेलीच्या राजवाड्यातून तुरुकू लोकसंगीत संकलित करून आणि उत्कटतेनं गाऊन युरोपापर्यंत तुर्की संगीताचा प्रसार झाला तेव्हाही हीच क्षुद्र मनोवृत्ती विरोधाला उभी राहिली असेल.' त्या संगीतामुळे मानवी नियती, प्रेम, यातना, मृत्यू आणि वियोग ह्या अनुभवांचं जणू वेगळंच क्षितिज सामोरं येत होतं. क्षुद्र मनोवृत्तीत रममाण असतानाही अदिलेला पारंपरिक संगीत आवडत होतं, ती त्याचा आनंद घेत होती. परंतु अगदी निखळ, विशुद्ध कलासुद्धा काही लोकांचा स्वभाव बदलत नाही हेच शेवटी सत्य होतं.

आठ

नूराननं मुमताझला आपल्या घरी येण्याचं आमंत्रण दिलं. ती मुमताझविषयी घरी खूपदा बोलली होती.

इद्रीस एसेमासिरनच्या गीतातील शेवटल्या दोन ओळींत स्वर्गाचं जे वर्णन केलं होतं ते वर्णन मुमताझच्या दृष्टीनं नूरानच्या घराला अगदी चपखल बसत होतं. त्यामुळे ते घर आणि त्यातले रहिवासी ह्यांना बघण्याची त्याला फारच इच्छा लागून राहिली होती. नूरानची आई ही एक संगीताविषयी आत्यंतिक प्रेम असलेली प्रौढा होती. नूरानचे मामा तैफिक ह्यांच्याबद्दल नूराननं त्याला सांगितलं, ''ही सगळी माहिती आम्हाला जेवढी आहे तेवढीच ती त्यालासुद्धा आहे, पण त्याचा ठावठिकाणा काही ठरलेला नसतो. तो आम्हाला बऱ्याच वेळा दृष्टीससुद्धा पडत नाही.'' ते ऐकल्यामुळे मुमताझची उत्सुकता आणखीनच जागी झाली होती.

नूरानची आई जशी असायला हवी अशी त्याची अपेक्षा होती तशीच ती होती. तिचं नाव होतं नजिफे. १९०८ साली जी घटनात्मक क्रांती झाली त्या वेळेस ती वयात आली होती. पातळ, काळ्या, पारदर्शक बुरख्याआडून जीवनाकडे बघण्याची सवय असलेल्या स्त्रियांच्या काही कौतुक वाटेलशा सवयी असतात त्यातल्या बऱ्याच सवयी तिला होत्या. तिनं चोरट्या नजरांनी आयुष्यात बरेच आनंद मिळवले होते. तिच्यात अगदी लहान मुलाची उत्सुकता होती. म्हणजे ती कधी कुठे गेली आणि तिनं नवं काही पाहिलं-ऐकलं की ती म्हणायची, ''हे मला आता अनुभवायला मिळालं. मी जेव्हा घरी जाईन तेव्हा ह्याबद्दल मी आणखी विचार करेन.'' खरोखरच बाहेरच्या जगामध्ये चाललंय तरी काय? तुम्ही लोक ज्या जगात जगता त्यापेक्षा आमची दुनिया केवढी वेगळी आहे.

तीस वर्षांपूर्वी ज्या स्त्रिया तरुण होत्या त्यांच्या मनात असे विचार नैसर्गिकपणे येणं हे समजून घेता येण्यासारखं होतं. त्या वर्षांच्या प्रभावाखाली असल्यामुळे ती जरी विचारांनी आधुनिक असली तरी कृतीच्या बाबतीत मात्र ती अगदी जुन्या जमान्यातली संकोची स्त्री होती. तिच्यापेक्षा वयानं वीस वर्षं ज्येष्ठ असलेल्या नवऱ्यानं तिच्यावर वेड्यासारखं प्रेम केलं होतं. खूपच लाडावून ठेवल्यामुळे तिच्या व्यक्तिमत्त्वात विक्षिप्तपणाच्या वेगवेगळ्या सवयी शिरल्या होत्या. तिचे पती म्हणजेच नूरानचे वडील रासीम हे एके काळी प्रांताचे राज्यपाल होते आणि बासरीवादकसुद्धा होते. त्यांच्या पत्नीचं म्हणजेच नूरानच्या आईचं व्यक्तित्व चित्रविचित्र सवयींनी बनलं होतं.

ह्या वयस्कर स्त्रीचं निरीक्षण करण्याचं कसब अगदी दांडगं होतं आणि ती ते अजिबात दडवून ठेवत नसे. चालू घडामोडींत तिला अगदी बालिश म्हणावा असा रस होता. तिला थिल्लरपणा अजिबात आवडत नसे. तिला राजकारणाची आवड होती. तेजःपुंज लोकांचा सहवास तिला लाभलेला होता. बऱ्याच काळानं मुमताझच्या लक्षात आलं की तरुण तुर्क चळवळीच्या वेळेस जो इत्तिहाद वे तरक्की सेमियेती (एकता आणि प्रगती) हा पक्ष निर्माण झाला त्या पक्षातील प्रत्येक वरिष्ठ अधिकाऱ्याच्या कारकिर्दीचा मागोवा नूरानच्या आईनं घेतलेला होता. विस्मृतीत गेलेल्या अनेक वास्तव घटना पुन्हा आठवून सांगणारी ती एक स्मृतिमंजुषाच होती. १९०८ साली झालेल्या तरुण तुर्कांच्या चळवळीत एका विशिष्ट वर्गाच्या स्त्रियांच्या विचारसरणीमध्ये काही बदल घडून आले. नूरानची आई त्या वर्गाचं प्रतिनिधित्व करत होती. त्या दिवशी मुमताझला कळलं की ह्या आगळ्यावेगळ्या व्यक्तिमत्त्वांनी नजिफेच्या मनावर केवढा एकसंध प्रभाव टाकला असला पाहिजे. तिच्या बोलण्याच्या पद्धतीनं त्याची उत्सुकता चाळवली

गेली. नूरान कधी कधी खूपच जुने आणि फारसे प्रचारात नसलेले शब्द का वापरते, ते वापरताना तिला आनंद का होतो, काही स्वर ती दीर्घ का उच्चारते किंवा त्यांच्यावर जोर का देते ह्याचा उलगडा तिच्या आईचं बोलणं ऐकल्यावर त्याला झाला. उदाहरणार्थ, पायजमा हा शब्द नूरान पाहायजमा असा उच्चारायची. म्हणजे स्वराचा खूप दीर्घ उच्चार केल्यावर तिला शब्दाचा शेवटला भाग म्हणता यायचा. बोलण्याची खास इस्तंबुली लकब. ह्याचा अर्थच असा होता की अगदी खास शिष्टाचार पाळणाऱ्या घराण्यात तुमचं संगोपन झालेलं आहे. अठराव्या शतकातील ओटोमान राजदरबारी कवी नदिम आणि नबी ह्यांना त्या बोलण्याच्या पद्धतीचं भारी कौतुक होतं. सुस्थापित, मध्यमवर्गीय, मोठ्या कुटुंबांचं तसं बोलणं हे एक लोभस वैशिष्ट्यच होतं. त्या कुटुंबांतच आपापसात रोटीबेटी व्यवहार मोठ्या प्रमाणावर होत.

नूरानचा मामा तैफिक ह्याचा स्वभाव आणि गुणवैशिष्ट्यं नूरानच्या आईपेक्षा अगदीच वेगळी होती. १९०९ साली इत्तहाद वे तरक्की सेमियेती ह्या पक्षाच्या सरकारविरुद्ध कट्टर इस्लामी लोकांनी उठाव केला. तेव्हा तो उठाव चिरडून टाकण्यासाठी जी कृतिसेना पाठवण्यात आली त्या सेनेत लेफ्टनंट कर्नल ह्या पदावर तैफिकमामानं तरुणपणी काम केलं होतं. इत्तहाद वे तरक्की सेमियेतीच्या राज्यकाळात एक-दोन चांगल्या संधी पकडून त्याला धंद्यात उतरता आलं. त्यानंतर बऱ्याच वेळा तो दिवाळखोरीलाही सामोरा गेला. सरतेशेवटी त्या सगळ्या उचापतींतून सगळ्यांचं देणं भागवून आणि पुरेसं भांडवल गाठीला बांधून तो सहीसलामत बाहेर पडला. बारा वर्षांपूर्वी त्याची पत्नी मरण पावली आणि त्यानंतर तो आपल्या मुलासकट आपल्या बहिणीच्या घरी राहावयास आला. त्याच्या बहिणीनं खूप प्रयत्न करूनही तिला त्याचं लग्न पुन्हा जमवता आलं नव्हतं. विशेषतः मागील बारा वर्षांतलं तैफिकचं जीवन खरोखरच अगदी विचित्र म्हणता येईल असं झालं होतं. कारण १९१८ साली सैन्याचा तह झाल्यानंतर गजबजलेल्या बेयोग्लू भागातला एक जुगारी, दारुड्या, उडाणटप्पू माणूस म्हणून त्याची चांगलीच दुष्कीर्ती सगळीकडे पसरली. त्यानं आळसात घालवलेली मागची बारा वर्षं आपल्या वडिलांच्या स्मृतीला बहाल केल्यासारखी होती. पूर्वी आपल्या वडिलांचं नाव घेतानाही त्याला विचार करावा लागत होता. आता मात्र त्यांची अक्षरलेखनकला, सुलतानाकडून त्यांना मिळालेली अधिकारचिन्हं, त्यांनी बांधणी करून जतन केलेली पुस्तकं, यिल्डिझ नामक मातीकामाच्या कारखान्यात त्यांनी सजावटकाम केलेल्या फरशा आणि काचेवर काढलेली रंगचित्रं ह्या सगळ्या वस्तू त्यानं जतन करून ठेवल्या होत्या. आपले वडील आणि मेहुणे रासीम म्हणजेच

नूरानचे अब्बा ह्यांच्या अनेक खाजगी गोष्टी त्यानं मुमताझला विश्वासानं सांगितल्या होत्या. मातीचे सुशोभित फलक, दीपदान, मिठाई ठेवण्याचे वाडगे ह्यांच्यामागच्या वेगवेगळ्या कहाण्याही त्यानं त्याला सांगितल्या होत्या. केवळ एका दशकभरात त्यानं ह्या वस्तूंचा संग्रह केला होता. पण त्याला त्यात काही विशेष असंही काही वाटत नव्हतं. तो मुमताझला म्हणाला होता, ''अरे पोरा, सगळं इस्तंबूलच बाजारात विकायला आलेलं आहे.'' त्यानंतर मग इहसानबरोबर बेडस्टनच्या बाजारात फिरताना किंवा जुन्या वस्तूंच्या दुकानातील कलात्मक वस्तू हाताळताना मुमताझच्या लक्षात आलं की अत्यंत सुंदर अशा वस्तूंच्या पुढ्यातून कित्येकदा आपण त्यापूर्वी अगदी आंधळेपणानं जात होतो. त्या दिवशी तैफिकनं त्याला अनेक वस्तू दाखवल्या. त्याबद्दल खरं तर मुमताझनं त्याचे आभारच मानायला हवे होते. त्या वस्तूंमध्ये सुलेखन केलेले फलक होते, सुंदर भित्तिचित्रं होती आणि मेनाजरी म्हणजे काचेच्या बरण्यांतून जतन केलेल्या वस्तू होत्या. नूराननं एकदा मेनाजरी हा शब्द अनपेक्षितपणे वापरला तेव्हा मुमताझला ती आठवण आली.

हातातून सटकतील असे सुळसुळीत जार, केसांसारखे बारीक टोक असलेले बोरू, सुंदर ब्रश आणि रंग बनवण्याची प्लेट ह्यांच्या साहाय्यानं तैफिकचे वडील कलात्मक वस्तू तयार करत. हवा तो रंग बनवण्यासाठी तर ते खूपच आटापिटा करत असत. त्या सर्व कलात्मक वस्तूंचा शोध तैफिकनं घेतला. त्यामुळ तो एक छोटा वस्तुसंग्राहकच बनला. मध्ययुगीन तुर्कीश कलात्मक सर्जनशीलतेचं हे मरणपंथाला लागण्यापूर्वीचं स्वरूप एवढं अप्रसिद्ध असावं हे पाहून मुमताझ आश्चर्यचकित झाला. एकोणिसाव्या शतकाच्या उत्तरार्धात आधुनिक साहित्याची जी एदेबियत-इ- कदीद नावाची चळवळ झाली त्या चळवळीतले कवी आणि कादंबरीकार त्यानं वाचले होते. इहसानच्या संशोधनास मदत करणारं साहित्य जमवताना त्यानं त्या काळातील वृत्तपत्रं एका जमान्यात पिंजून काढली होती परंतु काचेच्या ह्या कलात्मक संग्रहातून सुलतान दुसरा अब्दुलहमीद ह्याच्याबद्दल जेवढं कळत होतं तेवढं त्या वाचलेल्या भरताडातून त्याला कळलं नव्हतं. त्या काचकलेला मेनाजरी असा शब्द होता. तो शब्दही नूरानला ठाऊक होता ह्यावरून तिच्या बालिश, निरागस कल्पनाशक्तीचा आणखी एक पैलू ध्यानात येत होता. जेव्हा जेव्हा त्याला मेनाजरी हा शब्द आठवे तेव्हा तेव्हा त्या अगदी सूक्ष्म, मंद रंग वापरून बनवलेल्या नाजूक काचसामानाच्या जवळ त्याची लाडकी नूरान बसलेली आहे असं त्याला वाटे. त्या वस्तू अँटिक होत्या, नाइटिंगेल पक्ष्याचं वक्राकृती घरटं, गडद निळ्या आणि लाल रंगाची टेराकोटा मातीची भांडी, रॉबीन

पक्ष्याच्या अंड्याचा निळा रंग, रोकोको ह्या कलाप्रकारातील चित्रं, जहाजाच्या फाळाच्या आकाराचे फळांचे वाडगे किंवा चामड्याच्या बांधणीच्या ग्रंथांवर केलेल्या सजावटीसारख्या बनवलेल्या थाळ्या अशा सगळ्या त्या वस्तू होत्या. त्या सर्व नाजूक, ठिसूळ वस्तूंमधील प्रकाशाचं परावर्तन, त्यांची नाजूक किणकिण पडताळून पाहाताना नूरान त्या अत्यंत काळजीपूर्वक हाताळत असे. अर्थात त्या वस्तूंमध्ये ला फ्रांगा ह्या स्पॅनिश आधुनिक कलेशी साधर्म्य असलेल्या खुणा दिसत असत. पण तसं असूनही त्यांच्यात आगळावेगळा असा कलात्मक फरकही होता.

तैफिकला आपल्या वडिलांखालोखाल दुसऱ्या कुणा व्यक्तीबद्दल आदर असला तर तो होता आपल्या बहिणीच्या पतीबद्दल! रासीमकडे जे काही होतं ते सगळं त्यानं अगदी जपून ठेवलेलं होतं. जणू त्या सर्व वस्तूंना कालातीत मूल्य असावं अशा तऱ्हेनं त्यानं रासीमची सर्व चित्रं, त्यानं हातानं केलेल्या नोंदी, ओटोमानकालीन हस्तलिखितं आणि सर्व प्रकारच्या बासऱ्यांचा संग्रह ठेवला होता. त्यात अर्ध्या लांबीच्या निस्फिये बासऱ्या होत्या. तैफिकनं वडिलांच्या एका सुबक सुलेखनचित्रासमोरच रासीमचा फोटो ठेवला होता. त्या फोटोत रासीमनं गणवेष घातला होता. त्यावर पदकंही लावलेली होती. मुमताझनं अगोदर सुलेखनचित्रावर काय लिहिलंय ते वाचलं. त्यावर लिहिलेलं सुभाषित असं होतं : अत्यंत उदार अशा अल्लाच्या कृपेमुळे आणि औदार्यामुळे आपल्याला मुक्ती मिळते.

१३१३ हाजरा सन किंवा इसवी सन १८९५ मध्ये माझ्या वडिलांबद्दल एक भली मोठी पोलीस फाइल सुलतान अब्दुलहमीद दुसरा ह्याला देण्यात आली होती. त्यानंतर त्यांना यिल्दिझ पॅलेस ह्या ठिकाणी दहा दिवस नजरकैदेत ठेवण्यात आलं. जेव्हा त्यांना सोडून दिलं गेलं तेव्हा त्यांनी हे सुलेखनचित्र बनवलं आणि त्यावर नैली ह्या कवीनं लिहिलेल्या वरील ओळी लिहिल्या. 'तू नीट बघ, त्या चित्रात जी सजावट केलीय त्या सजावटीत तुला एका दिवाणाची प्रतिमा दिसेल. त्याच दिवाणावर झोपून त्यांना ते दहा दिवस काढावे लागले होते?' त्या कवितेच्या कडव्याभोवती बगिचाची भिंत असावी तशी गुलाबाची फुलं आणि वेलींची सजावट केली होती. खरोखर त्या सजावटीतून एक मोठा दिवाण मधून मधून दृग्गोचर होत होता. परंतु मुलामा दिलेल्या, फिकट लाल रंगाच्या पार्श्वभूमीवर अरबिस्क पद्धतीनं काढलेली ती डिझाइन्स आणि भौमितिक आकृत्यांमध्ये गुलाबांची आणि अन्य फुलांची अशा तऱ्हेनं मोजूनमापून मांडणी केलेली होती की जर सांगितलं नाही तर त्या सलग सजावटीत दिसणारी ती आकृती एका दिवाणाची आहे हे सहजपणे नक्कीच कळत नव्हतं.

सत्य परिस्थितीच्या रेखाटनाच्या त्या वैशिष्ट्याबद्दल मुमताझनं नंतर विचार केला तेव्हा त्याला वाटलं की असं केल्यानं जुन्या ओटोमानकालीन सुलेखनाला बाधा येते.

आश्चर्याची गोष्ट म्हणजे तैफिकला अनपेक्षितरीत्या हा जो पुराणवस्तुसंग्रहाचा छंद लागला त्यात तो एवढा गुंतून गेला की त्या विषयात त्याला अगदी सखोल ज्ञान प्राप्त झालं. जवळ जवळ पन्नास वर्षं तो काहीही समजून न घेता ज्या वस्तूंच्या सहवासात राहात होता त्या वस्तू अचानक जिवंत झाल्या होत्या आणि अर्थपूर्ण बनल्या होत्या. पण ते काही तैफिकच्या दृष्टीनं वेगळं असं नव्हतं. अत्यंत मेहनतीनं तो आपला संग्रह जतन करत होता. वयानं जरी तो आता ७४ वर्षांचा असला तरी त्याच्या आवाजात एक सुरेल खर्ज होता. अजूनही रोज संध्याकाळी तो मद्यपान करत होता. तरुण, आकर्षक स्त्रियांच्या फक्त संगतीत का होईना रमत होता. ऑटमऋतूतल्या रात्री कधी कधी शेजारपाजारच्या कोळ्यांसोबत स्वर्डफिश मासे पकडायला जात होता. १९२६ साली एका बॉलडान्सच्या पार्टीत दोन संसदसदस्यांनी झैबेक हे लढाऊ तुर्की लोकनृत्य केलं होतं त्याची आठवण सांगताना तो एकदा बोलला होता, ''मी जसं झैबेक हे पारंपरिक नृत्य करतो तसं दुसरा कुठलाही मुरब्बी सैनिक करू शकणार नाही. विशेषतः तुमच्या त्या पोशाखी सैनिकांना तर अजिबातच ते जमणार नाही. मी त्या वेळेस लगेचच वाद्यवृंदाला इशारा करून उभा राहिलो होतो. सगळेजण माझं नृत्य पाहून एवढे आश्चर्यचकित झाले म्हणून सांगू. झैबेक नृत्य हे अगदी विलक्षण नृत्य आहे. तुम्ही नृत्य करताना जर इतरांनी तुम्हाला रंगमंच मोकळा करून दिला नाही तर तुम्ही चांगले नाचत नाही असंच म्हणावं लागेल.''

मी अन्तालियामध्ये एकदा बघितलंय ते नृत्य, पण तेव्हा मी अगदीच लहान होतो. डिमिर्सी फौजेतल्या दोन धाडसी जवानांनी पैज लावली होती. कोकराचं मटण आणि बकलावा हे मिष्टान्नही तयार ठेवलं होतं. मग लोकांनी रस्त्यावरच मेजवानी झोडली मशालींच्या उजेडात...

तैफिकनं नूरानकडे बोट दाखवून म्हटलं, ''ह्या पोरीला ते नृत्य चांगलं अवगत आहे.''

''आं! खरं की काय? कधी बोलली नाहीस तू मला नूरान. मला कल्पनाच नव्हती.'' मुमताझ म्हणाला.

नूराननं वैतागल्याचा खोटा अभिनय करून म्हटलं, ''काय मुमताझ, मी सांगितलं नव्हतं तुला? अनातोलियन पद्धतीची कित्येक लोकनृत्यं मला अवगत आहेत.''

पण तैफिक हा केवळ भूतकाळातील वस्तू जतन करणारा संग्राहक किंवा त्याच्या वर्तुळातील एका सर्वश्रेष्ठ झैबेक-नर्तिकेचा केवळ मामाच नव्हता. त्याला राकी ह्या पेयासोबत खाण्यासाठी उत्तमोत्तम असे रुचकर पदार्थ बनवण्याचीही आवड होती. हा त्याचा गुण लोकांच्या दृष्टीनं आनंददायक होता.

तैफिककडे बघताना मुमताझला त्याचं फारच कौतुक वाटू लागलं होतं.

''माझे मामा कितीतरी बाबतीत माझ्या अब्बासारखेच आहेत ह्याचं किती आश्चर्य वाटतं ना?'' नूरान म्हणाली.

संध्याकाळी तैफिक गायब झाला. पण तो जेव्हा तासाभरानं उगवला तेव्हा राकी ठेवलेल्या टेबलावर मांडलेला देखावा अगदी पाहण्यासारखा होता.

''सगळ्यात महत्त्वाचं म्हणजे राकी अगदी हळूहळू प्यायला हवी... बराच वेळ घेत... त्यानंतरच तिचा खरा स्वाद खुलतो.''

ह्या इस्तंबूलवासी वयस्कर विद्वानाच्या घरातील रोजची चैन आणि जीवनाचा आनंद घेण्याची वृत्ती हल्लीच्या काळात क्वचितच सापडत होती. केवळ कुठले पदार्थ कधी खायचे ह्याविषयीही त्यानं एक खास कॅलेंडर बनवलं होतं. कुठल्या मोसमात कुठल्या भागात कुठले मासे चांगले मिळतात, हंगामाच्या सुरुवातीला कुठले पदार्थ बनवायचे, कुठल्या महिन्यात माशांचे कुठले पदार्थ बनवायचे ह्याची माहिती त्याच्याहून दुसऱ्या कुणालाही जास्त नसावी.

आम्ही जेव्हा खूपच लहान होतो तेव्हा एब्बुझ्झिया एक कॅलेंडर तयार करायचा. आता तो नाही. ईश्वर त्याच्या आत्म्याला शांती देवो. त्या कॅलेंडर बनवण्याहून गुंतागुंतीचं दुसरं कुठलं काम असेलसं वाटत नाही मला. फ्रेंचमधून अनुवादित केलेल्या पाककृतींनी ते कॅलेंडर भरलेलं असे. त्या पाककृती त्याला छोट्या छोट्या बेयोग्लू हॉटेलांतून मिळत. जेव्हा मी त्यातल्या दोन-तीन पाककृती पाहिल्या तेव्हा मला त्याचा एवढा हेवा वाटला म्हणून सांगू? नंतर माझीही त्यातली आवड चाळवली गेली.

उत्तमोत्तम, स्वादिष्ट पदार्थ बनवण्याच्या पाकशास्त्राबाबतीत तैफिक अगदी पद्धतशीर होता. त्याची श्रद्धा होती की पदार्थात आपण कुठले घटक वापरतो ह्यावर पाकशास्त्राचं मर्म अवलंबून असतं. त्याच कारणासाठी प्रत्येक महिन्यासाठी आणि प्रत्येक मोसमासाठी खाद्यपदार्थांचे कॅलेंडर बनवणं ही अत्यावश्यक गोष्ट होती. बॉस्फरस भागातील लोदोस म्हणजे दक्षिणवारे आणि पोयराझ म्हणजे उत्तरवारे हे अगदी रोजच्या रोज माहिती देणारे दर्शकसुद्धा त्यासाठी विचारात घेणं गरजेचं होतं.

लाल म्युलेट हा मासा जगातील सर्वात स्वादिष्ट मासा आहे, पण तो त्याच्या

खऱ्या हंगामात पकडला नाही तर त्याची खरी चव येत नाही. तसंच तो प्रिन्सेस आयलंडजवळ किंवा बॉस्फरसच्या दक्षिणेच्या मुखाजवळ नाही पकडला तर अगदीच बेचव लागतो. दार्दानेलीसच्या दक्षिणेकडे पकडलेला म्युलेट मासाही अगदीच बेचव समुद्री जलचर म्हणावा लागेल. त्याला कुठल्याच वर्गीकरणात बसवता येणार नाही.

उत्तमोत्तम अन्नाचा स्वाद घेण्याबाबतीतल्या तैफिकच्या रुचीनं अगदी ऐतिहासिक तत्त्वज्ञानाची पातळी गाठलेली होती.

जरा विचार करा, हा म्युलेट मासा आज आपल्याला एकत्र बसून खायला मिळतोय ह्यासाठी नशिबानं कित्येक शतकं मेहनत केलेली आहे. सुरुवातच करायची तर याह्या केमाल ह्या कवीनं सांगितल्याप्रमाणे डेन्यूब, व्होल्गा आणि डॉन ह्या नद्यांचं पाणी काळ्या समुद्रात येतं. आपल्या पूर्वजांना मध्य आशियातून प्रवास करून सरतेशेवटी इस्तंबूल येथे स्थायिक व्हावं लागलं. आणखी विशेष सांगायचं म्हणजे सुलतान महमूद दुसरा ह्यानं नूरानच्या पणजोबांना इस्तंबूलहून मनास्तिर येथे हाकलून दिलं. कारण ते बेकताशी म्हणजे सुफी पंथाचे होते. तिथं गेल्यावर त्यांनी मर्झिफोन शहरातील एका श्रीमंत मेजरच्या मुलीशी लग्न केलं. माझ्या आजोबांची बायको त्यांना सोडून गेली तेव्हा मनाला शांती मिळावी म्हणून त्यांनी पवित्र कुराण हातानं उतरवून काढलं. त्या कुराणाची प्रत लिहून त्यांना जो मोबदला मिळाला ते पैसे देऊन त्यांना हा भला मोठा वाडा विकत घ्यावा लागला. कुठल्या पाशानं त्यांना हा वाडा विकण्याचा प्रस्ताव दिला ते नाही माहीत... पण बेटा मुमताझ, मी काय म्हणतोय ते कळतंय ना तुला? अख्खंच्या अख्खं पवित्र कुराण उतरवून काढण्याचं मूल्य सातशेपन्नास मोहरा. ...म्हणजेच ही इमारत आणि त्यामागील जमीन... त्यानंतर मग नूरानचे वडील लहानपणी आजारी पडले तेव्हा त्यांच्या आईनं त्यांना अझीझ महमूद हुदाई एफेंदी ह्यांच्या चरणी वाहिलं. त्यामुळे ते जेव्हा मोठे झाले तेव्हा त्यांना त्या सुफी संतांच्या दरविश घराण्यात पाठवलं गेलं. तिथं त्यांची माझ्या वडिलांशी मैत्री झाली. माझ्या बहिणीशी त्यांचं लग्न झालं आणि नूरान ह्या जगात आली... तूसुद्धा आमच्या ह्या जगात सामील होशील...

लाल म्युलेटपासून सुरू झालेला हा वेगवेगळ्या वंशांचा सामाजिक प्रवास मुमताझ मोठ्या कौतुकानं ऐकत होता.

तैफिकचा मुलगा यासर आपल्या बापाचं बोलणं ऐकून हसला. आपल्याला हल्लीच दुर्धर हृदयविकार जडलाय असं त्याला वाटू लागलं होतं. त्या आजारामुळे जेवढं हसणं शक्य होतं तेवढाच तो मोजूनमापून हसला. एकोणिसाव्या शतकातील

सुधारणेच्या तांझिमत युगाचं प्रतिनिधित्व तैफिक करत होता. तो खूपच ताठ्यानं आपल्या कामाला जात असे. दररोजचे सुखोपभोग घेण्याकडे त्याचा कल होता. तो त्या काळातील सहजतेत, शांततेत आणि चोरलेल्या छोट्या-मोठ्या आनंदात जगत होता. पण त्याचा मुलगा यासर ह्याची मात्र १९०८ सालानंतरच्या दुसऱ्या राज्यघटनात्मक कालखंडाशी अधिक जवळीक होती. त्या काळातील सगळी बेचैनी त्यानं सहन केली होती. गोंधळात टाकणारा आदर्शवाद, न्यूनगंड आणि बंडखोरीच्या लाटा अधूनमधून त्याच्या मनात उसळून येत. थोडक्यात सांगायचं तर उचंबळून येणारा उत्साह आणि कुंठित करून टाकणारी निराशा ह्या दोन टोकांत त्याच्या मनाचा हिंदोळा झुलत असे.

मुमताझ जेवणाच्या टेबलाशी बसला तेव्हा त्याला वाटलं की आपल्या बाजूला बसलेला हा अंदाजे ४५ वर्षांचा मनुष्य जेवणाचा आनंद सगळ्यात जास्त घेईल. यासरनंही अगदी उत्साहानं उचंबळून येऊन आपला पेला भरला आणि तो मुमताझच्या दिशेनं उंचावून म्हटलं, ''स्वागत असो, तुझं.'' आणि एका घोटात तो पेला त्यानं रिकामासुद्धा केला. तैफिकनं एखाद्या उधळलेल्या घोड्याला लगाम घालावा त्या थाटात ''व्होआ'' असं ओरडून त्याच्या उत्साहाला वेसण घालायचा प्रयत्न केला. पण यासरनं तो इशारा साफ धुडकावून लावला. त्याच्या शरीराची यंत्रणा व्यवस्थित चालत होती, अख्खा दिवस सारं घर एखाद्या छोट्याशा भट्टीसारखं तप्त झालेलं होतं. त्यातच भर म्हणून की काय पण तीनच दिवसांनी तो अंकारा येथे चालला होता. मग जर कोरी राकी, त्याच्या वडिलांनी बनवलेला बैंगन का भरता आणि इतरही भूकवर्धक पदार्थ टेबलावर वाट पाहात मांडून ठेवलेले असताना का म्हणून त्यानं बंधन पाळावं? यासरसुद्धा सर्वांप्रमाणे आस्वाद घेणार होता. तेवढ्यात त्याला आपल्या शरीराच्या कार्यपद्धतीची जाणीव झाली. त्याच्या नाजूक पचनसंस्थेनं त्याला पहिला सिग्नल दिला, त्यानंतर वेदना, थकवा, एकूणच सगळ्याचा वीट आणि आपल्या कोषात शिरणं अशा एकेक पायऱ्या तो चढत गेला. खरं तर ह्या बापमुलाचे संबंध चांगले चेष्टामस्करीचे होते. पण मुलगा आधुनिक विज्ञानाच्या साहाय्यानं जगत होता तर बापाला आपल्या उभ्या आयुष्यात औषध म्हणजे काय तेच ठाऊक नव्हतं. त्यानं आत्तापर्यंत औषध म्हणून काय घेतलं असेल तर कधी बद्धकोष्ठ झालं तर सेन्ना वनस्पतीची पानं हुरीये ह्या नोकराणीकडून कुटून घ्यायची नाही तर थंडीत जर खोकला झाला तर गलिंगेल वनस्पतीचं मूळ शेगडीवर उकळून घेऊन प्यायचं. तैफिकला ॲस्पिरिन म्हणजे काय हेसुद्धा ठाऊक नव्हतं.

आपल्या मुलाला वैद्यकीय औषधांचं एवढं प्रेम आहे ह्याबद्दल तैफिक काही अति तक्रार करत नव्हता. दररोज वेगवेगळ्या औषधांचे डॉक्टरनी सांगितलेले किंवा त्याहून जास्त डोस घेऊन यासर स्वतःवर जणू विषप्रयोगच करत असला आणि त्यातून होणाऱ्या बऱ्यावाईट परिणामांना तोंड देत असला तरी तो जीवनालाही तोंड देत पुढे पुढे जात राहिला होता. विशेषतः जेव्हापासून त्याला आपल्याला रोग झाले आहेत असा भ्रम होऊ लागला होता तेव्हापासून तो आपल्या करिअरमधील अनेक गरजांपासून मुक्तच झाला होता. (त्या भ्रमिष्टपणाच्या आजाराला वैद्यकीय परिभाषेत हायपोकोंड्रिया असं नाव होतं.) आता तो आपल्या उजव्या हाताच्या करंगळीचं नख चार इंच लांब वाढवत नव्हता. तोल्देव येथे त्याला भेटलेली तरुण कॉण्टेसा आणि तिची लाघवी आई किंवा झाडांची शीतल छाया दुतर्फा असलेले बुखारेस्ट येथील सरळसोट रस्ते, वार्ना येथील अद्वितीय समुद्रकिनारा ह्याविषयी बोलणं त्यानं आता सोडून दिलं होतंच, पण पॅरिसमधल्या दुसऱ्या सचिवालयाबद्दल बढाया मारणंही सोडून दिलं होतं. फ्रेंच गायिका आणि अभिनेत्री मिस्टिंग्वेट हिला संध्याकाळच्या वेळेस तिच्या नोकराणीच्या उपस्थितीत भेटण्याचा मान त्याला तिथंच तर मिळाला होता पण त्याविषयी तो आता बोलत नसे. तसंच विल्हेम स्ट्रास रस्त्यावरल्या वसतिगृहाजवळ एकदा दुपारच्या वेळेस तोंडात सिगरेट धरलेला स्विस अभिनेता एमिल जानिंग्ज ह्याच्याशी त्याची आमनेसामने गाठ पडली होती. तो अभिनेता आपल्या घराच्या दारातून बाहेर पडला तेव्हा त्याच्यापाठी एक मोठ्ठा कुत्रा होता त्याविषयीही तो बोलत नसे. ह्या वसतिगृहात एक टपोऱ्या डोळ्यांची, सोनेरी केसांची मुलगी होती. तिच्या टोकदार पापण्यांतून निळ्या रंगाचा मसकरा ओघळत असे. वॅग्नर ह्या जर्मन संगीतकाराचं तिला वेडच लागलेलं होतं. त्याची हायने ही रचना जेव्हा ती म्हणत असे तेव्हा तिचा आवाज थरथरत असे. तिच्यासोबत तो टायरोलिअन आल्प्स पर्वताच्या अवर्णनीय सहलीला गेला होता. चांदण्यात बसून त्यांनी लोकगीतं ऐकली होती. पण हे सारं तो आता विसरून गेला होता. त्याचप्रमाणे बुडापेस्टपासून काही तासांवर असलेल्या एका मूळच्या तुर्कस्तानी माणसाच्या बंगल्यावर त्यानं आठवड्याभराची सुट्टी व्यतीत केली होती तेही तो विसरला होता. तिथं उंच पाठीच्या खुर्च्या, घोडे, अस्सल वंशाचे ग्रेहाउंड कुत्रे आणि धान्यमळणीची केंद्रं होती. ती धान्यमळणी केंद्रं खरोखर धान्य मळायला वापरण्याच्या ठिकाणाऐवजी मार्टा एगर्थच्या ऑपेरासदृश चित्रपटासाठी उभारलेल्या सेटसारखी दिसत असत. थोडक्यात सांगायचं तर सुंदर संगीत, सवंग भावनाप्रधानता, व्हिएन्नाचे कॅफे, नाजूकसाजूक वागणाऱ्या स्त्रिया आणि मोझार्टबद्दल केलेल्या कॉकटेल पार्टीतल्या

बाष्कळ चर्चा हे सगळं काही त्याच्या स्मरणशक्तीच्या परिघातून नाहीसं झालं होतं. हल्ली यासर रोज संध्याकाळी घरी परतत असे तेव्हा त्याच्या हाताता घट्ट बांधलेलं, अत्यंत देखणं असं एखादं पुडकं असे. ते पुडकं उघडताना एखाद्या फळावरचं साल काढावं तसं तो ते अगदी काळजीपूर्वक उघडत असे. मग त्यात लिहिलेलं पातळसं माहितीपत्रक हळुवारपणे उलगडून वाचताना आश्चर्यचकित होऊन पाहात तो हसू लागे. एखाद्या धर्माचे अनुयायी विश्वाच्या नियमित घड्याळाप्रमाणे चालणाऱ्या चक्राबद्दल नम्रता व्यक्त करतात तशा तऱ्हेची चमक त्याच्या ओठांवर आणि डोळ्यांत येई. जणू त्या माहितीपत्रकातून ज्ञानाचा प्रकाशच बाहेर पडत असावा.

मुमताझला आपल्या पॅरिसमधील मित्रांकडून यासरबद्दल माहिती कळली होती. त्या माहिती देणाऱ्यांत इहसान होता तसंच अदिलेच्या घरात अकस्मात गाठभेट झालेले पाहुणेसुद्धा होते. खरं तर यासर नामक ह्या विदेश मंत्रालयातील अधिकाऱ्यावर निसर्गानं चांगलीच कृपा केली होती. आणि १९२५-२६ साली त्याचं भवितव्य अगदी उज्ज्वल दिसत होतं. परंतु मधल्या पातळीवरील राजदूतपदासाठी त्याची निवड झाली नाही. कारण एका कौटुंबिक मित्रानं त्याला फसवलं. त्यामुळे त्याला कुठल्यातरी बाल्कन देशातील एका शहरात राजदूतावासाचा मुख्य भाग असलेल्या जागी मुख्य सचिव म्हणून धाडण्यात आलं. त्या वेळेपासूनच आपल्याला काहीतरी रोग झाल्याचा भ्रम त्याला होऊ लागला होता.

मागील सहा-सात वर्षं ह्या वेडानं त्याला जणू पछाडलेलंच होतं. ते वेड क्षुल्लक म्हणून सोडून देण्यासारखं नव्हतं. एखाद्या सुलतानानं अचानक फतवा काढून एखाद्या सर्वसामान्य माणसाला युद्धनौकेचं कप्तानपद बहाल करावं आणि त्या युद्धनौकेचं अगदी कठीण असं कामकाज नुसतं समजावून घेण्यासाठी त्या माणसाचा सारा वेळ खर्ची पडावा तशी यासरची अवस्था झाली होती. तो आता आपल्या शरीरातील कामकाज कसं चालतंय ह्यात गुंतून गेला होता. त्या शरीराची गुपितं, त्याचं भावी कर्तृत्व आणि ते चालवणारे कायदे त्याला नीट समजत नव्हते. शरीरातील अस्वस्थ करणाऱ्या गूढ यंत्रणांचं एकत्रीकरण करून त्यांच्या कार्याचा समन्वय साधायचा आणि त्यात काही गडबड होण्याची शक्यता निर्माण झाली तर योग्य वेळेला मधे पडायचं हेच त्याचं आता मुख्य काम झालं होतं. थोडक्यात सांगायचं तर एखादं जहाज तपासणीसाठी म्हणून वेगळ्या बंदरात आणलं जातं तसं यासरचं शरीरही त्याच्या स्वतःच्या नजरेखाली बंदिस्त होतं. एका बेफिकीर डॉक्टरानं जेव्हा एके दिवशी चक्क जाहीर केलं की, ''तुम्हाला हृदयरोग झालेला असण्याची शक्यता नाही. कारण तुमच्या शरीरात तशी काही चिन्हं

दिसत नाहीत. पण कदाचित तुमच्या शरीरातील इतर यंत्रणांत बिघाड असू शकतो.'' हे ऐकल्यापासून त्याचा आजार झाल्याचा भ्रम बळावत चालला होता. शरीरात चालणाऱ्या यंत्रणेचा न कळणारा मेळ शोधण्यात त्याचं आयुष्य चाललं होतं. एखाद्या ग्रंथाचे प्रकाशित झालेले अनेक खंड एकाच ठिकाणी ठेवलेले असावेत तसं आपलं शरीर असतं हा अर्थ आता यासरच्या मनात नव्हता. त्याला वाटू लागलं होतं की राज्याच्या मंत्रिमंडळात वेगवेगळ्या विचारसरणीचे आणि पक्षांचे मंत्री बसल्यामुळे राज्यकारभार सुरळीत होण्यात अडथळा यावा त्याप्रमाणे आपलं शरीर हे स्वतंत्र बाण्यानं वागणाऱ्या अनेक यंत्रणांनी बनलं आहे. त्या यंत्रणांची गोंधळात टाकणारी युती म्हणजे आपलं शरीर आहे. आतड्यापासून पोटापर्यंत, यकृतापासून मूत्रपिंडापर्यंत आणि सहानुभूती दाखवणाऱ्या चेतासंस्थेपासून अंतर्स्राव निर्माण करणाऱ्या ग्रंथींपर्यंत प्रत्येक अवयव स्वतंत्रपणे काम करत आहे आणि प्रत्येकाचा काम करण्याचा हेतूसुद्धा वेगवेगळा आहे. ह्या वेगवेगळ्या दिशेनं काम करणाऱ्या अवयवांची एकत्र मोट बांधण्याच्या कामी यासर झगडत होता. वेगवेगळ्या पक्षांच्या लोकांची मोट बांधून असाध्य ते साध्य करण्यासाठी धडपडणाऱ्या पंतप्रधानापेक्षा त्याची परिस्थिती काही वेगळी नव्हती. ह्या धडपडीतून सुटकेचा एकमेव मार्ग होता तो म्हणजे आधुनिक वैद्यकशास्त्रातील औषधांचा.

जो कोणी माणूस ह्या शतकाचा इतिहास लिहील तो आधुनिक औषधशास्त्राच्या सुळसुळाटाबद्दल लिहीलच लिहील. ह्या प्रचंड साथीचा यासर एक बळी होता. इस्तंबूलमधील काही औषधी गोदामांशी त्यानं संपर्क ठेवला होताच त्याशिवाय औषधं बनवणाऱ्या कारखान्यांशी किंवा त्यांच्या प्रतिनिधींशीही थेट संपर्क ठेवला होता. डॉक्टरांना आपल्या नवीन औषधांचे नमुने पाठवावेत तसे ते लोक त्यालाही आता आपल्या उत्पादनांचे नमुने हळूहळू पाठवू लागले होते.

ही औषधं म्हणजे आधुनिक वैद्यकशास्त्र आणि रसायनशास्त्राची केवळ विजयी टिमकीच नव्हती तर त्यासोबत वैयक्तिक मीमांसा आणि माहितीपत्रकंही दिली जात होती. शिवाय त्या औषधांचं अत्यंत दक्षतेनं पॅकिंग केलं जाई. त्यांच्यावरील आच्छादनं अगदी देखणी असत. त्यासाठी मोरोक्को केस ह्या प्रकारच्या आच्छादनाची नक्कल केली जाई. त्याशिवाय खूप उन्मादक आणि महागडी अत्तरं, पावडरी आणि इतर प्रसाधनसाहित्याच्या आच्छादनांचीही नक्कल केली जाई. ही औषधं वेगवेगळ्या आकारांत, प्रकारांत आणि रंगात येत. यासरच्या दृष्टीनं त्यातली काही अगदी नाजूक होती, शानदार होती. त्याला ती अगदी स्नेहपूर्णच भासत होती. जणू काही ती औषधं

यासरला म्हणत होती, 'भूमितीत प्रमेय जसं उपयोगी असतं तसंच जीवनात आम्हीही उपयोगी पडतो. महत्त्वाचं म्हणजे आम्हाला कुठंही पटकन नेता येतं.' काही काही औषधं चपट्या बाटल्यांत असत. त्या बाटल्यांतला ऐवज जणू सांगे की आम्ही तुमचे प्रामाणिक विश्वासू नोकर असल्याप्रमाणे सगळ्या तऱ्हेची गुप्तता पाळू. त्या औषधांनी त्याच्या रोजच्या जीवनात अगदी जाणवेलसा बदल घडवून आणला होता. म्हणजे निदान शहरी आणि रस्त्यावरील जीवनात तरी नक्कीच बदल घडवून आणला होता असं म्हणायला हरकत नव्हती... मखमलीसारखी चमकदार वेष्टणं असल्यामुळे खरोखरच्या चामड्याची बांधणी आपल्याला मिळाल्याचं समाधान लोकांना लाभे. उन्हात त्या वेष्टणांचा केसांसारखा तलम, मुलायम पोत उन्हात चमकून उठे. आता ही औषधी उत्पादनं म्हणजे केवळ काही मोठ्या औषधी कंपन्यांची मिरासदारी उरली नव्हती. ग्राहकांनी एका आदर्श, नव्या आणि धाडसी कंपूत पाऊल टाकावं म्हणून ग्राहकांना त्या कारखान्यांनी साहाय्य केलं होतं. त्यांनी जीवनाला एक कृत्रिम सहजता बहाल केली आणि मानवातील नैसर्गिक मृत्यूला हळूहळू खीळ घातली. हा भव्यदिव्य आदर्श यासरच्या मनाला भावला होता. त्याच्या आत्म्यावर, त्याच्या मनावर त्यानं विजय मिळवला होता. रुग्णविषयक माहिती मिळवण्यासाठी सहा वर्षं झगडल्यानंतर शरीरातील वेगवेगळ्या कार्ययंत्रणा आपल्या इच्छेविरुद्ध जाऊन यासरच्या मनासारखं वागू लागल्या. कारण त्याच्या दृष्टीनं तो सर्व गोळ्यांचा परिणाम होता. तो गोळ्या खाऊन झोपे, उठल्यावरसुद्धा थोड्याशा ॲस्पिरिनच्या गोळ्या घेतल्यावरच त्याला जागृतीचा अनुभव येई. गोळ्यांमुळे त्याचं अन्नपचन होई, गोळ्यामुळेच त्याचा कोठा साफ होई, गोळ्या घेऊनच तो समागम करी आणि गोळ्या घेऊनच त्याच्या सर्व इच्छा-वासना जागृत होत. रॉश, बेयर आणि मर्कसारख्या कंपन्या म्हणजे त्याच्या जीवनातील मुख्य घटक होत्या. तो मोठमोठे अहवाल लिहायचा आणि मंत्रिमंडळाला पाठवायचा. ते अहवाल लिहिण्याची ताकद त्याला ह्या औषधी कारखान्यांत तयार झालेल्या टॉनिकांमुळेच तर मिळाली होती. ती टॉनिकं मानवी सहनशक्ती वेगानं वाढवत होती. कल्पना करता येणार नाही एवढ्या आकाराच्या बाटल्या त्याच्या पलंगाजवळील फडताळात गर्दी करून होत्या. त्यावर सजवलेली चिन्हं होती. काहींवर डकवलेल्या चिठ्ठ्यांवरची नावं पुष्कळ मोठी होती. ती वाचून असं वाटे की त्या औषधांचं कुठल्यातरी मूलद्रव्यांशी, पौराणिक गोष्टींशी किंवा विश्वरचनाशास्त्राशी साधर्म्य आहे. काहींवर कवितासंग्रहाची शीर्षकं असावीत तशी द्व्यर्थी शब्दरचना वापरून शीर्षकं बनवलेली होती. ह्या बाटल्यांमुळे आणि पुडक्यांमुळे त्याच्या कपाटातील लांबलचक कप्पा

अमेरिकन मद्याच्या बाटल्यांचा बार सजवावा तसा झगझगत होता. यासर त्या औषधांविषयी बोलताना अगदी अतिशयोक्त भाषा वापरत असे. म्हणजे आपण क जीवनसत्त्व घेतलं असं न म्हणता तो म्हणे, ''मी सेंट देऊन दहा लाख संत्री विकत घेतली.'' आपल्या कोटाच्या खिशातून फॅनोडॉर्म किंवा एव्हिपेनची बाटली बाहेर काढताना तो जाहीर करी, ''ह्यातील प्रत्येक कॅप्सुलमध्ये कमीत कमी वीस तरी कल्पनाशक्ती भरलेल्या आहेत. एकाच लेखकाला त्या सर्व कल्पना कधीच सुचणार नाहीत. बघा, बघा, ह्या गोळ्या म्हणजे खूप मोठी पदवी मिळालेल्या कवीसारख्याच आहेत.'' तो औषधं घेई त्या औषधांच्या गुणधर्मानुसार तो दिवसाच्या तासांची विभागणी करी. म्हणजे तो आसपासच्या लोकांना म्हणे, ''मंडळी, मला अजिबात विसरू देऊ नका. बरोब्बर तीन वाजता मी पेप्सीनची गोळी घेतो... मला वाटतंय की मी बहुधा माझी युरोट्रोपीनची गोळी घ्यायला विसरलो. हे अल्ला, ती गोळी न घेतल्याचा माझ्यावर कुठलाही दुष्परिणाम न होवो म्हणजे मिळवलं.''

आधुनिक विज्ञान आणि मानवजातीच्या भल्यासाठी निर्माण झालेली बाजारव्यवस्था ह्यांच्या हातमिळवणीतून जे काही अन्य परिणाम उद्भवले त्या परिणामांतील एक चळ लागण्याचा परिणाम म्हणून यासरकडे सहज बोट दाखवता आलं असतं.

नऊ

नूरानच्या घरी झालेल्या आनंदी स्वागतामुळे मुमताझला पराकोटीच्या समाधानाचा अनुभव आला. पण दुर्दैवानं फातमाच्या चिडचिडीमुळे त्या आनंदावर विरजण पडलं.

फातमाचा बाप सोडून गेल्यापासून इतरांबद्दल सातत्यानं वाटणारी असुरक्षितता हाच तिच्या स्वभावाचा स्थायीभाव बनला होता. जे काही आपलं आहे ते सारं काही आपल्यापासून हिरावलं जाणार आहे ह्या भयगंडानं तिला पछाडलं होतं. त्यामुळेच मुमताझबद्दल मत्सराची भावना तिनं आपल्या मनात जोपासली होती. इतरही अचानक घडलेल्या घटनांमुळे तो मत्सर तिला आणखीनच त्रास देऊ लागला.

मुमताझबरोबर कुठल्याही प्रकारचे बंध त्या मुलीला जुळवताच येईनात. सुरुवातीला तिला त्याच्याशी बेपर्वाईयुक्त थंडपणानं वागायचं होतं, केवळ रीत म्हणून बोलायचं होतं. पण थोड्याच काळात ती अगदी द्वेषानं आणि दुष्टबुद्धीनं वागू लागली. सरतेशेवटी सर्वसंगपरित्याग करावा तशा तऱ्हेनं ती सर्वांची संगत सोडून आपल्याच

खोलीत बसू लागली. पण तसं बसल्यावर खाली काय बरं चाललं असेल, हा विचार तिचा पिच्छा पुरवू लागला की पाच मिनिटांनी ती पुन्हा खाली येई. तेव्हा तिचा स्वभाव आणखीनच आक्रस्ताळा आणि लहरी बनलेला असे. घरात लग्नाचा विषय बऱ्याचदा निघत असल्यामुळे नूरानच्या जीवनात मुमताझचं स्थान काय आहे हे फातमाला ठाऊक झालं होतं. ह्याच कारणामुळे मागील दहा दिवसांपासून तिचं स्वतःच्या आईबरोबरचं वागणंसुद्धा बदलून गेलं होतं.

पण नूरानच्या घरात असण्याचा आनंद मुमताझच्या दृष्टीनं कश्शाकश्शामुळेही उणावला नव्हता. ज्या घरात लहान मुलगी आणि एक किशोरवयीन कन्या म्हणून नूरान राहिली होती, तिथं राहून तिनं ज्या गोष्टींचा अनुभव घेतला होता ते सर्व पाहणं हे त्याच्या दृष्टीनं आल्हाददायक होतं.

परिणामतः नूरानच्या घराबद्दलचे नुसते विचार मुमताझच्या दृष्टीनं समाधानाचा आगळावेगळा झरा असल्यासारखेच झाले होते. जेव्हा त्याला एकट्याला सोडून त्याची नूरान दूर जाई किंवा ज्या दिवशी ''मी घरीच राहीन'', असं ती त्याला सांगे त्या दिवशी आपल्या मनात तिचं चित्र उभं करण्याची कला त्यानं अवगत केली होती. नूरानच्या जीवनाची चौकट आता त्याला ठाऊक झाल्यामुळे तिच्याबद्दलचे विचार त्याला कधीच सोडून जाईनासे झाले होते. आत्ता ती बागेतल्या डाळिंबाच्या झाडाखाली उभी असेल किंवा न्याहारीच्या टेबलाशी बसली असेल किंवा तिनंच लावलेल्या फुलांच्या वाफ्यात ती उभी असेल अशी कल्पना तो करत बसे. हाताला लागतील त्या पिना घेऊन तिनं आपले केस डोक्यावर बांधले असतील, तिचा सकाळचा गाऊन पोंपे संस्कृतीतील भित्तिचित्रात दाखवल्याप्रमाणे तिच्या शरीराच्या वळणावळणाला चिकटलेला असेल, ते वस्त्र त्या वळणांवरून लहरत असेल. ह्या सर्वाचा विचार करताना त्याच्या एकांतातील घटका तऱ्हेतऱ्हेच्या आनंदाची अनुभूती घेण्यात व्यतीत होत असत.

मुमताझच्या कल्पनेतल्या नूरानचं वागणं आणि तिची मनोवृत्ती हे दोन्ही खरं वाटणार नाही एवढं सुंदर होतं, अद्वितीय होतं. ती तिच्या झोपायच्या खोलीची तावदानं कशी उघडते, म्हाताऱ्या तैफिकमामासाठी कॉफी कशी उकळते, आईला कशी औषधं आणून देते, हातात डोकं धरून बागेत बसून पुस्तकं कशी वाचते, बाहेरच्या छोट्या खोलीत पाहुण्यांना चहा कसा आणून देते ते सगळं सगळं अगदी लोभस होतं. लहानपणापासून तिला घरातील आरामखुर्चीत बसायची सवय लागली होती. तिच्या आजारी आजोबांना भेटण्यासाठी आलेले मुख्य वजीर अली पाशा त्याच आरामखुर्चीवर

बसले होते. भिंतीवरील सुलेखनचित्रात उद्धृत केलेल्या नैलीच्या वचनाकडे ती बोट दाखवत असे. 'अत्यंत उदार अशा अल्लाच्या कृपेमुळे आणि औदार्यामुळे आपल्याला मुक्ती मिळते.' असं ते वाक्य होतं. इब्राहिम बे ह्यांना जेव्हा यिल्दिझ पॅलेसमध्ये दहा दिवस अडकवून ठेवलेलं होतं तेव्हा त्यांनी त्या प्रसंगाची आठवण म्हणून ते चित्र काढलं होतं. त्याशिवाय ती खिडकीत ठेवलेल्या सुशोभित पट्ट्या, फलक आणि फुलदाण्यासुद्धा त्याला दाखवत असे. त्या सर्व वस्तूंची सजावट इब्राहिम बे ह्यांनी सोनेरी आणि अन्य रंगांच्या शाईतून केलेली होती. ते रंगही दौतीतच ठेवलेले होते. त्यांची केसाएवढ्या बारीक टोकाचं पेन आणि सुंदर ब्रश आणि काचेवर केलेली कारागिरी... नूराननं त्या कारागिरीचं नाव मेनाजरी असं सांगितलं होतं. तो शब्द सांगताना तिच्यातला बालिश उत्साह अगदी ओसंडून वाहात होता. त्यामुळे तिचा वागण्यातला डौल आणखीनच उठून दिसत होता.

नूरान त्याच्यापासून दूर असताना मुमताझच्या मनात एक अगदी वैयक्तिक, खास त्याची स्वतःची अशी दंतकथा विणली जाऊ लागली होती. मध्ययुगातले चित्रकार अमुकतमुक डचेस किंवा फलाणा फलाणा राजा ह्यांच्या प्रार्थनापुस्तकाच्या पानांवर चमकदार रंग वापरून चित्रं काढत असत. त्या चित्रांमध्ये राजवाडा असे, राजवाड्याच्या भोवताली चाललेली रोजच्या आयुष्यातील कामं, वेगवेगळ्या मोसमांतील किंवा ज्योतिषशास्त्रातील व्यक्तिरेखा, पवित्र ग्रंथांतील देखावे असं बरंच काही वेगवेगळ्या दृष्टिकोणांतून तिथं मांडलेलं असे. विविधरंगी चमकत्या अशा बक्कानल पद्धतीच्या चित्रांतून चित्रकलेत अजून किती काम करता येईल ह्याची चुणूकच मिळे. ती चित्रं पाहून असं वाटे की जणू काही तिथं तारा न जुळवलेल्या वीणाच ठेवलेल्या असाव्यात.

त्याच्या मनातील नूरानच्या रंगीबेरंगी राज्यात ती साध्या साध्या हालचाली करी, ती जिथं असे त्या क्षणाला आणि एकूण त्या कालावधीलाही असा काही धीटपणे आकार देई की तेव्हा असं वाटे की तिच्यामुळे जे शांततेचं संगीत वाजू लागलंय त्या संगीतातील प्रत्येक तानेला आणि प्रत्येक आलापीला आकार मिळतो आहे. तिच्या केवळ नावामुळे जी एक प्रतिमा निर्माण झाली आहे त्यातूनच प्रत्यक्षातील नूरान प्रकट होते आहे. तिच्या नावाचा अर्थ होता, सूर्य आणि चंद्र ह्यांच्या प्रकाशाची जोडी. सूर्याच्या प्रभेतून नकळत उचललेल्या सोनेरी चषकांसारखी किंवा पहाटेच्या उपवनात फुललेल्या शुभ्रपांढऱ्या लिलीच्या फुलांसारखी किंवा एखाद्या बहरासारखी त्याच्या मनातली नूरान येई, जाई, विचार करी, ऐके आणि बोले. त्याच वेळी तिच्या अस्तित्वामुळे ज्या परिसरात ती असे त्या परिसरावर जणू काही अनेक गुपितं आणि देखणी दृश्यं ह्यांची जणू उधळण होई.

कुठल्याही क्षणी आणि कुठल्याही स्थळी तिचा विचार करणं ह्यातून त्याला असीम आनंद मिळे. कधी मुमताझ विचार करी की आत्ता ती फेरीबोटीची वाट पाहात धक्क्यापाशी उभी असेल किंवा शिंपिणीबरोबर कपड्यांना लावायची बटणं किंवा लेस ह्यावर बोलत असेल, तिला एखादा पोशाख कसा शिवायला हवा त्याचं वर्णन करून सांगत असेल. किंवा मग आपल्या मैत्रिणींशी बोलत असेल आणि बोलता बोलता होकारार्थी किंवा नकारार्थी माना डोलवत असेल.

त्याच्या दृष्टीनं नूरान दोन होत्या. त्यातील एक त्याच्यापासून दूर होती. त्या दूरच्या नूरानचं प्रत्येक पाऊल तिच्या प्रत्यक्ष अस्तित्वाचं रूपांतर अधिक ठाशीवपणे करत होतं. जणू काही इच्छेनं आणि केवळ मनाला वाटणाऱ्या ओढीनं किमया घडावी आणि त्यातून प्रत्यक्ष आत्मानंदाचा अनुभव यावा. आपल्यातील अगणित गुण ती इतर वस्तूंना बहाल करी. सगळी अंतरंही तीच निर्माण करी आणि प्रत्येक दिवसाच्या परिघात फिरत त्या दिवसाच्या पार निघून जाई. तरीसुद्धा त्या विश्वाच्या केंद्रस्थानी तीच सदैव असे. कारण तिच्या असण्याच्या कॅलिडोस्कोपमधील प्रतिबिंबांपासूनच तर ते विश्व बनलेलं होतं ना.

त्या सर्व विश्वांमध्ये कांदिल्ली येथल्या घरातील विश्व हे सर्वात देखणं आणि अद्‌भुत होतं. त्याच्या मनात घडलेल्या चमत्कारामुळे त्या विश्वात खूप मोठा बदल घडून आला होता. अगदी त्या घराच्या दिवाणखान्यात जे लाकडी काम होतं त्याला लावलेल्या तुळयासुद्धा त्याच्या कल्पनाशक्तीनं बदलल्या होत्या. रूपांतराच्या किमयेनं त्याच्या मनावर ह्याच ठिकाणी जादू केली होती आणि त्याच्या संपूर्ण आयुष्यावर तिची प्रभा हळूहळू पसरत गेली होती.

त्यानंतर मग दुसरीही म्हणजे प्रत्यक्षातली नूरान होतीच की! ही नूरान त्याच्या संगतीत असे. तिच्या ऐहिक अस्तित्वानं ती त्याच्या मनातील नूरानचं अस्तित्व पार कमी करून टाकत असे. केवळ एक बालिश कल्पना ह्याहून त्या दुसऱ्या नूरानला काही अस्तित्वच उरत नसे. त्यानं नूरानची जी काही कल्पनामूर्ती रेखाटलेली असे त्या मूर्तीला अगदी दूरूनसुद्धा एका फटकाऱ्यासरशी खरी नूरान पुसून टाकत असे. फेरीबोटीचा धक्का किंवा रस्त्यावरील नाका अशा आधीपासून ठरलेल्या भेटीच्या ठिकाणी तिनं पाय ठेवला की तत्क्षणी मुमताझची कल्पनाशक्ती फडफडू लागे आणि पुढल्याच क्षणी कल्पनेतली नूरान नाहीशी होई.

उत्तेजित होणाऱ्या ह्या भावनांना तपासून पाहण्याचा मुमताझनं वारंवार प्रयत्न केला. शेवटी तो अशा निष्कर्षाप्रत आला की ही एक प्रकारची आपल्या बुद्धीवर

पडणारी मोहिनीच आहे. रस्त्याच्या टोकाशी ती दिसली की बाकी सारं काही अदृश्यच होऊन जाई. चिंता नाहीशा होत, भय पळून जाई आणि आधीच्या बेभान अवस्थेची चमकही निघून जाई. त्याच्या सन्निध येणारी नूरान आपल्या अस्तित्वातून निर्माण होणाऱ्या मोहक तेजाचा मोहरा जणू एकाच व्यक्तीच्या दिशेनं वळवी. ती व्यक्ती अर्थातच मुमताझ होती. त्याला ती जणू आपल्या मुठीतच घेऊन त्याचं रूपांतर चमकदार मातीत करून टाकी.

नूरान जेव्हा जेव्हा सामोरी येई तेव्हा तेव्हा मुमताझचंसुद्धा वास्तवाचं भान पार नाहीसं होई. पूर्वी त्याचे जे काही असे प्रेमसंबंध होते त्या संबंधांतल्या स्त्रीकडे त्यानं त्या काळी थोडं तुच्छतेनंच पाहिलं होतं. त्या वेळेस त्याच्या अंगात संचारणारा उत्साह त्याला स्वतःलाच हास्यास्पद वाटत असे. मनाला उचंबळून आणणाऱ्या चोरट्या शरीरसुखात डुंबत असतानाही तो स्वतःचं मन समजून घेऊ शकत होता. शरीरमोहाला बळी पडण्याच्या त्या पैलूवर, आपल्या मनातील पशुवृत्तीच्या मागावर त्यानं दक्षतेनं नियंत्रण मिळवलं होतं. जणू एखाद्या यंत्राची कार्यपद्धती समजून घ्यावी तसं त्यानं स्वतःचं मन वाकवलं होतं. त्यामुळेच त्याला केवळ नेत्रसुखाशिवाय दुसरं कुठलंही विशुद्ध सुख ह्यापूर्वी स्त्रीदेहाकडून मिळालेलं नव्हतं.

ती काही केवळ कल्पनेची भरारी नव्हती हेसुद्धा तेवढंच खरं होतं. केवळ त्याच्या बुद्धिमत्तेच्या केंद्राचा ताबा वेडेपणानं घेतला होता म्हणून तो काही असा विचार करत नव्हता. तसं जरी असतं तरीही रोमांचाच्या उत्कटतेच्या वेळी अत्यंत कठीण अशी काहीतरी सांकेतिक भाषा त्याच्या रोमारोमांत भिनू लागे. अशा तऱ्हेनं नूरानपासून जवळ असो की लांब असो त्याच्या बाबतीत शहाणपणाला किंवा पुराव्यानं शाबीत झालेल्या सत्याला अजिबात थाराच नव्हता. एके काळी बायबलच्या जुन्या करारानं त्याची कधीही साथ सोडली नव्हती. पण आजच्या घडीला मात्र त्याच्या मनाची व्याकूळता कमी होण्यासाठी त्या जुन्या कराराचा किंवा त्याला आदरणीय असलेल्या तत्त्वज्ञांचा किंवा मार्गदर्शकांचा त्याला काहीही उपयोग नव्हता. ह्या विचारवंतांनी स्त्रियांपासून निर्माण होणारे धोके, वैषयिक वासना आणि शारीरिक मोह ह्याबद्दल लिहिलं होतं. परंतु मुमताझचं आणि नूरानचं जे प्रेम होतं ते त्या सर्व लिखाणाच्या परिघाबाहेरचं होतं. नूरान म्हणजे जीवनाचा मूळ स्रोत होती, ती सर्व सत्यतांची मातृदेवता होती. त्यामुळेच नूराननं त्याला संपूर्णपणे तृप्त केलं तरीही त्याच्या मनातली तिची भूक काही केल्या संपत नव्हती. त्याचं मन क्षणभरासाठीसुद्धा तिच्यापासून विलग होत नव्हतं. तो तिच्यात जसा जसा बुडत चालला तसा तसा तो स्वतःतच संपूर्ण होत चालला होता.

नूरानबद्दल आपल्याला एवढं ममत्व का वाटतं ह्याविषयी एकेक गोष्ट विलग करून ती समजून घेण्याचा मुमताझ प्रयत्न करी. त्या दोघांना एकमेकांबद्दल वाटणाऱ्या शारीरिक सुखाच्या ओढीमुळेही तसं घडत असावं का, हे तो समजून घेण्याचा प्रयत्न करी. तेव्हा त्याच्या लक्षात आलं की विधात्यानं त्या दोघांच्याही मनात केवढी अथांग रहस्यमयता भरलेली आहे ते! कदाचित प्लेटो जे काही म्हणाला ते खरंही असेल. दोन एकमेकांपासून विलग झालेल्या जीवांना नियती प्रेमबळावर त्यांच्या जीवनवर्तुळात एकत्र आणते. थोडक्यात सांगायचं तर मुमताझ अस्तित्वाच्या मृगजळात जगत होता. एखाद्या निर्जीव वस्तूतही जाणिवेचे रोमांच उभे राहावेत तशी त्याची स्थिती झाली होती.

विधात्याच्या शक्तीची जाणीव त्याला आपल्या हाडामांसातून होत होती. रात्रीच्या घटिका व्यतीत करताना कधी कधी तो आश्चर्य करत राही की आपण पाषाण, पक्षी आणि बागेतली गवताची पाती ह्यांच्याशी कसे बोलत नाही? ह्या रहस्याचं गुपितसुद्धा पुन्हा नूरानच्या जवळच होतं. लपवून ठेवलेल्या, मत्सरी अशा वांझ समाधानाला नूरानपाशी थारा नव्हता. तिच्या व्यक्तिमत्त्वात संपूर्णतया स्वतःला झोकून देण्याची वृत्तीच होती. तिच्या ठायी मीपणा नव्हता. ती तिच्या सामाजिक परिसराच्या माध्यमातून जगत होती. आपापल्या जीवनातील खळबळींचं ओझं एकमेकांवर पडू नये म्हणून ती दोघं कितीही दक्ष असली तरी मुमताझला हे ठाऊक होतं की त्याच्या जीवनातील बरेच लोक–जे तिला भेटलेही नव्हते त्या लोकांमुळे कित्येक वेळा नूरान त्याची कीव करत होती.

दर आठवड्याला ते दोनदा सकाळच्या वेळेस भेटत. त्याचं एमिर्गन येथील घर नूरानला खूपच आवडत असे. ''इथं येताना वाटेतली चढण माझ्या लक्षातसुद्धा येत नाही इतकी मला तिची सवय झालेली आहे. मला त्या चढणीमुळे दमायला होत नाही कारण मी तुझ्याजवळ येत असते ना.'' तिचं ते बोलणं ऐकून मुमताझ आश्चर्यचकित झाला होता. खरं तर नूरान प्रत्येक गोष्टीवर अगदी विस्तृतपणे बोलत असे. स्वतःबद्दलही अगदी मोकळेपणानं सांगत असे. त्याच नूराननं त्यांच्यातील नात्याबद्दल तोपर्यंत एक शब्दही उच्चारला नव्हता. ''म्हणजे तू खुशीत आहेस ना?'' असा प्रश्नही तिला अनावश्यक वाटत होता. तिच्या दृष्टीनं प्रेम म्हणजे केवळ शब्द खर्च करून व्यक्त करण्याच्या भावना एवढंच नव्हतं. तिच्या दृष्टीनं मुमताझच्या आत्म्यात उमटलेल्या वादळाला संपूर्णपणे शरण जाणं म्हणजे प्रेम होतं. कदाचित त्याच्या बाहुपाशात बद्ध असताना तिला वाटे की तिच्या मनातील प्रत्येक विचार केवळ तिच्या चेहऱ्यावरून

त्याला वाचता येईल. ते काही अंशी सत्यही होतं. तिच्या चेहऱ्यावरील बदलत्या आविर्भावातून त्याला बरंच काही वाचता आलं तरी स्त्रीस्वभावाची सांकेतिक भाषा मात्र त्याला नक्कीच वाचता येत नव्हती. अगदी नूरानमध्येही काही रहस्यमय गूढता होतीच.

तिच्या छोट्याशा चेहऱ्यावरील एकही जागा अशी नव्हती जिच्याशी तो परिचित नव्हता. तिचा चेहरा म्हणजे त्याच्या दृष्टीनं जणू दृश्य स्वरूपातला आत्माच होता. प्रेमामुळे तो चेहरा एखाद्या फुलासारखा फुलत होता आणि निराशेमुळे तो हसरा चेहरा कोमेजून जात होता. तिच्या डोळ्यात धातूसारखी चमक होती. बॉस्फरसच्या समुद्रावर पहाटेचं तांबडं फुटे तसतसा तिचा चेहराही बदलू लागे. जणू नूरान केवळ आपल्या स्मितातून आणि नजरेतून बोलत असे, ऐकत असे आणि एखादी गोष्ट कबूल किंवा नाकबूल करत असे.

तिची नजर अत्यंत तेजस्वी रत्नापासून ते अगदी तिखट कट्यारीपर्यंत वेगवेगळी रूपं धारण करत असे. तिच्या ह्या वेगवेगळ्या नखऱ्यांमुळे मुमताझ एवढा घायाळ होऊन जाई की त्याला कधी कधी त्यापेक्षा मरण बरं असं वाटत असे. कधी कधी तिची नजर त्याला साऱ्या जगातील सर्वांत ऐश्वर्यशाली असा राजमुकुट बहाल करत असे आणि इतर जगाला अप्राप्य अशी भक्तिभावाची फुलं त्याच्या पायाशी ठेवत असे. केवळ नजरेनं ती त्याला वस्त्रं चढवत असे आणि केवळ नजरेनं त्याला ती नग्नही करत असे. क्षणात त्याचं रूपांतर दयनीय आणि केवळ अल्लावरच आता भरवसा अशा अवस्थेत होई तर दुसऱ्या क्षणी मात्र तो आपल्या स्वतःच्या भाग्याचा स्वामी असे.

एकमेकांना मिठी मारल्यावर भावनावेगानं दिलेले हुंदके आणि अंगावर उठलेले रोमांच ह्यांच्यात नूराननं टाकलेल्या नजरा आणि तिच्या आनंदानं हसण्याचा आवाज मिसळून जाई. त्याबद्दल दिवसेंदिवस मुमताझ विचार करत राही. तिची नजर आणि तिचा आनंद वळणावळणावर त्याला सामोरे येत. तिच्या डोळ्यांच्या अथांग सागरात त्याचा आत्मा न थकता सतत बुडी मारत राही. त्या ऐश्वर्यसंपन्न सागराच्या तळाशी त्याला सामर्थ्य आणि मनस्ताप ह्यांचे नवनवे स्रोत दिसू लागत. तिच्या हसण्यामुळे त्याच्या शरीरावर, त्याच्या रक्तात, त्याच्या सर्व अस्तित्वावरच जणू बागा बहरून येत. ते अमर्याद गुलिस्तान त्याला आनंदानं अगदी वेडच लावी. बिछान्यावर झोपून श्वास घेणं, आसपासच्या वस्तूंना स्पर्श करणं ह्या कृतीही करणं त्याला उत्तेजित अवस्थेत अवघड जाई. त्याच्या शरीरातून वाहणाऱ्या रक्तातही ती उत्तेजना भरे. केवळ तिच्या

भेटीच्या स्मरणानंही निर्जीव वस्तूंना दैवी स्पर्श लाभे आणि एक प्रकारची हुरहुर त्याला लागे. जागृतावस्था, भूत-वर्तमान-भविष्याची जाणीव आणि भोवतालच्या परिसराचं सारं भान काही काळासाठी सुटूनच जाई.

ज्या सकाळी नूरान येणार असेल त्या दिवशी तो लवकर उठे आणि सरळ समुद्राच्या दिशेनं चालू लागे आणि समुद्रस्नान करूनच परत येई. आपल्याला एखादं साधं कामसुद्धा जमणार नाही ह्याची त्याला पूर्ण कल्पना असे. पण तरीही तो प्रयत्न सोडत नसे. पण सरतेशेवटी हातातलं काम सोडून अस्वस्थपणे दाराशी तिची वाट पाहात उभा राही. पहिल्या वेळी जेव्हा ते एकत्र आले होते त्या वेळीसुद्धा तसंच घडलं होतं.

नैली म्हणतो, ''माझी चंद्रमुखी प्रियतमा जेव्हा हळूहळू माझ्यासन्निध येईल तेव्हा विरहाची जी विश्वामागून विश्वं मी सहन केली त्याची भरपाई होईल ना?''

सतराव्या शतकातील कवी नैली ह्यानं लिहिलेल्या त्या दोन ओळी अशा वेळेस मुमताझची निष्ठेनं साथ करणाऱ्या सोबतिणी होत्या. त्यानंतर काही वेळानं अपेक्षेनुसार ती जवळ येत आहे ह्याची जाणीव करून देणारी एक गूढ जाणीव त्याच्यात जागृत होई. तो जेव्हा नूरानला रस्त्याच्या टोकाशी पाही तेव्हा तिच्या चालण्यावरून त्याचं जणू सारं अस्तित्वच उधळून रिक्त झाल्यासारखं होई.

''मुमताझ, अरे एकदा तरी तू तुझ्या कामात गर्क असलेला माझ्या दृष्टीस पड की. कुठल्यातरी विचारात हरवलेला आणि आसपास लक्ष नसलेला असा तुला एकदा तरी मला पकडायचं आहे.''

''जर तू दुसऱ्या खोलीत झोपली असलीस तर किंवा हार्टिचोक हार्ट वगैरे पदार्थ बनवण्यासाठी स्वयंपाकघरात गुंग असलीस तरच ते शक्य आहे.''

''म्हणजे तुला असं म्हणायचंय का की आपलं लग्न झाल्यावर मी स्वयंपाकघरात सडत पडायचं.''

आपण रोजच्या कामात किंवा एखाद्या गहन विचारात गर्क होऊन तिला विसरलोच आहोत असं मनात येऊन भीतीनं आणि अपराधीपणाच्या भावनेनं त्याचं मन कासावीस होई. भरपाईही करता येणार नाही अशा चुकांमुळे त्याच्या जीवाची तडफड होई तेव्हा तो तत्क्षणीच थांबून तिचं चुंबन घेई.

नूरान शरण येऊन जे चुंबन द्यायची त्याच्याशी कशाचीच तुलना होऊ शकत नव्हती. नंतर मग ती म्हणायची, ''चल बघ, तू काय केलंस ते!''

टेबल आणि खिडकीच्या मधे असलेल्या खुर्चीत रेलून बसताना ती सिगरेट ओढे आणि देमितास कॉफीचे घुटके घेई.

नूरानच्या निघण्याचा क्षण आणि ती नसताना कंठलेल्या घटिका ह्या काळावर नेसती ह्या कवीची मालकी होती. नेसती हा सतराव्या शतकात होऊन गेलेला आणखी एक कवी होता. ते कडवं नूरानसुद्धा मुमताझच्या सोबत म्हणे :

...आणि तू माझं असोशीनं भरलेलं हृदयसुद्धा सोडून दिलंस.

आता तर मला तुझ्याशिवाय माझ्या मित्रांची संगतसुद्धा सोसवेनाशी झाली आहे.

नूरानच्या शारीरिक प्रेमवासनेचा आविष्कार म्हणजे मुमताझच्या दृष्टीनं निष्ठेचा आविष्कार होता. तो तिचा एकमेव भक्त होता. तो त्यांच्या प्रेममंदिरातील सर्वोच्च धर्मगुरू होता आणि त्या मंदिरातील सर्वात पवित्र अशा ठिकाणी अखंड अग्निहोत्र पेटवून तिची प्रतीक्षा करत होता. त्या देवतेनं मर्त्य मानवांतून त्यालाच खास निवडलं होतं. त्याच्या हातात ती आपल्या रहस्यांची गुपितं सोपवणार होती. त्या तुलनेला सत्याचा आधार होता. कारण सूर्य रोज उगवत होता आणि त्यांच्यासमोर केवळ त्यांच्यासाठी म्हणून संपूर्ण भूतकाळ उलगडून दाखवत होता.

कधी कधी सकाळी ते कान्लिका येथे एकमेकांना चोरून भेटत. नूरानच्या बॉस्फरसमध्ये राहणाऱ्या एका नातेवाइकाचं तिथं घर होतं. त्या ठिकाणी इतरही माणसं असल्यामुळे तिच्याशी अधिक सलगी दाखवणं शक्य नसे. तिथं समुद्राकाठी नूरानला तिच्या पांढऱ्याशुभ्र बिकिनीत केवळ मित्र म्हणून पाहताना मुमताझचं मन नवनव्या इच्छा आणि नव्यानव्या मधुर यातनांच्या प्रदेशात पाऊल टाकी. जेव्हा त्याला तिला सहजगत्या भेटणं शक्य होत नसे तेव्हा तीही त्याला त्या दोघांमधल्या निकटच्या नात्याची काही काळ आठवण करून देत नसे. तेव्हा त्याला वाटे की आपल्याला जी लाभेल असा वर मिळालेली पण तरीही प्रत्यक्षात अप्राप्य असलेली अशी ती एक भूमी आहे. अथांग रहस्यमयता जिच्या ठायी वास करतेय अशी ती क्रूर देवताच आहे. त्या देवतेनं साक्षात्कार देण्यासाठी मानवरूपातील प्रेषित म्हणून आपली निवड केली आहे आणि तिची ती निवड म्हणजेच आपण त्रिशंकूसारखे लटकत आहोत. नूरानच्या अस्तित्वानं सर्व भावी शक्यता आपल्या मनात दडवून ठेवल्या आहेत तसेच कित्येक मृत्यू आणि जन्मही दडवून ठेवलेले आहेत. ती जणू साऱ्या ऋतूंची राणीच झालेली आहे. जो कोणी प्राणी तिच्या सहवासात येतो तो एखाद्या आज्ञाधारक गुलामासारखा किंवा ओझ्याच्या बैलासारखा जड पावलांनी तिच्या सान्निध्यात असताना चालतो.

चिंतेमुळे मुमताझच्या अंतर्मनातील खोलवर दडलेल्या भावनांचा विस्फोट होऊ लागला. त्याला काही काळानं समजणार होतं की आपल्या कल्पनाशक्तीचा अतिउद्रेक

झाला आणि आपल्या समाधानात विष कालवणाऱ्या अनेक घटकांत त्या उद्रेकानं महत्त्वाची भूमिका बजावली.

उन्हाळ्याच्या काळात मुमताझला वाटू लागलं की आपला आत्मा प्रत्यक्ष असतो त्यापेक्षाही अधिक मुक्त करता येऊ शकतो. अगदी क्षणभरातसुद्धा आपण स्वतःवर ताबा मिळवू शकतो. ह्याचाच अर्थ असा होता की तो जीवनाच्या नाट्यातील एक मूर्ख विदूषक होता असंच म्हणायला हवं होतं.

दहा

ज्या दिवशी नूरान एमिर्गन इथं येत नसे, त्या दिवशी ती दोघं फेरीबोटीच्या धक्क्यावर किंवा कान्लिका इथं भेटत असत आणि तिथून छोट्या होडीत बसून बॉस्फरसला फेरफटका मारत असत. ते तिथल्या समुद्रकिनाऱ्यावर जात आणि कधी कधी तर कॅम्लिका टेकडीसुद्धा चढत. अशा सगळ्या साहसी फेरफटक्यानंतर मुमताझ घरी परते तो अगदी शांत, तृप्त झालेला असे. हा क्रम त्यांच्या एकत्र घालवलेल्या पहिल्या रात्रीपासूनच सुरू झाला. त्यांना आवडलेल्या जागांना त्यांनी नवीन नावं ठेवली होती. कॅम्लिका टेकडीच्या अंतर्भागात असलेल्या कॉफीहाऊसचं नाव त्यांनी ठेवलं होतं देरन-ए-दिल. म्हणजे हृदयाचं अंतर्हृदय. कारण त्या कॉफीहाऊसच्या पार्श्वभूमीवर मुमताझसाठी नूराननं गाणं म्हटलं होतं. त्या वेळेस तिनं बेयती रागातील तबी मुस्तफा एफेंदी ह्यांनी रचलेली अकसाक सेमाई ही वेगळीच रचना त्याला ऐकवली होती. त्या पदाची सुरुवात अशी होती. 'माझ्या सख्या, तुझं प्रेम माझ्या हृदयाच्या अंतर्हृदयातून कधीच जाणार नाही.' त्या गीतात मृत्यूच्याही पार पल्याड जाणाऱ्या आठवणी होत्या. ती उन्हाळ्यातली दुपारची वेळ होती. आसपास रानकिड्यांचं संगीत चालू असताना मधेच पक्ष्यांचा फडफडाटही ऐकू येत होता. रस्त्यावरची भटकी, आळशी मुलं कंटाळा आल्यामुळे उगाचच आरडाओरडा करत होती. टेकडीवरचे उतार, त्या उतारांवर दोन्ही बाजूंना असणाऱ्या, समुद्राच्या दिशेनं खाली झेपावणाऱ्या बागा, फळांच्या राया, जुने वाडे आणि गढ्या, धुळीमुळे फिकट हिरवी दिसणारी झाडंझुडपं आणि त्यातच सायप्रस वृक्षाच्या गर्द हिरव्या रंगाची दाटी... आपल्याच सौंदर्यात हरवलेलं ते दृश्य खरोखरच विलोभनीय होतं. निद्रावस्थेतून जाग्या झालेल्या अथांग अशा स्वर्गीय आभाळानं साऱ्या सृष्टीला आपल्या कवेत घेतलेलं होतं आणि नूरानच्या स्वरातून पाझरणाऱ्या ताबी मुस्तफा एफेंदीच्या करुणरसात स्वतःला जणू झोकून दिलं होतं. प्रेमिका नूरान

आणि प्रियकर मुमताझ ह्या दोघांच्या रोमारोमांत ते संगीत भिनल्यासारखं वाटत होतं. त्यानंतर मुमताझनं कितीतरी वेळा ती रचना ऐकली. पण नूरानसोबत कॉफीहाऊसमध्ये बसून त्यानं ते गाणं पहिल्यांदा ऐकलं होतं ती आठवण त्या रचनेपासून कधीच विलग झाली नाही. कालवा आणि कारंजं ह्यांच्या वरच्या बाजूला असलेल्या टेकडीवरच्या त्या कॉफीहाऊसमध्ये फक्त ती दोघंच त्या वेळेस होती. सतराव्या शतकातील सुलतान मेहमत चौथा ह्याच्या शिकारीला जायच्या गढीचे अवशेष आता केवळ कालवा आणि कारंजं ह्या रूपातच उरले होते.

बॉस्फरसच्या समुद्राच्या वरच्या पृष्ठभागावर पाण्यातून वेगवेगळे प्रवाह वाहात. त्याच्या काठावरच्या 'कुलेली मिलिटरी अकादमी' पुढची झाडं रात्रीच्या वेळेस त्या प्रवाहांवर आपली गर्द छाया टाकत तेव्हा वाटे की त्या सावल्या स्वर्गातून भुईवर उतरल्या आहेत की काय! एके रात्री सेंगेलकोय येथून कांदिल्लीला परतताना त्या दोघांनी ते दृश्य पाहिलं आणि त्याला नाव ठेवलं नुहुफ्त गीत. जणू ते दृश्य अंतर्मनातील प्रभेच्या राज्यातलं होतं आणि त्या दृश्याचं प्रतिबिंब जर सुरांतून पाहायचं झालं तर त्यासाठी नुहुफ्त रागाच्या गडद हिरव्या आरशाचीच गरज होती. त्या दैवी प्रतिमेच्या ओझरत्या दिसणाऱ्या आणि अचानक गुप्त होणाऱ्या देखण्या, चमकत्या तरंगांना केवळ नुहुफ्त रागच आपल्या चौकटीत बद्ध करू शकत होता.

वेगवेगळ्या स्थळांना नावं देताना त्यांनी ती स्थळं आपोआपच बॉस्फरसच्या किनाऱ्यावरची आपोआपच निवडली. कारण त्यांच्या कल्पनेतल्या इस्तंबूलचा देखावा आणि पारंपरिक ओटोमान संगीत, सूर आणि दृश्य ह्यांचा सतत वाढता आविष्कार ह्यांचं एकमेकांशी नातं होतं.

मुमताझला ज्या गोष्टींच्या प्राप्तीची इच्छा होती, त्याला ज्या गोष्टींची आस होती त्या सर्व गोष्टी त्यानं जणू नूरानच्या अवतीभवती जमा केल्या होत्या आणि तो त्यांच्या शक्तीच्या अधीन झाला होता. युगानुयुगात जन्मणाऱ्या महान कादंबरीकारांप्रमाणे तोसुद्धा केवळ आपल्या जीवनातील स्त्रीवर सर्वस्वी अवलंबून राहू लागला होता. तिच्या सहवासात व्यतीत केलेलं जीवन हेच खरं जीवन असं त्याला वाटू लागलं होतं. तिला भेटण्यापूर्वी त्याचं वाचन खूप होतं, वेगवेगळ्या गोष्टींचा तो तोलूनमापून विचार करत होता. पण आता त्याला जाणवलं की त्या सर्व गोष्टींनी त्याच्या जीवनात पूर्वीपेक्षा अधिक उत्साह आणला आहे. नूरानवरच्या त्याच्या प्रेमामुळे त्यानं एका जिवंत आणि श्वास घेणाऱ्या जगात प्रवेश केला आहे. त्याचे विचार आणि त्याच्या परिसरात अस्तित्वात असलेल्या गोष्टी ह्या दोन्हींवर प्रकाश टाकणारा एक

तेजाचा पुंज ह्या रूपात नूरान अवतरलेली आहे. तिच्यामुळे सगळं चराचर असं प्रकाशमान झालेलं आहे की एकमेकांपासून अगदीच वेगळे असलेले घटकसुद्धा एकाच मिश्रणात सामावलेले आहेत.

ओटोमान संगीत अशाच घटकांपैकी एक होतं. तो नूरानला भेटल्यावर ह्या कलाप्रकारानं त्याच्यासाठी जणू आपले दरवाजे उघडले. संगीतामुळे जणू मानवी आत्म्याला नवतारुण्य देणारा विशुद्ध झराच त्याला सापडला.

एके दिवशी ते दोघं इस्तंबूलच्या आशियाई किनारपट्टीवरल्या उस्कुदार भागात भटकत होते. सुरुवातीला धक्क्यावर फेरीबोटीची प्रतीक्षा करण्यात वेळ जाऊ नये म्हणून ते सोळाव्या शतकाच्या मध्यावर बांधल्या गेलेल्या सिनानच्या मशिदीला भेट द्यायला गेले. सुलतान सुलेमान द मॅग्निफिसंट आणि जिच्याबद्दल अनेक दंतकथा रचल्या गेल्या आहेत अशी त्याची बेगम रोक्झेलाना ह्यांची कन्या मिहरीमा सुलताना हिचं नाव त्या मशिदीला दिलं गेलं होतं. त्यानंतर ते अठराव्या शतकाच्या सुरुवातीला बांधली गेलेली वालिदे सेदीद मशीद बघायला गेले. तिसरा अहमद राजाची आई एमेतुल्लाह गुलनूस सुलताना हिचं नाव त्या मशिदीला दिलं गेलं होतं.

नूरानला तेथील कबर आणि ती मशीद खूपच आवडली. तिच्या अंतर्भागातील सजावट एखाद्या नाजूक फळासारखी होती. त्यांची फेरीबोट चुकल्यालासुद्धा आता बराच काळ लोटला होता. म्हणून मग ते टॅक्सीनं सोळाव्या शतकात बांधलेल्या सिनानच्या वालिदे इ अतिक मशिदीत गेले. ती मशीद मुराद तिसरा ह्याची आई नूरबानू सुलताना हिच्या स्मरणार्थ बांधली गेली होती. तिथून ते सतराव्या शतकात बांधलेल्या सिनिली मशिदीत गेले. ती मशीद मुराद चौथा ह्याची आई राजमाता कोसेम सुलताना हिच्या स्मरणार्थ बांधली गेली होती.

योगायोगानं उस्कुदारमधील ह्या चारही भव्य मशिदी प्रेम आणि सौंदर्य किंवा निदान संवेदनक्षम मातृत्व ह्यांनाच समर्पित केल्या गेल्या होत्या.

''मुमताझ, उस्कुदारमध्ये अगदी खरोखरचं स्त्रियांचं राज्य नांदतंय असं वाटतं...''

दुसऱ्या दिवशी पुन्हा उस्कुदारमध्येच त्यांनी पंधराव्या शतकातील रूमी मेहमत पाशा मशिदीला आणि अठराव्या शतकातील अयाझमा मशिदीला भेट दिली. सेम्सीपासा परिसरात ते पायीपायीच भटकले. त्यानंतर थोड्याच दिवसांनी त्यांनी सलिमिया बराकींच्या परिसरात तळपत्या उन्हात वाट फुटेल तिथं भटकंती केली.

सुलतान सलिम तिसरा ह्यानं आपल्या सुधारलेल्या निझाम इ सेदीद फौजेला

ठेवण्यासाठी १८०० मध्ये त्या बराकी बांधल्या होत्या. भौमितिक आकारात रचलेल्या इस्तंबूलमधल्या बागा आणि भूतकाळातली नावं दिले गेलेले रस्ते मुमताझनं पाहिले तेव्हा इस्तंबूलमधील त्या संध्याकाळी त्याच्या डोळ्यांचं पारणं फिटलं. भूतकाळाबद्दल हळवी हुरहुर त्याच्या मनात दाटून आली.

इस्तंबूल, इस्लाम बोल तो पुन्हा पुन्हा म्हणू लागला. जर आपल्याला खरं इस्तंबूल ठाऊक नसेल तर आपल्याला कधीच स्वतःचा शोध लागणार नाही. तेथील बेघर, अनाथ जनतेविषयी आणि मोडकळीला आलेल्या घरांविषयी आता त्याच्या मनात आत्मीयता निर्माण झाली होती. सुलतानटेपे परिसरात तर त्यानं तळमळत्या अवस्थेत फेऱ्या मारल्या. पण त्याला सर्वात कुठली जागा आवडली असेल तर ती होती कुसुक वालिदे मशीद. ही मशीद बाजारचौकात होती. तेथील कबरही त्याला आवडली.

''मला जर कुणी विचारलं तर ह्या ठिकाणी माझं दफन व्हावं असं मला मुळीच वाटणार नाही. फारच उघड्यावर वाटते ही जागा.'' ती म्हणाली.

''पण एकदा मेल्यावर... फरक काय पडतो?''

''ते नाही मला माहीत, पण अगदी मेल्यावरसुद्धा हे सगळं वातावरण म्हणजे अगदी भरवस्तीत असल्यासारखं वाटतं. असू दे, इथं मरणसुद्धा तेवढं जाणवत नाही.''

''पण जेव्हा ही मशीद उघडली गेली तेव्हा वालिदे सुलताना आणि तिच्या लवाजम्याला कुणी पाहू नये म्हणून बाजारातील दुकानं बंद करण्यात आली होती.''

संध्याकाळच्या वेळेस अर्धवट प्रकाशात त्या मशिदीचं आणि तिच्या अंतर्भागाचं सौंदर्य पाहून नूरानला खूपच कौतुक वाटलं. तेथील छताच्या कोनांकोपऱ्यांवर संगमरवरामध्ये किलिम मोटीफ ह्या प्रकारची नाजूक नक्षी रंगवली होती आणि तिला सोन्याचा मुलामा दिला होता ते तर नूरानला खूपच आवडलं.

ह्या सगळ्या सहलींतून ते परतले तेव्हा त्यानं अर्धवट लिहिलेल्या शेख गालिबवरील कादंबरीविषयी नूराननं मुमताझला टोकलं. सलीम तिसरा ह्याच्या म्हणजे अठरावं शतक सुरू होण्याच्या काळावर मुमताझ ती ऐतिहासिक कादंबरी लिहीत होता. मुमताझच्या स्वतःच्या जीवनातील काही प्रसंगही त्यात होते. नूरानला मनात धरून त्यानं सलीम तिसऱ्याची सावत्र बहीण हातीस सुलताना आणि त्याची धाकटी बहीण बैहान सुलताना ह्यांची पात्रं रेखाटली होती. आता नूरान त्या कादंबरीचा कच्चा खर्डा वाचू लागली असल्यानं कपडे शिवताना एखादा शिवणातला प्रकार सांगावा किंवा दुकानातून ओर्गंझा विकत घ्यावी तशी ती त्या बाबतीत अगदी काटेकोर राहू लागली होती.

‘‘ह्यातील एक पात्र चित्रकार ॲण्टिअन इग्नेस मेलिंगच्या चित्रातली व्यक्तिरेखा वाटते तर दुसरं पात्र पाहून वाटतं की तू शेख गालिबच्या बरोबर आहेस की काय...’’

‘‘तुझ्या मनाला वाटेल तेवढे प्रेमसंबंध तू ठेव...’’ हे गीत मुमताझनं अर्धवट लिहिलेलं होतं.

‘‘तुला असं म्हणायचं आहे का की मी सर्व मेलेल्या बायकांचंच प्रतिनिधित्व करते? वा, फारच विचारी कृती आहे हं तुझी, खरंच सांगते...’’

उस्कुदार एखाद्या खजिन्यासारखं होतं. त्या खजिन्याला काही अंतच नव्हता. वालिदे इ सेदीद मशिदीपासून थोड्याच अंतरावर सोळाव्या शतकातील अझीझ महमूद हुदाई एफेंदीची मशीद होती. सुलतान अहमद पहिला ह्याच्या काळापासून चालत आलेल्या त्या आध्यात्मिक राजसत्तेनं नूरानच्या कौटुंबिक परंपरांमध्येही प्रवेश केला होता. त्याहून थोड्याच अंतरावर सलामी अली एफेंदीची मशीद होती. सुलतान महमद चौथा ह्याच्या काळात त्यानं काही काळ आपल्या हाती सत्तेचे लगाम घेतले होते. कराक अहमद परिसरात कराक अहमदची दफनभूमी होती. कराक अहमदचा काळ हा चौदाव्या शतकाच्या मध्यावर उस्मान घराण्याच्या ओरहान गाझीचा काळ होता. खोरासान संतांपैकी बुरसाचे गैकिली बाबा ह्यांचे ते समकालीन होते. गैकिली बाबाही गाझी असावेत असा अंदाज होता. सुलतानटेपे येथे त्यांच्या नावानं बांधलेल्या मशिदीत सेलवेती बाकी एफेंदी हे चिरविश्रांती घेत होते.

ह्या सुफी म्हणजेच दरविश घराण्यांबद्दल नूरानला खूपच उत्सुकता होती पण तिला किंवा मुमताझलाही आध्यात्मिक बैठक नव्हती. त्यामुळे त्यांनी त्यावर फारशी चर्चा केली नाही. कधी कधी तिला लहान मुलीचा आवाज काढून बोलायची लहर येई. तसा आवाज काढून एके दिवशी ती त्याला म्हणाली, ‘‘मी तेव्हा जर असते ना तर नक्कीच एक जोगीण बनले असते.’’

पण त्यांचा खरोखरीच त्या गोष्टींवर विश्वास होता का?

‘‘ही पूर्व आहे आणि ह्यातच तिचं सौंदर्य दडलेलं आहे. सुस्तावलेलं जग कुठल्याही परिवर्तनाचा तिरस्कार करतं. ते आपल्याच परंपरांचा लेप चढवून बसतं. पण पूर्वेनं एक वैशिष्ट्यपूर्ण गुपित शोधून काढलेलं आहे. कदाचित, ते गुपित योग्य वेळ येण्यापूर्वीच उघड झालं. त्यामुळे ते लोकांना धोकादायक वाटलं असेल...’’

‘‘काय आहे ते गुपित?’’

‘‘आपण स्वतः आणि आपल्याभोवतालचं चराचर अस्तित्व ह्यांना एकत्रितपणे बघू शकण्याची एकात्म वृत्ती हेच ते गुपित आहे. कदाचित भविष्यात माणसाला काय

काय मनस्तापांना सामोरं जावं लागणार आहे ह्याची पौर्वात्यांना आधीच जाणीव झाली असेल. त्यामुळे त्यावर त्यांनी हा एक रामबाण उपाय शोधलेला असेल. कदाचित जगाला वाचवण्यासाठी केवळ हीच एक मनोवृत्ती कामी येऊ शकेल हे आपण विसरता कामा नये.''

''तुला असं म्हणायचंय का की पौर्वात्यांना ह्या शोधातून नीतिशास्त्र निर्माण करता आलेलं आहे?''

''मला नाही तसं वाटत. हा शोध लावून पौर्वात्यांनी डोकं टेकण्यासाठी एक आधार निर्माण केला असला तरी चांगली–वाईट कृती करण्यानं ज्या काही शक्यता निर्माण होतात त्यांच्यावर ह्या आधारानं मर्यादा घातली. काव्यात्मकतेच्या अर्धवट स्वप्नात रममाण झालेले पौर्वात्य वास्तवाच्या परिघावर जीवन कंठत राहिले. जगाकडे बघण्याचा हा दृष्टिकोण माझ्या मनाला अजिबात रुचत नाही. तो मला उंटांच्या तांड्यासोबत रडतखडत चालण्यासारखा कंटाळवाणा वाटतो... बोलता बोलता मुमताझच्या मनात आठवणी जाग्या झाल्या. अन्तालिया येथील हॉटेलसमोर उंट लावलेल्या गाड्या रांगेनं उभ्या असत. किशोरवयातील ते दृश्य त्याच्या डोळ्यांसमोर उभं राहिलं. त्याला भीती वाटली की काळीज हेलावून टाकणाऱ्या तुरुकूगीतांच्या त्या काळापासून त्याला कधीच सुटका मिळणार नाही. खरोखरच संपूर्ण मोकळ्या क्षितिजरेषेवर तिन्हीसांजेच्या प्रकाशात उभ्या असलेल्या उंटांच्या गाडीचा देखावा किती विलक्षण दिसतो.

''हाय अल्ला, आपण किती विचित्र माणसं आहोत ना.'' ती म्हणाली. काळजातून एखादी हाक आल्यासारखं तिनं मुमताझला विचारलं, ''आपण भूतकाळाशी एवढे जखडलेले का असतो, मुमताझ?''

''आपल्याला आवडो किंवा नावडो, आपण भूतकाळाशी जोडले गेलेलो असतो. आपण आपल्या पारंपरिक संगीताचं कौतुक करतो. चांगल्यासाठी असो किंवा वाइटासाठी असो पण ते संगीत आपल्याशी बोलतं. ही संगीताची किल्ली भूतकाळाची दारं उघडते... मग भूतकाळ त्याच्या उदरात दडलेली महायुगं एका मागोमाग एक आपल्यासाठी उघड करतो आणि त्या युगातली वस्त्रं आपल्यावर चढवतो. कारण आपल्यापाशीसुद्धा एक खजिना दडलेला असतोच की. फराहफेझा किंवा सुलतानियेगाह राग ऐकत असताना आपल्याला आपल्या परिसराचं भान येत असतं. लबीब एफेंदीच्या पुस्तकांतून आपल्याला कलाकृती म्हणजे काय ह्याची जाण येते.''

मुमताझच्या दृष्टीनं इस्तंबूलमधील कुठल्याही दृश्यापासून ते तुर्कस्तानी

संस्कृतीपर्यंत सारं काही आदरणीय होतं. तिथली घाण, तिथली उतरती कळा आणि तिथलं सौंदर्य सारं काही पारंपरिक संगीतात मिसळलेलं होतं. आपलं तुर्की संगीत कळण्याची क्षमता नसल्यानं पाश्चात्त्य लोक आपल्यामध्ये एखाद्या मूढ माणसासारखे वावरतात. पण खरं तर अनेक सुंदर दृश्यं आपल्या डोळ्यांसमोर उभी राहातात ती त्यांच्यात अंगभूत असलेल्या मधुर सुरांसोबतच.

एखादी अंगभूत मूल्य असलेली कलाकृती जेव्हा संगीतानं अधोरेखित केली जाते तेव्हा ती पूर्णपणे वेगळीच होऊन जाते हे वेगळं सांगायला नकोच. किती विचित्र आहे ना हे? शेवटी काय तर मानवी जीवन केवळ सुरांनाच आलिंगन देतं हेच खरं. भौतिक गोष्टींना कसाबसा स्पर्श करून आपण जगत असतो. परंतु काव्य आणि संगीतातून...

मुमताझला असलेला भूतकाळातील गोष्टींचा ध्यास पाहून नूरानला भास झाला की त्याला स्वतःला भूमिगत कबरीच्या आत एकटंच बसावंसं वाटतं आहे की काय? खरं तर जगानं अगणित सुखं आणि विचारसरणीचे नवनवे रस्ते त्याला देऊ केले होते. तिला उस्कुदार आवडत होतं पण ते आता मोडकळीला आलेलं होतं. तिथल्या रहिवाशांना दारिद्र्यावस्था आली होती. त्या अभागी जीवांच्या झुंडीतून मुमताझ पुढे चालत होता, आसेमासीरन आणि सुलतानीयेगाह ह्यांचा तोरा मिरवत खुशाल आपला चालला होता तो. पण मग समाजाबद्दल काय? आणि जीवनाशी ओळख तरी कधी करून घेणार होता तो? प्रत्यक्ष काहीतरी कृती करायची, आजारी लोकांवर उपचार करायचे, बेकारांसाठी काम शोधायचं, त्या निराश चेहऱ्यांवर हसू आणायचं आणि भूतकाळातील केवळ खुणा बनण्यापासून त्या लोकांना वाचवायचं... हे तो करणार होता का? की त्यानं बालपणातील जे काही प्रसंग तिला सांगितले होते त्यांचा त्याच्यावर तिला वाटत होतं त्यापेक्षा अधिक खोल परिणाम झाला होता? मृत्यूनं पराजित केलेल्या देशात मी जगते आहे काय? नूरानच्या मनात विचारांचा कल्लोळ चालला होता.

नूरानच्या दंडाला धरून त्यानं तिला कारंजापासून बाजूला केलं. विधिवत स्नान करण्यासाठी त्या कारंजातलं पाणी घेतलं जात असे. ''मला ठाऊक आहे.'' तो म्हणाला, ''नवं आयुष्य आवश्यक आहे. कदाचित मी पूर्वी तुला हे सांगितलेलं असेलही. झेप घेण्यासाठी किंवा नव्या क्षितिजांना स्पर्श करण्यासाठी अजूनही माणसाला कुठल्यातरी जमिनीवर ठामपणे उभं राहावं लागतं. आपल्या अस्मितेची जाणीव त्यासाठी आवश्यक असते... प्रत्येक राष्ट्र ही अस्मिता आपापल्या सुवर्णयुगातून मिळवत असतं.''

मुमताझला शंका येत होती की त्याच्या मनातही द्विधा अवस्थेचे अंश आहेत. ह्या विचाराचा आपल्याला त्रास होतोय हे केवळ तो आणि तोच जाणत होता. बऱ्याचदा त्याला वाटे की मृत्यूच्या ह्या बेचैन करणाऱ्या जाणिवेमुळे त्याला इतरांपासून वेगळं काढलेलं आहे. बालपणापासून तो पाहात असलेल्या स्वप्नांच्या चावीचं नियंत्रण मृत्यू नामक त्या अमर्याद शक्तीच्याच हातात नव्हतं काय? नूरानबद्दल त्याला प्रेम वाटत होतं, पण तिचं जीवन जगण्याचं धैर्य आणि तिचं सौंदर्य हे जीवनाचे विजय आहेत असं तो मानत नव्हता काय? जेव्हा जेव्हा तिला तो आपल्या बाहुपाशात घेत होता तेव्हा तेव्हा तिच्या मस्तकापासून थोड्याच अंतरावर अंधूकपणे दिसणाऱ्या यमदूताच्या सावलीला तो हेच तर जाहीर करत नव्हता काय? की, "हे मृत्यो, मी तुला नेस्तनाबूद करण्याच्या सीमेवर उभा आहे. मी तुझा पराभव केलेला आहे. हे बघ, हे माझं शस्त्र आणि ही माझी ढाल."

ह्या सत्याबद्दल नूरानची विचारशक्ती तिला काय सांगत असावी त्याबद्दल मुमताझला चिंता वाटत होती.

"आपल्याला दोन गोष्टी वेगळ्या काढायला हव्यात. एका बाजूला सामाजिक प्रगतीची गरज आहे. समाजातील वास्तव काय आहे ह्याचं विश्लेषण करून आणि त्या वास्तवात सुधारणा करण्यासाठी काम करून ते आपण साध्य करू शकतो. अर्थातच त्यामुळं इस्तंबूल काही केवळ लेट्यूसचं उत्पादन करणारं ठिकाण म्हणूनच अस्तित्वात राहणार नाही. इस्तंबूलमध्ये आणि आपल्या मातृभूमीच्या प्रत्येक भागात सुधारणांचा कार्यक्रम राबवण्याची गरज आहे. परंतु भूतकाळाशी जुळलेली आपली नाळ हासुद्धा ह्या सामाजिक वास्तवाचाच एक भाग आहे. आपल्या जीवनानं जी विविधरंगी रूपं धारण केली आहेत त्या रूपांचा एक घटक म्हणजेच भूतकाळाशी जुळलेलं आपलं नातं असतं. त्या भूतकाळाचा संबंध वर्तमानाशी असतो तसाच भविष्याशीसुद्धा असतो."

"त्याविरुद्ध सुखोपभोगाची अशी आपली वेगळी दुनिया असते. थोडक्यात सांगायचं तर ज्या दुनियेत आपण वस्ती करून राहात असतो ती भौतिक दुनिया असते! मी काही केवळ अधोगत होणाऱ्या सौंदर्याचा अभ्यास करणारा समीक्षक नाही. ह्या अधोगतीत अजूनही काही जिवंत आहे का, अजूनही तग धरू शकेल असं काही आहे का ते शोधण्याचा कदाचित मी प्रयत्न करत असेन. त्या गोष्टींचा वापर करतोय मी."

नूराननं हसून त्या बोलण्याला सहमती दर्शवली, "मी ते समजू शकते मुमताझ, पण कधी कधी काय होतं की केवळ एका कल्पनेच्या आधारानं जगल्यामुळे आयुष्याच्या

वळचणीला बसण्याचा धोका संभवतो. अशा वेळी माझ्या मनात पूर्णपणे वेगळ्या प्रतिमा येतात.''

''उदाहरणार्थ?''

''तू माझ्यावर रागावणार नाहीस ना?''

''मी का रागावेन पण?''

''म्हणजे एखादं पुरातन काळातलं प्रेत माझ्या नजरेसमोर येतं. त्या प्रेताला त्याच्या सर्व आवडत्या वस्तूंसह पुरलेलं असतं. त्यात सोन्याचे दागदागिने आणि प्रिय मित्र, आप्तजनांच्या प्रतिमाही असतात. मग त्याला कबरीत पुरल्यावर तो जिवंत होतो आणि त्याचं पूर्वीचं आयुष्य पुन्हा सुरू होतं. तारे चमकू लागतात, बासऱ्या वाजू लागतात, रंग बोलू लागतात आणि ऋतू आपापलं वैभव नव्यानं जन्माला घालतात. पण हे सगळं मृत्यूच्या त्या दुसऱ्या बाजूला चालू असतं. नेहमीच कल्पनेत असतं... जणू काही स्वप्न असावं दुसऱ्या जगाशी गुंफलेलं तसं...''

''आयसीस ही सुपीकतेची देवी आहे. सूर्याची सोनेरी थाळी हातात घेतलेल्या आयसीसचं भित्तिचित्र असतं ना तशी भिंतीवर रंगवलेली तुझी प्रतिमा सजीव होते. पुरातनकालीन रंगरूपाच्या मर्यादा टाकून तू माझ्या सडलेल्या शरीरावर वाकतेस... पण खरं सांगायचं तर अस्सल कला ह्याच मार्गानं जन्मते. ह्या क्षणाला मृत व्यक्ती आपल्या डोक्यात जिवंत आहेत. आपलं स्वतःचं जीवन दुसऱ्या व्यक्तीच्या विचारांतून जगणं किंवा तुमच्या अस्तित्वाचा एक पैलू काळाला स्वीकारायला लावणं असं होतं ते! उदाहरणच द्यायचं तर ताबी मुस्तफा एफेंदी ह्या कुबड आलेल्या इमामाचं उदाहरण घे. खरं तर कुबड आलेला इमाम ही कल्पनाच किती हास्यास्पद आहे. पण आजच्या घडीला आपण जेव्हा ताबी मुस्तफा एफेंदीची अक्सक सेमाई ऐकतो तेव्हा आपण काय विचार करतो? आपल्या दृष्टीनं जन्म आणि मृत्यूचा खरा राखणदार तो आहे. त्याच्या अस्तित्वाची कल्पना क्षणभर मनात करून बघ. ह्याच टेकड्यांवर राहणारा, उस्कुदारमधल्या मशिदीतून मिळणाऱ्या भिक्षेवर आपला चरितार्थ चालवणारा तो एक अभागी जीव होता. पाशांच्या मोठमोठाल्या वाड्यांच्या सान्निध्यात गुदमरून गेलेल्या एका लाकडी घरात राहात होता. आयुष्यानं त्याच्या जीवनात मोठा अपघात घडवून आणला आणि त्याला मोठमोठ्या वजिरांच्या दरबारातल्या कोपऱ्यात गुडघ्यावर कसंबसं बसून दिवस काढावे लागले. त्याला आपल्या वहाणा उंबरठ्याबाहेर काढाव्या लागत. ते वजीरसुद्धा फझील अहमद पाशापासून बलटाकी महमद पाशापर्यंत मोठमोठे वजीर होते. कदाचित असल्या बैठकीत ते त्याला सामील करून घेतसुद्धा नसतील.

कदाचित त्यानं आपले दिवस खालच्या दर्जाच्या लोकांतही व्यतीत केले असतील. कदाचित तो भीक आणि लहानसहान देणग्यांवरच जगला असेल. पण जेव्हा जेव्हा आपण त्याची गाणी म्हणतो तेव्हा तेव्हा जणू काही त्याचं पुनरुत्थानच होतं. कामिलकाच्या ज्या रस्त्यांवरून सुलतान महमद चौथा आपल्या सुवर्णरत्नजडित अश्वावरून दौडला असेल त्याच रस्त्यावरून ताबी मुस्तफा आपल्या अमर गीतांच्या माध्यमातून पुढे जात असतो. जणू साऱ्याच वातावरणाला त्यानं भारून टाकलं आहे असं वाटतं. पण अचानक मुस्तफाचं गीत म्हणणारा तो गायक आपल्या धूर्त देशबांधवांपैकी एखाद्याची वाट पाहू लागतो. तो देशबांधव आपल्याला भेटावा आणि त्यानं म्हणावं, 'मुल्लाजी, चला, उद्या आपल्याला एका बारशाला जायचंय आणि पैगंबरसाहेबांच्या जन्माच्या वेळेस म्हणायचं मेवलुद हे गीत म्हणायचंय.' ते गाणं म्हटल्यामुळे जास्तीचे पाच-दहा कुरूस मिळण्याची संधी त्याला मिळणार असते. तो ताबी मुस्तफा एफेंदी अचानकपणे कौतुकाचा धनी होतो. त्याला त्याची स्वतःची ओळख मिळते... कदाचित ह्या अशा गोष्टींमुळेच तर आपणही एकमेकांना ओळखू लागलेले असू.''

जगातल्या प्रत्येक प्राणिमात्रातलं प्रेम हे नेहमीच सारखं नसतं का?

''होय आणि नाही... म्हणजे शारीरिकदृष्ट्या म्हटलं तर नाही. कीटक आणि सस्तन प्राणी ह्यातील फरकांचा विचार कर. मासे किंवा अंगावर आवरण असणारे जलजीव ह्यांच्यातील पुनरुत्पादनाच्या दयनीय सवयी घे किंवा मानव आणि इतर सस्तन प्राण्यांतील फरक बघ. वेगवेगळ्या जमाती, टोळ्या, समाज आणि संस्कृती ह्यांच्याबद्दल तर विचारायलाच नको.'' मग तो हळूच हसून म्हणाला, ''उदाहरणार्थ, तू जर एखादी भक्ष्य शोधणारी कीटक असतीस तर एमिर्गन येथे येण्याच्या पहिल्याच दिवशी मला फस्त करून टाकलं असतंस तू.''

''हूं, तुला खाऊन खरं सांगायचं तर अपचन होऊन मरूनच गेले असते मी तेव्हा.''

''थँक यू, माय डिअर'',

तिच्या हर्षोल्लासाकडे मुमताझ अगदी मोकळेपणानं पाहात होता. ज्या जुन्या गढीच्या भव्यतेबद्दल आणि तिथं वारंवार येणाऱ्या पाहुण्यांबद्दल सेझाई बे ह्या विद्वानानं आपल्या आठवणीत लिहिलं होतं त्या गढीच्या मैदानावर उभे राहूनच ते एकमेकांशी बोलत होते. दूरवर दिसणाऱ्या इस्तंबूलच्या क्षितिजानं निळ्या मखमली सावल्यांत आपली हुरहुर लपेटून घेतली होती, तिन्हीसांजेचा संधिप्रकाश हळूहळू समुद्राचा देखावा

गिळंकृत करत होता. हे सारं दृश्य नूरानच्या चेहऱ्याची पार्श्वभूमी होतं.

"संस्कृती, सारासारविचारशक्ती आणि अनेक गोष्टींशी नातं जोडलं गेल्यामुळे त्या अत्युच्च सुखाच्या ओझरत्या क्षणाचं, त्या शारीरिक क्रियेचं रूपांतर दैवी सुखात करणं उच्च वर्गाला शक्य होतं. त्याउलट जीवनातील परिस्थिती किंवा आपल्या देशातील अडाणीपणा ह्यांच्यामुळे आपल्या काही देशबांधवांना चुंबन घेण्यासारख्या सहज सुखापासूनसुद्धा वंचित राहावं लागतं." पुढे तो म्हणाला, "आजकालच्या नव्या फॅशनचे कपडे विकणारी बुटिकची दुकानं किंवा लैंगिक बाबतीतले शिष्टाचार, संकोच ह्यांसारख्या आधुनिकतेच्या मागण्या हे सारं स्त्री-पुरुषांतील जवळिकीतूनच येतं. पापात सामील होण्याची भीती, साहित्य आणि कला हे सगळं काही त्यामुळेच निर्माण होतं."

"त्याचं अंतिम फलित काय?"

"कुणास ठाऊक? पण आहे ते असं आहे. कारण जीवनातील प्रत्येक गोष्ट विशिष्ट बाबतीत बाकी सगळ्याची नक्कल म्हणूनच येत असते. कांगारूची मादी पोटाच्या पिशवीत आपल्या पिल्लाला ठेवते. अनातोलियातली स्त्री काम करताना आपल्या नवजात अर्भकांना पाठीशी बांधून घेते, तर तू फातमाला आपल्या डोक्यातून बरोबर घेऊन फिरतेस."

"जास्त बोलू नकोस हं. माझ्या मनात माझ्या मुलीचे विचार येत असतील, पण तू तर सातशे वर्षं जुन्या प्रेतांची चिरफाड करत असतोस त्याचं काय?"

तिच्या रागावून बोलण्यामुळे मुमताझ दचकला. त्याला फक्त काहीतरी विनोद करून तिला हसवायचं होतं.

"तू रागावली आहेस का?"

"नाही, पण आत्ता फातमाचा उल्लेख करण्याची काहीच गरज नव्हती."

"मला आठवण झाली की ती माझ्याशी धडपणे वागत नाही ते..."

"मग तिला तू आवडशील असा बनण्याचा प्रयत्न कर." तिचा स्वर चिडखोर होता.

मुमताझनं निराशेनं मान हलवली, "ते कधीतरी शक्य होईल असं वाटतंय का तुला?" नूराननं त्यावर काहीच उत्तर दिलं नाही. ते किती कठीण आहे हे तिला चांगलंच ठाऊक होतं.

"माझ्या डोक्यातील भुतांबद्दल म्हटलंस तर ती भुतं तुझ्याही डोक्यात आहेत की. खरोखर वैफल्य कशानं येतं ते तुला ठाऊक आहे? आपण त्या भूतकालीन माणसांचे एकमेव पालक आहोत. आपण जर त्यांना आपल्या अस्तित्वाचा थोडासा अंशही

दिला नाही तर ते जीवनावरचा त्यांचा एकुलता एक हक्कसुद्धा गमावून बसतील. आपले गरीब पूर्वज, महान संगीतकार, कवी आणि असे कित्येक जण आहेत ज्यांचं नाव आणि ज्यांचा प्रभाव आजच्या घडीपर्यंत वाहून आलेला आहे. आपलं जीवन समृद्ध करण्यासाठी ते तळमळीनं प्रतीक्षा करत आहेत. अगदी अनपेक्षित ठिकाणी ते आपल्या समोर येऊन उभे ठाकतात.

मग ते दोघं जड पावलांनी चालत किसिक्लाय ट्रॉलीवर चढले. नूरान त्यांचं फुटकळ विषयावरून वाजलेलं भांडण विसरून गेली होती. तिच्या लक्षात फक्त दोनच विधानं राहिली होती. त्यातलं पहिलं विधान होतं भक्ष्य शोधायला बाहेर पडलेल्या कीटकाचं. म्हणजे ज्या किड्याची मादी आपल्याशी रत होणाऱ्या नराला खाते त्या मादीबद्दलचं आणि दुसरं विधान होतं फातमाबद्दलचं. तिच्या मनात आलं, 'म्हणजे माझ्याबद्दल असा विचार करतो की काय हा?'

ह्या दोन तुलना एकामागोमाग एक मनात आल्यामुळे मुमताझसुद्धा आश्चर्यचकित झाला होता. आपल्याला त्या किड्याची आठवण झाली तरी कशी? की नूरान केवळ स्वतःचं सुख पाहणारी स्त्री आहे अशी शंका आपल्या अंतर्मनात आहे? कदाचित ती मला गरजेपेक्षाही अधिक भावनाप्रधान आणि ज्यादा शहाणा समजत असेल. तिला तसं वाटणं साहजिक आहे. कारण मी इतक्या विषयांना धरून ठेवलेलं असतं की... पण मी दुसरं करू तरी काय? माझ्या लेखी ती माझं सर्वस्व आहे. त्यामुळं पंचप्राणानिशी तिला मी शरण जाईन. त्याच्या मनात विचार येत होते. ट्रॉली वर गेली तिथल्या टोकाशी अठरा-वीस वर्षांचं एक जोडपं एकमेकांशी कडाक्याचा वाद घालत होतं. त्या तिन्हीसांजेच्या अंधूक प्रकाशात त्या स्त्रीच्या चेहऱ्यावर निराशा झाकोळून आलेली होती आणि त्या पुरुषाच्या बोलण्या-वागण्याच्या आडदांड पद्धतीवरून उघड कळत होतं की तो तिच्यावर दबाव टाकतो आहे. त्यांना बघून मुमताझ आणि नूरान गप्पच झाले. आपण दोघं प्रेमात वेडे होऊन रस्त्यावरून फिरतो आहोत... पण मग आपल्या कवितेचा कारवाँ, आपले सारे विचार आणि त्या दोन अल्पवयीन प्रेमिकांचं भांडण ह्यात काही फारसा फरकच नव्हता का? आज प्रथमच त्याला चिंता वाटली की आपण नूरानच्या पायी कित्येक दिवस नुसते वायाच घालवतो आहोत की काय?

त्याचं जीवन आणि त्याचे विचार ह्यामुळे नूरानला हळूहळू थकवा येऊ लागलेला दिसत होता. आपण एका विशिष्ट कल्पनेला चिकटून आहोत, निष्फळतेच्या कक्षेत जखडलेले आहोत. त्यामुळे अस्तित्वाच्या पलीकडे आपण जातो ही कल्पना त्याच्या

मनाला किड्यासारखी कुरतडू लागली. त्यातून केवळ ऱ्हासच होणार होता. जसजसा काळ जाईल तसतसा तो ऱ्हासही वाढणार होता.

मुमताझच्या मनात एक प्रकारची अनिश्चितता दाटून आली. नूरान आपल्याला मिळणार नाही ह्या चिंतेनं त्याच्या काळजात घर केलं. बालपणापासूनच नियतीशी आणि व्याकूळ करणाऱ्या एकाकीपणाशी त्याची ओळख झाली होती. त्या भावना त्याच्या मनात नव्यानं उफाळून आल्या.

असं असूनसुद्धा तो उन्हाळा म्हणजे त्यांच्या दृष्टीनं मर्त्यलोकातील तात्पुरत्या स्वर्गासारखाच होता.

त्या सहलीच्या दुसऱ्याच दिवशी नूरान त्याला म्हणाली की, ''मला तुझ्याबरोबर एमिर्गन येथे संध्याकाळपर्यंत एकटीनं राहायचं आहे.'' तिला बागेसाठी रेखाकृती बनवायची होती.

सोफ्यावर अर्धवट रेलून तिनं पायांवर एक जाडजूड ग्रंथ ठेवला. त्यावर कागद ठेवून त्या कागदावर अनेक रेखाचित्रं काढली. आपल्या नवशिक्या आणि बाळबोध शैलीत तिनं प्रत्येक तपशील व्यवस्थित दर्शवला होता. फुलं आणि रंगांची नावं बाजूच्या मार्जिनमध्ये लिहून रंग एकमेकांत मिसळता कामा नयेत अशा सूचनाही लिहिल्या होत्या. उदाहरणार्थ, फुलांच्या एखाद्या ताटव्यातली फुलं माणकाच्या रंगाची किंवा गुलाबीसर जांभळीच असायला हवी होती. त्यामुळे प्रत्येक ऋतूनं आपल्या अंगावर रंगाचे वेगवेगळे पट्टे मिरवले असते. तिनं एके ठिकाणी पाहिलं होतं की जमिनीची प्रत चांगली राहावी म्हणून मुद्दाम रिकाम्या ठेवलेल्या आर्टिकोक फुलांच्या शेतात पॉपीची लाल फुलं उगवली होती. त्या फुलांकडे पाहून तिला ती कल्पना सुचली होती. तिच्या चित्रातले फक्त गुलाब तेवढे वेगळे होते. अनेक हातांच्या एकाकी मशालींसारखे किंवा जळत ठेवलेल्या कंदिलांसारखे होते ते.

नूरानला गुलाबांची अत्यंत आवड होती. डच स्टार्स जातीच्या मखमली गुलाबांची तर ती वेडीच होती. त्या जातीच्या गुलाबांची जणू साऱ्या पुष्पराज्यावर अधिसत्ताच होती. ती म्हणायची, ''जोपर्यंत अत्यंत सुंदर असे गुलाब माझ्या बागेत फुलताहेत तोपर्यंत माझे कपडे जुन्या फॅशनचे असले तरी मला त्याची पर्वा नाही.'' त्या खालोखाल तिला डेलियाच्या फुलांचं वेड होतं. ट्युलिपची फुलं तिला तेवढी पसंत नव्हती त्याऐवजी तिला व्हायोलेटची फुलं अधिक बरी वाटत. मुमताझनं एकदा उल्लेख केला की केसेकीझादे फौद पाशाच्या बॉस्फरसच्या समुद्रकाठी असलेल्या बुयुकदेरे इथं एके काळी व्हायोलेटच्या फुलांची बाग होती तेव्हापासून तिला ह्या तांझिमत

काळातील वजिरानं मोह घातला होता. गुलाबांशिवाय तिची आवडती फुलं होती ती म्हणजे फळझाडांना फळं येण्यापूर्वी येणाऱ्या बहराची फुलं. त्यामुळे अर्थातच तिनं चितारलेल्या त्या बागेत बदाम, अलुबुखार, पीच आणि सफरचंदांची झाडं अर्थातच असणार होती. ह्या झाडांचा बहर फारच कमी काळ म्हणजे जेमतेम पाच दिवस टिकणारा असला तरी त्यांच्यामुळे जे काही सुंदर देखावे निर्माण होतात त्यांच्या आठवणी संपूर्ण वर्षभर राहतात असं तिचं म्हणणं होतं. फुलं आणि झाडांची तिला आवड होती तसाच तिला कोंबड्या पाळण्यातही रस होता. पण ह्या दोन्ही गोष्टी एकत्र जमायच्या कशा? सरतेशेवटी त्यांनी ठरवलं की आपण बागेच्या अगदी दूरच्या टोकाला एक मोठंसं खुराडं बनवायचं आणि त्याच्या बाजूला छोटीशी मोकळी जागा ठेवून तिला तारेचं कुंपण घालायचं.

मुमताझची ओळख झाल्यापासून नूरान स्वप्नं पाहू लागली होती की उरलेला काळ आपण एमिर्गन येथल्या घरातच राहू. ह्या तिच्या इच्छेची जाणीव मुमताझला झाली तेव्हा ते घर विकत घेण्याची तो खटपट करू लागला. परंतु त्याविषयी बोलण्यासाठी कुठल्या ना कुठल्या कारणानं त्याची घरमालकिणीशी गाठच पडत नव्हती. कारण घरमालकीणबाई एमिर्गनला येत नसे. चारही मुलं लागोपाठ मृत्युमुखी पडल्यामुळे त्या दुःखात चूर होऊन ती स्त्री बऱ्याच काळापासून शेजारीपाजारी मिसळेनाशी झाली होती. ज्या घरात ती पूर्वी एकेकाळी नवी नवरी म्हणून येऊन राहिली होती त्या एमिर्गन येथील घरात तर तिनं येण्याचा प्रश्नच येत नव्हता. जिथं एके काळी अदबशीर संभाषणं होत होती, मोठमोठ्या मैफली होत होत्या. वेगवेगळ्या वाद्यांच्या आणि बासऱ्यांच्या सहवासात ती तिथं मोठ्या ऐश्वर्यात, दासदासींसमवेत राहिली होती, त्या ऐश्वर्याची कल्पनाही मुमताझला किंवा नूरानला येणं शक्य नव्हतं. मुमताझ घरभाड्याचे पैसे कॉफीहाऊसच्या मालकाकडे देत असे. रुमेलीइसारी ह्या ठिकाणावरून येणारा एक जुना नोकर ते भाड्याचे पैसे घेऊन जात असे आणि घरमालकीण ज्या बेटावर राहात होती त्या बेटावर पोहचवत असे.

रेखाचित्रं काढून झाल्यावर संध्याकाळी ते बुयुकदेरेला गेले. तिथल्या एका छोट्याशा हॉटेलात जेवले. ऑगस्ट महिन्यातील शुक्ल त्रयोदशीचा दिवस असल्यानं त्यांना चंद्राच्या चांदण्यात फिरणं शक्य होतं. चंद्र उगवताक्षणी मेहमत येऊन पोहचला. त्या तरुण मुलाचा चेहरा आज जरा फिकट आणि थकल्यासारखा मुमताझला भासला. त्याच्या चेहऱ्यावर वैतागल्याच्या छटा होत्या. मेहमत प्रेमात पडलाय हे काही काळापासून मुमताझला ठाऊक होतं. कदाचित त्याची प्रेमिका इथंच बुयुकुदेरेमध्ये

राहात असावी. ह्या दुहेरी प्रेमप्रकरणातील योगायोगामुळे त्यांचं जीवन मोलियेरनं लिहिलेल्या प्रेमप्रकरणासारखं झालं होतं. बोयासिकोय कॉफीहाऊसमधला नवशिका कामगार आणि अनाहित ह्यांच्या प्रेमप्रकरणामुळे गोष्टीची रूपरेषा आता तिहेरी झाली होती. मुमताझचं तसं नव्हतं. त्यानं काय हवं ते केलं, कुठल्याही देखण्या पण अप्राप्य अशा प्रदेशात तो भटकला तरी मानवतेच्या आणि अस्तित्वाच्या कायद्यांनुसार वागणं त्याला भाग होतं. पण मुमताझ जगत होता तसाच मेहमत हासुद्धा माणूस जगत होताच की. ताबी मुस्तफा एफेंदी किंवा देदे एफेंदी ह्यांच्याबद्दल त्याला काहीही माहीत नसताना तो प्रेम करत होता. बॉडलेअर किंवा याह्या केमाल ह्यांच्यामुळे तो दिपून गेला नव्हता तरी तो प्रेम करत होता.

दोघांमधला फरक म्हणायचा झाला तर मुमताझ आपल्या प्रेमिकेला कल्पनांच्या परिघातून पाहात होता. त्याच्या मनातल्या नूरानच्या काही प्रतिमा बॉस्फरसच्या समुद्रकाठी असलेल्या कान्लिका येथील घराबाहेर शॉर्ट्स किंवा पोहण्याची वस्त्रं घालून फिरत होत्या. तर काही छोट्या पडावात बसून शिडाशी, वाऱ्याशी मुकाबला करत होत्या किंवा काही उन्हात झोपल्या होत्या, त्यांच्या पापण्या खाली झुकलेल्या होत्या, त्यांचे चेहरे पक्व फळासारखे दिसत होते. जणू त्या फळांच्या गरात खूप खोलवर नवसंजीवन देणारे सुमधुर अर्क उसळत होते. तर आणखी काही उताणं झोपून समुद्रात तरंगत होत्या. वल्ह्याच्या बोटीत चढत होत्या, बोलत होत्या, हसत होत्या, झाडांच्या फांदीवरचे सुरवंट गोळा करत होत्या. जणू त्या साऱ्या नूरान मुमताझच्या कल्पनेतल्या शतकाशतकांच्या अनुभवांचा एकत्रितपणे अनुभव घेत होत्या.

तिची उभं राहण्याची ढब, किंवा चेहऱ्यावर चमकून जाणारे भाव ह्यातून काही प्रतिमा एखाद्या क्षणी निर्माण होत. बाकीच्यांचा उगम मात्र नूरानच्या जित्याजागत्या अस्तित्वातून क्रमाक्रमानं होत होता हे मुमताझला स्पष्ट कळत होतं. बहुधा तो तिच्या पूर्वजांकडून तिला मिळालेला तो वारसा असावा. पण मेवलेवी पोशाखातल्या नूरानचा फोटो जर त्याला इख्लालनं दाखवला नसता तरीदेखील ग्रामोफोनवरील ध्वनिमुद्रिका ऐकत मांडी घालून बसलेल्या नूरानची तुलना मुमताझन इस्तंबूलच्या पूर्वेला उत्खननात सापडलेल्या भित्तिचित्रांशीच केली असती.

कुठल्याही साध्यासुध्या क्षणीही त्याची प्रियतमा आपल्या वागण्यातून, कपड्यांतून, प्रणयक्रीडेच्या वेळच्या बदलत्या भावांतून तऱ्हेतऱ्हेची रूपं धारण करत असे. ती एवढ्या वेगवेगळ्या प्रतिमा निर्माण करत असे की त्या जणू अमरत्वाच्या आरशातून प्रकटल्या आहेत असं वाटे. त्या प्रतिमांमुळे मुमताझच्या मनात अत्यंत

उत्कट, अत्यंत व्याकूळ ध्यास निर्माण होई. त्या ध्यासात ती आपल्याला प्राप्त झाली आहे ही भावनाही मिसळून जाई. रेनोर ह्या चित्रकारानं पुस्तक वाचणाऱ्या स्त्रीचं काढलेलं चित्र ही त्यापैकीच एक प्रतिमा होती. वरून येणाऱ्या प्रकाशझोतामुळे त्या चित्रातल्या स्त्रीचे केस सोनेरी फवाऱ्यासारखे दिसत असत. त्या चित्राला शेवाळी रंगाची पार्श्वभूमी होती आणि त्या चित्रातील स्त्रीचा पोशाखही काळा होता. गुलाबी रंगाचा स्कार्फ तिनं गळ्यात बांधला होता. त्या पार्श्वभूमीवर तिचे सोनेरी केस स्वप्नवत दिसत होते, गुलाबांच्या गुच्छासारखे फैलावले होते. ते चित्र म्हणजे सौंदर्यशास्त्राचा एक अत्यंत एकनिष्ठ आरसाच होता. त्या चित्राच्या आरशात आपल्या प्रियतमेला पाहाताना त्याचे कित्येक तास सहज जात. त्या चित्रातील सुंदरीत आणि नूरानमध्ये बरीच साम्यस्थळं होती. तिच्या चेहऱ्यावरील निवांतपणा, तिनं खाली झुकवलेल्या पापण्यांची काळी कडा, अचानक निमुळती झालेली तिची हनुवटी आणि तिच्या चेहऱ्यावरील गोड आणि रसपरिपोषक हसू... आपल्या कल्पनाशक्तीद्वारे त्याला जो नूरानचा ध्यास लागला होता त्यातून रेनॉरच्या चित्रातील नायिकेशी असलेलं तिचं साम्य मुमताझ आणखी पुढे नेई आणि मध्ययुगातील व्हेनीसमधल्या थोर चित्रकारांनी काढलेल्या चित्रांतील सजीवता तो तिच्या देहाकृतीत पाहू लागे.

तथापि आज मात्र खिडकीतून दिसणाऱ्या रात्रीच्या पार्श्वभूमीवर ती वेगळीच दिसत होती. चांदण्या जडवलेल्या त्या रात्रीच्या वेळेस तिनं मोठ्या गळ्याचा गाऊन घातला होता. उन्हात रापलेले हात उघडेच होते, केसांचा भांग तिनं घाईघाईनं मध्यावर पाडलेला दिसत होता, जणू काही समुद्राच्या हमामखान्यात अंघोळ करून ती नुकतीच बाहेर आलेली असावी. पण आत्ता समोर दिसणारी ती स्त्री काही प्रणयक्रीडेतील जिवलग सखी नव्हती. पडदे ओढलेल्या खोलीत सूर्यप्रकाश मधासारखा झिरपत होता. १८९० नंतरच्या कितीतरी कवींनी त्या सूर्यप्रकाशाविषयी लिहिलं होतं, चित्रकारांनी त्यावर चित्रं काढली होती. रेनॉरनं अनेक प्रयत्न करून त्या स्त्रीला चित्रबद्ध करण्यात यश मिळवलं होतं. परंतु आत्ता ह्या क्षणी मात्र नूरानला होणारी वास्तवाची कठोर जाणीव, अर्धवट उजेडात दिसणाऱ्या तिच्या चेहऱ्यावरील उत्कट जिवंतपणा आणि डोळ्यांचा तिखटपणा ह्यांनी जणू तिचा सारा चेहराच व्यापून टाकला होता. तिला पाहून आता घिरलांदैयोनं काढलेल्या व्हर्जिन मेरीच्या चित्राची आठवण येत होती. चित्रातल्या व्हर्जिन मेरीच्या साऱ्या अस्तित्वातूनच सजीवतेचा झरा भरून आला होता आणि तो झरा मेरीच्या मूर्तीसमोरच्या मोठ्या चौकात वाहून दिसेनासा होत होता. अर्धपुरातन काळातील ती प्रतिमा डावा हात कमरेवर घेऊन आणि मान झुकवून अगदी डौलात

उभी होती. तिचं किंचित पुढे आलेलं कपाळ आणि खांद्याला टेकलेल्या हनुवटीवरची खळी ह्या दोन्ही गोष्टी त्यामुळे अधिक उठून दिसत होत्या.

क्षणोक्षणी बदलणाऱ्या नूरानच्या प्रतिमा म्हणजे मुमताझच्या दृष्टीनं एकाच वेळी यातना आणि अत्युच्च सुखाचा अनुभव होता. वेगवेगळी पदकं किंवा देवतांच्या हातातील परशू धारण केलेल्या त्या वेगवेगळ्या प्रतिमांचा विचार क्षणभर जरी मनात आला तरी मुमताझला अत्युच्च सुखाचा अनुभव येई. त्याच्या संवेदना अचानक जागृत होत. तो एकटा असताना तिची एखादी मुद्रा तासन्तास त्याची पाठ सोडत नसे. स्मरणात राहिलेलं एखादं वाक्य, पुस्तकातलं पान किंवा डोक्यात आलेली कल्पना ह्यामुळे त्याला तिची आठवण होत असेच पण जेव्हा संगीताचे सूर अचानक कुठूनसे कानी येत तेव्हा त्याच्या मनात निर्माण होणाऱ्या नूरानच्या प्रतिमेमुळे तर त्याला सगळ्यात मधुर यातना होत असत. त्या मधुर संगीताच्या कल्पनाचित्रातून, वाद्यांतील सुरावटींच्या सुवर्णवर्षावातून ह्या अगणित प्रतिमा तयार होत. त्या अचानक डोळ्यांपुढे येत तशाच अचानक दिसेनाशाही होत. रोजच्या अनुभवांच्या काळचौकटीपलीकडे जाऊन त्या टवकारून पाहात आणि त्याला टोमणे मारून खिजवत. त्यानंतर आठवणींचा मार्ग बदलून जाई आणि पूर्वीच्या अस्तित्वांचे प्रतिध्वनी जागृत होत.

नूरानला आपल्या सभोवतालात आणि आपल्या भूतकाळात शोधण्याच्या आनंदात जगण्याचे धाडस तो करत होता. दिवसेंदिवस ते धाडस वाढतच होतं. सर्वच अनुभवांना तिच्यामुळे रुची प्राप्त झाली होती. तो तिला दंतकथांत पाहात होता, वेगवेगळ्या धर्मविचारांत पाहात होता, शतकानुशतकं चालत आलेल्या कलाविष्कारांत पाहात होता. त्या सर्व प्रतिमा वेगवेगळ्या असल्या तरी त्या सर्वांत ती स्वतःचं वैशिष्ट्य राखून होती.

त्याच्या अनुभवानुसार नूरान म्हणजे भूतकाळात जाण्याची सोन्याची किल्ली होती. एखाद्या खूपच ओळखीच्या जुन्या दंतकथेतील मूळ संकल्पना असावी तशी सर्व कला आणि तत्त्वज्ञानासाठी असलेली पहिली अट म्हणजे नूरान होती.

मेहमतच्या प्रेयसीला त्यानं त्या प्रतिमांच्या परिघात कधी पाहिलं नव्हतं किंवा तो आपल्या आवडत्या दंतकथेपासून दूरही गेला नव्हता. त्याची लाडकी दंतकथा सदासर्वकाळ त्याच्या सोबत होतीच.

मेहमत आपल्या मैत्रिणीवर गाढ प्रेम करत होता, पण तिच्याविषयी विचार करताना तो वाङ्मयातील नायिकेच्या छटा तिच्यात शोधत नसे. संगीताच्या साथीवर तिच्यासाठी फुलांचा गुच्छ आणत नसे. शरीराच्या माध्यमातून प्रत्येक इच्छा आणि

प्रत्येक सुख उपभोगणाऱ्या रानटी काळातील मानवाच्या मर्दपणानं तो तिला सामोरा जात असे. जी सुखं मुमताझ शतकांचा अभ्यास करून शोधत होता ती सुखं मेहमत केवळ आपल्या शरीराच्या माध्यमातूनच घेत होता.

त्याप्रमाणेच बोयासिकोय कॉफीहाऊसमधला शिकाऊ कामगारही आपली मैत्रीण अनाहित हिचं अस्तित्व स्वर्गीय आहे असं मानत नव्हता. तिच्या डोळ्यांच्या गहनतेत डोकावून त्यानं कधीच आपलं नशीब अजमावलं नव्हतं. तिच्या शरीराशी लगट करताना विस्मरणात गेलेल्या धर्मातील रूढी आणि रीतिरिवाजांची त्याला आठवणही होत नव्हती. ती आपल्याला सोडून जाईल अशी भीती त्याला वाटत नव्हती. ती जेव्हा निघून जाई तेव्हा तो बंदरावरील धूळभरल्या दगडांवर किंवा कॉफीहाऊसच्या पुढ्यात रचून ठेवलेल्या माशांच्या जाळ्यांवर आपलं थकलेलं शरीर लोटून विश्रांती घेत होता. किंवा आसपासच्या साफसफाई करणाऱ्या पोरींची थट्टामस्करी करू लागत होता. नंतर म्हणजे जेव्हा आतल्या आत त्याला जाणवे की आपल्याला तिची गरज आहे तेव्हा तो अलगदपणे शरीर ताणून उठे. आपल्या अंगात शिरलेला सारा आळस झटकून टाकी आणि तिला शोधू लागे. त्याच्या नेहमीच्या खुणेच्या दगडाखाली त्यानं आपल्या खोलीची चावी ठेवलेली असे. जुन्या किल्ल्याच्या तटबंदीच्या आत त्याची खोली होती. चावी घेऊन तिला अगदी सहज त्याच्या घरात प्रवेश करता येत असे. ती येईल तेव्हा आपल्याला नक्कीच उठवेल ह्या खात्रीनं तो कसलाही विचार न करता अगदी मनसोक्त झोप घेई..

आज मेहमत अगदी चिडचिडा आणि खिन्न मन:स्थितीत दिसत होता. मुमताझकडे तो तीन वर्षांपासून कामाला असल्यामुळे त्या तरुण मुलाच्या मनात काय चाललं आहे हे मुमताझला आता आरशासारखं लख्ख वाचता येऊ लागलं होतं. त्याचं नक्कीच त्याच्या मैत्रिणीशी भांडण झालं असावं किंवा मग दुसऱ्या कुणाबरोबर तिला बागेत फिरताना किंवा हॉटेलात जाताना पाहिलं असावं. कदाचित त्यांच्या भांडणाचं तेच कारण असावं. ते काहीही असलं तरी मनस्ताप सहन करण्याची मेहमतची तऱ्हा त्याच्यापेक्षा अगदीच भिन्न होती.

मानवजातीचा अजिबात न डरण्याचा जो पैलू होता त्या पैलूचं मेहमत जणू प्रतिनिधित्वच करत होता. निर्धार त्याला स्वतःच्या मनातच सापडत होता. रेस्टॉरंटच्या पुढ्यात एकटंच उभं राहून त्यानं लढाऊ कोंबड्यासारखी छाती पुढे काढली. त्याच्या शारीरिक क्षमतेविषयी आदर आणि कौतुकच त्यातून व्यक्त होत होतं. मुळात ते नार्सिससससारखं एक प्रकारचं स्वतःवरच्याच प्रेमात पडणं होतं. पण त्या प्रेमासाठी

स्त्रीचा देह हाच आरसा होता. त्या स्त्रीदेहरूपी आरशात पडणारं त्याचं प्रतिबिंब थोडंसं जरी अस्पष्ट झालं तरी तो आरसा मेहमत तिरस्कारानं बाजूला टाकून देत होता आणि दुसरा आरसा हातात घेत होता. पण तसं तर स्त्रियासुद्धा वागू शकत होत्या. नूरानसुद्धा एक दिवस मुमताझशी तसंच वागू शकत होती.

हा विचार मुमताझच्या मनात शिरला आणि त्या विचारानं असं काही क्रूर रूप धारण केलं की तो अस्वस्थ झालाय हे नूरानच्याही लक्षात आलं. म्हणून तिनं त्याला विचारलं, ''काय झालं? काही बिनसलंय का?''

''काही नाही. माझं मन कुठंतरीच भरकटलं. एखाद्या कल्पनेवर मी एवढा विचार करतो की ती शेवटी अगदी अक्राळविक्राळ रूप धारण करते.''

''मला नीट सांग त्याबद्दल.''

आपल्या मन:स्थितीची टिंगल उडवण्याच्या सुरातच मुमताझनं तिला आपल्या मनातलं सांगितलं. नूरानशी जे संबंधित होतं ते तिच्यापासून का लपवायचं? त्याचं बोलणं ऐकताना सुरुवातीला तिनं टर उडवण्याच्या आविर्भावानं ते ऐकलं पण नंतर मात्र तिच्या चेहऱ्यावरचे भाव बदलले.

''मुमताझ, तू आजच्या दिवसात का जगत नाहीस रे? तू एकतर भूतकाळात असतोस नाहीतर मग भविष्यात असतोस. अरे बाबा, ही आत्ताची घटिकासुद्धा अस्तित्वात आहे बरं.''

ही आत्ताची घटिका नाकारण्याची मुमताझला तरी कुठं इच्छा होती?

नूरानच्या चेहऱ्यातून, स्वतःच्या कल्पनाशक्तीतून तो आत्ताची घटिकाही अगदी अनुभवत होताच की. शिवाय नूरानच्या जोडीला साक्षात रात्रीचं बॉस्फरससुद्धा होतंच की. बॉस्फरस जणू तिचं कायमचं सवंगडीच बनलं होतं. आत्ता ह्या क्षणी बॉस्फरसच्या त्या रात्रीत तिची मधुर नशाही मिसळून गेली होती. अंतरंगात उसळत असलेल्या लहरींमुळे नूरानच्या चेहऱ्यावरही ह्या निळ्याशार रात्रीसारखा उत्कटतेचा भाव होता. त्या रात्रीसारखंच तिच्या अंतरातील तेजही तिच्या चेहऱ्यावर प्रकटलं होतं.

''मी हा आत्ताचा क्षण जगत नाही असं म्हणतच नाही. पण माझा स्त्रियांबद्दलचा आणि जीवनाबद्दलचा अनुभव अगदी तोकडा असताना अगदी अनपेक्षित वेळेस तू माझ्या जीवनात आलीस. त्यामुळे आता काय करायचं ते मला कळतच नाही. बुद्धिमत्ता, सौंदर्यशास्त्र आणि जीवनाविषयी वाटणारी अभिलाषा ह्यांच्या साऱ्या रेषा तुझ्या ठायी येऊन मिळाल्या आहेत. तुझ्या अस्तित्वात जणू एकरूप होऊन गेल्या आहेत. तुझ्यापलीकडे काहीच न दिसण्याच्या रोगाला मी बळी पडलो आहे ग.''

नूराननं हसून वर वर चढणाऱ्या चंद्राकडे निर्देश केला.

पलीकडल्या डोंगरमाथ्यांपैकी एकाच्या कडा लाल झाल्या होत्या. तेजाची अत्यंत तलम अशी चमक त्यावर दिसू लागली होती. दंतकथेतल्या फळासारखी ती कडा दिसत होती. त्याच क्षणी रात्रीच्या निळ्याशार निरभ्रतेत अचानक बदल झाला.

"तूच एकदा म्हटलं होतंस की आपण स्वतःचं अस्तित्व इतर कल्पनांपेक्षा वेगळं ठेवायला हवं. तू म्हटलं होतंस की एकमेकांत प्रवेश करता येणार नाही असे घराचे दोन भाग जसे असतात तसं ते असायला हवं. प्रेम किंवा जीवनातील इतर कुठलीही सत्ता तिथं आक्रमण करणार नाही."

मुमताझनं दंतकथेसारख्या दिसणाऱ्या त्या चंद्रफळाच्या अर्धकोरीवरून नजर काढली आणि तो म्हणाला, "होय, पूर्वी एकदा मी तसं म्हणालो होतो खरं. पण तुझ्या संगतीत सारं बदललंय. मी आता माझ्या डोक्यानं विचार करत नाही तर तुझ्या शरीराच्या माध्यमातून विचार करतो. तुझं शरीर हे आता माझ्या बुद्धीचं सुखनिधान झालं आहे."

लहानपणी आपण जो खेळ खेळत होतो तो खेळ मुमताझनं तिला सांगितला. "प्रकाशाचं वक्रीभवन आणि त्यातील बदल हे माझ्यासाठी पराकोटीच्या आनंदाचा भाग होते. गलातासराय येथे शिकायला असताना छताला लावलेल्या काचेतून प्रकाश कसा परावर्तित होतो ते दुर्बिणीतून बघितल्यासारखं मी माझ्या हाताच्या मुठीतून बघत असे. अर्थात ते प्रकाशाचं परिवर्तन जागोजागी आपोआप होतच असे. पण स्वतः ते घडवून आणण्यातला माझा आनंद काहीतरी आगळावेगळाच होता. ते प्रकाशाचे तुकडे दागिन्यांसारखे वाटत मला. खरोखरच एवढ्या मोठ्या संख्येनं दागिने बनवणारा सोनार विरळाच असणार. सर्व पवित्र आणि धार्मिक प्रतीकांचं मूळ हे प्रकाश आणि त्याचं वक्रीभवन ह्यातून मिळालेलं आहे असं मला वाटतं. माझ्या दृष्टीनं रत्नं किंवा नजरेतील तेजस्वी चमक ह्यांच्याप्रमाणे तेही प्रकाशानं लिहिलेलं काव्यच होतं. एखादा प्रकाशस्रोत तेजस्वितेच्या माध्यमातून चकाकत्या पोलादाचं रूप धारण करतो, जांभळे, गुलाबी आणि फिकट जांभळे असे झोत पाडतो किंवा आपल्याला चक्रावून टाकून मोह घालतील अशा ठिणग्यांची बरसात करतो हे तुला ठाऊक आहे का? कलेचं महत्त्वाचं सत्य ह्यातच दडलेलं आहे. अत्यंत सोप्या तऱ्हेनं म्हणजे अगदी यांत्रिकपणे म्हटलंस तरी चालेल पण डोळ्यांपुढे स्वप्न निर्माण करण्याचं कसब प्रकाशात आहे. आत्ता ह्या क्षणी मला वाटतं की हे सर्व विश्वच तुझ्या शरीरातून लोलकासारखं परावर्तित होतं, त्या तुझ्या शरीराचा मी दिवाना आहे." मग क्षणभर विचार करून तो पुढे बोलला,

''पण ती काही स्वतःहून कला नसते. पण कलेच्या जवळपास जाणारं, त्यासारखं काहीतरी असं काहीतरी असतं ते.''

ते दोघं बाहेर जाईतो रेषारेषांच्या जाळ्यांनी भरलेलं धुक्याचं फिकट तेजोवलय सभोवताली घेऊन चंद्र बराच वर चढला होता.

ह्या रात्रीच्या तोडीचं दुसरं काही असलंच तर ते फक्त ओटोमान संगीत होतं. शास्त्रीय संगीताच्या सिद्धतेतून आणि वादनातून ती तशी रात्र निर्माण करता येऊ शकत होती. तिथं तर काय साऱ्याचं मोजमाप केवळ अनंतातच करता येत होतं. कितीही लक्ष देऊन ऐकलं तरी क्रमाक्रमानं येणाऱ्या ध्रुपदाच्या ओळी एकमेकींत एवढ्या गुरफटून जाव्यात की त्यांना वेगळं करणं किंवा कमी जास्त करणं अशक्य व्हावं असं होतं ते. आत्ता ह्या क्षणी दोघं नावेत बसून पाण्यावर तरंगत होते. सोनेरी पाणवनस्पती, लाटांचं तेजस्वी सळसळणं, न कळणारी गूढ रहस्यं आणि त्यामागील अत्युच्च सत्य ह्यांच्या सावल्या एकत्र येऊन त्यांच्या मनाच्या परिघावर घुटमळत होत्या. तेजाचे झरे, काळोखाच्या घनदाट पोकळ्या ह्या सर्वांमुळं सारं दृश्य अगदी शाश्वत आणि निश्चल भासत होतं. शेलीनं आपल्या कवितेत म्हटल्याप्रमाणे सारं विश्वच जणू काही अत्यंत मनोहर अशा सुगंधांचं बनलं होतं. एखादी धीट संकल्पना तर्काच्या उंबरठ्याशी अडखळून उभी राहावी आणि तिचं अंतिम फळ दृष्टिपथात येऊ नये त्याप्रमाणे विश्वही जणू संदिग्धतेच्या लंबकावर लटकत होतं. त्यामुळेच त्यातील प्रत्येक वैशिष्ट्य मनाला आणखीच भुरळ घालणारं होत होतं.

चंद्राची प्रदक्षिणा सुरू झाली तेव्हा जणू सुरुवातीच्या नांदीचं संगीतच वाजू लागलं. असंख्य ओठ तत्त्वज्ञानाच्या असंख्य बासऱ्यांतून जणू आपले प्राण फुंकू लागले. प्रकाशाचे नाजूक चषक फुटत होते. रामबाण प्राणतत्त्वांचे शोभिवंत अर्क पिऊन मनाला गुंगून टाकेल अशी धुंदी अत्यंत वेगानं चढत होती, धर्मविधी अर्पण करावेत तशा तऱ्हेनं आगळीवेगळी प्रकाशरत्नं समुद्रात भिरकावली जात होती.

डॉल्फिन माशांचा एक थवा जणू काही चंद्राचाच पाठलाग करत असावा अशा तऱ्हेनं समुद्रातून आपला मार्ग विणत त्यांच्या नावेजवळून गेला. खूप दुरात काही ठिकाणी प्रकाशकिरण एकत्र होऊन चमचमत होते. त्या रंगमंचावर फेरीबोटीच्या दिव्यांनी आणखी प्रकाश टाकला होता. एखाद्या पुरातन, सुंदर पुस्तकाचा अर्थ स्पष्ट करण्यासाठी त्याच्यावर लुकलुकणारा प्रकाश पडावा आणि त्यातून सारा अर्थ स्पष्ट व्हावा तसं वाटत होतं. जिथं जिथं भिन्न प्रवाह एकत्र येत होते तिथं तिथं शेकडो हंस पक्षी क्षणभरासाठी का होईना पण जीवनमरणाच्या भयाच्या सीमारेषेवर तरंगल्यासारखे दिसत.

काचेचं ते पारदर्शक, नाजूक जग जणू आपल्याच संगीतात मग्न होतं आणि त्या जगाच्या अगदी तळाशी असलेल्या अशक्य प्रदेशात त्या संगीतातली मुख्य वाद्यं वाजवली जात होती.

मुमताझनं नूरानच्या खांद्यांवर आपलं जाकीट पांघरलं आणि तो म्हणाला, ''ही फेराहफेझा पेस, ही चंद्राची गती अशीच पाहात राहा.''

खरोखरच देदेच्या फेराहफेझा पेसप्रमाणे तेही अशा एका जगात प्रवेशले होते, ज्या जगाचं एकेक पान एका अदृश्य बासरीच्या सुरांतून उलगडलं जात होतं. बासरीच्या सुरांतून मधुर संगीत निर्माण व्हावं तसं अनेक सौम्य, उत्कट आणि अप्राप्य अशा रहस्यांचं प्रतिबिंब भोवतालच्या आरशात पडलेलं होतं. एखाद्या तेजस्वी कल्पनेच्या सतत लहरणाऱ्या तरंगांतून किंवा सर्व वैगुण्यं नष्ट करणाऱ्या प्रेमाच्या जगात ते जणू आनंदानं विहरत होते, सतत गुणाकारमितीत वाढणाऱ्या विशुद्ध झऱ्यांच्या काठांवरून पुढे जात होते.

''आपण आता नेस एतीच्या कवितेत वर्णिलेल्या जगात प्रवेश करण्याच्या बेतात आहोत.''

''हे नेस एती, जे काही आम्हाला जाणवतं ते आम्ही सर्वांना इतक्या मर्यादेपर्यंत देऊन टाकलेलं आहे की आम्ही स्वतःच आता विशुद्ध अशा तेजाच्या दर्पणात गुप्त झालो आहोत.''

नूरान हसली, ''छान, पण हे भौतिक जग अस्तित्वात आहे आणि आपणही अस्तित्वात आहोत. आपली शरीरं भौतिक आहेत. आहेत ना? म्हणजे मला काय म्हणायचंय की जसे आपण तसेच इतर सर्वजण.''

''अल्लाची मी हजार वेळा स्तुती करीन... पण माझ्या मते तुझं शरीर इतर शरीरांसारखं नाही.''

''म्हणजे? चक्क ईश्वरनिंदा करतोहेस तू.''

''तू त्याला ईश्वरनिंदा म्हण किंवा अल्लाकडे जाण्याचा सर्वात जवळचा मार्ग म्हण. पण हे विसरू नकोस की आज आपण शरीरानं एक झालो आहोत, दैवी शरीरात एकरूप झालो आहोत.''

त्यांच्या बाजूला एका माशाने समुद्रात उंच उसळी घेतली तेव्हा हवेत एक चकाकती कमान काही काळ दिसली. त्यानंतर थोडंसं पुढे सागराच्या चमकदार उष्ण नीलिम्यातून आगळावेगळा शुभ्रधवल फेसाळपणा दिसू लागला.

त्यांना मिळणारं समाधान संशयातीत होतं. खरं तर त्या दोघांचीही मनं

एकमेकांच्या नकळत परस्परविरुद्ध दिशांनी विचार करत होती. तसं असूनही त्यांनी स्वतःला वर्तमानात झोकून दिलं होतं. आपलं प्रेम म्हणजे अल्लाकडे जाण्याचा सर्वात जवळचा मार्ग होता का किंवा खरोखरच त्या प्रेमाला काही पोहचण्याचं ठिकाण होतं का ह्याबद्दल मुमताझच्या मनात शंका होती. जीवनात प्रेमाला अत्युच्च दर्जा आहे असं त्यानं मान्य केलेलं असलं तरी त्याला हेसुद्धा ठाऊक होतं की एकाच भावनेवर एखादी व्यक्ती पूर्णपणे अवलंबून राहू शकत नाही. त्याप्रमाणेच आपला भोळाभाबडा स्वभाव नूरानच्या रागाला कारणीभूत होतो ह्याविषयी विचार करणंही त्यानं बऱ्याच काळापासून सोडून दिलं होतं. तसंच नूराननंही आता मनातलं व्यक्त करण्याची त्याची पद्धत आणि त्याचे विचार मान्य केले होते. अगोदरची संध्याकाळ त्यांनी कॅनलिका येथे घालवली होती. तेव्हा त्याला दुखवावंसं तिला वाटत होतं त्याविषयीही ती आता पूर्ण विसरून गेली होती. तो जेव्हा जीवनाचं सारं गांभीर्यच घालवून टाकी तेव्हाच तिला त्याचा राग येत असे. त्याबद्दल सकाळी ती त्याच्याशी बोलली होती.

ती म्हणाली होती, ''अशा गोष्टींविषयी बोलायला कुठलीही स्त्री आळशीपणाच करते. पण माझ्या स्वतःच्या समाधानासाठी तुझ्यासोबत राहणं मी पसंत करते. तू जसा आहेस तसा तुला स्वीकारण्यात मला आनंद आहे.''

मुमताझ तिच्या बाजूला असताना तिला वाटे की आपण खूप नाजूक, भाबडी अशी मुलगी आहोत. आपला प्रियकर आपल्याला जिथं नेईल तिथं त्याच्यामागून जात आहोत. तिचा त्याच्यावर विश्वास होता. वयानं लहान असला तरी त्याचा बांधा मजबूत होता, अंगात रग होती, वृत्तीत आव्हान होतं. जीवनाकडे बघताना एकाच ध्यासानं झपाटल्यासारखा तो अविचल धैर्य दाखवत होता. तिनं स्वतःलाच सांगितलं, 'त्याच्यामुळे माझ्या जीवनाला दिशा मिळू दे. तेवढं मला पुरेसं असेल...' बाकी सगळं मग ती सांभाळणार होती. ती अगदी शेवटपर्यंत आपल्या प्रियकराला साथ देणार होती. विचार करता करता तिच्या साऱ्या अस्तित्वातूनच विश्वासाचं उबदार, दुहेरी भरतं दाटून आलं.

कारण आपण ज्याच्यावर प्रेम करतो अशा माणसाच्या विचारात सहभागी होणं, त्याच्या सहवासात असणं हे प्रेमाचं एक वेगळं रूप होतं. कुठलीही भावी शक्यता शिल्लक नसताना होणाऱ्या ऱ्हासातून पुन्हा जन्म घेण्यासारखं होतं ते. गर्भवती असताना आपलं गर्भाशय आणि आपलं शरीर ह्यांची जशी वेगळीच दुनिया असते तसं होतं ते. मुमताझबद्दल तिला वाटणाऱ्या जिव्हाळ्यात मातृत्वाची भावना, प्रेम, कौतुक आणि काही अंशी कृतज्ञता ह्या भावना होत्या. तिनं त्याविषयी पुष्कळ विचार केला होता.

त्यानंही माझे अनेक पैलू शोधून काढलेले आहेत... ती आपल्याच मनाशी चिंतन करत होती.

ते मूक झाले. मेहमतनं बोटीचं सुकाणू सारियेरपासून दूर वळवलं. चंद्रप्रकाश जिथं पोहचू शकणार नाही अशा गडद सावल्यांतून घरांचे आणि रस्त्यांवरले दिवे शोकांतिकेतल्यासारखे लालभडक दिसू लागले. विश्वाच्या जादुई साकल्याचा भाग नसणाऱ्या स्वार्थी, मत्सरी आत्म्यांप्रमाणे ते दिवे स्वतःचा वेगळा सवतासुभा मांडून स्वतंत्रपणे जळत होते.

''मी लहान मुलगी होते तेव्हा कधी कधी माझ्या बाबतीत काय घडायचं ठाऊक आहे का तुला? कदाचित हा अनुभव सर्वांना येतसुद्धा असेल. तंद्रीत असलेल्या क्षणी म्हणजे लिबादिये येथे उन्हाळ्यात गेले असताना किंवा बॉस्फरसच्या काठी आळसावून बसलेले असताना मला अचानक जाणवायचं की मी माझं शरीर सोडून दिलेलं आहे. ते माझं सोडून दिलेलं शरीर जणू एका रिक्त पोकळीत तरंगत आहे. सगळ्यात विचित्र म्हणजे एकदा तसं रात्रीच्या वेळी घडलं. त्या वेळेस नेमकी मी स्वप्न पाहात होते. स्वप्न पाहात असतानाच मी माझ्या शरीराचा त्याग केला. मला नक्की ठाऊक होतं की मी माझ्या शरीराचा त्याग केलेला आहे. मी खूपच थंडगार पडले होते. पण का कुणास ठाऊक मला माझ्या शरीरात परत जायचीच इच्छा नव्हती. त्या तशा तळमळत्या स्थितीतच मला जाग आली तेव्हा माझे दात कडकड वाजत होते. मी जेव्हा मरेन तेव्हा तुला माझ्या शरीराचं आकर्षण वाटणार नाही हे तुला माहित्ये ना?''

''कुणास ठाऊक? पण मला मृत्यू म्हणजे अकल्पनीय कुरूपता वाटते. पण तू माझ्या आठवणींत, माझ्या शब्दांत राहाशीलच ना. अर्थात त्याआधी मी वेडा नाही झालो तर...''

''तू आणखी कुणाच्या तरी प्रेमात पडशील. तुझ्या विचारांना स्थिरावण्यासाठी आणखी कुठलंतरी निधान मिळेल. आपण लहानपणी नाही का सारखी घरं बदलायचो. खरोखर तो प्रकार केवढा विचित्र होता ना? सुरुवातीला आपल्याला नवीन घर परकं परकं वाटायचं. आपण कायम आधीच्याच घराचा विचार करत राहायचो. तेथील नव्या खोल्यांशी आणि दिवाणखान्यांशी सकाळ-संध्याकाळच्या वेळा जुळवून घेणं किती अवघड जायचं आपल्याला. काही काळानं मग आपल्याला त्या घराची सवय व्हायची.''

भावनावेगानं अवघडल्यासारखं होऊन ती स्वतःच्या बालपणीच्या आठवणी सांगू लागली. ''सुलिमानियेमधलं घर, अलेप्पोमधल्या घरातलं कारंजं आणि तलाव

असलेलं अंगण, पाण्याची शिंपण, अलेप्पो बाजारातलं आइस्क्रीम, तेथील हॉटेलजवळ असलेल्या तंबूतल्या थेटरात पाहिलेली 'कॉमेडिया डेल आर्ट' ही मुखवटे लावून केलेली नाटकं. ती दंगेखोर विनोदी नाटकं बेहसत ही रॉयल कॉमिक नाटककंपनी करत असे. एकदा तिची धार्मिक मनोवृत्तीची आजी त्या नाटकाच्या मधूनच उठून बाहेर आली होती. त्यानंतरचा वेडापिसा करणारा तो विजनवास, खचाखच भरलेल्या आगगाड्या, दहशत, गर्दी, वाटेतच सोडून दिलेली जखमी माणसं, सगळं काही मागे सोडून परागंदा व्हावं लागल्यामुळे होणारी जीवाची तडफड, शस्त्रक्रिया झाल्यावर तोडलेल्या अवयवासारख्या यातनामय आठवणी... त्यानंतर बुरसा येथील घर, टोळांनी भरलेला रस्ता... बुरसाच्या मैदानी भागाचं सौंदर्य आणि लिबादिये येथील मोठा वाडा. प्राथमिक शाळा, सुलतानटेपे येथे घालवलेलं वर्ष...'' ती सांगत असलेला प्रत्येक तपशील मुमताझच्या डोळ्यांसमोर गडबडगुंड्यासारखा उलगडला जात होता. जणू काही त्यातील सर्वच्या सर्व भाग त्यांच्या आयुष्यातून विलग करता येण्यासारखा नव्हता. असंख्य आठवणींच्या मालिका आणि त्यांचे अनेक उगम त्या दोघांतील नात्यांत मिसळून गेले होते.

तिचं बोलणं ऐकताना मुमताझ शेख गालिबवर तो लिहीत असलेल्या ऐतिहासिक कादंबरीचा विचार करत होता. त्यानं कादंबरीची रूपरेषा आणि जे काही भाग लिहिले होते त्याबद्दल तो स्वतः फारसा समाधानी नव्हता. त्यात अजून थोडी सुधारणा करायला हवी होती. त्याला एक ठाम कल्पना मांडून पुढे जायचं होतं. थातूरमातूर, मनोरंजक परिच्छेद लिहून नव्हे. तेवढ्यात कान्लिका खाडीत चंद्राचं चांदणं सोनेरी कालव्यासारखं ओसंडून वाहू लागलं. ते बघता बघता त्यानं नूरानला सांगितलं की, ''त्या लिखाणात मी मुख्य विषयाला बगल देऊन बरंच काही लिहिलं आहे. पण मला तसं लिहायचं नाहीये.''

''तुझं बोलणं ऐकून मला असं वाटतंय की कथानकाच्या सर्वसाधारण आराखड्याच्याही पुढे जाऊन काहीतरी व्यवस्था असण्याची गरज आहे. एखादी कादंबरी एका मुद्द्यावर सुरू होऊन दुसऱ्या मुद्द्यावर संपायला हवी असं खरोखर आहे का? रुळावरून आगगाडीचे डबे यांत्रिकपणे हलावेत तसं त्यातील पात्रांनी वागावं का? जर कथेची रूपरेषा चौकटीच्या रूपात सजीव झाली आणि तिनं स्वतःभोवती काही पात्रं जमवली तर ते पुरेसं नाही का? शेख गालिब आपल्या जीवनविषयक दृष्टिकोणांच्या परिणामांच्या स्वरूपात आणि काही थोड्या आत्मचरित्रामक दृश्यांत त्या लोकांसमवेत त्या चौकटीतच दिसून आला तर ते पुरेसं आहे. त्यानंतर मग विरुद्ध

बाजूच्या किनाऱ्याकडे पाहून तो म्हणाला, एका अटीवर...''

''कुठल्या अटीवर मुमताझ?''

''त्या कहाणीत आधुनिकतेच्या संदर्भात तुर्कांबद्दल लिहिलेलं असलं पाहिजे.''

भूतकाळात व्यतीत केलेल्या चांदण्या रात्रींच्या आनंदात कान्लिका खाडी रंगून गेल्यासारखी दिसत होती. त्यांच्याशिवाय दुसरी एकही नाव तिथं आता उरलेली नव्हती. रात्र ऐन भरात आली होती. घरांच्या उघड्या खिडक्यांतून रेंगाळणारे रेडिओवरील कार्यक्रमांचे सूरही हळूहळू शांतावले होते. आता फक्त चंद्राचं राज्यच तिथं उरलं होतं. सोनेरी स्वप्नांच्या त्या चंद्रराज्यातल्या शांततेच्या संगीतात ती दोघं रंगून गेली होती. ध्यास लागून मन उचंबळून यावं तशी त्या मधुर संगीताची उत्कटता हळूहळू वाढत गेली.

नूरान पुन्हा पुन्हा पाण्यात हात बुडवत होती. चंद्रानं जणू पाण्यावर निळंशार रेशमी वस्त्राचं घट्टसर आवरण घातलं होतं. पाण्यात हात घालून ती जणू त्या रेशमी वस्त्राचा कोपरा खेचत होती. तसं केल्यावरच जणू तिला त्या रात्रीचं स्वप्नवत अद्‌भुत रूप जाणवत होतं.

''तशी कल्पना केल्यानं मी ते टाळू शकतो नाहीतर एरवी फळातला गर जसा त्याच्या गाभ्याला चिकटून राहातो तसा मी पुस्तकाच्या एकाच पानावर अडकून राहीन. पण म्हणजे ती मूलभूत कल्पना किती आवश्यक...''

नूरान म्हणाली, ''मला कळलं. हा संपूर्ण बॉस्फरस, हा मारमाराचा समुद्र, हे इस्तंबूल, ह्या दिसणाऱ्या आणि न दिसणाऱ्या गोष्टी आणि आपण सगळे जण हे त्या चंद्ररूपी गाभ्याभोवती असलेल्या फळासारखे आहोत. आपण नेहमीच त्याला चिकटून राहातो. बघ, ह्या डोंगरमाथ्यांकडे बघ.''

त्यांच्या परिसरातील प्रत्येक वस्तुमात्रावर चंद्राचं चांदणं पडलं होतं. स्त्रीच्या सहज प्रवृत्तीनं त्या परिसरानं जणू जाहीरच केलं, ''या, मला बदलून टाका, मला घडवा, माझं रूपांतर वेगळ्याच कशात तरी करा, माझ्या पानांना चमकवा, माझ्या सावलीला आणखीनच गडद, आणखीनच घनदाट बनवा. अवगुंठनात दडलेल्या साऱ्या वातावरणाला चंद्र बाहेर काढू लागला. त्या वातावरणानं घेतलेल्या बुरख्यातून, घेतलेल्या भावमुद्रेतून तो त्याला बाहेर काढत होता आणि स्वतःमध्ये मिसळू लागला होता. नूरानचा चेहरा स्फटिकाच्या नितळतेनं चमकत होता. त्यांच्या बाजूनं जाणाऱ्या बोटीचे नांगर समुद्रात घुसत होते आणि बाहेर येत होते. ते नांगरही तेजस्वी प्रकाशकणांनी बनल्यासारखे वाटत होते. सारं विश्वच जणू काही अर्धवट कापलेल्या फळासारखं

होऊन चंद्ररूपी गाभ्याभोवती गोळा झालं होतं.

"हूं, तुझी ती तथाकथित मूलभूत कल्पना. काय बरं ती?"

मुमताझ मूक झाला. खरोखर ती मूलभूत कल्पना म्हणजे नक्की काय होतं?

"ती कल्पना म्हणजे आपल्यात असलेलं इरॉसचं... प्रेमदेवतेचं अस्तित्व. ते अस्तित्व आपल्या चेहऱ्यातून हसतं."

रात्र आणखीआणखीनच थंड होऊ लागली. थोड्या थोड्या काळानं गार वाऱ्याच्या झुळका येऊ लागल्या. सगळीकडून येणाऱ्या फुलांच्या सुगंधानं वेगवेगळ्या दृश्यांचा बगिचाच दूरवर तयार केला. त्यामुळे समुद्राच्या पृष्ठभागावर विशुद्ध सुगंधाचा जणू झराच निर्माण झाला. मोडकळीला आलेल्या बंदरभागाजवळ किंवा ज्या ठिकाणी दोन प्रवाह एकमेकांत मिसळत त्या ठिकाणी त्या लाटा येऊन फुटत होत्या आणि एकदम उसळी घेत होत्या.

"चंद्राची वस्त्रं धुतली जात आहेत." नूरान म्हणाली.

जणू नीलरत्नांच्या विशुद्ध जगातच त्यांचं अस्तित्व होतं. धुक्यात गुरफटलेला, पारदर्शक निळाईचा तेजस्वी महापूर तिथं लोटला होता. अगदी हलके हलके, एकेक पान वाहात जावं तशी मोठ्या ओहोळातून ती निळाई वाहात चालली होती. न दिसणाऱ्या शेकडो मुखांतून मधुर गीतांचे स्वर उमटत होते. त्या स्वरांना सातत्यानं वाढत जाणाऱ्या शांततेचं आवरण होतं. संगीताबरोबरच ती शांततासुद्धा परावर्तित होत होती आणि पुढे पुढे जात होती.

रात्रभर तिथं फक्त चंद्रप्रकाश आणि चंद्रप्रकाशच होता. रस्त्यांवरील दिव्यांसारख्या प्रकाशाच्या इतर साधनांना एक प्रकारची अजब तंद्रावस्थाच प्राप्त झाल्यासारखी दिसत होती. त्यांच्याकडून शक्य होईल तेवढा प्रकाश ते अगदी मूकपणे बॉस्फरसच्या समुद्राला अर्पण करत होते. त्या प्रकाशामुळे समुद्रात सोनेरी झालरींनी वेढलेले खांब, कमानी आणि प्रवेशद्वारं तयार होताना दिसत होती. कधी कधी त्या दिव्यांचा उजेड अगदी विरळ होई पण तरी सोनेरी पाणवनस्पतीचे पट्टे समुद्रात असावेत तसा तो प्रकाश एकमेकांत मिसळून जात असे.

ह्या सगळ्या देखाव्यातला चंद्रमा पिकू लागलेल्या फळासारखा दिसू लागला होता. पक्वतेच्या परिसीमेला पोहचल्यावर त्या फळाला अप्रतिम माधुर्य प्राप्त व्हावं तसा तो दिसत होता. जणू एक आगळंवेगळं राज्यच तिथं स्थापन झालं होतं. चराचरानं त्या राज्याच्या हुकमापुढे मान तुकवली होती. त्या राजाचा हुकूम स्वीकारला होता. त्याचं फळ म्हणून त्या राजाज्ञेनं प्रत्येक वस्तुमात्राचं अंतर्बाह्य रूपांतर केलं होतं. जणू

कुठलंतरी विस्तृत आणि अथांग दिवास्वप्नच प्रत्यक्षात उतरलं होतं.

''सृष्टीचा उगम झाला तेव्हाची कमानच जणू देवानं आपल्यासाठी धाडली आहे. आपण सर्व एकाच देवराज्यात राहात आहोत.''

त्यांच्यासमोर समुद्राचा सावल्यांत बुडालेला भला मोठा पट्टा होता, परंतु बेबेक खेड्यामुळे तो समुद्र झाकला गेला होता. किनारपट्टीवरचे दिवे... मग त्यात पलीकडल्या किनारपट्टीवरचे दिवेसुद्धा होते. ते सर्व दिवे ह्या सावल्यांभोवती आपला प्रकाश टाकत होते. जणू काही एकत्र येऊन भविष्य ठरवावं तशा काहीतरी गहन हेतूनं ते प्रकाश टाकताहेत असं भासत होतं...

अकरा

उस्कुदार परिसरात फिरल्यावर देरसादेतचा परिचय अधिक जवळून व्हावा अशी इच्छा नूरानच्या मनात निर्माण झाली. अत्यंत कडक उन्हाळा असूनसुद्धा ते त्या जुन्या शहरात काही दिवस लागोपाठ जात राहिले. तोपकापी राजवाड्यापासून सुरुवात करून एकेक विभागात फिरता फिरता त्यांनी बऱ्याच मशिदींना आणि मदरशांना भेटी दिल्या. संध्याकाळ झाली की ते बेयोगुलू कॅफेत बसून विश्रांती घेत किंवा मग आपापली कामं स्वतंत्रपणे करून फेरीबोटीच्या धक्क्यापाशी भेटत. ती त्या प्रेमिकांची भेटण्याची जागा होती.

धक्क्यापाशी नूरानची प्रतीक्षा करताना किंवा तिला उशीर होई तेव्हा घड्याळाच्या काट्यांवर नजर लावताना मुमताझला पराकोटीचं सुख होत असे. पुरुषांना फार प्रतीक्षा करायला लावण्याच्या स्त्रीवृत्तीवर पुरुष टीका करतात ह्या गोष्टीचं त्याला नवल वाटत असे. विनोदवीरांचा तर तो फारच आवडता विषय होता. खरं तर मुमताझच्या मते आपल्या प्रियतमेची प्रतीक्षा करणं हा प्रकार फारच लोभस होता. ज्याचा कळस शेवटी तिच्या येण्यात होणार होता ती प्रत्येक गोष्टच मुळी लोभस होती.

तिला इस्तंबूल जसजसं कळू लागलं तसतसं तिला वाटू लागलं की मुमताझचा इस्तंबूलकडे पाहण्याचा दृष्टिकोण अगदी सुयोग्य आहे. एके दिवशी तिनं त्याला विचारलं, ''काय रे माझ्या कोकरा, तुला ह्या एवढ्या सगळ्या ऐतिहासिक गोष्टी कशा काय ठाऊक?'' तेव्हा आपला चुलत भाऊ इहसान ह्याची माहिती सांगायला मुमताझ बिलकूल कचरला नाही. त्यानं सांगितलं की, ''तरुणपणी इहसान पॅरिसला होता तेव्हा तो समाजवादी नेता जीन जॉरीस ह्याचा अनुयायी बनला होता. पण बाल्कन

लढाया सुरू झाल्यावर तो इस्तंबूलला परतला. परतल्यावर त्यानं आपली विचारसरणीच पूर्णपणे बदलून टाकली. आपल्या तुर्की संस्कृतीच्या पायाभूत ठिकाणी तो खूप फिरला. ती सर्व ठिकाणं त्यानं आपल्या वैयक्तिक अनुभवात जतन करून ठेवली. ते क्षण आठवणींतून पुन्हा पुन्हा जगताना त्याला कधीच थकवा आला नाही.''

''माझ्यावर इहसानभाईचा खूपच प्रभाव आहे. तो माझा खरा गुरू आहे. त्याच्यामुळेच मला बौद्धिक थकव्याला सामोरं जावं लागलं नाही. म्हणून खरं तर त्याचे आभारच मानायला हवेत. इहसानभाईचा सर्वात मोठा सद्गुण म्हणजे तो लोकांना ज्ञान मिळवण्याचे जवळचे मार्ग सांगतो.''

मुमताझनं सांगितलेल्या कहाण्या ऐकता ऐकता इहसानला भेटण्याची नूरानची इच्छा बळावली.

''तसं असेल तर आपण जाऊया ना दोघं त्यांना भेटायला किंवा मग त्यांनाच बोलवूया एमिर्गनला.''

''नाहीतरी मला त्यांना एकदा भेटवायचं आहेच तुला. आता थोडासा उशीर झाला असला तरी सत्य केव्हातरी सांगायला हवंच आहे ना. मी माझा मोठा भाऊ म्हणून इहसानचा उल्लेख करत असलो तरी प्रत्यक्षात तो मला वडिलांच्या स्थानी आहे.''

नूराननं थोडा वेळ त्यावर विचार केला आणि ती एका निर्णयाप्रत आली, ''जाऊ दे, विसरून जा मी काय म्हणाले ते. ह्या वयात तुझी भावी पत्नी म्हणून स्वतःची ओळख करून देणं शोभत नाही. शिवाय पुढे-मागे केव्हातरी भेट होणारच आहे. मला खात्री आहे की इहसानभाई आणि मसिदेभाभी मला नक्कीच आवडतील.''

मग त्या दिवशी जी ठिकाणं बघायला ते गेले होते त्या विषयावर ते पुन्हा बोलू लागले. सेराहपास ह्या जवळच्याच भागात ते फिरायला गेले होते. तिथले ओसाड मदरसे पाहून नूरान आश्चर्यचकित झाली. त्या ठिकाणी बेघर भिकारी राहात होते, अंगणात जंगलासारखं तण वाढलं होतं, छतं कोसळलेली होती. ताबहेन परिसरात तर सगळ्या उद्ध्वस्त इमारती होत्या. तिथंच हकिमोंगलू अली पाशाची पैलू पाडलेल्या रत्नाच्या आकाराची मशीद होती.

ऑगस्ट महिन्यातल्या इस्तंबूलच्या त्या परिसरात घाण, धूळ आणि उकाड्याचं साम्राज्य होतं. डोळ्यात शिरणारी उद्ध्वस्तता, गरमीमुळे येणारा थकवा, आजारी, थकलेभागलेले चेहरे आणि शारीरिक खुरटेपणा हे सगळं अगदी अंगावर येण्यासारखंच होतं. तेथील रहिवाशांचं त्या परिसराशी चमत्कारिक साम्य होतं. चार-पाच चौरस यार्डमध्ये कोंबून बसवलेल्या घरांच्या फळकुटांवर ओरखडे उठले होते. भिंतींचा रंग

काळपट जांभळा होता, मातीची कौलं तुटलेली होती, पाये खचले होते. तिथं राहणाऱ्या माणसांच्या थकल्याभागल्या नजरा आणि थकलीभागली शरीरं त्या घरांना जणू पूरकच होती. माणसांनी त्या घरांशी स्वतःला जुळवून घेतलं होतं. आपला जिथं जन्म झाला तेच हे शहर म्हणून जर मुमताझ आणि नूरानला त्या शहराची माहिती नसती तर तो देखावा म्हणजे चित्रपटासाठी उभारलेला सेटच वाटला असता.

गर्दीनं वाहणाऱ्या रस्त्यांवरून मधून मधून खाजगी वाहनं आणि आलिशान गाड्या जात-येत होत्या. तेवढ्यात पांढऱ्याशुभ्र तिळाच्या रंगाचं एक चमकदार जुनं घर डोळ्यांपुढे अचानक अवतीर्ण झालं. ते चर्चमधील बिशपचं वसतिस्थान असावं. भूतकाळात हरपलेल्या ऐश्वर्याच्या मागे राहिलेल्या खुणेसारखं ते घर होतं. आसपासची घरं मोडकळीला आलेली होती, अर्धवट पडलेली होती. त्यांच्या खिडक्यांत ठेवलेल्या जिरेनियमच्या कुंड्यांनाही दुर्दशेनं कुरतडलं होतं. त्या तसल्या घरांमध्ये जीवनाला आलेल्या आलिशान बहरासारखं ते घर वेगळेपणानं उठून दिसत होतं. तिथल्या बहुतेक घरांना रंग लावलेला नव्हता. उघड्याबोडक्या खिडक्यांतून डोकावणारे उद्ध्वस्त लोक भूतकाळातील भव्य खुणांशी अगदी विसंगत दिसत होते.

त्या घरांना लागूनच वीस वर्षं जुनी असलेली विटांची घरं होती, त्या घरांचं स्थापत्य फारसं नाव घेण्यासारखं नव्हतं, ती एकतर खूपच उंच होती किंवा मग खुरमांडी घालावी तशी बुटकी होती. ती घरं कुठल्याही जीवनशैलीचा भाग असतील असं वाटत नव्हतं. शिवाय एक घर दुसऱ्या घराशी मिळतंजुळतंही नव्हतं. आसपासच्या परिसराच्या अभिरुचीपूर्ण व्यक्तिमत्त्वाकडे त्या घरांनी अगदी उद्दामपणे पाठ फिरवल्यासारखी दिसत होती. त्यांच्या भिंती निळा रंग मिसळलेल्या चुन्यानं फासलेल्या होत्या.

खुरडणाऱ्या आणि थकलेल्या स्त्रीपुरुषांनी दारिद्र्य आणि घाणीचं प्रदर्शन मांडलेल्या रस्त्यांवर एकच गर्दी केली होती. त्यांचे कपडे फाटकेतुटके होते, केस अस्ताव्यस्त होते. जणू घराबाहेर पडताना त्यांना केस विंचरण्याची उसंतसुद्धा मिळाली नसावी असं वाटत होतं. त्या तशा वातावरणात अनपेक्षितपणे एक भूतकालीन कारंजं सामोरं आलं. त्याच्या चमकदार शिळांना तडे गेले होते. एखाद्या खलनायिकेची नजर आणि कमनीय देहडौल ह्यांच्यापुढे तिचे अस्ताव्यस्त कपडे दिसू नयेत तसं ते कारंजं दिसत होतं. एखाद्या मनमोहिनीनं आपल्या व्यक्तिमत्त्वाच्या तेजामुळे इतरांना केवळ आपल्या चेहऱ्याकडे पाहायला भाग पाडावं तसं ते कारंजं होतं. कारंजापुढे एक कबर होती. त्या कबरीवरील घुमट मोडून पडलेला असला तरी त्याच्या दर्शनी बाजूनं मात्र

अजनूही आपला वैभवसंपन्न अवतार व्यवस्थित शाबूत ठेवलेला दिसत होता. थोड्या अंतरावर त्यांना एक मदरसा दिसला. त्या मदरशाच्या आतून मुलांचा आरडाओरडा ऐकू येत होता. तेथील संगमरवरी खांबांची पडझड झालेली होती. छतावर अंजिराचं किंवा सायप्रसचं झाड रुजलेलं होतं आणि अर्थातच आत्तापर्यंत उभी असलेली एक मशीदही तिथं होती. त्या मशिदीचं अंगण प्रशस्त होतं. ती मशीद येणाऱ्या-जाणाऱ्यांना बोलावत होती. ह्या ऐहिक जगाच्या मायेपलीकडच्या जगात येण्यासाठी त्यांचं स्वागत करत होती.

कोका मुस्ताफा पाशा ह्या भागात ते दोघं आले तेव्हा चिक्कारच दमलेले होते. अगोदर ते मशिदीसमोरच्या हॉटेलात चहा पीत बसले. त्यानंतर त्यांनी जवळच असलेल्या सोळाव्या शतकातील एका संताच्या समाधीला भेट दिली. तेथील पर्णविहीन चिनार वृक्षाभोवती घातलेल्या संरक्षक कठड्याचं नूरानला फारच कौतुक वाटलं. त्या झाडाची कहाणी आणि त्या स्थळाची माहिती येसारी लिपीत त्या कठड्याच्या परिघावर कोरलेली होती.

नूरानच्या दृष्टीनं सुंबूल सिनान नावाचे ते संत अजूनही त्या चिनार वृक्षाच्या छायेत बसलेले होते. तो शुष्क चिनार वृक्ष लोकांनी असा काही निगुतीनं जतन करून ठेवला होता की त्यामुळे त्या मृत्यूच्या उपवनाला एका महान कलेचं स्वरूप मिळालं होतं.

त्या वृक्षाच्याच बाजूला समाधी होती. ती समाधी बांधताना स्थापत्यशैलीचं कुठलंही अवडंबर माजवलेलं दिसत नव्हतं. लोकजीवनावर ज्यांनी परिणाम केला होता त्या संतांचा देह त्या समाधीच्या आत मागील चार शतकांपूर्वी पुरला होता. याचक आणि भक्त भिंतींवर आणि कठड्यांवर हात धरून मागणं मागत होते, प्रार्थना करत होते. ते संत आजाऱ्यांना बरं करत होते, निराश लोकांपुढे आशेचे दरवाजे उघडत होते. ज्या अभागी जीवांचं सारं जगच कोलमडून पडलं होतं त्या अभागी जीवांना ते संत मृत्यूवरूनही परावर्तित होणारा प्रकाश देत होते. त्यांना सबुरी, सर्वसंगपरित्याग आणि चिकाटीचा कानमंत्र देत होते.

''कसा माणूस होता तो?''

''ह्या सर्वच संतांचा आध्यात्मिक तत्त्वांवर विश्वास होता. त्यांना आध्यात्मिकतेचं बाळकडू मिळालं होतं. त्यातूनच ते आपल्या इंद्रियांवर विजय मिळवू शकले. त्यामुळेच ते मृत्यूनंतरची उच्च पातळीही गाठू शकले. सुंबूल सिनान हे इतर संतांपेक्षा थोडे वेगळे आहेत. सर्वप्रथम सांगायचं म्हणजे ते विख्यात पंडित होते. त्यांना

विनोदबुद्धी होती आणि त्यांची जीभही चांगली तिखट होती ह्याचाही उल्लेख करायला हवाच.''

मुमताझ बोलता बोलता क्षणभर थांबला आणि मग मंद स्मित करून म्हणाला, ''ह्या प्रत्येक संताची काही आगळीवेगळी वैशिष्ट्यं होती. इथं चिरविश्रांती घेणाऱ्या संतांना सुंबूल म्हणजेच जिरेनियमचं फूल हे टोपणनाव कसं पडलं ह्याची तुला काही कल्पना आहे का? जिरेनियमची फुलं फुलली की त्यांचा तुरा ते आपल्या पगडीत खोचत असत. निसर्गाबद्दलच्या आपल्या स्वतःच्या संवेदनक्षमतेबद्दल ते एवढे जागरूक होते की इस्तंबूलमधल्या सर्व ऋतूंचा मान ते राखत असत.''

''त्यांचे समकालीन असलेले मर्केझ एफेंदी कसे होते? त्यांच्याबद्दल सांग ना माहिती.''

''ते पूर्णपणे वेगळ्याच स्वभावाचे होते. अगदी दुष्टातील दुष्ट प्राण्यालासुद्धा ते दुखावू शकत नव्हते. मांजरं उंदरांना त्रास देतात म्हणून त्यांना मांजरं खूप आवडत असली तरी स्वतःच्या घरात ते त्यांना ठेवत नसत. आत्म्याचं राज्य इतक्या सहजपणे उभारता येतं ह्याची तुला कल्पना तरी करता आली असती का?''

नूराननं विचार करून म्हटलं, ''मला नाही वाटत की हल्लीच्या काळात अशी माणसं अस्तित्वात असतील असं.''

''पण कुठेतरी ती अस्तित्वात असायलाच हवीत. कारण मोक्षप्राप्तीची कल्पना आणि संतपदाचं दार ह्या गोष्टी अजूनही बंद झालेल्या नाहीत. अल्लाकडे जाण्याचे रस्ते नेहमीच उघडे राहाणार आहेत.''

नूराननं आपल्या सोबत्याकडे टक लावून पाहिलं. जणू काही त्याच्यातील लपलेल्या दुसऱ्या चेहऱ्याचं तिला ओझरतं दर्शन घडलं असावं. तिची अपेक्षा होती की त्याच्या तोंडून आपल्याला किंचितसा उपहास, तुच्छता किंवा पाणउतारा करणारे शब्द ऐकू येतील. पण मुमताझनं तर स्वतःचं म्हणणं अगदी अनपेक्षित शब्दांत व्यक्त केलं होतं.

स्वतःचं म्हणणं आणखीन समजावून सांगण्याची हुक्की मुमताझला आली. ''मी फार धार्मिक आहे असं मी मुळीच म्हणणार नाही. ह्या घडीला तरी मी नक्कीच ह्या जगाशी जोडलेला आहे पण त्याच वेळी मी अल्ला आणि त्याची भक्तप्रजा ह्यांच्यामध्ये पडणार नाही किंवा मानवी आत्म्याची महानता आणि त्याची भावी क्षमता ह्यांच्याबद्दलही शंका उपस्थित करणार नाही. एक राष्ट्र म्हणून निर्मिती करण्यासाठी लागणारी ती मुळंच आहेत हे वेगळं सांगायला नकोच. तू फक्त एवढाच विचार कर की

आपण उस्कुदार आणि इस्तंबूलमध्ये किती दिवस व्यतीत केले. तू सुलेमानिये येथे जन्मलीस आणि मी अकसराय आणि सेहझादे ह्यातल्या छोट्या परिसरात जन्माला आलो. तेथील रहिवाशांशी आपण चांगलेच परिचित आहोत. ते कशा परिस्थितीत जीवन जगताहेत तेही आपल्याला चांगलं ठाऊक आहे. सांस्कृतिक पडझडीतून निर्माण झालेले अनाथ आहेत ते सर्वजण. त्या अभागी लोकांसाठी नव्या जीवनाचं समीकरण ठरवण्यापूर्वीच त्यांचे जुने मार्ग का म्हणून खोडून काढायचे? त्या मार्गांनीच तर त्यांना जीवनात तगून राहण्याची शक्ती दिलेली आहे ना? मोठमोठ्या क्रांत्यांनी असे प्रयोग फार पूर्वीपासून केलेले आहेत. पण सामान्य जनतेला उघडं पाडण्यावाचून आणि असुरक्षित करण्यावाचून त्यातून काहीही निष्पन्न झालेलं नाही. मी तुला सांगतो, सगळीकडे म्हणजे अगदी अत्यंत श्रीमंत आणि सुखासीन समाजांत राहणाऱ्या लोकांच्या मनातही अगणित धर्मप्रतीकांचा पगडा असतो. अडथळे तिथंही असतात, अर्धवट जगलेली आयुष्यं तिथंही असतात. सुंबूल सिनान आणि त्याच्यासारखे इतर लोक म्हणजे ह्या दुभंगलेल्या लोकांचे आधारस्तंभ असतात. आता त्या वयस्कर बाईकडे बघ.''

कमरेतून जवळ जवळ वाकलेल्याच अवस्थेत ती बाई रस्त्याच्या एका टोकाकडून त्यांच्या दिशेनं येत होती. कुबडी किंवा काठीसारख्या तत्सम साधनावर भार टाकून ती रस्ता चालत होती. अगदी थरथरती आणि अशक्त पावलं टाकत ती समाधीपाशी आली. तिथं येऊन ती प्रार्थना करू लागली. तिच्या तोंडातून पुटपुटण्याचा आवाज येत होता. हातांनी कठड्याला घट्ट पकडून ती स्तब्धपणे उभी होती. मशिदीच्या पुढल्या भागातून मुमताझ आणि नूरान तिची प्रत्येक हालचाल पाहात होते. तिचे कपडे किती अपुरे होते. तिनं अंगावर जे काही घातलेलं होतं ते सर्व फाटकंतुटकं होतं.

तिला कसली पीडा असेल कुणास ठाऊक? आपण इकडे बोलत असताना सुंबूल सिनान तिच्या आत्म्याशी हलक्या आवाजात काहीतरी बोलून तिचं सांत्वन करित असतील. त्यांना जरी तिच्यासाठी प्रत्यक्ष काही करायला जमत नसलं तरी निदान ते तिच्या डोळ्यांपुढे मृत्यूनंतरच्या जीवनाची स्वप्नं तरी सजवून ठेवू शकतात. समज हे आपण बाजूला ठेवले तरी तुला असं वाटतं नाही का, की हे मानवी दुःखभोग, आसऱ्यासाठी चाललेला हा शोध आणि ही निराशा हे सगळं काही ह्या जागेला पवित्रपणा देण्यासाठी पुरेसं आहे.''

समाधीपुढून ती स्त्री मागे वळली. मशिदीसमोर जेव्हा ती गेली तेव्हा त्या स्त्रीच्या अंधूक नजरेत आणि हताश चेहऱ्यावर आशेसारख्या काहीतरी भावनेची चमक दाटून

आलेली दिसली. तिथं उभं राहूनसुद्धा ती प्रार्थना करत होती.

ज्यातून बाहेर पडण्याचा मार्ग दिसत नाही अशा चक्रव्यूहात अडकल्यासारखी नूराननं मान हलवली. ''एक चांगला दवाखाना, काही इस्पितळं, थोडंसं नीट प्रशासन...''

''तू ते सर्व काही आणलंस तरी मृत्यूचं तडकाफडकी येणं तर असतंच ना?''

''लोक ते स्वीकारतात... समाज निर्माण करण्याच्या बळावरच तर आपण लहानाचे मोठे होतो.''

''दुसऱ्यांच्या बाबतीत आपण मृत्यूला स्वीकारतो. स्वतःच्या बाबतीत नाही. आपले नातेवाईक आणि आपले प्रियजन ह्यांचे मृत्यू आपण सहजतेनं स्वीकारत नाही. आपण स्वतः मरतो तेव्हा सर्वच गोष्टी संपतात हे खरंय, पण जेव्हा आपले प्रियजन शेवटचा निरोप घेतात तेव्हा आपण मुळापासून हादरतो. तेव्हा काय? शिवाय पददलितांना तुम्ही असेच झटकून टाकणार काय? तुम्हाला म्हणजे मी व्यक्तिशः तुला म्हणत नाही. पण अशा तऱ्हेनं विचार करणारे कित्येक मूर्ख अशा विचारांना पाठिंबा देतात म्हणून ते स्वतःला शक्तिवान समजतात. नाझींचंच उदाहरण घे. तुला मी एक सांगतो की आपण मानव जन्मलेल्या दिवसापासून असहाय असतो. आपल्याला प्रेमाची गरज असते. शिवाय चांगले दवाखाने आणि इस्पितळं सहजासहजी उपलब्ध होत नसतात ह्याचा उल्लेख करायला नकोच. नाही का? अशी सुविधा हवी असेल तर ती निर्माण होण्यासाठी अत्युच्च पातळीची कार्यक्षमता लागते. सुख देणारं आणि कल्याण करणारं सामाजिक जीवन लागतं. अशा कामातूनच नीतिमत्ता निर्माण होते आणि जोपासली जाते. मी सामाजिक स्थितीतलं परिवर्तन म्हणतो ते हेच.''

तो बोलत असताना त्याला इहसानबरोबर एकदा रात्रभर केलेलं संभाषण आठवत होतं. ह्यातील बहुतेक सर्व कल्पना इहसानच्याच होत्या. जेव्हा मुमताझ केवळ अठरा वर्षांचा, उच्च प्राथमिक शाळेत शिकणारा विद्यार्थी होता, डिप्लोमा परीक्षेची तयारी करत होता तेव्हा तो ह्या संकल्पनांच्या भट्टीत जणू फेकलाच गेला होता. आत्ताही ह्या छोट्याशा मशिदीच्या अंगणात त्या सगळ्या संकल्पना नूरानपुढे मांडत असताना त्याला त्या वेळचे इहसानच्या चेहऱ्यावरील प्रेरणादायी भाव अस्पष्टसे आठवत होते. त्याची तेजस्वी वक्तृत्वकला, त्याला येणारे साक्षात्कारी अनुभव, त्याच्या हातांच्या मोजक्या हालचाली, बोलण्याच्या भरात त्यानं अचानक मारलेल्या कोपरखळ्या, त्याचा बोचरा उपहास हे सगळं सगळं मुमताझच्या डोळ्यांसमोर येऊ लागलं. ते दोघं बोलत असताना मसिदे कोपऱ्यात बसून त्यांचं संभाषण ऐकत राही. तिच्या हातात लोकरीचं वीणकाम

असे, ओठावर मधाळ हसू असे. त्यांची टिंगलटवाळी ऐकताना तिला हसू येई तर त्यांना हमरीतुमरीवर येऊन बोलताना पाहून तिला दचकल्यासारखं होई.

इहसानला भेटल्यापासून जवळ जवळ एक आठवडा लोटला होता. इहसान आत्ता काय करत असेल? तो आणि मसिदेभाभी कुठल्या स्थितीत असतील ह्याची त्याला उत्कंठा वाटू लागली.

योगायोग म्हणजे हातात हात घालून फिरणाऱ्या इहसान आणि मसिदेशी गलाता पुलाजवळ त्याच संध्याकाळी त्यांची भेट झाली. इहसानच्या दुसऱ्या हातात काहीतरी वजनदार सामान दिसत होतं. मुमताझनं नूरानची त्या दोघांशी ओळख करून दिली. मग त्यानं पृच्छा केली, ''भाई, तुम्ही असं सामान घेऊन येताय तरी कुठून?''

''मागचा अख्खा आठवडा आम्ही सौदिये इथं आरामात घालवला.''

''कसला आरामात? हूं! तू ह्यांच्याकडे काही लक्ष देऊ नकोस मुमताझ. अख्खा आठवडा त्यांनी आम्हाला रात्र पडेपर्यंत बोटीत बसून घुमवलं नाहीतर हे पोहत बसले. त्यांना पोहताना सूर्य बघत होता आणि त्या सूर्याच्या उन्हात मी शिजून निघत होते.''

दोघांचेही चेहरे लालसर दिसत होते. मसिदेभाभीला मागच्या आठवड्यात केवढा त्रास झाला असेल ह्याची कल्पना मुमताझ करू शकत होता. इहसान तिच्यापासून दूर राहूच शकत नव्हता. आयुष्यातल्या प्रत्येक क्षणी त्याला आपली बायको बाजूला लागतच होती. गलतसराय इथं तो वर्गात आला की विद्यार्थी आदरानं उभे राहात तेव्हा तो अभिवादन केल्यासारखी किंवा आशीर्वाद दिल्यासारखी हातांची अर्धवट हालचाल करून बसायला सांगत असे. तेव्हा कधी कधी मुमताझला वाटे की हा आता आपल्या चामड्याच्या बॅगेतून मसिदेभाभीचं डोकंच बाहेर काढतो की काय? भूतकाळात हरवून गेलेल्या मनोवस्थेत त्यानं आपल्या लाडक्या भाभीच्या मोत्यासारख्या गोल चेहऱ्याकडे टक लावून पाहिलं पण मसिदेभाभी कशात तरी मग्न झालेली दिसत होती. तिचं सारं लक्ष नूरानवरच केंद्रित झालं होतं. बोलता बोलता ती अगदी मोकळेपणानं नूरानला न्याहाळत होती. जेव्हा नूरान थोडं थोडं बोलू लागली तेव्हा मसिदेचा ताठर चेहरा अचानकपणे सैलावला. जणू काही तिच्या चेहऱ्यामागे एखादी स्प्रिंगच लावली असावी. नूरानचं बोलणं ऐकून मसिदेला हसू येऊ लागलं. मसिदेवर नेहमी एखाद्या व्यक्तीच्या आवाजाचा अतींद्रिय परिणाम होत असे. मग त्या व्यक्तीचे कपडे, तिचं वय, व्यवसाय किंवा तिचं सौंदर्य ह्या कशाकश्शाचा परिणाम तिच्यावर होत नसे.

मानवी स्वरातच जणू ती वास करत होती. त्या वेळेस तिची स्थिती अगदी धीरगंभीर होई. जेव्हा एखाद्याला ती पहिल्याप्रथम भेटे तेव्हा ती आपलं सर्व लक्ष

एकाग्र करून त्या माणसाचा आवाज ऐके आणि त्या आवाजाच्या लयीवर आपलं मत बनवी. त्या स्वरावरूनच ती आपल्याशी संभाषण करणाऱ्या व्यक्तीला जोखे. तिला ती व्यक्ती पटली नाही तर ती गप्पच बसून राही. कधी कधी ''ह्या माणसाचा आवाज अगदी सापासारखा वळवळणारा वाटतो,'' असं बोलून ती आपली वैरभावना जाहीर करी.

लोक एखाद्या आवाजाविषयी बोलताना, त्या आवाजाचं वर्णन करताना वरच्या पट्टीतला आवाज, खर्जातला आवाज, रखरखीत किंवा मुलायम आवाज असं वर्णन करतील तर काही लोक एखाद्या माणसाच्या आवाजाबद्दल बोलताना खूप गोड किंवा विचित्र आवाज असंही वर्णन करतील पण तसं मोजमाप ती करत नसे. मसिदेच्या दृष्टीनं आवाजाची प्रत ठरवण्याची वेगवेगळी परिमाणं होती. आवाजाची जाणीव घेण्याचे मार्गसुद्धा तिच्या दृष्टीनं वेगळे होते. परक्या वस्तू शोधून काढण्यासाठी किंवा ज्ञानेंद्रियांची क्षमता शोधून काढण्यासाठी विशिष्ट प्रकारचं साधन वापरलं जातं, त्या साधनासारखा तिचा कान होता. जणू काही तो कान तिच्या बाकी शरीरापासून अगदी वेगळाच होता. कुत्रे, मानवी समाजाची सवय नसलेले वाळवंटातले किंवा जंगलातले प्राणी ह्यांच्या गंधसंवेदना जशा विकसित असतात तशा तिच्या ध्वनिसंवेदना विकास पावलेल्या होत्या. हे सर्व प्राणी जसे फक्त वासानंच वस्तूंमधील खास गुणधर्म शोधून काढतात तशीच मसिदेसुद्धा नुसतं बोलणं ऐकून त्या व्यक्तीचे नैतिक गुण ओळखून काढत असे आणि त्यानुसार त्यांची परीक्षा करत असे. ती म्हणे, ''अमुकतमुक खूप चांगला माणूस आहे. खरोखरच चांगला, पण आत्ता त्याला काहीतरी फारच त्रास होतोय, त्याचा आवाज अक्षरशः रक्तबंबाळ झाल्यासारखा वाटतो.'' किंवा मग ती कधी म्हणे, ''तो फारच स्वार्थी आहे, घमेंडखोर आहे. त्याचा आवाज त्याच्या दिसण्याला अगदी झाकोळून टाकतो.'' अशा तऱ्हेचे वाक्प्रचार वापरून त्या माणसाला असलेल्या व्यथेचं किंवा बाधेचं मसिदे वर्णन करत असे. तिच्या पुढ्यात बोलणारी व्यक्ती आपल्या आवाजातून जणू तिच्यासमोर नैसर्गिक रूपात साकार होत असे आणि आपल्या अंतरात दडवलेली सर्व रहस्यं उघड करत असे...

किंवा मग त्या एकमेव न्यायाधीशानं दिलेल्या निर्णयानुसार शिक्षा भोगायला तयार होत असे.

मसिदेच्या जीवनात एखाद्याचा प्रवेश होत असे तो ध्वनिमाध्यमातूनच होत असे. इहसानचा आवाज ऐकूनच ती त्याच्याकडे आकर्षित झाली होती. मुमताझलासुद्धा तिनं तोच निकष लावून स्वीकारलं होतं. आत्ता ह्या क्षणी नूरानच्या आवाजाची लय

स्वीकारण्यासाठी तिनं आपलं मन एखाद्या मोठ्या शिंपल्यासारखं उघडलं होतं. त्या शिंपल्यामध्ये त्या संभाषणाच्या तुकड्याचं रूपांतर जणू काही मोत्यांच्या लडीतच होणार होतं.

ज्या लोकांचं तिला कौतुक वाटे त्यांचं बोलणं ती डोळे मिटून ऐकत असे. ते लोक बोलत असताना जणू तिला नवसंजीवन देणाऱ्या शीतल पाण्यात स्नान करण्याची अनुभूतीच मिळत असावी आणि त्या पाण्यात मुळं, खनिजं आणि उल्कांचे कधीही वापरात न आलेले गुणधर्म असावेत. एखाद्या आवाजाच्या प्रवाहात जेव्हा ती स्वतःला झोकून देई तेव्हा तिचे स्वभावधर्म तिच्यापासून विलग होत आणि वाहात जाणाऱ्या पाण्यासारखे त्या आवाजासोबत गूढ दुनियेत वाहात जात. मसिदेला ओळखणाऱ्या माणसांना आता हे दृश्य परिचित झालेलं होतं. तिचं सारं अस्तित्वच तेव्हा फुलांनी भरलेल्या नावेसारखं होऊन जाई.

कुणी असंही म्हणू शकलं असतं की तिला कसलीतरी बाहेरची बाधा झालेली आहे. त्यामुळे चांगल्या-वाइटाविषयीचे निकष ती तोंडावाटे उच्चारलेल्या शब्दांद्वारे काढण्याचा प्रयत्न करते. मसिदे आपल्या ह्या अवस्थेविषयी एकदा मुमताझशी बोलली होती. ती त्याला म्हणाली, ''मी आजारी पडले होते त्यापूर्वीही असं घडत होतं. पण ते कमी प्रमाणात घडायचं. आता मात्र त्याची तीव्रता वाढलेली आहे. मी जेव्हा काही विशिष्ट लोकांना बोलताना ऐकते तेव्हा माझं शरीर अगदी ताठर झाल्यागत होतं. जणू काही त्यांच्यासमोर मी चिलखतच घालते की काय असं वाटतं मला.''

आपल्या पत्नीचं हे जगावेगळं वैशिष्ट्य केवळ आवाजांशी संबंधित नाही असं इहसानला वाटे. त्याच्या मते त्या व्यक्तीची तिथं असणारी प्रत्यक्ष उपस्थिती हा घटकसुद्धा कारणीभूत होता. पण मुमताझचा मसिदेच्या बोलण्यावर निखळ विश्वास होता. जर हा अनुभव केवळ तिचा होता तर ती काय म्हणते ह्यावर विश्वास का ठेवू नये असं त्याचं म्हणणं होतं. ह्यामुळे मुमताझ आणि इहसान ह्यांच्या विचार करण्याच्या पद्धतीत तफावत असल्याचं दिसून येत होतं.

आठवडाभर आपण काय काय केलं आणि कुणाकुणाला भेटलो हे सांगण्यात इहसान गढून गेला.

मुमताझनं त्यांना विचारलं की ''एवढे फिरलात तर बॉस्फरसपर्यंत प्रवास करून मला भेटायला का नाही आलात?'' तेव्हा नूरानच्या लाजून लाल झालेल्या गालांकडे समाधानानं बघत त्याच्या अगाबेनं (भाईनं) उत्तर दिलं, ''म्हणजे काय, तुझ्या मधुचंद्रात बाधा आणायची होती की काय आम्ही?'' पण नंतर मात्र त्यानं त्या दोघांना वचन

दिलं की आम्ही तीन दिवस तुमच्याकडे राहायला येऊ. तो म्हणाला, ''मुलं आजीसोबत शेतावर जाणार आहेत तेव्हा आम्ही मोकळेच असू. त्यामुळे येत्या काही आठवड्यांत आम्ही तुमच्याकडे नक्कीच येणार असं तुम्ही समजून चाला.'' त्या दोघांचं खरोखर लग्न झालं असावं अशा पद्धतीनं इहसान त्यांच्याशी बोलत होता. त्यामुळे दोघांनाही सुखद गुदगुल्या होत होत्या.

फेरीबोटीवर चढल्यावर नूरान म्हणाली, ''मसिदेभाभी खूपच सुंदर आहेत. पण बोलताना ती आपली परीक्षा करतेय असं वाटतं. हो की नाही?''

आवाजातून निष्कर्ष काढण्याच्या मसिदेभाभीच्या सवयीविषयी मुमताझनं तिला सांगितलं. तो विषय अर्धवट विनोदानं आणि अर्धवट गांभीर्यानं संपवून टाकण्याचा त्याचा इरादा होता. ''आम्ही मंडळी विक्षिप्त आहोत बरं का!'' तो म्हणाला.

परंतु नूरानच्या चौकशा चालूच राहिल्या, ''तू म्हणाला होतास की मसिदेभाभी आजारी होत्या, पण त्या तर तब्येतीनं चांगल्या दिसतात.''

ती आजारी होती पण इहसानभाईनं तिची तब्येत पुन्हा सुधारली.

''म्हणजे काय?''

''त्यांच्या दुसऱ्या अपत्याला जन्म देऊन... इहसानभाईचा जीवनावर दृढविश्वास आहे. चमत्कार घडवणारे बदल म्हणजेच जीवन असतं. जीवनाचं गुपित हे प्रत्यक्ष जीवनातच दडलेलं असतं. मसिदेभाभीचं आजारपण चाललं होतं त्या काळात तथाकथित वंशश्रेष्ठत्ववादी नाझींनी प्रजोत्पादनाविषयी ज्या पद्धती अमलात आणल्या होत्या त्याविषयी सगळीकडे भरपूर वादविवाद होत होते. इहसानभाईला त्या सिद्धान्ताची खूपच चीड होती. मसिदेभाभीसारख्या मातेच्या पोटी जन्माला आलेलं मूल तिच्यासारखंच अस्थिर मनोवृत्तीचं असेल अशी शक्यता त्यानं पूर्णतया धुडकावून लावली. त्याला विश्वास होता की मातृत्व आणि त्यासोबत येणाऱ्या जबाबदारीची जाणीव ह्या दोन्हींमुळे मसिदेभाभीची तब्येत पूर्ववत होईल. त्याशिवाय अशा तरुण स्त्रीला मातृत्वाचा अधिकार नाकारणं म्हणजे तिच्या व्यक्तित्वाविरुद्ध आणि निसर्गाविरुद्ध केलेला गुन्हाच ठरेल. काही डॉक्टरांनी तर असा सल्ला दिला होता की भाभीला बरं करण्याचा नाद तुम्ही आता सोडूनच द्या आणि आता वेगळं झोपणं सुरू करा. पण सरतेशेवटी इहसानभाई आपल्या निर्णयाला चिकटून राहिला. अर्थात हा निर्णय पूर्ण विचारांती घेतलेला होता. म्हणजे मला असं म्हणायचंय की जर काही भलतं घडलं असतं तर मोठं अरिष्ट कोसळलं असतं. कदाचित भाईला आपल्या प्रिय पत्नीच्या मृत्यूला कारणीभूत ठरावं लागलं असतं. नव्या अपत्याच्या जन्मामुळे भाभीवर

आणखी ताण पडला असता. पण भाईची जीवनावर श्रद्धा होती. सबीहा कुठल्याही अडचणीशिवाय जन्माला आली. काय सुंदर पोर आहे ती. मसिदेभाभी पूर्वी कायम दुःखी अवस्थेत असायची. पण आता तिची दुःखी, निराश अवस्था एवढी नाहीशी झाली की तिला होणाऱ्या त्रासाच्या अगदी बारीकशा खुणा जेमतेम राहिल्या असतील किंवा नसतील. अजूनही कधी कधी ती दिवास्वप्नं पाहाते, पण पूर्वी कशी ती कडेवर चिंध्यांची बाहुली घेऊन तिला गोष्टी सांगायची तशा ती आता सांगत नाही.''

''तुला असं धाडस करणं जमलं असतं का?''

''मी तुला बोललो ना की आम्ही जगावेगळी आणि विक्षिप्त माणसं आहोत. माझ्या बाबतीत तसं घडलं असतं तर मीही तेच केलं असतं. पण जेव्हा भाईनं माझं मत विचारलं तेव्हा मी बराच वेळ त्याच्याशी वाद घातला.''

त्या बोलण्यातून नूराननं खूपच वेगळे निष्कर्ष काढले. ''अशा पद्धतीच्या जुगारात... जी कृती घडते त्याविषयी पाहणाऱ्या निरीक्षकाच्या मनात शंका असतात. पण नंतर तो त्या धाडसाचं टाळ्या वाजवून कौतुक करतो. पण जर ते धाडस अपयशी ठरलं...''

''नाही, मुळीच नाही. भाईला जर त्यात अपयश आलं असतं तर मी त्याला दोष दिला नसता. मी जेव्हा ह्याविषयी त्याच्याशी चर्चा केली तेव्हा मी त्यावर पुष्कळ विचार केला.''

''त्यानं जे काही केलं त्यात काहीतरी धाडसी होतं खास. ती कृती सहानुभूतीची होती, अनुकंपेची होती. तो एक समस्या होलिस्टिक पद्धतीनं सोडवू पाहात होता. जर त्यात त्याला अपयश आलं असतं तर आम्ही सर्वजण खूप दुःखी झालो असतो. कदाचित त्यामुळे त्याचा मृत्यू ओढवला असता किंवा विनाशही झाला असता. पण तरीही मी त्याला दोष दिला नसता. कारण इहसान दुसऱ्यांच्या जीवनाशी खेळ खेळत नव्हता तर तो स्वतःच्या सुखासमाधानाशी खेळत होता. मला ठाऊक होतं की मसिदेशिवाय जीवन जगणं त्याला सर्वथैव अशक्य आहे.''

''ते मसिदेभाभींच्या एवढ्या प्रेमात आहेत?''

''होय, भाईचं आपल्या बायकोवर खूपच प्रेम आहे. त्याचं सगळं अस्तित्व तिच्याच संगतीत जातं. ती नसेल तर त्याला काम करणं अशक्य होईल. ती असताना तो बोलण्यातही अधिक हजरजबाबी असतो.''

''त्यांची मुलगी निर्व्यंग आहे का?''

''होय, ती निर्व्यंग आहे. फक्त चारच वर्षांची आहे ती आत्ता. त्यामुळे नीट

सांगणं शक्य नाही पण तू मसिदेभाभीच्या चेहऱ्यावरचे सुंदर भाव पाहिलेस का? सबीहाच्या चेहऱ्यावरही तसेच भाव असतात. तिची कल्पनाशक्तीही चित्रवत आहे. कदाचित पुढे-मागे तिलाही मानसिक त्रास होऊ शकतो. पण ती चिकाटीनं आयुष्यात तग धरून राहील. त्या जीवनाचा अनुभव नक्कीच भव्यदिव्य असेल.''

मुमताझला समजून घेताना नूरानलाही कळत होतं की जीवन जगणं उदात्त होतं, खूपच सुंदर होतं. नुसती भव्यदिव्य प्रार्थना करून त्यापर्यंत पोहचता येईल असं नव्हतं. हा पुरुषरूपातला बालक खरंच भोळा होता, केवळ बौद्धिक परिसंवादात तो आत्मविश्वास दाखवू शकत होता. जगणं हे खरोखरच सुंदर होतं. अगदी पहाट वेळेपासून ते तिन्हीसांजा होईतो ते सुंदरच होतं. झोपणं, उठणं, स्वप्नं पाहणं आणि कल्पनेच्या राज्यात रमणं अशा अनेक सुखद गोष्टींनी त्या जीवनातले तास ओतप्रोत भरलेले होते. ह्या प्रेमळ विदूषकाच्या मिठीत नूरान स्वतःला हरवून जात होती आणि त्याच बाहुपाशात असताना तिला पुन्हा भान येत होतं.

आज तिनं जे काही निरीक्षण केलं ते फारच सुंदर होतं अगदी त्यांच्या पुढ्यातला एका पायाचा लंगडा माणूस तिला सुंदर वाटत होता. एकाकी, दुःखी असलेला रस्त्यावरचा अनाथ पोरगासुद्धा तिला सुंदरच वाटत होता. त्या मुलाचा चेहरा आगीनं भाजला होता आणि कसल्याशा आजारानं त्याचा डोळा बाहेर आल्यासारखा झाला होता. अशा मनस्ताप देणाऱ्या, व्याकूळ करणाऱ्या गोष्टी बघत ती संध्याकाळच्या वेळेस मुमताझसोबत फेरीबोटीतल्या बाकावर बसली होती. घरी माणसं आपली वाट पाहात असतील असा विचार मनात येऊन तिच्या हृदयात खोल कुठेतरी वाटणारी हुरहुरसुद्धा सुंदरच होती. आपण ज्या चेतनाशक्तीच्या साहाय्यानं आपल्या अस्तित्वाचा आणि आसपासच्या वस्तूंचा अदमास घेतो ती शक्तीच मुळी आता तिनं बंद करून ठेवली होती. फेरीबोट पुढे पुढे जातच होती. जाताना तिनं केंगेलकोय इथं एक थांबा घेतला.

त्या उत्कटतेनं भरलेल्या रात्री ते बॉस्फरसच्या हृदयात पोहचले. थोड्याच वेळात ते वनिकोयला जाणार होते. धक्क्यावरील दोरखंड बांधायच्या खांबाशी बसून एके दिवशी ते पुष्कळ बोलले होते तो दिवस तिला आठवला. सारं अस्तित्व हेच जणू समृद्धीनं भरून गेलं होतं पण तरी उन्हाळा मात्र विझू लागला होता. उन्हाळा म्हणजे जणू त्यांच्या मर्त्यतेचं प्रतीक होता. मुमताझसारखी आणि इहसानसारखी तिचीसुद्धा जीवनावर श्रद्धा होती काय? पण तिची तशी श्रद्धा नव्हती. जीवनासमोर ती हतप्रभ होती. जो मुमताझ तिला हवा होता आणि तिच्यावर एवढा अवलंबून होता त्यालाही

ह्या तिच्या दौर्बल्यामुळे एके दिवशी तिला सोडून द्यावं लागणार होतं. कारण ती स्वतःला चांगली ओळखत होती. एखादा विचार, एखादी कल्पना किंवा प्रेम ह्यासाठी जीव ओवाळून टाकण्याची तिच्या अंगी क्षमताच नव्हती. घरात शिरताक्षणी आईच्या चेहऱ्यावरील रागीट भाव आणि फातमाची वैतागवाणी भुणभुण ह्यांच्यामुळे ती बाकी सारं काही विसरून जात असे. खरोखर तिचं आयुष्य किती तुकड्यातुकड्यांचं बनलं होतं.

ती एकाच वेळी जणू वेगवेगळ्या घरांत राहात होती. प्रेम आणि जबाबदारी अशी ती दोन घरं होती. एका घरातून दुसऱ्या घरात जाताना तिच्यात जणू आमूलाग्र बदल होत असे.

मुमताझच्या नजरेतून हे सगळं सुटलेलं नाही हे तिला कळलं होतं. एके दिवशी तो म्हणाला, ''आपली शरीरं आपण अगदी सहजगत्या एकमेकांना देऊ शकतो. पण आपलं जीवन एकमेकांशी वाटून घेणं ह्यातच खरं आव्हान आहे. प्रेमात पडलेल्या दोन व्यक्तींनी आरशात प्रवेश करायचा आणि एक आत्मा होऊनच त्यातून बाहेर पडायचं असं जेव्हा होतं तेव्हाच खरं प्रेम निर्माण होतं.'' नूरानच्या अंतरात काय उत्कट खळबळ चालली आहे ह्याचं ज्ञान असल्याखेरीज तो असं विधान करू शकला नसता. तिच्या गप्प बसण्यामुळे व्यथित होऊन तो म्हणाला, ''काय झालं ग?''

''छे, काहीच नाही. तू माझ्या विचारांत अडथळा आणलास. बाकी काही नाही. सुंबूल सिनान, मर्केझ एफेंदी, मसिदेभाभी आणि जीवनावरचा प्रत्येकाचा अंगभूत अधिकार ह्या सगळ्या विचारांची गर्दी डोक्यात झालीय माझ्या. मी आता अगदी थकलेय. मला आता एकटीलाच राहायचं आहे थोडा वेळ.''

बारा

सप्टेंबरच्या अखेरीस ब्ल्यूफिश मासे बॉस्फरसच्या आखातात येत. बॉस्फरसचा आनंद लुटण्याचा तो आणखी एक बहाणा होता. ब्ल्यूफिशना पकडण्यासाठी काढलेल्या सफरी ह्या त्या आखातातल्या अगदी लोकप्रिय, मनपसंत सहली होत्या.

दक्षिणेकडील बेयलेरबेयीकाबातासपासून उत्तरेकडील तेल्ली तबाया आणि काळ्या समुद्राजवळील कवाकलारपर्यंतच्या दोन्ही किनाऱ्यांवर लखलखत्या दिव्यांच्या उजेडातली ती मनोरंजनाची दुनिया होती. वेगवेगळ्या प्रवाहांच्या संगमावर ब्ल्यूफिश सापडत असल्यानं पाण्यावर मोठमोठ्या सफरी निघत. विशेषतः अमावस्येच्या अंधाऱ्या

रात्री तर त्या जल्लोषाला जोरच चढे. इतर ठिकाणी जर सहली काढायच्या असतील तर खूप दूर जावं लागे, परंतु हा नृत्याचा कार्निव्हल तर सर्वांच्या साथीनं तिथं विकसित झाला होता.

लहान लहान होड्यांवरच्या कंदिलांच्या प्रकाशामुळे चमचमणारा समुद्र नूरानला बालपणापासून आवडत असे. सागराच्या काळ्याजांभळ्या मखमलीत ते तेज गुंडाळून ठेवलंय असा तिला भास होई. जिथं ते तेज संपे तिथं अर्धपारदर्शक अंधार निर्माण होत असे. पण थोड्या अंतरावर गेलं की त्या अंधाराच्याही ठिकऱ्या ठिकऱ्या उडत. कारण तिथं माशांचा आणखी एक थवा किंवा दुसरी एखादी फेरीबोट आल्यामुळे लहान लहान तरंग येत असत. तेव्हा त्या लोलकसदृश हजारो प्रतिबिंबांच्या चमकदार कडा तिच्या मनाला अगदी मोहून टाकत असत. त्या दृश्यावर चमकदार सावली अशी काही पसरे की तिला वाटे की आपण त्यात बुडूनच जाऊ की काय? थोडक्यात काय तर ब्ल्यूफिशला पाहण्यासाठी आणि पकडण्यासाठी रात्रीच्या ज्या सफरी निघत त्या तिला बेहद्द आवडत असत. ते रात्रीचं राज्य असं होतं की ज्या राज्यात प्रतिबिंब, तेज आणि प्रकाशाचे आघात ह्यांच्या संयोगानं एक चमकदार, तेजस्वी असा राजवाडाच तयार होत होता. शिवाय त्या जोडीला संगीताच्या छोट्या छोट्या लहरीही उचंबळून येत होत्या. हलके हलके त्यांचं रूपांतर विस्तृत अशा आगळ्यावेगळ्या लाटांत होत होतं.

तिचं लग्न होण्यापूर्वी किंवा त्याहूनही ती लहान होती तेव्हा तिचे वडील तिला आणि तैफिकला घेऊन ब्ल्यूफिश पकडायला जात. केवळ आपली लेक आणि तैफिक हे दोघंच आपले समानधर्मी आहेत असं त्यांना वाटे. त्या रात्रींची आठवण जेव्हा तिनं मुमताझपाशी काढली तेव्हा मुळातच सुंदर असलेल्या त्या उन्हाळ्याचं सौंदर्य आणखी वरच्या पातळीवर नेण्याची संधी मुमताझनं सोडली नाही. त्यानंही ब्ल्यूफिशच्या मोहिमेवर जायचा बेत आखला. तैफिकमामा काय तयार होताच. नाहीतरी तो आता कांदिल्ली येथील निवास, आपली बहीण आणि फातमा ह्यांना कंटाळला होताच. त्यानं लगेच जाहीर करून टाकलं की, ''मी सप्टेंबर महिना कान्लिका येथे घालवणार आहे. तिथं नूरान माझ्यासोबत राहिली तर तिला ते अधिक सुखकर होईल.''

जेव्हा नूरानला ही योजना सांगण्यासाठी तैफिक त्यांच्या त्या कर्मठ घरातून कान्लिकाला गेला तेव्हा कांदिल्ली येथील टेकडी मध्यरात्रीनंतर चढायला कठीण जाते असा बहाणा त्यानं तिला सांगितला. पण प्रत्यक्षात कान्लिका इथं गेल्यावर मात्र त्याला आपल्या आयुष्यातली वीस वर्षं कमी झाल्यासारखा अचानकपणे जोर चढला. इतका

की रस्त्यानं जाताना तो बॉस्फरसमधल्या जुन्या घरांच्या खिडक्यांकडे टक लावून पाहातच राहिला. जणू काही तो त्या खिडक्यांना विचारत होता की, 'ज्या तरुण मुलींचं मी त्या काळात प्रियाराधन केलं त्या मुली माझ्यासारख्याच अजूनही तरुणच राहिल्या आहेत काय?' बेबेक खाडीत उभं असलेलं बॉस्फरस अजूनही दिवास्वप्नं पाहात होतं. आशियातील गोड्या पाण्याचा प्रदेश म्हणून ओळखल्या जाणाऱ्या गोक्सूच्या त्रिभूज प्रदेशातल्या खेळाच्या मैदानात खेळत होतं. त्या बॉस्फरससारखाच वीस वर्षांपूर्वी तैफिक लोकांचं मनोरंजन करत होता. जेव्हा जेव्हा तो संध्याकाळच्या वेळेस किंवा मध्यरात्रीच्या सुमारास आपली होडी वल्हवत असताना भावपूर्ण स्वरात गाणी गुणगुणत असे तेव्हा चोरून खिडक्या उघडल्या जात आणि रंगीबेरंगी, भित्र्या सावल्या रात्रीच्या निरभ्र आकाशात मिसळून जात. "आहा" असे हृदयापासून काढलेले चीत्कार ऐकू येत आणि पुनर्मीलनामुळे उठलेल्या रोमांचांचे तरंग जाणवू लागत. थरथरत्या हातांतून, केसांतून किंवा वस्त्रं सावरत असताना अचानक माळलेली फुलं पाण्यावर पडत. तैफिकची होडी जवळून जाताना बरोब्बर त्याच क्षणी काही स्त्रिया खिडक्या उघडत आणि केस विंचरत उभ्या राहात. गाण्यावर लुब्ध होऊन आपल्या हातातील किंवा केसांतील फुलं त्याच्या होडीत टाकण्याएवढ्या त्या स्त्रिया निर्लज्ज होत्या. असा लोकप्रवाद होता की त्या गाण्यांतलं प्रत्येक गाणं सेरेनेड म्हणजे तैफिक आणि त्याच्यासाठी खिडक्या उघडणाऱ्या सुंदरींमधील गुप्त सांकेतिक प्रेमसंदेश होता. मग दुसऱ्या दिवशी काय वाट्टेल ते झालं तरी त्या सुंदरींपैकी एक सुंदरी मुद्दाम शिंप्याकडे काम काढून जात असे. किंवा जुन्या ओळखीच्या एखाद्या व्यक्तीला, दाईला किंवा खूप जुन्या नोकराणीला भेटायला जात असे किंवा क्वचित केव्हातरी त्या स्त्रीच्या बॉस्फरसमधील घराच्या बागेचं दार मुद्दाम उघडं ठेवलं जाई आणि विश्वासातला एखादा नोकर किंवा दासी मुद्दामहून त्या दारामागे वाट पाहात उभी ठेवली जाई.

जुन्या जगातील ह्या प्रेमवीराबद्दल मुमताझला कौतुक होतं. मुमताझ जन्मला होता त्या काळात हा माणूस दिवसाला कमीतकमी पाच वेळा तरी परिसरातील स्त्रियांबद्दलचं आपलं प्रेम जाहीरपणे व्यक्त करत होता. जणू काही जुन्यापुराण्या मशिदीच्या मिनारातून साऱ्या परिसरात निनादून उठणारे अजानचे सूर यावेत तसं त्याचं ते वागणं होतं. तैफिक भौतिक सुखात रममाण होणारा होता. आपल्या हातांनी जेव्हा तो स्वतःच्या राखाडी मिशा पुसत असे तेव्हा ती त्याची तृप्ती त्याच्या नजरेत हलकेच भरून आलेली दिसत असे.

बॉस्फरसमध्ये ब्ल्यूफिश पकडण्याच्या मोहिमेचा त्याच्यापाशी दुर्मीळ अनुभव

असल्यानं त्या मोहिमेसाठी नूरानला आणि मुमताझला त्याचा खूपच उपयोग झाला. मानवानं कुठलाही अनुभव घेताना तो किती उत्कटतेनं घ्यायला हवा हे त्यांना तैफिककडूनच समजलं. अगदी पहिल्याच दिवसापासून त्यानं मुमताझला आपल्या पंखाखाली घेतलं होतं. त्यामुळे फातमाला मुमताझबद्दल वाटणाऱ्या मत्सरामुळे घरात जे शत्रुत्वाचं वातावरण निर्माण झालं होतं ते निवळायला खूपच साहाय्य झालं. फातमाच्या मनातल्या द्वेषभावनेला चिथावणी देण्याचं काम खरं तर तिचं पालकत्व पत्करलेला यासर करत होता. कांदिल्ली येथील घरात नूरानच्या आईनं आपल्याला खळखळ न करता स्वीकारलं ह्यामागे तैफिकनं त्याच्याशी केलेल्या दोस्तीचा मोठा हात आहे ह्याची मुमताझला चांगलीच जाणीव होती. म्हणजे मुमताझनं आपल्या घरी यावं ह्यासाठी तिचा जेव्हा प्रखर विरोध होता तेव्हाही आपल्या भावाच्या उत्साहावर पाणी ओतणं तिला जमत नसे. त्यामुळे ती त्याच्या मर्जीप्रमाणेच वागत असे.

ह्या रांगड्या प्रेमवीरानं आपल्या आणि नूरानच्या प्रेमाकडे एवढ्या गांभीर्यानं पाहावं ह्याचं मुमताझला खूपच आश्चर्य वाटलं. तैफिकनं आपल्या रंगेल आणि रगेल आयुष्यात अशा उत्कटतेला कधी थारा दिला असेलसं वाटत नव्हतं. सुरुवातीला मुमताझनं गृहीत धरलं की त्यानं आपल्या प्रेमाला दुजोरा देण्याचा केवळ बहाणा केलेला आहे. प्रत्यक्षात मात्र त्याच्या मनात आपल्याबद्दल आणि आपल्या अननुभवीपणाबद्दल कुचेष्टेचीच भावना आहे किंवा मग तो आपल्या लाडक्या भाचीच्या भावना दुखवू नयेत म्हणून आपल्याला एवढ्या गंभीरपणे घेतोय. नंतर म्हणजे हळूहळू जसजसा तैफिकचा मुमताझच्या जीवनात शिरकाव झाला तसतसं मुमताझच्या लक्षात येऊ लागलं की ह्या माणसाच्या रगेल, अतिशयोक्त आणि प्रसंगी अत्यंत निष्ठुर अशा अस्तित्वाला रम्य भूतकाळाच्या आठवणींच्या हुरहुरीनं झाकोळून टाकलेलं आहे. एके दिवशी तैफिक मुमताझशी बोलताना अगदी सहजगत्या आपलं मन उघडं करून म्हणाला, ‘‘हे जे तथाकथित प्रेमवीर असतात त्यांच्या जीवनाबद्दल इतरांना मत्सर वाटतो पण प्रत्यक्षात तसं नसतं. कल्पनाराज्य ढासळल्यामुळे त्या प्रेमवीरांची इच्छापूर्तीची संधी हुकते. ते वैफल्यात खितपत पडलेले असताना त्यांची एकाच स्त्रीवर जीव ओतून प्रेम करण्याची संधीच हरवून जाते, मग त्याचा बदला घेण्यासाठी ते एकीमागून एक स्त्रियांच्या मागे लागतात. पण ती आदर्श स्त्री काही केल्या भेटत नाही. फक्त एकाच अनुभवाच्या अनेक थकल्याभागल्या पुनरावृत्ती होतात... थोडक्यात काय तर मुमताझसारखे जे लोक एकाच स्त्रीवर प्रेम करून आपलं जीवन कंठतात तेच लोक खरं तर मत्सर करण्यासारखे असतात.’’

तैफिकच्या म्हणण्यानुसार एखादं जोडपं जोपर्यंत एकमेकांची शारीरिक वैशिष्ट्यं जाणून घेत नाही तोवर त्यांनी एकमेकांच्या प्रेमात पडणं अशक्य होतं. अनेक कादंबरीकार आपलं कथानक ज्या ठिकाणी सुरू व्हायला हवं त्या ठिकाणी संपवण्याची चूक करतात. सच्चं प्रेम हे शरीराच्या अनुभवाच्या पायावर वसतं आणि त्यातूनच टिकतं. शारीरिक अनुभवाच्या पहिल्याच वेळी ज्या लोकांना नशीब दगा देतं ते लोक पुढे आयुष्याच्या अंतापर्यंत धडपडत, विफल साहसं करत राहातात आणि त्यांच्या पहिल्यावहिल्या अनुभवाला इतर अनुभवांनी गालबोट लावू नये ह्याची दक्षता घेतात.

प्रियाराधनाविषयी असलेल्या तैफिकच्या कल्पनांत आपल्या कल्पनांच्या छटाही दिसल्यानं मुमताझला खूप आनंद झाला. अर्थात मुमताझप्रमाणे शरीरसुख आणि प्रेम ह्यांच्यात तैफिक गल्लत करत नव्हता. तो फक्त वास्तव पाहात होता.

तैफिकमामा म्हणजे जणू काही कासवाच्या शरीरात मानवी आत्मा निवास करून राहावा तसा होता. जणू कासवरूपातही आपली मानवी अवस्था त्यानं स्मरणात ठेवली होती पण मानवी रूप, सवयी, जगण्यावरील निर्बंध ह्यांविषयी मात्र तो कासवासारखाच काहीही व्यक्त करत नव्हता. केवळ ऐहिक आणि वैषयिक अस्तित्व मानणाऱ्या राजकीय आणि सामाजिक जीवनातील व्यक्ती जशा सच्च्या आदर्शांची खिल्ली उडवतात त्याचप्रमाणे प्रत्येक उपलब्ध दरवाजा खटखटवणारी माणसंही प्रेमाच्या बाबतीत चिरंतन, शाश्वत भावनांची टिंगल करतात.

तैफिक हा बेदरकार माणूस असला तरी वृद्धावस्था येऊनही त्याची सौंदर्योपासक वृत्ती आणि चिरंतनाची, विशुद्धतेची आणि सभ्यतेची ओढ अजूनही हरपलेली नव्हती.

स्वतःहूनच ते मान्य करताना तो मुमताझला म्हणाला, ''माझ्यासारखा तुझा शेवट होता कामा नये. मी वेगवेगळ्या रस्त्यांवरून भरकटत गेलो.''

ते वाक्य बोलताना त्यानं भोगलेल्या दुःखद अनुभवांचे पडसाद त्याच्या चेहऱ्यावरील सावल्यांतून जाणवत होते. जीवनात सामोऱ्या आलेल्या प्रत्येक झऱ्याच्या उगमाशी तो एकदा तरी थबकला होता. आपला अंतरात्मा केवळ ह्याच ठिकाणी शांत होईल अशा कल्पनाराज्यात प्रत्येक वेळी रमला होता. पण ज्या क्षणी त्याच्या ओठांना त्या शीतल जलाचा स्पर्श होई तेव्हा आपली तहान न भागवता तो तिथून लगबगीनं निघून जाई. जाताना मनाशी म्हणे, 'ही नव्हती माझ्या मनातली. ती नक्कीच कुणीतरी वेगळी असणार.' एखाद्या चंचल आणि लहरी आत्म्यावर केवळ आपल्याच शरीराचा पाठलाग करण्याची वेळ यावी तसा तो अनिश्चितपणाच्या नरकात सापडला होता. बर्फाळ वाऱ्याच्या झुळकांसारखा तो शरीरामागून शरीरं भोगत चालला होता, परंतु

त्यातल्या कुठल्याच शरीरापाशी जास्त काळ टिकला नव्हता. आता त्याच्या जीवनातील धाडसांचा अंत झाल्यावर नूरान आणि मुमताझमधील धुमसणाऱ्या प्रेमज्वालेच्या धगीत तो आपली हाडं शेकत बसला होता.

मागील दहा वर्षांपासून तैफिक आता पूर्वीसारखा बॉस्फरस येथे फिरायला जात नव्हता, आर्त स्वरांत गाणी म्हणत नव्हता, इश्काच्या मद्यधुंद मैफिलीत रमत नव्हता की बॉस्फरसच्या परिसरातील रहिवाशांना आपल्याकडल्या जलशाची आमंत्रणं पाठवत नव्हता. ज्या माणसाला समाजात मिळूनमिसळून राहण्याची एवढी हौस होती त्यानं त्या जीवनाचा एवढा परित्याग करावा ह्याबद्दल सर्वांनाच खूप आश्चर्य वाटलं होतं. काहींना वाटे की बायको मेल्याच्या दुःखामुळे त्याला विरक्ती आलेय तर काहीजण म्हणत की तिला आपण फसवल्याबद्दल त्याला सदसद्विवेकबुद्धीची टोचणी लागलेय. पण आता जवळ जवळ दहा वर्षं त्यानं विजनवासात काढल्यामुळे इतर लोकांचा त्याच्या पहिल्या बदफैलीपणावर विश्वास बसेनासा झाला होता. अर्थात त्यांना तसं वाटणं अगदी साहजिक होतं. म्हणजे ज्या भूतकाळाविषयी तो चोरून बढाया मारत असे, मोठ्या उत्साहानं जुन्या आठवणी काढत असे त्या त्याच्या भूतकाळावर रंगसफेदी करण्याची इतरेजनांची तयारी झाली होती. ते लोक म्हणत, 'ह्या गरीब माणसाला लोकांनी उगाचच नावं ठेवली. त्याच्या चारित्र्यावर शिंतोडे उडवून लोकांनी बरं केलं नाही. जो माणूस आपल्या पत्नीशी एवढा एकनिष्ठ होता तो अशा तऱ्हेची गैरकृत्यं करेल तरी कसा?', एका गटाचं असं म्हणणं होतं की, 'तैफिक राक्षस होता. आपल्या पत्नीशी क्रूरपणे वागण्याची एकही पद्धत त्यानं बाकी ठेवली नव्हती.' तर दुसऱ्या गटाला वाटे की, 'तो बिचारा केवळ गावगप्पा आणि चिखलफेकीचा बळी आहे.' खरं सांगायचं तर तैफिकनं आपल्या दीर्घद्वेषी, अत्यंत संवेदनशील आणि आखडू बायकोवर कधीच मनापासून प्रेम केलं नव्हतं. तिनं त्याला यासर हा पुत्र देताना त्या पुत्राच्या मानसिक दौर्बल्याची भेटही दिली असली तरी तो शेवटी त्याचाच मुलगा होता. तिनं नवऱ्याचे सारे अपराध पोटात घालून, पराकोटीचा त्याग करून त्याच्या पापांची हजारो वेळा परतफेड केली होती. त्या दोघांचं वैवाहिक जीवन कितीही दीर्घ असलं तरी एखाद्या अनोळखी व्यक्तीच्या मृत्यूबद्दल जेवढा शोक होईल तेवढाच शोक त्याला तिच्या मरणामुळे झाला होता. तिच्या आत्म्याला शांती मिळावी ह्यासाठी त्यानं सर्व पारंपरिक विधी केले होते. पण त्याच वेळी ती आता परत कधीही येता येणार नाही अशा दूरच्या जगाची निवासी झाली आहे ह्या आध्यात्मिक सुरक्षिततेचा दिलासा त्याला लाभला होता. खरं तर तिनं आपल्याजवळ राहूच नये अशी त्याची

खूप इच्छा होती. ज्याप्रमाणे मरणानंतर तिच्या दुःखद आठवणींप्रीत्यर्थ खर्च करण्यास त्यानं हात आखडता घेतला नव्हता त्याचप्रमाणे जर जिवंतपणी त्याला सोडून राहायला ती तयार झाली असती तर तिला आरामाचं आणि सुखासमाधानाचं आयुष्य देण्यात त्यानं कसलीही कसर ठेवली नसती.

ती जिवंत असताना तिच्यापासून विभक्त होण्यास कसलीही किंमत मोजायला तो तयार होता. त्यामुळे तिच्यापासून सुटका म्हणजे त्याला वरदानच वाटलं होतं. फक्त हे वरदान त्याला जीवनाच्या अखेरीअखेरीस वाट्याला आलं होतं. तिच्या त्यागाची जमेल तेवढी परतफेड त्यानं केली असली तरी आता ती जिथं राहायला गेली होती तिथं त्या पैशातल्या चवलीचीसुद्धा तिला गरज नव्हती. वर्षातून एकदा लक्षात ठेवून कुराणपठणाचा किंवा पैगंबरसाहेबांच्या जन्माच्या महाकाव्याचं पठण करण्याचा कार्यक्रम करणं ह्यासाठी काही फारसा खर्च येत नव्हता. ती दूर जावी म्हणून एके काळी त्यानं तुलनेनं बरेच पैसे बाजूला काढून ठेवले होते.

इष्कबाजीपासून आणि सुखासीनतेपासून दूर जाऊन दहा वर्षं तैफिकनं एकांतवासात काढली त्यामागे बरीच कारणं होती. ज्या रंगेल जीवनशैलीत तो उच्चासनावर राज्य करत होता त्या जीवनशैलीत आता उतारवयामुळे दुसरं, तिसरं किंवा त्याहूनही खालचं स्थान त्याला पत्करावं लागलं असतं. दुसरं म्हणजे बेदरकार सामाजिक जीवन असूनही तैफिक कधीच टोकाला जात नव्हता. प्रेमशास्त्रातील आपलं कौशल्य कमी होऊ लागलं आहे हे पाहून त्यानं स्वतःवर वयाची विशिष्ट मर्यादा घालून घेतली होती आणि स्वतःच्या इच्छेनं विजनवास पत्करला होता. म्हणजे एखाद्या रोमन सरदारानं अनेक लढायांत विजय मिळवल्यानंतर उत्तरायुष्यात आपल्या पदावरून पायउतार व्हावं आणि एखाद्या निर्जन खेड्यात जाऊन द्राक्षांच्या आणि इतर फळबागा पिकवण्यात आपला जीव रमवावा तसा तैफिक कांदिल्ली येथे आपल्या वडिलांच्या आठवणींच्या सहवासात राहात होता. पण आता नूरान आणि मुमताझनं निर्माण केलेल्या नव्या जगात तोच तैफिक पूर्णपणे वेगळाच बनून ब्ल्यूफिश मासे पकडायच्या सफरीवर जाऊ लागला होता. त्यांच्यासोबत समुद्रावर भटकंती करत होता. जे छंद त्याला पूर्वी आवडत होते त्या छंदांकडे आता काठावरून का होईना पण पाहात होता.

ज्या दिवशी मुमताझला हे समजलं त्या दिवशी त्याला जाणवलं की तैफिक आपल्या पांढऱ्या मिशांवरून पालथी मूठ फिरवून त्या नीट करतो तेव्हा त्याच्या नजरेत समाधानाची चमक असते, साऱ्या जीवनाचं तत्त्वज्ञान त्यात सामावलेलं असतं. ती कृती म्हणजे जणू विरक्तीची खूण होती. स्वतःला संपूर्ण पुसून टाकणं होतं ते. आता

आयुष्यात करण्यासारखं बाकी काहीही राहिलं नाही म्हणून सगळ्यातून बाजूला होणं होतं ते. जेव्हा जेव्हा तो आपल्या मिशा सरळ करी तेव्हा तेव्हा तो स्वतःशी म्हणे की चांगलं-वाईट जसं असेल तसं माझं आयुष्य मी व्यतीत केलं आहे आणि आता मी सगळ्यापासून विरक्त होऊ शकतो. डॉन जुआन हा शोकांतिकेतील प्रेमवीर जसा विजेच्या कडकडाटात आणि तुफानी वाऱ्यात नाहीसा झाला तशा तऱ्हेनं तैफिक नाहीसा होऊ शकत नव्हता. म्हणून त्यानं ही मिशीवरून पटकन मूठ फिरवण्याची विचित्र लकब आत्मसात केली असावी.

कान्लिका येथील घरात राहणाऱ्या इतर जोडप्यांतील काहींचं नातं नूरानच्या वडिलांशी होतं तर काहींचं नातं तैफिकच्या बायकोशी होतं. तैफिकच्या ह्या नव्या वागण्याचा अर्थच त्यांना लागत नव्हता. ते अजूनही त्याला दुःखात बुडालेला निराश विधुर समजत होते. म्हणून दुःखाची आठवण त्याला होऊ न देण्यासाठी, त्याला मोकळं वाटण्यासाठी धडपडत होते. त्यांचा जावई झाल्यावर तो त्या घरात नवा नवरा म्हणून पहिल्यांदा राहायला आला तेव्हा त्यांच्या मुलीसोबत घराच्या ज्या खोलीत तो राहिला होता तिथं त्यानं राहू नये असं त्यांना वाटत होतं. कारण तिथं राहिल्यावर तिथल्या मधुर स्मृतींनी तैफिकला खूपच मनस्ताप झाला असता. पण तैफिकनं मोठ्यानं ओरडून त्यांना सांगितलं, ''हा वेडेपणा पुरे झाला. मला ती खोली माहीत आहे आणि ह्या घरातली ती सर्वात चांगली खोली आहे.'' ते ऐकून ते आश्चर्यानं अवाक झाले होते.

ब्ल्यूफिश पकडायच्या मोसमाचं आणखी एक आकर्षण म्हणून 'ऑपेरा ऑफ लाइट' ह्या नाटकाचं सादरीकरण बॉस्फरस येथील घरात करण्यात आलं. ते एक कटकारस्थानयुक्त विनोदी नाटक होतं. त्या नाटकाला मुमताझ आणि नूरान ह्यांनी हसून दाद दिली परंतु तैफिक मात्र कधी कधी गंभीर होत होता तर कधी कधी राग आल्याचं सोंग करत होता.

तैफिक नेहमीच आपल्या इच्छा दुसऱ्यांवर लादत असे. अर्थात त्याची भगिनी म्हणजेच नूरानची आई त्याला अपवाद होती. त्यामुळे तो राहायला आल्यापासून कान्लिका येथील घरातल्या बऱ्याच प्रस्थापित प्रथा ताबडतोब मोडीत निघाल्या.

तोपर्यंत त्या सर्वांनी शांततामय, धीरगंभीर जीवन जोपासलं होतं. त्यामुळे कुणालाही त्रास होऊ नये अशा उद्देशानं लोक भित्र्यानंच हालचाली करत. तिथं राहणाऱ्या मुक्बेल आणि सुकरू ह्या जोडप्याला बागकामाशिवाय आयुष्यात दुसरा कसला म्हणून छंद नव्हता. त्यांचा दिवसाचा अर्धाअधिक भाग परसदारच्या बागेत किंवा झाडांसाठी खास बांधलेल्या उष्णतागृहात जाई.

त्यांचा बाकीचा वेळ टेबलाशी बसून बिया निवडण्यात किंवा फुलं-रोपं विकणाऱ्या कंपन्यांशी पत्रव्यवहार करण्यात जाई. पार हॉलंड, इटली, इंग्लंड आणि अगदी अमेरिकेसारख्या दूरदूरच्या भागांतल्या कंपन्यांशीही त्यांचा पत्रव्यवहार होता. त्याशिवाय शेजारीपाजारी आणि ओळखीपाळखीच्या ज्या लोकांना हा छंद होता त्यांना सूचना आणि सल्ले देण्यातही त्यांचा वेळ जात असे. त्यांचे भाडेकरू म्हणजे तीनजणांचं एक कुटुंब होतं. नऊ-दहा वर्षं तिथं राहणाऱ्या त्या भाडेकरू कुटुंबानंही तोच छंद जोपासला होता. त्यामुळे तेथील फुलं सामाईक मालकीची होती.

उन्हाळा सुरू झाल्यापासून त्या घराचा रोजचा चेहरामोहरा नूरान आणि मुमताझच्या वारंवार होणाऱ्या भेटींमुळे तसाही बदलू लागला होताच. आता चुकूनमाकून कुणाला रात्रीच्या वेळेस त्रास देण्याची वेळ आली तर किंवा इतरांपूर्वी आपल्या खोलीतील तावदानं उघडली म्हणून कुणीही नम्रपणे क्षमा वगैरे मागायच्या भानगडीत पडेनासं झालं. ''क्षमा करा हं, माझ्यामुळे तुम्हाला नक्कीच त्रास झाला असेल.'' अशा तऱ्हेची सुरुवात प्रत्येक संभाषणाआधी करणं बंद झालं. त्याऐवजी ''काय मग, कसे आहात?'' अशा वाक्यानं बोलण्याची सुरुवात होऊ लागली. तैफिक आल्यावर मग काय विचारता, सगळं प्रकरणच मुळी हाताबाहेर जाऊ लागलं. रोज संध्याकाळी राकी आणि सोबत खायचा चकणा ठेवलेलं त्याचं टेबल बॉस्फरसच्या समुद्रकिनाऱ्याच्या दिशेनं असलेल्या सौधावर मांडलं जाऊ लागलं. त्यामुळे शेजारपाजारचे कोळीलोक, जे पूर्वी न थांबता तिथून जात ते, गप्पा मारायला थांबू लागले. घरातल्या प्रत्येक रहिवाशाची परवानगी न घेताच रेडिओ वाजवण्यात येऊ लागला. अशा तऱ्हेनं त्या घरातील मालक आणि भाडेकरू ह्या सर्वांनीच जणू नव्या जीवनाला आरंभ केला.

नूरान आणि मुमताझ कान्लिका येथे किंवा ऐस्तिनये येथील हॉटेलात जेवत असत किंवा खायचे पदार्थ सोबत घेऊन बोटीत बसून सैर करत असत. एकदा बोटीत बसून रात्रीची सैर करत असताना तैफिकच्या आग्रहावरून त्यांनीही चांदण्या रात्रीची मौजमजा अनुभवण्यासाठी मनःपूत मद्यपान केलं.

नूरानला मासे पकडण्याचा कंटाळा आला की ती तैफिकमामा गुणगुणत असलेल्या गीतात सामील होई. भाचीची साथ मिळतेय हे लक्षात आल्यावर तैफिकही आपला आवाज वाढवी आणि मग ब्ल्यूफिश पकडण्याच्या त्या मोहिमेचं रूपांतर संगीतानंदाच्या मैफलीत होई.

वृद्ध तैफिक हा तर साऱ्याच नावाड्यांचा दोस्त होता. त्या नावाड्यांपैकी सर्वात

म्हातारा नावाडी नूरानला तिच्या बालपणापासून ओळखत होता. तिचीसुद्धा त्या सर्वांशी चांगली मैत्री होती. मुमताझशी ती लग्न करणार आहे हे लक्षात आलेल्या काही नावाड्यांनी तर आसपास राहण्याच्या रिकाम्या जागा कुठे आहेत का तेसुद्धा त्यांच्या वतीनं पाहायला सुरुवात केली होती. त्यांनी अंगावर घेतलेल्या ह्या मोहिमेमुळे मुमताझ सुखावला. कारण तसं केल्यानं विवाहपूर्व सोपस्कारही लवकरात लवकर उरकले जातील अशी त्याला आशा होती. त्यानंही त्या घरांचे पत्ते उतरवून घेतले. कारण पानगळीच्या मोसमात तिथले भाडेकरू जागा सोडून गेले की तो तिथं चौकशी करायला जाऊ शकला असता. परंतु नूरानचं मत अगदी विरुद्ध होतं. कारण एमिर्गन येथील घर, त्या घराभोवतीची बाग आणि तेथील सजावट ह्याविषयी तिनं जी स्वप्नं रंगवली होती ती सगळी त्यामुळे विरून गेली असती. ती त्याला म्हणाली, ''सध्या जरा थांब. दिवसेंदिवस त्या एकाच गोष्टीबद्दल पुन्हा पुन्हा मला विचार करायचा नाही.''

साठीतल्या त्या नावाड्यानं म्हटलं, ''नूरानला समुद्रापासून दूर राहायला आवडणार नाही... तिच्या वडिलांनासुद्धा समुद्राची खूपच ओढ होती. तुम्ही जेव्हा समुद्राच्या जवळचं घर शोधाल आणि तिथं राहू लागाल... तेव्हा बघालच तुम्ही, मी तुम्हाला माशांची कशी मेजवानी देतो ते.'' जर त्याच्या हातात असतं तर त्यानं तैफिकच्या भाचीला लग्नाची भेट म्हणून सारं बॉस्फरस दिलं असतं.

त्या म्हाताऱ्याचा प्रेमळपणा पाहून नूरान आणि मुमताझ भारावून गेले. कधी कधी तो त्यांच्या बोटीवर चढे आणि मोठ्या जोशात त्यानं अनुभवलेल्या मोहिमांची आणि सोहळ्यांची माहिती सांगे.

प्रचंड उलथापालथ झालेल्या त्याच्या जीवनात त्यानं मोठं यश मिळवलं, भरपूर अनुभव गाठीशी बांधला. आयुष्य जोमानं जगताना त्याच्यावर कठीण समयही गुजरला. तो ज्या ज्या गोष्टींवर प्रेम करायचा त्यांचं मोजमाप करण्याचं परिमाण समुद्रच होता. 'जोपर्यंत आपण समुद्राच्या संगतीत आहोत तोवर आपण नेहमीच धडधाकट असू' असा त्याचा विश्वास होता. 'मरताना माझं मन जर ताळ्यावर असेल तर समुद्राखेरीज इतर कुठेही माझी कबर असू शकत नाही' असं तो म्हणे. हिवाळ्याच्या अखेरीस त्याला खूपच बरं नव्हतं म्हणून डॉक्टरांनी त्याला सांगितलं की, ''ह्यापुढे तुम्हाला समुद्रावर जाता येणार नाही.'' तेव्हा तो कुणाच्याही नकळत भल्या पहाटे उठून समुद्रावर गेला आणि होडीत बसून पाण्यात शिरला. पायांना दगड बांधून त्यानं स्वतःला समुद्रातील प्रवाहांच्या स्वाधीन केलं आणि तो समुद्रातच गडप झाला. मुमताझला जेव्हा त्याच्या मृत्यूची बातमी समजली तेव्हा आपला जवळचा नातेवाईक जावा तसा

शोक त्याला झाला. तरी पण त्या वृद्ध माणसाला दुसऱ्या कुठल्याही संकटाला तोंड द्यावं न लागता जे त्याला प्रिय होतं त्याच्याच संगतीत मरण मिळालं ही त्यातल्या त्यात सुखाची गोष्ट होती. त्या नावाड्यानं आपल्या स्वभावाशी आणि नशिबाशी जोडलेला ध्यास जपला होता. तो हजरजबाबीपणानं म्हणे, ''मला गरिबीची सवय झालीय पण वृद्धत्वाची नाही.'' ज्या काळात नावाडीलोकांची कमाई चांदीच्या एका नाण्यापेक्षा कमी पण बक्षिसी मात्र चांदीच्या वीस नाण्यांएवढी किंवा कधी कधी सोन्याच्या एका नाण्याएवढी असे त्या काळातही त्यानं जीवन कंठलं होतं. इजिप्तच्या सरदारांच्या समुद्रकाठी असलेल्या बंगल्यात चालणाऱ्या पार्ट्यांच्या, समुद्रकाठी चांदण्यात चाललेल्या मैफलींच्या आणि बेबेक येथल्या आठवणी तो जेव्हा सांगे तेव्हा लक्ष देऊन ऐकणाऱ्या मुमताझला आणि नूरानला वाटे की आपण प्रत्यक्ष त्या ठिकाणी हजर आहोत की काय?

नूरानच्या सौंदर्यात त्याला भूतकाळाचं प्रतिबिंब दिसत असे. तो म्हणे, ''मी ह्या जगात पुष्कळ गोष्टी पाहिल्या परंतु ह्या भावी वधूएवढी सुंदर स्त्री दुसरी पाहिली नाही.'' मुमताझच्या सामाजिक वर्तुळाबाहेर असलेल्या त्या माणसानं केलेल्या कौतुकामुळे मुमताझला लहान मुलासारखा आनंद होत असे. तो नावाडी त्याच्या प्रेयसीचं कौतुक करत असताना मुमताझला वाटे की एके काळी आपल्याला परिचित असलेल्या विश्वाशी आपण पुन्हा जोडले गेलो आहोत. मग त्या विश्वापासून आपण दूर गेल्याच्या दुःखानं त्याचं मन भरून जाई.

पण सगळ्यात आश्चर्यजनक चीज तर स्वतः नूरानपाशीच होती. ती हातात गळ धरून ज्या तऱ्हेनं शांतपणे माशाची वाट पाहात बसे ते पाहून मुमताझला अकाली प्रौढ झालेल्या मुलीची झलक बघितल्यासारखी वाटे.

नूरानचं एरवीचं सहज वागणं बघितल्यावर तिला सभोवतालात असणारा इतका रस पाहून मुमताझला खूपच आश्चर्य वाटत असे. कारण त्या क्षणी तिचं लक्ष फक्त हातातल्या गळाकडेच असे. बोटीतल्या कंदिलामुळे तिच्या चपळ हालचालींवर आणि चेहऱ्यावर उजेड पडत असे. खालच्या लाटांवर तिच्या चेहऱ्याचं प्रतिबिंब हिंदकळताना दिसे. कधी कधी तर खोल पाण्यातून ते प्रतिबिंब सरळ त्याच्या दिशेनंच झेपावे. जणू काही ते कुठल्यातरी गूढ विश्वातून आल्याचा त्याला भास होई. एखादं कोडं उलगडण्याची मानवी मर्यादा हरल्यावर मग किमया घडून कोडं सुटावं तसं तेव्हा त्याला वाटे. मग मुमताझ आपल्या अंतरातील व्याकूळतेला वाट करून देण्यासाठी तिथून दूर जाई. तिच्या नाजूक, विशुद्ध आणि लाजऱ्या मूर्तीमुळे निर्माण झालेलं सुखद वातावरण त्याला अगदी आर्त करून सोडत असे.

गळाला पहिला झटका बसला की नूरानच्या चेहऱ्यावर कठोरपणाचे ठळक भाव झळकत आणि नंतर जेव्हा तो मासा बाहेर येई तेव्हा तो चवीला कसा असेल ह्याची चिंता तिला लागे. तिला जे काही आवडे त्याच्या दिशेनं जोरदार मुसंडी मारण्याची तिची लहान मुलासारखी सवय होती. तिचा तो आवेग किंवा लहान मुलासारखा चुळबुळेपणा पाहून मुमताझला आनंदाचं भरतं येई.

मुमताझला ठाऊक होतं की हे ऐश्वर्य आपल्याला केवळ आपल्या कल्पनाशक्तीच्या जोरावर प्राप्त झालं आहे. तरीसुद्धा प्रत्येक वेळी नूरानमधील काहीतरी वेगळं वैशिष्ट्य पाहून त्याच्या संवेदनशक्तीला आनंदाचं उधाण येत असे.

पण अशीही एक वेळ येणार होती जेव्हा मुमताझला तिच्याबद्दल वाटणारं कौतुक पराकोटीला पोहचणार होतं आणि मग त्याचं जगाचं भानच हरपणार होतं. त्याचे परिणाम काय होतील ह्याबद्दल विचार करताना त्याच्या जीवाची तळमळ होऊ लागली. मुमताझच्या कल्पनाशक्तीचा कशावरही विश्वास बसत असे. उदाहरणार्थ, अजस्र अशा समुद्री सर्पांनी ओढलेल्या रथातून समुद्राचा फेस सगळीकडे पसरवणारा पॉसिडॉन हा समुद्रदेव नूरानचा हात धरील आणि ॲण्डरसनच्या परीकथेसारखा तिला समुद्राच्या पाण्याखाली असलेल्या राजवाड्यात पळवून नेईल. त्या राजवाड्याभोवती तेजस्वी प्रकाशझोत असतील, खवल्याखवल्यांच्या, मखमली रंगाच्या छटा असलेल्या सावल्या तिथं वळसे घालून बसलेल्या असतील. एकमेकींत गुंतलेल्या लवचीक पाणवनस्पतीचे धागे विणून एक रंगीबेरंगी टॉफीच तिथं तयार होतेय की काय असं वाटेल.

अर्थात हा सगळा कल्पनाविलास होता ह्यात काही शंकाच नव्हती. परंतु रात्रीच्या वेळेच्या नूरानच्या भाववृत्तीमुळे त्याची उत्सुकता चाळवली जाई आणि त्यातून त्या कल्पनाविलासाला प्राधान्य मिळे. कधी कधी तर नूरान त्याच्या पुढ्यात उभी असूनही त्याच्या जीवनातून पूर्णपणे निघून गेली आहे असा त्याला भास होत असे. तसा भास झाल्यामुळे मुमताझच्या मनाची अशी काही अवस्था होई की त्याला वाटे की अंगावर दफनविधीची वस्त्रं पांघरलेल्या अवस्थेत आपण नूरानला पाहात आहोत किंवा अवकाशाच्या पोकळीतून तिला निरखत आहोत. तशा शक्यता त्याच्या मनात बळावू लागत.

त्याचा कल्पनाविलास आणि त्याला ग्रासणाऱ्या चिंता ह्या दोन्हींत सत्याचा अंश होता. तो म्हणजे मूलतः मुमताझ स्वप्नातच जगत होता.

त्यांच्यातील मैत्रीद्वारे नूराननं सहसा सापडणार नाही अशी एक अपवादात्मक परिस्थिती शोधून काढली होती. त्या परिस्थितीत अनेक शक्यता फुलत होत्या. तिची

प्रत्येक इच्छा, प्रत्येक कृती, प्रत्येक विचार, तिला येणारे क्षणिक वैताग, तिचा लाडीकपणा, तिची प्रत्येक हौस पुरवल्यामुळे तिला मिळणारी तृप्ती आणि तिची धसमुसळी वृत्ती ह्या सगळ्यांतून कलात्मकतेचे जणू वेगवेगळे मार्ग फुलत होते. गूढ सुंदरता तिला स्वतःकडे खेचून घेत होती. आनंदी मनोवृत्तीच्या नूरानला शोधताना जीवनाची व्यवस्था म्हणजे काय ते समजत होतं. मुमताझच्या मोहित नजरेला दिसत होतं की नूरान नित्यनूतनपणे स्वतःला आणि स्वतःभोवतीच्या चराचराला निर्माण करते आहे. तिच्या रक्तामांसात जागणाऱ्या प्रेमिकेच्या प्रतिसादापासून ते प्रेमिकांना एकमेकांबद्दल वाटणाऱ्या ओढीपर्यंत सारं सारं तिच्यातून व्यक्त होत होतं. ह्या किमयेच्या परिघाबाहेर जे लोक होते त्यांना ह्या अगम्य देवाणघेवाणीची कल्पना करणंसुद्धा अशक्य होतं. नूरानला काही काळानं जाणवलं की हे स्वतंत्रपणे अनुभवलेले क्षण अजूनही तिच्या अंतर्मनात आहेत. त्यामुळे त्यांचा पुन्हा अनुभव घेण्यासाठी आपोआपच तिच्या मनात आठवणी येत आहेत.

मुमताझसह एकत्र घालवलेल्या दिवसांचं तिनं एक अत्यंत सुंदर असं वस्त्र विणलं होतं. ते वस्त्र विणताना तिनं सर्जनशीलतेची एक आगळीवेगळी अशी शैली उपयोजिली होती.

परत येताना तैफिक कान्लिका येथे त्यांचा निरोप घेई. त्यानंतर ते दोघं होडीत बसून पाण्यावर सैर करत तेव्हा ते निळंशार पाणी रेशमासारखं मऊ-मुलायम भासे. समुद्रकाठावरच्या प्रदेशात झाडाझुडपांचं जंगल होतं. त्या जंगलातील पानं उजेड पडल्यामुळे चमकत तेव्हा वाटे की चमकदार सावल्यांच्या आणि शांततेच्या गूढ जगातच आपण विहार करत आहोत की काय! कधी कधी त्या वेळेपर्यंत एखाद्या घरातली माणसं झोपलेली नसत. त्यामुळे त्या घराची गच्ची, स्वयंपाकघराचा दरवाजा आणि खिडक्यांतून जणू प्रकाशाच्या लाटा दौडत येत. भावनोत्कट जगातील नूरान-मुमताझचा प्रवास चालू असताना तेवढ्यात खाडीचा कंकणाकृती किनारा आ वासून समोर येई आणि त्या किनाऱ्याशी चंद्राच्या तेजस्वी चांदण्यात तो प्रवास खंडित होई. मध्यरात्रीनंतर बॉस्फरसनं जणू विलक्षण धीरगंभीर रूप धारण केलेलं असे. तेव्हा लाटेवर आरूढ झालेला एखाद्या फेरीबोटीवरचा प्रकाशझोत कधीमधी त्यांच्यावर पडे. तो प्रकाश सातत्यानं त्यांच्यावरच केंद्रित झाल्यामुळे वाटे की आगळ्यावेगळ्या, दिव्य साक्षात्काराआधीच्या स्तब्धतेच्या नाट्याची रंगीत तालीमच चालली आहे की काय? तो साक्षात्कार जणू त्यांना उत्तुंग, अनाकलनीय दुनियेत घेऊन चाललाय असंच भासत असे.

मुमताझ नसताना आसपास घडत असलेल्या बऱ्याच घटना न जाणवता घडून जात. त्यामुळे नूरानला वाटू लागे की तेजस्वितेचं जाळंच आपल्यावर चाल करून येतंय की काय? त्यामुळे घाबरून गेलेली नूरान मुमताझच्या कुशीत शिरून म्हणे, ''आपण दोघं एकत्र झोपलेले असताना जर एखाद्या वाईट स्वप्नामुळे मला जाग आली तर मी अशीच तुझ्या कुशीत शिरेन.''

कधी कधी त्यांचा सभोवताल म्हणजे तेजाचा शांत तेवणारा लखलखाट होऊन जाई. जणू ते दोघं अथांग, निळ्याशार जगातच जगत आहेत असं वाटे. आकाशातील तारकांची रत्नांसारखी प्रतिबिंबं समुद्राच्या काळोख्या पाण्यावर पडत आणि किनाऱ्याच्या चमकदार सावल्या दुसऱ्या बाजूच्या फेरीबोटींचा हलक्या पावलांनी पाठलाग करू लागत.

दिवसाउजेडी मात्र प्रत्येक कडा आणि वळण ऊन पडल्यामुळे शोभिवंत होई. त्यामुळे ते पाण्याचे प्रवाह, डोंगरमाथे आणि झाडंझुडपं स्पष्टपणे सामोरी येत. त्यातूनच निर्माण होणाऱ्या कल्पनाराज्याचे ती दोघं अचानकपणे अविभाज्य भाग बनत. मुमताझच्या दृष्टीनं ते केवळ क्षणिक चैतन्य नव्हतं तर गूढाकडे घेऊन जाणारा दैवी सौंदर्याचा साक्षात्कार होता. तो जेव्हा तिला म्हणे की, ''तुझ्या हृदयातून जाणाऱ्या मार्गासारखं हे सौंदर्य मला दिसतं'' तेव्हा त्याला जाणवे की दैवी सौंदर्य, सृष्टिसौंदर्य आणि कधीही कमी न होणारं स्त्रीचं मोहक सौंदर्य ही सौंदर्याची तिन्ही रूपं त्याच्या मनात नांदत आहेत. जणू काही त्याच्यावर कुणीतरी करणीच केली आहे. त्या करणी केलेल्या स्वप्नाळू स्थितीत विश्वाचं गूढ शोधण्याच्या अनेक अवस्थांमध्ये तो स्वतःचं अस्तित्व शोधतो आहे.

कधी कधी तो आपल्याच मनाशी आश्चर्य करत राही की, आम्ही एकमेकांवर प्रेम करतो की बॉस्फरसवर प्रेम करतो? ओटोमान संगीताच्या जल्लोषामुळे तर आपल्या मनात ही तृप्तीची आणि उन्मादाची भावना जागृत झाली नाही ना? नूरानच्या एखाद्या अनोळखी, परक्या प्रतिमेबद्दल कल्पना करताना किंवा त्या प्रतिमेला सौंदर्यशास्त्राच्या परिघात सीलबंद करताना तो म्हणे, ''भूतकाळाच्या किमयागारांनी आम्हाला त्यांच्या बोटांभोवती गुंडाळून घेतलेलं आहे...'' पण तो मिलाफ त्याला जेवढा वाटत होता तेवढा कृत्रिम नव्हता. त्याच्या स्वभावात जी वैशिष्ट्यं काही काळापासून निर्माण झाली होती, त्या वैशिष्ट्यांनी त्याच्या स्वभावाचा मोठा भाग व्यापला होता. नूराननं त्याच्या जीवनात अवचितपणे प्रवेश करून त्या वैशिष्ट्यांना उजाळाच दिला होता. त्याचा स्वीकार करून सर्व गोष्टींवर तिनं जणू स्वतःचं स्वामित्वच स्थापन केलं होतं. परिणामतः

इस्तंबूल, बॉस्फरस, ओटोमान संगीत आणि त्याची प्रियतमा ह्यांना एकमेकांपासून विलग करण्याची काही शक्यताच शिल्लक राहिली नव्हती. बॉस्फरसपाशी एक चौकट आधीपासूनच होती. ती चौकट बनण्यासाठी बॉस्फरसचा इतिहास, त्या इतिहासाकडून नियंत्रित केले जाणारे दिवसाचे तास आणि अनेक स्मृती जागवणारं बॉस्फरसचं सौंदर्य ह्या सगळ्यांचा सहभाग होता. ओटोमान संगीताबद्दल म्हणायचं तर लोकांची अशी श्रद्धा होती की ते संगीत अत्यंत भावपूर्ण आहे. अपरिवर्तनीय संगीतसंयोजनातून वाट काढत गुलाबांचा वादळी वर्षावच त्या संगीतातून श्रोत्यांवर कोसळतो. एखाद्या परिपूर्ण विचारासाठी किंवा इच्छेसाठी स्वतःला समर्पित करण्याची प्रेरणा त्या संगीतातून मिळते. भावभावनांच्या त्या होमात पुनःपुन्हा जन्म होणं आणि जळून राख होणं अशा क्रिया सतत चालूच असतात. नूरान आणि मुमताझच्या बाबतीतही तेच झालं होतं. कित्येक शतकांपासून चालत आलेल्या अशा पुरातन आणि जवळ जवळ विस्मृतीतच गेलेल्या त्या भव्यदिव्यतेतून ती दोघं एकमेकांना शोधण्याचं समाधान मिळवत होती. त्याच वेळी आधीपासून सिद्ध करून ठेवलेल्या चौकटीत राहण्यासाठीही ते संगीत त्या दोघांना उद्युक्त करत होतं. त्या संगीताची चौकट सगळ्या प्रकारच्या शक्यतांना सामावून घेण्याएवढी ऐश्वर्यसंपन्न होती. नव्हे, ते कसं शक्य करायचं हे त्यांना दाखवूनही देत होती. सरतेशेवटी त्या दुनियेशी भावनिकरीत्या कसं जुळवून घ्यायचं हे समजून घेण्यासाठी संगीतच त्यांना साहाय्यभूत होत होतं.

परंतु ओटोमान संगीत हे मानवतेशी फटकून राहणाऱ्या कलाप्रकारात मोडत नव्हतं. भक्तिरसाचं भय दाखवून मानवतेशी फटकून राहण्यात त्या संगीताला रस नव्हता. संतसज्जनांचं हृदय लाभलेल्या, अत्यंत विनम्र अशा त्या सर्व गायक–संगीतकारांना मानवी समाजात राहण्याची आणि सर्वांशी सलोख्यानं वागण्याची आवड होती. मग त्यांच्या कलेचा कळस किती का उत्तुंग असे ना.

मुमताझच्या अस्तित्वाला घट्ट पकडून असणाऱ्या त्या दोन शक्तींमुळे ऐतिहासिक, उदात्त, महत्त्वपूर्ण अशा गूढतेला नूरानच्या माध्यमातून मानवी रूप मिळालं. आपल्या आवेगातून आणि सौंदर्यातून तिनं जणू काळाला नामशेष करून टाकलं. तिच्याच माध्यमातून सौंदर्याच्या आणि भावनांच्या राज्यातील तर्कशास्त्र त्यानं शोधलं. नूरानच्या समीप राहाताना, तिला आलिंगन देताना, तिच्यावर प्रेम करताना तिच्या अस्तित्वाच्याही पार पल्याड जाणारी अशी एक शक्ती निर्माण झाली आहे असं त्याला जाणवू लागलं.

रात्रीच्या वेळी घरी येताना त्याच्या कल्पनेतील नूरानमध्ये दंतकथा आणि श्रद्धा

ह्यांची जी सरमिसळ होत होती त्याबद्दल विचार करताना मुमताझ हर्षभरित होत असे.

जेव्हा मुमताझ म्हणाला की, ''नूरानच्या प्रेमातून मला दिव्य साक्षात्काराचा अनुभव आला किंवा तिच्या वेगवेगळ्या रूपांचं दर्शन मला घडलं'' तेव्हा त्याला खरोखरच ती दैवी अवतारांप्रमाणे वेगवेगळ्या आभूषणांत दिसली होती. संगीतात तिला शोधताना इत्रीचं नेवाकार गीत, हाफीझ पोस्तची रास्त सेमाई आणि सुमधुर पदं, देदे एफेंदीच्या संगीताचा झंझावात ह्या साऱ्यांच्या घोळक्यात ती त्याला अरबी शैलीतल्या चित्रासारखी दिसली. देदे एफेंदीचं गीत तर मुमताझसोबत कायमच राहणार होतं. संगीताच्या प्रदेशाचे आणि संस्कृतीचे ते सर्वजण खरेखुरे शिल्पकार होते. नूरानची तिथली शारीरिक उपस्थिती म्हणजे जणू पुनर्जन्माचा चमत्कारच घडला असं त्याला वाटत होतं. आपल्या प्रेमिकेच्या देहाकृतीतून मुमताझ विश्वाला केंद्रित करू पाहात होता. आपल्या पूर्वजांकडून खास तुर्की शैलीतलं उत्कट प्रेम करण्याचं माध्यम शोधू पाहात होता. त्या पूर्वजांची नैतिकता ऐहिक होती, रक्तप्रवाहासारखी होती. म्हणजे निदान लोकगीतांतून तरी त्या उत्कट भावनांना मोकळी वाट मिळत होती. त्या प्रकारच्या गीतांत अवलिया पद्धतीच्या संतांची पदं आणि इस्तंबूल, कोन्या, बुरसा आणि किरसेहीर येथील तुरुकू लोकगीतांचा समावेश होता. एफे जमातीचे लढाऊ सैनिक आणि तरुण रक्ताच्या प्रेमकथांचं वर्णन त्या पदांत केलं होतं. जेव्हा जेव्हा मुमताझ आपल्या बालपणात कानी पडलेली गाणी आठवी तेव्हा तेव्हा त्या विसरलेल्या वर्षांतून त्याला त्या गीतांचा नाद ऐकू येई. खर्जात गाइलेली ती गीतं पोवाड्यांसारखी होती. शत्रूची हत्या करून त्याचा सूड घेतल्याच्या वीरकथा त्यात होत्या. तर बिंगोल आणि उर्फा बोलीतली गीतं आणि त्राब्झोन आणि रुमेली तुरुकू ह्यांच्यात आस, इच्छा आणि स्वसमर्पण करण्याची भावना भरलेली असे.

जगाच्या रक्तरंजित, हिंसक कालखंडाच्या छायेत असतानाही मुमताझला आपण केवळ एकाच स्त्रीवर प्रेम करत आहोत किंवा फ्रेंच भाषेत म्हणायचं तर एका नाजूक कन्येच्या सुडौल शरीराच्या प्रेमात पडलो आहोत ह्यामुळे गुदमरल्यासारखं वगैरे होत नव्हतं. उलट आपल्या प्रेमामुळे आपल्या अंतर्मनाची दुनिया विटेविटेनं उभारली जातेय हेच त्याला दिसत होतं.

फिरून झालं की सरतेशेवटी कांदिल्लीच्या बाहेरच्या भागात असलेल्या वॅनिकोय कारखान्याजवळ किंवा पाण्याच्या दिशेनं असलेल्या रिकाम्या धक्क्यांजवळ ते होडीतून खाली उतरत. नूरानच्या थकव्याचं ओझं आपल्या देहात साठवत उरलेला रस्ता पायी चालून जायचं हे त्या काळात मुमताझला मिळणाऱ्या सुखांपैकी अंतिम सुख होतं.

पायी चालताना मुमताझच्या मनात काय विचार चालले आहेत ह्याविषयी बऱ्याचदा नूरान अनभिज्ञ असे. खूप उशिराची वेळ आणि शांतता ह्यामुळे तो प्रवास अधिकच देखणा होत असला तरी ते सुख त्याला असह्य होत असे. त्याच्या चेतनेतून जणू काही सुखाच्या लाटाच दौडू लागत.

थोड्याच काळात नूरानच्या घराभोवती असलेल्या उंच भिंती त्यांना दिसू लागत. त्या दिसू लागल्या की तो घराच्या दाराशी नूरानची साथ सोडत असे. जणू काही ते दार त्यांच्या नियतीच्या दुसऱ्या बाजूच्या जगात होतं.

त्या घरापासून परतीचा केलेला एकाकी प्रवास मुमताझला अगदी अप्रिय होऊन जात असे. खरं तर त्या आधीचे चोवीस तास नूरानच्या संगतीत घालवल्यामुळे त्याच्यापाशी अत्यंत देखण्या, चित्रवत आठवणी असूनही तसं घडत असे हे मात्र खरं होतं.

नूरानला घरी पोहचवताना प्रत्येक वेळी ही बहुधा आता शेवटचीच वेळ अशा भीतीनं मुमताझ ग्रासून जात असे. त्याला वाटे की समाधान ही भावना मानवाच्या आत्म्याला इतर भावनांसारखीच फार काळ सहन करता येत नाही. कारण समाधानाच्या पल्याड दुसरं काहीच नसल्यामुळे ते किती काळ टिकेल ह्याविषयी न जाणून घेता ते सहन करायचं अशी सक्तीच प्रत्येकावर होत असते. मुळात समाधान मिळवण्यासाठी मनस्तापातून मार्ग काढायचा, काटेरी झाडाझुडपांतून वाट शोधायची, जीवनाच्या खडकाळ रस्त्यावरून उड्या मारत चालायचं, कर्दमातून दूर होण्याचा प्रयत्न करायचा असं सगळं काही माणूस करतो पण तेच समाधान एकदा मिळालं की मग मात्र ते असं काही ओझं बनतं की कधी आपण ते रस्त्याच्या कडेला किंवा इतरत्र काढून ठेवलं ते कळतसुद्धा नाही.

तुरुंगाचंच उदाहरण घ्या. मुमताझ स्वतःशीच विचार करताना म्हणे, 'कोर्टातलं कामकाज किंवा वृत्तपत्रांतील छोट्या अक्षरांतली सदरं पाहा. त्यात दैनंदिन भानगडींची नोंद केलेली असते. आपल्या खांद्यावरील आनंदाच्या ओझ्याचा कंटाळा आल्यामुळे ते टाकून देणाऱ्या गुन्हेगारांची अजिबात कमतरता नाही.

हे ठाऊक असल्यामुळेच मुमताझला वाटत होतं की आपण दोघंही अगदी तृप्त आहोत. त्यामुळेच ह्या आनंदाला ग्रहण लागेल की काय ह्या आशंकेनं त्याचा जीव घाबरत होता. त्यांचा विवाह लांबणीवर पडणं आणि नूरानला एकत्र राहण्याची उघड उघड इच्छा असूनही लग्न करायला न मिळणं ह्यामुळे त्याच्या अंतरात दुःख दाटून आलं होतं. वेगवेगळी घरं ठेवणं ह्याचा प्रत्यक्षात अर्थ असा होता की वेगवेगळ्या

जबाबदाऱ्या असणं, वेगवेगळे आनंद असणं आणि वेगवेगळे संघर्ष असणं. नूरान एकाच वेळी दुहेरी जीवन जगत होती. त्या दोन्ही जीवनांचा डगमगणारा तोल सांभाळताना तिची त्रेधातिरपीट उडत होती. अचानकपणे दुसऱ्या बाजूला कुठल्याही तऱ्हेचं वजन आलं तर तो समतोल कधीही त्याच्याविरुद्ध बाजूला कलू शकत होता.

तसं असूनही त्याला खात्री होती की तिच्यासोबत घालवलेला उन्हाळा तिला अपवादात्मकरीत्या सुंदर वाटत असणार. त्याला जाणवत होतं की पुढे जाणाऱ्या वेळेबद्दल आणि एकूणच भविष्याबद्दल उत्तम तेच घडेल असाच तिचा दृष्टिकोण आहे. ''मुमताझ, हा सारा उन्हाळा आपलाच आहे रे. आपण सगळ्या प्रकारचा वेडेपणा करू शकतो.'' ती त्याला म्हणाली होती. तिला आपण गमावू की काय ह्या चिंतेनं ग्रासलेल्या मुमताझच्या मनात तिच्या उद्‍गारांनी जणू हजारो आकृत्या निर्माण केल्या होत्या.

तसं असूनही हे क्रूर विचार मनात तरळून जात होतेच, त्यासोबत त्यांच्या अगदी विरुद्ध असलेले विचारही मनात येत होते. त्या क्रूर विचारांना मुमताझ आपल्या मनातून तडाख्यासरशी उधळून लावत असे. नूराननं त्याच्या जीवनात संपूर्णतया प्रवेश केल्यावर त्याच्या अंतश्चक्षूपुढे असंख्य वेळा तिनं रूपं बदलली होती. अगदी स्पष्टच सांगायचं तर नूरानच्या ज्या दोन प्रतिमांमुळे त्याच्या मनात भीती आणि दहशत निर्माण होत होती त्याच नूरानची आणखीही एक तिसरी प्रतिमा होती. त्या तिसऱ्या नूराननं केवळ त्याच्यासाठी कित्येक तऱ्हेतऱ्हेचे त्याग केले होते. काहीही खळखळ न करता किंवा नाखुशी न दाखवता जणू दोन गोलार्धांत आपलं जीवन तिनं विभागलं होतं. ही तिसरी नूरान इच्छा, प्रेम आणि गाढ आदर ह्यांपेक्षाही अधिक उत्तुंग होती, अधिक सखोल होती. त्याशिवाय सगळ्या चिंतांपासून मुक्त असलेली अशीही एक नूरान होती. ती नूरान कनवाळू होती. तिच्या हृदयातील सागराला अखंड मायेची भरती येत होती. जेव्हा ती त्याच्यापासून दूर असे तेव्हाही तिच्यातील आत्मिक, शाश्वत आनंद आणि साकल्यानं विचार करण्याची एकात्मिक वृत्ती त्याला जाणवत असे. त्या भावनेचा त्यानं लावलेला शोध म्हणजे जणू काही खरीखुरी मुक्तीच होती. विलक्षण प्रगल्भता होती त्या मुक्तीत. त्या नूरानचा शोध लागल्यानंतर त्यानं आपल्या अंतरातील समाधान केवळ स्वतःपुरतं मर्यादित ठेवलं नाही. उलट त्याच्या मनाची दारं मानवी नियतीसाठी नव्या तऱ्हेनं उघडली गेली.

ऑक्टोबरच्या मध्यावर त्यांच्यातील आनंदावर हळूहळू सावली धरू लागली. दोघांनाही आतल्या आत अस्पष्टपणे वाटू लागलं की आपल्या अंतर्मनातील समाधान

सुप्तावस्थेत गेल्यामुळे त्याचं रूपांतर कबरीत होऊ लागलं आहे की काय? त्यांनी एकत्र व्यतीत केलेल्या काही सुंदर दिवसांतल्याच एका दिवशी ते दोघं इस्माईल आगा कॉफीहाऊसमध्ये बसून त्याविषयी बोलले. त्या वेळेस ते दोघं प्रेमिक समुद्रकिनाऱ्यावर भेटले होते. दुपारच्या सुमारास त्यांनी बॉस्फरसची खाडी ओलांडून एमिर्गन येथे प्रवेश केला होता. संध्याकाळी ते फेरीबोटीच्या धक्क्याशी पोहचले. तेव्हा एमिर्गन चौक आणि तेथील कॉफीहाऊस इथलं वातावरण त्यांना अगदी थंड आणि धीरगंभीर भासलं.

त्यांनी एमिर्गनचा युरोपीय किनारा सोडला तेव्हा सूर्य बऱ्यापैकी खाली उतरला होता. त्याच्या संध्याकाळच्या किरणांचे झोत आशियन किनाऱ्यावर थेट पडत होते. त्या उबदार तेजस्वी वातावरणामुळे मन भूतकाळात हरवून जात होतं, जीवाला हुरहुर लागल्यामुळे आलेला आवंढा गळ्यातच अडकत होता आणि एखाद्या पुष्कळ जुन्या तुरुकू लोकगीताचं जड ओझं छातीवर आल्याचा भास होत होता. संपूर्ण क्षितिजभर चमचमत असलेल्या समुद्रावरून त्या तेजस्वितेकडे वल्हवत जाताना वाटत होतं की हा काही नेहमीचा प्रवास नाही. देवानं वरदान दिलेल्या भूमीच्या दिशेनं तो समुद्र त्यांना घेऊन जातो आहे.

पुष्कळदा पुढे येऊन पुन्हा पुन्हा माघारी जाणाऱ्या लाटांचा एवढा निळाशार रंग ह्यापूर्वी कधी पाहिलेला मुमताझलाही आठवत नव्हता आणि नूरानलाही आठवत नव्हता. शेवटची एक लाट अशी आली की तिनं जणू गडद सोनेरी रंग आणि रत्नांची पूडच निळ्याशार रंगात बुडवली होती. जणू काही तिथं फ्रा एंजेलिको ह्या इटालियन चित्रकाराच्या चित्रांचा कॅनव्हासच साक्षात उभा होता. दैवी क्षमेचा वर्षाव व्हावा त्याप्रमाणे ती लाट तेजस्वी रंग परिधान करून आली होती. त्या लाटेनं त्यांना अक्षरशः कान्लिका फेरीबोटीच्या धक्क्यावर लोटून दिलं. फेरीबोटीची एक कड बोटीच्या धक्क्याशी खिळून उभी राहिली.

मुमताझनं आत्तापर्यंत सूर्यास्ताचं एवढं भव्य उत्सवी स्वरूप कधी पाहिलंच नव्हतं. हे काही त्याच्या अंतरातील आनंदाचं प्रकटीकरण नव्हतं. कदाचित सारी माणसं, घरं, झाडं , बॉस्फरसचा समुद्र घोट घोट पिऊन आकाशात भरारी घेणाऱ्या समुद्रपक्ष्यांच्या पायांची हाडं, कबुतरं आणि मांजरं, रस्त्याच्या बाजूला ढिगानं रचून ठेवलेली कलिंगडं आणि टरबुजं–जणू सारं सारं विश्वच गाढ निद्रावस्थेतून जागं झालं होतं. तेवढ्यात एका पोलीस अधिकाऱ्याच्या गळाला लागलेला ब्रीम मासा जीवनातील शेवटचा सर्वोच्च क्षण जगून घेतोय असं त्यांना दिसलं. तो क्षण जगताना तो मासा जणू तेजस्वितेच्या गळाला लटकत राहिला होता. त्या गळाला लटकताना आपल्या क्षणभंगुर

अस्तित्वाची आठवण म्हणून लंबक होऊन झुलण्यात समाधान मानत होता. आपल्यासमोर उधळल्या जाणाऱ्या रंगांचा उत्सव पाहून तो पोलीस अधिकारी विस्मयचकित झाला होता की नूरानच्या चेहऱ्यावरील आनंद पाहून झाला होता हे कळायला मार्ग नव्हता. परंतु बटण न लावलेल्या कॉलर किंवा बेल्ट न लावलेला ओव्हरकोट अशा वेशातूनही त्यानं त्या दोघांना गांभीर्यानं सलाम केला. त्याच्या हातात गळ आणि खवल्याखवल्यांचा, टिटॅनियम धातूसारखा पांढराशुभ्र दिसणारा मासा होता. स्वनियमन आणि सहिष्णुता ह्यांचं प्रतीक असलेला तो मासा आणि हातातला गळ हलवत त्यानं म्हटलं, ''मी तुम्हा दोघांचं हार्दिक स्वागत करतो. तुमचं येथे आगमन हे नक्कीच शुभसूचक आहे.''

ह्या अर्धवट अनौपचारिक स्वागतामुळे त्या दोघांना हसू आलं. गळाला अडकलेला सी–ब्रीम मासा श्वास घेण्यासाठी धडपडत असल्यामुळे त्या अभिवादनाला शोकात्मिकेची झालर होती. मग नूरान आणि मुमताझनं इस्माईल आगाच्या कॉफीहाऊसच्या पुढ्यातली जागा पटकावली. त्यांच्या समोरच्या बाजूला दोन बायका फेरीबोटीची वाट पाहात बसल्या होत्या. त्यांच्या पाठीमागे काही वयस्कर पुरुष संध्याकाळच्या वेळेस निवांत बसलेले होते.

सभोवतालच्या वातावरणात काहीतरी हास्य निर्माण करणारं होतं खास. तेथील वस्तुमात्रातील तेजस्विता, त्यांची कडा, आकारमान आणि त्यांची तांत्रिक वैशिष्ट्यं ह्या सगळ्यांच्या पार पल्याड जाणारी अशी काहीतरी शक्ती तिथं होती. जणू काही पूर्वजन्मातल्या स्मृतींचाच तो परिणाम असावा आणि त्याची सुखद ऊब भूतकाळाबद्दल लागलेल्या हुरहुरीतून दाटून असावी तसं वाटत होतं तिथं. मुमताझच्या तोंडातून याह्या केमालच्या कवितेच्या दोन लोकप्रिय ओळींचा भावार्थ उत्स्फूर्तपणे बाहेर आला. ''आमच्यामागे कान्लिकातील वयोवृद्ध माणसं ऑटमऋतूतल्या पानगळीची तयारी करत आहेत.'' तो म्हणाला.

मागोमाग नूराननं त्या कवितेच्या ओळी तंतोतंत म्हटल्या :

कान्लिकामधील वृद्धजन ते ,
दिवस जयांचे भरले होते
भूतकालीन ऑटमऋतूचे
स्मरणमणी ते गुंफत होते.

मग ती पुढे म्हणाली, ''एक कवी केवळ एखाद्या कडव्यातून ज्या पद्धतीनं एक अख्खं शहर नष्ट करू शकतो ही पद्धत पाहून मी भयचकित होऊन जाते. जेव्हा जेव्हा

मी हे कडवं ऐकते तेव्हा तेव्हा रॉदिन ह्या शिल्पकाराच्या 'द बर्घर्स ऑफ केलॉईस' ह्या शिल्पाची आठवण मला येते.''

मुमताझनं तिच्या विचारांचं वर्तुळ पूर्ण करत म्हटलं, ''हे कडवं काहीतरी भव्यदिव्य असं पकडण्याचा प्रयत्न करतं. असं काहीतरी शाश्वत मूल्य की जे कधीच बदलणार नाही. ऑटमऋतूतली ही घटिका केवळ ह्याच शब्दांत वर्णिली जाऊ शकत होती. उन्हाळा संपलाय अशा सर्व खुणा त्यातून जाणवत होत्या.'' त्या विचारामुळे शोककळा दाटून आलेल्या त्या क्षणाचा जणू त्यांच्या मनावर ठसाच उमटला. त्याच उन्मनी अवस्थेत ते आसपासचं वातावरण निरखू लागले.

उन्हाळा संपुष्टात आला ह्याचं त्या दोघांना दुःख झालं होतं. थोड्याच दिवसांपूर्वी स्वॅलो पक्ष्यांचा थवा त्यांच्या डोक्यावरून दक्षिण दिशेनं उड्डाण करत जाताना नूराननंच त्याला दाखवला होता. शिवाय आज सकाळी समुद्रकाठावर पोहचताना त्यानं वाटेत पडलेली ओक वृक्षाची तीन वाळलेली पानं उचलून आणली होती. जणू मृत्यूचे कीटक त्या पानांच्या कडा कुरतडू लागले होते आणि संध्याकाळच्या फिकट लाल वातावरणात हळूहळू पानांच्या केंद्रभागाकडे कूच करत चालले होते. एके काळी लवचीक असलेल्या त्या पानांनी आता एक कडक, चरचरीत रूप धारण केलं होतं. जणू काही ती काल रात्रीच्याच वेळी तोडलेली असावीत असं वाटत होतं.

एका एकाकी पक्ष्यानं आर्तपणे साद घालून गाइलेलं गीत दोन-तीन वेळा ऐकू आलं. एखाद्या वाद्यमेळात अनेक व्हायोलीन आणि व्हायोला खर्जात वाजत असताना मधेच एका बासरीचा सूर येऊन त्यानं आपली उपस्थिती दाखवावी तसा त्या पक्ष्याचा सूर वाटला. हा असा परिणाम साधण्यासाठी त्या पक्ष्याला कसल्या शोकांतिकेला सामोरं जावं लागलं असेल? कुठल्या अपघातामुळे ही न मोजता येणारी तीव्र आस त्या पक्ष्याच्या मनात निर्माण झाली असेल? दुरून का होईना पण त्या दुःखाची छटा त्यांना जाणवत होती. आत्ता ह्या क्षणी अस्ताव्यस्त पसरलेल्या अफाट जंगलातल्या त्या वृक्षांना जाणवत होतं की त्यांच्यातला जीवनरस हळूहळू आटत चालला आहे. अगदी छोटीशी थरथर झाली तरी सुकलेली पानं खाली पडतील, त्या वेळेस ऊब मिळावी म्हणून आपल्या फांद्यांची जुडी करून बसावं अशी तीव्र इच्छा त्या वृक्षांना होत असेलही, कुणास ठाऊक. वसंतऋतूसारखाच आत्ताचा देखावाही रंगीबेरंगी दिसत होता. वसंतऋतूत ज्युडास वृक्ष धारण करतात तसाच काळपट लाल रंग ऑटमऋतूत त्या सुगंधी वृक्षांनी धारण केला असला तरी ह्या काळपट रंगात शोकात्मतेची छटा अधिक होती.

"एकदा आपण भल्या पहाटे एमिर्गन इथल्या जंगलात जाऊया. सकाळच्या वेळेस जागे होत असलेले वृक्ष प्रत्यक्षात थरथरत कसे जागे होतात ह्याचा अनुभव घेणं अगदी विलक्षण आहे."

तेवढ्यात कुठूनतरी आलेल्या वाऱ्याच्या झुळकीनं एक ढग हलू लागला. सुरुवातीला त्यानं गुलाबांच्या बागेचं रूप धारण केलं. त्यानंतर त्याचं लहान लहान पुंजक्यांत रूपांतर झालं. मग तो ढग अगदी डोक्यावर आला. तिथं येऊन तो आधी गालिचासारखा पसरला आणि नंतर तो अजस्त्र आयाळीच्या एका कृष्ण वारूच्या पुढल्या पायांसारखा झाला.

कॉफीहाऊसमधून उठून ते हळूहळू चालू लागले. टेकडचा आणि समुद्रकिनाऱ्यावरील भिंतीमधून जाणारा, सावल्या दाटलेला तो रस्ता एखाद्या पुरातन मंदिरातील भुयारासारखा संध्याकाळच्या अंधूक प्रकाशात वाटत होता. त्या भुयाराच्या आत फांद्यांच्या महिरपीखालून रात्रही त्यांच्यासोबत हळूहळू चालते आहे असा भास होत होता.

त्या घटकेला सगळं वातावरण आपल्याच वजनाखाली जडावल्यासारखं वाटत होतं. तशाच वातावरणात ती दोघं अनादोलुहिसरीपर्यंत हातात हात घालून चालत गेली. चालताना दोघांच्याही मनात नियतीच्या उत्कट संदेशांविषयी नकारात्मक विचारांचा कल्लोळ चालला होता. तिथं पोहचल्यावर ते बंदरावरील खांबांच्या उजवीकडच्या छोट्या कॉफीहाऊसमध्ये शिरले. रात्र संपूर्ण खाली उतरलेली होती. ब्ल्यूफिश मोहिमेवरून परतलेल्या बोटींमुळे धक्क्यावर गजबज चालली होती. कुठल्यातरी परदेशातल्या धार्मिक कर्मकांडाकडे पाहावं तसं ते संध्याकाळच्या मनोरंजनाकडे पाहात होते. त्या क्षणी त्यांना कुणी विचारलं असतं की, "तुमचा जीवनावर विश्वास आहे का?" तर दोघांनीही उत्तर दिलं असतं, "नाही. पण तरीही हे जग असं आहे म्हणून आम्ही खूप आनंदात आहोत."

आपला विश्वास नसला तर नसला. त्यामुळे काय फरक पडतो? आपण आनंदात तर आहोत ना आत्ता?

परत येताना त्यांनी हल्लीच भाड्यानं घेतलेल्या छोट्याशा घराबद्दल ते बऱ्याचदा बोलत. ते घर तक्सीमजवळच्या तालिमहेन इथं होतं. नूरानच्या आईनं सांगितलं होतं की पुढल्या वर्षी तिला कांदिल्लीला राहायला जमणार नाही. तैफिकचा संधिवातही बळावला होता. कदाचित ब्ल्यूफिशच्या मोहिमा त्या वृद्धाच्या फारशा पथ्यावर पडल्या नसाव्यात. केवळ त्याच कारणासाठी ते आता मुख्य इस्तंबूलच्या जवळ राहायला

येऊ इच्छित होते. मुमताझ म्हणाला, ''काहीही झालं तरी मी इथं एकटा राहू शकत नाही. नाही तरी ते कांदिल्लीला राहिले असते तर उन्हाळ्यात जशा त्यांना आरामात भेटीगाठी घेता येत होत्या तशा हिवाळ्यातल्या शांत, निरव वातावरणात त्यांना त्या जमल्या नसत्याच.''

नवं घर सर्वांना आवडलं. नूरानच्या काटकसरी स्वभावामुळे त्यांना फारसे अधिक पैसेही मोजावे लागले नाहीत. त्या जागी सामानसुमान आणताना इस्तंबूलमध्ये परदेशी फर्निचर केवढ्या मोठ्या प्रमाणावर आलंय त्याचा मुमताझला अंदाज आला. सोफ्याच्या प्रत्येक दुकानात हरतऱ्हेचं आणि हरप्रकारचं फर्निचर होतं. इस्तंबूलच्या आवडीनिवडींचं आणि जीवनशैलीचं मान किती बदललं आहे असा विचार नूरानबरोबर खरेदीसाठी फिरताना मुमताझच्या मनात येत होता.

'आपली मनंसुद्धा अशीच असतात ह्यात काहीच शंका नाही.' त्याच्या मनात आलं.

नंतर त्यांनी फातमाच्या चिडचिडीबद्दल चर्चा केली. केवळ त्या एकाच मुद्द्याशी नूरानची सारी दुःखं एकवटलेली होती.

तैफिकच्या संगतीत नूरानच्या घरी संध्याकाळच्या जेवणाचं आपल्याला आमंत्रण मिळेल ह्या आशेवर मुमताझ कित्येक दिवसांपासून होता. कांदिल्लीतून बाहेर निघण्यापूर्वी ती पुन्हा एकदा तिच्या रोजच्या जीवनात त्याला डोकावायची संधी देईल, त्याला भेटण्यापूर्वी ज्या घरात ती राहात होती तिथं त्याला बोलावेल असं मुमताझनं गृहीत धरलं होतं. मुमताझ स्वतः दिवास्वप्नांत रंगणारा माणूस होता. एकाच वेळी अनेक पातळ्यांवर जगणं त्याला ठाऊक होतं आणि आवडतही होतं. केवळ त्याच कारणासाठी आपल्याला ती बोलावेल असं त्याला वाटत होतं. बागेत बसून सकाळच्या वेळेस जेवता जेवता, तैफिकसोबत गप्पा मारता मारता किंवा नूरानच्या आईशी बातचीत करता करता तो नूरानची लहानपणची स्वप्नं काय असतील ह्याचा विचार करायचा. ऑटमऋतूतल्या लांबलचक रात्री खोलीतल्या खडखडणाऱ्या खिडक्यांच्या आणि सळसळत्या पानांच्या आवाजात झोपलेली नाजूकशी नूरान झोपेत काय काय दृश्यं पाहात असेल ह्यांचं कल्पनाचित्र तो नक्कीच रंगवू शकत होता. परंतु फातमाच्या बालिश चिडखोरपणामुळे त्या सर्व कल्पनाराज्यांवर पाणी ओतलं गेलं.

तो आला त्या क्षणापासूनच त्या मुलीनं त्याचा अधिक्षेप करायला सुरुवात केली. म्हणजे मुमताझच्या विरुद्ध मुद्दाम दिसेल असं ती काहीही करत नव्हती. पण ती बऱ्याचदा तिथून गायबच व्हायची. मग सगळेजण ती कुठे गेली असेल ह्या चिंतेनं

हैराण व्हायचे. ती अगदी उद्दाम झाली होती आणि मुमताझशी होणाऱ्या नूरानच्या प्रत्येक संभाषणात खोडा घालण्यासाठी काही ना काही सबब शोधून काढत होती. त्याच वेळेस मुमताझशी मात्र आतिथ्यशील स्वरात बोलत होती. ज्या शाळेत ती हल्लीच शिकायला गेली होती त्या शाळेचं आणि तिथल्या मित्रमैत्रिणींचं वर्णन तिनं केलं.

"मी मोठ्ठी मुलगी झालेय आता. मला भावल्यांचा कंटाळा आलाय. मला आता माझ्याशी खेळायला मनीमाऊ किंवा भूभू पाहिजे."

त्यावर मुमताझ म्हणाला की, "तुला हवं असेल तर एक भूभूचं पिल्लू मी तुला आणून देतो." तेव्हा तिनं लगेच आपल्या भुवया वाकड्या केल्या. त्यानं दिलेल्या कुत्र्याच्या पिल्लाशी ती कशी खेळणार होती? हे म्हणजे आपल्या शत्रूच्या मित्राला घरात घेतल्यासारखं होतं. "हॅट, मला नकोय कुत्रा..." ती म्हणाली. तिचं बोलणं ऐकणाऱ्या इतर लोकांनी तिला म्हटलं, "असं बोलतात का फातमा. थँक यू म्हणायचं असतं अशा वेळी." तेव्हा ती गप्पच झाली. मुमताझसमोर लोक आपल्याला बोल लावताहेत हे तिच्या सहनशक्तीच्या पलीकडचं होतं. थरथरत्या ओठांनी ती म्हणाली, "थँक यू..." आणि तिथून नाहीशी झाली.

त्या क्षणाला जर मुमताझला तिथून निघण्याची परवानगी त्या लोकांनी दिली असती तर त्याच्या आयुष्यानं काहीतरी वेगळीच दिशा घेतली असती. परंतु दुर्दैव आड आलं. त्याशिवाय मुमताझही स्वतःची कातडी बचावण्याची वृत्ती घेऊन जन्माला आलेला नव्हता. त्यामुळे जीवनातलं कुठलंही दुर्दैव सामोरं आलं की रस्त्याच्या मधोमध दचकून उभ्या असलेल्या हरणासारखी त्याची अवस्था होई. आत्ताही तेच घडलं. त्याला नूरान किंवा तैफिकचा निरोप घेऊन जाताही येईना. त्याला त्यांनी जेवायला बोलावलं होतं आणि तो ठरवल्याप्रमाणे थांबणार होता.

आठ वाजायच्या सुमारास राकीसोबत खाद्यपदार्थ ठेवलेल्या टेबलाशी ते सर्वजण येऊन बसले. ती सर्व व्यवस्था करण्यासाठी वृद्ध तैफिकनं आपली सर्व कला पणाला लावली होती. त्या सजवलेल्या टेबलाकडे पाहिल्यावर यासरनंसुद्धा आपल्या तब्येतीची गाऱ्हाणी बाजूला ठेवून राकीच्या एक-दोन पेल्यांचा आस्वाद घ्यायचं ठरवलं. संध्याकाळ तशी आनंदात सुरू झाली होती. सतत पाऊस पडत असूनही बाहेरचं वातावरण उबदार होतं. बागेतल्या डाळिंबाच्या झाडाखाली एकच कंदील जळत होता. ऑटमऋतूतल्या रात्रीचा काळोख वेगानं पसरू लागला होता. त्या संध्याकाळच्या आनंदानं मुमताझचं काळीज हेलावून गेलं. प्रत्येकजण हर्षभरित दिसत होता. अगदी

नूरानसुद्धा तिच्या त्रासांना विसरून गेल्यासारखी दिसत होती.

तथापि, फातमाच्या टेबलाशी येण्यानं तिथलं वातावरणच बदलून गेलं. "मला तुझ्या बाजूला बसू दे ना अम्मी, मला एकटीला खायला लावू नकोस ना..." ती म्हणाली. नूरान आणि मुमताझ एकमेकांसमोर बसलेले आहेत हेही थोड्या वेळानं तिला सहन होईना झालं. अशा तऱ्हेच्या तिच्या रुसव्याफुगव्याची त्या दोघांना आता सवय झाली होती. मधे मधे येण्याच्या तिच्या लहरी चाळ्यांचं वर्णन करताना तैफिकला कापूसकोंड्याची गोष्ट आठवत असे. मग भोजनास प्रारंभ करण्याच्या वेळच्या धार्मिक विधीनुसार तीन वेळा जमिनीवर पाणी ओतण्यात आलं. तिसऱ्या वेळेस फातमा आपली काहीतरी हरवलेली वस्तू आणण्यासाठी म्हणून तिथून उठली खरी पण ती टेबलाशी परत मात्र आली नाही. विहिरीच्या तोंडाशी जाऊन तिनं एक नवाच खेळ शोधून काढला. तो खेळ म्हणजे नृत्य आणि धावणं ह्यांचं मिश्रणच होतं. नुकत्याच उगवलेल्या चंद्राच्या दिशेनं आणखी आणखी हात उंचावून ती खेळू लागली. जणू काही तिनं स्वतःच आकाशात फेकलेला चेंडू तिला पकडायचा होता. दात विचकून ती हसू लागली तेव्हा तिच्या चेहऱ्यावरची धुंदी विचित्रच दिसू लागली. बसल्या ठिकाणावरूनच सगळेजण तिच्याकडे पाहू लागले. तिचं हसणं आणि तिच्या हालचाली वाढू लागल्या. प्रत्येक गिरकीच्या वेळेस ती हातानं कमरेवर थाप मारी आणि पुन्हा हात आकाशात उंचावी. जणू काही ती आपलं सारं शरीरच चंद्राच्या फिकट सोनेरी चेंडूच्या दिशेनं उंचावत होती.

त्या लहान मुलीच्या हालचालीतली लय पाहून चकित झालेला मुमताझ म्हणाला, "मला तुला माझ्या पंखाखाली घेऊ दे पोरी, मग तुला मी नृत्याचं असं सुंदर शिक्षण देईन की..."

नूरानची मुलगी म्हणून त्याला त्या मुलीबद्दल वेगळंच प्रेम होतं. तिला होणाऱ्या दुःखाबद्दल त्याला सहानुभूतीही वाटत असे. केवळ लहान मुलांविषयी असणारी आपुलकी सोडली तरी मुमताझला तिच्या वागण्यात आपल्या स्वतःच्या बालपणातील छटा दिसत होत्या. तिची दुःखं आणि तिला वाटणारा मत्सर ह्यांच्यामुळे किशोरवयात त्याला वाटणाऱ्या एकाकीपणाची आठवण जागृत होत असे. त्याच्या एकाकीपणाचा आविष्कारही वेगळ्या तऱ्हेनं होत असे. त्याला ठाऊक होतं की जर एखाद्या दिवशी नूरानबद्दल त्याच्या मनात स्वामित्वाची भावना जागृत झाली तर तोही नक्कीच फातमासारखा वागला असता. लहरी, उदास, सतत आदळआपट करून तमाशे करणारा. ते काही असो, पण आत्ता ह्या क्षणी तिच्यावर नजर खिळून राहाणं अशक्य

होतं. निळ्या रंगाच्या आखूड पोशाखात तिचे पाय जणू आपल्याच आनंदाच्या वेगात गोल गोल फिरत होते. अप्राप्य स्थळीचा प्रवास करण्याची ती जणू तयारीच करत होती. त्या प्रवासाला जाण्याचं तिला खास प्रेम होतं किंवा ओढ होती अशातलाही भाग नव्हता. तसं असूनही तिथं एक प्रकारची त्रस्त बेचैनी दाटून आली. मोठमोठ्यांदा हसण्यामुळे आणि लडखडत्या पावलांमुळे तिला उन्माद चढल्याचा भास होऊ लागला. जसजसा तो उन्माद वाढला तसतशी तिची तालबद्ध हालचाल अडखळून ती खाली पडणार की काय असं वाटू लागलं. तिची आजी, नूरान आणि सर्वांना ते चांगलंच जाणवलं. कारण सगळेजण ओरडू लागले, "पुरे, पुरे, फातमा, पडशील आता तू..." पण ते आरडाओरडा करत असतानाच फातमानं वेग वाढवला. काहीतरी अरिष्ट घडेल अशी शक्यता वाटू लागलेला मुमताझ ते टाळण्यासाठी खुर्चीवरून ताडकन उठला परंतु उशीर झाला होता. ती पोर विहिरीच्या काठाशी कोसळून पडली होती. मुमताझनं तिला उचलेपर्यंत यासरही त्याच्या बाजूला आला. मुलीच्या शरीरावर दुखापत झाल्याच्या खुणा वरवर पाहाता तरी दिसत नव्हत्या. फक्त तिचे गुडघे खरचटल्यासारखे वाटत होते. उन्माद चढल्यामुळे निर्माण झालेल्या हास्याचं रूपांतर आता घशात अडकून राहिलेल्या हुंदक्यांत झालं होतं, तर तिचं शरीर लाकडासारखं ताठ झालं होतं.

परंतु मुमताझवर ज्या घटनेचा खरोखर परिणाम होणार होता ती घटना नंतरच घडणार होती. फातमाकडे लक्ष देण्याऐवजी यासर त्याच्याकडे वळला आणि सापासारखा फूत्कार टाकून अगदी संथपणे बोलला, "त्या मुलीला खाली ठेव. आधीच तुझ्यामुळे तिचं भरपूर नुकसान झालेलं आहे. तुला काय तिला ठार मारायचं आहे की काय?"

मुमताझला वाटलं की यासरच्या थंड नजरेचा आपल्या पाठीला जाणवलेला चटका मरेपर्यंत आपल्या आठवणीत राहील. केवळ एका कटाक्षातून एवढी हिंस्र हिंसा प्रकट होऊ शकते हे त्याला आत्तापर्यंत कधीच दिसलेलं नव्हतं. त्या नजरेच्या तुलनेत चाकूचं धारदार पातं, विषाचा थेंब किंवा यासरनं त्याच्या कानात फूत्कारलेले शब्द म्हणजे केवळ लहान मुलांची खेळणी होती. मुमताझनं फातमाला उचलून खाली नेलं आणि हिवाळ्यात वापरायच्या खोलीत ठेवलं. आपल्या मनातलं विष त्याच्या कानात ओतून स्वतःचं ओझं हलकं करणारा यासर त्यानंतरचा सर्व काळ मात्र केवळ प्रेक्षक म्हणूनच वावरला. मुमताझनं त्या पोरीला सोफ्यावर आडवं ठेवलं आणि मागोमाग येणाऱ्या नूरानच्या हवाली केलं तेव्हा कुठे दाराच्या चौकटीशी उभ्या असलेल्या यासरमधील झालेला बदल त्याला जाणवला. यासरच्या चेहऱ्याची त्वचा

पांढरीफटफटीत पडली होती, तो घामानं निथळत होता. यंत्रातलं महत्त्वाचं तारेचं भेंडोळं कापलं जावं तसा तो थरथरू लागला होता आणि कधीही जमिनीवर पडेल असं वाटू लागलं होतं. ते बघून मुमताझच्या तोंडातून आपोआपच शब्द निघाले, "काय झालं रे? बरं नाही का तुला?" पण त्याला काहीही उत्तर न देता यासर पायऱ्या चढून वर गेला.

मुमताझ बागेत परतला तेव्हा त्याला दिसलं की तैफिक आधी होता त्याच जागेवर बसलेला आहे. काहीच न घडल्यासारखा तो वयस्कर माणूस अगदी धीरगंभीरपणे बसला होता. थोड्याच वेळात नूरानसुद्धा परत आली खरी पण संध्याकाळची मैफल रंगवण्यातला त्या त्रिकुटाचा उत्साह मात्र पार मावळून गेला होता.

तेरा

दुसऱ्या दिवशी आधी न कळवता भल्या सकाळी नूरान एमिर्गनला आली. अगोदर न सांगता मुमताझच्या घरी येण्याची तिची ही पहिलीच वेळ होती. अख्खी रात्र न झोपता तिनं जागून काढली होती. फातमाच्या बेताल वागण्यामुळे आता तिला वाटू लागलं होतं की तात्पुरता का होईना पण आपल्या भावी आशा-योजनांना आपण लगाम घालावा. यासरच्या सूडयुक्त नजरेतून दिसलेली राक्षसी भावना अजूनही मुमताझला जाणवत होती. त्यानं जेव्हा फातमाला जमिनीवरून उचललं तेव्हा त्या नजरेनं त्याच्यावर जणू हल्लाच केला होता.

खरं तर यासर हा कीव करावी असा महामूर्ख माणूस होता, परंतु तरीही नूरानची आई त्याचं सगळं ऐकत होती. ते दोघं मिळून लवकरच नूरानला मुमताझशी लग्न करण्यापासून परावृत्त करू शकले असते. त्यांच्या विवाहात असेही पुष्कळ अडथळे उभे होतेच. आत्ता नाहीतर नंतर पण नूरानवर मुमताझला सोडून देण्याची जबरदस्ती झाली असती किंवा मग चुकीचा सल्ला मिळून ती असं काहीतरी करून बसली असती की त्यामुळे दोघांच्याही जीवनात विष पेरलं गेलं असतं.

मुमताझसुद्धा रात्री झोपला नव्हता. त्यानं तर पलंगावर आडवं होण्याचेही कष्ट घेतले नव्हते. पहाटेचं झुंजूमुंजू होईतो तो घरातच येरझाऱ्या घालत फिरत होता. नंतर मग सूर्योदय होईतो तो खालच्या दिवाणखान्यात पुस्तकं चाळत बसला होता खरा पण त्यातलं काहीही त्याच्या डोक्यात शिरत नव्हतं.

जेव्हा नूरान त्याला सामोरी आली तेव्हा सारं काही एकदम बदलून गेलं. तिचा जीव त्याच्यावर जडला होता. ह्या नाही तर त्या मार्गानं ते दोघं ह्या आणीबाणीतून बाहेर पडणारच होते. मग दोघं बागेत गप्पा मारत बसले. एका छोट्या, नव्यानं रंगवलेल्या फुलदाणीसारख्या बैठकीवर नूरान बसली तर मुमताझ झाडाची फांदी हातात धरून उभाच राहिला. मुमताझचा उपाय अगदी सरळसोट होता. दोघांनी ताबडतोब पळून जायचं. कायदेशीरदृष्ट्या वाट पाहण्याचा कालावधी आता एकच महिन्याचा उरला होता. तो कालावधी संपला की लग्नाचं सर्टिफिकेट मिळावं म्हणून त्यांनी अर्ज केला असता. असं केल्यानं एकाच फटक्यानिशी ह्या गुंत्यातून बाहेर पडता आलं असतं. आता एखादी गोष्ट अटळच आहे असं म्हटल्यावर फातमा किंवा नूरानची आई ह्या दोघींनाही काहीही हरकतीचे मुद्दे उकरून काढता आले नसते. एक लहान मूल ते काय, जास्तीत जास्त तीन दिवस रडलं असतं. तैफिकमामासुद्धा असाच विचार करताहेत हे नूरानला ठाऊक होतं.

''वेळ वाया दवडू नका. एका लहान मुलीच्या स्वप्नासाठी तुझ्या स्वतःच्या सुखासमाधानाला चूड लावू नकोस.'' तैफिकमामा तिला म्हणाला होता.

पण त्यापेक्षाही आपल्या आईला होणाऱ्या दुःखाची नूरानला धास्ती वाटत होती. ''म्हणजे! तू म्हणतोस कुणालाही न सांगता पळून जायचं? ह्या जगात ते होणं नाही. असं ज्या दिवशी होईल तो दिवस माझ्या आईच्या आयुष्यातला शेवटचा दिवस असेल.'' ती म्हणाली, ''तिला सांगितल्याशिवाय घरातली साधी खुर्ची इकडून तिकडे हलवू देत नाही ती. मी अशी पळून गेले तर तिच्या काळजाला घरं पडतील.''

''काही होणार नाही तिला.''

''फातमाबद्दल तर काही बोलायलाच नको. काहीतरी भयंकर करून बसली ती पोर तर? आपलं सगळं जीवन उद्ध्वस्त होईल त्यामुळे. मी फातमाला ओळखते. माझ्या घरातल्या वल्ली कशा आहेत हे मी चांगलं ओळखून आहे.''

नूरान निराशावादाचं मूर्तिमंत प्रतीकच दिसत होती.

''तुला कळेल मुमताझ, आत्ता नाही पण नंतर ते लोक आपला सर्वनाश केल्यावाचून राहणार नाहीत.''

तिला आणखी दुःख द्यावं असं मुमताझला मुळीच वाटत नव्हतं. निदान त्यांच्यापाशी थोडा वेळ तरी होता. नाहीतरी काय, ज्या परिस्थितीशी ते आधीच परिचित होते त्या परिस्थितीचा पुन्हा एकदा आढावा घेण्यावाचून त्यानं आणखी वेगळं काहीच केलं नव्हतं.

“आपण वाट पाहू.” तो म्हणाला. “तू जोपर्यंत मला सोडून जात नाहीस तोपर्यंत प्रत्येक अडचणीतून आपण मार्ग काढू शकतो.”

जणू काही पुढ्यात आणखी एक खोल खड्डा उघडावा तशी दचकून नूरान मागं झाली. “मुमताझ, मला स्पर्श करू नकोस रे.” ती म्हणाली, “लोक माझ्यावर दबाव टाकतात त्यातूनच माझं दुर्दैव निर्माण होतं. गरज भासली तर तुला स्वतःवर अवलंबून राहावं लागेल ह्या गोष्टीचा तू स्वीकार कर. मी आज अशा अवस्थेत आहे; कारण काही लोक फक्त स्वतःवर अवलंबून राहू शकत नाहीत म्हणून. तसं राहणं ते सहन करू शकत नाहीत म्हणून.”

आपला सल्ला निष्फळ आहे हे तिला ठाऊक होतं. मुमताझही त्याच माणसांपैकी एक होता. हीच तिची नियती होती. प्रत्येकजण तिच्या दुःखी खांद्यावरील ओझं बनत होता. कालच तर तिला फहीरकडून पत्र आलं होतं. त्यात त्यानं लिहिलं होतं, ‘तुझ्यावाचून जगणं फारच कठीण आहे हे सिद्ध झालं आहे, नूरान. मागच्या गोष्टी आपण विसरून जाऊया असं मी म्हटलं तर तुझं काय मत राहील त्यावर? आपण आता आपल्या मुलीला केंद्रस्थानी ठेवून आपलं नवीन जीवन उभारूया का?’ हे नक्कीच अदिलेचं हस्तकौशल्य होतं ह्यात काही शंकाच नव्हती. त्याच्यातील मत्सराग्नीला किती भडकवायचं हे त्या स्त्रीला चांगलंच अवगत होतं.

नूरानचा होरा अगदी खराच ठरला. पण त्याशिवाय आणखीही एक घटक तिथं कार्यरत होता. एम्मा आता फहीरपासून विभक्त झालेली दिसत होती. त्या स्वीडीश उद्योगपतीसोबत ती पॅरिसला पळाली होती. स्थिर आयुष्य मिळावं ह्या आपल्या ध्येयात नेहमी काहीतरी दुर्घटना खोडा घालते म्हणून सतत रडणारी एम्मा ह्या वेळेस जहाजाच्या दक्षिण अमेरिकन कप्तानाला बधली नव्हती. ह्या आडव्या येणाऱ्या मोहाला आपल्या नव्या यजमानापासून तिनं दूरच ठेवलं होतं.

मग काय, फहीरला आता आपल्या माजी पत्नीकडे परत यायचं होतं. जी त्याला आसरा देईल आणि तिची मैत्री केवळ त्याच्यावरच केंद्रिभूत असेल अशा स्त्रीची आता त्याला गरज होती. शारीरिक सुख घेण्याबाबत ते एकमेकांना पूरक नसले तरीसुद्धा नूरानची साथ तो मानत होता. ती साथ त्याला जतन करायची होती. आत्ता ती साथ नसल्यामुळे तिची उबदार जवळीक त्याच्या मनात हजारो पिशाचांच्या रूपात जिवंत झाली होती. अर्थात केवळ दोन-तीन वेळा झालेल्या अचानक भेटीतही अदिलेनं संधी साधून फहीरचे कान फुंकले होते हे वेगळं सांगायची गरज नव्हतीच. तिनं फहीरच्या कानावर घातलं होतं की नूरान मुमताझवर खूप प्रेम करते. तिच्या सुखासमाधानाचं

अगदी तपशीलवार वर्णन करून अदिले म्हणाली होती, ''खरं सांगायचं तर फहीर, तुला नूरानसाठी बेचैन होण्याची काहीएक गरज नाही. ती मुलगी सुखात आहे आणि तूसुद्धा सुखात आहेस. शिवाय तुम्हा दोघांना एकमेकांकडे ढुंकून बघावंसंही वाटत नाही. मला फक्त गरीब बिचाऱ्या फातमाची काळजी वाटते. तुम्हा दोघांमध्ये त्या बिचारीची मात्र फरफट होणार आहे.''

''ते दोघं एकमेकांच्या अगदी प्रेमात आहेत. सारं बॉस्फरसच जणू काही त्यांचा कोष बनलेलं आहे. तू जर आत्ता तिला बघशील तर तुला कळेल की ती आता पहिली नूरान राहिलेली नाही... तू तिच्यासाठी काय काय केलंस त्याबद्दल मी विचार करत राहाते. खरोखर फारच कीव येते मला तुझी. अगदी कीव येते.''

निद्रिस्त इच्छांना जागं करण्यासाठी किंवा माणसाचा आपल्या मनावरचा ताबा सुटण्यासाठी जी काही अपवादात्मक कौशल्य वापरावी लागतात, ज्या काही पद्धती अनुसराव्या लागतात त्यांची अदिलेकडे अजिबात कमतरता नव्हती. प्रेमाचा नवा घरोबा केलेल्या नूरानला दोन-तीन निवडक शेरे मारून अदिलेनं उघडं पाडलं होतं. एके काळी जी पत्नी त्याला अगदी कंटाळवाणी वाटत होती त्याच पत्नीबाबत अगदी ताज्या आणि संपूर्णतया अनोळखी अशा काल्पनिक प्रतिमा त्याला डोळ्यांसमोर दिसू लागल्या. एके काळच्या कंटाळवाण्या त्याच पत्नीची शय्या त्यानं स्वेच्छेनं सोडली होती. अदिलेचं बोलणं ऐकताना फहीरच्या लक्षात आलं की त्यानं नूरानला आत्तापर्यंत कधी ओळखलंच नव्हतं. अदिलेनंही त्यांच्यात पुन्हा समेट होईल अशी भाषा न काढल्यामुळे नूरानचं प्रेम हे त्याच्यासाठी कायमचं हरपलेलं स्वर्गसुख होऊन बसलं. त्यातच भर म्हणून की काय, पण एखाद्या भावनाशील कादंबरीकाराप्रमाणे अदिले फातमाचं अस्तित्व आणि तिचं नशीब हाच विषय धरून बसली होती आणि त्या मुलीच्या दुर्दैवाची रडगाणी गात राहिली होती.

केवळ तेवढंच करून ती थांबली नव्हती. नूरान विद्यापीठात शिकत असतानाचा तिचा माजी वर्गमित्र सुआद ह्यानंही नूरानशी पत्रव्यवहार सुरू केला. त्यानं नूरानला लिहिलं की, 'मी आजारी आणि हताश अवस्थेत कोनया येथून आलो आहे. एका आरोग्यधामात सध्या विश्रांती घेतो आहे. तिथं मला एके काळच्या आपल्या मैत्रीची आठवण झाली आणि वाटलं की आता केवळ तूच मला पुन्हा निरोगी अवस्थेप्रत आणू शकतेस.'

सुआदच्या मनात आपल्याविषयी एके काळी नाजूक भावना होत्या ह्याची नूरानला जाणीव होती. ती समजून चालली होती की आपण त्याच्याऐवजी फहीरला

निवडलं आणि त्याच्या प्रेमाग्नीवर पाणी ओतून तो परिणामकारकरीत्या विझवला. पण तसं नव्हतं. तिच्या जखमेवर मीठ चोळण्यासाठी म्हणून की काय, पण सुआद हा मुमताझचा दूरचा नातेवाईकसुद्धा होता.

'केव्हातरी मला भेटायला येत जा. मी केवळ तुझ्यासाठी दहा वर्षं तग धरून राहिलो. आता केवळ तुझ्या दयेवर जिवंत आहे मी.' त्यानं लिहिलं होतं. त्याच्यात आणि नूरानच्यात तसं काहीही नव्हतं तरीसुद्धा हा माणूसही तिच्या दयेवर होता?... हाय अल्ला, आता तिच्या मदतीला कोण धावून येणार होतं? तिला ज्या मनःशांतीची अतोनात आस लागली होती ती तिला कोण मिळवून देणार होतं? अर्धंअधिक शहर तर तिच्यावर ओझं लादण्यात गुंतलेलं होतं. तिच्या बाजूनं येणारं मात्र कुणीच नव्हतं.

मी काय सेवाशुश्रूषा करणारी नर्स आहे की काय?

ती केव्हाही रडण्याच्या बेतात आहे हे मुमताझला दिसलं आणि त्यानं तिला मिठीत घेतलं. ''माझ्यावर विश्वास ठेव, नूरान. सगळं काही आपोआप सुरळीत होणार आहे.''

''काहीही सुरळीत होणार नाही, मुमताझ. आपली आयुष्यं अशीच लटकत राहणार आहेत. तू तुझं बघ, वाचव स्वतःला. मी तर लोकांच्या दृष्टीनं गुन्हेगार आहेच.''

मुमताझनं तिला एवढा आकांत करताना कधीच पाहिलं नव्हतं. केवळ फातमाच्या अविचारी वागण्यामुळे असं घडणं शक्य नव्हतं. कारण तिचं वागणं काही महिन्यांपासून ते दोघं अनुभवत होते.

''काय झालंय तुला? आणखी काही नवं घडलंय का?''

''दुसरं काय होणार? प्रत्येकजण स्वतःला माझ्यावर लादू पाहातो आहे. हे बघ, वाच काय ते.''

तिनं दोन्ही पत्रं त्याच्या हातात दिली. फहीरचं पत्र थोडक्यात होतं, अर्थशून्य कण्हण्यानं भरलेलं होतं. केवळ समेटाची आशा धरून सर्व अविवेकी कृत्यं पोटात घालण्याचा सूर त्याच्या पत्रात दिसत होता. पण सुआदचं पत्र तर अगदीच और होतं. त्या विवाहित माणसाला चांगलंच ठाऊक होतं की मुमताझ आणि नूरान एकमेकांत गुंतलेले आहेत, लवकरच लग्नही करणार आहेत. तसं असूनही तो माणूस आपल्या प्रेमभावना व्यक्त करत होता आणि येऊन मला भेट, असं तिला आमंत्रणही देत होता. त्याचं यकृत ढासळू लागलं होतं त्यासोबत त्याचं दशकापासून किंवा त्याही पूर्वीपासून चाललेलं प्रेमही ज्वालामुखीसारखं उफाळून उठल्यासारखं दिसत होतं. क्षयाचे जंतू बाहेर टाकण्याऐवजी तो आता त्यांच्या जागी तप्त शब्द, तक्रारी आणि कळकळीची

विनंती असलेला लाव्हारस ओतत होता. त्यानं आपल्या वैवाहिक जीवनातील नाजूक तपशील दिले होते. इस्तंबूलच्या बाहेर व्यतीत केलेल्या जीवनाचा रटाळपणा सांगितला होता आणि पुनःपुन्हा सांगितलं होतं की नूरानशिवाय आता दुसऱ्या कुणाबरोबरही त्याला सुख मिळणार नाही. बायको किंवा मुलांची त्याला किंचितही पर्वा नव्हती. त्यानं लिहिलं होतं, 'मी तुझ्या दयेवर अवलंबून आहे. तुझ्याशिवाय माझा सर्वनाश अटळ आहे. मी आयुष्यात अनेक धाडसी कृत्यं केली पण तू माझ्या बाजूला नव्हतीस ना, म्हणूनच आज मी केवळ एक शून्य बनलो आहे. शून्यवत जीवन जगतो आहे.'

मुमताझच्या दृष्टीनं पहिल्या पत्रापेक्षा हे दुसरं पत्र अधिक धोकादायक होतं. कारण तो सुआदला चांगला ओळखत होता. मुमताझच्या लहानपणापासूनच तो मुमताझला कुठल्या ना कुठल्या प्रकारे त्रास देत आला होता. सुआदला मुमताझ आवडत नाही हे साऱ्या घरादाराला माहीत होतं. तरीही मुमताझ त्याच्याबद्दल आपुलकी ठेवून होता. इहसानला आपण आवडतो, त्यामुळे सुआद आपल्यावर खार खातो हे मुमताझला ठाऊक होतं. पण सुआदकडे काही चांगले गुणही होते. तो बहुश्रुत विद्वान होता, धाडसी विचार करणारा होता. आपल्या वैवाहिक जीवनात तो फारसा सुखी नाही हे मुमताझच्या कानी आलेलं होतं. मुमताझची टर उडवण्यात आणि त्याला धक्के देण्यात त्याला आनंद मिळत असे. कधी कधी तर आपल्या विक्षिप्त स्वभावानुसार तो मुमताझबद्दल उघड उघड शत्रुत्वसुद्धा दाखवत असे. मुमताझला मानसिकदृष्ट्या ढासळवून टाकण्याचे त्यानं वारंवार प्रयत्न केले असूनही तो मुमताझला आवडत होता. त्याला सुआदचं कौतुक होतं आणि भीतीही होती. पण त्याच्याकडून असल्या फाजील धारिष्ट्याची मात्र त्यानं अजिबात अपेक्षा केली नव्हती. जेव्हा नूरान आणि फहीर एकमेकांत गुंतले तेव्हा सुआदनं तडकाफडकी लग्न केलं आणि तो दूरदेशी निघून गेला. मुमताझला हेसुद्धा कळलं की ह्या प्रेमाचं तो पुनरुज्जीवन करू इच्छितोय ह्यामागे इतरांनाही आपल्या आजाराचा प्रसाद देण्याची इच्छा असणार. त्या पत्रात चिडचिड, निराशावाद आणि शारीरिक यातनांतून जाणवणारी नकारात्मक भावना होती. त्या पत्रामुळे मुमताझला भीतीनं जास्तच कापरं भरलं खरं पण त्याशिवाय आणखी एका गोष्टीनंही मुमताझला भयभीत केलं होतं. ते म्हणजे नूरान आपल्या नजीकच्या वर्तुळातील लोकांबाबत खूपच हळवी होती. त्या पत्रांवरील तिची टोकाची प्रतिक्रिया पाहून दुसरा कुठलाही निष्कर्ष काढता येत नव्हता. मुमताझला खात्री होती की नूरानच्या विचारांचं एक केंद्र फहीरवर आहे तर दुसरं केंद्र सुआदच्या रुग्णशय्येच्या बाजूला घुटमळतं आहे. ह्या भयंकर विचारामुळे त्या तरुण मुलाला आपल्या प्रेयसीच्या मुखाकडे नजर टाकणंही

अशक्य झालं. कारण आपल्याला तिच्या मनातील प्रत्येक विचार वाचता येईल अशी भीती त्याला जाळू लागली होती.

कदाचित त्याचा परिणाम म्हणून की काय किंवा काहीतरी कृती केलीच पाहिजे असं जाणवून त्यानं त्या पत्रांचे हळूहळू तुकडे तुकडे केले.

खूप दूरच्या अंतरावरून पाहिल्यासारखं नूराननं ते दृश्य बसल्या जागीच पाहिलं. जणू काही त्या पानांचा विनाश तिनं मधे अटकाव करण्याची वाट पाहात होता.

‘‘उन्हाळ्याच्या सुरुवातीला सुआद आजारी होता हे मला ठाऊक आहे. आत्तापर्यंत तो बरा झालाही असेल.’’

नूरान इकडे तिकडे पाहात होती. ज्या रंगीत फुलदाणीसारख्या बैठकीवर ती बसली होती त्या बैठकीकडे, रात्री पडलेल्या पावसामुळे ओल्या झालेल्या झाडांकडे आणि चेस्टनट वृक्षाच्या सुरकुतलेल्या पानांकडे तिची नजर गेली. एखाद्या घट्ट द्रावणासारखा दिसणारा गूढ सूर्यप्रकाश बागेत पसरला होता. मोसम खरोखरच बदलला होता. प्रेम करणं आणि एकमेकांच्या संगतीत जीव रमवणं किंवा दिवास्वप्नं पाहून आनंदात जगणं हे त्यांच्या अस्तित्वाचे मुख्य पैलू होते, पण आता त्या पैलूंची झळाळी मंदावली होती. आता मागे जे काही उरलं होतं ते ओझ्यासारखं सोबत वागवायचं होतं. पण तरीही इतकं ओझं तिच्या पुढ्यात ठेवलं जात होतं की त्यातलं कुठलं उचलायचं तेही तिला सुधरेनासं झालं होतं. सगळ्यात उत्तम पर्याय हा होता की जवळ असलेल्या सर्वात प्रिय व्यक्तीवर स्वतःचं जीवन झोकून द्यायचं. मुमताझचा हात तिच्या खांद्याभोवती होता. त्याचा हात खांद्यावर असताना तशा स्थितीत नूरान बागेत चालू लागली. एके काळी ह्याच ठिकाणी ती केवढी सुखासमाधानात असायची. तेथील वीत वीत अंतरासाठी तिनं वेगवेगळ्या तऱ्हेनं विचार करून ती बाग फुलवली होती. बागेतूनच ती घरात शिरली.

मुमताझच्या दृष्टीनं कालच्या दिवसापेक्षाही आजचा दिवस अधिक असह्य होता. त्याच्या प्रियतमेला ते लोक अजिबातच शांतता लाभू देणार नव्हते, हे त्याला ठाऊक होतं. इतरांनी हल्ला करण्यास सुलभ असं एक हळवं मन तिच्यापाशी होतं. कसलीही किंमत चुकवून त्यांनी आता लग्न करायलाच हवं होतं. पण...

तिच्यावर जबरदस्ती करण्याचं बळ मला माझ्या अंगी बाणवता येईल काय? त्याला स्वतःलाच अजिबात शाश्वती वाटत नव्हती. स्वतःच्या हितासाठी एकही चाल खेळण्याचं धाडस त्याच्या अंगी नव्हतं. आपल्यातील दौर्बल्याचं प्रमाण किती आहे ह्याची जाणीव त्याला त्याच वेळेस होत होती.

दिवस खरोखरच दुःखद होता. खूप गर्दीत असल्यासारखं खूप लांबून बोलावं लागावं तसं किंवा कफनाच्या कपड्यात गुरफटल्यासारखं ते एकमेकांशी बोलत होते. मुमताझला वाटत होतं की नूरानचा आवाज खूप दुरून आपल्यापर्यंत पोहचतो आहे. जणू काही मोठमोठे ध्वनिवर्धक त्यांच्या मधोमध लावले आहेत आणि फातमा, यासर, फहीर आणि सुआद ह्यांच्याच मनोवृत्ती ते ध्वनिवर्धक सातत्यानं प्रक्षेपित करत आहेत.

त्याची स्वतःची अवस्था अगदीच विचित्रशी बेचैन झाली होती. अगदी कालपर्यंत तो ज्यांच्यावर प्रेम करत होता अशा माणसांच्या सहवासात तो राहात होता. पण आज मात्र रात्रीत अचानकपणे कुत्र्याच्या छत्र्या उगवाव्यात तसं शत्रूंच्या गराड्यानं त्याला वेढलं होतं. ज्या फहीरच्या खात्याचा हिशोब चुकता होऊन ते खातं बंद झालं असं तो समजत होता तोच फहीर पुन्हा नव्यानं उपटला होता. कोनया येथे राहणाऱ्या आणि दोन मुलांचा बाप असलेल्या सुआदनं इस्पितळाच्या कोपऱ्यातून खोकला, चिकटा आणि सुकलेल्या रक्ताच्या जोडीला महाकाव्यासारखी पत्रं लिहून मुमताझच्या जीवनात विष कालवायला सुरुवात केली होती. ज्या फातमाला दत्तक घ्यायची त्याला इच्छा होती, ज्या पोरीवर त्याचा जीव जडला होता, त्याच पोरीनं त्याच्याशी उभा दावा धरून मोठा तमाशा केला होता. तिला मुमताझ आवडत नाही, तो बळीचा बकरा आहे, अनाथ आहे हे तिनं साऱ्या जगाला दाखवून दिलं होतं. तीन सरावाच्या गिरक्या घेऊन नेम साधल्यासारखी ती विहिरीच्या तोंडाशीच पडली होती. आणि तो यासर... तो पांढऱ्या केसांचा विदूषक, मुळातच भ्रमिष्ट असलेला तो महामूर्ख माणूस. त्यानंही तसं कुठलंही कारण नसताना आपलं शत्रुत्व जाहीर केलं होतं. आता आणखी काय होणार होतं आणि नव्यानं काय उपटणार होतं कुणास ठाऊक! शत्रुत्वाच्या ह्या अभिव्यक्तीबद्दल मुमताझच्या मनात हळूहळू, अगदी संथ गतीनं जो तीव्र विरोध उफाळून आला तो खरोखरच अगदी भयानक होता. ज्या ग्रीक सैनिकानं त्याच्या बाबांची हत्या केली होती त्या सैनिकाबद्दलही त्याच्या मनात त्यापूर्वी एवढा राग खदखदून आला नव्हता. पण आता त्याच्याही मनात सूडभावना आपली मुळं रुजवू लागली होती.

त्याच्या अंतरात धुमसणारा संताप बोलत होता. मुमताझही आता काही निवडक व्यक्तींचा कट्टर शत्रू बनणार होता. त्यानं कुणावर तरी प्रेम केलं आणि त्या बदल्यात त्यालाही त्या व्यक्तीकडून प्रेम मिळालं म्हणूनच केवळ हे घडणार होतं.

हे सगळं घडत होतं ते प्रेम ह्या अत्यंत उदात्त, अत्यंत चांगल्या भावनेमुळे घडावं हे तर अगदीच विचित्र होतं. कारण प्रेम हेच खरं तर मानवाचा एकमेव मुक्तिदाता होतं. प्रेमच ह्या अधःपतित दुनियेला तारून नेणार होतं. माणसाची तशीच अपेक्षा होती. पण

त्या प्रेमातूनच हे सैतान निर्माण झाले होते. कदाचित उद्या त्याचं स्वतःचं हृदयसुद्धा फातमा, यासर आणि फहीरप्रमाणे विषाची धगधगती मूस बनणार होतं. तोही सापासारखे फूत्कार टाकत हिंडणार होता. सुआदचं पत्र वाचल्यावर तो त्याची बोटं कशी असतील ह्याची कल्पना करू शकत होता. तापानं पिवळी पडलेली त्याची बोटं त्या पत्राच्या कागदावर खुरडत रांगली असतील. त्याचं कृत्य तर सैतानी होतं, अत्यंत दुष्टबुद्धीचं होतं. क्षयाशी झगडणारा एक इसम इस्पितळाच्या कोपऱ्यातून बाहेरच्या लोकांना पीडा देण्याचा प्रयत्न करत होता. अर्थात हे पत्र म्हणजे काही त्याचा एकमेव प्रयत्न असणार नव्हतं. त्या आजाराचा प्रसाद इतरांनाही देण्याची त्याची इच्छा त्याला आणखी काय काय कृत्यं करण्यास प्रवृत्त करणार होती? आजार काय केवळ ह्याच पद्धतीनं निरोगीपणा, आनंद आणि सुसंस्कृतपणा ह्यांना आपलं लक्ष्य बनवतात? का हे केवळ शत्रुत्व भावनेनं केलेलं कृत्य होतं?

शारीरिक पीडेनं त्रस्त होऊन आरोग्यधामात विश्रांती घेणाऱ्या सुआदच्या मनाला नियतीनंच सुचवलं होतं की तू ज्यासाठी झुरतो आहेस त्या सगळ्याचं प्रतिनिधित्व नूरानच करते आहे. परिणामतः मुमताझला आता त्या आजारी, आशाळभूत माणसाची घृणा येऊ लागली होती. ठोसे मारून त्याचं मुस्काट फोडावं आणि त्याची बाहेर आलेली हाडं खिळखिळी करावीत असं वाटू लागलं होतं. मानवाच्या नियतीचं हेच तर एक विधिलिखित होतं.

'ही नियतीच आपल्याला आडवी येते', त्याच्या मनात आलं. आपण ज्याविरुद्ध लढतो पण जिला जिंकू शकत नाही अशी नियतीच तर असते.

अरेरे, भव्य उदात्ततेचा शत्रू असलेली ही मानवजात इतरांचं सुख नष्ट करताना नकळतपणे स्वतःचंही परमसुख नष्ट करण्याची इच्छा धरते. खरोखर शांतता आणि सुसंस्कृतपणा ह्यांची दुष्मन असलेली मानवजात स्वतःचीच शत्रू आहे.

कदाचित सुआदला आजारपणाच्या काळात इस्तंबूलहून एखादं पत्र आलं असेल. त्या पत्रातून त्याला कळलं असेल की नूरान आपल्या नवऱ्यापासून वेगळी झाली आहे. तेव्हा त्याला वाटलं असेल की तिला जिंकण्याची ही शेवटची संधी आपल्याला मिळाली आहे. जुना हिशोब चुकता करण्याची ही शेवटची संधी असेल. नाही तरी आपण इस्तंबूलला जात आहोतच तर हा हिशोबही चुकता करूया. ती एक एकाकी स्त्री आहे, आपण तिचे जुने मित्र आहोत आणि आमच्यामध्ये आहेत असंख्य जुन्या आठवणी...

दुसऱ्या दिवशी पाऊस पडला तेव्हा मुमताझ जुन्या शहरात गेला. त्याला बरीच बारीकसारीक कामं करायची होती. ती कामं झाल्यावर तो सुआदची चौकशी करण्यासाठी म्हणून सेहजादेबस्त येथील इहसानच्या घरात शिरला. सुआदमुळेच तर त्याची रात्र तळमळण्यात गेली होती तरीही त्याची आत्ता तब्येत कशी असेल ह्याची त्याला चिंता लागली होती. उन्हाळ्याच्या सुरुवातीला बेटावरील रेस्टॉरंटमध्ये सुआदशी त्याची भेट झाली होती तेव्हा त्यांनी ज्या विषयांवर चर्चा केली होती ते विषय त्याच्या नजरेसमोरून जात होते. त्याचसोबत सुआदचे हावभाव, त्याचं उपहासानं भरलेलं, खोचक हास्य आणि विचित्र दृष्टिक्षेप ह्यांच्यामुळे त्यानं केलेले सर्व अपमान पोटात घालावेसेही त्याला वाटत होते.

त्याला भीती वाटत होती त्याप्रमाणेच घडलं. तो जेव्हा इहसानच्या घरी गेला तेव्हा त्याला दिसलं की अहमत आणि सबीहा दोन लहान मुलींशी खेळताहेत. नंतर त्याला मसिदेभाभीच्या नात्यात असलेली अफिफे माजघरात बसलेली दिसली. तिचे डोळे सुजलेले होते, चेहरा खूपच चिंताग्रस्त आणि खिन्न दिसत होता. ती आपल्याला होणारे त्रास आणि दुःखं मसिदेभाभीजवळ व्यक्त करत होती. त्या नीटनेटक्या, चांगल्या कपड्यातल्या शालीन स्त्रीच्या आविर्भावावरून वाटत होतं की मनस्तापापेक्षाही तिच्या आत्मसन्मानाला अधिक धक्का पोहचलेला आहे. ती सांगत होती ते मुमताझनं लक्ष देऊन ऐकलं तेव्हा त्याला नूरानला आलेल्या पत्राची आठवण झाली. त्या आठ पानी पत्रातलं तिच्याबद्दल लिहिलेलं एखादं वाक्य जरी तिनं ऐकलं असतं तरी ह्या उद्ध्वस्त झालेल्या स्त्रीला पुन्हा उभं राहण्याची ताकद मिळाली असती, नव्हे तिचं रूपांतर एका वेगळ्याच स्त्रीत झालं असतं. सुआदला आपल्या पत्नीत रस नव्हता. त्याच्या डोक्यात फक्त नूरानचेच विचार भरलेले होते. कुठल्यातरी विक्षिप्त तर्कातून त्याच्या रोगबाधित मस्तकानं नूरानवरच आपलं सारं लक्ष केंद्रित केलं होतं. अफिफे आत्ता ज्या फुटकळ अविचारी कृतींबद्दल बोलत होती त्या कृती करताना किंवा अगदी आपल्या सेक्रेटरींशी भलते चाळे करण्याचा प्रयत्न करताना सुआदच्या मनात नूरानचेच विचार असणार. मुमताझच्या मनात आलं की ज्या तस्तात सुआदनं रक्ताच्या उलट्या केल्या असतील ते तस्त ह्याच दुःखी स्त्रीनं आपल्या हातात धरलं असेल पण सुआदला तेव्हा आठवली असेल नूरानच ! त्यानंतर शस्त्रक्रियेसाठी संमती देणाऱ्या कागदावर सही करतानाही त्याला नूरानच आठवली असेल.

विश्रामधामात भरती होताक्षणी त्यानं स्वतःला सांगितलं असेल, 'मला आजच

संध्याकाळी तिला पत्र लिहायला हवं.' मग तापानं चेहरा ताणलेला असूनही आणि श्वास घेताना छाती घरघरत असूनही त्यानं छतावर नजर खिळवून पत्रात काय वाक्यं लिहावीत ह्यावरच त्यानं विचार केला असेल.

अफिफे सुआदला देत असलेल्या शिफारसपत्राकडे मुमताझ स्वतःच्या मनाशी विचार करत असतानाच एकीकडे कान देऊन होता. खरोखरच हे सगळं अगदी उबग आणणारं होतं... प्रत्येक गोष्टच निंदनीय होती. खरोखर माणसामाणसांत काहीच निर्भेळ आणि संतोष देणारं राहू शकत नव्हतं. मानवजात हीच समाधानाची शत्रू होती. जिथं जिथं आनंद उगम पावत होता किंवा आपलं अस्तित्व दाखवत होता तिथं तिथं ही माणसाची अवलक्षणी जात हल्ला करत होती. विचित्र किळस भरलेल्या मन:स्थितीतच तो त्या घरातून बाहेर पडला. रस्त्यावरून भराभरा पावलं टाकत असताना त्याच्या कानावर स्वतःच्या नशिबाला दोष देणारा अफिफेचा आवाजच सतत आदळत होता. ती मसिदेला म्हणाली होती, "तो स्वतः सर्वनाश ओढवून घेतोय ग मसिदे, माझा जीव त्याच्यासाठी कळवळतो. माझं मन त्याच्यासाठी केवढं तळमळतं हे तुला दाखवता आलं असतं तर... जाऊ दे. माझंच नशीब फुटकं म्हणायचं."

खरोखर हे अगदी घृणास्पद होतं. तिला सुआदबद्दल वाटणारी दया आणि स्वतःच्या भवितव्याविषयी असलेली खंत ह्याची त्याला किळस येत होती. सुआदबद्दल तिला वाटणारी आपुलकी आणि त्याच्याबद्दल तिनं केलेल्या तक्रारी ह्यांची त्याला किळस येत होती. त्या साऱ्यासाऱ्याचीच त्याला किळस येत होती. दगड येऊन खिडकीची काच फुटावी तसा सुआद त्याच्या जीवनात येऊन आपटला होता. त्यानं ज्या पद्धतीनं नूरानला पत्र लिहिलं होतं त्याच पद्धतीनं मुमताझ त्याच्याबद्दल विचार करत होता. जणू काही सुआद आता त्याच्या अस्तित्वाचा अविभाज्य भागच बनला होता.

अफिफेचा आवाज त्याच्या कानात घुमत होता, "मसिदे, मी काय भोगलंय त्याची तुला कल्पनाही करता यायची नाही ग. विचार कर... नऊ वर्षं... नऊ वर्षं." त्याच्या डोळ्यांसमोर सुआदच्या पत्रातली वाक्यं नाचू लागली, 'तुझ्यापासून दूर जाण्यात माझं सर्व आयुष्य गेलं. कारण मला काहीतरी स्थिरता हवी होती. पण मला त्यात यश आलं नाही. तू मला भेटायला येशील. येशील ना? मला आत्ता आश्रयाची एवढी गरज आहे की...' त्यानंतर अफिफेचं वाक्य... "आता एक महिना होईल पण ह्यांनी मुलांकडे ढुंकूनही पाहिलेलं नाही. ते आजारातून बरे होऊ देत, मला दुसरं काहीही नको."

अस्वस्थ करणारं होतं ते सारं. नाण्याच्या दोन विरुद्ध बाजूंकडे दुरून पाहावं तसा तो सुआदच्या जीवनाकडे पाहात होता. त्यातल्या एका बाजूचं प्रतिनिधित्व करत होती नूरान तर दुसरीचं प्रतिनिधित्व करत होती अफिफे. ह्या दुहेरी दृष्टिकोणामुळे खरं तर सुआदचं त्या समीकरणातून समूळ उच्चाटन व्हायला हवं होतं, त्याची हकालपट्टीच व्हायला हवी होती खरं तर. पण तरीही सुआद होताच. तापात असूनही तो त्याच्या खोलीत आत-बाहेर करणाऱ्या नर्सेसवर वाईट नजर ठेवून होता. जेव्हा त्याची तब्येत थोडी सुधारली होती तेव्हा त्यातल्या तरुण नर्सेसची मैत्री मिळावी म्हणून तो त्यांच्याबरोबर हसू-बोलू लागला होता. त्यांचे हात आणि चेहरे कुरवाळण्याचा प्रयत्न करू लागला होता. आपला पुरुषी अहंकार दिसावा म्हणून त्यांच्याशी गुर्मीत बोलू लागला होता. त्यांच्या कामाबद्दल विचारू लागला होता, द्व्यर्थी बोलून त्यांची चेष्टामस्करीही करू लागला होता आणि भुवई उंचावून त्यांनी दिलेली उत्तरं ऐकू लागला होता. जेव्हा त्याची तब्येत बऱ्यापैकी सुधारली तेव्हा त्या नर्सेसकडून त्याची चांगलीच कानउघाडणी होऊ लागली. किंवा कुणी नसेल तर त्याला एखादी चापटही मिळू लागली. पण हे त्याचं वागणं लबाडीचं होतं. कारण तो जेव्हा डॉक्टरांना भेटे तेव्हा तो त्याच नर्सेसना विनंती करी की, 'तुम्ही मला सर अशी हाक मारा.' डॉक्टरांशी बोलताना राजकारण, मानवी हक्क आणि सार्वजनिक भानगडींविषयी तो मधुर भाषण करी.

...नऊ वर्षं... नऊ वर्षं त्याच्या इच्छेला प्रेमज्वरानं पछाडलेलं होतं. त्या ज्वरानं पछाडलेला सुआद इथं तिथं हाती लागणाऱ्या तरुण, भरदार शरीरांवर हल्ले करत होता. तो वयात आलेल्या स्त्रियांना आपलं लक्ष्य बनवत होता. एखाद्या अभियंत्यानं भुयार बांधताना किंवा आगगाडीची यंत्रणा उभारताना गुंतागुंतीचे अंदाज मांडावेत तसे त्या स्त्रियांना चोरून भेटण्याच्या शक्यता तो अजमावून पाहात होता. पण शेवटी तो निष्कर्ष असा काढत असे की ह्या बाईत तसं काही वाईट नाही पण ती दुसरीच अधिक बरी वाटतेय. किंवा मग हिच्या बाबतीत थोडं धीरानं घ्यायला हवं आणि तिच्या बाबतीत आधी मैत्री होणं ही अगदी निखालस पूर्वअट आहे. मग तो त्यांच्याबरोबर नृत्य करायला मिळावं किंवा त्यांना घेऊन एखाद्या खोलीत किंवा घरात एकांतात जायला मिळावं म्हणून योजना आखी.

सुआद होता. सुआद अस्तित्वात होता. इस्पितळातल्या त्याच्या खोलीत तो होता. मुमताझच्या विचारांत, त्याच्या बायकोच्या सुजलेल्या डोळ्यांत, त्याच्या मुलांच्या वाळकुड्या मनांत तो होता. स्त्रियांच्या आयुष्यात तो काळोखाच्या आवरणात

बुडालेला हात घेऊन प्रवेश करत होता. त्याच्या गिळगिळीत, ओल्या बोटांतून चिकट घाण खाली पडत होती. कपाटात धुऊन ठेवलेल्या सोवळ्यातील वस्त्रांना हळूच येऊन तो ते घाणेरडे हात लावत होता. ज्या स्त्रियांना मोठ्या प्रेमानं कुरवाळून त्यानं त्यांच्या चारित्र्याला बट्टा लावला होता त्या ठिकाणीही तो होताच. होय, तो सगळ्याच ठिकाणी होता. जखमेवर मीठ चोळण्यासाठी म्हणून की काय पण हाच सुआद मुमताझच्या परिचयाचा होता, त्याच्याशी त्याचं लांबचं नातं होतं.

मुमताझ मुसळधार पावसात वाट फुटेल तिथं भरकटत चालत होता. मधेच केव्हातरी ढग मोकळे झाले आणि मातीच्या ढेकळांपर्यंत रस्त्यावरील सारं काही प्रकाशात चमकून उठलं. विजेच्या तारांवर, नगरपालिकेनं नव्यानं लावलेल्या रोपट्यांवर, लोकांच्या बारीक कापलेल्या केसांवर चमकत्या थेंबांचं क्षणिक अस्तित्व दिसू लागलं तेव्हा ते थेंब मोत्यासारखेच दिसले. प्रत्येक सजीव आणि प्रत्येक निर्जीव लहान मुलासारखा उत्साहानं भरून गेल्यासारखा दिसत होता. त्यानंतर पावसाची पुन्हा नव्यानं झड लागली. डोक्यावर जाकिटं ओढलेली मुलं रस्त्यातून सगळीकडे पळू लागली. वयस्कर पादचाऱ्यांनी मिळेल त्या कोनाकोपऱ्याचा आधार घेतला. रस्ता, घरं, सगळं सगळं त्या पावसात दिसेनासंच झालं. फिकट, नकोसा वास आसमंतात भरून राहावा तसं कफनाच्या काळ्या, उदासवाण्या वस्त्रानं साऱ्या परिसराला घेरून टाकलं. ऐहिक जग जणू काही पावसानं निर्माण केलेल्या तुरुंगातच सापडलं. पावसाची पावलं तडातडा वाजू लागली. रस्त्यावरील गाड्यांच्या टपावरून, पोलिसांनी तात्पुरत्या उभारलेल्या केंद्रांच्या फळकुटांवरून, घरांच्या छतांवरून आणि मातीच्या ढेकळांवरून भव्य ऑर्गनवर किंवा मोठ्या पियानोवर वाजल्यासारखे पावसाचे निनाद घुमू लागले. मधूनमधून विजा चमकू लागल्या आणि पावसाच्या बारीक तारांचं जाळं जमिनीवर दुपटीच्या वेगानं पडण्यापूर्वी वातावरणात तो जाडसर चिकटपणा अस्वस्थपणे चमकू लागला.

उघड्या माथ्यानंच मुमताझ चालत होता. आत्तापर्यंत त्याचं मन एवढं कधीही व्याकूळ झालेलं नव्हतं. त्याला सगळ्याचीच शिसारी आली होती. हे सगळंच अगदी खुळचटपणाचं होतं. त्याला सगळीकडे सुआदचा घाणेरडा हात आणि जनानखान्याचा रखवालदार असल्याचा आव आणणाऱ्या यासरचे पांढरे केस दिसत होते. म्हणजे हे असं होणार होतं तर? केवळ चोवीस तासांच्या आत एखादा माणूस दोन माणसांचा, दोन दुःखी जीवांचा हाडवैरी होणार होता. एक तिरस्कृत भाडेकरू आणि एक नकोसा पाहुणा असे दोन आत्मे एखाद्याच्या जीवनात सरळ प्रवेश करू शकत होते आणि

केवळ आपल्या असण्यातूनच तिथं विषारी गरळ ओकणार होते. केवळ उन्हात बसून श्वासोच्छ्वास करताना ते गरळ ओकणार होते. हळूच मागोमाग येताना गरळ ओकणार होते. दुसऱ्याचे शब्द स्वतःचे असल्यासारखे वापरून आपल्या भावना व्यक्त करताना गरळ ओकणार होते.

एक टॅक्सी जवळच थांबली. भट्टीत काम करणाऱ्या रांगड्या, धसमुसळ्या माणसाच्या रानवट ढंगात टॅक्सीवाल्यानं त्याला हाक मारली, ‘‘अहो, बसा की टॅक्सीत. नेऊन सोडतो तुम्हाला.’’ मुमताझनं इकडे तिकडे पाहिलं. चालता चालता नकळत तो पार सुलतान सलीमच्या मशिदीपर्यंत नव्हे, त्या मशिदीच्याही पुढे पोहचला होता. जुन्या कॅथेड्रलसारख्या दिसणाऱ्या त्या मशिदीच्या शीतल धीरगंभीरतेत आपण गडप होऊन जावं असं त्याला क्षणभर वाटलं. परंतु त्या पावसाच्या भडिमारात प्रत्येक वस्तुमात्र दुःखी दिसत होतं. त्यातच त्याच्या अंतरंगात एवढी उत्कट दुःखं भरली होती की तो कुठेही गेला असता तरी त्याच्यामागचा चिंतेचा भुंगा काही सुटला नसता.

टॅक्सीवाल्यानं उघडलेल्या दारासमोर उभं राहून मुमताझनं अस्फुट स्वरात विचारलं, ‘‘जाऊया की. पण कुठं ?’’

त्यावर त्याच सुरात टॅक्सीवाल्यानं उत्तर दिलं, ‘‘तुम्हाला जिथं जायचंय तिकडं जाऊया की साहेब...’’

‘‘तसं असेल तर गलाता पुलावर घेऊन चल मला.’’ त्याचं डोकं गरगरू लागलं होतं. उलटी येईलशी भावना झाली होती. त्यानं काहीच खाल्लं नव्हतं. त्याला ताबडतोब घरी जायचं होतं. पण ह्या पावसात तो घरी जाऊन तरी काय करणार होता? नूरान आज गेली होती. जरी ती आली असती तरी आत्तापर्यंत गेलीच असती. त्यानं लिहिण्याचं मेज, दिवा आणि त्याची पुस्तकं नजरेसमोर आणली. आपल्यापाशी असलेल्या आणि मिनिटाला अठ्ठ्याहत्तर वेळा फिरणाऱ्या ध्वनिमुद्रिका आठवून पाहिल्या. छे, ते सगळं अगदी कंटाळवाणं आणि वात आणणारं होतं. बऱ्याचदा कशालातरी लटकून राहिल्यामुळे हे आयुष्य सहन करण्याजोगं बनतं. पण आत्ता ह्या क्षणी मुमताझला अशी लटकून राहण्यासारखी जादूची जागा कुठेही सापडत नव्हती.

प्रत्येक घडीला जिचा व्यास आकुंचित पावतो आहे अशा एखाद्या तबकडीसारखे त्याचे विचार झाले होते. शेवटी ते विचार शून्याकडे जाणार होते, संपूर्ण रिक्ततेकडे जाणार होते. ह्या गरगरणाऱ्या भोवळीतून प्रत्येक गोष्टच आखडून आकुंचन पावत होती. आपला रंग आणि वैशिष्ट्य अशा तऱ्हेनं बदलत होती की शेवटी तिचं रूपांतर सुआदच्या दुःखी आणि दूषित करणाऱ्या किळसवाण्या उपस्थितीसारखं विचित्र

आकारात होत होतं. सुआदच्या अस्तित्वाचं घाणेरडं सांडपाणी त्याच्या वाटेत, मार्गात येणारं सारं काही आपल्यात शोषून घेत होतं आणि ढवळता ढवळता त्याचं रूपांतर घट्ट चिकट अशा द्रावणात करत होतं आणि सरतेशेवटी त्याचं रूपांतरही शून्यातच होत होतं.

ती वाढ अगदी किळसवाणी होती... ती घाण घेऊन त्याला आपल्या घरात शिरायचं नव्हतं. तसं पाहिलं तर हे निरर्थक दुःख आपलं आपणच थांबणार होतं. किंवा एखाद्या कारखान्यातून बाहेर पडणाऱ्या नाल्यासारखं ते आपल्या सोबत सारं काही घेऊन जाणार होतं.

तो त्या पुलावर काही काळ निरुद्देश रेंगाळला. छे... कशालाच काही अर्थ नव्हता. त्याला घरी परतणंही शक्य नव्हतं. त्याची बाग आणि पावसाखाली झोडपली जाणारी बागेतली फुलं आणि फांद्या ह्यांच्या काळजीमुळे त्याचं मन तडफडून उठलं. तो पाऊस फुलाफांद्यांना झोडपत होताच पण वादळी वाऱ्यासोबत परसदारच्या चेस्टनटच्या झाडाला आणि थोड्या दूरवर असलेल्या झाडांनाही फटकारे मारत होता.

मी एकटेपणाला घाबरतो. तो म्हणाला, 'एकटेपणाला घाबरतो मी!' तसं पाहिलं तर तो केवळ एकटेपणाला घाबरत नव्हता. सुआदच्या अस्तित्वाच्या आणि अस्थिरतेच्या वर्तुळात पुन्हा शिरायला घाबरत होता तो. मागे वळून त्यानं पुन्हा टॅक्सी शोधली. तो टॅक्सीवाला अजून तिथून हललेला नव्हता.

''मला बेयोग्लूला घेऊन चल.'' तो म्हणाला.

त्यांनी जेव्हा सीशाने ओलांडलं तेव्हा ढग तात्पुरते फैलावले होते. खाली ओथंबून आलेल्या अनेक थरांच्या अजस्र काळ्या अपारदर्शक ढगातून सुलेमानिये मशिदीवर सूर्यप्रकाशाचा असा काही झोत पडला की त्याचं साम्य केवळ जुन्या रेखाचित्रांशीच दिसावं. सगळं शहरच जणू परीकथेतल्यासारखं किंवा शहरझादेच्या कथेतल्यासारखं वैभवशाली आणि शोभिवंत दिसत होतं. गलातासरायपाशी त्यानं टॅक्सी सोडून दिली. सुरुवातीला त्याला वाटलं की त्या विशुद्ध आणि वरवर सोनेरी मुलामा दिल्यासारख्या वाटणाऱ्या प्रकाशात आपण तक्सीम चौकाकडे चालत जावं. परंतु तिथं कुणी ओळखीचं भेटेल ह्या भीतीपोटी तो मागे वळला आणि तेपेबासीच्या दिशेनं चालू लागला. तिथं तो एका छोट्याशा टपरीवजा हॉटेलात शिरला. आता पावसानं पुन्हा जोर धरला होता. समोरच्या घरांच्या दर्शनी भागावर पावसानं जणू हल्लाच चढवला होता. त्या हॉटेलच्या अस्वच्छ खिडकीतून पावसाकडे पाहात पाहात तो आत्ताच पाहिलेल्या तेजस्वी प्रकाशाबद्दल विचार करू लागला.

त्या रिकाम्या हॉटेलात काहीच धंदा नसल्यामुळे कंटाळलेल्या पोऱ्यानं ग्रामोफोनवर नाचाच्या ध्वनिमुद्रिका लावल्या होत्या. मुमताझनं बीअर आणि सोबत काहीतरी खायला मागितलं. थंड पेय पोटात गेल्यावर त्याला थोडी तरतरी आली आणि त्यानं आसपासच्या झोपाळलेल्या वातावरणाकडे पाहिलं. बाहेरून जरी ते हॉटेल व्यवस्थित दिसत असलं तरी आतल्या टेबल-खुर्च्यांचा रंग उडाला होता. टेबलांवरचं हिरवं आवरणही खराब झालं होतं. दारूच्या अनेकरंगी बाटल्यांनी जुन्या फळ्यांवर गर्दी केलेली असली तरी त्या खांद्याला खांदे लावून झोपल्यासारख्या वाटत होत्या. असा काहीतरी विचित्र झोपाळूपणा साऱ्या चराचरात दाटला होता. सतत चालणारं पावसाचं तालनृत्य त्यामुळे खंडित होत होतं. त्या झोपाळूपणामुळे बेफिकिरीच्या लाटा पसरत होत्या. जणू काही त्या लाटांना दूरवरचं, अप्राप्य असं काहीतरी हवं होतं. तसं वातावरण असूनसुद्धा त्या जागी हजर असलेला तो काही एकटाच माणूस नव्हता. वरच्या मजल्यावरच्या एका छोट्याशा खोलीत एक जोडपं बोलत बसलं होतं. दोघांच्याही पाठी दरवाजाकडे होत्या. त्या पावसाच्या तडतडाटात आणि संगीताच्या कल्लोळात जीवनाच्या अनिश्चित वळणावर असलेल्या एका स्त्रीचा आवाज मुमताझला ऐकू आला. तो आवाज अगदी हातघाईला आल्यासारखा वाटत होता. त्या आवाजाची स्वामिनी नियतीसमोर उभी असल्याचं दिसत होतं. कदाचित ती सुखात असेल, कदाचित निकराला आलेली असेल. मधेच केव्हातरी खर्जातला पुरुषी आवाज तिला प्रतिसाद देत होता. खरं तर शंभर जोडप्यातलं एक जोडपं असावं तसं होतं ते जोडपं. पण मुमताझच्या ताणलेल्या चेतातंतूंना तो हुंदक्यासारखा आवाज ताबडतोब जाणवला. काहीतरी वेगळं घडतंय ह्याची त्याच्या भावनिक अस्वस्थतेला चाहूल लागली होती. डोकं गरगरू लागल्यामुळे आणि नकोशा वाटणाऱ्या उबट वासानं त्याला तिथं गुदमरल्यासारखं वाटू लागलं. तो उबटपणा शून्याच्या दिशेनं फिरू लागला होता. सुआदच्या चेहऱ्याला आणि सुआदच्या नावाला केंद्रिभूत धरून अगदी हलके हलके बेहोष झाल्यासारखा गोल गोल फिरत तो उबटपणा साऱ्या विश्वालाच घेरू पाहात होता.

आवाज आणखीन तीव्र झाले :

"हे शक्य नाही. तुला कळत नाही का? मला जमणार नाही. मी घाबरते. मला हे करता येणार नाही..."

"वेड्यासारखं करू नकोस. आपला सर्वनाश होईल. हेसर, माझी लाडकी ती. आपली वाट लागेल ग पुरती."

''मला नाही ते करता येणार. मला माझं स्वतःचं मूल मारता येणार नाही. त्यापेक्षा तू तिला घटस्फोटच का देत नाहीस?''

किंचाळणारा ग्रामोफोन थोड्याच वेळात पुन्हा जिवंत झाला. पावसाचा झोत आता पलीकडल्या घरांच्या खिडक्यांवर तडातडा वाजू लागला. जणू काही त्या पावसाला अ‍ॅण्डिज पर्वत आणि पनामा कालव्यात जाण्याची इच्छा होती. सिंगापूरच्या खलाशांसारखी आणि शांघायच्या कोळ्यांसारखी समुद्राची आस त्या पावसाला लागली होती. आपल्यापासून हिरावल्या गेलेल्या वस्तूंची आणि माणसांची आस त्या पावसाला लागली होती. मृत्यूचा उंबरठा ओलांडून जी माणसं आणि जे वस्तुमात्र खूप दूर गेलं होतं, परकं झालं होतं त्या साऱ्याची आठवण जणू त्या पावसाला येत होती. पण आता ती आस मुमताझच्या काळजाला भिडत नव्हती. आता कुठल्याही आमंत्रणाला तो बळी पडणार नव्हता.

त्या माणसाचा आवाज व्हायोलीनच्या तुटायच्या बेतात असलेल्या तारेसारखा किंचाळला, ''विचार कर क्षणभर. तू तसं केलंस तर मग मला आत्महत्या करण्याखेरीज दुसरा कसलाही मार्ग राहणार नाही. आता तुला माझं मरणच पाहायचं असेल तर मग प्रश्नच खुंटला.''

ती जरा वेळ मूकच राहिली. त्याच्या म्हणण्याला आधीपासूनच बळी पडणाऱ्या तिच्या मनानं एक शेवटची दुर्बल आणि लेचीपेची भूमिका घेण्याचा प्रयत्न केला, ''समज, मलाच काहीतरी झालं किंवा मीच मेले तर?''

''तसं काहीही होणार नाही हे तुला चांगलं माहितीय आणि मलाही माहितीय.''

''पण जर हे प्रकरण बाहेर फुटलं आणि आपण कायद्याच्या कचाट्यात सापडलो तर?''

''कोनयात आपण एकत्र वेळ घालवला ते कुणाला तरी कळलं का? आपल्याला डॉक्टर ठाऊक आहे... तू उद्या जा. ते सगळं उद्याच मार्गी लागलं पाहिजे. कळतंय का तुला? मी आधीच विटलो आहे.''

खुर्ची सर्रकन सरकवल्याचा आवाज आणि कदाचित तिच्या चेहऱ्याशी पोहचायच्या आधीच खाली पडलेलं एक चुंबन त्यामुळे तिला वाटलेला आसुरी आनंद... त्यानंतर एक बेभान होऊन दिलेला हुंदका. हवाना सिगरेटच्या धुरातून दुसरं काहीही दिसत नव्हतं. फक्त मुसळधार पावसाचं जहाज रहस्याच्या काठाला लागेपर्यंत वाटेत येईल त्याला तुडवत जात होतं. तेवढंच काय ते शिल्लक होतं.

''हैदी, चल, आपण जाऊया. माझी बेटावर जायची फेरीबोट चुकेल.''

मुमताझ कोपऱ्यात आणखीनच लपला आणि तिथून सुआदकडे-अफिफेच्या नवऱ्याकडे-पाहू लागला. ह्याच माणसानं मोक्षप्राप्तीचं फळ लपवावं तसं नूरानबद्दलचं आपलं प्रेम एक दशकभर लपवून ठेवलं होतं. जिन्यावरून खाली उतरताना त्याच्या पाठीला पोक आलं होतं आणि चेहऱ्यावरली त्वचासुद्धा ताठरल्यासारखी दिसत होती. त्याच्यामागोमाग एक अशक्त स्त्री खाली उतरली. तिचे गडद तपकिरी केस विंचरलेले नव्हते. तिनं घातलेल्या जांभळ्या रंगाच्या हॅटमधून ते बाहेर आले होते. तिनं जीवनात रचलेले बेत उधळले गेले होते. त्याबद्दल विचार करत असताना ती थरथर कापते आहे हे तिनं घातलेल्या पातळ, सुती पोशाखातून सहज कळत होतं. त्या माणसानं बिल दिलं आणि आपले हात खिशात घातले. मग त्या खिशातून सिगरेट काढून शिलगावली. "मला वाटलं की तू सिगरेट सोडली आहेस." ती स्त्री म्हणाली.

सिगरेटच्या पाकिटानं कपाळ पुसता पुसता त्यानं उत्तर दिलं. "ते तुला कधीच कळणार नाही..." त्याच्या पुढ्यातच ते बाहेर पडले आणि पावसात अदृश्य झाले.

जिथं बसला होता तिथूनच मुमताझ एकटक पाहात होता. अत्यंत स्वस्त अत्तराचा वास त्याच्या नाकाला त्रस्त करून सोडत होता. पलीकडच्या खिडक्यांनी जोरदार पावसात एक नवीनच नाच करायला सुरुवात केली. त्या हलू लागल्या होत्या आणि परिसरातील सगळ्या वस्तू त्यांच्या दिशेनं ओढल्या जात होत्या. जणू काही मृत्यूच्या प्रतिबिंबातूनच त्या साऱ्या देखाव्याकडे उपहासानं बघत होत्या.

त्यानं बांधलेले अंदाज अगदी खरे ठरले होते. तो सुआदच होता. तोच हा सुआद, जो म्हणे युगानुयुगापासून नूरानच्या प्रेमात होता.

त्याच्या नजरेस नजर देण्याची भीती वाटल्यामुळे मुमताझनं सुआदच्या चेहऱ्याकडे ओझरतं पाहिलं होतं. अशा तऱ्हेचे योगायोग घडवून आणून नियती जणू वेगळ्याच काहीतरी गोष्टी उघड करते. मुमताझनं त्याच्याकडे नजर टाकली तेव्हा सुआद बिलंदरपणे चुकचुकला. त्यानं आपले हात अशा तऱ्हेनं चोळले की तो जणू म्हणत होता, 'आपण बुवा त्या आतल्या आवाजापासून स्वतःची सुटका करून घेतलीय. नाही का?' त्याचं हास्य मुमताझला कित्येक दिवस भेडसावून सोडणार होतं. त्या हास्याचा संपूर्ण अर्थ कळण्यासाठी त्याला मानवी इच्छांच्या आणि सदसद्विवेकबुद्धीच्याही पलीकडे शोध घ्यायला हवा होता. एखाद्या पशूचं विकट हास्य होतं ते. कठीण प्रसंगातून बाहेर कसं पडायचं हे बुद्धिमान माणूस जाणतो, असं म्हणून सुआदनं स्वतःची कितीही स्तुती केली, स्वतःचे कितीही गोडवे गाइले आणि दबावाखाली असूनसुद्धा मी लटपटत नाही असा कितीही दावा केला तरी त्याच्या

चुकचुकण्यापुढे आणि पाशवी आनंदापुढे इसापकथेतल्या कोल्ह्याचा धूर्तपणा कमीच होता. त्या कोल्ह्यानं कितीही धूर्तपणा दाखवला तरी शेवटी त्याची धाव त्याची कातडी विकणाऱ्या माणसाच्या दुकानापर्यंतच होती. सुआदची अंतप्रेरणा त्याहून अधिक वरची किंवा त्याहून अधिक यशस्वी वाटत होती. कारण त्या प्रेरणेला जे जाणवत होतं तसंच ती वागत होती, जणू काही तिच्यापुढे उपाय तयारच होते. अमानवी रहस्यं ज्याच्याभोवती गोळा होतात असा खलस्वरूपी मोह म्हणजे ही अंतःप्रेरणा नव्हती. आपण स्वर्गाच्या कुठल्या पातळीवर आहोत ह्याची पर्वा न करता भक्ष्यावर हल्ला करायचा आणि त्या भक्ष्याचं प्रत्येक पीस आणि प्रत्येक हाड मोकळं करायचं अशी त्या प्रेरणेची भूक विरळ आणि खादाड नव्हती. सुआदमध्ये कसलीही नैतिकता, सभ्यता, उदात्तता किंवा उत्तुंगता ह्यांच्या दिशेनं जाणारी एकपंखी आरोहणाची शक्ती नव्हती. ज्या तऱ्हेनं त्या स्त्रीनंही पराजय स्वीकारला होता त्यावरून ती स्त्रीसुद्धा त्याच माळेची मणी असल्यासारखी वाटत होती. ते दोघं भांडले होते आणि ती त्या भांडणात हरली होती. उद्या ते वेगळे होणार होते आणि आपापल्या मार्गानं जाणार होते. विवाहाचं स्वप्न उराशी बाळगून त्या स्वप्नामागे ती धावणार होती तर सुआदच्या आत्म्यात बेघरपणाची भावना वसली होती. ती भावना विसरण्यासाठी तो इतर स्त्रियांना फशी पाडत होता त्यातलीच ही एक स्त्री होती. थोडक्यात सांगायचं तर एके दिवशी पुन्हा भेटण्याआधी त्यांच्या अचानक अनेक गाठी पडणार होत्या, अनेक शक्यता त्यातून दिसणार होत्या. हरपलेल्या स्वप्नांमध्ये आणि काळीज थरकापवणाऱ्या भीतीत त्यांची पुन्हा भेट होणार होती. कदाचित डॉक्टरकडे त्यांना पुन्हा जावं लागलं असतं. कदाचित रात्रीच्या गर्भाशयात आणखीही एक गर्भ तयार होणार होता. डोळे बंद असलेला तो गर्भही सूर्याची किरणं न पाहाता शहराच्या गटारात जाऊन पडणार होता... हे असंच चालणार होतं, शेवटपर्यंत चालणार होतं. मृत्यूच्या वृक्षाची दुःखद फळं संपूर्णपणे सडून गळून पडेपर्यंत ते आपली नियती जगत राहणार होते.

तो उठला आणि बिल देऊन बाहेर रस्त्यावर आला. तो हळूहळू चालत होता. आता अगोदरची चक्कर आणि उलटीची भावना नाहीशी झाली होती. परंतु त्याऐवजी वेगळ्याच प्रकारच्या व्याकूळतेचं ओझं त्याच्या उरात दाटून आलं होतं. तो त्या गर्भाचा विचार करत होता. उद्या तो गर्भ चिमटे लावून आपल्या मातेच्या उदरातून बाहेर उखडून टाकला जाणार होता. तो गर्भसुद्धा मुमताझच्या जीवनाला क्षणिक दुःसाहसाद्वारे जोडला गेला होता. उद्या तो गर्भ नष्ट होणार होता. उद्या संध्याकाळी अस्तित्वाचा तो थरथरता

रक्ताळ गोळा, कातडी सोललेल्या बेडकासारखा दिसणारा तो विचित्र आकार शहराच्या सांडपाण्याच्या गटारात तरंगणार होता.

उद्या सकाळी हैबेलीअदा बेटावरील मुख्य टेलिफोनऑपरेटरला एक घंटी वाजलेली ऐकू आली असती. इस्तंबूलवरून एक आवाज बोलला असता, 'विश्रामधामाला जोडून द्या.' मग त्या ऑपरेटरनं योग्य ठिकाणी तो फोन जोडून दिला असता. मग एक संभाषण घडलं असतं. सुआदला त्याच्या अंथरुणातून उठवण्यात आलं असतं, 'हॅलो, हॅलो, सर आहात ना तुम्ही फोनवर?' मग सुआदनं विचारलं असतं, 'सारं काही व्यवस्थित झालं ना?' मग उत्तर मिळेपर्यंत त्याच्या भुवयांवर आठ्या पसरल्या असत्या. त्याचं मन अगदी टोकाचा विचार करून मुळापासून हललं असतं. तेवढ्यात त्याच्या चेहऱ्यावरील रेषा सौम्य झाल्या असत्या आणि त्याच्या कपाळावरचा घामही सुकला असता आणि तो म्हणाला असता, 'थँक यू, आभारी आहे मी तुमचा. तिला माझ्या खूप खूप शुभेच्छा सांगा. मी नंतर तिला भेटायला जाईन.'

एका न जन्मलेल्या गर्भाचं ते शेवटचं धाडस इतरही दुसऱ्या दिवशी अनुभवणार होते. नंतर एक टॅक्सी बोलावली गेली असती आणि फिकुटलेल्या चेहऱ्याची, आजारी दिसणारी एक स्त्री आपल्या नातेवाइकाच्या किंवा मैत्रिणीच्या घरी गेली असती. मग डॉक्टरांच्या मदतनिसांनी सगळी साधनं निर्जंतुक करून ठेवली असती आणि भरपूर पाणी वापरून सर्व मोरी स्वच्छ धुऊन काढली असती.

त्यानं त्याची भुवई पुसली. गलातासरायपासून तो तक्सीम चौकापर्यंत इस्तिकलाल मार्गावरून कुठेही न बघता चालला होता. वाटेत दोन्ही बाजूंना असलेल्या दुकानांत तो नजर टाकत नव्हता की दोन्ही बाजूंनी वाहणाऱ्या गर्दीकडेही त्याचं लक्ष नव्हतं.

एक चिमुकला गर्भ, एक न जन्मलेलं मूल. मुमताझच्या अस्तित्वाशी तेही जोडलं गेलं होतं. अठ्ठेचाळीस तासांच्या कालावधीत मुमताझचं आयुष्य शक्य होईल तेवढं विस्तारलं होतं. त्यात आणखी काय काय आणि कोण कोण येणार होतं देवास ठाऊक. हे सगळं घडत होतं. कारण तो एका स्त्रीवर भाळला होता आणि तिनंही त्याच्या प्रेमाला प्रतिसाद दिला होता म्हणूनच का? चला, जीवनातला तो आणखी एक दिवस होता. जगणं म्हणजे इतरांनी आपल्याला वेढा घालणं होतं. जगणं म्हणजे हळूहळू गुदमरणं होतं. अस्तित्वात असणं म्हणजे...

पण तो चिमुकला गर्भ. सुआदनं आणि त्या दुःखी, आज्ञाधारक स्त्रीनं निर्माण केलेली मुलं जगणार नव्हती. तो गर्भ तर उद्याच मरणार होता.

एक भिकारी पोरगं भीक मागत होतं. त्याचे पाय, चेहरा, डोळे आणि हात चिखलानं एवढे भरले होते की त्याचा आवाज दलदलीतून यावा तसा वाटत होता.

''अल्ला के खातीर दे रे बाबा...''

त्याचा हात खिशात गेला. जेव्हा त्या घाण-चिखलयुक्त अवतारानं ते पाहिलं तेव्हा त्याच्या आवाजाला आणखीनच जोर चढला. त्या मुलाच्या थरथरणाऱ्या हाताची मूठ मुमताझनं दिलेल्या पैशावर आवळली गेली आणि आभार न मानताच तो लगबगीनं मुमताझच्या मागच्या माणसाकडे पोहचला.

''अल्ला के खातीर दे रे बाबा...'' त्यानं पुन्हा विनवणी केली.

तो मरणार होता. अल्ला के खातीर मरणार होता. उद्या संध्याकाळीच तो मरणार होता. त्याला गरगरवणारी चक्कर पुन्हा येऊ लागली. सारं काही त्याच्याभोवती गरागरा फिरू लागलं. प्रकाशाच्या वेगावर एखादं गोल चाक फिरावं तसं सारं काही गरगरा फिरत होतं. फिरता फिरता सगळं काही अंधूक दिसू लागलं. सगळे रंग आणि आकार लोप पावले.

अल्ला के खातीर...

एक लहान मूल मरणार होतं. उद्या तिनं त्याला फोन करायलाच हवा होता. तिनं असं म्हणायला हवं होतं की, ''सगळं काही नीट झालं. आता सगळं संपलं. हेच तर जगणं होतं. जीवनाचा अविभाज्य भाग होतं. हे सगळं म्हणजेच अस्तित्व होतं. मेयोनीझमध्ये मुरवत ठेवलेला सी बास जातीचा मासा त्या हॉटेलच्या खिडकीत मांडून ठेवलेला होता. त्या माशाची अनेक थरांची त्वचा त्याच्या पुढ्यात होती. मिठात खारवलेल्या त्या माशाचे थंडावलेले डोळे कथलाच्या चमकदार पिवळ्या डब्यासारखे चमकत होते. ते विझलेले डोळे पॉलिश न केलेल्या जस्तासारखे टवकारून पाहात होते आणि पांढरे कपडे घातलेला वेटर मुमताझनं ऑर्डर द्यावी म्हणून घाई करत होता.

सुआदनं त्याच्या जीवनात प्रवेश करण्याच्या क्षणाची वाट पाहात राहावेत तसे ते सगळे त्याच्याभोवती कोंडाळं करून उभे होते आणि हे चमत्कारिकरीत्या गरगरणारं चक्र आणखीनच आकुंचित करत होते. अधिकच जवळ येत होते, जोर देत होते आणि एखादा स्नायू हलवण्याची संधीही त्याला देत नव्हते.

हाय अल्ला, मी करू तरी काय? अल्ला, कसा मी ह्यातून सुटू? तेवढ्यात सूर्याचा एक छोटासा किरण चमकला. लहान मुलांच्या नाजूक मुलायम जावळासारखा एका झाडाचा शेंडा तेजस्वी रंगानं झळाळून उठला. मुमताझ अगदी स्तब्धपणे उभा राहिला. त्याला जणू अचानकपणे एक वेगळंच दैवी स्वरूप लाभलं होतं. आता पूर्वीचा तिटकारा

किंवा त्याच्या हालचालींना अटकाव करणारा दबाव... असं काहीही शिल्लक राहिलं नव्हतं. खूप गाढ, दीर्घ निद्रेतून जागं झाल्यासारखं त्यानं इकडे तिकडे पाहिलं. आत्तापर्यंत त्याला अनोळखी असलेल्या अतीव समाधानाच्या भावनेनं आणि अगाध आशेनं त्याला नूरानची आठवण आली. झाडाच्या शेंड्यावरील तेजस्वी प्रभेकडे त्याची नजर खिळली होती. जणू काही तो ओला प्रकाश त्याला नूरानकडेच घेऊन जाणार होता. ज्या ठिकाणी नूरान राहात होती तिथं घेऊन जाणार होता. त्याच जागी नजर खिळवून ठेवत तो तिच्यासाठी झुरत होता, खंतावत होता. नूरानसुद्धा त्याच्या जीवनाचा एक भाग होती. जीवनाच्या काळ्या बाजूला आठवणी म्हणून पदकांसारखे काही चेहरे लावले जातात, खरं तर गोंधळात पाडणारे चेहरे असतात ते! त्या चेहऱ्यांतील उर्वरित चेहरा म्हणून ती आता शिल्लक राहिली होती. आता तर ती पूर्णपणे अदृश्यच होऊन गेली होती.

पण त्याच्या जीवाला शांतता नव्हती. दोन दिवस ज्या यातनांनी त्याला विकल करून सोडलं होतं त्या यातना कमी झाल्या नव्हत्या. त्यांनी फक्त आपलं स्वरूप बदललं होतं. नूरानला मिळवण्याची उत्कट आस आणि तिला आपण कायमचं गमावून बसल्याची भीती ह्या दोन्ही गोष्टी त्याच्या अंतरात एकत्रच उभारून आल्या. तिची अनुपस्थिती त्याच्या भावनाशील हृदयाला जाणवत होती. जणू काही त्यानं तिला कित्येक युगांपासून पाहिलंच नव्हतं. कळत-नकळत आपण तिला दुखावलं आहे असं त्याला वाटत होतं. ती आपला तिरस्कार करते आहे ह्याची त्याला खात्री पटली होती. त्याला तिच्या मागोमाग जायचं होतं तरी दोघांमधील अवाढव्य अंतर ओलांडणं अशक्यप्राय होतं. ती क्षमता त्याच्या ठायी नसल्यामुळे त्याला वेड लागायची पाळी आली होती.

तो बेसिक्तासला पोहचेपर्यंत संध्याकाळ झाली. पाठीमागचं आकाश निरभ्र झालं होतं. फक्त पूर्वेकडील आकाश तेवढं गडद जांभळ्या थरांच्या कफनात गुंडाळल्यासारखं वाटत होतं. ज्या डोंगरमाथ्यांना, इमारतींना आणि बागांना सूर्याची शेवटली किरणं मिळणार होती, त्या सर्वांवर पूर्वेकडील आकाशातील ढगांनी आक्रमण केलं होतं. त्यामुळे त्यांना ओळखता येणार नाहीत असे अक्राळविक्राळ आकार मिळाले होते. जणू काही मंत्रतंत्रातून किंवा भुताखेतांशी बोलणाऱ्या माध्यमातून ते आकार अचानक बाहेर आले आहेत की काय असं वाटत होतं.

तो फेरीबोटीचा धक्का काळोखा आणि दमट होता. तिथं बसताना एक प्रकारची विचित्र शिरशिरी येऊन थंडीतापानं फणफणल्यासारखं वाटत होतं. तशाच अवस्थेत

तो बॉस्फरसच्या फेरीबोटीची वाट पाहात बसून राहिला. नियतीनं बंदिवान करून ठेवल्यासारखा त्यानं आपला चेहरा तिथल्या लोखंडी कुंपणाच्या गजाला लावून ठेवला. त्या गजांमधून आणि तेथील एवढ्याशा जागेतून जणू तो आपल्या जगाशी संबंध ठेवू इच्छित होता. त्यानं आशियाच्या किनाऱ्याकडे पाहिलं. त्या ठिकाणी नूरानच्या अस्तित्वाचं झपाटलेपण होतं. त्या अवस्थेत मुमताझला आपलं बालपण दुःखानं सजवणाऱ्या तुरुंगातल्या प्रत्येक तुरुकू गीताची आठवण झाली असती.

कदाचित ह्या आठवणींतून आणि सहन करण्याच्या प्रयत्नांतून त्याचा एका कल्पनाराज्यात प्रवेश झाला होता. त्या कल्पनाराज्यात रममाण होताना त्याचं बाहेरच्या जगाचं भानच नाहीसं झालं होतं. एक प्रकारचा उन्मादच चढला होता त्याला. स्वत:ला आवरून तो कुंपणापासून मागं झाला आणि प्रतीक्षागृहातील लाकडी बाकावर जाऊन बसला.

उस्कुदारसमोरच्या पाण्यानं जणू काळ्याकुट्ट रात्रीला आपल्या कवेत घेतलं होतं. ही रात्रही आता डेझीच्या फुलासारखी मोकळेपणानं हसत आपली जादू उधळणारी उन्हाळ्यातली किंवा सप्टेंबरातली रात्र उरली नव्हती. काही दिवस पावसाचे गेल्यामुळे किनारा आणि समुद्रावर जणू अभेद्य कफन घातल्यासारखंच वाटत होतं. तिथूनच पूर्वी फेरीबोटी निघत होत्या, उन्हाळ्यातल्या सफरी निघत होत्या. तिथंच आता चमकदार रंगांच्या लोलकांनी भरलेले सुस्त तास मोत्याच्या शिंपल्यात बंदिस्त होऊन आक्रोशत होते. दिवस उजाडेपर्यंत तसंच चालणार होतं. रात्रीच्या कफनाआडून वेड लावणाऱ्या विरहाच्या जाणिवेनं व्याकूळलेली नूरान त्याच्याकडे आर्ततेनं पाहात होती. आता कसली म्हणून शक्यता उरली नाही म्हणून तिला वेड लागल्यासारखं झालं होतं का? सगळं काही त्या कफनानं लपेटून घेतल्यासारखं वाटत होतं. त्याचं सारं आयुष्य, त्याला आवडणाऱ्या आणि ज्यावर त्याची श्रद्धा होती अशा साऱ्या दंतकथा, गाणी, नूरानच्या सहवासात घालवलेल्या घटिका, सातमजली हसणं, एकमेकांच्या बुद्धिमत्तेचा संगम आणि तो स्वतः... हे सारं सारं तिथं आळसावून, सुस्त होऊन त्या कफनाच्या आत पडलेलं होतं.

हताश आठवणी आणि अंधूक पूर्वसूचनांची एक फिकटशी, तापात असल्यासारखी सावली आज मुमताझसोबत हद्दपार होत होती. पदपथांवर जणू फरशांच्या जागी पहिलाच स्पर्श होताक्षणी जागृत होणाऱ्या स्मृती लावल्या होत्या. भूतकाळात गेलेल्या दिवसांच्या आठवणींचं रूप घेऊन त्या समोर येत होत्या. आजची रात्र दोन इमारतींमधल्या अरुंद बोळासारखी वाटत होती. त्या बोळाच्या दोन्ही बाजूंच्या

भिंतींतून पाण्याऐवजी भूतकाळाची आठवण करून हुरहुर लावणारी समधुर गीतंच झिरपत होती. मुमताझ आपला स्वतःचा शोध घेण्यासाठी, पूर्वी आपण कसे होतो त्या मुमताझचा शोध घेण्यासाठी भटकण्याखेरीज दुसरं काहीही करू शकत नव्हता. थंड पडलेल्या हाडांत ऊब आणण्यासाठी ओळखीच्या प्रकाशस्रोतांना एकामागोमाग एक शोधत हलक्या पावलांनी भटकण्याखेरीज तो दुसरं काहीच करू शकत नव्हता. पण जिथं जिथं त्याला प्रकाश दिसे तिथं तिथं तो गेला की तो प्रकाश विझून जात होता.

समुद्रकाठच्या खालच्या बाजूला भगभगीत, दुर्लक्षित दिवे होते. ब्ल्यूफिशच्या मोहिमांवर जाताना जसा उत्साहानं भरलेला प्रकाश अचानक जाणवायचा त्यापेक्षा हे दिवे वेगळे होते. पाकळ्या गळलेली, रंग उडालेली भलीमोठी फुलं असावीत तसे दाट धुक्यातून रस्त्यावरले, बागांमधले आणि झाडाझुडपांमधले दिवे चमकत होते. ही सगळी दिव्यांची गर्दी पुढे पुढे चालली होती आणि एखाद्या नावाभोवती किंवा आठवणीभोवती वेढा घालून बसलेल्या सावल्यांपर्यंत पोहचत होती.

आकाशाखालचं सगळंच चराचर अंग आक्रसून आपापल्या कोषात गेलं होतं. भूतकाळातील जीवनांच्या किंवा वारशाच्या ओझरत्या खुणा असाव्यात तसं ते चमकत होतं. त्या खुणांतून वैयक्तिक, एकाकी आणि अणुरूपात्मक असं जे काही होतं ते काढून घेतलेलं दिसत होतं. मुमताझनं नूरानच्या सोबतीनं जुन्या तोपकापी राजवाड्याला भेट दिली होती. तिथं पुष्कळ तेजस्वी रत्नं काचेच्या कपाटात ठेवलेली होती. त्या प्रत्येक रत्नाला आकाशात दिसणाऱ्या दूरवरच्या ताऱ्यांसारखा प्रकाश होता. पण ते रत्न कुठल्या श्रेष्ठ व्यक्तीनं एकेकाळी परिधान केलं होतं त्याची मात्र आठवण त्यात शिल्लक राहिली नव्हती. अनेक गोऱ्यागोमट्या हातांनी, नाजूक, लांबलचक बोटांनी ती रत्नं परिधान केली असतील. महनीय स्त्रियांच्या उरोभागावरून आणि मानांवरून ती रत्नं एकेकाळी रुळली असतील. ती रत्नं जणू काही साऱ्या इच्छा-वासनांचा आरसाच बनली असतील. वाटेत लागणाऱ्या प्रत्येक ठिकाणाला सलाम केल्याप्रमाणे फेरीबोट प्रत्येक ठिकाणी थांबत होती. मुमताझ कोपऱ्यात अंग चोरून बसलाय त्याची तिला पर्वा नव्हती. बॉस्फरसला पोहचून फेरीबोटीच्या धक्क्यावर उतरेपर्यंत मुमताझ वळणं वळणं घेऊन खाली उतरणाऱ्या निर्जन रस्त्यांकडे पाहात होता. त्या रस्त्यांवर दिवे जळत होते. त्या धक्क्यावरील लाकडी फळे अजूनही चमकत होते. तेथील छोटेसे सार्वजनिक चौक आणि साधीसुधी कॉफीहाऊसेस पाहून अनातोलियन रेल्वे स्थानकावरील तेलाच्या दिव्यांखाली दाटणाऱ्या शांततेची आठवण येत होती. तिथंही तसाच एकांत वसतीला होता. तिथली कॉफीहाऊसेस काचेच्या धुकाळ तावदानांआड

आत्मचिंतनात जगत होती. साधुसज्जनांसारखं निर्विकार अस्तित्व असलेली ती कॉफीहाऊसेस बाकी सगळ्या गोष्टी टाळून केवळ ह्या ऑटममधील रात्रीचा अनुभव घेण्यात समाधान मानत होती. मुमताझ बऱ्याचदा स्वतःशीच म्हणे, 'ही जणू काही दुसऱ्याच कुठल्यातरी जगातून आल्यासारखी वाटतात.' कालपर्यंत जे जीवन आपण जगत होतो त्या आयुष्यानं केवळ एका रात्रीत आपली हकालपट्टी करावी म्हणून तो आश्चर्यानं दिग्मूढ झाला. त्याला नूरानपाशी जायचं होतं आणि एवढंच विचारायचं होतं की, 'नूरान, ह्यातलं काहीसुद्धा खरं नाही ना? माझी काहीतरी चूक होतेय ना? माझी समजण्यात काहीतरी चूक झालीय ना? सांग ना ग, सगळं काही आधी होतं तसंच आहे. सांग ना ग, जसं असायला हवं तसंच सगळं आहे नूरान.'

भाग तिसरा

सुआद

एक

बागेच्या दरवाजातून आत येऊन इहसान उद्गारला, ''मी पाहिली ती जोडगोळी बरं का! दोघंही इथंच येऊ लागले आहेत.'' बोलता बोलता हर्षभरित होत्साता तो तैफिककडे गेला. तैफिक चेस्टनटच्या विशाल वृक्षाखाली वेताच्या खुर्चीवर विसावला होता. त्यानं पाय लांब करून बाजूच्या खुर्चीवर ठेवले होते. ''तुमच्या सहवासाचा आनंद लुटायला येताहेत ते, महाशय...'' हातात जाकीट आणि हॅट घेऊन येणाऱ्या इहसानला बोलता बोलता श्वास लागला.

स्वतःही वृद्धच असलेला तैफिक खवचटपणे म्हणाला, ''तू म्हातारा होत चालला आहेस इहसान.'' त्यानं पायावर घेतलेली हलकी उशी बाजूला टाकली आणि खुर्चीवरून पाय काढून मसिदेला बसण्याची विनंती केली, ''माय फेअर लेडी, आपण इथं बसा.'' मसिदेनं आपले तपकिरी केस झटकले. ते उन्हात चमकू लागले होते. पुढे येऊन तिनं तैफिकच्या हातांवर ओठ टेकले. मग तैफिक मुमताझ आणि नूरानकडे पाहून हळूच हसला. तो जणू त्यांना म्हणत होता, ''मस्त जोडी आहे तुम्हा दोघांची.''

मुमताझ इहसानचं निरीक्षण करत होता. काही काळापासून त्याच्या चेहऱ्यावर वाढत्या वयाच्या खुणा जाणवू लागल्या होत्या. केस पांढरे झाले होते, पाठीला पोक आल्यामुळे छाती पुढे आल्यासारखी दिसत होती. डोळ्यांखाली मोठ्या आकाराची काळी वर्तुळं दिसू लागली होती. पण त्याचे दंड अजूनही पिळदार होते आणि शरीर बांधेसूद होतं. मनाच्या कणखर शक्तीमुळे त्याच्या चेहऱ्यावर तेज आलं होतं.

''खूपच छान हवा आहे आज. तुम्हा प्रेमिकांवर अल्लाची नेहमी अशीच मेहरबानी राहो.'' ऑटमऋतूतला प्रकाश डोळ्यात शिरत होता. डोळे घट्ट मिटून त्यानं उन्हाच्या दिशेनं तोंड वळवलं.

''मुमताझ, आज तुझ्या सुंबूलनं काय बनवलं आहे आमच्यासाठी?''

मुमताझ हसत म्हणाला, आज सुंबूलनं फक्त मदतनिसाचं काम केलंय. आजचा स्वैपाक स्वतः नूराननं केला आहे.''

तैफिक आपल्या खर्जातल्या सुरात म्हणाला, ''पण माझ्या देखरेखीखाली बरं

का.'' एखाद्या सुसंस्कृत माणसाचा बालिशपणा त्याच्या चेहऱ्यावरून ओसंडत होता. इहसानला बघून तो हर्षभरित झालेला दिसत होता. खरं सांगायचं तर नूराननं इहसानला दिलेल्या आमंत्रणामुळेच तो खुशीत आला होता. जेव्हा नूराननं जाहीर केलं की तिनं आणि मुमताझनं इहसानला आमंत्रित केलंय तेव्हाच तो म्हणाला होता, ''तर मग मी स्वैपाक करेन.'' त्यानंतर त्यानं काय काय पदार्थ करायचे ह्याची यादी स्वतःहून बनवली होती आणि त्याप्रमाणे सगळे घटकपदार्थही निवडून आणले होते.

इहसान कौतुकानं म्हणाला, ''हो का? अरे वा.'' हल्ली बऱ्याच काळापासून त्यानं तैफिकच्या हातच्या पदार्थांची चव चाखली नव्हती. ''पण आज फक्त तुझ्या हातच्या जेवणावरच समाधान मानायचं का आम्ही? किती दिवसांत तुझ्या गाण्याचा आनंदसुद्धा लुटलेला नाही आम्ही तैफिक.''

बागेकडे नजर लावण्यापूर्वी तैफिकनं आकाशाकडे बघितलं. बागेतल्या झाडांची पानं लाल होऊ लागली होती. दूरवरच्या झाडांची खोडं, फांद्या आणि गवतसुद्धा गडद जांभळं दिसू लागलं होतं. बागेच्या दरवाजापर्यंत उडत उडत गेलेल्या एका मधमाशीपाठोपाठ त्याचीही नजर गेली आणि त्याच्या वृद्ध होत चाललेल्या शरीरातून एकाच वेळी थंड आणि उष्ण शिरशिरी उठली. ''आता त्या आवाजातलं काही उरलंय का इहसान?'' तो म्हणाला.

त्याचे विचार भूतकाळात हरवलेल्या ऋतूंवर रेंगाळू लागले. एक काळ असाही होता जेव्हा त्याला मुळी मधाळ स्वराचा तैफिक असं टोपणनावच मिळालं होतं.

''म्हणजे काय तैफिक? तुझ्यापाशी संगीताचा खजिना आहे हे काही गुपित राहिलं नाहीये आता.'' तैफिकचे पहिले गुरू हुसैन देदे ह्यांनाच तैफिकला ती पदवी देण्याचा मान मिळाला होता.

गुरूंची आठवण येऊन तैफिक शोकाकुल होऊन हलक्या स्वरात म्हणाला, ''अल्ला त्यांच्या आत्म्याला शांती देवो. शिवाय आज तुम्हाला बरंच काय काय ऐकायला मिळणार आहे. कारण मुमताझनं एमिन देदे आणि त्यांच्यासोबत केमील ह्या कलाकारालाही आमंत्रित केलं आहे.'' मग त्यानं हळूच पुस्ती जोडली. ''ह्या केमीलला भेटण्याचा बहुमान अजून मला मिळालेला नाही.''

इहसानच्या आनंदाला पारावार उरला नव्हता. तो म्हणाला, ''हा मुमताझ म्हणजे अगदी मजेशीरच माणूस आहे. तो त्याचं मित्रमंडळ वाढवत चाललाय. पण ह्या मैफलीची कल्पना तुम्हाला सुचली तरी कशी?''

''तीन दिवसांनी मी इस्तंबूलला परत राहायला जातोय. नूरानही येणार आहे

सोबत. तेव्हा तिला वाटलं की इथून जाण्यापूर्वी आपण सर्वांनी एकदा एकत्र जमावं.''

''एमिनची आणि तुझी भेट कुठे झाली?''

''मला तो वाटेत भेटला एकदा. आज त्यानं फेराहफेझाचं वादन करण्याचं वचन दिलंय मला.''

तैफिक इहसानकडे झुकून म्हणाला, ''आपण घड्याळ किती वर्षं मागे फिरवलंय असं वाटतं तुला?''

''आपण तर काय काळच नसलेल्या प्रदेशात जगतो. त्यामुळेच तर आपण एकाच जागी असतो ना.''

''हो ना, नेहमी एकाच जागी तर असतो आपण.'' तैफिकला वाटू लागलं की एखाद्या परिसरावर राज्य करणाऱ्या वृद्ध, भव्य चिनार वृक्षासारखेच आपण आहोत. ह्या स्थितीत मृत्यू जरी आला असता तरी त्याला त्याची तमा नव्हती. आपण ज्यावर प्रेम करतो अशा सर्व गोष्टी अवतीभवती असताना चटकन मरण यावं हीच तर त्याची इच्छा होती. आपल्या आवाजाची लय शोधावी तसा तो हळूच खाकरला. एमिन देदेच्या बासरीच्या सुरांची गती मला गाताना सांभाळता येईल का अशी शंका वाटतेय मला. प्रत्यक्ष मरणं आणि हळूहळू मरणाच्या दिशेनं जाणं ह्या दोन वेगवेगळ्या गोष्टी होत्या... वेगवेगळ्या पिढ्यांतील परिचितांचे मृत्यू त्यानं पाहिले होते. कदाचित हा जुना चिनार वृक्ष उठून दिसावा म्हणून त्याच्या भोवतालचं जंगल विरळ झालं होतं की काय? तो अनुभव इतका अस्वस्थ करणारा होता की काही काळ त्याच्या मनात हाच विचार येत होता. 'कदाचित मी कधीच मरणार नाही. कदाचित मृत्यू मला विसरूनच गेला असेल.' अशा विचारानं त्याच्यातील धाडसी आत्मविश्वासाला, त्याच्या शारीरिक शक्तीला आणि स्वार्थी उपभोगलोलुपतेला बळच दिलं होतं. पण आता हे मागचं वर्ष... म्हणूनच तर त्याला एमिन देदेच्या बासरीची गती पकडायची इच्छा झाली होती. पंधरा वर्षांपूर्वी अशी स्पर्धा करण्याचं त्याच्या डोक्यातही आलं नसतं. तेव्हा केवळ हूं असा उद्गार काढून त्यानं दिवाणखान्यातली झुंबरं पेटवली असती आणि दिवाणखाना मैफलीसाठी सुशोभित केला असता. किंवा मग बोलता बोलता चुकून हातातली काच फोडली असती.

एमिन देदेसोबत संवाद साधल्यानं कदाचित त्याच्या लक्षात आलं असतं की अजूनही सारं काही संपलेलं नाही. त्यामुळेच तर तैफिकनं आपले कुदूम ढोलसुद्धा वाजवण्यासाठी आणले होते.

जवळ जवळ एका वर्षापासून तैफिक उत्सुकतेनं मरणाची सिद्धता करत होता.

ज्या अभिजात संयमशीलतेनं त्यानं जीवन कंठलं त्याच संयमशीलतेनं त्यानं मरणाचीही तयारी चालवली होती. आपण केलेल्या कृत्यांची जबाबदारी कशी घ्यायची हे त्याला चांगलं ठाऊक होतं. आता तो खंबीरपणे नियतीला तोंड द्यायला सिद्ध झाला होता. तो घाबरला नव्हता असं नव्हतं. जीवनावर त्याचं निरतिशय प्रेम होतं. पण जसजसा त्याला अशक्तपणा आणि वार्धक्य येऊ लागलं तसंतसं ऐहिकतेनं दिलेल्या संधीचं महत्त्व त्याला कळू लागलं. जीवन म्हणजे योगायोगानं लाभलेलं कल्पनाविश्वच होतं. त्या विश्वातील अभिरुचीची आणि मौजमजेची त्याला कदर वाटू लागली. त्यानं आपल्या सर्व दृष्टिकोणांचा त्याग केला. आता त्याचं अस्तित्व म्हणजे सर्व प्रकारच्या रोगांनी जर्जर झालेलं शरीर ह्याच रूपात काय ते उरलं होतं. पण आज त्याच शरीराला आपलं अस्तित्व पुन्हा नव्यानं सिद्ध करावंसं वाटत होतं.

इहसान म्हणाला, ''सुआदसुद्धा आज येणार आहे.'' त्याचं बोलणं ऐकताक्षणी मुमताझचा चेहरा पडला.

ते पाहून मसिदे लहान मुलाच्या निरागसतेनं म्हणाली, ''असं करू नकोस रे. उभ्या आयुष्यात माझी स्तुती करणारा तो एकमेव माणूस आहे.''

इहसानच्या मुखावर एखाद्या साधुसंतासारखं प्रसन्न स्मित नेहमीच झळकत असे. तो विचारपूर्वक बोलला, ''तुला ते आवडणार नाही हे मला ठाऊक आहे, पण तो एक प्रतिभावंत माणूस आहे त्याच्या अंगी उच्च बुद्धिमत्ता आहे. मात्र ह्या अकलेचा वापर कुठे आणि कसा करायचा हे त्याला कळत नाही... कदाचित त्यामुळेच तो कायम अस्वस्थ असतो. तो नेहमीच कुठल्या ना कुठल्या भिंतीवर आपलं डोकं आपटून घेत असतो असं मला वाटतं. असं दिसतं की केव्हातरी बेयोग्लू येथे त्यानं तुला पाहिलं पण तू त्याला पाहून न पाहिल्यासारखं केलंस असं तो म्हणतो.''

तिरस्कारानं मुमताझच्या अंगाची लाही लाही झाली. तो म्हणाला, ''मी पाहिलं त्याला पण तो अशा काही विचित्र परिस्थितीत अडकला होता की त्या वेळेस जर मी त्याला हटकलं असतं तर त्याला वाटलं असतं की हा कुठे आला इथं मधेच.'' मग आतल्या आत तो स्वतःशीच म्हणाला की, 'ह्या माणसानं माझ्याबद्दल काय सांगितलं असेल आणि मला तुच्छ लेखलं असेल कुणास ठाऊक...' पण आपण गप्प बसायचं नाही असं ठरवून त्यानं त्या धाब्यावर घडलेल्या प्रसंगाचं वर्णन केलं. फिकट जांभळी हॅट घातलेली ती स्त्री, होऊ घातलेला गर्भपात... सगळं सगळं त्यानं सांगून टाकलं. काहीही बाकी ठेवलं नाही. 'जणू मीच एका भयंकर विहिरीत पडलो होतो.' गोष्ट सांगता सांगता मुमताझच्या मनात आलं.

‘‘सुआद जिन्यातून खाली उतरत होता तेव्हा त्याच्या तोंडावर खोचक हसू होतं. त्या स्त्रीच्या पाठीमागे उभा असताना तो असे काही हात चोळत होता की... तो जणू म्हणत होता, ‘देवा, सोडवलंस बाबा तू आम्हाला त्या जंजाळातून.’ बोलता बोलता कसनुसं होत मुमताझनं आपले हात चोळले. त्याला ठाऊक होतं की हा सारा प्रकारच घृणास्पद आहे. चेहऱ्यावर तिरस्काराचे भाव घेऊन तो गप्प बसला.

ती कहाणी सांगताना त्यानं एकदाही नूरानकडे पाहिलं नव्हतं. आपले डोळे जमिनीकडे खिळवूनच तो सगळा वेळ बोलला होता. मधून मधून तो मान वर करी तेव्हा तो फक्त इहसानलाच उद्देशून बोलत होता.

‘‘हां, असं होतं का ते? मला तर तो म्हणाला की तुला दारूची फार आवड आहे. त्या दिवशी तू नेहमीपेक्षा जास्तच घेतली होतीस. त्यामुळे तुला धुंदी चढली होती.’’

मुमताझनं चेहऱ्यावर असे भाव आणले की तो जणू म्हणत होता... ‘तू मला कुणाहीपेक्षा जास्त ओळखतोस.’ त्याच्या मनात चित्रविचित्र दुःखं दाटून आली होती. नूरानला आपण कड्याच्या काठाशी नेऊन उभं केल्यासारखं त्याला वाटू लागलं. सुआद, तू नीच आहेस... शापित आहेस... पण मी एवढा कासावीस का होतोय? अचानकपणे प्रेमानं कसे काय हे क्रौर्याचे मुखवटे चढवले? त्याला वाटलं की मीही त्याच्यासारखाच आहे... विचार करता करता त्यानं नूरानकडे अक्षरशः घृणेनं पाहिलं. तो जणू काही तिला म्हणत होता, ‘तुझ्यासाठी मला आणखी काय काय सहन करावं लागणार आहे तेच पाहूया आता.’

नूरानच्या चेहऱ्यावर बेफिकिरीचे भाव होते. पण तिची मुमताझशी नजरानजर झाली तेव्हा ती हसून म्हणाली, ‘‘आपल्याला काय त्याचं, मुमताझ? आपल्या दृष्टीनं तर तो तिऱ्हाईतच आहे, नाही का?’’

इहसाननं विषय बदलण्याचा प्रयत्न केला, ‘‘तीन वर्षांपूर्वी ही टेकडी चढणं म्हणजे माझ्यासाठी डाव्या हाताचा मळ होता. पण आत्ता मात्र टेकडी चढताना लागलेला दम अजूनही गेलेला नाही.’’

‘‘भाई, अजूनही तरुण आहात तुम्ही.’’

‘‘नाही. मी तरुण नाही. तेवढंच नाही तर मी कधीच तरुण नव्हतो असं वाटतं मला. तुझंही तसंच आहे. माझे वडील म्हणायचे की, ‘आपल्या घरात जन्म घेणाऱ्या लोकांना सगळ्याचीच घाई असते.’’ बोलता बोलता त्यानं निःश्वास सोडला, ‘‘मी तरुण नाही, पण माझ्यात भरपूर उत्साह आहे.’’ बोलता बोलता व्यायाम करावा तसे

त्यानं आपले हात डोक्यावर धरले. मग त्यानं आपल्या अंगात केवढी ताकद आहे हे दाखवण्यासाठी स्वतःच्या छातीला मिठी मारली. जणू काही तो आपल्या बाजूला उभ्या असणाऱ्या कुणालातरी दाबत होता. त्याचं बांधेसूद शरीर मुमताझ लक्षपूर्वक निरखत होता. त्याच्या हालचाली जणू काही काळाच्या वाहत्या प्रवाहाला आव्हानच देत होत्या. ''मुमताझ, मानवाच्या दृष्टीनं खरंखुरं समाधान कशात दडलेलं असतं, समजून घे. शेवटी काय होणार आहे हे माहीत असूनही स्वतःला मिठी मारायची... खरं तर ही अगदी साधी कृती आहे. मी माझ्या हातांनी माझ्या छातीभोवती मिठी मारली आहे. मला माझे स्नायू जाणवतात. हे अगदी सोप्पं आहे. मृत्युचक्राचे अटळ आरे चालतच आहेत. तरीही मी स्वतःला पुनरुज्जीवित करतो आहे. मी आज जाहीर करतो आहे की मी आहे. पण उद्या मी असेनच असं नाही. कदाचित उद्या मी दुसराच कुणीतरी असेन. एखादा मूर्ख किंवा जराजर्जर होऊन देहभान हरपलेला असाही मी असू शकतो. पण ह्या क्षणी... ह्या क्षणी मी अस्तित्वात आहे. आपण अस्तित्वात आहोत, मुमताझ, समजून घे. तू तुझ्या अस्तित्वाचा, तुझ्या असण्याचा आनंद लुटतोस का? तू तुझ्या शारीरिकतेची पूजा बांधतोस का? माझे डोळे, माझी मान, माझे खांदे, ह्या साऱ्यांना मी अभिवादन करतो. दिवसरात्रीच्या आसनाला मी अभिवादन करतो. ह्या एका क्षणापुरत्या असलेल्या राजवाड्यात मी तुम्हाला पावित्र्य दिलेलं आहे. कारण ह्या क्षणिक चमत्काराच्या सहजीवनात आपण जगत असतो. हे शरीरा, केवळ तुझ्यामुळेच मी एका क्षणापासून दुसऱ्या क्षणापर्यंत जाऊ शकतो, तुझ्या साथीनंच जाऊ शकतो. कारण मी एकटाच हे क्षण जोडून सलग, अखंड असा कालावधी निर्माण करू शकत नाही.''

मसिदेनं एक निःश्वास टाकला, ''इहसान, आपलं अस्तित्व केवळ अल्लाच्याच मालकीचं नाही का?''

तिचा आवाज ऐकत राहावा असं मुमताझला वाटू लागलं. लहानपणीही डोळे बंद करून तिचा आवाजच ऐकत राहावं असं त्याला वाटत असे. तो पुटपुटला, ''बोल, काहीतरी, हालचाल कर.''

इहसान मसिदेला उत्तर देऊ लागला, ''होय मसिदे, पण तरीही आपण असतोच ना. आपणसुद्धा असतो आणि कदाचित आपण असल्यानंच अल्लाही सर्वत्र असतो. मुमताझ, तुला ह्या मसिदेबद्दल काय वाटतं?''

''मला मसिदेभाभी वाक्चतुर वाटते आणि सुंदर वाटते. दिवसेंदिवस ती अधिकाधिक सुंदरच दिसू लागली आहे.''

मसिदेनं मंद स्मित केलं, ''इहसान, मला वाटतं की मी म्हातारी झाले आता.

कारण माझी स्तुती केली की मी लगेच हुरळून जाते. कालच संध्याकाळी सुआदनं...'' पुढील शब्द पुरे न करताच ती मुमताझकडे वळली, ''मुमताझ, आज तुझी पंखांची एक जोडी नाहीशी झाली, ते तुझ्या लक्षात आलंय का? पण त्याबद्दल फार काळजी करू नकोस. आज तुझी पहिली जोडी हरवली असली तर त्याला फार महत्त्व देण्याची गरज नाही. तीन जोड्या हरवल्या तरी चालतात, पण चौथी जोडी...''

इहसान आपल्या बायकोकडे पाहू लागला, ''तू हे काहीतरी रचून सांगते आहेस ना?''

''मी काहीही रचून सांगत नाही. माझी आजी म्हणायची. तसं काहीतरी कुराणात लिहिलं असावं.''*

तेवढ्यात नूरान आतल्या खोलीतून बाहेर आली. ते कसली चर्चा करताहेत हे तिला जाणून घ्यायचं होतं म्हणून तिनं विचारलं, ''काय लिहिलंय कुराणात?''

''मसिदे विचारतेय मुमताझला की आज त्याची पंखांची एक जोडी हरवलीय ते माहीत आहे का त्याला?''

''पण ते अजून तीनदा नव्यानं उगवू शकतात... तू माझ्यासाठी बेचैन होऊ नकोस नूरान. माझे पाय अजूनही जमिनीला टेकलेले नाहीयेत.''

''खरं सांगायचं तर मुमताझ अगदी लहान मुलगा असल्यापासून पंखांशिवाय मला कधीच दिसलेला नाही. गलातासराय शाळेत तो होता तेव्हा आठवड्याच्या सुट्टीत त्याला घरी आणायला मी जायचो तेव्हाही मला दुसरं काही दिसण्यापूर्वी त्याचे पंखच दिसायचे.''

ते बोलणं ऐकून नूरानला हसू आवरेना. ''हं, मुमताझ, तुझे लाड करून तुला कसं बिघडवून ठेवलेलं आहे ते आत्ता मला कळलं बरं का.''

पण नंतर मात्र नूरान वैतागली. कारण ज्या घराची ती मालकीण नव्हती त्या घरात तिला एकाच वेळी पाहुणी आणि यजमानीण असा खेळ खेळावा लागत होता. तिथं आपल्याला आपल्या मनातलं काहीच सांगता येत नाही असं तिला वाटू लागलं.

''आपण इस्तंबूलमधल्या सर्वात उत्तम काळाचा अनुभव घेत आहोत. पानगळीचा हा मोसम तर अगदी बिनतोडच आहे.'' इहसान नूरानकडे वळून म्हणाला, ''तू मुमताझकडे लक्ष देऊ नकोस ग. पानगळीच्या दिवसात त्याला नंतर येणाऱ्या हिवाळ्यातल्या पावसाची आठवण येते आणि त्याचं काळीज जडशीळ होतं. त्यामागचं कारण ठाऊकाहे का तुला?'' त्यानं मुमताझकडे मायेनं पाहिलं आणि तो हसून म्हणाला,

---

*टीप: कुराणात लिहिलं आहे की देवदूताला चार वेळा पंख उगवतात.

''तो अंगावर खूपच कपडे घालून ठेवतो. तो लहान असताना मी त्याला नेहमी सांगायचो की तू सारखे टीपटॉप कपडे घालू नकोस. टीपटॉप कपडे घालणाऱ्या लोकांची कल्पनाशक्ती फारच वळवळ करू लागते. मुमताझ, तूच सांग आता की आत्तापर्यंत देवानं दिलेला कुठला दिवस तू दिवास्वप्नं बघण्यात घालवलेला नाहीयेस?''

''खरं सांगायचं तर मी खात्रीनं सांगू शकत नाही पण तरीसुद्धा दिवसाला पाच ते दहा वेळा मी दिवास्वप्नं पाहात असेन... पण त्याहून जास्त मात्र नक्कीच नाही.''

''हूं. तसं आहे का? तसं असेल तर तू वर्तमानकाळात जगायला शिकला आहेस असं म्हणायला हरकत नाही. म्हणजेच मी ज्या बाबतीत हात टेकले त्या बाबतीत नूरान जिंकली असं म्हणायला हरकत नाही. नूरान पोरी, अल्ला तुझ्यावर कृपा करो.''

पूर्ण पिकलेल्या, मोठ्ठ्या सोनेरी फळासारखा ऑटमऋतू त्यांच्या डोळ्यांसमोर जणू लटकत होता. त्या फळाचा ते सारेजण आस्वाद घेत होते. जणू त्यांना तो ऋतू शाश्वत टिकावा म्हणून त्यांच्या स्मृतीचा एक भाग करून ठेवायचा होता.

''तुम्ही जर ही भिंत उंचीला कमी केलीत तर बॉस्फरस दिसेल का आपल्याला?''

ते सर्वजण बागेच्या भिंतीकडे पाहू लागले. लालसर रंगाच्या इव्ही वेलीनं त्या भिंतीला वेढून ती संध्याकाळ जणू काही हवाबंदच करून टाकली होती. तो अत्यंत सुंदर संधिप्रकाश आणि त्यामुळे जागवल्या जाणाऱ्या आठवणींची ऊब तशीच ठेवण्यासाठी नूराननं लगेचच उत्तर दिलं, ''नाही. दिसणार नाही बॉस्फरस. हे घर काही अगदी कडेला नाहीये ना. ह्या घरासामोर एक छोटंसं पठार आहे. त्यावरच ह्या परिसरातील इतर घरं आहेत. त्यानंतर पुढे उतार सुरू होतो.''

''नूराननं बागेसाठी केवढं सुंदर रेखाचित्र बनवलं आहे.'' टेबलावर पडलेली बाळबोध रेखाचित्रं प्रत्यक्षात कशी दिसतील ह्याची कल्पना करताना मुमताझचे डोळे स्निग्धतेनं भरले. ''नूरान माझ्यापेक्षा दोन वर्षांनी मोठी आहे म्हणून तिला अवघडल्यासारखं होतं पण खरं तर कधी कधी एखाद्या लहान मुलीबद्दल वाटावं तसं वात्सल्य वाटतं मला तिच्याबद्दल.''

तैफिक कुरकुरला, ''तुम्हाला जर बाहेरचा देखावा पाहायचा असेल तर तुम्ही बाहेर जा ना. तुम्हाला बॉस्फरसकडे बघायचं असेल तर किनाऱ्यावर जा. ही बाग जशी आहे तशीच अधिक चांगली आहे, इहसान.''

''तरी पण तुमच्याकडे त्या त्या मोसमात फुलणारी फुलझाडं अगदीच कमी आहेत की रे. तुम्हा लोकांना गुलाबांनी मोह घातलेला आहे.''

बाग कशी फुलवायची ह्याचीच स्वप्नं अख्खा उन्हाळाभर नूरान बघत होती.

तिनं आसपास नजर टाकली. आपण पहिल्यांदा ह्या बागेत आलो त्या दिवसाबद्दलच तिचं हल्ली चिंतन चाललं होतं. मधमाश्यांची गुणगुण, खिडकीतून त्यांनी पाहिलेला हलकासा पाऊस आणि सगळ्यात महत्त्वाची म्हणजे ती रात्र... मुमताझला जाणून घेताना मनात दाटलेल्या विलक्षण भावनांशी जोडली गेलेली ती रात्र... ती रात्र म्हणजे वसंतऋतूत आलेलं वादळ होती. त्यातच भर म्हणून डिबसी ह्या फ्रेंच संगीतकाराच्या संगीतातून कोरलेले गायिकांचे स्वर तिच्या स्मृतीत विखुरले गेले होते... जंगली गुलाबाच्या पांढऱ्या पाकळ्या विखराव्यात अगदी तस्से...

''खरं तर आपल्याकडल्या हवामानामुळे केवढी मोसमी फुलं आपल्या इथं फुलतात. रोझ ऑफ शेरॉन, इव्हनिंग प्रिमरोझ, मॉर्निंग ग्लोरी, काराकॅला बीन ब्लॉसम आणि बिगोनिया. त्यानं बोलता बोलता आपली नजर आकाशाकडे वळवली. ''हा एवढा प्रकाश आहे पण तो फुलांना आलेल्या बहरांशिवाय सुनासुना वाटतो, नाही का?'' त्यानंतर त्यानं एकदम मधेच विचारलं, ''सेम सुलतानच्या आईचं नाव काय होतं?''

''तिचं नाव सिसेकऱ्हातून म्हणजे फुलराणी होतं ना? ते जाऊ दे, पण तुमचा बुरसाचा प्रवास कसा झाला ते सांग ना?''

''होय, फुलराणी. खूपच छान टोपणनाव. आमची सहल मस्तच झाली. खरं सांगायचं तर खूप सुंदर.''

नूरान लाजली आणि लहान मुलासारख्या स्वरात उद्गारली, ''आम्ही पण जाणार होतो तिथं, मला खूप आवडलं असतं तिथं जायला.''

''अजून जाऊया की... मोसम काही संपलेला नाहीये.''

उत्तर देण्याऐवजी नूराननं आपली हनुवटी दुःखानं हलवली. ती जणू त्याला म्हणत होती, ''आत्ताच्या परिस्थितीत ते शक्यच नाही. भूतकाळाच्या आरशात आपण आपले ओठ शिवून टाकले आहेत... आता आपल्या कुठल्याही इच्छा पूर्ण होण्याची सवड किंवा आनंद आपल्याला मिळणार नाहीये.'' पण इहसान आपल्याच विचारांच्या पाठलागात मग्न असल्यामुळे त्याचं त्या दोघांच्या बोलण्याकडे लक्ष नव्हतं.

''पंधराव्या शतकात सेम सुलतानाला ओटोमान सिंहासनावर बसता आलं असतं तर किंवा जेता मेहमत आणखी वीस वर्षं जगला असता तर काय झालं असतं असं वाटतं तुला? मेहमतचा अकाली मृत्यू म्हणजे महान शोकांतिकांपैकी एक आहे. इतिहास हेच सांगतो की दीर्घकालीन सत्ता ही नेहमीच फायदेशीर ठरते. उदाहरण घ्यायचं तर राणी एलिझाबेथचं किंवा व्हिक्टोरियाचं घेऊया. म्हणजे सर्व परिस्थिती योग्य असेल

तरच म्हणतो हं मी. सुलतान महमत जर आणखी वीस वर्षं अधिक राज्य करू शकला असता तर आपण असं एक राष्ट्र बनलो असतो की ज्या राष्ट्रानं प्रबोधनयुगावर उमेदीच्या काळातच पकड मिळवली असती. असं व्हायला हवं होतं असं वाटणं ही फारच विचित्र इच्छा आहे, नाही का? पण काळ काही मागे वाहात जात नाही. जे काही घडलं त्यापेक्षाही जे घडलं पाहिजे होतं अशा इच्छेला कधी कधी माणूस बळी पडतो हेच खरंय.''

''हा एवढा अनुभव जमवूनही आपण आपली आयुष्यं बदलू शकत नाही हे तर आणखीच चमत्कारिक आहे.''

''मेहमत जगला असता तर... पण तो जगला नाही ना. आणि सेम सुलतानालाही सिंहासन मिळवण्याच्या धडपडीत यश मिळालं नाही. अराजक, अगदी विश्वासघात, इच्छा, आशा आणि तडफड हे सारं सारं शेवटी फक्त छोट्याशा कबरीपुरतंच शिल्लक राहातं. सेम सुलतान एका साध्यासुध्या घुमटाखाली फरसबंदीच्या जमिनीत आपल्या आईसोबत चिरविश्रांती घेत पडून राहातो. त्यांच्या आणि तशाच शेकडो-हजारोंच्या अवशेषांनी तर बुरसा बनलंय. मी बुरसाला सर्वात चांगल्या मोसमातही भेट दिली असं म्हटलं पाहिजे. तिथं अजूनही खूप गर्मी असते हे मान्य आहे मला, पण संध्याकाळी हवा थंड होते. मी तर फुलांसाठी वेडाच झालो होतो. प्रत्येक ठिकाणी फुलं होती... शांततेचं संगीत म्हणा किंवा संगीताची शांतता म्हणा तसं वातावरण होतं तिथं सगळीकडे...''

मसिदेनं आकाशाकडे रोखलेली नजर काढून तिचा ऊर्ध्वगामी प्रवास तात्पुरता थांबवला, ''इहसान, आपण एकटेच असताना संध्याकाळी विजा चमकल्या होत्या ते तुला आठवतंय का? आपण तेव्हा हिरव्या मशिदीतून बाहेर बघत होतो... नंतर मग तो सकाळचा तारा...''

''मसिदेला आकाशाबद्दल गाढ प्रेम आहे.'' इहसान म्हणाला.

''जोपर्यंत आकाश ढगाळ नसतं तोवर मला आवडतं ते... ढगाळ आकाश मला सहन होत नाही. अशा वेळी मी खूप अंतर्मुख होते. माझ्याच कोषात जाऊन बसते.'' ती हे इतकं हळू बोलली की ते जणू तिच्या स्वतःसाठीच होतं. फुलदाणीत कापून ठेवलेली फुलं कोमेजू लागताना फुलदाणीतल्या पाण्याच्या दिशेनं झुकू लागतात तशी मसिदे झुकून बसली होती. पण बागेतील ऑटमऋतूची तेजस्विता वाऱ्याच्या बासरीत परिवर्तित झाली होती. सुमधुर स्वरांनी त्या बागेतलं वातावरण भारून गेल्यासारखं दिसत होतं आणि ते भारलेलं वातावरण अगदी मसिदेलासुद्धा उदास

होण्याची परवानगी देत नव्हतं. त्याचा प्रतिकार करायचा असेल तर उदासी किंवा दुःख ह्यांपेक्षा वेगळ्याच भावनांची गरज होती. ती हुकूमशाही गाजवणारी इच्छा अशी होती जिनं सारं काही थांबवलं असतं, पुसून टाकलं असतं. तिनं आपला चेहरा पुन्हा आकाशाच्या दिशेला वळवला. एकमेव आणि शानदार असं ते अतींद्रिय, भव्यदिव्य आकाशपान होतं. अनंताच्या त्या प्रवासात तिनं स्वतःला झोकून दिलं.

अशा तऱ्हेच्या पलायनामुळे तिच्या आयुष्यात सुखाचे क्षण येत होते. इस्पितळात असताना एके दिवशी मृत्यूच्या असंख्य चिमट्यांतून जाताना ती वारंवार रडली. त्याच दिवशी तिला हे निळंशार आमंत्रण देणारी खिडकी सापडली होती. त्या खिडकीतून तिच्या मनातील विचार पंख लावून उडाले. त्या दिवसापासून तिच्यातला एक अंश कायमच एका खोल निळ्या स्तरातून दुसऱ्या खोल निळ्या स्तराकडे जात राहिला. वाळवंटातल्या थकल्याभागल्या प्रवाशाप्रमाणे कधी कधी ती एखाद्या तेजस्वी तारकापुंजाच्या पायथ्याशी विसावा घ्यायला येत असे. कुठल्याही वास्तवाच्या पलीकडे जाणारा प्रकाश आणि त्याची तेजस्विता ह्याविषयी मसिदेएवढी जाण दुसऱ्या कुणालाच नव्हती. आत्ता ह्या क्षणी तिचं अर्धअधिक अस्तित्व ह्या तेजस्वी आकाशातच तर होतं. ती आणि इहसान प्रकाशाच्या झाडाखाली एकमेकांशी बोलत बसले होते.

तैफिकनं हातानं खूण केली. ''थांब, थांब जरा. मी आता माझ्या आवाजाची परीक्षा देतो.'' तो इहसानकडे बघून अशा तऱ्हेनं हसला की तो त्याला जणू म्हणत होता, 'घड्याळाचे काटे मागे फिरव ना.' मग त्यानं नेवाकार गीताचं फारसीमधील पद म्हणायला सुरुवात केली.

''ह्या मैफलीतलं गुलाबाचं रोप बहरलं आहे पण गुलाबी गालांची साकी, तू कुठे आहेस?''

त्या गीताचं संगीत इत्रीचं होतं. इत्री म्हणजे खरोखरच एक प्रतिभावंत किमयागार होता. नूरान गुडघ्यावर ताल धरू लागली. तिच्या मामाच्या डोळ्यांत वेगळीच चमक आली होती. त्यावर नूरानची नजर खिळली होती.

इहसानही हलके हलके गुणगुणू लागला. पहिल्या महायुद्धानंतर काही काळ जेव्हा युद्धबंदी झाली होती तेव्हा तो युद्धकैदी म्हणून तुरुंगात होता. त्या वेळी तैफिक त्याला भेटायला आला असतानाही तो असाच गुणगुणत होता.

सुरुवातीच्या ओळी म्हणून तैफिक गप्प बसला. त्यानं जणू नेवा रागाचा स्फटिक दिवा चेतवला होता. त्यानंतर त्या रागाचा विस्तार करण्यासाठी त्यानं अनेक आलाप घेतले. ''वा, हे छान झालं. किती वर्षं झाली असतील मी हा राग गाऊन. मी केवळ

माझ्या आठवणीतल्या आवाजाचा पाठलाग करत गायलो. बाकी मला कसलंच भान नव्हतं.''

खूप दूरचं अंतर चालून आल्यासारखे नूरान आणि मुमताझ अवाक होऊन बघत राहिले होते.

नेवाकार रागाचं तैफिकनं सादर केलेलं जोशपूर्ण स्वरूप त्यांनी ह्यापूर्वी क्वचितच अनुभवलं होतं. जणू काही सिमुर्घ ह्या पुराणातल्या उडत्या घोड्यानं तेजाच्या महापुरातून किंवा नदीतून एक भव्य राजवाडाच उभारला होता की काय असं वाटत होतं ते गाणं ऐकून. पण सगळ्यात अद्‌भुत दृश्य काय होतं तर इत्रीच्या किमयेमुळे त्यांच्या आसपासच्या ऐहिक गोष्टींतही चक्क बदल घडले होते.

''जे काय झालं ते झालं. पण मला वाटतं की तू आता माहूरगीत गाऊन आम्हाला धन्य करावंस.''

मुमताझकडे उपहासानं पाहात पाहात तैफिक कुरकुरला, ''माहूरगीत? होऊन जाऊ द्या, पण हळू आवाजात म्हणेन.'' मग त्यानं धीम्या लयीत तो राग जणू शोधायलाच सुरुवात केली. तेवढ्यात त्याच्या आवाजानं अचानक पंख पसरले...

''आणि तू आशेनं भरलेल्या माझ्या आत्म्याचाही त्याग केलास.''

छे, हे काहीतरी वेगळंच होतं. महान संगीतकार इत्रीचं काहीच वैभव तिथं जाणवत नव्हतं. सर्वांच्या मनात एकाच वेळी तो विचार आला. अग्निज पाषाणातून बनवलेल्या दगडी तुरुंगात तेथील प्रत्येकाला जणू स्वतंत्रपणे कैद केलं होतं. इहसान म्हणाला, ''इत्री अगदीच आपल्या घराण्याला चिकटून असतो पण तरीही हे गीत चांगलं आहे.'' मग काही काळ तो गप्पच बसला. त्याला वाटलं की पुन्हा आपण सगळे स्वतंत्रपणे कैदेतच आहोत. ''काही काही गोष्टींच्या स्वभावधर्मापासून आपल्याला सुटका नसते.'' तो म्हणाला.

मुमताझ म्हणाला, ''होय, ते कठीण आहे... इतकं कठीण आहे की कधी कधी मी स्वतःलाच प्रश्न विचारतो की आपण आहोत तरी कोण?''

''आपण कोण आहोत? आपण स्वतःच नेवाकार आहोत. हे माहूरगीत आणि त्याच्याशी साम्य असलेली इतर असंख्य गीतं आहोत आपण. ती जेव्हा आपल्यातून अभिव्यक्त होतात तेव्हा आपण त्यांचे पडसाद बनतो. ती आपल्यात जे काही पेरतात त्यातून आपलं अस्तित्व बनतं.''

''याह्या केमाल म्हणत असे, आमची कादंबरी हेच आमचं गीत आहे. त्याच्या बोलण्यात अर्थ होता.''

“हा विचित्रपणा आहे. दररोज मी संगीताकडे वळतो पण प्रत्येक वेळी रिकाम्या हातांनी परत येतो.”

“थोडं सबुरीनं घे.” इहसान म्हणाला.

मुमताझनं विचारपूर्वक आपली मान डोलावून म्हटलं, “होय, सबुरी... सबर का फल मिठवा.”

“तेच म्हणतो मी. व्हॅलेरी ह्या फ्रेंच कवी आणि तत्त्वज्ञानं तेच सांगितलं आहे. एक लक्षात ठेव आत्ताशा कुठे तुझी सुरुवात आहे. बुरसामध्ये असताना मी ह्या अपूर्व घटनेचं जवळून निरीक्षण केलं. त्या ठिकाणी संगीत, काव्य आणि अध्यात्म सर्व एकत्र येऊनच अभिव्यक्त होतात. पाषाण तिथं प्रार्थना करतात आणि वृक्ष दैवी मंत्र म्हणतात.”

तैफिकनं मुमताझकडे वात्सल्यानं पाहिलं. त्याच्या निरागस आवेगामुळे आणि उत्साहामुळे तैफिक सुखावला होता. ‘मुमताझला काहीही पावलं उचलायला जमणार आहेत की नाही, प्रश्नच पडतो मला.’ त्याच्या मनात आलं. ‘नाही, नाही. जर जीवनानं संधी देऊन त्याच्यावर कृपा केली तर तो नक्कीच काहीतरी करून दाखवील ह्यात काहीच शंका नाही.’ त्यानं स्वगत म्हटलं.

दोन

दाराशी काहीतरी गडबड झाली.

सलीम, ओर्हान, नूरी आणि फाहरी ही चार तरुण पोरं त्यांच्यातील ज्येष्ठतेच्या आणि मानाच्या क्रमानुसार आत शिरली. नेहमी सलीमसोबत राहणाऱ्या ओर्हाननं बुटक्या सलीमला हळूच पुढं ढकललं आणि तो त्याच्यामागोमाग आत आला. जणू त्याला म्हणायचं होतं, “अरे सलीम, मी नसलो तर काय होईल बाबा तुझं?” सगळं नीट दिसावं ह्या उद्देशानं उंबऱ्याशी येता येताच नूरीनं चष्म्याच्या काचा पुसल्या. सगळ्यात शेवटी आलेल्या फाहरीनं त्यांच्यामागे दार बंद केलं.

इहसाननं त्या मंडळींचं हलकेच स्वागत केलं. मग तो पुढे बोलू लागला, “माझ्या बोलण्याबद्दल गैरसमज करून घेऊ नका. मी काही गूढवादी बनू इच्छित नाहीये. तर मी एका तेजस्वी कल्पनेविषयी बोलतो आहे. ती कल्पना हेच प्रत्यक्ष वास्तव आहे. आपण स्वतःला जाणावं आणि स्वतःची कदर करावी असं मला वाटतं. आपण जसे आहोत तसंच आपण स्वतःला स्वीकारलं तर अंतिमतः मानवता म्हणजे काय त्याचा आपल्याला शोध लागू शकतो.”

ओर्हाननं विचारलं, ''मला ह्या गोष्टीचं खूप आश्चर्य वाटतं की एकीकडे तुम्ही मानवता आणि आध्यात्मिक मूल्यांना महत्त्व देता आणि दुसरीकडे सामाजिक सुधारणांमध्ये लक्ष देता. सुरुवातीपासून मानवी श्रमाबद्दल नियम असले पाहिजेत असं म्हणता. तुम्ही ऐहिक बाबींशी जास्त बांधले गेले आहात असं वाटत नाही का तुम्हाला?''

''पण ते तर समजायला अगदी सोपंय.'' बोलता बोलता त्याची नजर मागल्या दारानं येरझारा घालत असलेल्या नूरानकडे गेली. तिच्या हातातल्या ट्रेमध्ये पेले आणि बर्फ ठेवण्याचं भांडं होतं. खरोखरच ती सुंदर होती. तिच्या चालण्यातून, तिच्या कमनीय बांध्यातून आणि हसण्यातून ऐट आणि डौलदारपणा दिसत होता. जर मुमताझला स्वतःतली ताकद समजली असती तर जीवन खरोखरच अगदी सरळ आणि सुलभ झालं असतं. परंतु का कोण जाणे पण सुरुवातीपासूनच मुमताझ दुःखाच्या जाळ्यात अडकलेला होता. 'मी तरी काय करणार?' इहसानच्या मनात आलं. 'ह्या मूलभूत अडथळ्यांचा निःपात तर त्यानं स्वतःनंच करायला हवा ना! ह्या बाबतीत मी ह्या माझ्या छोट्या चुलत भावाला मदत करू शकत नाही. मी जर त्याला सबुरीनं घे म्हटलं तर तो वेळ वाया दवडील. मी जर त्याला म्हटलं, स्वतःबद्दल दृढविश्वास ठेव, बाकीच्या लोकांचा किंवा गोष्टींचा फार विचार करू नकोस. कृती कर. कृती करशील ती लवकर कर आणि स्वतःला झोकून देऊन कर. पण तसं जर मी म्हटलं तरीही तो चाचरेल. अजून दहाच दिवसांनी घटस्फोट झाल्यावर दुसरं लग्न करण्यासाठी लागणारा कायदेशीर वेळ संपेल आणि नूरान पुन्हा लग्न करण्यास मोकळी होईल.' मुमताझ तिला कामात मदत करायला गेला होता. त्या दोघांना मिळून काम करताना पाहून इहसानला खूपच छान वाटत होतं.

''हं, तुम्ही सोपंय असं म्हणत होता ना?''

इहसाननं हातातला पेला हलवला, ''ते सोपंय कारण ते वास्तवात आहे. म्हणून ही गरज दुसऱ्या गरजेला जोडून आलेली आहे. खरं सांगायचं तर त्या दोन गरजा वेगळ्या नाहीतच. त्या एकाच नाण्याच्या दोन बाजू आहेत. एका बाजूला आपण सभ्यता आणि संस्कृती ह्यांच्याबद्दलची आणीबाणीची परिस्थिती अनुभवत आहोत तर दुसऱ्या बाजूला आर्थिक सुधारणांचीही आपल्याला गरज आहे. उद्योगधंदा आणि व्यापार ह्यांच्या जगात आपल्याला प्रवेश केलाच पाहिजे.''

''ह्या दोनपैकी एक निवडायच्या परिस्थितीत आपण नाही आहोत. तसं आपण करणं हेही औचित्याला धरून होणार नाही. मानवजात ही सार्वत्रिक आहे. काम आणि

उत्पादकता ह्यातूनच ती स्वतःला शोधते. कामाच्या नीतिशास्त्रामुळेच आधुनिक समाजाचा जन्म झाला.''

त्यावर विचार करत मुमताझ म्हणाला, ''तसं आहे म्हणून तर कामामुळे त्या त्या ठिकाणच्या सभ्यतेची आणि संस्कृतीची जोपासना होते आणि त्याचबरोबर समाजाचीही निर्मिती होते असं म्हणायला हरकत नाही. म्हणजे मग आपल्या ऐहिक जीवनाचं नीट व्यवस्थापन करण्याचं काम आपल्याकडे राहातं.''

''हे सगळं एवढं सोपंय असं वाटतं की काय तुला? ते सगळं करण्याआधी आपलं आर्थिक जीवन सुरू झालं पाहिजे, भरभराटीला आलं पाहिजे. समाजासाठी आणि जगण्यासाठी निर्मितिक्षम उत्तेजना पुन्हा प्राप्त व्हायला हवी. तसं घडलं की जीवन आपलं आपणच विकसित होईल म्हणून सोडून देणं हेही शक्य नाही. फारच धोकादायक होईल ते. भूतकाळ आपल्या पावलांवर नेहमीच टोचा मारत असतो. जगाविषयी आणि अस्तित्वाविषयी अर्धवट जिवंत, उरलेसुरले दृष्टिकोण असतील ते आधुनिक जीवनात ढवळाढवळ करण्यासाठी दबा धरून बसतील. त्यातच भर म्हणून वर्तमानाशी आणि पाश्चात्त्यांशी आपण बांधले गेले आहोत. ते पाहिलं की वाटतं की नंतर एखादा विचार सुचावा तसं एका ओघवत्या नदीत आपण स्वतःला झोकून दिलंय. आपण काय फक्त पाणी थोडेच आहोत? आपण मानवी समाज आहोत. नदीला जोडणारी उपनदी नाही आहोत आपण. आपण असा समाज आहोत जो सभ्यता आणि संस्कृती ह्यांच्यासोबत चालला आहे. त्या सभ्यता आणि संस्कृतीच्या परिघात आपण आपली वेगळी ओळखही बाळगून आहोत. आत्ताच्या घडीला आपण आपल्या सामाजिक आणीबाणीकडे दुर्लक्ष करून युरोपचा साजसरंजाम स्वीकारलेला आहे. आधुनिकतेकडे संशयितपणे बघण्याची खोड आपल्याला लागली आहे. कारण आपल्या दृष्टीनं ती विदेशी आहे. दुसरीकडे आपल्या परंपरांकडेही आपण अशा थाटात पाहातो की त्यांचा आता काही उपयोग नाही. त्या कालबाह्य झालेल्या आहेत. आपल्या स्वतःच्या मूलभूत गरजा भागवण्याएवढ्या पातळीपर्यंतही आपलं अस्तित्व अजून पोहचलेलं नाही. अंगभूत मूल्यं आणि जगण्याचे मार्ग मिळावेत म्हणून आपल्या अस्तित्वानं अजूनही तेवढी समृद्धीची आणि सर्जनशीलतेची उंच पातळी गाठलेली नाहीये. हे दुटप्पी वर्तन, ही विसंगती ह्यामुळे आपण गोंधळात पडतो. सौंदर्यशास्त्र, मनोरंजन, नीतिमत्ता, शिष्टाचार आणि भविष्याबद्दलच्या संकल्पना ह्यांबद्दल आपल्याला काहीच कळेनासं होतं. आपण फक्त वरवरचं जगणं जगण्यात धन्यता मानू लागतो. जेव्हा केव्हा कधी आपण खोल बुडी घ्यायचा प्रयत्न करतो तेव्हा बेफिकिरी आणि

निराशावाद आपल्याला घेरून टाकतात. कुठलीही जमात दैवतांशिवाय नसते. आपल्याला आपली स्वतःची दैवतं कोरून काढावी लागतील किंवा त्यांचा नव्यानं शोध घ्यावा लागेल. दुसऱ्या कुठल्याही देशापेक्षा आपल्याला अधिक विवेकी आणि निश्चयी बनावं लागेल.''

मुमताझ नूरानचं निरीक्षण करत होता त्यात ओर्हाननं व्यत्यय आणला. ''तसं असेल तर मग आणीबाणीची परिस्थिती अपरिहार्य आणि अटळ आहे असं तुमचं मत आहे का?'' त्यानं विचारलं.

''फक्त अटळच नाही. मला तर वाटतंय की आत्ताच आपण त्या परिस्थितीचा अनुभव घेत आहोत.'' इहसाननं पेल्यातून एक दीर्घ घोट घेतला. ''मी जिकडे नजर टाकतो तिथं माझ्या कल्पनांपेक्षा वेगळं असं मला काही सापडत नाही. भुसभुशीत जमिनीवर एखाद्या प्राण्यानं आपलं घरकूल उभारायचा प्रयत्न करावा तसं मला पाहिजे तिथं मी माझं लक्ष केंद्रित करू शकतो. पण ही सहजसुलभताच घातक आहे. आपल्याला हवं तिकडे आपण जाऊ शकतो असं जरी असलं तरी आपण शेवटी एकाच पोकळीत आहोत हे आपल्याला जाणवतं. आपल्यासोबत त्या पोकळीत असतात सडलेली मुळं किंवा असंख्य शक्यता. त्या शक्यतांची अवस्था अशी असते की त्यापासून काही निष्पन्न होणं केवळ अशक्य असतं. अर्थात मग आपली मती गुंग होते. आज एखादा माणूस विचार करील की तुर्कस्तानसारखा देश काहीही बनू शकतो. पण तुर्कस्ताननं काहीही न बनता केवळ तुर्कस्तानच बनलं पाहिजे. आपल्या स्वतःच्या आणीबाणीतून आपण स्वतःच आपला विकास केला तरच ते शक्य आहे. आपल्या दृष्टीनं म्हणायचं तर आज आपल्याकडे आपल्या सवयी आणि आपलं नाव सोडलं तर काय आहे? ते सोडलं तर आपल्या हातात निश्चित असं काही नाही. आपला समाज, आपले लोक आणि येथील प्रादेशिक सीमा ह्यांना काय म्हणतात ते आपल्याला ठाऊक आहे. अर्थात मी हे प्रत्येकाबद्दल बोलत नाही आणि अस्पष्ट माहितीबद्दलही बोलत नाही. विशुद्ध ज्ञान आणि नीती ह्यांच्या संदर्भातील संस्कृतीबद्दल मी बोलतो आहे. पण मग येऊ शकणारी संकटं आणि भावी शक्यतांबद्दल काय? शेतीवर आधारित जुन्या साम्राज्याचा विनाश होऊन आज आपला देश जन्मला. उत्पादनाच्या आर्थिक पद्धतींबद्दल आपण अजूनही चाचपडत आहोत. आपली अर्ध्याहूनही अधिक लोकसंख्या कुठल्याही तऱ्हेच्या उत्पादनात गुंतलेली नाही. जे कुणी उत्पादन करत आहेत तेही फार परिणामकारकरीत्या उत्पादन करत आहेत असंही नाही. ते फक्त काम करतात आणि काम करताना ऊर्जा खर्चतात. पण जो माणूस निरुद्देश काम करतो तो

लवकर दमतोही. पाहा ना, म्हणूनच आपण सगळे कसे थकलेभागलेले दिसतो. आपली अर्थव्यवस्था आणि आपलं अस्तित्व ह्यांचा विचार करताना मानवी श्रमाचा किंवा जमीनसुधारणेचा कुठलाही घटक आपण सम्यक दृष्टीनं विचारात घेत नाही. काही व्यक्तींनी केलेल्या थोड्या प्रयत्नांपुढे आपली गाडी जातच नाही. आजच्या श्रमांनी उद्याच्या प्रगतीची गती वाढवली पाहिजे. आज अडचणींनी भरलेल्या गतिमान भूगोलात आपण राहात आहोत. एकाच अविचल एकरूपतेच्या दिशेनं जग अधिकाधिक अंशी जाऊ लागलंय. एका मागून एक आपत्ती कोसळू लागल्या आहेत. आत्ता आपण तुलनेनं शांत आहोत हे जरी गृहीत धरलं तरी आपण मध्य युरोपाशी स्वतःला आर्थिकदृष्ट्या बांधून घेतलेलं आहे. आपल्या खात्यांचा हिशोब चुकता करून आपण ह्या नाहीतर त्या मार्गानं सवलती मिळवू शकतो. पण हा नाजूक करार कधीही गोत्यात येऊ शकतो. तेव्हा आपण काय करणार? पण ते जाऊ दे, आत्ता तो आपला चर्चेचा विषयच नाही. खरा मुद्दा हा आहे की आपण आपल्या जीवनात जमीन आणि मानवी श्रम ह्यांची प्रतिष्ठापना करू शकलो नाही. आपल्याकडे त्रेचाळीस हजार खेडी आहेत आणि काही शेकडो शहरं आहेत. इझमितमधून बाहेर पडून अनातोलियाला जा किंवा हादिमकोय ते थ्रेस हा प्रवास करून पाहा. काही थोड्या ठिकाणीच फक्त यांत्रिक साधनांचा उपयोग होतो, पण बाकी इतरत्र सर्व ठिकाणी पारंपरिक शेतीच अजूनही चालू आहे. काही ठिकाणी तर शेतं नुसती पाडूनच ठेवलेली आहेत. आपल्याला लोकसंख्या व्यवस्थापन आणि उत्पादनाचं एक कठोर राजकारणच करावं लागणार आहे. शिक्षण आणि व्यावसायिक प्रशिक्षण ह्याही बाबतीत तशाच अडचणींना आपण तोंड देत आहोत. आपल्याकडे शाळांची ठरावीक संख्याच आहे आणि आपण त्यात अनेक विषय शिकवतो. पण ते करताना केवळ नोकरशाहीतील अनुशेष भरण्यासाठीच आपण धडपड करतो. त्याहून अधिक निष्पन्न काहीच निघत नाही त्यातून. ज्या दिवशी त्या यंत्रणेची नोकरी देण्याची क्षमताही पूर्ण भरेल त्यानंतर आपण काय करणार आहोत? आपण मुलांना वेगवेगळ्या पदव्या शिकवण्याची परंपरा आणली आहे. खूप छान. पण एक दिवस ह्या शाळांतून फक्त बेकार ही पदवी बाहेर घेऊन पडणारे पदवीधरच तयार होतील आणि समाजात फक्त उथळ बुद्धिवंतांचा सुळसुळाट होईल. त्यानंतर काय? त्यानंतर पुन्हा एकदा आणीबाणीची परिस्थिती... पण आपण आर्थिक उत्पादनासाठी शैक्षणिक व्यवस्थेला कामाला लावू शकतो. त्यातून आपला देशांतर्गत व्यापार वाढेल. देशांतर्गत बाजाराचा विकास हाच ह्या विषयाचा गाभा आहे. आपण अर्धशेतकी आणि अर्धऔद्योगिक कामगारांची फौज निर्माण करू शकतो. आपल्यापाशी

साधनसंपत्ती आहे. ती वापरून उत्पादन करण्याची आवश्यकता आहे. इस्तंबूलचं उदाहरण घ्या. आत्ता आत्तापर्यंत हे शहर म्हणजे उच्चभ्रू ग्राहकांचं नगर होतं. पूर्वेजवळच्या सर्व उत्पादनांचा लोंढा येथेच वाहात येत होता. हे सगळं एवढ्या प्रमाणात होतं की एके काळी दर तीस वर्षांनी हे शहर जाळून त्याचा विध्वंस व्हायचा पण तरीही येथील वाडे, गढ्या, बॉस्फरसकाठचे बंगले, पेठा आणि बाजार सारं काही अगदी शून्यापासून पुन्हा उभारलं जायचं. जुन्या यान्या प्रांतातील शेतीची जनावरं, येनीसची तंबाखू, इजिप्तचा कापूस थोडक्यात काय तर अर्ध्याअधिक मुस्लीम जगतातील उत्पादन ह्याच शहरात वापरलं जायचं. आता लोकसंख्येच्या ऐंशी टक्के लोक किरकोळ व्यापारी आहेत. त्यांचा प्रत्येक पावलावर एक छोटासा गाळा, तंबाखूचं दुकान किंवा ह्या ना त्या स्वरूपाचा छोटा कारखाना असतो. विचार करा, ह्या साऱ्यांचा निभाव कसा लागतो? जे काही जमिनीत उगवतं ते गोळा करून ह्यांचा निभाव लागतो. पण इस्तंबूलमध्ये सर्वांनी एकत्र येऊन काम केलं तर येत्या वीस वर्षांत आपण समाजाचा तोंडवळा बदलून टाकू शकतो. पूर्वेकडील अनातोलियाचं उदाहरण घ्या. तिथं तुम्हाला शेती आणि पशुपालनात असंख्य शक्यतांचा खजिना सापडेल. उत्तरेच्या टॉर्टम धबधब्यापासून सुरुवात करा आणि भूमध्यसागरापर्यंत एका मागोमाग एक भूभाग वीजपुरवठ्याखाली आणा. मारमारा समुद्र तर आपल्यातील रत्नांचा साठा घेऊन गाढ निद्रावस्थेत आहे हे वेगळं सांगायला नकोच.''

''ते ठीकाय, पण ह्या सगळ्याचा आणि मानवतेची कल्पना किंवा अध्यात्मवादी माणूस ह्यांचा संबंध काय? थोड्या वेळापूर्वी तुम्ही तेच सांगत होतात. पण आत्ता तुम्ही बोलताय त्यात जीवनातील ऐहिक गोष्टींचं परिवर्तन करण्याखेरीज दुसरं काहीच नाही.''

''लोक हे जीवनाच्या ऐहिक भागातच मोडतात. तुम्ही चार्ल्स पेग्वे वाचला नाहीत का? त्यांनी अगदी चटका लावणाऱ्या भाषेत सांगितलंय. ते म्हणतात, थोड्या गरिबीमुळे माणूस अधिक सभ्य आणि उदात्त बनतो, पण दारिद्र्यामुळे तो अगदी रानटी अवस्थेत जातो, त्याचा आत्मा हीनदीन होतो. मानवतेचा विनाश होतो. कल्याणाच्या एका विशिष्ट पातळीवर मानवी प्रतिष्ठा राखणं शक्य आहे. ती कल्याणाची पातळी अशी हवी जिथं लोकांना रोजगार मिळेल. मी काही कुठल्यातरी देशातल्या थेम्स नदीवरील कल्याणकारी कामाबद्दल किंवा अमेरिकन धडाडीबद्दल बोलत नाही. माझा मुद्दा असा आहे की आपल्या समाजात आपण लोक कल्याणाची पातळी अगदीच क्षुल्लक प्रमाणात जोपासू शकलोय. तिथं जे देव एके काळी आम्ही रद्दबातल केले होते

त्याच देवांच्या भक्तीकडे लोक पुन्हा वळतील हे निश्चित आहे. सामाजिक जीवन आपली मूल्यं शोधून काढतं आणि त्या मूल्यांभोवती फिरत राहातं. ज्या समाजानं समाधानाच्या दिशेनं आपला मोहरा वळवला आहे त्या समाजाला मार्गदर्शन करणाऱ्या तत्त्वांकडून तीच अपेक्षा असते. कशाही केलेल्या थोड्याफार वैयक्तिक प्रयत्नांपेक्षा सामूहिक प्रयत्नांमुळे जबाबदारीची जाणीव येते.''

तो बोलत असताना त्याच्या चेहऱ्यावरील भाव बदलले. आपण पूर्वी बोलायचो तसेच आताही बोलत असल्यामुळे मुमताझ आनंदला होता.

''आपले एक कविवर्य म्हणतात की सुलतान सलीम तिसरा ह्यानं भूमिती शिकण्याऐवजी थोडासा काव्याच्या इतिहासाचा अभ्यास केला असता तर किती बरं झालं असतं. आपण त्यात भर घालून असं म्हणू शकतो की तांझिमत काळातील माणसांना राजकीय अर्थव्यवस्थेबद्दल काही माहिती असती तर ते फारच बरं झालं असतं. त्या काळी त्याचा अभ्यास करण्यात लोकांना खूपच रस होता खरा, पण कुणाकडून शिकण्यात रस होता त्यांना? सुलतान अब्दुल हमीदनं मुनीफ पाशाकडून शिक्षण घेतलं. पण मुनीफला स्वतःला काय माहीत होतं त्याबद्दल फारशी स्पष्टता नाही. सुलतान अब्दुल हमीद हा एक दुर्दैवी माणूस होता. त्याला स्वतःच्याच भ्रमांनी पछाडलेलं होतं. तो सत्तेसाठी वेडा झालेला सुलतान होता. त्यानं जवळ जवळ तीस वर्षं म्हणजे १९०८ सालापर्यंत स्वतःला एका राजवाड्यात जखडून ठेवलं होतं. तो तुर्कस्तानच्या लोकांचा शत्रू क्रमांक एक होता. काही अभागी जीवांना १०१ वर्षांची शिक्षा मिळाली होती हे तुला ठाऊक आहे का? तो त्या लोकांपैकी एक होता. त्यानंतर काय झालं हे सर्वांनाच ठाऊक आहे. त्यानंतर अचानकपणे ऐतिहासिक घटनांच्या अमलाखाली आपण सापडलो. १९२० च्या दशकात आपल्या देशाला विजय मिळाला तोपर्यंत आपण त्याच परिणामांखाली राहिलो होतो.''

ओर्हाननं आळसावून हात-पाय लांब केले. ऊन खूपच छान आणि उबदार होतं.

''ठीकाय तर. वेळ जाईल तसं हे सगळं आपलं आपणच होणार नाही का? किंवा ह्या सगळ्या सुधारणा आणि घडामोडी आपापल्या वेळी घडतील असं नाही का?''

''अशक्य आहे ते. कारण अनिश्चितता येतात तसा काळही बदलतो. वाढत्या वयाच्या मुलाच्या हातात असलेला काळ आणि रुग्णाईत माणसाच्या हातातला काळ ह्यांच्यात फरक असतोच ना. आपण जगाच्या काळाच्या बाहेरच आहोत. मला असं

म्हणायचं आहे की आपण आपल्या काळाची गती बदलली पाहिजे. आपण जगाच्या बरोबरीनं पुढे गेलं पाहिजे. जगातील सर्व देशांच्या मिरवणुकीच्या रांगेत भले आपला देश सर्वात शेवटी असेल तरीसुद्धा त्यातील आपला सहभाग आणि आपली प्रगती ही त्या मिरवणुकीचाच एक भाग आहे असा माझा दृष्टिकोण आहे. त्या एका विशिष्ट मार्गानं आपण कदाचित त्या राजरस्त्यावर पोहचूसुद्धा. काळ हा निर्विवादपणे एक घटक आहे हे निश्चित. पण तो काळ प्रगत जगासाठी वेगळा आहे आणि जागतिक कामगारफौजेत आत्ता भरती झालेल्या देशांसाठी वेगळा आहे. आपल्या वर्तमान परिस्थितीकडे पाहिलं तर आपल्यासाठी तो पूर्णच वेगळा आहे असं म्हणावं लागेल. जर आपण त्या काळाची दखल घेतली नाही तर तो आपले हितसंबंध जपणार नाहीच पण आपल्यासारख्या अडचणींत पडलेल्या इतर देशांसारखा तो आपल्यालाही खोल गर्तेत ढकलून देईल. म्हणजे आपल्याला पंख देण्याऐवजी तो आपल्या पायांना बेड्या ठोकेल. शेक्सपिअरनं म्हटल्याप्रमाणे आपल्याला काळाच्या दिशेनं उड्डाण करायला हवं आहे. आपल्याला काळाशी निःशस्त्र लढा द्यावा लागणार आहे. आपल्या इच्छाशक्तीच्या बळावर चिकाटीनं तगून राहावं लागणार आहे. सुरुवातीला आपल्याला आपली परिस्थिती काय आहे ती मान्य करायला हवी. त्यानंतर आपली तातडीची कर्तव्यं काय आहेत त्यांची क्रमवारी लावायला हवी. हळूहळू पण निश्चितपणे आपल्याला जागतिक बाजारपेठेत प्रवेश करायलाच हवा. आपल्या स्वतःच्या उत्पादनासाठी आपण आपल्या बाजारपेठा उघडायला हव्यात. आपली कुटुंबं, घरं, शहरं आणि खेडेगाव साऱ्यांचं आपण पुनर्निर्माण करायला हवं. त्याचाच परिणाम म्हणून आपण मानवतेचंही पुनर्निर्माण करू. आत्तापर्यंत आपल्याला विधायक रीतीनं मानवी घटकाकडे लक्ष पुरवता आलं नव्हतं. आपण त्याऐवजी अनेक सामाजिक आणि सांस्कृतिक बदल घडवून आणले. आपल्या समाजात परस्परविरुद्ध राजकीय चळवळी स्थापन करण्याचं स्वातंत्र्य मिळवण्याचा आपण प्रयत्न करत होतो. त्या गरजेतून आता आपल्याला बाहेर यायचंय, अधिक मोठ्या आणि अधिक आवश्यक आव्हानांना तोंड द्यायचंय. फक्त जमीन सपाट करत आपण किती काळ बसणार? त्या जमिनीवर आपल्याला भव्य इमारतही उभारायला हवी. मग ही इमारत कुठली असेल बरं? तुर्कस्तानमधल्या नव्या पुरुषांची आणि स्त्रियांची क्षमता काय आहे हे कुणाला ठाऊक असेल? आपल्याला फक्त एकच गोष्ट माहीत आहे. ती म्हणजे आधीपासून रुजलेल्या मुळांवरच अवलंबून राहायची गरज. जर तसं करण्यात आपण अयशस्वी ठरलो तर आपण दुटप्पी अवस्थेच्या पलीकडे सरकू शकणार नाही. तह आणि करार हे

नेहमीच धोक्याचे असतात. आज आपल्यासाठी ते गोष्टी सोप्या करत असले तरी त्यांच्यामुळे निर्माण झालेल्या अडथळ्यांची किंमत आपल्याला उद्या चुकवावी लागू शकते. आपण अगदी गरजेपेक्षाही अधिक खोलात जाऊन बारकाईनं वागण्याची गरज आहे.''

नूरीला राहावलं नाही. तो म्हणाला, ''खोलात जाऊन बारकाईनं वागायचं म्हणजे कसं वागायचं? सद्य:परिस्थिती मला इतकी गोंधळात टाकणारी वाटते की...''

''एका बाजूला आपण काय वाटेल ते झालं तरी एक विशिष्ट तंत्र आत्मसात करण्याचा प्रयत्न करत आहोत. समान विचारसरणीचे लोक बनण्याचा प्रयत्न करत आहोत. एकदा का ती मानसिकता आपण अंगीकारली की परिस्थितीच्या रेट्यामुळे आपल्याला पारंपरिक मूल्यांचा त्याग करावाच लागेल. आपण सामाजिक संबंधांचे ढाचे बदलून घेत आहोत पण एकीकडे आपल्याला भूतकाळ विसरायचाही नाहीये. आपल्या वर्तमानकाळातील वास्तवात ह्या भूतकाळाची भूमिका आहे तरी काय? उघड उघड पाहाता असं दिसतं की फक्त गतकाळातील स्मृती किंवा स्मरणरंजन ह्यापलीकडे भूतकाळाचं काहीही शिल्लक राहिलेलं नाही. आपल्या जीवनावर ते साज चढवील. पण त्याहून अधिक विधायक मूल्य त्याच्याकडे काय असणार?''

''खोलात जाऊन, बारकाईनं म्हणजे काय म्हणायचं आहे मला?'' त्याच्या मनात आलं. मग त्यानं मस्तक वर उचललं आणि तो म्हणाला, ''मला ठाऊक नाही. शिवाय म्हणजे काय केलं पाहिजे हे मला ठाऊक असतं तर मित्रा, मी तुझ्याशी बोलत इथं नुसताच उभा राहिलो असतो का? मी शहराच्या मध्यभागी गेलो असतो आणि सगळ्यांना माझ्याभोवती गोळा करून युनूस एमरेसारखा ओरडलो असतो, 'तुमचं वास्तव घेऊन मी आलो आहे.' ह्या विषयावर जो माणूस पहिल्यांदा सखोल विचार करील त्याच्या हातून त्या विषयाची उकल होईलच असं नाही. पण त्यातही ज्या बाबींवर तातडीनं लक्ष द्यायला हवंय त्या बाबी आपण शोधून काढू शकतो. सुरुवातीला म्हणजे सगळ्यांना आपण एकत्र आणलं पाहिजे. एकत्र येणाऱ्या लोकांची जीवनशैली भले वेगळी असो, पण त्यांना नव्या जीवनाची आस लागलीय एवढी गोष्ट पुरेशी आहे. म्हणजे त्यातला एक गट चेंदामेंदा झालेल्या पारंपरिक संस्कृती घेऊन फिरणारा असला आणि दुसऱ्या गटाचे सदस्य आधुनिक जगाचे नवे भाडेकरू असले तरी फरक पडत नाही. आपल्याला त्या दोन्ही गटांचं मिश्रण हवं आहे.''

''दुसरं म्हणजे आपल्या भूतकाळाशी आपल्याला नवीन नातं प्रस्थापित करायचं आहे. त्यातील पहिलं काम तसं सोपंय. म्हणजे आपली भौतिक स्थिती सुधारून

आपण ते कमी–जास्त प्रमाणात प्राप्त करू शकतो. परंतु दुसरं काम करण्यासाठी वेगवेगळ्या पिढ्यांनी एकमेकींशी सहकार्य करण्याची गरज आहे.''

''आपण आपल्या भूतकाळाकडे दुर्लक्ष केलं तर डोळ्यांत कुसळ घुसावं तसा तो आपल्याला त्रास देत राहील. तुम्हाला आवडो किंवा नावडो पण ही जी एकी करणाची भव्य कल्पना आपण राबवणार आहोत त्या कल्पनेत आपल्याला भूतकाळाला स्थान द्यावंच लागणार आहे. भूतकाळ हे असं एक अस्तित्व आहे त्यातूनच आपल्याला प्रवेश करावा लागणार आहे. सातत्याची कल्पना कितीही भ्रामक असली तरी तिला घेऊन चालणं हे समाजाच्या दृष्टीनं गरजेचं आहे. आपण काही काल जन्मलेलो नाही. भूतकाळ हा आपल्यासाठी कठोर वास्तव आहे. तर मग आता त्यातील कुठल्या मुळांवर आपण नव्यानं कलम करायचं? लोक आणि लोकजीवन हे बऱ्याचदा खजिन्याची खाण असल्यासारखं असतं तर कधी कधी केवळ कल्पनारंजन असतं. दुरून आपल्याला ते एखाद्या अथांग प्रदेशासारखं वाटतं, पण जवळ जाऊन निरीक्षण केल्यावर कळतं की केवळ पाच–दहा सजवलेल्या प्रतिमा किंवा शैलीच आपल्याला दिसताहेत किंवा मग आपण सरळ एखाद्या तत्कालीन विशिष्ट जीवनपद्धतीतच शिरतो. ओटोमान शास्त्रीय किंवा अभिजात संस्कृतीबद्दल बोलायचं तर आपण त्या संस्कृतीपासून अनेक अंगांनी विभक्त झालेलो आहोत. ते काहीही असो, पण ज्या सभ्यतेशी ती संस्कृती अगदी मुळापासून जोडली गेली होती ती सभ्यता तर केव्हाच नष्ट झालेली आहे.''

मुमताझ म्हणाला, ''ही परिस्थितीच माणसला किंकर्तव्यविमूढ करणारी आहे असं म्हणतो मी. तुम्हीच म्हणालात की भूतकाळाकडे स्वत:चे असे पायच नाहीत की ज्यावर तो उभा राहू शकेल. आज तुर्कस्तानात आपण अशा पाच पुस्तकांची नावंही घेऊ शकत नाही जी पाच पुस्तकं लागोपाठच्या पिढ्या एकत्र बसून वाचतात. काही अपवाद सोडले तर जुने लेखक वाचणारे लोक दिवसेंदिवस संख्येनं कमी होत चालले आहेत. आपणच बहुधा तो शेवटला दुवा असू. नदीम किंवा नेफीसारखे कवी किंवा अगदी पारंपरिक संगीत ह्या ज्या गोष्टी आपल्या हृदयाचा ठाव घेतात त्यांच्यापासून थोड्याच काळात आपली कायमची फारकत झालेली असेल. तशा कायमची फारकत झालेल्या बऱ्याच गोष्टी आहेतच त्यांत ह्यांचीही भर पडेल.''

''काही अडथळे आहेत पण त्यामुळे परिस्थिती किंकर्तव्यविमूढ करणारी झाली आहे असं नाही मी म्हणणार. आपण आत्ता प्रतिक्रियांच्या कालखंडात आहोत. स्वत:चाच तिरस्कार करू लागलो आहोत. आपल्या डोक्यात अनेक तुलना आणि विरोधाभास भरलेले आहेत. आपण देदेची कदर राखत नाही. कारण तो काही वॅग्नर

नाही. युनूस एमरेची कदर करत नाही. कारण तो काही व्हर्ले नाही. बाकीही आपल्याला खालच्या दर्जाचा वाटतो. कारण तो गटे किंवा गिडे होऊ शकत नाही. अथांग अशा आशिया खंडातील समृद्धीत वसलेला एक सुखकर देश असूनही आपण उघडेवागडे राहात आहोत, संकटांना तोंड देत आहोत. आपला भूगोल, आपली संस्कृती सगळं काही आपल्याकडून एका नव्या समीकरणाची अपेक्षा करत आहे पण आपलं ऐतिहासिक ध्येय काय आहे ह्याचा आपल्याला किंचितसा सुगावाही नसावा? त्याऐवजी आपण दुसऱ्या देशांचे अनुभव नव्यानं जगण्याचा प्रयत्न करत आहोत.''

''तुला रसग्रहणाची पद्धत ठाऊक आहे, नाही का? रसग्रहण म्हणजे एखाद्या मजकुराचा अर्थ जोखायचा आणि त्याबद्दल विचार करून त्याला आपल्या मानवशास्त्रविषयक अनुभवाचा भाग बनवायचा. आपल्याला तसं करण्यात पुढाकार घेता आला तर? तेच करणं आपल्याला जमलेलं नाही. मी आत्ताच कदर राखणं हे क्रियापद वापरलं पण केवळ कदर राखणंही पुरेसं नाही. आपल्याला त्याच्याही पुढे जायला हवं. कल्पना आणि भावनांचा अनुभव त्या जिवंत, सजीव व्यक्ती असल्यासारखा कसा घ्यायचा ते आपल्याला ठाऊक नाही. पण आपल्या सहकारी नागरिकांना तेच हवं आहे.''

ओर्हानचा त्या बोलण्यावर विश्वासच बसत नव्हता. तो एकदम म्हणाला, ''छे, मला तर असं वाटतंय की आपले नागरिक सुरुवातीपासूनच अगदी बेपर्वा आहेत, बेफिकीर आहेत. इतिहासकाळापासूनच ते आपल्यापासून एवढ्या दूरवर आहेत की ह्या बाबतीत ते काहीही करू शकण्याच्या स्थितीत नाहीत. कदाचित त्यांना त्याबद्दल संशयच वाटू शकतो.''

''होय, खरं तर आपल्या लोकांना ते हवंय. आपण आजच्या तक्रारींच्या भिंगातून इतिहासाकडे पाहायचं सोडलं तर तुला वाटेल की हा देश दुसऱ्या कुठल्याही देशासारखाच आहे. पण इतर देश आणि आपण ह्यात फरक करणारा सगळ्यात वैशिष्ट्यपूर्ण घटक कुठला असेल तर तो म्हणजे आपल्या इथं असलेली मध्यमवर्गाची अनुपस्थिती. सुधारणा घडल्या तेव्हा त्यांच्या पोटात ह्या मध्यमवर्गाच्या निर्मितीची बीजं होती पण तरीही हा वर्ग प्रत्यक्षात निर्माण झाला नाही. ह्या वास्तवापासूनच आपल्या वेगळेपणाची सुरुवात होते. लोक बेफिकीर आहेत किंवा ते शंकेखोर आहेत ही एक अफवा आपणच प्रसृत केलेली आहे. पुन्हा पुन्हा एकच विधान करण्याचं तंत्र वापरून आपण आपल्या विरोधकांना फुटकळ सैद्धान्तिक झगड्यांत गुंतवून ठेवतो. मी काय म्हणतोय ते तुला कळलं आहे. पण तो तसला विजय मिळवण्याची फार मोठी

किंमत चुकवावी लागते. एवढं करून शेवटी काय तर तो विजय केवळ वाचकांच्या मनात क्षणभराकरता चमकून उठतो किंवा एखाद्या वरवर चाळून बाजूला ठेवलेल्या वृत्तपत्राच्या संपादकीय पानापुरता शिल्लक राहातो. तसल्या प्रकारचा विजय असतो तो. खरं सांगायचं तर आपले शहरवासी आणि ग्रामीण जनता दोघंही विचारवंतांपाशी आपलं मन उघडं करतात आणि त्यांच्या म्हणण्याकडे लक्षही देतात. नाहीतरी दुसरा मार्ग तरी कुठला असतो त्यांच्यापाशी? राजकीय उलथापालथीत दोन शतकं घालवल्यामुळे आपल्यावर कायम युद्धासाठी उभं राहण्याचीच जबरदस्ती झाली आहे. धोक्याची निर्णायक परिस्थिती उद्भवल्यामुळे अशा तऱ्हेच्या वर्तनपद्धतीचा जन्म झाला. आपल्या नागरिकांनी विचारवंतांपाशी नेहमीच आपलं मन मोकळं केलं आहे आणि त्यांनी प्रकाश टाकलेल्या रस्त्यावरून ते चालले आहेत.''

''हूं, आणि त्यांना नेहमीच चुकीचा मार्ग दाखवला गेला आहे, नाही का?''

''नाही, किंवा नेमकेपणानं सांगायचं तर जसं आपल्याला चुकीच्या मार्गानं नेलं गेलं तसंच त्यांनाही चुकीच्या मार्गानं नेलं गेलं. मला काय म्हणायचंय की प्रत्येक देशासारखं आपल्याही इथं घडलं. तर्कशुद्ध अशी काही प्रगती इतिहासात आढळून आलेय असं तुला खरंच वाटतं का? ते तर शक्यतेच्या अगदी पल्याडच आहे. परंतु समाजाची एकत्रित शक्ती एखाद्या पिढीनं घेतलेल्या चुकीच्या पावलांना ओलांडून पलीकडे जाऊ शकते. आपल्याला फक्त असा भ्रम होतो की सगळं काही वेगानं पुढे जात आहे. त्यामुळे दुसऱ्या कुठल्याही देशाएवढाच आपल्यालाही चुकीचा मार्ग दाखवला गेला आणि दुसऱ्या कुठल्याही देशानं केल्या तेवढ्याच चुका आपणही केल्या ह्याविषयी तू अगदी निश्चिंत रहा.''

''तुला ह्या देशातील सामान्य जनता आवडते तरी का?''

''जो जीवनावर प्रेम करतो त्याला माणसांबद्दलही प्रेम असतंच.''

''जीवनावर प्रेम असतं की माणसांवर? तुझ्या बाबतीत मला असं वाटतंय की तू जीवनावर किंवा जीवनाच्या कल्पनेवर अधिक प्रेम करतोस. हो की नाही?''

''पण जीवनात माणसं असतातच ना. जीवनाचं मानवी रेखाचित्र तीच उभी करतात आणि तीच जीवनाचा एकमेव स्रोत असतात. मी माणसांवर प्रेम करतो, त्यांच्यात रस घेतो. कधी कधी एखाद्या संकल्पनेसारखी माणसंही सुंदर असतात तर कधी निसर्गासारखी ती राकट, रांगडी असतात. त्यांच्या बाबतीत सारं काही स्पष्ट आणि उघड असतं. बऱ्याचदा ती विस्तीर्ण सागरासारखी शांत असतात. पण जेव्हा केव्हा त्यांना बोलायला जीभ मिळते तेव्हा ती अशी काही बोलतात...''

''पण त्यांना सामोरं जाण्याबद्दल काय? त्यांना सामोरं जाणं तुला कधी शक्य झालेलं नाही. त्यांची दुःखं, त्यांच्या यातना, काळज्या आणि अगदी त्यांचे आनंदसुद्धा तुझ्यासाठी कायम बंदच राहिले. म्हणजे केवळ तुझ्यासाठीच नव्हे तर आमच्यासाठीसुद्धा ते बंदच राहिले. जेव्हा मी अडाना येथे काम करत होतो तेव्हा मला हे अगदी दृश्य स्वरूपात जाणवायचं. मी नेहमीच दरवाजाशी राहिलो.''

''कुणास ठाऊक, काही दरवाजे बंद आहेतसे वाटतात. कारण आपण त्यांच्या पुढ्यात उभे नसतो तर त्यांच्या मागे उभे असतो. सर्व व्यापक गोष्टी अशाच असतात. तू त्यांना एखाद्या सूत्रात बांधायला बघतोस तेव्हा त्या मागे हटतात. मग क्षुल्लक दुःखात तुझा प्रवेश होतो. एका क्षणाला तू कारणभाव, तर्क, उपेक्षावाद आणि नकार ह्यांच्यात अडकून पडलेला असतोस तर दुसऱ्याच क्षणी तुझ्यात अशक्यता, अक्षमता आणि बंडाची भावना उफाळून येते... त्याच वेळी तू जर तुझ्या अंतरात डोकावलास तर तुला त्याचा शोध लागतो. हा शिस्तीचा किंवा पद्धतीचा प्रश्न आहे.''

''ठीक आहे पण आपण ते शोधणार कसं? ते इतकं गोंधळात पाडणारं आहे. कधी कधी गटेच्या होमनक्युलस ह्या छोट्या यंत्रमानवासारखा मीही काचेच्या कवचात जखडून पडलो आहे अशी भावना माझ्या मनात येते.''

इहसान विचार करत म्हणाला, ''तू तुझ्या काचेच्या कवचातून बाहेर ये, असा सल्ला देऊन मी ह्याचं उत्तर देईन असं समजू नकोस. तसं असेल तर तू फक्त फुकट जाशील. दुसरं काहीच होणार नाही. तू काही पण कर पण स्वतःचं कवच तोडू नकोस. त्याऐवजी ते कवचच मोठं बनव, त्या कवचाला तुझा स्वतःचा भाग बनव. त्याच्यात सुधारणा कर, तुझं रक्त देऊन त्याला संजीवनी दे. तुझं कवच हा जणू तुझ्या त्वचेचा भाग बनव'' त्याला वाटलं की आपल्या माजी विद्यार्थ्यांनी आपल्याला खिंडीत गाठू नये म्हणून आपण प्रश्नोत्तराचा खेळच खेळतो आहोत की काय? पण नाही, हे त्याचे खरोखरचे विचार होते. कुठल्याही व्यक्तीनं स्वतःला जपणं आवश्यकच होतं. विश्वात विरघळून नष्ट होण्याचा हक्क कुणालाच नव्हता. माणसांनी माणसांसारखंच असायला हवं होतं. त्यांनी सर्व प्रकारचे अनुभवही घ्यायला हवे होते. तो पुढे बोलला, ''होमनक्युलस ह्या मानवकल्पित छोट्या मानवाची चूक अशी झाली की त्यानं त्याच्या संरक्षक कवचाचं जित्याजागत्या सजीवात रूपांतर केलं नाही. त्यामुळे तो त्या भागात उपस्थित असलेल्या दुनियेशी एकरूप होऊ शकला नाही. थोडक्यात सांगायचं तर बाकीच्या निसर्गासोबत तो संपूर्ण सहजीवन जगू शकला नाही. ह्याचा अर्थ त्याचं कवच ही मूळ समस्या नव्हती.''

''पण सर, तुम्ही माझ्या बोलण्याबद्दल गैरसमज करून घेतला आहे. तुम्हाला ती मनाची स्थिती प्राप्त करणंही कुठे जमलेलं आहे? जर ती स्थिती प्राप्त करणं तुम्हाला जमलं असतं तर तुम्ही ती स्वतःमध्ये निर्माण करण्यासाठी एवढे धडपडला नसता. मूल्यं आणि सत्य ह्यांचा संग्रह असलेलं ते एक वास्तव आहे. त्या वास्तवानं तुमची पकड घेतलेली आहे ह्या दृष्टीनं तुम्ही त्याकडे पाहिलं असतं. मग ते सत्य केवळ तुमच्याच मालकीचं आहे अशा तऱ्हेनं त्याचा शोध लावण्यासाठी तुम्ही धडपडला नसता. मला नाही ते पटत. एका अर्थी तुम्ही काहीतरी रचून सांगता आहात. पण मी मात्र जे आधीपासून अस्तित्वात आहे त्याकडे पोहचण्याबद्दल बोलतो आहे.''

बोलण्यापूर्वी इहसाननं ओर्हानच्या चेहऱ्याकडे कळवळ्यानं पाहिलं. ''ह्या सगळ्या बोलण्यातून काय निष्पन्न होतं ते मला नाही ठाऊक. पण मला अधिक स्पष्ट करून सांगायला आवडेल. तुझ्या मनातील शंका मला समजतात. मी स्वतःला नाकारण्यासाठी स्वतःला विसरून जावं असं तुला वाटतं. तुला वाटतं की माया किंवा वात्सल्य हे ऐच्छिक असतं. तुझा सल्ला असा आहे की, तुमचं हृदय वादळाच्या केंद्रस्थानी फेकून द्या आणि अथांग प्रवास करण्यासाठी धाडसानं पाऊल उचला.''

''अन्यथा असं होईल की लोक आणि लोकजीवन ह्यांना सोबत घेऊन एकमेव वास्तव किंवा जबाबदारी म्हणून तू माझ्या पुढ्यात उभा राहाशील. तू तुझ्याबद्दल असाच विचार करतोस आणि तो विचार प्रत्यक्षात आणता येत नाही ह्याचं तुला दुःखही होतं. पण एक मुद्दा तू नजरेआड करतो आहेस, तो म्हणजे बाकी सर्व काही असण्यापूर्वी तू एक स्वायत्त व्यक्ती आहेस. सगळ्यात आधी मी स्वतःशी एकनिष्ठ असलं पाहिजे. माझी आध्यात्मिक सचोटी त्यातून दिसून येते. ती सचोटी मला प्राप्त झाल्यानंतरच माझा इतरांना उपयोग होऊ शकतो. स्वतःशी एकनिष्ठ राहायचं म्हणजे काही नीतिमूल्यं स्वीकारायची. त्यामुळे मी माझ्या भोवतालापेक्षा वेगळा होतो. अर्थातच मी सामान्य माणसांपेक्षा वेगळा होतो. त्या एका टोकाला स्वतःला पाहिल्यानंतर मी पुन्हा लोकांमध्ये परततो. म्हणूनच मी लोकांवर प्रेम करतो आणि तू म्हणतोस त्याप्रमाणे त्यांना माझ्या स्वतःच्या अंतरात जोपासतो. केवळ समाधी अवस्थेत जाणं किंवा महासागरात हरवून जाणं ह्यामुळे माझा स्वतःचा किंवा माझ्या परिसराचा काहीच हेतू साध्य होणार नाही.''

''ह्याचा अर्थ असा की मला ज्या चौकटी जपून ठेवायच्या आहेत त्या चौकटींतूनच मला जीवनाचा अर्थ जाणून घ्यायचा आहे. ह्या चौकटी म्हणजे मी स्वतः आणि मी धारण केलेला ऐतिहासिक मुखवटा. मी एक सांस्कृतिक राष्ट्रवादी आहे. माझ्या वास्तवातून जीवनाचं मार्गदर्शक तत्त्व प्रतिबिंबित होतं. पण ह्याचा अर्थ असा

नव्हे की मी सामान्य लोकांपासून दुरावलो आहे. उलट मी सदैव त्यांच्या हाकेला ओ द्यायला सिद्ध आहे.''

''पण त्यांच्या यातना तुम्हाला दिसत नाहीत, हो ना?''

''दिसतात की. पण मी मधे पडावं असा तो मुद्दा नाही. त्या लोकांवर अन्याय होत आहे असं मला जोपर्यंत ठाऊक असेल तोपर्यंत मी फक्त पायाभूत काम करून ठेवीन. कारण अंतिमतः ते लोक क्रूरपणे वागून बदला घेणारच आहेत. आपण असा छळ का सोसतो? म्हणजे मला म्हणायचंय की हे सारं जग असा छळ का सोसतं? कारण स्वातंत्र्यासाठी दिलेला प्रत्येक लढा हा अन्यायाच्या नव्या व्यवस्थेला जन्माला घालतो. तीच शस्त्रं घेऊन 'जशास तसं' ह्या पद्धतीचा प्रतिकार मला थोपवायचा आहे. ज्या परिस्थितीरूपी भांड्यात आम्ही घडवले गेलो आणि आम्हाला आमचं रंगरूप प्राप्त झालं त्या भांड्यापासूनच आम्ही लढा द्यायला सुरुवात करतो. मी तुर्कस्तानविषयी बोलतो आहे. तुर्कस्तान हेच माझं बघण्याचं भिंग आहे, मोजण्याची फूटपट्टी आहे. तुर्कस्तान हेच माझं वास्तव आहे. मला ह्या विश्वाला, मानवतेला जाणून घ्यायचं आहे आणि त्या परिघापासून निर्माण होणाऱ्या प्रत्येक गोष्टीला जाणून घ्यायचं आहे.''

''ते पुरेसं नाही.''

''आदर्शवादी स्थितीतली वैगुण्यं टाळण्यासाठी ते पुरेसं आहे. विशेषतः ज्या लोकांना काहीतरी सकारात्मक करण्याची इच्छा आहे त्या लोकांसाठी ते पुरेसं आहे.''

''ठीक आहे तर. चालू दे तुझं. ज्या तुर्कस्तानबद्दल तुम्ही बोलता आहात त्याची व्याख्या करा.''

इहसाननं उसासा सोडला, ''तोच तर ह्या विषयाचा गाभा आहे. व्याख्या ठरवायची म्हणजे...''

''कधी कधी ह्याच प्रश्नाचं उत्तर मला मिळाल्यासारखं वाटतं. मी स्वतःला सांगतो की हा देश विस्थापित आणि हद्दपार झालेल्या माणसांचा देश आहे. ह्या देशाची निर्मिती होताना, येथील सामाजिक जीवन तयार होताना अंतर हाच मुख्य कळीचा मुद्दा होता. प्रेम, यातना आणि अंतर ठेवण्याचं स्वातंत्र्य होतं इथं. सामान्य लोकांच्या दृष्टीनं म्हटलं तर आपला इतिहास आणि आपली कला अशीच आहे.'' मुमताझ विचार करण्यासाठी थांबला, ''आपलं शास्त्रीय संगीतसुद्धा तसंच आहे की...''

''अशी एखादी वारी असेल का जिच्यात मला सामील होता येईल? काबाच्या तीर्थयात्रेला जाताना माझी पावलं तिथल्या वाळूत रुततील.''

इहसानच्या कल्पना आणि त्याचे विचार नूरान पहिल्यांदाच ऐकत होती. प्रत्यक्ष

परिस्थितीशी तो इतका बांधला गेलेला आहे हे पाहून ती आश्चर्यचकित झाली. ''एखादं कृत्रिम मिश्रण तयार करावं तसा तुम्ही समाजाचा विचार डोक्यानं करता...'' ते वाक्य बोलून तिनं यासरच्या जीवनसत्त्वांच्या गोळ्यांच्या माहितीपत्रकातली माहिती स्वतःशीच घोकली, ''ज्या खाद्यपदार्थांत नैसर्गिकरीत्या ब जीवनसत्त्व सापडतं ते त्या पदार्थांतून सहजगत्या काढता येत नाही. त्यामुळे आमच्या प्रयोगशाळेनं महान, वैज्ञानिक प्रयासान्ती ते वेगळं काढलं. अशा तऱ्हेचं बोलणं वाटतं तुमचं.''

''ज्या पिढ्यांना रचनात्मक भूमिका निभावावी लागते त्यांना जीवनाकडे वेगळ्या कुठल्या भूमिकेतून बघताच येत नाही. आपल्यावर काम करायची सक्ती होते, कष्ट करण्यासाठी पाया तयार करावा लागतो. इतरांनीही तसंच करावं म्हणूनही सक्ती करावी लागते.''

''पण काही विचारवंत तर ह्याच्या अगदी विरुद्ध दावा करतात. ते म्हणतात की कामामुळे माणसं यांत्रिक होतात, त्यांचं क्षितिज अंधूक होतं.''

''तेच विचारवंत त्या मुद्द्याकडे येताना बऱ्याच गोष्टींचं समर्थन करतात. प्रस्थापित युरोपात ते एक प्रकारच्या गूढवादाचा पाठपुरावा करतात. त्यांना आत्मचिंतन करण्याची संधी हवी असते... पण मला आधी माझा आत्मा घडवू दे आणि माझ्या ऐहिकतेची व्यवस्था लावू दे. पण कुठल्यातरी गूढवादी पंथाचं मर्म जाणून घेणं ही त्यांची इच्छा असते. परंतु एखाद्या देशातील सामाजिक जीवन हे काही पंथाचं बनलेलं नसतं ना... माझ्यासारख्या अनेकांकडून ते सामूहिक अभ्यासाच्या रूपात येतं. मी फ्रान्समध्ये असतो तर मी व्यक्ती ह्या घटकावरही लक्ष केंद्रित केलं असतं. समाजाचा विचार न करता ती व्यक्ती कशी समृद्ध होईल ह्याचा विचार केला असता. हे बरं, का ते बरं असा विचार केला असता. सद्य:परिस्थितीबद्दल मी असमाधानी बनलो असतो आणि ज्या काही कमतरता मी शोधून काढल्या असत्या, त्या माझ्या मीच सुधारण्याचा प्रयत्न केला असता. त्या नव्यानं निर्माण केलेल्या ध्येयासाठी मी लढलो असतो. पण तुर्कस्तानात आज मी विचार करतो आहे की तुर्कस्तानच्या हिताचं काय आहे?''

''एका मिनिटापूर्वी तर तुम्ही म्हणाला होता की तुम्ही तुमच्या व्यक्तिमत्त्वाला, तुमच्या स्वतःच्या ओळखीला तिलांजली देणार नाही म्हणून... आणि आता तुम्ही म्हणता आहात...''

''मी का म्हणून माझी स्वतःची ओळख सोडून द्यायची? मुख्य म्हणजे माझं स्वतःचं असं व्यक्तिमत्त्व का असू नये? व्यक्तींनीच तर अस्तित्वाचं वास्तव बनतं.'' अनिच्छा आणि अनिश्चिततेच्या भोवऱ्यात सापडलेला इहसान म्हणाला, ''झाडं जशी जंगलाचा पाया असतात ना तसं.''

तीन

दरवाजाची कडी दुसऱ्यांदा वाजली. मुमताझ म्हणाला, ''नक्कीच अमीनजी असतील.'' आणि तो खुर्चीवरून उठून तडक दाराकडे गेला. इतरही काहीजण त्याच्यामागे घाईनं धावले. नूरान आपल्या मामांजवळून पुढे गेली तेव्हा ते आरामखुर्चीतून उठत होते. तिनं त्यांच्याकडे बघून स्मित केलं. तिला ठाऊक होतं की त्यांनी अमीन देदेला कित्येक वर्षांत पाहिलेलं नाही. थोड्याच दिवसांपूर्वी ते उल्हसित होऊन उद्गारले होते, ''जर आपण हिवाळ्यात इस्तंबूललाच राहिलो तर मी अमीनला पुष्कळ वेळा भेटायला जाईन...''

बासरीवादक केमीलनं एका हातात कापडी वेष्टणात गुंडाळलेल्या दोन बासऱ्या धरल्या होत्या आणि दुसऱ्या हातानं अमीन देदेंना गाडीतून उतरायला तो साहाय्य करत होता.

अमीननं इहसानशी हस्तांदोलन करण्यासाठी हात पुढे करून विचारलं, ''तैफिकही आलाय ना?'' त्याची दोघांशीही दीर्घकाळापासून मैत्री होती. येनिकापी मेवलेवी दरविश लॉज येथे अगदी तरुणपणी त्याची आणि तैफिकची पहिल्यांदा भेट झाली होती. इहसानच्या बाबतीत म्हणायचं तर पहिल्या महायुद्धाच्या वेळेस केमीलनं त्याची ओळख अमीनशी करून दिली होती. केमील स्वतः लांब दांड्याची तानबूर बासरी वाजवत असे. अमीनला भेटण्यापूर्वी इहसानला बासरीत फारसं गम्य नव्हतं. त्याऐवजी तुर्की गीतातील जुन्या वळणाचे वाद्य म्हणून त्याची तानबूर वाद्याला अधिक पसंती होती. त्या वाद्यामुळे अत्यंत उल्हसित असं वातावरण निर्माण होत असे. परंतु तो त्याचा विचार एका रात्री बदलला. तानबुरी केमीलच्या बहिणीच्या कोदिकोय येथील घरात त्यानं बासरीच्या मूलस्वरातली सच्चाई ऐकली. त्याचं असं झालं की हिलाल इ अहमर रेड क्रिसेंट सोसायटी ह्या धर्मादाय संस्थेच्या मदतीसाठी अमीन आणि तानबुरी केमीलनं सेहजादेबासी फेराह सभागृहात एक मैफल केली होती. त्या मैफलीनंतर तानबुरी केमीलनं बासरीउस्ताद अमीनला तसंच जाऊ दिलं नाही. मग त्या दोघांनी इहसानलाही आपल्यासोबत येण्याची गळ घातली. मग कोदिकोय येथे दोन दिवस, दोन रात्री मंडळी त्या घरात बसली. मेजावर मध्यभागी राकी आणि त्यासोबत खाण्याची थोडीशी सोय करून ते बसले. राकीचा साठा अर्थातच भरपूर होता. त्या दोन दिवसांत इहसानच्या लक्षात आलं की हे दोघंही श्रेष्ठ कलावंत आहेत. असे कलावंत फार क्वचित आढळतात. त्या रात्रीची आठवण काढून इहसान म्हणाला, ''आपण काय काय गमावलं आहे

ह्याचा मला अगदी प्रत्यक्ष अनुभव त्या दिवशी आला. जिवंत माणसांबद्दल बोलण्याची आपल्याकडे प्रथा नाही. त्यामुळे ह्या दोन्ही कलांवतांच्या कलेबद्दल मला खरंच त्यांना ऐकेपर्यंत फारसं ठाऊक नव्हतं.'' त्या रात्रीचा उल्लेख झाल्यावर खवय्या असलेल्या परंतु दारूला स्पर्शही न करणाऱ्या अमीन देदेंनीही आपली आठवण सांगितली. तेही तानबुरी केमीलच्या कलेने भारावून गेले होते. ते म्हणाले, ''त्या राकीच्या सर्व बाटल्यांवर माझे गुरू सन्माननीय केमील ह्यांस आदरपूर्वक अर्पण असं लिहिलेली लेबलं डकवलेली होती.''

त्या दिवसापासून इहसान अमीनला अजिबात विसरला नव्हता. अगदी हल्ली हल्ली काही वर्षांपर्यंत तो वेळ मिळेल तेव्हा त्याच्या घरीही जात असे. अमीनचं घर तोफेनच्या कादिरी टेकडीच्या शिखरावर होतं. अमीन एके काळी अल्बर्ट सॉरेलचा शिष्य होता, पण नंतर त्यानं मेवलेवी सुफी घराण्याची दीक्षा घेतली. तो त्याच्यातील आध्यात्मिकतेचा पैलू होता. तो संतपदाला पोहचला आहे अशी अमीनच्या काही मित्रांची धारणा झाली होती.

अमीननं इहसानचं परंपरागत पद्धतीनं स्वागत करून म्हटलं, ''महाशय, तुम्ही पुन्हा कुठं अदृश्य झाला होतात?'' मग तैफिककडे वळून तो म्हणाला, ''तुमचा ठावठिकाणा तर कित्येक वर्षं आम्हाला लागला नव्हता बरं, पण त्याचा दोष माझ्याकडेच येतो. कारण तुझ्या घराचा पत्ता मला ठाऊक होता.''

जमिनीवर बोचक्यात ठेवलेल्या कुदूम ह्या तुर्कीश ढोलताशाकडे बोट दाखवून तैफिक म्हणाला, ''मी कित्येक वर्षं त्यांना हातही लावलेला नाही. आज मी कपाटातून बाहेर काढली आहेत ही वाद्यं.''

संस्कृतीनं आपली चुणूक दाखवण्यासाठीच जणू काही अमीन देदेंची निवड केली होती. त्याच्या बासरीपेक्षाही त्याचं दिसणं अधिक नाजूक होतं. रोजच्या जीवनाच्या संदर्भातून उपटून आणावं तसा इतर माणसांसारखाच तोही बागेत हळूहळू चालत आला. नीरस ताणतणाव, लहानसहान अडचणी आणि चिंता-काळज्या त्याच्यासोबत होत्याच. त्यानं जमलेल्या स्त्रियांना ''सुलताना-'' असं संबोधून त्यांच्याशी हस्तांदोलन केलं. मुमताझच्या मित्रांनाही अभिवादन केलं. नंतर तो इहसानच्या बाजूच्या खुर्चीवर अगदी आरामात, शांतसा बसला. त्याच्या मागोमाग केमीलही देवदूतासारख्या प्रसन्न चेहऱ्यानं सवयीचं हसू हसत आला. त्याला पाहूनच वाटत होतं की हा अत्यंत आदरणीय असा श्रेष्ठ कलाकार असला पाहिजे. त्याच्या प्रत्येक हालचालीत त्याची वेगळी जीवनशैली आणि वेगळी ढब दिसत होती. त्याच्या

वागण्यातूनच जाणवत होतं, हा पाहा, हाच तो कलाकार. हा अशक्त, दुबळा माणूस आपल्या संपूर्ण भूतकाळातील खजिन्याचा शेवटचा राखणदार आहे. ह्या माणसाचं मस्तक म्हणजे सहा शतकांतील मधाचं पोळं असल्यागत आहे. त्यानं बासरीत फुंकलेल्या श्वासातून एक संस्कृती टिकून राहिली आहे.

इहसान हसून अमीनला म्हणाला, ''तर मग त्यांनी ही भेट ठरवून तुला दमवून टाकायचं ठरवलं तर.''

''महाशय, तुम्ही लक्ष देऊ नका तिकडे. आमचीच स्वतःची इच्छा होती म्हणून आम्ही इथं आलो. आम्हाला थंड हवेवर फिरायला मिळालं. केव्हातरी आम्हाला आमच्या मित्रांचंही म्हणणं ऐकू दे ना. नेहमीच काय इतरांनी आम्हाला भेटायला यायचं? आम्हालाही थोडे कष्ट घेऊ द्या की.''

अमीनजी सावळेसे गृहस्थ होते. त्यांचे डोळे निळसर राखाडी होते. उंची मध्यम होती. खांदे खाली झुकलेले असल्यानं ते बुजगावण्यासारखे दिसत. त्यांचं नाक मोठं आणि टोकाशी वाकलेलं होतं. त्यामुळे त्यांच्या वाळलेल्या चेहऱ्याचे अक्षरशः दोन अर्धे भाग झाले होते. नाक जिथं संपत होतं त्याखाली त्यांच्या ओठांच्या तीक्ष्ण, सरळ कडा आणि बारीक कापलेल्या पांढरट मिशा ह्यांनी त्यांच्या चेहऱ्याचं वर्तुळ पूर्ण केलं होतं. ह्या अवतारामुळे ते त्या काळातील महान संगीतज्ञ वाटण्याऐवजी सरकारी अधिकारीच वाटत. सीमाशुल्क किंवा डाक खात्यातले, भरपूर काम करणारे पण फारसे प्रकाशात न आलेले, शहराच्या नागरी जीवनापासून पूर्ण अलिप्त असे अधिकारी वाटत होते ते. तथापि एखाद्यानं अमीनच्या दाट, कुरळ्या भुवयांखाली विसावलेल्या डोळ्यांचं अगदी जवळून निरीक्षण केलं तर त्याला नक्कीच जाणवलं असतं की हा किरकोळ दिसणारा, सर्वसामान्य माणूस त्याच्या ऐहिक अस्तित्वाच्या पलीकडे जाऊन कलेत तादात्म्य पावू शकतो. त्यांच्या पहिल्या भेटीच्या वेळीस आपण फार चिकटूपणा करत नाही अशी खबरदारी घेऊन मुमताझनं अमीनजींशी मैत्री करायचा प्रयत्न केला होता. त्याच्या दृष्टीनं अमीनजी हे अझीझ देदेंचे शिष्य होते, तानबुरी केमीलचे जवळचे सहकारी होते. त्या दोघांच्या स्वभावातील फरक लक्षात घेतला तर अमीनजी हे खूपच शांत आणि सहनशील सहकारी होते असं म्हणावं लागेल. बासरीच्या मधुर सुरांचं गुपित ज्यांना ठाऊक आहे अशा मेवलेवी माहीतगारांतले ते एक होते. अमीनजींच्या डोळ्यांनी आपला कसा ताबा घेतला आणि आपल्यावर मूक टीकास्त्र कसं सोडलं ह्याची आठवण मुमताझच्या मनात अजूनही ताजी होती. जणू काही ते डोळे मुमताझला म्हणत होते, तू माझ्या ऐहिक अस्तित्वात एवढा का अडकून पडला आहेस? तुला जेवढा वाटतो

तेवढा मी मोठा नाही किंवा तू ज्याला कला म्हणतोस तीही तेवढी मोठी नाही. आपल्या सर्वांच्या हृदयातून शाश्वत प्रेमाचा झरा वाहतो आहे. तुला जमलं तर त्याचं गुपित शोधायचा प्रयत्न कर. मेवलेवी घराण्याच्या शतकानुशतकांच्या जोपासनेमुळे त्याच्या मनातला अहंकाराचा इतकासा कणही शिल्लक ठेवला नव्हता आणि त्या आदरणीय, प्रेरणाशील आणि सहनशील माणसाला संपूर्णपणे निःस्वार्थी करून सोडलं होतं. आपल्या गुरूंची स्तुती करताना बऱ्याचदा अमीनजी सांगत असत की अझीझ देदेंनी एकदा सात की आठ आलापांची एक सलग तान बासरीतून काढली होती. ती तान तशीच तंतोतंत आपल्या बासरीतूनही उतरावी म्हणून अमीनजींनी एके दिवशी सलग सात-आठ तास केवळ त्या एका तानेचा सराव केला होता. अमीनजींचं स्वतःचं ऐहिक अस्तित्व छोटंसं होतं. त्यांच्या अंतरात्म्यातल्या सूर्याच्या धगीत ते व्यक्तिमत्त्व अर्धवट वितळलेलं होतं. हे त्यांचं ऐहिक अस्तित्व अगणित शिष्टाचार, अदब आणि संस्कृतीच्या आड दर क्षणी लपून जाई आणि मग गुप्तच होई. ते स्वतःला इतरांसारखेच एक समजू लागत आणि वैयक्तिक म्हणून जे काही होतं ते सगळं नम्रपणे नाकारत. आजच्या जगात हा प्रकार विचित्र वाटला असता. मुमताझनं त्यांच्याकडे पाहिलं तेव्हा त्याच्या मनात नेसातीच्या कवितेतील पंक्ती आल्या.

> ''हे नेसाती, आम्ही एवढे लख्ख उजळलो आहोत
> जणू की विशुद्ध तेजाच्या आरशांमध्ये मिसळून गेलो आहोत.''

ह्या कडव्यातून एक सत्य दिसून येत होतं. ते म्हणजे अमीन देदे हा माणूस त्याच्या ऐहिक अस्तित्वात आणि संस्कृतीत लपून बसला होता. त्या सन्माननीय कलाकारामध्ये कुठलाही ढोंगी पिसारा नव्हता. कोपऱ्यात दडून समाधी अवस्थेत गेल्याचा हा परिणाम आहे असंही त्यांना दाखवायचं नव्हतं. उलट त्यांच्याकडे बघून वाटायचं की हा समुद्रातला छोटासा दगडच आहे. शाश्वताच्या किनाऱ्यावर सातत्यानं येणाऱ्या लाटांनी शतकानुशतकांपासून त्या दगडाला स्पर्शलंय, गिळलंय, दळलंय. त्या खडकाची सारी वैशिष्ट्यं गायब होऊन तो आता तुळतुळीत आणि गुळगुळीत झालाय. अशा तऱ्हेचे हजारो दगड किनाऱ्यावरून चालणाऱ्या लोकांना दिसतात. अमीननं ह्या जगतातले अंतिम किरण साठवून ठेवलेले आहेत. ते किरण आपल्यामधून केव्हाच निघून गेले असले तरी त्याच्यापाशी मात्र त्यांचा खजिनाच आहे. नम्रता, सौहार्द आणि सर्वांशी समानतेनं वागणं ह्यामुळे त्याला आपल्या सामाजिक अस्तित्वात काय परिवर्तन घडून आलेलं आहे; लोक आपल्याला किती मोठे समजतात ह्याची जाणीवच नव्हती. सतत केलेल्या त्यागांमुळे त्याचं व्यक्तिमत्त्व आणि त्याची कला

ह्यांचं रूपांतर वैभवशाली अवशेषांत झालं होतं. ते जणू एक उद्‌ध्वस्त शहर होतं, तळपत्या सूर्याचा अंतिम सूर्यास्त होता तो.

मुमताझ त्यांचं निरीक्षण करत होता. बागेत बसलेल्या इतर लोकांसारखेच होते ते. आपल्या काळ्या वस्त्रांत ते ऑटमऋतूतला सूर्यप्रकाश अंगावर घेत बसले होते. मुमताझला नकळत वाटलं की हा माणूस म्हणजे अत्यंत आदरणीय अशी एक नाजूक वस्तूच आहे. तिचं अस्तित्व दुसऱ्या जगात आहे. त्या जगातल्या उस्तादांनी अमीनच्या हृदयातले ऋतू जागवले आहेत. पण त्याबद्दल स्वतः अमीन मात्र अनभिज्ञ आहेत.

बीथोव्हन, वॅग्नर, डी-बसी, लित्झ किंवा बोरोडीन हे सारे ह्या समोर बसलेल्या संगीताच्या तेजःपुंज ताऱ्यापेक्षा किती वेगळे होते. त्या साऱ्यांना वेड लावणाऱ्या क्रोधानं आणि सुडानं झपाटलेलं होतं. संपूर्ण जीवनाला त्यांनी एक सोहळा मानलं होतं. आपल्या लहरी स्वभावाचं ओझं त्यांनी ग्रीक पुराणातील ॲटलास ह्या ओझं वाहणाऱ्या देवाप्रमाणे स्वतःच एका हाती वागवलेलं होतं. त्यामुळे ते ताठ्यानं वागत होते. त्यांच्याबद्दल अनेक सिद्धान्त आणि विक्षिप्तपणाचे किस्से प्रसृत झाल्यामुळे त्यांच्या व्यक्तिमत्त्वावर वेगळाच प्रकाश पडला होता. त्यांच्या स्वभावांबद्दल तर सांगायलाच नको. सिंहाच्या पंजासारखा तडाखा देईल असे त्यांचे स्वभाव होते. पण कुणाला फारसं माहीत नसलेल्या ह्या दरविश संगीतकाराचं जीवन मात्र पुन्हा पुन्हा केलेल्या त्यागांनी भरलेलं होतं. त्याग, प्रेमाला प्रतिसाद देऊन दोनदा त्यात बुडण्याचा निर्धार आणि अस्तित्वाची एकूणच चाललेली उलघाल ह्या गोष्टींशी नूरीसारख्या लोकांचा काही संबंधच नव्हता. अमीनजींच्या प्रतिभेला ढुसण्या देऊन, तिला स्वतःच्या इच्छेपासून पूर्ण वेगळं करून, तिची सांस्कृतिक जोपासना करून भूतकाळात नेलं तर ओटोमानकालीन संगीतकारांची माहिती मिळवणं शक्य होतं. अझीझ देदे, झकाई देदे, इस्माईल देदे, हफीझ पोस्त, इत्री, सादुल्ला आगा, बासमासीझादे, कोमुर्कू हाफीझ, मुराद आगा आणि अगदी अब्दुल कादीरइ-मिरागी हे सगळे त्यात होते. थोडक्यात काय तर आपल्याच गुणसंचितांपैकी एक संचित किंवा आपल्या वंशातील सर्वात समृद्ध संवेदनशीलता परत मिळवण्यासाठी ते असं करत असतील. हे सर्व संगीतकार गव्हाच्या गोणीतील एकेकटे दाणे असल्यागत एकांतात राहणं पसंत करत होते. त्यांना संगीताचा ध्यास होताच त्याशिवाय ते एका विशुद्ध आदर्शाच्या मागे लागणारे होते. विकसित होणाऱ्या आणि झपाट्यानं वाढणाऱ्या त्यांच्या अंतर्मनाच्या अस्पष्ट दुनियेला जे असंख्य वेळा उधाण येत असे त्या उधाणाला मुक्त करण्यात त्यांना समाधान मिळत होतं. त्यांची कला ही त्यांच्या मीपणाचा आविष्कार नव्हती तर शाश्वत एकत्वात विरघळून जाण्याचा एकमात्र मार्ग होती.

गंमत म्हणजे त्यांचे सर्व समकालीन कलाकारही ह्याच दृष्टिकोणातून कलेकडे पाहात होते. ह्या सर्व कलाकारांमधील सर्वात व्यक्तिवादी कोण होते तर ते होते देदे एफेंदी. त्यांनी दैवी साक्षात्काराविषयी मधुर गीतं निर्माण करून लोकांना जणू बिघडवूनच टाकलं. अब्दुलहक मुल्ला ह्यांच्या धाकट्या बंधूंनी देदे एफेंदींचा उल्लेख ते काही फार महत्त्वाचे नाहीत असा केला. जणू काही त्यांच्या कलेच्या प्रभावाविषयी त्यांना काही ठाऊकच नव्हतं. एके दिवशी जेव्हा इहसाननं तक्रार केली की हाफीझ हिझीर इल्यास आगांनी आपल्या 'रेमिनिसन्स ऑफ द इनर पॅलेस' ह्या पुस्तकात देदे एफेंदीसारख्या श्रेष्ठ संगीतकाराविषयी अगदी निरस शेरेबाजी केली आहे, तेव्हा त्याच्याशी संभाषण करणारे अमीन देदे हसून म्हणाले, ''अहो, महाशय, तुम्ही चुकीचं बोलताहात. आम्ही कलाकार मंडळी विशुद्ध भक्तीच्या मार्गानं जातो. बाकीचे लोक कलाकृती बनवतात. तुम्हाला माहित्येय का, काही धार्मिक पंथांमध्ये कलाकृती निर्माण करणं सोडाच पण कबरीवर स्वतःचं नाव लिहिणं हेसुद्धा वाईट मानलं जात असे.'' पूर्वेची हीच पद्धत होती. मुमताझच्या दृष्टीनं पूर्व म्हणजे कधीही न बरी होणारी पीडा होती आणि त्याच वेळी न मोजता येणारी ताकदही होती. अशा तऱ्हेच्या असमान्य समर्पणाचे अमीन देदे हे शेवटचे वारस होते. जर त्यांना शक्य झालं असतं तर त्यांनी आपल्या अस्तित्वाची बिजली कधीच विझवूनही टाकली असती.

अमीनजींनी आपल्या विशुद्ध, संन्यस्त जीवनातील बराचसा भाग ज्येष्ठ बंधूंच्या कठोर पालकत्वाखाली व्यतीत केला होता. मद्य, सिगरेट किंवा कसलंच व्यसन ते करत नसत. थोड्याच काळात त्यांनी विनम्रपणे केलेला अभ्यास सर्वांच्या कानी पडणार होता. त्यांचा स्वर जणू काही एका संस्कृतीचा स्वर होता. अझीझ देदे, त्यांचे गुरू नैझेन हुसैनी एफेंदी, केमील बे, झेकाई देदे आणि त्यांचे पूर्वज ह्यांच्याविषयी असंख्य मनोरंजक कहाण्या त्यांनी सांगितल्या. त्यातून श्रोत्यांना समजलं की अझीझ देदे हे स्वभावानं अत्यंत कठोर, काटेकोर आणि प्रकृतीनं स्थूल बांध्याचे उस्ताद होते. ते पराकोटीचे सदाचरणीही होते. त्यांनी हातानं काहीही न लिहिण्याची शपथ घेतली होती. एका कथेत वर्णिल्याप्रमाणे एके दिवशी त्यांनी शाईच्या दौतीत बोरू बुडवला तेव्हा त्या पेनाला शाईच लागली नाही. ह्या अपशकुनाचा त्यांनी असा अर्थ काढला की आपण केवळ आपलं हृदय आणि भक्ती ह्यातूनच अल्लाला कवटाळायचं. ह्यापुढं आपण लेखन करायचंच नाही. आपल्या पुढे आलेल्या पोटावर ते बासरी टेकवायचे तेव्हा त्यांचा अवतार एखाद्या मुल्लासारखा दिसे. जेव्हा केव्हा त्यांना बासरी वाजवण्याची लहर येई तेव्हा तिथं बसून ते बासरी वाजवू लागत.

एके रात्री ते बेयेलबेयी येथील फेरीबोटीच्या धक्क्याजवळ असलेल्या धाब्यात शिरले. त्यांना वाटलं की हे कॉफीहाऊस आहे. पण तिथे मद्यही मिळत होतं. तिथं गेल्यावर बॉस्फरसच्या समुद्री देखाव्यानं त्यांचं भानच हरपलं आणि ते आपल्या बासरीतून सूर काढू लागले. एरवी त्यांचे डोळे काळ्याभोर, जाडसर भुवयांखाली दोन तेजस्वी शेकोट्या पेटाव्यात तसे दिसत. पण बासरी वाजवताना त्यांनी डोळे मिटून घेतले होते. त्यामुळे धाब्यावर हळूहळू गर्दी वाढत आहे आणि नेहमीचे नशाबाज आज आध्यात्मिक नशेसाठी त्यांच्या टेबलाभोवती गोळा होत आहेत हे त्यांना कळलंच नाही. इकडे तिकडे कुठंही न पाहाता ते त्यांचं वादन आपल्या कानात साठवून घेत होते. वेटरसुद्धा त्यांना वाजवण्यात कुठल्याही तऱ्हेनं व्यत्यय येऊ नये म्हणून हलक्या पावलांनी ये-जा करू लागले. जेव्हा त्यांचा ताक्सीमचा सराव संपला तेव्हा कुठे अझीझ देदेंनी भोवतालची गर्दी आणि राकीचे चषक पाहिले. तेव्हा ते आपल्या जागेवरून उडी मारूनच उठले. जेव्हा जेव्हा ते ही कहाणी सांगत तेव्हा तेव्हा तिचा शेवट करताना म्हणत, ''बापरे. मला एवढी लाज वाटली की मी तीन दिवस घरातच लपून बसलो. मित्र मंडळींना तर मी एक महिना भेटायचं टाळलं.''

स्वतःही अझीझ देदेंसारखे मद्य न पिणारे असूनही त्यांचे शिष्यवर अमीनजी ह्यांनी इतरांच्या मद्यप्राशनाला हरकत घेतली नाही. त्यांनी फक्त एवढाच सावधानीचा इशारा दिला की, ''कुणीच जास्त घेऊ नका. आज मला न पिताच नशा चढल्यासारखं वाटतंय... तैफिक हल्ली फारसा दिसत नाही ना आम्हाला. शिवाय केमीलला मद्य देताना जरा जपूनच द्या. नाहीतर तानबूर वाजवताना त्याची गाडी रुळावरून घसरेल.'' बोलताना त्यांचे डोळे अगदी मुळापासून हसले. खरं तर त्यांना केमीलचं खूप कौतुक होतं. त्यांच्या आग्रहामुळे बराच रियाझ करून ते आत्ता इथं आले होते. मुमताझला फेराहफेझा आणि सुलतानीयेगाह ह्या रागांबद्दल विशेष प्रेम आहे ही बाब केमीलनं दडवून ठेवलेली नव्हती.

अमीन देदे टेबलावर ठेवलेल्या सुंदर पदार्थांचा आस्वाद घेत होते. उत्तम सुलेखनकार असलेले वास्फी हे त्यांचे ज्येष्ठ बंधू त्यांच्या पाककलाकौशल्यासाठी प्रसिद्ध होते. बकरीच्या कातड्यात गुंडाळून भाजलेली टर्की ह्या त्यांनी बनवलेल्या पदार्थाची साऱ्या इस्तंबूलभर वाहवा होत असे. पुरातन रोमच्या सुखलोलुप अनुभूतीनुसार त्यांनी त्या पदार्थाचं टोपणनाव 'मृत्यूच्या कफनाचं वेष्टन पांघरून बनवलेली टर्की' असं ठेवलं होतं.

आत्तापर्यंत तेथील अत्यंत सुंदर आणि महागड्या पदार्थांविषयी मोजक्याच

शब्दांत कौतुक करण्याव्यतिरिक्त ते फारसं काहीच बोलले नव्हते. पण जेव्हा त्यांच्या सख्ख्या भावाच्या पाककृतीप्रमाणे बनवलेली टर्कीची पाककृती त्यांच्या टेबलावर आली तेव्हा ते उद्गारले, ''नक्कीच तुझ्या तैफिकमामानं तुला हा स्वादिष्ट पदार्थ कसा बनवायचा हे शिकवलेलं आहे.''

तैफिक मोठ्यानं हसत म्हणाला, ''जर कुठलंही कलाकौशल्य एका हातून दुसऱ्या हाती गेलं नाही तर ते कोमेजून जातं...'' तो संपूर्ण दुपारभर अस्वस्थ होता. ज्या कामांत एकेकाळी तो अगदी सहजगत्या रमत होता; त्यांच्यामुळे आता त्याला थकावट वाटत होती. वृद्धावस्था आणि मर्यादित शारीरिक हालचाल ह्यामुळे वैतागून त्यानं आपले सर्व आवडते छंद सोडून दिले होते. आता त्याला स्वतःकडे पाहून मृत्यूची वाट पाहणाऱ्या अचल अवस्थेतील प्राण्याची आठवण होत होती. जणू काही तो आपल्या अस्तित्वातून आणि परिसरातून आपल्या सर्व आवडीनिवडींची शवपेटिकाच बांधू लागला होता. पारंपरिक संगीत हे त्या आवडी-निवडींतलाच एक देखणा पैलू होता. एकेक मधुर गीत ऐकलं की त्याला भूतकाळात घालवलेल्या दुसऱ्याच कुठल्यातरी दिवसाची आठवण येत असे. त्याचबरोबर त्याला असंही वाटे की हे आपलं नाही. ह्या ऋतूमधला ह्या घटकेला मस्तकावर पडणारा हिऱ्यासारखा तेजस्वी प्रकाश पाहिला की त्याला आपल्या मरणाची आठवण येत असे. काळसर लाल झालेली फिकट पानं त्याला जणू सांगत, 'लक्षात ठेव, तूही मरणार आहेस.' दूरवरची डाळिंबाची झाडं आणि ट्राब्झोन येथील तेंदूचे वृक्ष ह्या साऱ्यांची तुलना तो अदृश्य होऊ पाहणाऱ्या संध्यासमयाशी करू लागला होता. गुणगुणणाऱ्या मधमाश्यांचीही त्याला आठवण होत होती. त्या मधमाश्यांचा डंख त्यानं कधी अनुभवला नसला तरी त्यांनी फुलवलेल्या आणि फळवलेल्या फळांच्या टोपलीचा स्वाद घेण्यासच आत्तापर्यंत लोकांनी त्याला आमंत्रित केलेलं होतं.

पाककृतींबद्दल आपल्याला असलेली आवड आणि आत्तापर्यंत आपण दिलेल्या मोठमोठ्या मेजवान्या ह्यांचं वर्णन अमीनजींनी केलं. त्याच विलक्षण खऱ्या आनंदानं त्यांनी जुन्या मेवलेवी खानावळींतील माणसांचंही अप्रतिम वर्णन केलं. तेथील आचारी ऊर्फ दरविश त्यांना व्यक्तिशः ठाऊक होते. ते मेंढ्याचा पिलाव बनवून मोठमोठ्या पंगती उठवित असत. त्यांचं बोलणं ऐकताना मुमताझच्या मनात विचार आला, 'खास तुर्की अशी जी काही भोजनपद्धत आहे तिची आम्हाला किळस येते, पण प्रत्यक्षात ती किती अगदीच वेगळी आहे...'

त्यानंतर नूरानच्या वडिलांचा विषय निघाला. यिल्डिझ येथील सिरॅमिक

कारखान्यात ते सिरॅमिकच्या बशांवर नक्षीकाम करत, सुंदर सुलेखनही करत. त्याबद्दल अमीनना चांगलीच माहिती होती. ते स्वतःही एक चांगले सुलेखनकार होते. लोक म्हणत की त्यांच्या वडीलभावाचा कडक कायदा नसता तर त्यांनी सुलेखन कलेतही आणखी प्रावीण्य मिळवलं असतं. कला आणि संगीत ह्याविषयीचं अमीनजींचं बोलणं ऐकता ऐकता मुमताझच्या लक्षात आलं की ते केवळ सौंदर्यशास्त्राच्या दृष्टीनं मूल्यमापन करत नाहीत तर लोकांच्या संवेदनशीलतेविषयीही त्यांना आस्था आहे. तुर्की लोकांच्या आवडीनिवडी आणि परंपरा ह्यात ज्या काही नव्या शैली आल्या त्या शैलींबद्दलची त्यांची सहिष्णुता ह्याच नम्रतेतून आली आहे. बदलत्या संवेदनशीलता आणि प्रत्येक नव्या बदलाचे अंतर्मनाला जाणवणारे पडसाद ह्यांच्यामुळे ह्या मेवलेवी उस्तादाच्या वागण्या-बोलण्यात अदब आली होती, प्रगल्भता आली होती. त्यामुळेच भूतकाळातील विशुद्ध कलाप्रकारांच्याच मागे लागून फक्त त्यांचाच अनुभव घेत राहणं हे ते आता करत नव्हते. कवी याह्या कमाल ह्याच्या माध्यमातून नाहीतरी त्या कलाप्रकारांची रुची नव्या लोकांना लागलेली होतीच. एकोणिसाव्या शतकातून विसाव्या शतकात जाताना सर्वत-इ- फुनून ह्या अभिजात मासिकात अत्यंत देखण्या भाषेत गझल लिहिल्या जात. मागील पिढीतील छंदोबद्ध कवितेच्या पुरस्कर्त्यांनी त्याबद्दल आदर दाखवला होताच की. त्याचप्रमाणे अमीनजींनीही लेखन, चित्रकला आणि संगीत ह्यांतील वेगवेगळ्या परिवर्तनांचं स्वागत केलं होतं. ज्या विषयांवर ते बोलत असत त्यातील मुख्य कथानकांचा अर्थ लावून त्याविषयी विधानं करणं ते टाळत असत. अशा तऱ्हेच्या वकृत्वाबद्दल ते फारसे आग्रही नव्हते. नीरक्षीरविवेक कसा करायचा हे त्यांचं त्यांना आतल्या आत जाणवत असे. सुलेखन किंवा संगीत ह्यांच्यातील परंपरांमधील परिवर्तनापासून स्वतः दूर राहणं जसं त्यांना शक्य झालं होतं तसंच संभाषण करतानाही ते खूपच सावधता बाळगत असत. आजही एखाद्या काटेकोर, कसबी कारागिराप्रमाणे ते आपल्या कलेविषयी बोलत होते. त्यात कुठलीही जडजंबाल भाषा नव्हती पण कळत-नकळत टेबलाचं आणि जमलेल्या मंडळींचं ते आकर्षण केंद्र बनले. त्यांना भेटायला मिळावं म्हणून मसिदेनं आपल्या स्वर्गवासी मुलीच्या कबरीला भेट द्यायला जाणं पुढं ढकललं होतं. पांढऱ्या ढगांच्या आवरणाखाली तिच्या स्वर्गवासी लेकीची कबर होती. मुमताझचं अंतिम भवितव्य काय असेल ह्याविषयी वाटणाऱ्या काळज्यांनाही तिनं आता लगाम घातला होता. नूराननंही ह्या अनुभवी उस्तादापुढे आणि कुटुंबप्रमुख असलेल्या, वयोवृद्ध तैफिकमामाविषयी तिला वाटत असलेल्या ममत्वापुढे मान तुकवली होती. आज तिनं जणू त्यांचं आदरयुक्त शिष्यत्वच

स्वीकारलं होतं. अमीन देदेंचं बोलणं ऐकताना, त्यांच्याविषयी आदर व्यक्त करताना तिला वाटलं की जणू असंख्य मर्यादाअतिक्रमणांपासून आणि पापांपासून आपल्याला मुक्तीच मिळाली आहे.

पोटाला सोसणार नाही असं सांगून अमीनजींनी आइस्क्रीम नाकारलं. परंपरेनुसार देमितास ही साखर न घातलेली तुर्कीश कॉफी पिऊन त्यांनी जेवणाचा शेवट केला.

चार

जेवण झाल्यावर सर्व पाहुणे दुसऱ्या मजल्यावरच्या दिवाणखान्यात अमीनजींच्या बासरीवादनाची अजोड रंगत लुटण्यासाठी जमले. आपल्या श्रेष्ठ कलेच्या जोरावर खूपच कमी विद्वान अशा तऱ्हेची योगी अवस्था धारण करू शकतात.

सुरुवातीलाच अमीनजींनी तैफिकला विचारलं, ''महाशय, आज तुम्ही फेराहफेझा गाणार आहात ना?'' तैफिकनं ते गाणं बऱ्याच वर्षांत गायलं नव्हतं. पण त्यानं आव्हान स्वीकारलं. पूर्णपणे अनपेक्षित अशा वातावरणात आपल्या तारुण्याला पुन्हा भेटणं हा त्या आव्हानाचा अर्थ होता. सुरुवातीला अमीनजींनी बासरीतून ताक्सीमचे सूर आळवायला सुरुवात केली. नागरीसेवेत असताना तैफिकच्या संग्रहात ती फेराहफेझाची बंदिश होती. ती बंदिश त्यानं आपल्या स्मरणशक्तीची पानं चाळून बाहेर काढायचा प्रयत्न केला. मग हातात कुडूम ढोल घेऊन ते सोफ्यावर रेलून बसले. तुर्की वाद्यं वाजवताना एक पाय मोकळा सोडून बसावं लागे.

अमीनजींनी अनेक लयदार आवर्तनं घेतली. त्यानंतर ते देदे एफेंदींच्या देव्र इ कबीरच्या सुमधुर तानांमध्ये घुसले आणि त्या गाण्याच्या सुरुवातीचे पेस्रेव सूर त्यांनी वाजवले. हा तुकडा पूर्वी केमीलनं वाजवलेला मुमताझनं बऱ्याच वेळा ऐकला होता. पण आता तो अगदी वेगळ्याच आकृतिबंधात सादर होत होता. सुरुवातीच्या सुरांनीच त्या सर्वांच्या हृदयात एक वेगळीच आसक्ती निर्माण केली. हजारो मरणं मेल्यावर सूर्य पाहण्याची आस लागावी तशा आसेनं त्यांची मनं उचंबळून आली. त्या संवेदनेतून मुमताझला नूरान वेगळ्याच तऱ्हेनं जाणवू लागली. जणू काही चिरंतन काळपर्यंत राहणाऱ्या भीतिदायक ऑटमऋतूत झाडांची पानं सगळीकडे विखरून पडावीत तशी आपली दोघांची अवस्था झाली आहे असं त्याला वाटू लागलं.

तरल शांततेच्या तळ्यात तेजस्वी आकाश आणि पितळी रंगाच्या मोठमोठ्या पानांची प्रतिबिंब तरंगावीत, अद्वितीय अशा वॉटरलिली जादुई आकारांत फुलाव्यात

कदाचित नाही नाही, नक्कीच हे सर्व तळं आपल्यातच मग्न झालेलं असावं.

अमीनजींनी बासरीतून येणाऱ्या सुरांच्या पोतात श्वास घेण्यामुळे किंवा हवा फुंकण्यामुळे अजिबात खंड पडत नव्हता. त्यांच्या सुरात धातूचा ठाशीवपणा होता. थोडक्यात सांगायचं तर खास अमीनजींच्या शैलीचा ठसा उमटलेला तो बासरीवादनाचा रंगीत प्रवास होता. हळूहळू तो सूर तापत होता. त्या सुराला रत्नांचं तेजस्वीपण आणि हिरव्यागार पानांचं लवचीकपण होतं. तसं असूनही तो आवाज किती खोल, भरदार आणि रुंद होता. तो सूर सारा दिवाणखानाभर पसरला, खिडकीतून बाहेर गेला. बाहेरच्या बागेत आता मोसमातली शेवटची फुलं फुलली होती, पानं पिवळी झाली होती. त्या सुराच्या परिणामामुळे त्या बागेतही परिवर्तन घडून आलं. सगळं जणू काही त्या सुरांत विरघळूनच गेलं. जणू काही त्यामुळे त्या सगळ्या गोष्टींना आपल्या मूळ सत्त्वाकडे परत जाता येणार होतं आणि तिथूनच अधिक तेजस्वी रूप त्यांना मिळणार होतं. सुरांच्या लोंढ्याखाली जणू गुलाबपुष्पांचा पूर लोटला होता. छताला लावलेल्या छोट्याशा झुंबरातून इंद्रधनूचे तेजस्वी लोलक चमकू लागले होते. त्या सुराला धिटाईनं घेतलेली तीव्र वळणं होती. त्या वळणांची तुलना केवळ आयव्ही किंवा विस्टेरियासारख्या वेलींनी घेतलेल्या वळणांशीच होऊ शकली असती. ठरावीक रंग नसला तरी ठरावीक आकार असलेल्या त्या वेलींसारखाच तो स्वर लयबद्धतेनं वरवर जात होता. मुमताझ केमीलची बासरी आणि त्या बासरीच्या मालकाचे सूर शोधत असतानाचा पहिला भाग संपला. दुसरा भाग सुरू झाला तो जुन्या काळातील स्मृतींची दुःखद हुरहुर जीवाला लावतच सुरू झाला. वादनाचा हा अंतिम चरण अधिकच गंभीर होता. पुन्हा एकदा नव्यानं येणाऱ्या जादुई लाटांत सारे हरवून गेले. जणू काही त्या सर्वांच्या आत्म्यातूनच ते सूर येत होते, तीव्र असोशीच्या आरशात सारेजण आपलाच एकाकीपणा निरखत होते. साऱ्या चिंता शाश्वतात लोपल्या होत्या. फेराहफेझातील पेस्रेवचे सूर जणू अथांग वाळवंटांच्या एकाकीपणातून नवनिर्मिती करणाऱ्या आत्म्यासारखे भासत होते. हुरहुर लावणाऱ्या ध्यासात त्या पेस्रेवनं चौथ्यांदा उडी मारली होती. जणू काही पाण्याखाली चमकणाऱ्या अस्पष्ट राज्यासारखं होतं ते दृश्य.

प्रत्येक श्रोता जीवन व्यापणाऱ्या झंझावातात सैरभैर झाला होता. केवळ अमीनजी तेवढे आपल्या नीटनेटक्या वस्त्रांत उभे होते. गूढ रहस्य आणि मधुर संगीत ह्यांचे मूर्तिमंत रखवालदारच असावेत तसे त्यांच्या चेहऱ्यावरील आविर्भाव कठोर झाले होते. त्यांच्या ठायी एकवटलेलं सारं रहस्य जणू त्यांच्या शारीरिक अभिनिवेशातून प्रकट होत होतं. त्यांच्या अंतरातील भावना जणू त्यातून व्यक्त होत होत्या. त्यांच्या

थोडं मागच्या बाजूला बसलेल्या केमीलची कांती सॅक्सनवंशीय गौरवर्णी होती. त्याची त्वचा चिनीमातीसारखी गुळगुळीत होती. हसतमुखानं तो तिथं बसला होता. पण आत्ता मात्र ते हसू थोडंसं आकसलं होतं. ज्या प्रदेशातून ते आत्ता आले तो प्रदेश ते न्याहाळत आहेत असं वाटत होतं. त्यांच्यासमोर अपेक्षेनं बसलेल्या तैफिकच्या मांडीवर कुदूम ढोल होते. तुर्कस्तानी पद्धतीची वाद्यं मांडीवर घेतल्यावर नीट रेलून बसता येत नसल्यामुळे तो अवघडल्यासारखा वाटत होता.

इहसानला राहावलं नाही म्हणून तो अगदी हलक्या सुरात बोलला, "देरविश महाशय, तुम्ही मैफलीत अप्रतिम रंग भरलेत..."

अमीनजींची नजर तैफिकवर होती. तैफिक आता कुदूम ढोल वाजवायच्या तयारीला लागलेला होता. एखाद्या जातिवंत बासरीवादकाच्या थाटात अमीनजींनी त्याच हलक्या स्वरात उत्तर दिलं, "महाशय, ह्यात आमच्या गुरूंची मेहरबानी आहे हे विसरू नका... मुख्य म्हणजे तुम्ही देदे एफेंदीच्या ज्या पदांत रंग आहे असं म्हणता त्या रंगालाच मी प्रेम असं संबोधतो." देदे एफेंदी हे थोर संगीतकार आणि इतर रसिक ह्यांचा उल्लेख करताना अजूनही ते आपल्यामध्ये आहेतच अशा तऱ्हेनं अमीनजी बोलत असत. बोलता बोलता त्यांच्या मृत्यूमुळे निर्माण झालेलं अंतर पुसून टाकण्यासाठी ते नेहमीच त्यांचा उल्लेख आमचे मालक, आमचे वडील किंवा आमचे धनी असा करत आणि स्वतःला, स्वतःच्या जीवनाला आपल्या परमप्रिय गुरूंशी आणि मृत्यूच्या अमूर्त काळाशी जोडून घेत.

पण जेव्हा मेवलेवी संगीताचा पहिला आविष्कार सुरू झाला तेव्हा खरा चमत्कार घडला.

देदे एफेंदीचं फेराहफेझा गायन हे केवळ भक्ती किंवा अल्लाला आळवणाऱ्या एका निष्ठावान पाइकाचं गीत नव्हतं. त्यात खूप जोशही होता ह्यात शंकाच नव्हती. त्यात अध्यात्म होतं, जीवनाचं सार होतं, साक्षात्कारी प्रेरणांच्या छटा होत्या आणि जीव लावणारी तीव्र आस होती. अमीनजींनी त्याचे आलाप असे घेतले की त्यात तुर्की रागांतल्या वेगवेगळ्या छटा आल्या. छोट्या छोट्या तानांतून, रूपांतरांतून आणि अचूक समेवर येण्यातून त्या मैफलीनं जणू स्वतःचंच एकमेव वेगळं रूप धारण केलं.

रुमी ह्या कवीनं लिहिलेल्या मेसलेवीतील एक कडवं घेऊन ते फेराहफेझा रागाचं पूर्णत्व श्रोत्यांपुढे सादर करू लागले तेव्हा जणू एकाच राजवाड्याचे दोन सुशोभित दर्शनी भाग आपण पाहात आहोत की काय असा भास होत होता. त्या गीतातून जणू त्यांची बासरी वियोगाच्या कहाण्या श्रोत्यांना ऐकवत होती. ती बासरी त्यांना सांगत

होती की बांबूबनातील माझ्या शय्येवरून मला उपटून काढलं म्हणून मी रडते तेव्हा स्त्रिया आणि पुरुष दोघांच्याही प्राणांतून आकांत निर्माण होतो. एखादी खूप लांबलेली सफर असावी तशा वेगवेगळ्या ताना आणि पलटे घेऊन त्यांनी तो राग बऱ्याच विस्तारानं वाजवला. त्यानंतर अचानक ते ध्वनीच्या ठरावीक काळानं येणाऱ्या लयबद्ध आवर्तनांत घुसले. मग हळूच त्यांनी ती आवर्तनं सोडून दिली आणि ते खालच्या सुरांवर आले. अशा तऱ्हेनं त्या सुरुवातीच्या ओळींमधला मैफलीचा क्रम जणू संगीताचा वैश्विक प्रवास व्हावा तसा झाला. त्या सुगम आणि वैभवशाली फेराहफेझाची मोहिनी ज्या कानांना ऐकायला मिळाली ते कान एवढं सुमधुर संगीत कधी विसरूच शकले नसते. ते संगीत ऐकलेला आत्मा ते संगीत कधी विसरू शकला नसता. कारण त्या आत्म्याची काही काळासाठी का होईना पण तो दैवी अनुभव घेण्याची इच्छा पूर्ण झाली होती. त्या ध्वनिलहरींचा ठसाच एवढा होता की त्या लहरींत बेभान होण्याची आणि तो आनंद हळूहळू लुटण्याची इच्छा प्रबळ होत होती. तथापि, एकदा का तो आत्मानंद समजला की मग ती शाश्वत आस, तो प्रवास पुन्हा सुरू होत असे. मग नेवा, रास्त किंवा असेम ह्या रागांतील कोमल किंवा थोडाफार फरक करून वाजवलेलं संगीत पुन्हा नव्यानं कानात रुंजी घालू लागे. असं वाटत होतं की ह्या आश्चर्यकारक कृतीतून संपूर्ण दैवी साक्षात्काराचा अनुभव लोकांना द्यायचं विधिलिखितच होतं आणि ते विधिलिखित देदे एफेंदींनी ठरवलं होतं. क्षणभरासाठी का होईना पण अंतिम दैवी सत्य किंवा तत्त्व म्हणून जे काही होतं ते त्या काळाच्या आणि स्थळाच्या अवकाशात स्वतःला शोधू लागलं, स्वतःच्या प्रयोजनाला शोधू लागलं. ते जणू भौतिक वस्तूंमधील सुप्तावस्थेला धक्के देत होतं; सगळ्या वस्तूंतील प्राणतत्त्वापुढे झुकत होतं; खूप खूप दूर एकांतात राहात होतं; आकाशगंगांशी बांधलं जात होतं आणि सर्वत्र आपल्यासारख्याच दुसऱ्या इच्छा आणि तृष्णा शोधत होतं. असेममधील मध्यम स्वरापासून ते सुरू होत होतं आणि फेराहफेझा राग हाच खरा मार्ग आहे हे सर्वांना दाखवत होतं. हीच कथा दुगाह, कुर्दी, रास्त, कारगाह, गर्दानिये, सबा, नेवा ह्या रागांची होती. साऱ्या गोष्टी त्या रागांत हरवत होत्या, पुन्हा शोधल्या की सापडतही होत्या. फेराहफेझा त्या उत्साहानं भरलेल्या सर्व प्रवासात अचानकपणे आपला रत्नजडित चषक पुढे करत होता. गीताच्या केवळ एका ओळीचा आणि आलापाचा तो चषक होता. आश्चर्यकारक योगायोग म्हणजे मधेच तो कॅलिडोस्कोपमध्ये पाहावा तसा रंगीबेरंगी दिसत होता तर तेवढ्यात तोच राग एक स्मृती म्हणून किंवा त्या रागालाच पडलेलं स्वप्न म्हणून दिसू लागला होता. हा शोध, हे विरघळून जाणं, हा आत्मसाक्षात्कार हे सगळं कधी कधी अगदी

मानवी पातळीवरच असे. अशा वेळी देदेची प्रेरणा त्याला म्हणे, तू प्रत्यक्ष दिसला नाहीस तरी काय फरक पडतो? तुला मी माझ्या अस्तित्वातून वाहून नेतेच आहे ना. किंवा मग ती ऐहिक जगताच्या घनदाट वैफल्यात बुडून जाई.

तरीही रुमीचं म्हणणं योग्य होतं. तीव्र आस हेच मुळी बासरीचं एकमेव रहस्य होतं. रिमबॉड ह्या फ्रेंच कवीनं आपल्या वॉयेलेस ह्या कवितेत तुर्की वाद्यांचा वेगळा अर्थ लावण्याचं धाडस केलं होतं तसं धाडस दुसऱ्याही कुणी करावं का? अर्था तुर्की वाद्यांमधील बासरी हे वाद्य पाहून कुणाला असंही वाटलं असतं की रात्र दाटून येते त्या वेळेस मनाला लागणारी शरीराची तीव्र ओढ व्यक्त करणारं वाद्य ते हेच. फिरंगी वाद्यांच्या आवाजांमुळे तुर्कस्तानी बासरीचा सूर प्रदूषित होता कामा नये. युरोपियन लोकांच्या मनात वसलेल्या शिकारी वृत्तीमुळे त्यांच्यात पशुवत वृत्ती निर्माण झाली. त्यांच्या फिरंगी बासऱ्या किंवा रणशिंगांचा उगम त्यांच्या त्या पाचूसारख्या हिरव्यागार किंवा रक्तासारख्या लालभडक प्रवृत्तीतून झाला. निसर्गाची नव्यानं निर्मिती करणं किंवा निसर्गाला नव्यानं शोधणं ही त्यांची गरज होती. तळमळ हेच कलेचं खरं निधान असतं. पण निसर्गाच्या अशा तऱ्हेच्या निर्मितीतून किंवा शोधातून वाद्यांची ही तळमळच हरवून जाते आणि तुर्कस्तानी बासरी तर जे अस्तित्वातच नाही अशा गोष्टींना स्पष्ट रूप देते, त्या निर्गुण निराकार अस्तित्वाचा पाठलाग करते.

आपल्या आध्यात्मिक जीवनातील सिंहाचा वाटा ह्या इच्छांनीच का भरलेला असतो? आपण महासागराच्या अथांगतेसाठी का तळमळतो? खरं तर त्या महासागरातील एक थेंब म्हणजेच आपण असतो. आपण वस्तूंच्या निश्चलतेचा शोध घेत असतो का? आपण आपापल्या काळाची अपत्यं असतो की काळाच्या मुशीत तयार झालेलं मिश्रण असतो की आपण त्या त्या काळाचे बळी असतो? पण ते काहीही असलं तरी त्यामुळे क्षणिक आणि खूप पूर्वीच अदृश्य झालेल्या आपल्या पैलूंबद्दल आपण शोक करत राहातो का? आपण खरोखर परिपूर्णतेच्या अवस्थेमागे लागलेलो असतो? की भाषेच्या उत्क्रांतीतून निर्माण झालेल्या क्रूर अवस्थेला आपण हरकत घेत असतो?

ओटोमान संगीत कदाचित असा कलाप्रकार आहे; ज्यात वाजवल्या जाणाऱ्या वाद्यांमुळे इच्छांना स्पष्ट रूप येतं. पण ओझरता कटाक्ष टाकून चाळलेलं साहित्य मनातून लगेच नाहीसं व्हावं तशा त्या इच्छा वर्तमानकाळाच्या व्यासपीठावर मूर्त रूपात येता येता लुप्तही होत होत्या. बासरी हा त्या इच्छांचा सर्वात बोलका आविष्कार होता.

कदाचित इस्माईल देदे एफेंदीला आपल्या अंतरात्म्यात ती आस जाणवली असेल. त्यामुळेच ते आपल्या मैफलीची सुरुवात करताना मेसनेवीमधील कडवी घेत असतील. देव्रइ–कबीर तालियातील केवळ चार पायऱ्यांचा उंबरठा श्रोत्याला त्या संगीताच्या राज्याच्या दाराशी नेऊन ठेवायला पुरेसा होता. कारण ह्या ठिकाणी पेस्रेवप्रमाणेच पारंपरिक संगीतही फक्त स्वतःचं समाधान करत नव्हतं तर ते श्रोत्याच्या मनाची पकड घेत होतं, त्याला आपल्या जागेवरून खेचून काढत होतं आणि त्याचं रूपांतर अशा एका पात्रात करत होतं की त्याचं शरीर आणि आत्मा हे वेगवेगळ्या रूपांत मृत्यू स्वीकारायला तयार झाले असते. ते मृत्यू ह्या जगाच्या पलीकडल्या जगात असले तरी ते ह्या जगाच्या आठवणींनी भारलेले असणार होते. ते जणू काही ह्या जगाचे प्रतिध्वनी असणार होते. पण ते राज्य काही बुयुकेदार येथील चांदण्या रात्रीसारखंही असणार नव्हतं. बुयुकेदार येथील चांदण्या रात्री वितळलेल्या पाचू-गोमेद रत्नांचा चुरा असलेल्या तेजस्वी चषकांसारख्या होत्या. आकाशात पाहिलं की केशरी रंगाच्या गुलाबांच्या पाकळ्यांची रास ओतल्यासारखी वाटे. पण ते संगीताचं राज्य तसं असणार नव्हतं. त्या गुलाबपाकळ्यांच्या उपस्थितीतली तळमळ हजारो मरणांच्या पलीकडची होती. ती आस सर्वच चैतन्यपूर्ण वस्तूंची होती. त्यामुळेच तिच्यात कुठलीही बोचरी टोकं नव्हती. नूरानला वाटू लागलं की ते संगीत ऐकताना आपल्याला नेहमीच एखाद्या अनोळखी स्थळी जाग येते. त्यानंतर अग्निनृत्याच्या लयीत अचानकपणे, पुन्हा पुन्हा अतर्क्य अशा नव्या अवतारात आपलं रूप पालटू लागतं. मग रागांमधील शब्द ऐकताना पुन्हा आपल्यावर जडावाचं काम केलेल्या घनदाट ढगांचा पडदा पडतो. मंत्रमुग्ध निद्रेत ढगांच्या पडद्याखाली आपला प्रवेश होतो. पण संध्याकाळी आकाशात दाटून आलेल्या मेघांतून प्रकाशाची केशरी आणि पिवळसर किरणरेखा जशी वाट काढून निसटते तशा आपणही त्या घनदाट कफनवस्त्राच्या बाहेर विखरून जातो आणि आपोआपच दुसऱ्या कुठल्यातरी स्थानी पुन्हा एकजीव होतो. तिथं पुन्हा आपल्यात ते आगळंवेगळं नृत्य अवतरतं. ते नृत्य जणू काही विशुद्ध तत्त्वाचं साम्राज्य बनतं. ते साम्राज्य विस्तारतं, मोठं होतं, त्याचे नंतर तुकडेही पडतात. आपल्यापासून वेगळ्या झालेल्या वस्तुमात्रात आपणच हसत असतो, नंतर आपण स्वतःचं रूप घेऊन हसतो, गुणाकारानं वाढतो, अशक्यतेच्या उंबरठ्याशी ढकलले जातो आणि तिथून एकच पान व एकच फांदी होऊन नव्यानं सुरू झालेल्या पितळकांतीच्या ऑटमऋतूत विखुरले जातो. हजारो, लाखो मरणांची राख उडावी तसा भूमीच्या अंतरातून येणारा कुदूमचा ढमढम आवाज जर आपल्यापर्यंत पोहचत

नसता तर आपण पूर्णपणे मुक्त होऊन उडालो असतो आणि ऐहिक अस्तित्वासकट गुप्तच झाले असतो. क्षणाक्षणाला बदलणाऱ्या अस्तित्वांची खोल लय तिच्याकडे बोट दाखवत होती, पण तिचा स्वतःवर कुठे अधिकार राहिला होता? ती खोल लय तिला आमंत्रण देत होती पण तो काळ कुठे तिचा राहिला होता? कुदूमवर पडणाऱ्या दमदार थापांमुळे काही कफनवस्त्रं विलग होत होती. खरोखर नूरान त्या ध्वनीचा जुळा आत्मा असावी तशी त्यामागोमाग चालत होती. ह्या शुद्ध सत्त्वाच्या राज्यातल्या लवचीकतेतून स्वतःला शोधत होती. तिचं दुसरं मन शोधत होती, कदाचित तिचं संपूर्णत्वच शोधत होती.

बासरीच्या सुवर्णपोकळीत तैफिकच्या आवाजानं अनोळखी शब्दांची रत्नं फेकली होती. त्या प्रत्येक रत्नाच्या पैलूची एकेक झलक तो हळुवारपणे उलगडून दाखवत होता. फारसी भाषेत माझ्या लाडक्या किंवा माझी मेहबुबा, असे शब्द समुद्रावरील जहाजाच्या चमकणाऱ्या सुकाणूसारखे दिसत होते. 'माझी' हा शब्द तो जोर देऊन म्हणत होता. त्यामुळे जुन्या काळातील पोवळ्याच्या कोंदणात बसवलेल्या आरशाची आठवण येत होती. त्या आरशात जणू नूरान आपली झलक पाहात होती. वैराण माळावरून सुटलेल्या झंझावातानं तिच्या प्रतिबिंबाचे असंख्य तुकडे झाले होते. मधेच कायमच्या बंद झालेल्या एका दरवाजाआडून मुमताझचा वाळकुडा चेहरा दिसे. तर मधेच तिला फातमाचा 'आई'. असा रडका आवाज ऐकू येई. त्या मन खिळवून टाकणाऱ्या संगीतात सगळ्याच गोष्टी निःस्तब्ध सावल्या झाल्या होत्या आणि गहन शोकांतिकेसारख्या होऊन बसल्या होत्या.

दुसऱ्या मजल्यावरील दिवाणखाना भक्तीच्या महासागरात गटांगळ्या खाणाऱ्या जहाजासारखा झाला होता. प्रत्येकजण जणू काही अस्तास जाणाऱ्या सूर्याच्या शेवटच्या किरणांना निरोप देत होता. ती शेवटची किरणं ओळखीच्या किनाऱ्यांवर पडली होती. त्यांच्या जीवनाच्या किनाऱ्यावर पडली होती. मुमताझनं टक लावून सूर्याकडे आणि भोवतालाकडे पाहिलं. आत्तापर्यंत एवढं नकळत त्यानं भोवतालाकडे कधीच पाहिलं नव्हतं. त्याच्यापासून दोन पावलांवर बसलेल्या नूरानचा कायमचा वियोग होईल ह्या भीतीनं तो थरकापत होता. त्या बासरीच्या झंझावातानं त्यांना जणू कुठल्यातरी अथांग पृष्ठभागावर विखरून टाकलं होतं. बासरीची ती वाट जणू स्वप्नात जायचीच वाट होती. जणू काही सुरुवातीच्या त्या हलक्या डुलकीतून सर्व स्वप्नांपर्यंत पोहचण्याचे रस्ते मिळत होते. त्या बासरीमुळं भान हरपत होतं, स्वप्न लोपत होतं पण तरीही हे संपूर्ण विखरून जाणं नव्हतं. त्या संगीताचं वस्त्र जसजसं उलगडू लागलं, तेव्हा

मुमताझला जाणवलं की ह्या संगीतामागे माणसाला विनाशाप्रत नेणारी अलौकिक बुद्धिमत्ता आहे. ह्या संगीतामुळे निर्माण होणारी भावनिकता अब्दुलकादीर-इ-मेरागीचं 'सेगाहकार', इत्रीचं पैगंबरांना वाहिलेलं 'नात ओदे' किंवा इत्रीचंच 'इस्फहानगीत' ह्यांत आढळत नाही. इत्रीचं 'इस्फहानगीत' योगायोगानं मुमताझनं एके रात्री अहमतच्या घरी ऐकलं होतं. त्या वेळेस ते गाणं स्वतः अहमतनं गाइलं होतं. त्या गीतांमध्ये कुठल्याही संशयाशिवाय अल्लाला किंवा त्या अंतिम शक्तीला आळवलं होतं. शब्दसुरांची मजबूत वास्तुकला आणि आत्म्याची महान खाण ह्यांच्या साथीनं त्यांनी तो संगीतप्रवास केला होता. जणू ते एका सरळ रेषेत आकाशात उंचावले होते. पण आत्ता ह्या क्षणी चाललेला झगडा मात्र दुहेरी होता. अंगावर पांघरलेल्या जगाच्या राज्यातून आत्म्याला मुक्त तर व्हायचं होतं पण ते त्याला जमत नव्हतं. ह्या गीतात शंका होती किंवा ईश्वराप्रती प्रेमाचा अभाव होता असं नव्हतं तर दोन विरुद्ध प्रवाहांच्या एकत्र येण्यामुळे डळमळीत व्हायला होत होतं.

तैफिकचा आवाज आणि अमीनजींची बासरी ह्यांच्या जुगलबंदीतील दोन झफीरपैकी एक झफीर मुमताझला खूपच भावला. तैफिकनी फेराहफेझा गाइला तो परंपरागत धार्मिक पद्धतीनं गाइला होता. त्याच संगीतकाराच्या इतर फेराहफेझांपेक्षा हे दुसरं पद पूर्णपणे वेगळं होतं. मुमताझच्या मनात ह्या पदानं प्रेम आणि व्याकूळता दाटून आली. त्या जुन्या रचनेशी ही नवी आवृत्ती थोडी फटकून वागणारी होती. कदाचित, त्या पदातले फारशी शब्द, कदाचित ती परंपरा ह्या सर्वांनी तैफिकचा आवाज पार पालटून टाकला होता. ते त्यालाही चांगलंच ठाऊक होतं. ते पद ऐकताना मुमताझला जुन्या सेल्जुक मशिदींतील फरशांवरील मोरपिशी रंगांची, प्रार्थनेसाठी पेटवलेल्या कंदिलांमुळे प्रकाशमान झालेल्या पाऊलवाटांची आणि कुराणाच्या प्रती ठेवण्याच्या जुन्या पद्धतीच्या लाकडी तिपायांची आठवण होत होती. बासरीतून येणाऱ्या स्वरांच्या शैलीचा संबंध पारंपरिक किंवा आधुनिक अशा कशाशीच नव्हता. जणू काही तो सूर अथांग समयाचा पाठलाग करत होता. नियती आणि मानवता ह्यांचा सच्चा अर्क शोधण्यामागे तो सूर लागला होता. पण केवळ तेच तेवढं नव्हतं. अधूनमधून बासरी आणि मानवी स्वर ह्यांत कुदूम ढोलाचाही आवाज खोलातून निनादत होता. जणू काही गाढ झोपेची जळमटं झटकून जमिनीत दडलेली जागृती अचानक जागी व्हावी तसं वाटत होतं. ती जागृती लोकांच्या विस्मरणात गेलेली होतीच पण तिला स्वतःचंही विस्मरण घडलं होतं. जणू वेगवेगळ्या जगांत स्वतःची नव्यानं ओळख पटावी तसं तो कुदूमचा स्वर ऐकून वाटत होतं. हे जागृत होणं, स्वतःची ओळख पटणं कधीच व्यर्थ

जाणारं नव्हतं. कुदूम ढोलाचा आवाज नेहमीच पुरातन काळातील धर्मांच्या हर्षभरित हाकेची आठवण करून देत होता. परलोकाच्या प्रवासासाठी ह्या पृथ्वीवरील आधाराची व्यवस्था निर्माण करणारा नाद होता तो.

मैफलीतला पहिला सलाम काहीच स्पष्ट न सांगता एका तराण्यावर संपला.

तो तराणा संपला तेव्हा पक्ष्यानं जखमी पंखांची शेवटची फडफड करावी तसं वाटलं. नूराननं मुमताझच्या नजरेस नजर मिळवली तेव्हा अनोळख्यांसारखं त्यांनी एकमेकांकडे पाहिलं. 'अशाच एखाद्या मैफलीत नूरानसारख्याच दिसणाऱ्या बेहान सुलतानेनं शेख गालिबकडे चिकाच्या पडद्याआडून पाहिलं असेल काय?' मुमताझच्या मनात आलं. ह्याच बेहान सुलतानेनं ओटोमानांची पाच शतकांची धाडसयुक्त चिकाटी आपल्या खांद्यावर तोलून धरली होती. येनिकोपी मेवलेवी लॉजमध्ये राजघराण्यातल्या स्त्रियांसाठी वेगळी पडद्याआड बसण्याची सोय केली असेल. स्वतःशीच गरागरा फिरणाऱ्या मेवलेवींचे धार्मिक अंगरखे हवेत उडत असतील. शतकानुशतकांपासून मिळवलेल्या कलेच्या माध्यमातून ते देवाची करुणा भाकत असल्याचं ते दृश्य नजरेपुढे तळपत असेल. त्या नृत्यातला एक पदन्यास म्हणून एक दरविश आपल्यापाठी उभ्या असलेल्या दरविशापुढे हातांची घडी करून उभा राहात असेल.

मुमताझनं संगीतकार असलेल्या सलीम तिसरा ह्या सुलतानाला एकदा पाहिलं होतं, पण त्याचं गाणं ऐकण्याचा योग कधी आला नव्हता. एखाद्या वयस्कर माळ्यानं उतारवयात सुंदर गुलाबाचं रोपटं लावावं, त्या रोपाला भविष्यकाळातच बहर येणार आहे हे माहीत असूनही त्यानं तसं करावं तसा हा सुलतान होता. मशिदीत राजासाठी राखीव ठेवलेल्या चौकटीत तो प्रार्थना करण्यास गुडघे टेकून बसला होता. त्याचा चेहरा पाहून खोरासानच्या संतांची आठवण येत होती. त्याच्या हातात एक भरीव अंगठी होती. त्याच सुलतानानं अनेक मधुर बंदिशी रचल्या होत्या आणि जणू त्या बंदिशींच्या मैफलीत बसावं तसा तो बसला होता.

पण मग देदे एफेंदीबद्दल काय? आत्म्याचा साहसी प्रवास ज्या माणसानं एवढ्या बारकाईनं संगीतबद्ध केला तो माणूस कोण होता? कसा होता? एकोणिसाव्या शतकाच्या सुरुवातीला जेव्हा फेराहफेझी पहिल्यांदा लोकांपुढे सादर केलं गेलं तेव्हा आजारी असलेला सुलतान महमूद दुसरा रुग्णशय्येवरून उठला आणि येनिकोपी मेवलेवी लॉजवर आला. त्या ठिकाणी सारं इस्तंबूल गोळा झालं होतं. सर्व महत्त्वाच्या व्यक्ती तिथं होत्या. उच्चभ्रू परदेशी पाहुणे, राजवाड्यावरील अधिकारी, नशिबाचे दरवाजे उघडण्याची वाट पाहणारे संधिसाधू अशा साऱ्यांची तिथं दाटी झाली होती.

राजदरबारातले महान संगीतकार हमामीझादे इस्माईल देदे एफेंदी ह्यांनी संगीत दिलेलं नवं गीत ऐकण्यासाठी ते तिथं जमले होते. ह्या सगळ्या गोंधळात मुमताझनं सुलतान महमूद दुसरा ह्याचा चेहरा आठवून पाहिला. तो चेहरा जुन्या दुपट्ट्यासारखा फिकुटलेला होता. त्यानं डोक्यावर फेझ ही मुस्लीम धर्मीय वापरतात तशी टोपी घातली होती. युरोपीय पद्धतीचा गडद निळा गणवेष घातला होता. त्या गणवेषाला सोन्याची पदकं लावली होती. त्या गणवेषाची कॉलर जणू काही त्याच्या सार्वभौमत्वाची ग्वाही देत होती. सुलतानाच्या लवाजम्यातील प्रत्येक सदस्य उत्तम देखभाल केलेल्या अरबी घोड्यावरून येत होता. रस्त्याच्या दोन्ही बाजूंना जमलेले बघ्ये रस्त्यावरून घोडे जाताना टाळ्या वाजवत होते. पूर्वेकडील खानदानी पुरातन रीतिरिवाज अजून विस्मरणात गेलेले नव्हते. हे सर्व लोक मैफल ऐकायला जमले होते. संगीतयज्ञाच्या निखाऱ्यांत अनातोलिया आणि संपूर्ण राज्यच बळकावलेल्या बंडखोरांचा त्यांना विसर पडला होता. पुढे कायमची टांगती तलवार त्या सर्वांच्याच डोक्यावर लटकत होती. त्यामुळे ते सगळेच जण आता अल्लाच्या दरबारातील पामर नागरिक बनले होते, फक्त मोक्षाचा विचार करत होते. आपल्या गतजीवनाबद्दल विचार करताना विस्मयानं म्हणत होते, ''अशा तोलामोलाची कलाकृती अजूनही जन्माला येत असेल तर आमचा कधीही विनाश होणार नाही. आमचा उमेदीचा काळ सदैव अमर राहील.''

तिसऱ्या सलामानं मुमताझला वेगळ्याच क्षितिजांकडे नेलं. आता मैफल युरूक गीतात शिरली होती. त्या गतिमान मैफिलीनं सर्वांना ऐहिक जगाच्या सीमारेषांपासून दूर न्यायला हवं होतं. पण तसं घडलं नाही. मुस्लीम पूजापद्धतीत कुठलीही प्रतीकं नसतात. नमाज आणि कुराणपठण लोकांचा एकत्र मेळावा भरून होत. सुफी पंथाच्या बाबतीही हीच गोष्ट खरी होती. एकमेकांत गुंतणारे धागे जसजसे वाढले तसतशी धार्मिकता अधिकाधिक अरुंद होत गेली, होणाऱ्या हालचालीही अगदी सूक्ष्म झाल्या. पण हे किती विचित्र होतं. मेवलेवीतील तो जलसा जसजसा लोकांवर गारुड करू लागला तसा त्यानं दुःखाचा अभिनिवेश आणि गंभीर उच्चभ्रूपणा टाकून दिला आणि त्याऐवजी लोकगीताचा मोकळाढाकळा बाज स्वीकारला. माधुर्याच्या त्या डौलदार नृत्यात मुमताझला एक महान खाण सापडली. त्या खाणीमुळे खेडवळ सामान्यजनांना आनंद मिळत होता, अनातोलियाला वेदना सहन करण्यासाठी बळ मिळत होतं.

कुठेतरी एक छोटासा चिकाचा पडदा थरथरला. प्रभातकालीन नवल म्हणून की काय पण कुठेतरी एक निळसर हिरवा अंकुर सजीव झाला. जांभळ्या, सुंदर अशा फोफावत्या गुलाबांच्या ताटव्यात आत्म्याचं अंतिम धाम बुडून गेलं. नूरानला वाटलं

की आपण उंच उंच आकाशात विहरावं, आपल्या स्वतःच्या गतीतूनच वरच्या छताला छेदावं आणि स्वतःच्याच वेगळ्या स्वर्गात आरोहण करावं. तिचं सारं जग तिच्या स्वतःतच सामावलं होतं. उंच उंच जायचं, निश्चितपणे जायचं आणि गुप्त व्हायचं. आपल्या चपळ अभिव्यक्तीतून हे संगीत तिच्या लहानपणी गोष्टीत ऐकलेल्या बैरामखानांची आठवण करून देत होतं. का बरं आत्ताच ते संगीत एखाद्या ज्वालामुखीसारखं उद्रेक पावलं होतं आणि तिच्या मनात मनमोकळ्या आणि सहजसुंदर दिवसांचा हर्ष जागृत करत होतं? हल्ली तर तिनं घेतलेल्या प्रत्येक सुखाच्या चवीसोबत तिला सदसद्विवेकबुद्धीची टोचणी सहन करावी लागत होती. गाडून टाकलेल्या एवढ्या मृत गोष्टींना पुन्हा संजीवन देणं उचित ठरलं असतं का? ह्या हर्षोल्लासातून अल्लाची भेट होणार होती का? का त्या हर्षोल्लासातून प्रत्यक्ष जीवनाची भेट होणार होती? त्या स्वच्छंद बैरामांच्या काळात गेल्यावर तिला जाणवलं की एकेकाळी तिच्यापाशी करमणूक नव्हती की आनंदही नव्हता. हळूहळू सारं काही सोडून देण्याच्या मनःस्थितीत ती आली होती. उचंबळून येण्याची प्रत्येक इच्छा तिच्या अंतरातून नाहीशी होत चालली होती. विचित्र म्हणजे तिला अगदी एकटं पडल्यासारखं वाटू लागलं होतं. तिचा अंतरात्मा जणू विश्वाइतका अथांग होता, ''माझ्यातच सारं विश्व सामावलेलं आहे.'' आपण असं म्हणतोय की काय असा तिला भास झाला खरा, पण तिच्या अंतरातील ह्या अवकाशांवर तिचं नियंत्रण नव्हतं.

बासरी वाजतच राहिली. ती श्रोत्यांना जणू तारत होती आणि मारतही होती. त्या बासरीच्या श्वासातून सगळं चराचर, सगळं विश्व निराकारात रूपांतरित झालं होतं. तिथूनच तिच्या मनात भक्तिरसाची महान भावना दाटून आली. तिच्या अंतरात्म्यात तो देखावा उमलून येताना तिनं स्वतः पाहिला. त्या तिथं महासागर उचंबळून येत होता... ह्या इथं एक अरण्य जळून राख होत होतं. तारका चुंबन घेत होत्या आणि मुमताझचे हात मधासारखे सुळसुळीत होऊन त्याच्या गुडघ्यांवरून निसटत होते.

मुमताझ एकदम थरथरला. ते आता चौथ्या सलामावर होते. शेख गालिब स्वतःच जणू काही अंगरख्याचे बंद आवळून मैफल ऐकायला आला होता. शम्स इ ताब्रीझच्या सूर्याखाली जणू काही त्याचीही जळून तात्पुरती राख झाली होती. शाश्वत प्रेमाच्या अग्नीत तोही जळत चालला होता. शेवटच्या आवर्तनाच्या वेळी नूराननं जणू काही मुमताझचे खांदेच धरले आणि त्याला सांगितलं, ''चल, आपण दोघं मरून जाऊया.''

अमीनजींनी युरूकमधील दोन धून वाजवल्या. त्यामुळे मैफलीवर जणू कळस चढला. त्यानंतर त्यांनी थोडक्यात विविधरंगी आवर्तनं घेतली. मधुर आवर्तनांमधून

फिरणारी ताक्सीम त्यांनी सुरू केली तेव्हा वाटलं की ते आकाशाचा नकाशाच काढताहेत की काय? त्यानंतर जुळ्या युरूकच्या एका वेगळ्याच फेराहफेझात ते शिरले आणि तिथून पूर्वरंगातील तराण्यावर आले. त्यानंतर ते एकदम शांत झाले. त्या तराण्यानं जणू साऱ्याचं रूपांतर इच्छांच्या धगधगत्या भट्टीत केलं होतं.

तैफिकनं आपल्या हातून कुदूम घरंगळत खाली पडू दिला आणि कपाळावरील घाम पुसला. आता जमलेली सगळी मंडळी थकली होती. जणू काही त्या सर्वांनी एखाद्या अजस्र पुतळ्याशी किंवा काळाच्या राक्षसाशी मुष्टियुद्धच खेळलं असावं तसं वाटत होतं. अमीनजी तैफिकना बोलले, ''एवढ्यात काही म्हातारे होत नाही तुम्ही. तुमचं भविष्य आणि तुमचं वय ह्यांचा काहीच संबंध नाही.'' त्या दोघांनी एकमेकांकडे कौतुकानं पाहिलं. त्यांना होत असलेल्या आनंदाची नवीन पिढीतील मंडळींना कल्पनाही करता आली नसती.

''तुम्ही तिघेही चमत्कारच आहात.'' इहसान म्हणाला.

पाच

पहिल्या सलामाच्या मध्यावर सुआदनं प्रवेश केला होता. चेहऱ्यावर आनंदी आविर्भाव ठेवून तो दारातून आत आला असला तरी जेव्हा गाणं आणि त्या दृश्यातलं गांभीर्य जाणवलं तेव्हा तो इहसानच्या बाजूला शांतपणे जाऊन बसला. त्याच्या बसण्यातून कोरडेपणा जाणवत होता. जमलेल्या लोकांत नूरानला आणि मुमताझला बसलेलं त्यानं शोधून काढलं आणि नजरेनंच त्यांना अभिवादन केलं. मुमताझ संगीताच्या गुंतागुंतीच्या क्षितिजात हरवला होता. तिथूनच त्यानं पाहिलं की सुआद आपल्याकडे पाहून कुत्सितपणे हसतोय आणि नूरानकडे त्यानं अगदी संकोचानं आणि असोशीनं नजर टाकलीय. नंतर मात्र सुआदनं कुणाकडेही न बघता सगळं लक्ष संगीतावर केंद्रित केलं. त्याची तल्लीनता पाहून मुमताझला असंही वाटलं की, 'अरेरे, त्याचे सुरुवातीचे फेराहफेझा चुकले ही केवढी वाईट गोष्ट झाली.' दुसऱ्या सलामाच्या मध्यावर सुआदचं संगीतातलं लक्ष आणखीनच गहिरं झालं. गुडघ्यावर कोपर टेकून आणि उजव्या हातावर डोकं टेकून तो मंत्रमुग्ध होऊन गाणं ऐकू लागला. पण थोड्याच काळात त्याला जे काही हवं होतं ते सापडेनासं झालं. जणू काही रिकामे चषकच त्याच्या पुढ्यात ठेवले जात होते. जणू एकमेकांचा पाठलाग करणारी बासरी आणि तैफिकचा स्वर ह्यांच्यातून जी वातावरणनिर्मिती झाली होती त्यातून तेजाची एक फसवी पणती फडफडत होती.

मग बंड केल्याच्या आविर्भावात त्यानं मस्तक वर केलं. तेव्हा त्याच्या डोळ्यांत मुमताझला बोचरा उपहास, बंडाची भावना आणि अत्यंत चीड दिसली. तो नूरानकडे आसुसल्यासारखा पाहातोय हेही त्याला दिसलं तेव्हा त्याच्या मनात मत्सराची एक अस्पष्टशी भावना तरळून गेली. सुआदनं नूरानला जेव्हा अभिवादन केलं तेव्हाही तीच भावना त्याच्या मनात उफाळून आली होती. त्याच्या मनाला जणू काही सुआदचा धाकच बसल्यासारखा झाला होता. नंतर जेव्हा त्या संध्याकाळची आठवण काढण्याचा त्यानं प्रयत्न केला तेव्हा त्याला वाटलं की जोरात सुटलेल्या वादळवाऱ्यामुळे जंगल वेडंवाकडं झुलावं तसे सुआदच्या चेहऱ्यावरील भाव वेडेवाकडे झुलत आहेत.

आपल्यामध्ये सुआदची उपस्थिती पाहून अस्वस्थ झालेल्या मुमताझला हळूहळू त्याच्याविषयी मत्सर वाटेनासा झाला. पण त्याचं मन चमत्कारिकपणे अडकल्यासारखं झालं होतं. नूरानबद्दल सुआदला वाटणारं प्रेम आणि त्यांची मैत्री ह्यामुळे सुआद हा मुमताझच्या जीवनातला जणू ठुसठुसणारा फोड बनला होता. त्याचं स्थान वेगळ्याच पातळीवर जाऊन पोहचलं होतं. सुआदला तो बऱ्याच काळापासून ओळखत होता. त्याचं उपरोधिक बोलणं आणि उद्धटपणा ह्यामुळे मुमताझची घडी विस्कटत असे आणि तो बेचैनही होत असे. तरीही त्याचा हजरजबाबीपणा आणि विक्षिप्तपणा त्याला आवडतही होता. त्याची बुद्धिमत्ता आणि मनाची झेप त्याला मोह घालत होती. पण तरीही मुमताझ त्याच्यापासून लांबच राहात होता. कारण त्यांची जीवनं वेगवेगळ्या रेषांवरून चालली होती. सुआदनं नूरानला लिहिलेल्या पत्रामुळे मुमताझच्या जीवनातील सलग तीन तास असे गेले नव्हते; ज्या काळात त्याच्या मनात सुआदचा विचार आला नसेल. त्या दिवसापासून मुमताझला आपोआपच जाणवू लागलं होतं की एखाद्या बळीला जसं आपल्या छळकर्त्याबद्दल आकर्षण वाटतं, एखाद्या चिमणीला जसं ससाण्याबद्दल आकर्षण वाटतं तसं आकर्षण आपल्याला सुआदबद्दल वाटू लागलं आहे. हे वाटणं काही अनैसर्गिक नव्हतं. एका फ्रेंच कवीनं म्हटलं होतं तशी त्या दोघांना एका प्राणघातक धोक्याची भूल पडली होती. नूरानच्या प्रेमातून ते एकमेकांसमोर उभे ठाकले होते. ह्या प्रेमातलं त्या प्रत्येकाचं स्थान काहीही असो पण दुसऱ्याला तुच्छ लेखण्याची अस्पष्ट भावना त्या दोघांतही होती. ह्या संगीताच्या मैफलीत बसलेला असताना सुआदच्या मनातली बंडाची भावना मुमताझला जाणवली होती. त्यामुळे त्या गोष्टीला वेगळंच परिमाण मिळालं होतं. त्यानं स्वतःला पुन्हा पुन्हा विचारलं, 'काय घडलं असेल? ह्याला कसली चिंता लागलीय?' त्यानंतर तो प्रश्न अधिक नेमका बनला. 'ह्या संगीतात तो असं काय शोधत होता; ज्यामुळं त्याला एकदम बंड

करून उठण्याएवढा आवेश आला?' ह्या विचारात असतानाच त्यानं पुन्हा एकदा सुआदकडे पाहिलं. पण ह्या वेळेस त्याला त्याच्या चेहऱ्यावर कुठलाच आविर्भाव दिसला नाही. तो अगदी नम्रपणे लक्ष देऊन गाणं ऐकू लागला होता. त्याची अवस्था अगदी उघड उघड सहानुभूतीशून्य होती असं म्हटलं तरी चाललं असतं. त्या मैफलीकडे आणि ती संगीतभरी दुनिया निर्माण करताना थकून गेलेल्या संगीतकारांकडे तो अत्यंत आदरानं बघत होता. त्याच वेळी स्वतंत्रपणे विचार करण्याची त्याची क्षमता हरपू लागली आहे हेही दिसत होतं. सुआदच्या बेपर्वाईमुळे मुमताझ जेवढा अस्वस्थ झाला तेवढाच अस्वस्थ तो त्याच्या आधीच्या बंडखोरीच्या आवेशामुळेही झाला होता. केवळ मनावर ताबा ठेवण्याच्या निर्धारामुळेच मैफलीच्या शेवटाकडे लक्ष न देणं त्याला टाळता आलं.

मुमताझ विचारात गर्क असताना इकडे पहिल्या सलामीच्या वेळची अमीनजींच्या ताक्सीमची आवर्तनं पुन्हा फराहफेझाकडे वळली होती. त्यांनी सात वेळा श्रोत्यांपुढे ती आवर्तनं ठेवली. प्रत्येक आवर्तनात जाणवेल असा फरक होता. जणू तो इतिहास आता त्यांच्या ताब्यात होता. सुरुवातीला ते काहीतरी भव्य उदात्त होतं, अनपेक्षित होतं, तो जणू स्वतःचा घेतलेला शोध होता आणि नंतर त्याचं रूपांतर एका स्मृतिचिन्हात झालं होतं. त्या स्मृतिचिन्हांमुळे आंतरिक जीवनातील सुसंवाद वाढत होता. परिणामतः त्या व्यक्तीच्या स्वभावातला विलक्षण वेगळेपणाही वाढत होता. फेराहफेझातली ती आवर्तनं ऐकता ऐकता मुमताझला जाणवलं की बासरीवादक शेवटी एका अंतिम निष्कर्षाला यावा तसा समेवर येतो, त्याप्रमाणेच जीवनातही एक अंतिम स्थानक येतं आणि त्या स्थानी आल्यावरच त्या व्यक्तीच्या अस्तित्वाला खरा चेहरा मिळतो. तिला स्वतःची वेगळी ओळख मिळते. त्या ओळखीची एक सीमा भूतकाळाच्या सावल्यांच्या संगतीत गेलेल्या समयाच्या अथांग अशा कृष्णप्रदेशात विश्रांती घेत असते. विचार करता करता त्याला जाणवलं की आपण बऱ्याचदा इतरांसोबत संगीत जगतो. धुंदीत असलेल्या सुआदचं त्यानं निरीक्षण केलं होतं. त्यामुळेच त्याला वाटत होतं की ही संगीत मैफल आपल्यातील उत्कटतेवर काबू मिळवेल. दुरातील ताऱ्यांचा आणि आकाशगंगांचा प्रकाश ज्यावर पडलाय अशा रहस्याकडे आपल्याला आकाशातूनच घेऊन जाईल.

संगीतामुळे जो आनंद निर्माण होतो तो फक्त शरीराला किंवा फक्त मेंदूला जाणवण्यासारखा असतो हा विचार मनातून काढून टाकला तरी संगीताचे परिणाम विचित्र असतात हेसुद्धा तेवढंच खरं होतं. ज्ञानाच्या कसोटीला उतरणारा प्रत्येक

संगीतप्रकार घट्ट बांधायचा म्हणजे आपण जेव्हा तो ऐकतो तेव्हा त्याची सर्व वैशिष्ट्यं आपल्याला सामोरी येतात. ह्याचा अर्थच आपल्या व्यक्तिमत्त्वात संगीताला मिसळून टाकणं असा होतो.

फेराहफेझाची मैफल चालू असताना मुमताझ त्या पदांत गुंगून गेला होता आणि त्याच वेळी आपल्या परिसरासंबंधीच्या कल्पनाराज्यांमध्ये, आपल्या स्वतःमध्ये आणि आपल्या मानसिक प्रक्रियांमध्ये रममाण झाला होता. इस्माईल देदेचं कर्णमधुर संगीत त्याच्या दृष्टीनं नूरानच्या अस्तित्वाभोवती जमलेल्या रंगीबेरंगी, नाजूक तुकड्यातुकड्यांत आणि प्रतिमांत वसत होतं. हातभर अंतरावरून मुमताझ त्यांच्याकडे पाही तेव्हा त्याला तिच्यापासून निघालेल्या अनेक प्रतिमा सुलतान सलीम तिसरा ह्याच्या युगापासून ते शेख गालिबच्या युगापर्यंत जाताना, सुलतान महमूद दुसरा ह्याच्या युगापर्यंत जाताना आणि मुमताझच्या स्वतःच्या उन्हाळ्यातल्या आठवणींपर्यंत जाताना दिसत. कान्लिका येथील संध्याकाळ, कांदिल्लीतली टेकडी, पहाटेच्या वेळेस बॉस्फरसच्या खाडीवर दिसणारी प्रकाशक्रीडा... सगळीकडे त्या प्रतिमा विहरत. ह्या सर्व प्रतिमा जर शेकोटीत पेटणाऱ्या ज्वाळांसारख्या त्यांना निर्माण करणाऱ्या संगीतापुरत्या मर्यादित राहिल्या असत्या तर त्या क्षणभर जिवंत होऊन लगेच गुप्तही झाल्या असत्या. पण ते तसं नव्हतं. सुआदच्या चेहऱ्यावर मुमताझला क्षणभर निराशा दिसली. तेव्हा ती गुंतागुंतीची दृश्यं त्याच्या डोळ्यांपुढे आली. त्याला जाणवलं की बंड, अवहेलना आणि क्रोध ह्या भावना आपण सुआदच्या डोळ्यांत वाचल्या असं आपल्याला वाटलं ती प्रत्यक्षात फक्त निराशा होती. ज्याप्रमाणे सबा, नेवा, रास्त, कारगाह आणि असेम ह्या रागांतील पदं प्रत्यक्षात फेराहफेझापाशी येऊन थांबतात त्याप्रमाणेच त्या आर्त आणि स्मृतींनी भरलेल्या गीतांनी जीवनाची पूर्णता म्हणजे काय ह्याचा अर्थ शोधून तो सहन करण्याची आणि आपल्यात शोषून घेण्याची क्षमता त्यांच्यात निर्माण केली. ह्या सर्व देखाव्यांना सुआदच्या निराशेनं आपल्यात ओढलं आणि स्वतःच्या क्रूर अनुभवांनी त्यांचं मुमताझमध्ये रोपण केलं. बासरी शांत झाली तेव्हा बाकीचे श्रोते त्या आनंदात गुंगले होते. संगीत आणि रंगांच्या लोलकांभोवती जणू स्वप्नवत संधिप्रकाश पसरला होता. त्यातून तयार होणाऱ्या सावल्यांच्या इंद्रधनुष्यात जीवनाच्या संवेदना एकवटलेल्या होत्या. पण मुमताझच्या बाबतीत तसं घडलं नाही. ते संधिप्रकाशाचं राज्य मुमताझच्या हृदयात खोल घुसलं. जादुई उत्कटतेनं निर्माण झालेलं आकस्मिक संकट होतं ते. गायनाच्या संपूर्ण काळात नूरानभोवती पिंगा घालणाऱ्या त्याच्या कल्पनाशक्तीनं कुठल्याही स्थळी उड्डाण केलं असलं तरी शेवटी

ही सुआदकडून संसर्ग होऊन आलेली निराशेची भावना नूरानभोवतीच्या कल्पनांशी एकरूप होत होती.

सादरीकरण संपल्यावर तैफिक आणि अमीनजींनी पुन्हा त्याच रागाशी लडिवाळपणा करणाऱ्या नव्या रचना आणि सेमाई वाजवल्या. दीर्घ परिचयाच्या ह्या सर्व रचना त्याच निराशेनं मुमताझनं ऐकल्या आणि ऐकता ऐकता तैफिकमामाला साथ करणाऱ्या नूरानचा आवाज गाळून वेगळा ऐकण्याचा प्रयत्नही केला. तिचा आवाज आणि तो स्वतः ह्यांच्यात त्याला कसल्यातरी अडथळ्याची सावली जाणवली. तिचा आवाज जणू खूप दूरवरून ऐकू येत होता, धुक्यानं दाटलेल्या पहाटे यावा तसा येत होता. तुर्कस्तानी संगीतामुळे ते गाणाऱ्या गायकांच्या चेहऱ्यात जे तणावपूर्ण आविर्भाव येत तो केवळ थकव्याचा आविष्कार नसतो. तर ती वियोगाची किंवा दुराव्याची खूण असते. जणू काही सुलतानीयेगा, माहूर आणि सेगा ह्या रागांनी निर्माण केलेल्या वातावरणात अडकलेली नूरान तिथून सुटका व्हावी म्हणून त्याला हाक मारत होती आणि तरीही मुमताझ तिच्यापर्यंत पोहचू शकत नव्हता.

हा वेडेपणा आहे हे त्याच्या लक्षात येत होतं. त्यातच त्याच्या हेसुद्धा लक्षात येत होतं की बालपणात घडलेल्या शोकात्म प्रसंगांमुळे जे काही आपल्याला हवं असतं ते आपल्यापासून फार दूर आहे, अप्राप्यतेच्या प्रदेशात आहे, अशा तऱ्हेनं वागण्याची आणि विचार करण्याची आपली प्रवृत्तीच झालेली आहे. सुरुवातीच्या काळात, चटकन कुठलाही ठसा उमटेल अशा वर्षांत, त्याची प्रेमाशी पहिली ओळख झाली तेव्हा मृत्यूचं दुःख आणि पाप करण्याची भावना त्याला बक्षिसाच्या रूपात मिळाली. तडफडीच्या रूपात मिळाली. पापक्षालनाच्या पलीकडे तेच तर होतं. थोड्याच काळात परकेपणाच्या भावनेनं त्याच्या मनात मूळ धरलं. बालपणानं दिलेला हा वारसा मुमताझनं चाचपडत्या किशोरवयात विकोपास नेला. त्याच्या मेंदूत चाललेली खळबळ आणि कवितेशी खूपच अकाली झालेली ओळख ह्यामुळे हा वारसा नूरानशी ओळख होईतो चालला. त्याच्या मते कवितेचं खरंखुरं नशीब सर्व वस्तुमात्र आणि आशा-अपेक्षा ह्यांना मागे टाकतं. सुकलेल्या पानांच्या ढिगानं ताबडतोब जाळ पकडावा तसं कवितेचं अस्तित्व असतं. त्यानं वाचलेले आणि त्याला आवडलेले कवी भविष्यात कधीही परतून न येणारे असे राजकुमारच नव्हते का? मग त्यात पो आणि बॉडलेअर हे कवीसुद्धा आले. त्यांचे पाळणे आकाशातील नकारात्मक चिन्हांखालीच झुलले. त्यांची आयुष्ये शून्याच्या भूमीत जगली गेली. परतीची वाट गुंतागंतीची असलेल्या क्षितिजाकडे आपलं अस्तित्व न नेता कवितारूपी मधाची पोळी कशी भरली असती? जीवन आणि तारुण्यानं

दिलेल्या अगणित मेजवान्या मुमताझनं केवळ नाकारल्याच नव्हत्या तर अस्तित्वातील कटुता हे अनुभव मिळवण्यासाठी असणारं एकमेव उपकारक वातावरण आहे हे त्यानं स्वीकारलं होतं. त्याच्या मनात आनंदोत्साह असूनही आणि जीवन जगण्याची त्याची भूक विविध प्रकारची असूनही त्यानं केलेलं विश्लेषण बीजगणितासारखं रुक्षतेकडे झुकणारं होतं. ऑगस्ट महिन्यातील चांदण्या रात्री तो आणि नूरान जेव्हा फिरायला गेले होते तेव्हा त्यानं नूरानजवळ आपलं मन मोकळं केलं होतं. त्याच्या मनातली प्रत्येक कल्पना किंवा उत्कटता जेव्हा त्याचा छळ करू लागत असे तेव्हाच ती परिपक्व होत असे. त्याचाच परिणाम म्हणून त्याला वाटत होतं की त्याची कविता आणि जगलेलं वास्तव हे कधीच एकमेकांत मिसळणार नाहीत. धातूंचं विलीनीकरण आणि मिश्रण असह्य तापमानालाच घडतं. कविता आणि वास्तवाचा मिलाफ व्हायचा असेल तर तेवढ्याच असह्यतेला तोंड द्यावं लागतं. तसं झालं नाही तर ती कविता केवळ दुसऱ्यांनी घेतलेल्या अनुभवांच्या परिघावरच राहाते.

कदाचित नूरानवर तो करत असलेल्या गाढ प्रेमामध्ये अशा प्रक्रियांचं मंथन होत असेलही. माहूरगीताचा चिरंतन वारसा नसता तर मुमताझ तिला एवढा बांधला गेला असता का? ती पूर्वी एकदा प्रेमात पडली होती, तिला लग्नाचा पूर्वानुभवही होता. त्यामुळेच ती त्याच्यावर अधिकार गाजवत होती. त्या तिच्या अधिकार गाजवण्यामुळे मुमताझ तिला एवढा बांधला गेला होता का? सामाजिक किंवा आर्थिक जीवनात नूरानला असुरक्षितपणा वाटे. त्याचा परिणाम म्हणजे आहे त्या परिस्थितीला शरण जाणं आणि आजच्या दिवशी जे काही मिळतंय त्यात आनंद मानणं असा झाला होता. त्यामुळेच तिनं आत्मसंतुष्टतेचा अर्धवट दैवी मुखवटा चढवला होता. अशा तऱ्हेच्या प्रवृत्तींशी मुमताझ चांगलाच परिचित होता. त्यानं स्वतःसाठी एक आंतरिक, भावनिक अशी यंत्रणा शोधून काढली होती. शब्द आणि प्रतिमांना जिवंत करील असा जोरकस दुवा शोधण्याच्या कामी सध्या तो लागला होता. परंतु खेळाचे नियम सुरुवातीलाच बदलल्यासारखे दिसत होते. ज्या कसोटीत तो स्वेच्छेनं उतरला होता त्यात त्याची हार झाली होती. हा विचारच गोंधळात टाकणारा होता. पुन्हा पुन्हा मुमताझ आपल्या आत्मसंतुष्टतेतून उठत होता आणि स्वतःलाच प्रश्न विचारत होता, 'माझा हा अतिरेक तर चालला नाहीये ना?' केवळ ह्या प्रश्नामुळे त्यांच्या स्वर्गाचं रूपांतर मूर्खांच्या नंदनवनात झालं होतं. उन्हाळ्यातील सर्व काळ तो आयुष्य जणू दुप्पट जोमानं जगला होता. सगळ्यात विचित्र प्रकार कुठला होता तर त्यानं आपल्या भावना, आपलीच आपण घेतलेली उलटतपासणी ह्याबद्दल मनात संशयाची भावना

बाळगली होती. पण नूरानबद्दल त्याला वाटणारं गाढ प्रेम आणि प्रेमामुळे त्याला सहन कराव्या लागणाऱ्या यातना ह्या दोन्ही त्यामुळे अजिबात कमी झाल्या नव्हत्या.

तो आता त्याच विचारांच्या दिशेनं स्वतःशी बोलू लागला, 'मूर्ख आहे मी. स्वतःला गुन्हेगार म्हणून शाबीत करण्यासाठीच मी झटत असतो.' प्रत्येक वेळेस त्याची नजर नूरानवर जाई तेव्हा त्या वाटू लागलं की आपण तिला नेहमीसारखं पाहात नाही आहोत तर स्मरणचिंतनाच्या माध्यमातून पाहात आहोत. सतत रूप बदलत त्याच विचारानं त्याचा पिच्छा पुरवला. तो त्या स्त्रीवर मनापासून प्रेम करत होता. पण अस्तित्वात नसल्यासारखी त्याच्या मिठीत ती हसत होती.

'सुआद एवढा निराशेच्या गर्तेत का आहे? कसला विचार करतोय तो? विश्वास ठेवणं आणि शोधणं ह्याची जीवाला तळमळ लागली असते. त्या तळमळीनं त्यानं देदेचं संगीत खरोखरच ऐकलं असेल का? की त्यानं नकारात्मक विचारांनीच सुरुवात केली? तो एवढा बेचैन का बरं दिसतोय?' असे प्रश्न त्याच्या मनात घुसल्यामुळे तो शंकाकुशंकांनी बेजार झाला. ह्या तथाकथित भक्तिरसपूर्ण मैफलीचा मुमताझ काय अर्थ काढणार होता? फराहफेझा गायन चाललं असताना त्याच्या विचारांनी कुठल्या कुठल्या जागांना स्पर्श केला ते तो आठवून पाहात होता. आश्चर्य म्हणजे त्या संपूर्ण आविष्कारात एकदाही त्याला आध्यात्मिक जाग आल्याची जाणीव झाली नव्हती. त्याच्या मनात ज्या काही प्रतिमा उभ्या राहिल्या त्या एकतर नूरानसंबंधी होत्या किंवा तो जे लिहीत होता त्या कामासंबंधी होत्या. ह्या कमतरतेला देदे एफेंदी जबाबदार होते की मुमताझच्या स्वभावामुळेच तसं झालं होतं? 'आपला आत्मा एवढा दरिद्री कसा झाला' ह्या विचारानं तोसुद्धा आश्चर्यचकित झाला. तुर्कस्तानी संगीताबद्दलची त्याची भूमिकाच बदलली होती का? त्याच्या जीवनाला अनेक पैलू होते. ज्याचं त्याला खूप महत्त्व वाटत होतं असं नूरानचं प्रेम हा त्यातला एक पैलू होता. त्या प्रेमासारखंच ते वाद्यसंगीत म्हणजेसुद्धा केवळ एक साधन होतं का? की तो त्यात केवळ मेंदूनं गुंतला होता आणि आपल्या कल्पनाशक्तीला मारूनमुटकून त्यात गुंगवू पाहात होता? असं केल्यानं आपल्याला आपल्यातील खऱ्या अस्तित्वाचा शोध लागेल असं त्याला वाटत होतं का? इतर संगीतकारांचं संगीत ऐकताना आपल्याला काय वाटतं? बाख आणि बिथोव्हन ऐकताना काय वाटतं? आल्डस हक्सलेनं लिहिलंय, देव असतो आणि जेव्हा व्हायोलिनचे सूर वाजतात तेव्हा तो उघड दिसतोही... ह्या त्याच्या आवडत्या कादंबरीकारानं 'क्वॉर्टेट इन अ मायनर' ह्या गीतप्रकाराबद्दल लिहिलं होतं. मुमताझनं पुस्तक वाचण्यापूर्वीच ते संगीत ऐकलेलं होतं. अरेरे, तेव्हा जर त्याला आपल्या भावना आवरता आल्या असत्या तर?

अचानक तो अडखळला. देदेच्या असेमासिरन युरूक सेमाईमध्ये नूरानचा आवाज फारसी भाषेत एकदम टिपेत लागला होता.

'तू जिथे असशील तेथे, स्वर्ग राहील आपुला'

पण नूरानचा आवाज इतक्या दूरवरून त्याच्यापर्यंत का बरं पोहचत होता? त्या बेचैन तणावपूर्ण क्षणी एखादी उपस्थिती किंवा अनुपस्थिती त्यांच्यात अडथळा आणत होती काय? निराशेच्या आरशात नूरानचं प्रतिबिंब पडलेलं तो पाहात होता काय? की त्या अंतिम शक्तीच्या तेजाची एक मर्त्य ठिणगी ह्या स्वरूपात तो तिला पाहात होता? मुमताझनं सुआदकडे पाहिलं. जणू काही अशा प्रश्नांची उत्तरं त्याच्याकडूनच त्याला मिळणार होती. पण सुआदचा चेहरा अगदी घट्ट बंद केलेला होता.

काहीतरी करावं. केलंच पाहिजे ह्यासाठीच कदाचित मुमताझ आपल्या जागेवरून उठून उभा राहिला आणि तोंडावर पाणी मारण्यासाठी नळापाशी गेला. तो जेव्हा परतला तेव्हा अमीनजी आपलं आणखी एक गाजलेलं ताक्सीम वाजवत होते. नेहमीप्रमाणे ते फेराहफेझा रागातलं होतं. संगीत हे काही प्रेम व्यक्त करण्याचं सुयोग्य साधन नाही. कारण ते काळाच्याही पुढे जातं. संगीतात वर्तमानाचं भानच सुटतं. समाधान हे तर वर्तमानातच असतं ना? मग माणसाला जर समाधान मिळत नसेल तर त्यानं प्रेम व्यक्त करण्याचे कष्ट तरी का करावेत?

पण कोण होतं समाधानी? बासरीचं आर्जवणं काही वाया गेलं नव्हतं. तो वैश्विक प्रवास अत्यानंदातला फोलपणाच मानवजातीला दाखवत नव्हता का? सुआद काय इथं आनंदी होण्यासाठी आला होता का? नक्कीच नाही. तो आत्ताही त्याच्या अनेक प्रेमिकांपैकी एकीसोबत होता. तसं असेल तर साहजिकच त्यानं हजारपट आनंदी असायला हवं होतं. पण ते सोडून तो मुमताझला छळायला आला होता. तो त्या दोघांना छळणार होता आणि ते एकमेकांना छळणार होते. हेच तर लोक करत असतात. दर दिवशी करत असतात. जणू काही ह्याचसाठी ते पैदा झालेले असतात. सुआद बासरी ऐकत होता. त्याचं कपाळ डाव्या हातावर टेकलेलं होतं आणि कोपर गुडघ्यावर टेकलेलं होतं. तरीसुद्धा त्याच्या बसण्याच्या ढबीवरून कळत होतं की त्याचं सारं अस्तित्व काहीतरी कृती करण्यासाठी सरसावून बसलेलं आहे. तो काही बासरीबिसरी ऐकत नव्हता. तो फक्त कंटाळून गेलेला होता, अस्वस्थ झाला होता आणि कसल्यातरी अपेक्षेत होता. त्याच्या अपेक्षेचा थोडासा जरी भंग झाला तर काय घडेल ह्याची कल्पना मुमताझ करू लागला. अमीनजी आता लवकरात लवकर इथून जावेत अशी इच्छा त्याला होऊ लागली. सुआद आता पहिली कृती काय करील ह्याबद्दल खरीखुरी उत्सुकता त्याला वाटू लागली.

ते काहीही असलं तरी बासरीनं मात्र आपला प्रवास सावल्यांनी वेढलेल्या प्रकाशातून चालूच ठेवला होता.

सहा

ताक्सीम झाल्यावर अमीनजींनी मैफलीतून उठण्याची परवानगी मागितली. केमीलला ते लोक फार थकवणार नाहीत असं वचन घेऊन त्यांनी केमीलला त्यांच्या ताब्यात दिलं. मुमताझ त्यांना सोडायला बाहेर रस्त्यावर गेला. हाच रस्ता त्यांना टेकडीवरून खाली घेऊन गेला असता. जराशा अनिच्छेनंच तो घराकडे परतला. सुआदच्या उपस्थितीमुळे मैफलीचा यजमान म्हणून आपली जबाबदारी आहे हे त्याला विसरायलाच झालं होतं. ह्यापूर्वी कधीही त्याला पळून जाण्याची, मुक्तीच्या नावाखाली स्वतःची सुटका करून घेण्याची इच्छा झालेली नव्हती. त्याला फरार व्हायचं होतं, कुठं तरी लपून बसायचं होतं. दरवाजासमोर उभं राहून त्यानं एक, दोन, तीन... एक, दोन, तीन... असे आकडे मोजले. सुआदला बघूनच त्याला भीतीनं घेरून टाकलं होतं.

तो आत शिरला तेव्हा राकीचं टेबल मांडून ठेवलेलं दिसलं. पण अजून कुणीही राकीचा आस्वाद घेण्यास सुरुवात केली नव्हती. प्रत्येकजण उभ्यानं गप्पा मारत होता. इहसान आणि सुआद एका टेबलाशी उभे होते. त्या टेबलावर मद्यानं भरलेल्या स्फटिकाच्या सुरया ठेवलेल्या होत्या. विजेच्या दिव्यांच्या प्रकाशात त्या सुरयांतून पडणारे कवडसे चमकत होते. तो त्या दोघांपाशी गेला, ''सुआद, तुला कशी वाटली मैफल?'' त्यानं विचारलं. त्यावर सुआदऐवजी इहसाननंच उत्तर दिलं, ''त्यावरच चर्चा करत होतो आम्ही आत्ता. सुआदला काही मैफील खास वाटली नाही.''

सुआदनं मान वर केली, ''मला मैफल आवडली नाही असं नाही, पण मी जे शोधत होतो ते मला त्यात सापडलं नाही.''

इहसान म्हणाला, ''संगीतानं अल्लाला भिडायला हवंय तुला. संगीतानं अल्लाचे हात-पाय बांधून त्याला तुझ्या पुढ्यात शरण आणायला हवंय. हे अशक्य आहे. प्रत्येक वेळी तू स्वतः काय आणतोस तेच तुला दिसतं. अल्ला काही देदे एफेंदीच्या खिशात नाही. तसं पाहिलं तर तो कुणाच्याच खिशात नाही.''

''कदाचित तसं असेलही.'' तो तटकन बोलला, ''पण त्याविषयी माझी काहीच तक्रार नाही. मला काय म्हणायचंय की ते सतत चालणारं आणि जणू काही शून्याभोवती पिंगा घालणारं वादन... ते काहीतरी वेड लागल्यासारखं होतं ना, ते मला आवडत नाही.''

त्यानं पेला हातात धरला, ''चीअर्स, चला तर, सुटा.'' तो जमलेल्या मंडळींकडे बघून ओरडला. ''कदाचित ह्या देवाला अर्पण केलेल्या कृपाप्रसादातच आपण आधार शोधायला हवा. त्यामुळे निदान आपल्याला विस्मरणाचं तरी समाधान मिळेल.''

इहसान त्याच्या कानात कुजबुजला, ''तू काहीतरी खास कृती करण्याचं मनाशी ठरवून आलेला आहेस ना?'' एवढं बोलून तो टेबलाच्या दुसऱ्या बाजूला आपल्या पत्नीच्या जवळ गेला.

सुआद म्हणाला, ''आमच्या यजमानांना आरोग्यासाठी आणि समृद्धीसाठी अभीष्टचिंतन.'' असं बोलून त्यानं एका घोटात मद्य संपवलं.

''एवढी घाई काय आहे सुआद? हळू हळू घे की.'' मसिदेनं म्हटलं.

स्वरात किंचित उपहासाची झाक ठेवून रवंथ केल्यासारखं सुआद म्हणाला, ''माफ करा, मसिदेभाभी,... माझ्यावर घाई करायची सक्ती झालेली आहे.'' मग तो पुन्हा म्हणाला, ''घाई करा... ज्यांच्यापाशी वेळ नाही त्यांनी घाई करा... आपल्याला किती वेळ देऊन इथं धाडलंय त्याची माहिती घेऊनच प्रत्येकजण जन्माला येतो. त्या काळजीनंच मला त्वरा करायला सांगितलंय.''

अर्धवट गंभीरपणे आणि अर्धवट हसून इहसाननं विरोध दर्शवला, ''तू नक्कीच कोड्यात बोलतो आहेस, सुआद. स्फिन्क्ससारखाच तूसुद्धा लोकांना गूढ कूटप्रश्न विचारायला लागला आहेस की काय?''

सुआदनं खांदे उडवले. मुमताझच्या हातातल्या बाटलीकडे लक्ष जाऊन त्याचे डोळे चमकले आणि तो त्याच्याकडे पाहून हसला. मग एखाद्या लहान मुलानं आपले लाड पुरवून घ्यावेत तसं हसत तो मुमताझला म्हणाला, ''प्लीज, आणखी एक पेला भर ना... आता आगगाडी थोड्याच वेळात सुटणार आहे. पण त्यातून काय वाईट निष्पन्न होईल ते ठाऊक आहे का? ती आगगाडी नक्की कधी सुटणार ती वेळ कुणालाच ठाऊक नाही. ती आज सुटेल की उद्या सुटेल ह्याचा फक्त सारखा विचार करत राहायचं आणि मोकळा मिळालेला वेळ मूर्खासारखा फुकट घालवत बसायचं.'' बोलता बोलता तो थांबला आणि त्यानं लागोपाठ दोन घोट घेतले आणि अर्धवट भरलेला पेला समोर ठेवला. मुमताझ कान टवकारून त्याचं बोलणं उत्सुकतेनं ऐकू लागला. ''मसिदेभाभीला माझी कीव येते, ती माझी काळजी करते. थोड्याच वेळात ती आणि कदाचित तुम्ही सर्वजण मला शहाणपणाचे शब्द सांगायचा प्रयत्न कराल. माझं अख्खं आयुष्य असले सल्ले ऐकण्यात मी घालवलं आहे. पण हा कुणी विचार करत नाही की वेळेपूर्वी स्टेशनवर येऊन थांबलेला असा मी माणूस आहे. त्यामुळे माझा बराच वेळ काउंटरपाशीच जाणार.

मी आणखी काय करू शकतो असं वाटतं तुम्हाला? तुम्हा बाकी लोकांप्रमाणे रोजच्या कामात बुडून घरात बसणारा माणूस नाहीये मी...''

नूराननं मुमताझकडे टक लावून पाहिलं. हातात मद्याची बाटली घेऊन त्यानं सर्वांसोबत स्वतःचाही प्याला भरला होता, पण तो स्वतः पीत मात्र नव्हता. तिच्या मनात विचार आला, 'कसले गोंधळात टाकणारे परस्परसंबंध आम्ही जोडत असतो? माझा जुना मित्र आणि माझा प्रियकर हे दोघं एकमेकांचे नातेवाईक आहेत... पण ज्या तऱ्हेनं तो सुआद दारू पितोय... तिला कॉलेजच्या दिवसांत सुआदबद्दल लोकांची जी तुलना चालायची त्याची आठवण झाली. तेव्हा लोक म्हणायचे, 'घोडेसुद्धा एवढी दारू पिणार नाहीत तेवढी दारू सुआद पितो...' पण घोडे कुठे दारू पितात? मग भुवई उंचावून ती स्वतःचं मन धुंडाळू लागली... नाही. घोडे दारू पीतच नाहीत असं नसतं. मी वर्तमानपत्रात कुठेतरी वाचलंय की काही शर्यतीचे घोडे बीअर किंवा वाईन पितात. पण तेसुद्धा एवढी दारू पीत नसतील. मग कसल्यातरी भीतीनं तिनं सुआदच्या पेल्याकडे पाहिलं. तो पेला त्यानं तेवढ्यात रिता केला होता. जेव्हा तिनं सुआदची तुलना घोड्याच्या प्रतिमेशी केली तेव्हा तिला एरवी हसू आलं असतं पण आत्ता तिला हसू आलं नाही, उलट तिला अवघडल्यासारखं वाटू लागलं. मुमताझलाही ते जाणवलं असावं. म्हणूनच तो दारूला स्पर्श करत नव्हता. तसं असेल तर तीसुद्धा मद्याला हात लावणार नव्हती. तिच्या मनात आलं पण, 'पण, मला आत्ता मद्याची गरज आहे. ह्या संगीतानं कित्येक तास माती तुंबावी तसं तुंबलं आहे मला. कधी कधी तर मला वाटलं की मी दैवी मातीच आहे की काय?' तिला आता मद्याची जादू हवी होती. पण तरीही ती मद्य पिणार नव्हती.

नंतर सलीमची बोलण्याची पाळी होती. त्याच्या लहानपणी मॉंड्रोस येथे शस्त्रसंधी झाली तेव्हा तो कॉकेशसला पळून गेला होता. ''पहिल्या महायुद्धाच्या आधी रशियामध्ये मोठमोठ्या स्थानकांवरच्या दुकानांत जाऊन विद्यार्थी दारू पीत असत. माझे वडील आम्हाला एक गोष्ट पुन्हा पुन्हा सांगत. एक सर्वांनी ठरवलेला नेता आगगाडीचं वेळापत्रक घ्यायचा आणि जोरजोरात वाचायचा. उदाहरणार्थ, तो जाहीर करायचा, 'आपण अमक्या अमक्या स्थानकावर पोहचलो आहोत. आपली आगगाडी वीस मिनिटांसाठी इथं उभी राहील. त्यामुळे आपल्याला बॉर्डाक्सचे तीन पेले किंवा व्होडकाची एक बाटली पिता येणं शक्य आहे.' अशा तऱ्हेनं तो सूचना द्यायचा. प्रत्येक स्टेशनावर ते मद्य प्यायचे, सोबत स्थानिक चखणाही खायचे. अशा त्यांच्या प्रवासी सहली होत्या. जे लोक पुन्हा घंटी वाजायच्या आत टेबलाखाली लपून पीत

बसायचे ते प्रत्यक्षात त्या स्टेशनवर उतरलेले असायचे आणि आगगाडीनं आपला मार्ग पुढे सुधारलेला असायचा...''

त्यानं इकडे तिकडे पाहिलं, पण कुणाचंच त्याच्याकडे लक्ष नव्हतं. त्यानं खांदे उडवले. सलीमला त्याच्या वडिलांनी ज्या कहाण्या सांगितल्या असतील त्या कुणीही ऐकायच्या नाहीत असा मुळी त्या सर्वांनी नियमच करून टाकला होता. ह्या रशियन आठवणीसंग्रहाला त्याच्या मित्रांनी नाव ठेवलं होतं, त्याच्या वडिलांचं स्मरणरंजन. तरी पण सलीम हा एक चांगला मुलगा होता. त्याला आपल्यातील वैगुण्यं ठाऊक होती. तो अजिबात रागावला नाही. मुकाट्यानं इहसानच्या बाजूला जाऊन बसला. सलीमला आपल्यात आलेला पाहून ओर्हाननं त्याच्या खांद्याभोवती प्रेमानं हात टाकला. ओर्हानला रेलून उभं राहण्यासाठी सोय करणं हा सलीमचा आणखी एक दुःखभोग होता. ओर्हानचा देह सलीमच्या जवळ जवळ दुपटीनं होता. हे आलिंगन टाळण्यासाठी तो हल्ली ओर्हानपासून दूर राहण्याचा प्रयत्न करत असे. पण त्याची गोष्ट कुणीच न ऐकल्यामुळे निराश होऊन त्यानं ओर्हानच्या पकडीत जाण्यासाठी स्वतःहून मान तुकवली. 'नियती, नियती ती हीच बरं का,' असं मनाशीच म्हणत, आपल्यावर पडलेल्या वजनामुळे वाकडातिकडा उभा राहात तो आपल्याच मूर्खपणाला हसू लागला आणि इहसानचं बोलणं ऐकू लागला.

''जे केवळ कल्पनेतच आहे ते प्रत्यक्षात नाही म्हणून रडत बसण्यात अर्थ आहे असं वाटत नाही मला. मला जर विचाराल तर इस्लाममध्ये मूळ पाप म्हणजे ओरिजिनल सीन ही कल्पनाच नाही. ख्रिश्चन धर्मात लिहिलंय की स्वर्गातून मानवाचं खाली पतन झालं, पण आपण तसं मानत नाही. त्यामुळे धर्मशास्त्रापासून ते सौंदर्यशास्त्रापर्यंत प्रत्येक अभ्यासविषयावर त्याचा परिणाम होतो. विशेषत्वानं सांगायचं तर आपण दैवी संभाषणाला फारसं महत्त्वच दिलेलं नाही. आपण आपल्या संदर्भांचा खूपच नाजूकपणे अर्थ लावला पाहिजे.'' हे बोलणं आपण सुरू तरी कुठून केलं हेच तो विसरला होता. मग सुआदला आपल्या अस्थिरतेविषयी बोलण्याची संधी मिळू नये म्हणून तो घाईघाईनं बोलू लागला, ''जीवनाच्या ह्या दोन तत्त्वज्ञानांत संवाद व्हावा किंवा चर्चा व्हावी ह्यासाठी लागणारा पायासुद्धा अजून घातला गेलेला नाही. धर्म आणि सामाजिक धारणा ह्या दोन्ही बाबतीत सुरुवातीपासूनच अंतराय निर्माण होतो. हे लक्षात घ्या की पाश्चात्त्य संस्कृतीमध्ये मुक्ती आणि स्वातंत्र्य ह्या कल्पनांवरच सारं काही आधारलेलं आहे. येशूच्या पृथ्वीवरील आगमनातून, क्रुसावर चढण्यातून आणि त्यानं केलेला त्याग स्वीकारण्यातून मानवजातीला पहिल्याप्रथम मुक्ती मिळालेली आहे. नंतर मग

सामाजिकदृष्ट्या पाहाता वर्गकलहातून सुरुवातीला शहरवासीयांना आणि नंतर शेतमजुरांना मुक्ती मिळाली. पण आपल्या मुस्लीम परंपरेनुसार आपण सुरुवातीपासूनच स्वतंत्र होतो.''

सुआदनं एव्हाना तिसरा पेला संपवला होता. त्यानं इहसानकडे टवकारून पाहात म्हटलं, ''किंवा मग आपल्याला सोडूनच दिलेलं होतं.''

''नाही, सर्वप्रथम आपण स्वतंत्र होतो. आपल्या समाजपुरुषाच्या देहात जरी गुलामांचं अस्तित्व असलं तरी आपण स्वतंत्र होतो. फीख म्हणजेच इस्लामी न्यायशास्त्र हे मानवी स्वातंत्र्याचा पुरस्कार करतं.''

सुआद बोलू लागला, ''पण पूर्वेकडल्या देशांत कधीच स्वातंत्र्य नव्हतं. हुकूमशाही गटांच्या अनागोंदी माजवणाऱ्या व्यक्तिवादानं बरबटलेली होती पूर्व. काहीही करून शक्य तितक्या लवकर आपण स्वातंत्र्यावर पाणी सोडायचं ह्याच दृष्टीनं तर प्रयत्न चालले होते.''

''मी मुख्यतः पायाभरणीबद्दल बोलतोय. पूर्वेकडला समाज, खासकरून मुस्लीम पूर्वेचा समाज स्वातंत्र्याच्या कल्पनांवरच उभा आहे.''

''पण एकदा आपण ते तडकाफडकी नाकारलं की त्यानंतर काय फरक पडतो?''

''तो वेगळा विषय झाला. लोकांचं हित पाहणं आणि स्वार्थत्याग करणं ह्या शिष्टाचारांचा हा परिणाम आहे. मुस्लीम पूर्व ही कित्येक शतकांपासून बचावात्मक पवित्र्यात आहेत. तुर्कस्तानाचं उदाहरण घ्या. जवळ जवळ दोनशे वर्षं आपण स्वसंरक्षण आणि सुरक्षितता ह्या वातावरणात राहात आहोत. अशा समाजात एक प्रकारची बंदिस्त मानसिकता आपोआपच उगम पावते. आज जर आपण स्वातंत्र्याची कल्पना हरवून टाकली असेल तर त्याचं कारण हे आहे की आज आपल्याला परिस्थितीनं घेराव घातलेला आहे आणि त्याच अवस्थेत आपण दिवस कंठत आहोत.''

सुआदनं आपला पेला मुमताझच्या समोर धरला, ''मुमताझ, आज मला माझी इच्छा मोकळेपणानं पूर्ण करू दे.'' त्याचा आवाज लहान मुलासारखा भित्रा होता. का तो सापासारखा फूत्कारत होता? ''त्या सर्वशक्तिमान अल्लानं माझे हात-पाय परिणामकारकरीत्या बांधून टाकले आणि मग मला काहीही कर, असं स्वातंत्र्य दिलं.'' त्यानं पेला घेतला आणि त्या पेल्यात तो डोकावून पाहू लागला. जणू काही त्यात तो काहीतरी अभद्र अरिष्टच पाहात होता. मग ते दृश्य दिसू नये म्हणून त्यानं आपलं डोकं वर केलं आणि राकीत पाणी मिसळून ती फेसाळ करून टाकली. ''ही बघ, ही माझ्या स्वातंत्र्याची मर्यादा... पण तुला वाटतंय तेवढ्या मूर्खपणानं मी तिचा वापर करणार

नाही. थट्टा करू नका तिची.'' बोलता बोलता स्वतःवरच रागावून त्यानं पेला खाली ठेवला. ''असं म्हणून मी तुमच्या टीकेला का म्हणून महत्त्व देतोय? तुम्ही सगळेच जण नेहमी टीकाच तर करत असता माझ्यावर.''

नूरान म्हणाली, ''पण तू दारू पितो आहेस म्हणून कुणीही वैतागलेलं नाहीय. आम्हीही मौजमजेसाठी जमलेलो आहोत. आम्हीही पिणार आहोतच.'' असं म्हणून तिनं पेला उंचावला. तिच्या नजरेस नजर भिडू नये म्हणून मुमताझ बाजूला वळला. तिला वाटलं की त्या सर्वांनी नकळतपणे सुआदभोवती घेराव घातलाय. त्यानं स्वतःच लोकांना भडकवल्यामुळेही तसं घडलं असेल किंवा ते सर्व घाबरले असतील म्हणूनही तसं झालं असेल किंवा त्या सर्वांना त्याचा तिरस्कारही वाटत असेल. एखाद्या रक्तरंजित लढाईत किंवा शिकारीत हाकारे जेव्हा दचकलेल्या भक्ष्याला शिकाऱ्यापर्यंत घेऊन जातात तसे ते त्याला वागवू लागले असतील. पण मुळातच वाईट असलेली परिस्थिती आणखीन बिघडवण्यापलीकडे त्यातून काही निष्पन्न होणार नव्हतं.

केवळ ह्याच घरात नव्हे तर जगाच्या प्रत्येक कोनाकोपऱ्यातील रस्त्यावरील दिव्यांखाली अशा तऱ्हेची दृश्यं दिसू लागली होती. मानवजमात ही बावळटच होती आणि त्यामुळेच तिची नियतीही तशीच होती. कितीही काळजीपूर्वक योजना आखल्या तरीही फसतात. मग अर्थशून्य दुःखं आणि केविलवाणे, क्षुद्र संताप ह्यांची रांगच लागते. मुमताझनं निःश्वास सोडला. आज सुआद नक्कीच तमाशा करणार. त्याबद्दल नुसता विचार करणं म्हणजेच संकटाला तोंड द्यायची सिद्धता करणं. राजकारणसुद्धा असंच नसतं का? पाश्चात्त्य संगीतस्पर्धेतही जेव्हा शेवटचा सुवर्णटप्पा गाठला जातो तेव्हाही स्पर्धकांत भीती आणि बचावयंत्रणा जागृत होते. तुर्कस्तानी संगीतातून आपले विचार अचानकपणे पाश्चात्त्य संगीताकडे वळलेले पाहून त्याला स्वतःलासुद्धा आश्चर्य वाटलं. कसं विचित्र आहे ना हे. मी दोन जगांचा पाहुणा आहे. दोन जगांची मालकी आहे माझ्यावर. नूरानप्रमाणेच मी दोन राज्यांत राहातो, मलाही दोन प्रेमाची माणसं आहेत. ह्याचा अर्थ मी स्वतः पूर्ण नाही. पण आपण सगळेच तसे नसतो का?

सुआदनं नूरानचं बोलणं ऐकून न ऐकल्यासारखं केलं. ''प्रत्येकजण माझी खरडपट्टी काढतो. माझ्या स्वभावावर टीका करतो. काहीजण माझ्या आजारावर बोट ठेवतात तर काही माझ्या लग्नाबद्दल बोलतात. पण त्यातल्या कशालाही काहीही अर्थ नसतो.'' त्यानं पेला घट्ट पकडला, ''प्रत्येकजण काहीतरी गैरकृत्य चव्हाट्यावर आणतं. माझी बायको, माझे मित्र, माझे नातेवाईक. एकदाही ह्या लोकांना वाटत नाही की जबाबदारीची जाणीव न घेताच मी जन्माला आलो आहे. ती जाणीव एकतर जन्मजात

असते किंवा नसते. ती जाणीव माझ्याकडे नाही. आम्ही एकत्र काढलेल्या पहिल्या आठवड्यातच माझ्या बायकोच्या ते लक्षात आलं तरीसुद्धा तिनं तक्रार करणं आणि कटकट करणं थांबवलं नाही. कदाचित काहीतरी चमत्कार होण्याची वाटही पाहात असेल ती. चमत्कार घडतो का कधी? कल्पना करा की माझ्यात अचानक परिवर्तन घडलं आणि मला माझं आयुष्य आवडू लागलं. कल्पना करा की कामाच्या जागी अध्यक्ष, शाखासंचालक, खजिनदार, कायदे सल्लागार सारेच लोक मला प्रिय वाटू लागले. कल्पना करा, माझी मुलं माझ्या अंगाखांद्यावर चढली की मी हर्षभरित होऊ लागलो. कल्पना करा...''

मसिदे कुत्सितपणे म्हणाली, ''इथं येण्यापूर्वीसुद्धा तू थोडी घेऊन आला होतास की काय सुआद?''

''मसिदेभाभी, काल रात्रीपासूनच सुरुवात केलीय. काल रात्री यासर मला सबीहकडे घेऊन गेला. तिथं मध्यरात्र होईतो आम्ही प्यायलो. तिथून आम्ही अर्नावुतकोय इथं गेलो. तिथं आम्ही तीन की चार वाजेतो होतो. नंतर...''

एखाद्या उत्कंठावर्धक कहाणीत पुढे काय घडलं अशी उत्सुकता वाटावी तशा स्वरात नूराननं विचारलं, ''मग? मग काय झालं सुआद?''

त्याचा चेहरा वेडावाकडा झाला.

''नंतर? नंतर सांगायचं म्हणजे अर्नावुतकोय ही तर मद्यप्यांची मक्काच आहे. तिथं सगळे प्रकार आहेत. अगदी वेगळ्या वंशाचेसुद्धा लोक तिथं आहेत असं तुम्ही म्हणू शकता. पण आम्हाला पूर्ण कुटुंबानं केलेलं मनोरंजन हवं होतं म्हणून आम्ही जिप्सींना पसंती दिली. तिथं ढोलकीच्या तालावर आम्ही उगवत्या पहाटेला मानवंदना दिली. हुरियेत-इ-एबेदिये टेकडीवरील मनोरंजनाची कुप्रसिद्ध ठिकाणं तुम्हाला माहीत असतील. आम्ही तिथं पोहचलो. रात्रीच्या अंतरंगातून पंपातून पाणी काढावं तसं जिप्सींनी ढोलक्यातून आमच्यासमोर जणू गुलाबी चेहऱ्याची उषाच प्रकट केली. तिथं एक आकर्षक, तारुण्यानं मुसमुसलेली सुंदरीसुद्धा होती. जणू काही वसंतातली कळी असावी तशी किशोरी होती ती. तिचं नाव होतं बादी. म्हणजे वाईन. तू तुझ्या कल्पनाशक्तीचा वापर कर, नाहीतर मग मुमताझनं तरी आपली कल्पनाशक्ती लढवावी. कारण ती त्याची शैली आहे. ढोलकीचं वादन, बादी नावाची जिप्सी रमणी, तिचे साथीदार, राकी, नृत्य. त्यानंतर एका मित्राच्या घरच्या दिवाणावर पडून घेतलेली निद्रा.'' बोलता बोलता त्याचा चेहरा सुरकुतला. त्यानं आपला पेला ओठांशी आणला खरा, परंतु फक्त एकच घोट घेण्यात समाधान मानलं. ''सकाळी खूपच त्रास होतो.

रात्रभर दारू प्यायल्यावर सकाळी जो शिणवटा येतो त्यातून बाहेर कसं यायचं ते मला अजूनही नीट जमलेलं नाही.'' त्यानं टेबलावर पेला ठेवला. जमलेल्या सगळ्या गर्दीला धक्का बसलेला दिसत होता.

''नूरान, एवढा वृत्तान्त पुरेसा आहे ना? हा अगदी निर्लज्जपणाच आहे असं वाटतंय की नाही तुला? पण तुला जर सत्यच हवं असलं तर सांगतो की ह्यातलं काहीही घडलं नाही. आम्ही सबीहकडे गेलो नाही की मी दारूही जास्त प्यायलो नाही. काल रात्री मी माझ्या बायकोसोबत होतो आणि पासाबाहसेवरून थेट इकडे आलो.'' मग गोड हसून तो म्हणाला, ''मला चढलेली नाही ह्याबद्दल खात्री बाळग.''

मसिदेनं विचारलं, ''तसं असेल तर खोटं का बोललास रे तू?''

''तुला त्रास द्यायला. मग तू माझी कानउघाडणी करशील. मी एक महत्त्वाचा माणूस होईन मग.'' खाकरता खाकरता तो मधे मधे बडबडत होता, ''माझ्या लग्नाचा विषय निघाला की मी चिंतेत पडतो.''

नूरान म्हणाली, ''तुझ्या लग्नाचा विषय तर कुणीच काढलेला नाही.''

''काही बिघडत नाही. मी काढला ना विषय? तेवढं पुरेसं आहे. ह्याचा अर्थ माझ्यावर सामाजिक दडपण आहे.'' त्यानं भुवईवरून रुमाल फिरवला आणि तो मुमताझकडे वळला, ''मुमताझ, मी तुला गोष्टीसाठी मसाला पुरवू का? ह्या गोष्टीबद्दल जरा विचार कर. मला हा प्रसंग काय तो सांगू दे. एक माणूस असतो. तो सद्गुणी असतो. एक सरकारी अधिकारी, प्राध्यापक किंवा तुला जर वाटलं तर एखादा साधुसंत असल्याची कल्पना केलीस तरी चालेल. त्याचं अशा तऱ्हेनं रूप रंगव की त्याच्यात आपोआपच सारे सद्गुण असतील. असा माणूस जो सभ्यपणात कधीही चुकलेला नाही. पण तरीही त्याला बांधिलकीचा तिटकारा आहे. विलक्षणच आहे ना हे. तो स्वतःच्याच प्रेमात आहे. त्याला फक्त स्वतःच्या माध्यमातून जगायचंय, स्वतःसाठी जगायचंय. त्याचं उभं आयुष्य मनाला वाटेल तशा कृती करण्यात गेलंय पण त्या कृती दयाळूपणाच्या आहेत आणि दिवसेंदिवस तो अधिकाधिक उदार होऊ लागला आहे. त्याला त्याचं विचारस्वातंत्र्य वापरायचं आहे पण जबाबदारीच्या जाणिवेला त्याच्यापाशी थारा नाही. एके दिवशी तो उठतो आणि लग्न करतो. बहुधा तो जिच्यावर प्रेम करतो अशा स्त्रीशी लग्न करत नसावा. पण हा अनुभव त्याला अंतर्बाह्य बदलून टाकतो. तो चिडका, अतिचिकित्सा करणारा, भडक माथ्याचा बनतो. आपण एका डबक्यात अडकलोय ह्या विचारानं त्याला हळूहळू वेड लागतं. ठरावीक लेबल लावून टाकल्यामुळे आणि वजनं उचलणाऱ्या घोड्याप्रमाणे संसाराच्या गाड्याला जुंपलं

गेल्यामुळे त्याच्यात बदल घडून येतो. तो जवळ जवळ प्रत्येकाशीच नीचपणे वागू लागतो. प्राण्यांशी, सर्व सहकाऱ्यांशी आणि प्रत्येकच गोष्टीत क्रूरपणानं वागू लागतो. तो मनानं अगदी क्षुद्र बनतो. त्याला कुणाचंही सुख पाहावेनासं होऊ लागतं. आणि सरतेशेवटी...''

पडदा पाडण्याची घाई करत मुमताझ म्हणाला, ''ह्याच्या पुढला अगदी पुस्तकी प्रसंग म्हणजे तो आपल्या बायकोचा खून करतो.''

''अगदी बरोबर, पण ते काही तेवढं साधंसरळ नसतं. तो बराच काळ स्वत:शीच वादविवाद करतो. एखाद्या कोड्यासारखं आपलं जीवन उलगडू पाहातो आणि सरतेशेवटी निष्कर्ष काढतो की आपण आणि माणुसकी ह्यातील अडसर म्हणजे आपलं लग्न हेच आहे.''

''पण मग तो घटस्फोट का घेत नाही?''

''तो घेऊन काय साध्य होणार? जे दोन लोक काही काळ एकत्र राहिले आहेत त्यांना काय वेगळं व्हायला जमणार आहे काय? म्हणजे मला काय म्हणायचंय की खरोखरचं वेगळं व्हायला जमणार आहे काय?'' मुमताझकडे सरळ सरळ बघत त्यानं हा प्रश्न केला. ''समजा, त्यानं तिला सोडून दिलं तरी त्यामुळे काय होणार? त्याला जरी अगदी सर्व बंध तोडायला जमले तरी जी मधली वर्षं त्यांनी एकत्र घालवली त्यांच्या आठवणी त्याला छळणार नाहीत काय? त्या सर्वांपासून सुटका करून घेणं त्याला जमेल काय? एक विस्तीर्ण आणि भयंकर असं काळोखी अस्तित्व असेल ते. त्यातील प्रत्येक वेदनादायी क्षण त्यानं जगलेला असेल. शिवाय मनाच्या सवयी असतात त्या तर आणखीनच वेगळ्या असतात. कुठल्या वळणावर तो ह्याहून मोठ्या द्विधा मन:स्थितीला बळी पडेल त्याबद्दल विचार कर. हा असा एक माणूस आहे ज्यानं आपल्या सामाजिक वर्तुळाविरुद्ध अपमानयुक्त शेरे मारलेले आहेत आणि असभ्य वर्तणूक केली आहे. त्यातच आपल्या बायकोला सोडून देणं म्हणजे जखमेवर आणखी मीठ चोळण्यासारखं आहे.''

''पण एकदा का त्यानं खूनच करून टाकला तर तो विसरू शकेल का ?''

''नाही, तो नाही विसरणार, नक्कीच नाही विसरणार. पण त्याची विद्वेषाची भावना नाहीशी होईल. त्याचा गळा आवळणारी संतापाची भावना विरून जाईल.''

नूरीला बोलल्यावाचून राहावेना, ''मुमताझ, तू जर मला विचारलंस तर मी सांगेन की असा रक्तामांसाचा माणूस तुला प्रत्यक्ष भेटलाच तर त्याच्याबद्दल लिहिण्याबिहिण्याऐवजी तू त्याला सरळ ठारच मारून टाक. तेच काम अधिक भलेपणाचं होईल.''

सुआदनं खांदे उडवले. ''त्यामुळे काय होणार? कुठली समस्या सुटणार? आपण फक्त मूळ मुद्द्याला बगल देत राहू. मुमताझला तसं करणं शक्य नाही हा वेगळा विषय झाला. मुळात त्या माणसाला ठार मारण्यासाठी, त्याला वेगळं काढण्यासाठी मुमताझनं त्याला भेटायला तर पाहिजे. जो माणूस सगळ्यांसारखाच दिसतो त्याला त्यानं का ठार मारावं? एखाद्या माणसामुळे किंवा काही माणसांच्या कंपूमुळे बहुतेक लोकांचा नैतिक ऱ्हास होत असतो. तुम्ही खात्री बाळगा, पण प्रत्येक अधःपतनामागे तुम्हाला ते घडवून आणणारा एक घटक दिसतो. आपल्यातला प्रत्येकजण स्वतःचं थडगं स्वतःच खोदतो. ह्या कथेतला माणूस आपल्या सगळ्यांशी साम्य ठेवून आहे. तो एक सामान्य माणूस आहे. पण हे वास्तव स्वीकारण्याची त्याची तयारी नाही. शेवटी ह्या निर्दयी खेळातून सुटण्यासाठी तो एकमेव उपलब्ध तोडग्याचा आसरा घेतो. एकच कृत्य, रक्तपात, खून. असं एक कृत्य जे सूड उगवल्यासारखं वाटेल. एखादा मंत्रमुग्ध करणारा उंबरठा ओलांडावा तसा तो जेव्हा ती खून करण्याची कृती करतो तेव्हा त्याला जाणवतं की त्यानं काच फोडून पलीकडच्या बाजूला उडी मारली आहे. तिथंच त्याची जुनी दुनिया आहे, त्यानं आत्तापर्यंत सभ्यतेचा जो खजिना जतन केला होता त्या समृद्ध खजिन्यानं ती दुनिया परिपूर्ण आहे. त्याचा चेहरा चमकतो. त्याचा आत्मा पुन्हा औदार्य धारण करतो. तो आता आपल्या मानवबंधूंवर प्रेम करू लागतो. पशूंच्या दुःखामुळे त्याचं मन द्रवू लागतं, लहान मुलांबद्दल त्याला कणव वाटू लागते.''

''कसं पण हे ? खुनातून?'' इहसानची मन:स्थिती ते ऐकूनच बिघडली होती. एखाद्या पोकळीच्या कडेशी उभं राहावं तसं वैतागून तो आपल्याच कोषात आखडून मुमताझकडे बघत बसला होता. नूरान मुमताझजवळ गेली आणि तिनं त्याच्या खांद्यावर हात ठेवला. जणू वादविवादाच्या वेळेस वादविवाद करणाऱ्या व्यक्तीजवळ विश्वासू आणि प्रेमाच्या सहकाऱ्यानं उभं राहावं तसे मुमताझच्या जवळ सर्वजण उभे राहिले होते. फक्त सलीमच काय तो एकटा वेगळा उभा होता. तो उंचीनं बुटका होता. हातांची घडी घालून तो समोरूनच ते संभाषण ऐकत होता. फारच उत्तम मनोरंजन होत असल्याचे भाव त्याच्या चेहऱ्यावर होते. मोहल्ल्यात होणारी कोंबड्यांची मारामारी पाहणाऱ्या उनाड पोरासारखा तो दिसत होता असं म्हटलं तरी हरकत नव्हती.

''आम्ही खून करण्यास मान्यता देत नाही आहोत.''

मसिदे म्हणाली, ''तू काय वेडाबिडा झालाहेस का सुआद? अशा गोष्टींचा तू का बरं विचार करतो आहेस? स्वतःवरच थोडी दया कर की.'' तिच्या उपस्थितीत वेडा हा शब्द न उच्चारण्याची काळजी कित्येक वर्षं लोकांनी घेतली होती. तोच शब्द

आपल्या तोंडून निघाल्यामुळे ती दचकली आणि जवळ जवळ थरथरतच इहसानच्या मागे जाऊन दडली.

"मुळीच नाही. मी वेडा का असेन? मी गोष्टीचं कथानक समजावून सांगतो आहे. त्यात खून नाही तर सुटका आहे. मधे येणाऱ्या एका अडथळ्याला काढून टाकणं आहे त्यात. तो मुळी कायाकल्पच असणार आहे. खरोखरच तो माणूस पुन्हा जगाचा नव्यानं शोध लावतो. तो त्यासाठी स्वतःला सात दिवसांचा कालावधी देतो. त्या सात दिवसांत तो गुन्हा लपवतो. जणू काही पुन्हा नव्यानं जन्मल्यासारखा तो अगदी खुशालीत आणि सर्वांशी कनवाळूपणानं वागत तो सात दिवस राहातो. देवासारखा सोनेरी प्रभावळीत अगदी सात दिवस राहातो तो... मग सातव्या दिवसाच्या संध्याकाळी निसर्ग आणि जीवनाशी शांतपणानं समेट करून मानवी नियतीच्या मृगजळात तो स्वतःला फासावर लटकावून घेतो."

इहसान म्हणाला, "ते अशक्य आहे. कुणाच्याही स्वभावात असा कसा एकदम बदल होईल? सूड किंवा न्याय कुठल्याही दुसऱ्या व्यक्तीला ठार मारण्याची अनुमती देत नाही. पण समज, हा अधिकार त्यानं आपल्या हाती घेतला आणि खून केलाच तरी तो बदल घडून येणार कसा? कारण स्वतःला आत्मभान येण्याचा मार्ग खुनातून जात नसतो. मानवाचं रक्त सांडणं हे निषिद्धच आहे. त्यामुळे मानवजातीचा अधःपात होतो, दमन होतं. सामाजिक न्यायाच्या बाबतीतसुद्धा जे खुनाच्या मार्गानं मध्यस्थी करू पाहातात ते नेहमीच एक अभिशाप बनून राहातात. फासावर लटकावणाराही नेहमीच वाळीत टाकला जातो."

"नैतिकतेच्या संदर्भात ते शक्य आहे, पण नैतिकतेच्या पलीकडे जाऊन..."

"नैतिकतेच्या पलीकडे जाणं शक्य असतं का?"

"जो माणूस चांगलं आणि वाईट ह्यांच्यापलीकडे जाऊन जगतोय, त्याच्यासाठी का शक्य नाही? तुम्ही जबाबदारीबद्दल बोलता, पण माझ्या नायकाला जबाबदारी घेण्याची अजिबात इच्छा नाही. त्याला स्वातंत्र्य हवंय. जेव्हा ते त्याला मिळेल तेव्हा तो अवतारी पुरुष होईल."

"रक्त सांडून कुणीही स्वतंत्र होत नाही... रक्ताचे डाग पडलेलं स्वातंत्र्य हे मुळी स्वातंत्र्यच नव्हे. ते स्वातंत्र्य कलंकित स्वातंत्र्य आहे, अशोभनीय स्वातंत्र्य आहे. कुठलाही माणूस दैवी असू शकत नाही हे वेगळं सांगायला नकोच. माणूस हा शेवटी माणूसच असतो. पण बरेच कष्ट करून त्याला माणूसपदाला पोहचता येतं."

"स्वातंत्र्य म्हणजे काय हे मला समजावून सांगण्याची कृपा करशील काय?"

सुआदनं मिनिटभर इहसानकडे टक लावून पाहिलं. इहसान त्याला काहीतरी उत्तर देण्याच्या बेतात होता, पण खरोखरच सुआदविषयी काळजीत पडलेल्या मसिदेनं त्याला रोखलं, "इहसान, हा अफिफेला मारण्याचा बेत आखतोय असं तुला खरोखर वाटत नाही ना?" इहसाननं मंद स्मित करून आपल्या पत्नीला शांत केलं. "पोरकटासारखं बोलू नकोस ग बाई." तो हळूच म्हणाला, "घाबरू नकोस, त्याला आपल्या फक्त डोक्यातल्या रागाला वाट करून द्यायची आहे. तो जरासा निराश झालाय एवढंच." मग उत्तराची वाट पाहात असलेल्या सुआदकडे वळून तो म्हणाला, "मी स्वातंत्र्य म्हणजे काय ते सांगू शकतो. इतरांवर देवाची कृपा व्हावी आणि त्यांची भरभराट व्हावी म्हणून आपण इच्छा करतो ती इच्छा म्हणजे स्वातंत्र्य."

"पण तुझ्याबद्दल काय? जो इच्छा करतो त्याच्या स्वातंत्र्याचं काय ?"

"इतरांवर देवाची कृपा व्हावी अशी इच्छा केल्यानं मीसुद्धा माझ्या इच्छा आणि वासनांपासून मुक्ती मिळवतो."

"ते दुसरंतिसरं काही नसून केवळ गुलामगिरीचा आणखी एक प्रकार आहे. प्रत्येकजण स्वतंत्रपणेच अस्तित्वात असतो."

"एका बाबतीत ते खरंय. म्हणजे मी जर इतरांचं कल्याण व्हावं अशी इच्छा कळकळीनं व्यक्त केली नाही तर... पण तू ही दोघांचीही संयुक्त मोहीम आहे असं समज ना. मग तर ते संपूर्ण स्वातंत्र्यच होईल की. तू ज्या क्षणी म्हणतोस की प्रत्येकजण स्वतंत्रपणे अस्तित्वात आहे, त्या क्षणी तू सगळ्याचा त्याग करतोस. अस्तित्व हे एकच असतं आणि आपण सगळे त्या एकाच अस्तित्वाचे भाग असतो. हे जर खरं नसतं तर जग केव्हाच अधःपतित झालं असतं. मूळ अस्तित्व एकात्मच असतं आणि आपण त्याचे काही काळापुरते अंश असतो. ह्या विचारसरणीतूनच आपण समाधान आणि शांती मिळवू शकतो." मग तो हसला आणि पुढे बोलला, "सुआद, तुला मी खूपच सूट दिली आहे... मी जे सांगण्याचा प्रयत्न करतोय ते समजून घे. कदाचित एका मूलभूत पातळीवर आपण सहमत होऊही शकतो. अरे बाबा, माणूस काही एकामागून एक दैवी होत नाही. तथापि, जर मानवानं परिस्थितीशी जुळवून घेणारी नीती निर्माण केली तर ती दैवी होऊ शकते. म्हणजेच तिच्यात खूप उच्च गुण निर्माण होऊ शकतात."

दमलेल्या सुआदनं कोपऱ्यात आसरा घेतला. त्यानं आपला राकीचा पेला घट्ट पकडून ठेवला होता. मुमताझ त्याच्याकडे टक लावून पाहातच राहिला. 'केवढी विचित्र रात्र चालली आहे ही आमची...' त्याच्या मनात आलं. आता सुआदवर त्याचा

पहिल्याएवढा राग नव्हता. सुआदला नक्कीच कसलीतरी पीडा होती. पण त्याच वेळी तो सुआदला पूर्ण सहानुभूतीही दाखवू शकत नव्हता. सुआदच्या चारित्र्याचा एक पैलू असा होता की, तो सर्व प्रकारची कीव नाकारत होता. कुणी सुआदवर प्रेम करावं किंवा थेट त्याचा तिरस्कार करावा. पण त्याची कीव मात्र कुणीही करू नये. त्याच्या बेचैन अवस्थेमुळे त्याच्यासाठी मानवी हृदयाचे दरवाजे बंद झाले होते. अगदी आत्तासुद्धा विजेच्या दिव्यांनी उजळलेल्या त्या खोलीत तो तिथं जमलेल्या गर्दीतल्या प्रत्येक माणसापासून वेगळा पडला होता, बहिष्कृत झाल्यासारखा... विसंगत असल्यासारखा.

"नाही, तो नाहीये मुद्दा... तू गोष्टी मागं नेतो आहेस. मी विक्षिप्तपणाबद्दल बोलतोय. गरिबीत जन्मलेल्या माणसाबद्दल मी बोलतच नाहीये तर श्रीमंतीत जन्मलेल्या माणसाबद्दल बोलतोय मी. तू एक सर्वसाधारण शिस्त त्याला लागू करण्याचा प्रयत्न करतो आहेस. पण तो मात्र अशा सर्व नियमांच्या, अडथळ्यांच्या पलीकडे आहे. मी हा सगळा विषय कसा सुरू केला ते तू विसरू नकोस. मी त्या माणसाचं वर्णन असं केलंय की त्याच्याकडे आधीपासूनच सगळे सद्‌गुण आहेत."

"त्यामुळे काय फरक पडतो?"

"सांगतो ना मी तुला. जे प्राप्त करण्यासाठी इतरांना झगडावं लागतं, ते त्याच्यापाशी मुळातच असतं."

"त्या सद्‌गुणांत आपण कर्तव्य आणि जबाबदारी ह्या गुणांचीसुद्धा वर्णी लावू शकतो का?"

नूराननं डोळे मिटले. 'फातमा आत्ता काय करत असेल बरं?' तिच्या मनात विचार आला.

"नाही, त्या सद्‌गुणांची नाही. तो आपल्या भोवतालच्या परिसरापासून संपूर्ण स्वतंत्र आहे, पण तो उदार आहे."

इहसाननं हळूच विचारलं, "तू कुठपासून आपल्या मार्गावरून ढळलास हे आता तरी तुझ्या लक्षात आलंय का?"

"नाही. नाही आलं लक्षात... पण आता त्यामुळे काय फरक पडणार आहे? मुमताझनं अजूनही ही कहाणी कथारूपात कागदावर उतरवली पाहिजे."

इहसान पुढे बोलू लागला, "आधीपासूनच ठरवून ठेवलेले, उपजत असे गुण देऊन तू लोकांना त्यांच्या जबाबदारीतून मुक्त करतो आहेस. पण माणूस असणं म्हणजेच जबाबदारीचं भान असणं. बाकी सगळं काही असतं ते त्या त्या व्यक्तीच्या चारित्र्याची

संपत्ती असतं. खरं सांगायचं तर तू जे काही सांगितलंस त्या तुझ्या कथनात तुझा नायक, म्हणजेच तू जो कुणी दैवी माणूस कल्पिला आहेस, त्याच्यात बदल घडतो. त्यामुळे विवाहाचा परिणाम म्हणून किंवा कल्पनाशक्तीची चूक म्हणून किंवा आपोआपच निर्माण झालेला तिरस्कार म्हणून तो गुन्हा करतो. ते काहीही असलं तरी जबाबदारीची जाणीव...''

''जबाबदारीची जाणीवसुद्धा बदलते. हस्तक्षेप करण्याचा अधिकारही विस्तारतो. सुरुवातीला मूल्यांच्या परिवर्तनातून तो नैतिकतेच्या उरल्यासुरल्या खाणाखुणा नष्ट करून टाकतो.''

''तो त्या नष्ट करू शकेल, पण त्यानंतर तो त्याची सर्व मनोधारणा गमावून बसतो. कारण मानवतेची सुरुवात जबाबदारीच्या जाणिवेतूनच होते.''

सुआदनं मान हलवली, ''ही सर्व चर्चा जातेय तरी कुठे?''

''मी सांगतो तुला. तुला वाटतं तसं त्या माणसाला इतरांसोबत आणि समाजासोबत शांततेनं जगता येणार नाही. सांडलेलं रक्त त्यात अडथळा आणील. शांतता राखण्यासाठी आपल्या सर्वांपाशी जग आणि जगातले रहिवासी ह्यांच्याबद्दल एकच प्रतिमा असायला हवी. ती प्रतिमा खंबीर आणि स्थिर असायला हवी. खून किंवा अगदी थोडासा जरी अन्याय घडला तरी त्यामुळे ही प्रतिमा विकृत होऊ शकते. त्यामुळे एकतर आपण जगाला नाकारतो किंवा हे जगच आपल्यावर बहिष्कार टाकू शकतं.''

''पण तुझ्या दुःखभोगामुळे ही प्रतिमा विकृत होऊ शकत नाही का?''

अजिबात न डगमगता इहसाननं उत्तर दिलं, ''उलट दुःख भोगल्यामुळेच आपण माणुसकीशी नातं जोडू शकतो. मला स्वतःला जेव्हा मनस्ताप होत असतो, तेव्हाच मी इतरांना अधिक समजून घेऊ शकतो. सहानुभूतीची ऊबच मी आणि समाज ह्यांच्यातील मध्यस्थाचं काम करते... तेव्हाच मला माझ्या जबाबदारीच्या जाणिवेचा अर्थ कळतो. दुःखभोग हे तर आपलं रोजचं अन्न आहे. जो कुणी यातनांना टाळू पाहातो तो मानवाच्या वर्मावर आघात करतो. दुःख भोगायला मागे हटणं हा सर्वात मोठा विश्वासघात आहे. मानवजातीची नियती काय एका फटक्यात बदलता येईल? जरी तुम्ही दुःखापासून दूर गेलात आणि सर्वांनाच स्वातंत्र्य आणि मोकळेपणा दिलात तरीदेखील मृत्यू असणारच आहे. आजारपण, संधीची कमतरता, सदसद्विवेकबुद्धीची टोचणी ह्या गोष्टी असणारच आहेत. दुःखाला तोंड न देता पळून जाणं म्हणजे जीवनाच्या किल्ल्याला आतल्या बाजूनं पोखरणं. दुसऱ्याच्या मरणातून सुटका शोधणं हे तर भयंकरच

आहे. पाशवी बेजबाबदारपणाचा आसरा घेणं आहे ते.''

इहसान थांबला. त्यानं तर सुआदएवढेच किंबहुना सुआदपेक्षाही अधिक भोग भोगले होते. त्याचा चेहरा घामानं डवरून आला. तो हळूहळू बोलू लागला, ''मानवजात ही नियतीची बंदीवान आहे. जेव्हा नियती समोर उभी ठाकते तेव्हा मानवजातीला श्रद्धा आणि कष्ट ह्यांची कास धरल्याशिवाय गत्यंतरच नसतं.''

''तुम्ही श्रद्धेबद्दल बोलता, पण तुम्ही तर तर्काच्या मार्गावरून चालणारे आहात.''

''मी तर्काच्या मार्गावरून चालतो. त्यामुळे मी तर्काचाच मार्ग अनुसरणार. सॉक्रेटीस म्हणतो की बुद्धिमान प्रेमिक भावनाशील प्रेमिकाला मागे टाकतो. बुद्धिमत्ता हे मानवजातीचं एक उल्लेखनीय वैशिष्ट्य आहे.''

''पण स्वतः खुनीही खून करताना बळीच्या सोबत मरत नसतो का?''

''काही अंशी हे खरंय... पण एक लक्षात घे की तुला जो हवाय त्या पुनर्जन्माची खात्री हे मरण देत नाही. प्रत्येक वेळी तसंच होतं. कारण अशा तऱ्हेच्या गुन्ह्यामुळे आपण त्या वर्गातूनच बाहेर काढले जातो. तू सामाजिक जगतात माणुसकीला योग्य स्थानावर बसवत नाहीस. तेच तर ह्या विषयाचं मर्म आहे. माणुसकीत दैवी गुण आहेत हे नाकारणारा माणूस मी नाही. मानवाचा आत्मा हाच जगाचा मालक आहे.''

सुआद हसला, ''नक्कीच इहसानच्या उत्साहभरल्या बाजूला येऊन उभा राहिलोय मी, पण मुमताझ तू बिनधास्त पुढे हो आणि काय वाटेल ते झालं तरी ही गोष्ट लिहून काढ.''

मुमताझनं त्या संभाषणात तोंड घातलं, ''ते सगळं ठीकाय, पण मी का ती गोष्ट लिहायची? त्यापेक्षा तू स्वतःच का नाही लिहीत?''

''त्यात काय? तू लेखक आहेस ना म्हणून तू लिहायचीस. तुला लिहायला आवडतं. आपल्या भूमिका वेगवेगळ्या आहेत. मी फक्त जीवन जगतो.''

''मीही जीवन जगत नाही का?'' मुमताझनं विचारलं. त्याचा स्वर मऊ होता. तो जणू म्हणत होता, 'मी मेलोय की काय?'

''तसं नाही. म्हणजे मी जसा जगतो, तसं तू नाही जगत. तू एका विशिष्ट स्थानी जाऊन बसला आहेस. तुझ्यापाशी विस्तृत, तेजस्वी दृष्टिकोण आहेत. काळाला हरवू शकशील एवढी अक्कल तुझ्यापाशी आहे. जे काही उपयोगाचं आहे ते ते ताब्यात घेण्याचा तू प्रयत्न करतोस. हे उपयोगाचं आहे, हे फालतू आहे अशा तऱ्हेनं तू वस्तू वेचून वेचून निवडतोस. तुला जे हवंय तेवढंच तू पाहातोस आणि जे नकोय त्यापासून

पाठ फिरवतोस.'' जणू काही सुआद स्वतःशीच बोलत होता. बोलता बोलता वारंवार खोकत होता आणि खोकून झाल्यावर डोकं हलवून जणू सांगत होता, 'लक्ष देऊ नका, जाईल माझा खोकला.' तो पुढे बोलू लागला, ''तू अशी दुनिया शोधून काढतोस जी तुला कुठल्याही किमतीला आपल्या ताब्यात घ्यायचीच आहे. म्हणजे तो निव्वळ भ्रम जरी असला तरी तू त्याला चिकटून असतोस. तुला असं वाटतं का की मी तुझ्यासारखा आहे? मी एक दुःखी, अभागी प्राणी आहे. आपल्या जबाबदाऱ्यांपासून दूर पळणारा इहवादी आहे मी. माझं अस्तित्व हीच एक लाजिरवाणी उधळपट्टी आहे. मी पाण्यासारखा निरुद्देश कुठेही भटकतो. मी आजारी आहे, मी दारू पितो, ज्या मुलांना मी जन्म दिला त्यांची तोंडंही मला बघावीशी वाटत नाहीत. इतरांच्या चामडीत कायम दडून जगण्यासाठी मी माझ्या स्वतःच्या आयुष्याकडे डोळेझाक करतो. मग तो एखादा चोर असो, खुनी असो की अधू पाय ओढत चालणारा एखादा पांगळा असो. प्रत्येक जगणारा प्राणी माझ्या दृष्टीनं आणखी एक वेगळंच आमंत्रण ठरतो. ते मला साद घालतात आणि मी धावतो. एकतर ते त्यांचे कोष माझ्यासाठी उघडतात नाहीतर मी माझं शरीर त्यांच्यासाठी उघडतो. मग ते चोरून माझ्यात स्थिरावतात आणि माझे हात, बाहू आणि विचारांवर कब्जा करतात. त्यांचं भय आणि त्यांच्या काळज्या माझ्या होतात. रात्र पडली की मी त्यांचीच स्वप्नं बघतो. त्यांच्या तडफडीनं मी जागा होतो. पण केवळ तेवढंच नसतं. जो नाकारला गेला आहे अशा व्यक्तीची व्याकूळता मला जाणवते. मला त्या व्यक्तीचं प्रत्येक अधःपतन अनुभवायचं असतं. तुला ठाऊक आहे, मी कितीतरी वेळा आमच्या बँकेतल्या तिजोरीतून चोरी केलीय. माझ्या ताब्यात होती ती तिजोरी.''

मसिदे ओरडली, ''सुआद, काय बोलतोस काय तू? अल्ला की कसम, त्याच्याकडे लक्ष देऊ नका तुम्ही. तुम्हीच बघा बोलताना केवढा घामाघूम झालाय तो.''

मुमताझनं आपल्या भाभीकडे पाहिलं. तिचा चेहरा पांढरा फटफटीत पडला होता. डोळे मोठ्ठे झाले होते. तिचा तोल ढळला होता. पण सुआदनं तिला होणाऱ्या मनस्तापाकडे लक्ष दिलंच नाही. तो म्हणाला, ''मसिदेभाभी, तुम्ही काळजी करू नका. तुम्हाला वाटतं तसं ते नाही. मी खरोखरची चोरी केलेली नाही. पण तसं करावं असं मला शंभर वेळा वाटलं असेल. मी केवळ विचार करूनच थांबलो नाही तर मी चोरी करण्याची कल्पनासुद्धा केली. कदाचित शंभर वेळा कल्पना केली असेन. बँक सोडणारा मी सर्वात शेवटचा माणूस होतो. तिथून बाहेर पडताना मी कल्पना केली की

माणसं माझा पाठलाग करत आहेत. थोड्याच वेळात ती मला पकडतील. मी मागे मागे सरलो आणि ज्या रस्त्यांवर पूर्वी कधी पाऊलही ठेवलं नव्हतं अशा रस्त्यांवरून भटकलो.''

इहसाननं विचारलं, ''पण का?''

सुआद नेहमीच मुमताझला प्रतिसाद देत असे. ''ज्या कारणासाठी मी माझं जीवन सगळ्यात हास्यास्पद मार्गानं जगलो. त्याच कारणासाठी मी सुखाच्या शोधार्थ जिकडे तिकडे भटकलो, दारू पिऊन धिंगाणा घातला आणि शेवटी लग्नही केलं. वेळ घालवण्यासाठी केलं. जगण्यासाठी केलं. सडून मरण्यापेक्षा बरं म्हणून केलं.'' बोलता बोलता त्यानं खांदे उडवले. ''मला कसं कळणार का केलं ते? मला माझी मर्यादा काय आहे ते जाणून घ्यायचं होतं म्हणून मी तसं केलं. प्रत्येक क्षणाच्या पोकळीला मला जाहीरपणे सांगायचं होतं की मी आहे. ती माझी गरज होती आणि ती गरज भागवण्यासाठी मी तसं केलं. आता तुला समजेल की ही गोष्ट तू लिहावीस असं मला का वाटतंय ते. त्यामुळे तुझ्या पाठीच्या कण्यातून भीतीची लहर दौडत जाईल. तुम्हा लोकांच्या मनात प्रेम आणि यातना ह्यांच्यासारख्या हिंसक शब्दांनी घर केलेलं आहे. तुम्ही मुळी शब्दांच्या माध्यमातूनच जगता. तर मला मात्र शब्दांच्या अर्थांची खोली तपासून पाहायची असते. म्हणून मी तसं केलं. तू लिहिलं पाहिजेस म्हणजे मग तुला कळेल की तू कुणावर प्रेम केलंस तरी त्या प्रेमासाठी कुणाचा खून पाडण्याएवढी तुझी मजल जात नाही. पण तुझी मृत्यूशीसुद्धा ओळख झालेली नाही. झालेय का?'' तो मोठ्यानं हसला आणि नंतर खुदूखुदू हसून म्हणाला, ''मला खात्री आहे की तुम्हा सर्वांच्या दृष्टीनं मृत्यू म्हणजे अधिक विशुद्ध अवस्थेत कयामत येईतो प्रतीक्षा करत राहणं. भट्टीतल्या आगीत भाजून वस्तुसंग्रहालयातल्या वस्तू टिकवल्या जातात तसा असतो तुमच्या दृष्टीनं मृत्यू. खरंय की नाही? तुम्हाला मृत्यूची किळसही वाटत नाही. उलट सौंदर्य आणि प्रेम ह्यांचा तो भाऊ असल्यासारखं तुम्ही त्याच्याकडे पाहाता. मृत्यू किती किळसवाणा असतो ह्याचा तुम्ही विचार केलाय का कधी? घृणा उत्पन्न करतो तो सडण्यामुळे आणि घाणेरड्या वासामुळे. कदाचित तुमच्यातील काहीजण अल्लावर विश्वास ठेवत असतील. मला खात्री आहे की हा विषय तुम्ही शांतता आणि अनिश्चितता ह्यांच्या कफनवस्त्रात गुंडाळून मृतदेहाप्रमाणे जतन करून ठेवलेला आहे. कारण तुम्ही केवळ शब्दांतच जगता. तुम्हाला अगदी एकदासुद्धा अल्लाशी बोलण्याची इच्छा झाली नाही? मी जर भक्त असतो तर मला त्याच्याशी बोलायला आवडलं असतं. त्याचा अनुभव घ्यायला आवडलं असतं.''

नूराननं निषेध व्यक्त केला, ''हे सगळं बोलणं गरजेचं आहे का, सुआद?'' पण त्याचं लक्षच नव्हतं. त्याला शक्य होईल तेवढी मळमळ तो ओकून टाकत होता. ज्याची मुमताझला भीती होती तेच समोर येऊ लागलं होतं. कसोटीचा प्रसंग सुरू झाला होता.

मुमताझनं बाळबोध स्वरात विचारलं, ''तू श्रद्धाळू आहेस का?''

''नाही रे प्रिय मित्रा, मी श्रद्धाळू नाही. त्या सुखापासून मी वंचित झालो आहे. मी जर श्रद्धाळू असतो तर मग हा वेगळाच मुद्दा झाला असता. मला जर अल्लाचं अस्तित्व माहीत असतं तर मी मानवतेवर कुठलाही दावा लावला नसता किंवा माझं मानवतेशी भांडणही नसतं. मग मला फक्त अल्लाशीच लढावं लागलं असतं. प्रत्येक टप्प्यावर त्याची मानगूट पकडून हिशोब देण्याची त्याच्यावर सक्ती करावी लागली असती. माझ्या चुकांबद्दल मला शिक्षा देण्याची जबाबदारी त्याच्यावर आहे असं मी गृहीत धरलं असतं. मी त्याला म्हणालो असतो, 'ये, ये आणि क्षणभरासाठी तू निर्माण केलेल्या कुठल्यातरी देहात प्रवेश कर. मी रोज जे करतो ते करून पाहा. आमच्यापैकी एकाचं जीवन चोवीस तासांसाठी जगून पाहा.' एखादी विशेष अभागी प्राणिजात निवडण्याचीसुद्धा गरज नाही. तू स्वतःच निर्माता आहेस. त्यामुळे तुला काही माहीत नाही किंवा समजून घेणं जमत नाही हे अशक्य आहे. त्यांच्यापैकी एकाच्या शवात तू उतर. तुझं स्वतःचं खोटेपण क्षणभरासाठी का होईना पण आमच्यासमवेत जग. आम्ही जगतो तसं जग. ह्या चोवीस तासांच्या डबक्यात छोट्या छोट्या तृष्णा असलेला तू बेडूक हो.''

इहसान हसला, ''ठीकाय, पण फक्त एक भक्तच अशा गोष्टी बोलू शकतो. तू श्रद्धाळू आहेस, बरोबर ना? आम्हा सर्वांपेक्षा नक्कीच जास्त श्रद्धाळू आहेस.''

''नाही, मी श्रद्धाळू नाही. फक्त एखाद्या अस्सल भक्ताच्या विचारसरणीतून विचार करतोय.'' त्यानं मान हलवली, ''मी कधीच श्रद्धा ठेवू शकणार नाही. त्यापेक्षा सांधेदुखीनं जमिनीवर तडफडत पडून मरणं मी पसंत करीन.''

ते सर्वजण कसनुसं हसले. मुमताझचा चेहरा लक्ष देऊन ऐकत असल्यानं ताठ झाला होता. पण सुआदचं लक्ष सर्वांच्या हसण्याकडे नव्हतं की मुमताझकडेही नव्हतं.

''होय, तो म्हणाला, सांधेदुखीनं जमिनीवर पडून तळमळत मरणं मी अधिक पसंत करीन. तुम्हाला हवी असेल तर मला एक कहाणी पहिल्यापासून सांगू दे. माझ्या ओळखीच्या लोकांत एक खूप भोळा पण सभ्य असा एक माणूस होता. तो अगदी धार्मिक, कळकळीचा संतसज्जन होता. आम्हाला तो खूपच प्रिय होता. जीवनातील

त्याच्या चिकाटीमुळे लोक अगदी आश्चर्यचकित होत असत. तो तोपकापीच्या परिसरात राहात असे. शहरात येण्या-जाण्यासाठी गाढवाचा वापर करत असे. हे गाढव म्हणजे आमच्या बालपणातील आनंदाच्या अनेक निधानांपैकी एक होतं. एके दिवशी आम्ही त्यांच्या घरी गेलो तेव्हा त्यांच्या अंगणात नेहमी असायचं तिथं गाढव बांधलेलं नव्हतं. 'काय झालं त्याला?' आम्ही विचारलं, तेव्हा त्यांनी सांगितलं, 'त्या बिचाऱ्या गाढवाला सांधेदुखीचा त्रास आहे.' असं म्हणून त्यांनी कोठीचं दार उघडलं. त्यांनी गाढवाचं खोगीर उलटं टांगलं होतं आणि छतावरून लोखंडी रिकिबी सोडून त्याला लटकत ठेवलं होतं. असं केल्यामुळे त्याच्या पायाचे घोटे मोकळे झाले. मुख्य म्हणजे चारही पायांवर उभं राहण्याची त्याची अडचण नाहीशी झाली. ते जनावर किती विनोदी दिसत होतं, त्याची कल्पनाही तुम्हाला करता येणार नाही. त्याचे चारही पाय निर्जीवपणे लटकत होते. त्या सालस प्राण्याचं डोकं गरीबपणे जमिनीच्या दिशेनं लटकत होतं. खरोखर, केविलवाणं आणि विनोदी... त्या गाढवाचं खऱ्या अर्थानं मानवीकरण झालं होतं. सुरुवातीला ते पाहून मी एवढा हसलो म्हणून सांगू. पण नंतर मात्र नाही. आज कुठलीही अतींद्रिय विचारपद्धत मी पाहातो तेव्हा मला उंचावरून उलटं लटकून पाहणाऱ्या त्या गाढवाच्या करुण आणि आश्चर्यविमूढ नजरेची आठवण येते."

नूरान म्हणाली, "मी असं घडल्याचं कधी ऐकलेलंसुद्धा नाही. पण त्या गाढवाची तब्येत बरी झाली का तसं केल्यानं?"

"अं जर... काही दिवसातच मेलं ते. आत्महत्या करूनच मेलं. म्हणजे त्यानं जमिनीकडे जाण्याचा रस्ता शोधून काढला. त्यामुळे त्याला जमिनीच्या सान्निध्यात असताना मरणं शक्य झालं. पण जर त्याला उलटं लटकावलं नसतं तर ते सांधेदुखीनंही मरण पावलं असतं."

मुमताझनं खांदे उडवले, "हा काय मूर्खपणा..."

पण सुआद तरीही हसतच होता. मग तो अचानक गंभीर झाला, "कदाचित असेलही. पण माझ्यासाठी हेच वास्तव आहे. कळतंय का तुला? माझ्या दृष्टीनं अल्ला ठार मेलाय आणि मी स्वातंत्र्याची मजा घेतो आहे. मी माझ्यात वास करणाऱ्या अल्लाला ठार मारलेलं आहे."

इहसाननं विचारलं, "तुला खरोखरच वाटतं का की तू स्वतंत्र आहेस?"

सुआदनं त्याच्याकडे तिरस्कारानं पाहिलं. त्याचा चेहरा घामानं डवरून आला होता. तो म्हणाला, "मला नाही माहीत... पण मला स्वतंत्र व्हायचंय..."

"नाही... तुला स्वतंत्र होता येणार नाही..."

''का? कोण अडवू शकणार आहे मला?''

''ज्या अल्लाला तू ठार केलंस असं तू म्हणतोस तोच अल्ला अजूनही तुझ्या काळजात वास करून आहे. तू तुझं स्वतःचं जीवन जगतच नाहीस. ह्या तुझ्या अवस्थेत तू केवळ एक थडगं आहेस, कफनवस्त्रासारखा आहेस तू. भयंकर क्रूर अशा मृत्यूला तू आपल्या अंतरात जागा दिली आहेस. तुला स्वातंत्र्य तरी कसलं मिळणार? होय, मलासुद्धा माहितीय की काही लोकांचा विश्वास असतो की परमेश्वरी शक्ती जिथं नसेल तिथं सगळं काही करण्याची परवानगी असते. देवाच्या अनुपस्थितीचं स्थानच मानवतेच्या कल्याणाच्या नावाखाली लुटायचं म्हणून ते तिथं जातात. मला दैवी अवतार ही कल्पनासुद्धा ठाऊक आहे. त्याचं काय पण? त्यामुळे आपल्याच दुःखांना सामोरं जाण्याची वेळ आपल्यावर येते. मानवजातीची नियतीसुद्धा तीच आहे. त्याच अटीतटीच्या परिस्थितीला आपल्याला सामोरं जावं लागतं. त्याच यातना सहन कराव्या लागतात. प्रामाणिकपणे सांगायचं तर तुला जी नवीन पहाट म्हणून जाणवते ती पहाट नसते तर तो एक वणवा असतो... नाही, अल्लाविषयीच्या कल्पनांशी खेळून तू त्याच्यापासून मुक्त होऊ शकणार नाहीस. एखाद्या जखमेवर औषधोपचार चालू असतानाच ती संपूर्ण बरी होत नसते.'' बोलताना तो काही काळ गप्प बसला. मग पुढे बोलू लागला, ''पण तुला माहित्येय का सुआद, तू एक मोठा धर्मशास्त्रवेत्ता बनू शकला असतास. कारण तू जे काही विषद करतो आहेस ते बरोब्बर उलट दिशेला जाणारं धर्मशास्त्रच आहे.''

सुआद म्हणाला, ''मला तसं नाही वाटत. खरं सांगायचं तर मुळीच नाही वाटत.''

''तुझी इच्छा. पण माझ्या मते तरी ते तसंच आहे.''

सुआदनं मनगटावरल्या घड्याळाकडे पाहिलं आणि हातातला पेला जमलेल्या लोकांच्या दिशेनं उंचावून आतील पेय एका घोटात संपवून टाकलं. रिकामा पेला मे

जावर ठेवण्यापूर्वी त्यानं पेल्याच्या तळाकडे आसासून पाहिलं हे फक्त मुमताझच्या लक्षात आलं.

''जायला पाहिजे मला आता. सगळ्यांचा निरोप घेतो मी...''

मुमताझनं आणि नूराननं त्याच्या बोलण्याला हरकत घेतली, ''कुठं जाणार? कसा जाणार? रात्र अजून जवान आहे. खूप खूप मौज अजून बाकी आहे. थांब की.'' पण त्यानं त्यांच्या बोलण्याकडे लक्ष दिलं नाही.

''नाही, कुणाला तरी भेटायचं मी कबूल केलेलं आहे. जरी थोडासा उशीर

झालेला असला तरी काहीही करून मला तिथं गेलंच पाहिजे. गुड बाय, सर्वांना...''
हात हलवून त्यानं अचानक मैफलीची रजा घेतली. नूरान आणि मुमताझ त्याला दारापर्यंत सोडायला आले.

मुमताझ नूरानला म्हणाला, ''त्यानं थांबावं म्हणून तू आग्रह का करीत नाहीस ग?'' बोलता बोलता सारं काही हरपल्याची भावना त्याच्या काळजात दाटून आली. आता सुआद राहिला काय किंवा गेला काय, तरी त्याच्या दृष्टीनं काही महत्त्वच उरलं नव्हतं.

सुआदकडे पाहात नूरान म्हणाली, ''आग्रह धरणं काही कामाचं नाही. त्यानं जायचंच असं ठाम ठरवलेलं आहे. देव तुझं भलं करो, सुआद.'' त्याच्याशी हस्तांदोलन करण्यापूर्वी तिनं त्याची कॉलर नीट केली आणि विचारलं, ''तुला मफलर हवाय का?''

''धन्यवाद, पण माझी कॉलर चांगली लांब-रुंद आहे. गरज पडली तर मी ती वर करीन... थोडं अंतर माझ्याबरोबर चालताना मुमताझलाच थंडीचा त्रास होऊ शकेल.''

दोघंही एकत्रच बाहेर पडले.

सात

रात्रीच्या अमलाखाली मुमताझनं दीर्घ श्वास घेतला. त्याला इतकं दमल्यासारखं वाटत होतं की आता आणखी नवं काहीही सहन करण्याची ताकदच त्याच्या ठायी राहिली नव्हती. त्या दमट, उबदार रात्री ते दोघं सावल्यांच्या जंजाळाला ओलांडून पलीकडे गेले. काही तासांपूर्वी ह्याच सावल्यांकडे त्यानं वेगळ्या नजरेनं पाहिलं होतं. ऑटममधल्या त्या रात्रीनं एमिर्गन येथील डोंगरमाथ्यांना एकाकी केलं होतं, अशक्यतेच्या भ्रामक राज्यात गुंडाळून ठेवलं होतं.

आशियन किनाऱ्यावरील दिवे एकाकीपणानं पाठवलेले संकटाचे सिग्नल असावेत तसे दिसत होते. अंधारात बघणं अशक्य झाल्याप्रमाणे सुआद दोन्ही बाजूंना धडपडत चालत होता. अशा तऱ्हेनं ते टेकडीच्या मध्यापर्यंत आल्यावर सुआद म्हणाला, ''तू आता परत जा...'' पण तेवढ्यात त्याला खोकल्याची महाप्रचंड ढास लागली. त्यामुळे त्याला शब्द पूर्ण करता आले नाहीत.

मुमताझ म्हणाला, ''तुला चालत असेल तर आपण दोघंही परत माघारी जाऊ.

आमच्यासोबत आजची रात्र घालव. आत्ता तुला कुठलंही वाहन मिळणार नाही. आमच्याकडे जास्तीचा पलंग आहे.'' खोकल्याची ढास संपेतो सुआदनं काहीच प्रतिसाद दिला नाही. त्यानं फक्त मुमताझचा हात घट्ट धरून ठेवला होता. जेव्हा त्याचा खोकला कमी झाला तेव्हा तो म्हणाला, ''नाही, मी परत जाणंच इष्ट ठरेल. आधीच मी तुला बराच त्रास दिलेला आहे.''

''नाही रे. शिवाय तुला बरंही वाटत नाहीये.''

''खरंय, मला बरं वाटत नाहीये, पण हीसुद्धा अवस्था संपेल.'' त्यानं दोन्ही हातांनी घट्ट धरलेला मुमताझचा हात सोडला आणि हसत हसत तो म्हणाला, ''चिअर्स, जा जा, मजा करा...'' मुमताझला जाणवलं की सुआदचे डोळे अंधारातच त्याला शोधताहेत. आपोआपच मुमताझची नजर दुसरीकडे वळली. पण सुआद गेला नाही. मुमताझच्या जाकिटाची कॉलर पकडून त्यानं हलक्या स्वरात त्याला आक्रमकपणे विचारलं, ''मी नूरानला एक पत्र लिहिलंय. तुला ठाऊक आहे का? प्रेमपत्र आहे ते.''

ह्या अचानक झालेल्या हल्ल्यामुळे दचकलेला मुमताझ चाचरत बोलला, ''माहित्येय मला. तिनं दाखवलं मला ते पत्र. आम्ही दोघं लवकरच लग्न करणार आहोत हे माहीत होतं का तुला तेव्हा?''

''तुम्ही दोघं एकमेकांत गुंतलेले आहात हे माहीत होतं मला.''

''मग तसं होतं तरी?''

''काही नाही. ते आणखी एक अविचारी कृत्य होतं... ते लिहिण्याच्या अर्धा तास आधीपर्यंत कित्येक महिने मला नूरानची आठवणसुद्धा झाली नव्हती.''

आपल्याला त्यामुळे काहीच फरक पडत नाही अशा स्वरात मुमताझनं म्हटलं, ''पण मी तुझा जुना मित्र आहे. तुझ्या जुन्या मित्राचा मान राखण्यासाठी तरी तसं करणं योग्य नव्हतं. सांग मला, होतं का?'' त्या दोघांनी नजरेस नजर दिली. सुआदच्या चेहरा मनस्तापानं वेडावाकडा झाला होता.

''तुला नाही कळणार ते. चमत्कारिक आणि चुकीचे आवेग माणसाचा कसा ताबा घेतात ते तुला कळायचं नाही. कदाचित तुला ते कधीच कळणारसुद्धा नाही. कारण तू तुझ्या मोजूनमापून केलेल्या कृतींचे गोडवे गात बसशील. ज्यांचे अंदाज वर्तवता येतात अशी सर्व कारणं आणि त्यांचे परिणाम हेच तुला हवे असतात. तुला प्रत्येक गोष्टीत तर्कशास्त्र शोधायचं असतं. पण जे काही झालं ते झालं. ह्यापुढे उगाच तुला अडवून काय फायदा? तुला फक्त एवढंच सांगायचंय मला की माझं वागणं कितीही चुकीचं असलं तरी मी तुझा निरोप चांगल्याच मनानं घेतो आहे.'' त्यानं घाईघाईनं टेकडी उतरायला सुरुवात केली.

मुमताझ त्याच्यामागून ओरडला, ''प्रत्येकजण असाच असतो. त्यामुळे तुझ्या ध्येयाची गुलामी करू नकोस.''

''गुड बाय !'' सुआद भराभरा खाली उतरू लागला.

रात्रीच्या वेळी सुआदच्या पावलांचा खोलवर घुमणारा आवाज आणि त्याचा अस्वस्थ करणारा खोकला ऐकत मुमताझ बराच वेळ उभा राहिला. त्यानंतर तो हळूहळू घराच्या दिशेनं पावलं टाकू लागला. आता सुआदच्या फताड्या, हडकुळ्या, चिकट पंजांपासून आपली सुटका झाली म्हणून त्याला बरं वाटू लागलं होतं. ह्या भयाण, विचित्र रात्री आपला हात सुआदच्या पंजात पाहून तो दचकला होता. त्या ओलसर पकडीमुळे कुणीतरी आपल्याला कब्जात घेतल्याचं भय त्याच्या मनात उद्‌भवलं होतं. त्या भयानं जणू त्याच्या आत्म्यात शिरकाव केला होता. कदाचित त्या भीतीमुळेच त्यानं सुआदच्या नजरेस नजर देणं टाळलं असेल. ते त्याला आठवलं आणि स्वतःचाच खूप राग आला. चक्क एका आजारी माणसाची त्याला धास्ती वाटली होती. पण सुटका झाल्याची भावना एवढी प्रबळ होती की त्यानं आपला हात अंधारातच वर उचलला आणि आवडता ठेवा पुन्हा परत मिळावा तसं त्या हाताकडे पाहिलं. सुआदच्या हातांच्या चिकट उष्णतेनं जणू मुमताझच्या पंजातील, बोटांच्या टोकांतील शक्तिशाली असं जीवनावश्यक तत्त्वच शोषून घेतलं असावं तसं वाटलं त्याला. त्यानं पुन्हा पुन्हा स्वतःला विचारलं, 'तो एवढा तडफडत का होता? तो इतका क्रूर का होता?' मुमताझच्या लक्षात आलं की नूरानला भेटल्यापासून आपल्या मनानं जी विकल अवस्था अनुभवली नव्हती, त्या अवस्थेत पुन्हा आपला प्रवेश झाला आहे. मी त्याच्यापासून शंभर पावलं दूर आहे तरी ह्या रस्त्यावर अजूनही थरथरत उभा आहे. त्याच्या मनानं नेहमीची तक्रार केली. आज त्याच्या घरी त्याची म्हणून जेवढी माणसं तो समजत होता, ती सामाजिक वर्तुळातली सर्व माणसं हजर होती पण त्या क्षणी त्याला नूरान आठवत नव्हती, इहसान आठवत नव्हता की तिथं जमलेला एकही पाहुणा आठवत नव्हता.

टेकडीच्या शिखरापाशी त्यानं पुन्हा थांबून आसपास पाहिलं. ऑटममधली ती रात्र जणू काही चकचकीत काळ्या काचेच्या तावदानाखाली विश्रांती घेत असल्यासारखी दिसत होती. त्या रात्रीत विखुरलेले प्रकाशझोत खोलवर घुसत होते. त्यांचं तेज भविष्यातही कधी बदलणार नव्हतं. राखाडी रंगाचा चमकदार पट्टा असावा तसा दूर अंतरावरून बॉस्फरसचा समुद्र दिसत होता. त्यापुढले रस्त्यावरले अंधूक दिवे चांदण्यांसारखे निश्चल राहून जणू काही आकाशातल्या चांदण्याचीच नक्कल करत

होते. त्यांच्या आसपास असलेल्या अस्तित्वांपेक्षाही ते स्वतःच्याच क्षणिक शांततेत बुडून गेले होते. ते दिवे आणि परिसरातलं सारं चैतन्य त्रिशंकूसारखं लटकत राहिल्यासारखं वाटत होतं. मधेच किलबिलणारा एखादा पक्षी, एखाद्या किड्याची भुणभुण, फांद्यांची सळसळ असे वेगवेगळे रात्रीच्या वेळचे आवाजही त्यातच मिसळून लटकत होते.

तो जे काही बोलत होता ते सगळं खरं असेल तर? हाय अल्ला, ते सगळं खरं असलं तर? भीतीखाली दबून त्यानं डोकं वर उचललं आणि आकाशाच्या घुमटाकडे नजर लावली. आकाशात चांदण्यांचा खच पडला होता. त्या चमचमत्या प्रकाशकणांमुळे आकाशातला अंधार आणखीनच आक्रमक वाटत होता. ते प्रकाशकण जणू संकटांनी ग्रासलेल्या घरांच्या आशा-मनस्ताप-भीतीरूपी खिडक्यांसारखे भासत होते. आपोआपच त्याच्या मनात विचार आला, 'मी अजूनही मेलेलो नाही.' आपल्या मनातली तडफड एवढी आहे की आपल्याला पळून जायचं आहे, कुठतरी माथा टेकायचा आहे. पण आपण जाणार तरी कुठे? ह्या काळ्या रात्री अनादी अनंत काळ चमकदार तांड्यांतून विहरतो आहे. ही रात्रच मुळी संपृक्त आहे. तृप्त झालेल्या ह्या रात्रीत आता आणखी काही विरघळणं शक्य नाही. त्याच्याभोवती रत्नजडित कवचासारखी असलेली प्रत्येक सजीव वस्तू त्या रात्रीनं नाकारलेली आहे. सर्वच वस्तूंच्या अंतरंगातून हसणारं आणि बोलणारं जीवनतत्त्व त्या रात्रीच्या रत्नजडित कफनाखाली लपून गेलेलं आहे. कुठेतरी काहीतरी हलतंय; क्षितिजाची कडा आळोखेपिळोखे देतेय; जडावलेली, उग्र रात्र निळ्या रंगांच्या जडावाच्या अजस्र पक्ष्यासारखी डोक्यावर झुलते आहे. मात्र त्या पक्ष्याचे पंख ताठ आहेत.

...जर त्या पक्ष्यानं मला आपल्यासोबत नेलं तर...

ती वेळ वेगळीच कुठलीतरी असती, तर सुंदर रत्नांनी लगडलेल्या त्या रात्रीला मुमताझ वेगळ्याच तऱ्हेनं सामोरा गेला असता. ग्रेनाइट आणि काळ्या संगमरवरातील अजूनही निद्रेत असलेली खनिजं त्या रात्रीत होती. ती वेळ वेगळी असती तर मुमताझ आपल्यातील सुखलोलुप काव्यमयतेच्या विशुद्ध पैलूला सामोरा गेला असता. पण आत्ता ह्या क्षणी तो दुःखात होता. सौंदर्यानं भरलेल्या जगासाठी त्याच्या मनाची कवाडं बंद होती. अशुभाच्या सूचनांनी त्याच्या मनात वसती केली होती.

'जणू काही माझ्यातलाच एक भाग कोलमडून पडलेला आहे.' स्वतःशीच बोलल्यासारखा तो म्हणाला.

रस्त्याच्या वरच्या टोकाशी असलेल्या एका घरातला दिवा जळत होता. रात्रीच्या

वेळेस आठवणाऱ्या पण प्रत्यक्षात दूर गेलेल्या प्रत्येक जवळिकीचं रूपांतर गोड स्वप्नात करण्याची शक्ती त्या दिव्याच्या उजेडात होती. जणू काही विशुद्ध, उत्कट अशा शांततेत ते स्वप्न बुडणार होतं. त्या घराची खिडकी अस्तित्वाच्या ओझ्यानं वाकल्यासारखी दिसत होती. अचानकपणे विस्तीर्ण, घनदाट अंधारातून रक्ताची गुठळीच बाहेर यावी तशी समोरच्या झाडाची चकाकणारी चंदेरी सावली घेऊन ती खिडकी त्याला सामोरी आली. मुमताझला आठवण झाली की घरी जमलेल्या पाहुण्यांकडे आपण दुर्लक्ष करत आहोत. नूरानसुद्धा आपली काळजी करत असेल. त्यानं चालण्याची गती वाढवली. पण हा क्षुल्लकसा गुंता त्याच्याभोवती आपले पाश गुंडाळतच राहिला. त्यामुळे त्याला वेळेचं भान राहिलं नाही. आतल्याआत त्याला जो एकटेपणा वाटत होता तो एकटेपणा किंवा त्याला व्याकूळ करणारा पाश ह्यातलं काहीच सैल झालं नाही.

त्याच्यातला एक भाग अजूनही पोकळीतूनच चालत होता. 'माझं डोकं आणि इतर शरीर ह्यांच्यात एवढं विस्तीर्ण अंतर का आहे?' त्याच्या मनात आलं.

एका जागी थांबून तो गहन विचारात बुडून गेला. हेच म्हणायचं होतं का मला? कदाचित आपल्याला जे वाटतंय ते विकोपाला गेलेलं असू शकेल किंवा शब्दांत सांगता येण्यासारखं नसेल. सुआदनं केलेलं कृत्य चुकीचं होतं हे आपल्याला ठाऊक असूनही आपण रागावलो नव्हतो. त्याच्या चुकीवर शिक्कामोर्तब करणं आपण टाळलं. इतरांना दोषी ठरवण्याचं काम आपण केव्हाच सोडून दिलंय. सुआदनं आपल्या मनात साठलेलं दुःख उघड करून त्यांच्या आनंदाला गालबोट लावलं होतं. सुआदच्या वागण्यातला नीचपणा, त्याच्या अस्तित्वातलाच एकूण गोंधळ ह्यामुळे ही अशी नैतिक ऱ्हासाची त्याची गत झाली होती. ते बघूनच आपण आश्चर्यचकित झालो. तो नक्कीच वेदनेनं तडफडत असणार. सारी संध्याकाळ त्याचं बोलणं आपण ऐकत होतो. त्या संध्याकाळच्या आठवणीत फक्त थकवणारी, दुःस्वप्नांसारखी वाटणारी संभाषणं होती. रात्रीच्या वेळेस अर्धवट झोपेत दिसणारी, दात विचकून हसणारी भुतं होती. एखाद्या भयंकर स्वप्नातला माणूस दिसावा तसाच सुआदचा अवतार होता.

आठ

घरातले पाहुणे मेजाभोवती गोळा होऊन गप्पा मारत होते. बोलण्याचा विषय अर्थातच सुआद होता. मुमताझ घरात शिरला तेव्हा नूराननं त्याच्याकडे अशा तऱ्हेनं पाहिलं की ती जणू त्याला विचारत होती, 'अरे, होतास कुठे तू?' आपल्या मनातील दुःख लपवण्यासाठी गालाला चुणी पाडून तो चोरटेपणानं हसला. मागला-पुढला विचार न करता केलेल्या त्या सार्वजनिक प्रदर्शनामुळे नूरान रागावली नाही म्हणून त्याला बरं वाटलं.

''मला पण एक पेला राकी मिळू शकते काय?''

''तुला हवी तेवढी पी. मुमताझ, लाडक्या, नाहीतरी आम्ही ही संध्याकाळ नव्यानं सुरू करतो आहोत.'' नूरान म्हणाली.

''सुआदपासून पिच्छा सुटल्यामुळे तिचाही जीव भांड्यात पडला होता. मुमताझच्या येण्यानं इहसानच्या बोलण्यात खंड पडल्यामुळे तो आपलं बोलणं पुढं चालू करण्यासाठी उत्सुक होता. त्यामुळे मुमताझचा पेला भरून होईतो तो अस्वस्थपणे ताटकळत थांबला होता. इहसान असाच होता. त्याला बोलताना मधे थांबवलेलं मुळीच आवडत नसे शिवाय त्याच्या बोलण्यात अडथळा म्हणून जे काही आलेलं असे त्या अडथळ्याचं ताबडतोब निवारण व्हावं अशीही त्याची अपेक्षा असे.

नूरानकडे आपल्या काचेच्या पेल्यातून पाहात मुमताझ म्हणाला. ''तसं असेल तर सगळ्यांच्या तब्येतीचं अभीष्टचिंतन करून मी राकीप्राशनाला प्रारंभ करतो...''

''...खंत हीच वाटते की एका शतकापूर्वीही ह्या प्रकारच्या मनस्तापात जगानं दिवस काढलेले आहेत आणि त्या मनस्तापाला तोंडही दिलेलं आहे.'' इहसान पुढे बोलू लागला. ''हेगेल, नित्शे आणि मार्क्स आले आणि गेले. ऐंशी वर्षांपूर्वी ह्याच यातना दोस्तोव्हस्कीनंसुद्धा सहन केल्या. आपल्या बाबतीत नवं काय आहे हे तुम्हाला ठाऊक आहे का? सर्-रिॲलिस्टिक चळवळीचा पुरस्कर्ता असलेल्या एल्युआर्ड ह्या फ्रेंच कवीची अंतर्मनातील भावभावना व्यक्त करणारी कविता आपल्याला नवीन वाटत नाही की दोस्तोव्हस्कीच्या कादंबरीतल्या निकोलाय स्टावरोजिन ह्या व्यक्तिरेखेची तडफड नवीन वाटत नाही. आपल्यासाठी आज नवीन असं काय आहे तर अनातोलियाच्या सर्वात दुर्गम कोपऱ्यातील सर्वात लहान तुर्की खेड्यात आज काय खून झाला, उद्या काय जमिनीचा वाद झाला आणि परवा काय तर घटस्फोटाची गरम गरम अफवा पसरली. तुम्हाला माझ्या बोलण्याचा मथितार्थ कळतोय की नाही ते

मला नाही ठाऊक! पण मी सुआदवर आरोप करत नाही. मी फक्त एवढंच म्हणतोय की आपल्या सध्याच्या परिस्थितीच्या ढाच्यात त्याला जे काय वाटतंय ते बसू शकत नाही.''

मुमताझनं पेला रिकामा केला, ''एक गोष्ट विसरताहात तुम्ही भाई, सुआद खरोखरच खूप त्रासात आहे.''

हाताच्या फटकाऱ्यानं इहसाननं अदृश्य असं काहीतरी दूर झटकून दिलं, ''असेलही तो त्रासात... पण माझा काय संबंध त्याच्याशी? माझ्याकडे अशा विक्षिप्त लोकांच्या मागे लागण्यासाठी वेळ नाही. मी सामाजिक समस्यांशी जोडला गेलेलो आहे. कळपापासून भटकलेल्या पिल्लाच्या गैरहजेरीबद्दल त्याच्या आईला रडायचं असेल तर रडू दे. मी सांगितलं का तुला की एकदा लिलावाच्या दिवशी मला पुष्कळ जुनी मेन्यूकार्डं मिळाली. ती कुठल्या रेस्टॉरंटची होती तेसुद्धा ठाऊक नाही, पण त्यात थाळी पद्धतीचं जेवण मिळणारी मेन्यूकार्डंसुद्धा होती. बहुधा ती सुलतान हमीदच्या काळातली असावीत. त्या मेन्यूकार्डांच्या वरच्या कोपऱ्यात त्या त्या रात्री कोण गायक गाणार आहेत त्यांची नावंसुद्धा होती. ती नावं आणि सुआदच्या समस्या ह्यांचा माझ्यावर एकसारखाच परिणाम होतो. ज्या कुणाला वाईट परिस्थिती आणखीनच वाईट करायची आहे त्यानं खुशाल विचार करावा. पण त्याचं शेवटी फलित काय? त्यामुळे आपलं डोकं फिरेल. दुसरं काहीही होणार नाही. आपल्याला भरपूर जबाबदाऱ्या आहेत. पुष्कळ कामं पडली आहेत आपल्यापुढे.''

''तरीसुद्धा अल्ला हा आपला शाश्वत प्रश्न आहेच.''

''मानवजात आणि तिची नियती हेसुद्धा आपले शाश्वत प्रश्न आहेत आणि ते एकमेकांशी बांधले गेलेले आहेत. त्याशिवाय ते असे प्रश्न आहेत की ज्यांची उत्तरं सापडणं अशक्य आहे. अर्थात एखाद्याची जर श्रद्धाच नसेल...'' क्षणभर विचार करण्यासाठी इहसान थांबला, ''मला ठाऊक आहे की अशा तऱ्हेनं बोलण्याचा मला अधिकार नाही. आपली मर्त्यता आणि आपलं आंतरिक जीवन हे अल्ला ह्या संकल्पनेशी जोडलं गेलेलं आहे. हा बुद्धिबळाचा डाव अल्लाशिवाय खेळता येणारच नाही. कदाचित ह्याच कारणासाठी मी सुआदवर वैतागलो असेन...''

त्याला जे काही बोलायचं होतं ते त्यानं पूर्ण केलं नाही. सुआद ज्या पद्धतीनं बोलत होता त्यामुळे मसिदेपेक्षा तोच जास्त अस्वस्थ झाला होता. समाजाशी शांततापूर्ण मार्गानं जोडल्या जाण्याच्या सर्व भावी शक्यता सुआदनं उखडून टाकल्या होत्या. वेड आणि अतिरेक ह्यांच्यापासून तो खूप थोडी पावलं दूर होता. ह्या संभाव्य घटनेबद्दल

त्याला विशेषतः मुमताझ आणि नूरानशी चर्चा करायची होती. काहीही असलं तरी परिस्थितीला तोंड देण्याची सुआदची तऱ्हा इहसानला अजिबात पसंत पडली नव्हती.

तैफिकनं अगदी बेफिकीरपणे वांग्याचा डोलमा आपल्या पानात वाढून घेतला. ''नूरानला ह्याबद्दल काय म्हणायचंय ते मला नाही माहीत. कारण मुमताझ अजून माझ्या प्रांतात नाक खुपसू लागलेला नाही. मला वाटतं की ही वांगी आपण खातोय ती ह्या मोसमातली शेवटची वांगी आहेत. पुढल्या वर्षीच्या मोसमातली वांगी खायला मी असेन की नाही त्याची खात्री नाही. माझं म्हणणं असंय की ज्या विषयांशी हा सुआद मुलगा झगडतोय त्याविषयी मी स्वतः तुम्हा सर्वांच्या आधी जाणून घेईन.'' त्याचा चेहरा अत्यंत क्रूर, एखाद्या गुन्हेगारासारखा झाला होता. त्या तशा चेहऱ्यानं त्यानं जणू स्वतःची, सुआदची, जीवनाची आणि मृत्यूच्या दिसू शकणाऱ्या अस्तित्वाची टर उडवली. ''मला सगळ्यात आश्चर्य कसलं वाटतं सांगू? आपल्या तरुण मंडळींनी मौजमजा करण्याची क्षमताच गमावून टाकलेली आहे. पूर्वी असं होत होतं का? हे इतके लोक, हल्लीच्या ह्या काळात एका ठिकाणी जमून बोलतात काय तर ह्या असल्या विषयावर?''

नूरान म्हणाली, ''मामांना सुआद फारसा आवडत नाही... म्हणजे यासरनंही त्याच्याशी भेटीगाठी ठेवाव्यात हे त्यांना पसंत नसतं. पण काय हवं ते म्हणा, परंतु आज मला आश्चर्य वगैरे काहीही वाटलं नाही. सुआद पहिल्यापासून असाच आहे. मला आठवतंय, कॉलेजात असताना एके दिवशी आमचं टोळकं बॉस्फरसला फिरायला गेलं, तेव्हा त्यानं कुत्र्याचं एक छोटंसं पिल्लू समुद्रात टाकून दिलं. कारण ते पिल्लू वाजवीपेक्षा अधिक आनंदी होतं. त्या गरीब बिचाऱ्या पिल्लाला बाहेर काढताना आमची केवढी त्रेधातिरपीट उडाली होती. किती गोंडस होतं ते...''

''का पण त्यानं पाण्यात ढकललं असेल त्याला?''

''कारण एका कुत्र्याला तेवढं आनंदी असण्याचा हक्क नव्हता म्हणून. आपण सुआदबद्दल बोलतोय इथं. त्या दिवसांत तो म्हणायचा, 'सर्वच सजीव प्राणी हे माझे शत्रू आहेत.'

इहसाननं सुचवलं, ''पोरांनो, आपल्याला जर ह्या संभाषणापासून सुटका हवी असेल तर आपण ओर्हान आणि नूरीला काही लोकगीतं म्हणायला सांगूया ना.''

ओर्हान आणि नूरी ही द्वयी लोकसंगीताची पुरस्कर्ती होती. केवढे तुरुकू ठाऊक होते त्यांना.

इहसानच्या आग्रहावरून मग त्या रात्रीनं एक नवंच वळण घेतलं. सुरुवातीला

ओर्हान आणि नूरीनं एक सुंदर रुमेली तुरुकू गाइलं. तानबुरासी ओस्मान पेहलीवान ह्या गायकानं ते गाणं लोकप्रिय केलं होतं. त्यांचे आवाज खडे आणि दमदार होते

तुकड्यातुकड्यांत भंगलेले मेघ गडबडा लोळतात,
चार त्यातले धवल, तर चार कृष्ण असतात,
तू गेलास खुपसून कट्यार माझ्या काळजात,
हे पावसा, तू पडू नको, हे समीरा, तू वाहू नको,
कारण माझा प्रियतम आहे अजून मार्गात

त्या लोकगीतातून जाणवणारं उत्कट दुःख मुमताझ लक्ष देऊन ऐकत होता. जणू त्याला कसलंतरी रामबाण औषधच सापडलं होतं. जणू त्या सर्वांना एका ताज्या वाऱ्याच्या झुळकीनं किंवा कसल्यातरी अडथळ्यानं सामोरं येऊन अडवलं होतं. त्यावर स्वार होणं हे मुळी विधिलिखितच होतं. ते जणू जीवनालाच सामोरे जात होते.

मेघ लोळत जातात आणि जमीन रडत असते,
मद्यात भिजून मला चढते नशा
माझ्या प्रियाचा गंध मला करी वेडापिसा.

मुमताझच्या लक्षात आलं की ही खूप खोल आणि वेड लावणारी असोशी आपल्या दुःखापेक्षा वेगळ्याच दुनियेतली आहे. ह्यातील भावना म्हणजे काही फारच अल्प काळ जाणवणारा संवेदनाचा पिसारा नव्हता. गरमागरम भाकरीसारखं अस्तित्वाला व्यापून उरणारं असं काहीतरी जीवनदायी तत्त्व होतं त्यात.

पहाटेसोबत येतात मेघ,
वसंतासोबत फुलतात फुले
तसंच अगदी तसंच
आम्ही सारे पुन्हा
भेटू आमच्या प्रियजनांना

"हे बघ, हे जे काय आहे ना ते आपण जतन केलं पाहिजे." इहसान अगदी खरोखर संतुष्ट झाल्यासारखा दिसत होता. "सगळं सत्य ह्यात सामावलेलं आहे. ह्या तुरुकूत अर्थाचा महासागरच आहे. सामान्य लोकांशी आणि आपल्या स्वतःच्या जीवनाशी आपलं जेवढं जवळचं नातं असेल तेवढ्याच प्रमाणात आपल्याला मिळणारं समाधानसुद्धा असेल. ह्या तुरुकूंचीच आपण मुलं आहोत. त्यानंतर त्यानं अनपेक्षितपणे याह्या केमालच्या कडव्याची एक ओळ म्हटली :

"जरी माझ्यापाशी असलं तरी तू आनंद घे त्याचा, कारण केवळ उदासीमुळे समाधान मिळत नाही मला."

“समाधान असतं का नसतं? मी स्वतः आहे आणि माझ्यासाठी तेवढं पुरेसं आहे. दुसऱ्या कुणाच्याही स्वातंत्र्याच्या पुढे जाईल असं स्वातंत्र्य मला नको.”

“पण दुःख देणाऱ्या यातनांचा ताणही ह्या तुरुकूत असतोच, हो की नाही?”

“नाही, ही फक्त अभिव्यक्तीची पद्धत आहे. ह्या तुरुकूत व्यक्त केलेलं दुःख आणि तो तुरुकू आवडणाऱ्यांचं दुःख जर वास्तवातलं असतं तर ते अगदी अर्धा ताससुद्धा ऐकवलं नसतं. आपण इथं संपूर्ण समूह ह्या रूपात ह्या तुरुकूंना सामोरं जात आहोत. ह्यातील अनुभव केवळ एकट्या माणसाचे नसतात तर ते संपूर्ण संस्कृतीचे असतात.”

ओर्हान आणि नूरीनं रुमेली आणि अनातोलियाचे तुरुकू लागोपाठ गायले. मधून मधून केमीलनंही त्यांना बासरीची साथ दिली. शेवटी शेवटी तैफिक म्हणाला, “रोझ डिव्होशनल सूक्त म्हणू दे मला आता. त्राझबोनमधल्या बायका बऱ्याचदा ते सूक्त म्हणतात.

फ्रा फिलिपो लिपी ह्या चित्रकाराच्या पंधराव्या शतकातील कलाप्रबोधनकाळात मुमताझ मनानं फेकला गेला. लिपीनं काढलेल्या फुलांमधल्या बालयेशूच्या प्रतिमांची त्याला आठवण झाली. उत्कटतेच्या वादळातली गुलाबाची जी फुलं फेराहफेझानं विखरून टाकली होती., ती फुलं त्या पुरातन सूक्तातून पुन्हा गोळा झाली.

गुलाबांचा बाजार हा भरला इथं.
गुलाबाचेच पैसे, गुलाबाचाच माल
तराजूसुद्धा गुलाब आणि
ग्राहक गुलाब, व्यापारीही गुलाब

हिकाझ रागाचं रूपांतर अचानक वसंतऋतूत झालं. त्या रात्रीचं शेवटलं दृश्य मुमताझच्या स्मरणात राहिलं ते होतं नूरानच्या चेहऱ्याचं. विचारांच्या विखुरलेपणामुळे त्याच्या मनातल्या तिच्या चेहऱ्याचे तुकडे तुकडे झाले होते पण तरीही गुलाबांच्या लोंढ्यामुळे पुन्हा पुन्हा जी स्पंदनं उमटत होती त्यातून तिचा चेहरा पुन्हा नव्यानं एकत्र येत होता. तो चेहरा थकलेला होता, शांत होता. तरीही त्यावर स्मित होतं. खरोखर त्याच्या मनात ज्या काही शंकाकुशंका होत्या त्या म्हणजे केवळ मनस्तापामुळे निर्माण झालेली भुतं होती. तो प्रेमात पडला होता.

नऊ

नूरानच्या सामाजिक जीवनात खूपच उलथापालथ होत होती त्या वेळी होणाऱ्या कडवट वादविवादांच्या काळात तिचा केवळ मुमताझच्या संयमशीलतेवरच फक्त भरवसा होता. पण ह्या तिच्या विश्वासाला प्रतिसाद देण्याएवढं प्रसंगावधान मुमताझ दाखवू शकत नव्हता. आपल्या प्रेमिकेवर आपला विश्वास आहे हे शांतपणे आपल्या वर्तनातून दाखवण्याऐवजी तो उलट संशयी बनला आणि ती आपल्याकडे दुर्लक्ष करते आहे ह्याबद्दल पत्रांवर पत्रं लिहून तिला दूषणं देण्याचा त्यानं धडाका लावला.

फातमाची सतत चालणारी कटकट, यासरची असह्य वर्तणूक किंवा ओळखीच्या लोकांत आपल्याबद्दल चालणारी कुजबुज ह्या सगळ्यांना नूरान घट्ट पुरून उरू शकत होती पण मुमताझची ही उदासीन, दुःखी अवस्था मात्र तिच्या सहनशीलतेपलीकडची होती. ह्या सगळ्या आगंतुकांचा सामना आपण दोघांनी एकजुटीनं द्यायचा असं त्यांनी ठरवलेलं होतं. पण तिच्या प्रियकराची वृत्ती मात्र तशी बिलकूलच उरली नव्हती.

'हा मला समजूनच का घेत नाही?' अशी तक्रार जोपर्यंत नूरान करत राहिली आणि 'ही लहानसहान गोष्टींचं रूपांतर एवढं भीषण का करते?' असा विचार जोपर्यंत मुमताझ करत राहिला तोपर्यंत ते दोघंही एकमेकांबद्दल गैरसमज करून घेण्यात अगदी इरेला पेटल्यासारखे झाले.

नूरानच्या आत्मसन्मानाच्या दृष्टीनं मुमताझची परिस्थिती अगदी सोपी-सहज होती. तो तिचा प्रेमविषय होता ही गोष्ट लक्षात घेऊन तिच्या अंतिम निर्णयाची प्रतीक्षा करत त्यानं एका कोपऱ्यात शांतपणे बसून राहायला हवं होतं. पण त्याउलट मुमताझला वाटत होतं की जर ही आपल्यावर प्रेम करतेय तर तिनं त्याच्या आणि तिच्याही समाधानासाठी ताबडतोब एका निर्णयाला यावं.

घर बदलल्याच्या दुःसाहसानंही मुमताझला अनेक अडचणींना तोंड द्यावं लागलं होतं. आणखी एका घराचं भाडं देणं आणि ते सजवण्याचा खर्च अशासारख्या खर्चांनी त्याला आपल्या नियमित उत्पन्नापेक्षा अधिक उत्पन्न मिळवण्याचे मार्ग शोधावे लागले होते. एक मात्र होतं की आता ते एकमेकांना पहिल्यापेक्षा अधिक सहजपणे भेटू शकत होते. कारण दोघंही आता जुन्या इस्तंबूलच्या परिसरात राहू लागले होते. आता काही त्यांना थंडीच्या दिवसात डोंगर चढावा लागत नव्हता की बॉस्फरसची खाडी ओलांडण्याची गैरसोय सहन करावी लागत नव्हती. कारण फेरीबोटींच्या बेभरवशाच्या वेळापत्रकामुळे बॉस्फरस ओलांडणं ही एक सत्त्वपरीक्षाच होऊन बसे. आता नूरान

जवळ जवळ रोजच त्याला भेटणार होती, परंतु त्या तरुण स्त्रीच्या जीवनात वेगळ्याच अडथळ्यांची अगदी त्रस्त करून सोडणारी घसरण सुरू झाली. बेयोग्लूला राहावयास आल्यामुळे शाळेतल्या मैत्रिणींची घरं तिथून जवळ होती. शिवाय यासरच्या ओळखीच्या लोकांचा तर पूरच लोटलेला होता. फहीरचे नातेवाईक तर होतेच पण त्यात भर म्हणून की काय पण अदिले आणि तिचा कुचाळकंपूही त्या परिसरातच राहात असल्यानं नूरानचं सामाजिक वर्तुळ फुगलं. कुणालाही तिची द्विधा मन:स्थिती कळत नव्हती. त्या सर्वांनाच कळत न कळत वाटत होतं की नूराननं आपली जुनी जीवनशैली पुनश्च अंगीकारावी. लग्न होईतो हे सर्व मैत्रीचे हात नाकारण्याचं सामर्थ्य नूरानच्या अंगी नव्हतं. त्यामुळे ह्या सर्व मैत्रींची दखल घेणं तिला भाग पडलं. आमंत्रणं आणि पार्ट्यांचा तिच्यावर नुसता पाऊस पडू लागला. हे प्रमाण पुढे पुढे एवढं वाढलं की फेब्रुवारी जवळ आला तेव्हा मुमताझच्या लक्षात आलं की जो वेळ तिनं त्याच्यासाठी काढून ठेवलेला असतो त्यातील बहुतेक वेळांवर इतरांचंच अतिक्रमण होत असतं. त्यामुळे तोही आश्चर्यानं थक्क झाला.

फातमाच्या विचित्र वागण्याबद्दलच्या गावगप्पा जर उन्हाळ्याच्या अखेरिपर्यंत चालू राहिल्या नसत्या तर नूरानही एवढी मवाळ राहिली नसती. तिला आपल्या खाजगी जीवनाला नाकारायचं नव्हतं. पण झालं काय की ह्या सगळ्या भेटीगाठी, आमंत्रणं आणि मैत्रींमुळे अनेक गुंतागुंतीची जाळीच जणू निर्माण झाली. त्या दोघांनी मिळून ठरवलं होतं की निदान काही काळ तरी आपण सार्वजनिकरीत्या एकत्र दिसायचं नाही. काही बाबतीत हा निर्णय शहाणपणाचा होता. पण एकमेकांपासून दूर राहायचं हा निर्णय मुमताझसाठी सोपा नव्हता. जवळ जवळ रोजच त्याच्या कानावर पडे की काल रात्री किंवा त्याच्या आधीच्या रात्री नूरान कुठल्यातरी आमंत्रणावरून एखाद्या पार्टीला, मेजवानीला किंवा नृत्याच्या कार्यक्रमाला गेली होती. त्याहूनही वाईट म्हणजे मुमताझसाठी तिनं आपल्या मुलीकडे दुर्लक्ष केलं ह्या आरोपाचं खंडन करण्यासाठी अशा मैफलींत आनंदानं भाग घेणं, हसणं आणि लहानसहान गोष्टींचा आनंद लुटणं हे करण्याची जबाबदारी तिच्यावर आली होती.

दुसऱ्या बाजूनं यासरलाही मुमताझबद्दल द्वेष वाटत असल्यानं त्यानंही नूरानच्या दिशेनं अनेक तरुण इच्छुकांचा हल्ला सुरू केला. त्यानं तर जाहीरच करून टाकलं की त्या मुमताझशिवाय मला कुणीही तुझा नवरा म्हणून चालेल. मुमताझविषयी त्यानं फारच गोंधळात टाकणारं शत्रुत्व जोपासलेलं होतं. त्याच्या दृष्टीनं चांगला पुरुष किंवा वाईट पुरुष असा भेद नव्हताच. जो भेद होता तो केवळ मुमताझ आणि इतर पुरुष असाच होता.

ह्या दुष्टभावनेनं ग्रासलेल्या अवस्थेतल्या यासरला आपल्या मनात अदिलेबद्दलसुद्धा अढी आहे ह्याचा विसरच पडला होता. जवळ जवळ रोजच तो तिच्या घरी जाऊ लागला. दोघांनी जणू उघड उघड करार न करता एकमेकांना सहकार्य करायचं ठरवलेलं दिसत होतं. थोड्याच काळात नूरान अदिलेच्या बाजूनं झुकेल असं त्या दोघांना वाटू लागलं होतं. ते जेव्हा पहिल्यांदा अदिलेच्या घरी भेटले तेव्हा त्यांनी परस्परसंमतीनं ठरवलं की, 'होय, ह्या दुर्दैवी मुलीची आपण सुटका केलीच पाहिजे. अन्यथा तिचा सर्वनाश होईल.' एकमेकांच्या मतांची दखल घेऊन त्यांनी सर्व प्रकारांनी नूरान मुमताझपासून कशी दूर जाईल ह्यासाठी प्रयत्न सुरू केले. जेव्हा जेव्हा यासर अदिलेला निरोप पाठवी किंवा प्रत्यक्ष भेटून सांगे की उद्या संध्याकाळी आम्ही काही मित्रमंडळींना घेऊन तुमच्याकडे येत आहोत, तेव्हा त्याला प्रतिसाद म्हणून अदिलेच्या तोंडून आपोआपच उद्‌गार येत की, 'तू नूरानलासुद्धा आमंत्रण देतो आहेस ना. तिनं यावं म्हणून तू आग्रह धर.' अशा तऱ्हेनं जी संध्याकाळ एकत्र घालवायची असा बेत एक आठवड्यापूर्वीच नूराननं आणि मुमताझनं केला असे त्या बेताची पूर्तता होण्यात अनपेक्षित असा अडथळा येई.

हे उपाय आणि कटकारस्थानं ह्यांचा हळूहळू उपयोग होऊ लागला होता. नूरानच्या लक्षात येऊ लागलं होतं की ह्या अशा पार्ट्यांच्या काळात तरी आपलं चित्त मुमताझवरून उडू लागलं आहे. आपल्या सामाजिक वर्तुळाच्या चौकशा टाळण्यासाठी आणि तिच्या आयुष्याच्या चिंध्या करणाऱ्या अफवांना तोंड देण्यासाठी ती जेवढा म्हणून शांतपणाचा बुरखा पांघरण्याचं ढोंग करू लागली तेवढी तिला त्या सामाजिक वर्तुळाची आणि तिच्या वाट्याला जे काही भिरकावलं जात होतं त्याची सवय होऊ लागली. मागील सहा-सात महिन्यांत मुमताझ किंवा फातमाला काय वाटत असेल ह्याबद्दल विचार केल्यानं तिला जी काही खंत वाटत होती त्या खंतीपासूनही तिला आता मुक्ती मिळाली होती. बाहेरून घेराव घातल्यामुळे आतल्याआत माणसावर जो दबाव येतो तसाच दबाव तिच्यावर पडला होता. सरतेशेवटी तर नूरानला हेसुद्धा जाणवलं की ज्या गोष्टी आपल्यावर लादल्या गेल्या आहेत, त्यांच्यामुळे प्रत्यक्षात आपल्याला सुखच मिळतं आहे. ह्या गलबला करणाऱ्या गर्दीमुळे आणि खुशामतखोरीच्या आणि मनोरंजनाच्या जीवनामुळे आपल्याला एक प्रकारचं समाधानच मिळतं आहे. तरी पण मुमताझ तिला जी विनंती सातत्यानं करत असे त्या विनंतीचा आवाज बंद करण्यासाठी ती स्वतःलाच सांगत राही की, 'कुठंही असले तरी फक्त मुमताझचीच असेन मी.' पण हे म्हणत असताना आपल्या सध्याच्या वातावरणातला आणि मुमताझसोबत

असतानाच्या वातावरणातला फरक तिला दिसल्याशिवाय राहात नसे. मग ती म्हणे, 'मी जरी चीनमध्ये अगदी असते ना तरी मी त्याचाच विचार करत राहिले असते.' तरीही तिचं हसणं, तिची संभाषणं आणि उचंबळून येणं हे आता इतरांचं होतं. जे विचार फक्त मुमताझचे होते त्या विचारांची प्रतिरूपं इतरांची होती. ती इतर पुरुषांच्या खांद्यावर हात ठेवून नृत्याची पावलं टाकत होती. त्यांच्याशी अशा विषयांवर चर्चा करत होती ज्या विषयांचं मुमताझच्या विचारांशी काही साम्यच नव्हतं. ते दोघंच असताना किंवा जेव्हा तिचं लक्ष त्याच्यावरच पूर्णपणे केंद्रित झालं असताना ती जसा विचार करत होती किंवा जसं जगत होती तसा विचार ती आता करत नव्हती आणि त्या तऱ्हेनं जगतही नव्हती. हा प्रकार पुढे एवढा वाढला की हिवाळ्याच्या मध्यावर तिला जाणवू लागलं की आपल्याला खरोखरच ह्या वेड्यापिशा मानसिक अवस्थेची सवयच झालेली आहे की काय? निदान तिला घरात तरी थांबावं लागत नव्हतं. त्यामुळे आपल्या आईनं हळूच टाकलेले उसासे किंवा फातमानं रागारागानं टाकलेले कटाक्ष ह्यांना तरी तिला तोंड द्यावं लागत नव्हतं. ह्या गर्दीत गेल्यामुळे तिला स्वतःचा आवाजही ऐकायला येत नव्हता. तिला आता हळूहळू समजू लागलं होतं की आपण हे सगळं प्रकरण मुळातच उखडून न टाकण्यात चूक केली आहे. आपण उन्हाळ्याच्या अखेरीस लग्नच करून टाकायला हवं होतं.

मुमताझला आठवड्यातून एकदा किंवा दोनदा चोरून भेटणं हे तिला पुरेसं होतं तसंच ते त्यालाही पुरेसं होतं. पण हे समाधान मिळवण्यासाठी मुमताझला केवढ्या मनस्तापातून जावं लागतंय ह्याचा मात्र तिनं अजिबात विचार केला नव्हता.

अपेक्षेच्या हिंदोळ्यावरचे मुमताझचे दिवस अगदी धक्कादायक अवस्थेत चालले होते. अशुभाच्या चाहुलीनं त्याला घेरून टाकलं होतं. ताक्सीममधलं नवं घर अगदीच लहान आणि साधंसुधं होतं. मुमताझनं आपल्या पुस्तकांपैकी थोडीच पुस्तकं ह्या दुसऱ्या घरात हलवली होती. ज्या रात्री तो इस्तंबूलला जात नसे त्या रात्री तो इथं राहात असे. नूरानच्या दृष्टीनं मुमताझची आता अशा ठिकाणी व्यवस्था लागली होती जिथं तो स्वतःच्या खोलीत बसून काम करू शकत होता. जेव्हा जेव्हा ती त्याला भेटायला जाई तेव्हा तेव्हा ती आपल्या इतर उद्योगांच्या आणि बारीकसारीक कामांमधून वेळ काढून जात होती.

दोघांची सोय पाहाताना तिनं मुमताझवर जे अस्तित्व लादलं होतं त्याविषयी नूराननं विचारच केला नव्हता. जरी तिनं विचार केला असता तरी तिला त्याबद्दल फारसं काही करता आलं नसतंच. जे तिला खूपच कष्टदायक वाटत होतं, त्याची नस

पकडताना तिचं स्त्रीमन अडखळत होतं. तिच्या मनानं बऱ्याच काळापासून स्वतःची समजूत करून घेतली होती की केवळ मुमताझला दुखवायचं नाही म्हणून आपण हे नातं सांभाळून घेत आहोत.

परिणामतः मुमताझचे दिवस केवळ ती येईल, अशा अपेक्षेत एकाकीपणानं जात होते. दोन खोल्या आणि एक छोटासा दिवाणखाना ह्यात तो अडकून पडला होता. बऱ्याचदा नूरान वेळेवर येतही नसे आणि जेव्हा येई तेव्हा ती भेट फारच थोड्या काळाची चुटपुटती भेट ठरे. तिची आपली चुकामुक होऊ नये म्हणून तो कधी कधी संपूर्ण दिवसभर वाट पाही. तर कधी कधी तिला भेटण्यासाठी त्याला लागोपाठ तीन-चार दिवस वाट पाहावी लागे. अर्थात त्यातले काही तास असेही होते जेव्हा तिचं येणं सर्वथैव अशक्य होतं, पण ते तास वगळून त्यानं तिची प्रतीक्षा केलेली असेच.

त्याची तडफड सच्ची होती. नूराननं ज्या वेळेस येईन असं वचन दिलेलं असे त्या वेळेपर्यंत काम करत राहणं किंवा दुसऱ्या कशाततरी मन गुंतवणं हा एक पर्याय त्याच्यासमोर होता, पण एकदा का ठरलेली वेळ झाली की प्रतीक्षा करण्याची अवस्था सुरू होत असे. उंबऱ्याशी वाट पाहात घालवलेलं ते तुकड्यातुकड्यांचं, घालमेल होणारं अस्तित्व, दारावरची घंटी आणि घड्याळ हे सारं सारं त्यानंतर सुरू होई. ह्या तासांची नुसती आठवण झाली तरी मुमताझला डोकेदुखीची भावना होत असे. चार भिंतीत कोंडून राहिल्यामुळे जी त्याची तगमग होई तिची दुःखद कळ त्याच्या साऱ्या संवेदनांत दाटून येई. कित्येक आठवडे आणि महिने त्यानं एकेक दिवस नुसता रस्त्यावरल्या फेरीवाल्यांचा आरडाओरडा ऐकत, स्वतःशीच झगडत काढला होता. आत्तापर्यंत त्यानं त्याकडे फारसं लक्ष दिलं नव्हतं. जेव्हा आपण कुठल्यातरी विचारात गर्क झालेले असतो तेव्हा सर्वांच्याच ओळखीचे हे रोजचे आवाज एखाद्या मजकुरातल्या अनावश्यक स्वल्पविरामासारखे किंवा पूर्णविरामासारखे कुणाच्याही लक्षात न येता येतात आणि निघूनही जातात. पण मुमताझच्या बाबतीत जेव्हा त्याच्या तर्कबुद्धीचा प्रवेश प्रतीक्षेनं भरलेल्या अस्तित्वात होई तेव्हा हे आवाज त्याच्या दृष्टीनं दिवसाचा कोणता काळ आहे हे सांगणाऱ्या दर्शकांसारखे झाले. सरतेशेवटी जेव्हा ठरलेली घटिका समीप येई तरीही नूरान येत नसे तेव्हा ते आवाज केवळ जुन्या आठवणींच्या कडवट स्मृतींच्या स्वरूपात राहात. उदाहरणार्थ, बरोब्बर दहा वाजता दहीवाला ओरडे तेव्हा गृहिणींच्या दृष्टीनं स्वयंपाक बनवण्याचा तो एक झटपट मार्ग असे. पण दुपारी जेव्हा ती हाक ऐकू येई तेव्हा नूरानच्या आगमनाची प्रतीक्षा करण्यावरच मुमताझनं आपले विचार केंद्रित करावे अशी आठवण देण्यासाठीच जणू ती हाक येत असे. दुपारी दोन वाजता

तोच दहीवाला त्याच टिपेच्या स्वरानं ओरडे तेव्हा जणू मुमताझला ऐकू येई की, ''नूरानच्या आगमनाची घटिका समीप आलीय हो...'' मग तीन-साडेतीनला जेव्हा तो ओरडे तेव्हा मुमताझला वाटे की आत्ता तो ओरडतोय की, ''आजसुद्धा मागच्या आठवड्यासारखं तिचं येणं रद्द होणार आहे हो. ती येणार नाही हो.'' मग जेव्हा तो संध्याकाळच्या अर्धवट प्रकाशात ओरडे तेव्हा त्याच्या स्वरात कानउघाडणी केल्याचा भास असे, ''बघ, मी सांगितलं नव्हतं तुला?''

ज्या दिवशी मुमताझ नूरानची निष्फळपणे वाट पाहात राही तेव्हा त्या तासांचा जणू एक प्राणीच तयार होत असे. अपेक्षा ते अपेक्षाभंगाचं दुःख ह्या स्वरूपात तो प्राणी आपलं रूप हळूहळू पालटत असे. सकाळच्या तासांत तो प्राणी आशेनं तोंडभर हसत असे. दुपारच्या वेळेस त्याचं मन संशय आणि आवेग ह्यांच्या हिंदोळ्यावर झुलत असे. दुपार कलू लागली की त्याच्या चेहऱ्यावरचे सगळे भाव मिटून जात आणि संध्याकाळच्या वेळेस तर तो एक निःस्तेज आणि अर्थहीन दुर्गंधासारखा होऊन जाई आणि मुमताझच्या अस्तित्वाची एक विचित्र, चमत्कारिक अशी एक नक्कल अशा स्वरूपात उरे.

इकडे त्याच इमारतीतल्या दारांवरच्या घंट्या वाजत असत. शेजाऱ्यांच्या घरांसमोर गुप्त संभाषणं कानावर पडत असत. लागूनच असलेल्या घरात संध्याकाळच्या जेवणाची तयारी सुरू होत असे. रेडिओवरील प्रक्षेपणातून मधूनच काट्या-चमच्यांचा आवाज येत असे. त्यानंतर घाईघाईनं जिने चढल्या-उतरल्याचे आवाज येत असत. सरतेशेवटी सर्व इमारत काही काळापुरती का होईना पण शांत शांत होत असे. त्यानंतर इच्छेनं किंवा अनिच्छेनं पण मुमताझचे डोळे सतत रस्त्याच्या दिशेनं वळू लागत.

दुपारी साडेतीन वाजता सर्वात वरच्या मजल्यावर राहणाऱ्या ग्रेको-तुर्कीश कुटुंबातून एक वेताची टोपली रस्त्यावरल्या भाजीवाल्याकडे सोडली जाई. मग मोडक्यातोडक्या भाषेत वरून खाली आणि खालून वर असा संभाषणाचा ओघ वाहू लागे. रस्त्यापलीकडल्या ब्यूटीपार्लरमधली सहायिका पटकन रस्त्यावर येई. तिथं फिरून शेजारपाजारच्या बातम्या काढल्याशिवाय तिचा पाय तिथून निघत नसे. तिथं ती लॉण्ड्रीवालीशी न संपणाऱ्या गप्पा मारत राही. ती लॉण्ड्रीवाली बाई लेवांटीन म्हणजे भूमध्य समुद्राच्या पूर्वेकडील वंशाची होती. ती अनेक खाजगी गुपितं हिला सांगे आणि ही आश्चर्यानं थक्क होत ऐकत राही. पुढल्याच घरात पियानोचे धडे गिरवले जात. केवळ ज्ञानी लोकांनाच कळेल अशा तऱ्हेनं बाहेर पडणारे त्यातले आठ आठ स्वरांचे समूह मुमताझच्या एकांताच्या दिशेनं भिरभिरत येत. त्याचा अर्थ शेवटी मुमताझचं

अस्तित्व केवळ कानांत किंवा क्वचित डोळ्यांतच उरत असे असा होता. बऱ्याचदा नूरानच्या आगमनानं ह्या सर्व दुःखांचा अंत होत असे. तथापि, ज्या दिवशी ती येत नसे, ती रात्र नूरानचं दर्शन न घडल्यानं होणाऱ्या तडफडीमुळ अगदी भीषण होऊन जाई. अशा वेळी मुमताझ स्वतः आपल्या प्रेमिकेच्या घराकडे धाव घेई. जर ती त्याला घरी सापडली नाही तर तिची वाट पाहात तो तैफिकसोबत आणि तिच्या आईसोबत शिळोप्याच्या गप्पा मारत बसे. कधी कधी त्याला सगळ्याच गोष्टींचा एवढा राग येई की तो आपल्याच घरात कोंडल्यासारखा बसून राही.

दहा

सोमवारची संध्याकाळ ह्याच प्रकारे गेली. सहा वाजता तो ताक्सीम विद्यापीठातून परतला तेव्हा त्याला बातमी कळली की तीन दिवसांपूर्वीच अदिले आणि तिची दोस्तमंडळी आपल्यासोबत सुआद आणि नूरानला घेऊन इस्तंबूलमधल्या एका लोकप्रिय नाईटक्लबात गेली होती. एका केविलवाण्या मूर्ख माणसानं अक्षरशः मुमताझची कॉलर पकडून त्याला अशा तऱ्हेनं ती बातमी पुरवली की तो ती कधीच विसरू शकला नसता. त्या लोकांनी काय काय धमाल केली, ती त्यानं कशी दुरून पाहिली ते त्यानं त्याला अगदी बारकाईनं सांगितलं. एवढं की त्या कंपूतल्या बायकांनी कुठले गाऊन घातले होते तेही त्यानं सांगितलं. सुआदचं उत्साहपूर्ण वागणं, त्याची मद्य पिण्याची पद्धत, त्याचं हर्षभरित हसणं सगळ्याबद्दल त्यानं सांगितलं. तो मुमताझला म्हणाला, ''मी एकटाच होतो म्हणून. पण तू जर माझ्यासोबत असतास ना, तर मी त्यांच्यात जाऊन नक्की मिसळलो असतो... तू येशील काय म्हणून थोडा वेळ वाटसुद्धा बघितली मी तुझी. अरे मित्रा, काय बायका होत्या त्या मंडळींतल्या.'' मुमताझ आणि नूरानचं प्रेम आहे हे त्याला ठाऊक नव्हतं. त्याला फक्त मुमताझची सबीहशी मैत्री आहे एवढंच ठाऊक होतं. त्यामुळेच तो त्याच्या मनात येईल ते बोलत सुटला होता,'' अरे, तिथं सुंदर बाई होती रे. ती बहुधा सुआदची रखेल असावी.''

त्यानंतर आपल्याला जी मौजमजा करायला मिळाली असती ती मुमताझमुळे करायला मिळाली नाही, म्हणून त्याला माफ करणं शक्य नाही अशा स्वरात तो म्हणाला, ''अरे मित्रा, तू असा कुठं रे अचानक गडप झालास? की नवीन काहीतरी लिहायला घेतलेलं आहेस? मला वाटतं की तू नव्या नव्या ठिकाणी हल्ली वेळ घालवतोहेस. पण हे तुझं वागणं अतीच नाही का? निदान तू कुठं असशील हे तरी

आम्हा पामरांना सांगत जा. म्हणजे आम्ही तुला शोधू तरी शकू. किंवा एखाद्या रात्री आपण बरोबरच जाऊ. काय म्हणतोस? पण ही तुझी मित्रमंडळी म्हणजे कमाल होती हं... तू कुठेही गेलास तरी एवढी धमाल कंपनी दुसरी मिळणार नाही तुला.''

मुमताझनं त्याची बडबड ऐकणं थांबवलं. तो मागे झाला आणि त्याची कॉलर धरून बोलणाऱ्या त्या करुणास्पद गोचिडाला आणि संधिसाधू मित्राला त्यानं अक्षरशः बाजूला ढकललं. तो तिथं आणखी काही मिनिटं जरी थांबला असता तरी त्यानं त्या माणसाला तिथल्या तिथंच बदडलं असतं. नूरानविषयी वाटणाऱ्या संतापानं त्याच्या अंगाची लाहीलाही झाली होती. तोच तोच शुक्रवार... त्याच शुक्रवारी मुमताझनं दिवसभर तिची वाट पाहिली होती. त्या दिवसाच्या आदल्या दिवशी टेलिफोनवरून तिनं त्याला अगदी खात्रीपूर्वक सांगितलं होतं की मी तुला भेटायला येते... पण ती काही आली नव्हती. त्यानंतर अपेक्षाभंग आणि यातना ह्यांच्या तीव्र टोचणीनं थकून जाऊन तो कुठेही न जाता रात्री पलंगावर आडवा झाला होता. त्यातच भर म्हणून की काय पण तिनं येणार असं वचन दिल्यामुळे काही बरंवाईट तर झालं नसेल ना अशी जीवाला हुरहुर लागून त्यानं सारी रात्र तळमळत काढली होती. रात्री तो वारंवार उठला होता; सिगरेटी ओढत खोलीत येरझारा घालत राहिला होता; खिडकी उघडून रस्त्यातल्या शांततेचा कानोसा घेत राहिला होता. आणि आता... आता त्याला कळत होतं की त्याच्या प्रेमिकेनं ती रात्र कशी उनाडक्या करत घालवली होती ते. तिचा नवा पोशाख त्यानं पाहिला नव्हता की तिची नवीन केशरचनाही त्याला दिसली नव्हती.

अशी बातमी मिळाल्यावर मुमताझला घरी परतणं अशक्य होऊन बसलं. तो एकटेपणा, ती शांतता, जीवाला घेरून टाकणारी निराशा, संताप आणि सुडाची भावना हे सगळं जणू काही त्याच्या शरीरात विषारी पाती खुपसू लागलं होतं... त्या सगळ्या भावना उराशी कवटाळल्यागत त्याच्याजवळ आल्या होत्या. भराभरा ढांगा टाकत तो बेयोग्लूच्या दिशेनं चालू लागला. तो बऱ्याचदा वाटेत थांबत होता आणि मनातल्या मनात आत्ताच ऐकलेलं विधान घोळवत होता, ''ती बहुधा सुआदची रखेल असावी.''

तसंही असू शकत होतं की, त्याच्या मनात आलं. त्याला एक क्षुल्लक गोष्ट आठवली. एके दिवशी तो आणि नूरान बाहेर जात असताना नूराननं त्याला विचारलं होतं, ''तू तुझा निळा टाय का लावत नाहीस?'' तीनच दिवसांपूर्वी तसाच टाय त्यानं सुआदच्या गळ्याभोवती पाहिला होता. त्याचंच वर्णन ती करत होती. हा कधीही कुणाही बाबतीत घडू शकेल असा विसरभोळेपणा किंवा गोंधळ होता पण आज मात्र त्या प्रसंगाची आठवण येऊन त्याच्या अंगाचा भडका उडत होता. मग अशाच

बारीकसारीक गोष्टी आठवून त्याचा सारखा संताप होऊ लागला. त्या परक्या माणसानं उच्चारलेल्या गोष्टींच्या प्रभावाखाली येऊन मुमताझला सुरुवातीपासूनच त्यांच्यात घडलेली संभाषणं आठवू लागली आणि तिनं उच्चारलेल्या प्रत्येक शब्दात आणि केलेल्या प्रत्येक कृतीत तो तिनं केलेल्या विश्वासघाताचे पुरावे शोधू लागला.

दर्दभऱ्या विचारांनी भरलेली ती संध्याकाळ त्याच्या आवडत्या कवीनं म्हटल्याप्रमाणे जणू काही दुष्ट दुर्जनांची साथीदार होती. हळूहळू संध्याकाळच्या वेळेनं आपलं स्थान काळोख्या, धुक्यानं भरलेल्या रात्रीला दिलं. मुमताझ रस्त्यावरून चालतच होता. कोळशाच्या वासानं आणि दमट धुक्यानं खिडक्यांच्या चमकणाऱ्या तावदानांवर काजळी चढवून त्यांचं रूपच बदलून टाकलं होतं. त्या खिडक्यांकडे तो टक लावून बघत होता. कुठे जायला हवं होतं त्यानं? अशा तऱ्हेचं दुःखाचं ओझं खांद्यावर असेल तर कुठेही गेलं तरी सारखंच होतं. कुठेतरी जायचं म्हणजे मग इतरांशी बोलावं लागलं असतं. मुमताझ तर दुःखाग्नीत एवढा जळत होता की त्याला कुणाचीच संगत नको होती. लोकांनी आपल्याला समजून घेतलं नसतं, हा विचारच दुःखदायक होता. बाकीची दुनिया मस्त आनंदात जगत होती, त्या दुनियेच्या डोक्यावर कसल्याच चिंतेचं ओझं नव्हतं. नाहीतर काय... माझी तर आता सगळी आशाच सुटलेली आहे... मी आता करू तरी काय? कुठं जाऊ, हे अल्ला. अवघ्या काही मिनिटांतच तो स्वप्नांच्या दुनियेतून बाहेर आला होता. तडफड आणि मत्सर ह्यांनी आपली भोवळ आणणारी गुंतागुतीची हत्यारं त्याच्या व्यक्तिमत्त्वात आंतर्बाह्य घुसवली होती... जणू एखाद्या कोळ्यानं अथकपणे पोलादी जाळी विणत राहावं तशी त्याच्या मनाची अवस्था झाली होती.

मत्सर हा असाच असतो. मत्सर... प्रेमाच्या नाण्याची दुसरी बाजू... ह्या मत्सरामुळेच सगळे आनंद आणि सगळी सुखं टोचायला लागतात. ज्या स्मितांनी आपल्याला आनंद झालेला असतो, जी आत्मीयता आपल्याला दुसऱ्या व्यक्तीबद्दल वाटू लागलेली असते आणि ज्या आशा आपण भविष्याबद्दल मनात रेखाटू लागलो असतो त्या सगळ्या आशा, ते सगळे आनंद, ती सगळी बांधिलकी आपल्यावरच उलटून येते. तीक्ष्ण पात्यांनी आणि टोकदार सुयांनी आपल्या शरीराला जणू भोकं पाडू लागते. मुमताझला कित्येक महिन्यांपासून ह्या गोष्टी चांगल्या ठाऊक होत्या आणि तो त्यांचा अनुभवही घेत होता. खूप काळापासून प्रेमरूपी चषकाची दुहेरी रूपं त्याला अनुभवावी लागत होती. त्या चषकातून धुंद करणाऱ्या इच्छेचा मध प्यावा, त्यामुळे आलेल्या अत्यानंदाच्या स्थितीत भक्तिमय पूजेचा अनुभव घ्यावा तेवढ्यात अचानक

नियतीनं त्याच्या हातात दुसराच चषक ठेवावा. त्यामुळे ती धुंद नशा खाडकन उतरून जागृतावस्थेत यावं आणि अत्यंत दुःखी अशा हृदयभंगाचा, क्षुद्र भावनांचा आणि दुष्ट शंकाकुशंकांना बळी पडावं असं त्याचं चाललं होतं.

जणू त्याच्या मनाच्या कोपऱ्यात एक जादूगार बसला होता. अकल्पनीय अशा यातना त्याच्यावर लादण्यातच त्या जादूगाराला आनंद मिळत होता. केवळ काही मिनिटांच्या अवधीत तो जादूगार मुमताझच्या परिसरातील सर्व गोष्टींचं रूपांतर करून टाकी. मग असलेल्या गोष्टी अदृश्य होत तर नसलेल्या गोष्टी दिसू लागत. त्यामुळे मुमताझच्या जीवनातल्या केवळ त्या एका क्षणालाच नव्हे तर त्याच्या संपूर्ण भूतकाळालाच दृष्ट लागे. गेलेल्या दिवसांचं वरकरणी दिसणारं रूप आणि त्यांचा अर्थ सारं काही डागाळून जाई. तो जादूगार मुमताझच्या विचारांचे कोनही बदलून टाकी. त्यानं एकांतात जे क्षण आनंदानं व्यतीत केले असते त्या क्षणांचं रूपांतर ज्याला अंतच नाही अशा यातनांत करून टाकी.

आत्तापर्यंत एवढा संताप मुमताझला उभ्या आयुष्यात आला नव्हता. त्या संतापाच्या भरात त्याला त्या जादूगाराचा कर्कश, सतत त्रस्त करणारा आवाज ऐकू येऊ लागला. त्या जादूगाराची सारं काही उलथापालथ करणारी चुळबुळ जाणवू लागली.

रिपरिप पाऊस सुरू झाला होता. त्या रिपरिपणाऱ्या पावसात आणि थंडीच्या कडाक्यात तो भराभरा पावलं उचलत होता; स्वतःशीच बोलायला मधे मधे थांबत होता; आपल्या हातवाऱ्यांवर आपला ताबा नाही म्हणून स्वतःवरच संतापत होता. पण कितीही भरभर चाललं तरी काहीही उपयोग नव्हता. चालताना तो डावी-उजवीकडे आपटत होता. रस्त्यातून चालणारे वाटसरू वारंवार त्याच्या पुढ्यात येत तेव्हा कुठल्यातरी न ओळखता येणाऱ्या जमातीचे प्राणी अंगावर येऊन आदळल्यासारखं त्याला वाटत होतं. तो दुकानांच्या खिडक्या बघत होता पण त्याला दिसत मात्र काहीच नव्हतं. हे सगळं करूनही त्याच्या दुःखाची तीव्रता संपत नव्हती. उलट क्षणाक्षणाला ती वाढतच होती. त्याच्या मनात कडवट विचारांचा कर्कश गलबला चालू होता. एकटेपणाची जाणीव आणि स्वतःचीच कीव ह्या भावनांनी त्याचं दुःख आणखीच विध्वंसक, जीवघेणं आणि असह्य बनलं होतं.

सबीहच्या घरी जावं आणि त्या एकत्र जमलेल्या लोकांना पकडावं अशी तीव्र इच्छा त्याला होत होती. ज्या पार्टीला त्यांनी त्याला बोलावलं नव्हतं अशी पार्टी चालू असताना तो त्यांना पकडणार होता. आज नूरान नक्कीच त्यांच्यात असणार होती आणि

निःसंशय तिच्यासोबत सुआद असणार होता. त्या सर्वांना एकाच ठिकाणी बघायचं ही त्याची आता सर्वात मोठी इच्छा होती. 'मला सगळं कळलंच पाहिजे.' त्याच्या मनात आलं. पण काय कळणार होतं त्याला? त्याला कळण्यासारखं काहीतरी उरलं होतं का? "ती बहुधा सुआदची रखेल..." त्याला भेटलेल्या माणसाचं वाक्य त्याच्या डोक्यातून काही केल्या जातच नव्हतं. ह्याचा अर्थ त्या माणसानं दुरून टाकलेल्या ओझरत्या नजरेलाही हाच निष्कर्ष काढावासा वाटत होता तर?

हळूहळू तो तालिमहानेच्या दिशेनं चालू लागला. दमट हवेमुळे टॅक्सी आणि मोटारींच्या भोंग्यांच्या आवाजांचा कर्कशपणा लोपला होता. त्या भोंग्यांवरून कुणीतरी गाद्या गुंडाळाव्यात तसा त्यांचा आवाज येत होता. एका अनोळखी माणसानं त्याचा हात धरून त्याला चालत्या गाडीच्या पुढ्यातून ओढून बाजूला केलं. मुमताझ एवढा बेभान झाला होता की त्याला त्या माणसाचे आभार मानणंही शक्य झालं नाही. पाच-दहा पावलं चालल्यावरच त्याला काय झालं ते कळलं आणि त्यानं मागे वळून त्या माणसाकडे पाहिलं. जणू तो त्याला म्हणत होता, "का तू केलंस तसं? मला सोडून द्यायचं होतं. म्हणजे त्या क्षणीच सारं काही संपून गेलं असतं." परंतु तो अनोळखी माणूस तर अंधारात जणू विरघळूनच गेला होता.

सबीह आणि अदिलेचं घर : तिथला दिवाणखाना, जेवणाची खोली, छोटीशी कचेरी. थोडक्यात सांगायचं तर रस्त्याच्या बाजूला. असणारा घराचा सर्व भाग उजळलेला होता. ती नक्कीच इथं असणार. त्यानं पुन्हा मनाशी म्हटलं आणि तो दरवाजाशी गेला. पण दारासमोर तो गेला मात्र पण एकदम थांबला, जर ते खरोखरच इथं असले आणि मी त्यांना एकत्र पकडलं तर... त्याचा निर्धार आणि आत्ताच त्याला आलेला संताप. अचानक सारं सारं नाहीसं झालं. ज्या घरात तो कित्येक आठवडे गेला नव्हता तिथं तो अशा दुःखी मनःस्थितीत केवळ नूरानला शोधण्यासाठी म्हणून अचानक गेला तर त्याचा नूरानवर काय परिणाम होईल त्याचा तो विचार करू लागला होता. अशा वेळी तिच्या चेहऱ्यावरील भाव एकदम पालटून जात आणि ती अगदी हताश, दुःखी आणि खरडपट्टी काढण्याच्या नजरेनं पाहू लागे.

तो त्या इमारतीच्या दारापासून दूर झाला. पार्टीला उशिरा येणारा एखादा पाहुणा भेटू नये म्हणून रस्त्यावरच्या कुणाकडेही न पाहाता, परिसराबद्दल पूर्ण बेफिकिरी बाळगत तो चालू लागला.

तेवढ्यात रस्त्याजवळच्या मजल्यावरून रेडिओचा आवाज ऐकू आला. अचानक मुस्ताफा कावूसच्या तुरुकूनं त्या हिवाळ्यातल्या रात्रीला आणि त्या

रस्त्यालाही वेढून टाकलं. ''गुलाबी डोळे, नशिले डोळे...'' असे त्या गाण्याचे शब्द होते. मुमताझच्या अंगावर एकदम शिरशिरी आली. ते गाणं नूरानच्या आवडत्या गाण्यांपैकी एक होतं. तो पुन्हा भराभरा चालू लागला खरा, पण ते गाणं यातनादूतासारखं त्याचा पाठलाग करू लागलं, त्याच्यावर चढाई करू लागलं आणि जणू काही त्याला खाली पाडून त्याच्या छाताडावर बसू लागलं. का? हे असंच का व्हायला हवं? त्यानं पुन्हा पुन्हा भिवईवरून हात फिरवला. जणू काही साऱ्या अमंगळ विचारांना तो दूर लोटत होता.

त्या अवस्थेत तो किती वेळ चालत होता? कुठल्या रस्त्यानं चालत होता? त्याला स्वतःलाच त्याचा अंदाज नव्हता... मला जर थोडीशी दारू मिळाली तर. विचार करता करता तो टुनेलच्या परिसरातील एका धाब्यापाशी आला.

आत शिरल्यावर तो एका कोपऱ्यात जाऊन बसला. त्या धाब्यात जळक्या ऑलिव्ह तेलाचा वास येत होता; तिथंच ग्रीक गाणीही लागली होती; वेटर्स ओरडत होते. गिऱ्हाइकांसाठी खास कमावलेलं हसू हवेतून, दारूच्या वासातून आणि सिगरेटच्या धुरातून फेकलं जात होतं. इथं बसलेला मुमताझ काही पहिला मुमताझ उरलेला नव्हता. तो आता अगदी पामर, क्षुद्र जीव बनला होता. त्याच्याभोवती एवढा गलबला होत असूनही त्याच्या डोक्यातले आवाज टिकून राहिले होते. मघाशी ऐकलेल्या त्या तुरुकू गीतातला बाल्कन राष्ट्रांच्या परिसरात जन्माला आलेला वैभवशाली एविक राग अजूनही त्याच्या डोक्यात रुंजी घालत होता; नूरानच्या गुणांचे अनेक सुंदर पैलू त्याच्यापुढे उघड करत होता. मानवाची कटू नियती, खूप वर्षांपूर्वीपासूनच विस्मरणात गेलेली शहरं आणि डॅन्युब नदीच्या काठावर असणारे अमीर-उमरावांचे प्राचीन इमले तो राग त्याच्या मनासमोर उभे करत होता. 'खरोखरच एविक मकाम हा हुसैनी ह्या तुर्की रागासारखाच युरोपातल्या लोकांना वाटतो, त्याच्या मनात आलं.

धाबा माणसांनी पूर्ण भरला होता. प्रत्येकजण गात होता, हसत होता, दारू पिऊन धिंगाणा घालत होता. एका ग्रीक संगीताच्या ग्रूपनं हल्लीच त्या भागात दौरा केला होता. त्यातील गायकांची गाणी खूपच लोकप्रिय झाली होती. ती लोकप्रिय गाणी प्रत्येक टेबलावरचे लोक स्वतंत्रपणे गात होते. नोकरी करणाऱ्या मुली मित्रमैत्रिणींबरोबर तिथं आल्या होत्या तर वेश्यांना घाऊक प्रमाणात रात्रीच्या करमणुकीसाठी कोठ्यांवरून उचलून आणलेलं होतं. एरवी कुणालाही समजणार नाही अशा ताठपणे दिवसांचं ओझं उचलणारे अविवाहित सरकारी नोकर आणि कामगार तिथं होते. त्याशिवाय खरखरीत हातांचे किनारपट्टीवरले रक्षकही तिथंच होते.

वेगवेगळ्या जगांतून आलेल्या तांड्यांसारखा प्रत्येकजण आपापलं मानवी ओझं उचलत होता. ते सर्व मदिरेच्या नदीशी थांबले होते. त्या वातावरणात प्रत्येकजण अगदी एकटा होता, माणसांत असूनही एकटा होता. आपापल्या स्वभावांमुळे आणि नशिबांमुळे लागलेली तृष्णा त्यांना भागवायची होती. काहींना वर्तमानकाळ विसरायचा होता, काहींना भूतकाळाची दुःखद हुरहुर लागली होती तर काहींना आपल्या वासनांना माणसाळवायचं होतं.

दारूनं स्पंजासारखे काहींचे चेहरे पुसून टाकले होते. तर काहींचे चेहरे मात्र दुकानातल्या खिडकीसारखे चमकत होते. दारूमुळे चढलेल्या नशेनं प्रत्येकजण अर्धवट झोपेत असल्यासारखा होता. पण त्या अर्धनिद्रेच्या अमलाखाली असूनसुद्धा त्या सगळ्यात एका दबलेल्या भावनेचा वारसा जागाच होता. दमट अंधारात डांबून ठेवून खाऊपिऊ घातलेल्या प्राण्यांप्रमाणे त्यांच्या मनाच्या तळाशी आसुसलेपणा दडला होता. हा आसुसलेपणा अपुऱ्या राहिलेल्या इच्छांचा होता, सुडाचा होता, जीव घेण्याचा होता किंवा मग स्वतःची आहुती देण्याचा होता. पहाट झाली की ते सारं विस्मृतीत जाणार होतं. किंवा त्याहून वाईट म्हणजे ते आयुष्यभरासाठी लक्षात राहणार होतं. मग ते इच्छा–वासनांचे प्राणी चौखूर उधळणार होते. काय वाट्टेल ते झालं तरी आपल्या जीवाचं समाधान करणारच होते. मगरी जशा पाण्यातल्या खडकावर ऊन खात दबा धरून बसतात तसे ते प्राणी आपलं रूप पालटायची वाट पाहात दबा धरून बसत होते. त्यांच्या तावडीत सापडलेल्या त्या विशिष्ट मानवी जीवाची, त्या क्षुल्लक, जिवंत भक्ष्याची जागा बळकावत होते. त्यांच्या तावडीत सापडलेल्या स्त्री–पुरुषांना ते त्यांच्या मालकीच्या प्रदेशात घेऊन जात होते. प्रत्येक व्यक्तीत स्वतःचं म्हणणं ठासून मांडण्याची इच्छा असते. सुऱ्याच्या धारदार पात्यात जसे प्रेम आणि मृत्यू हे दोन्ही अर्थ सामावलेले असतात तसेच त्या त्या इच्छेचं रूपांतर क्षणात करण्याची ताकद त्या प्राण्यात असते.

हेंगाडा असो, किळसवाणा असो, उच्च असो की बेदरकार असो, योगी असो की भोगी असो, प्रत्येक जीव त्या एकाच ईश्वराकडे जायची धडपड करत असतो. पण काहीजण मात्र गोंधळाच्या मानसिक स्थितीत असतात. एखादा वितळणारा बर्फाचा तुकडा भिंतीवर आपटावा तसे त्यांचे अदृश्य तुकडे तुकडे होतात. अशा लोकांनी अजूनही आपल्या जीवनातील अनुभवांवर ताबा मिळवलेला नसतो. ते सज्जन असतात, स्वप्नाळू माणसाप्रमाणे किंवा गुन्हेगाराप्रमाणे नसतात. त्यामुळे आपल्या नियतीच्या दबावाखालीच राहून ते आहेत त्या ठिकाणीच राहातात.

सावळ्या रंगाची, किडकिडीत आणि दयनीय वाटणारी एक तरुण, भोळसर

वेश्या तोंडाला चिकणमातीसारखा मेकप लावल्यामुळे मक्याच्या कणसाच्या दांड्यासारखी दिसत होती. आपलं कोपर गिऱ्हाइकाच्या गुडघ्यावर ठेवून ती त्याच्या कानात कुजबुजत्या आवाजात गात होती. तिचा आवाज बिघडलेल्या आंबूस कणकेसारखा होता. मधेच तिला वारंवार उचक्या सुरू झाल्या. दारू घशाशी आल्यामुळे तिचा चेहरा आंबट होऊ लागला. पण एकदाच्या तिच्या उचक्या थांबल्या तेव्हा तिनं पुन्हा गाणं सुरू केलं.

त्यापलीकडे तीन माणसं एका टेबलाशी बसून बोलत होती. त्यातील एकाचा हात टेबलावर सातत्यानं ठेका धरून होता. तिघांतला मधला एक रांगडा, उद्धट माणूस दिसत होता. नक्कीच तो ह्या क्षणी जीवनातील विजयी क्षणांपैकी एका क्षणाचा अनुभव घेत असावा. तो माणूस पन्नाशीच्या घरातला असावा. मोजूनमापून गोड स्वरात बोलण्याचा त्याचा प्रयत्न चालला होता. प्रत्येक शब्दावर थांबत थांबत तो तपशीलवार काहीतरी सांगत होता. समोर ठेवलेल्या चखण्याच्या बशांकडे त्याचे दोन्ही हात वारंवार जात होते. पण तो त्या बशांना स्पर्श न करता आपल्या योजनांबद्दल माहिती सांगत होता. मधेच तो आपल्या सोबत्यांच्या चेहऱ्यांकडे टक लावून पाहात होता. आपल्या स्वतःच्या विचारांवर आधारलेली कुठली काल्पनिक इमारत किंवा कधीच दृष्टीला न पडणारा इमला तो बांधत होता कोण जाणे? त्याच्यापाशी कल्पना होत्या. उद्या सकाळी तो त्या पार विसरून गेला असता तरी काय फरक पडणार होता? कारण संध्याकाळी पुन्हा ह्याच टेबलाशी किंवा अशाच दुसऱ्या टेबलाशी तो येऊन बसला असता आणि त्याला ते अधिक चांगलं आठवलं असतं.

हातानं ठेका धरणाऱ्या तरुणाकडे मुमताझनं नजर टाकली. त्याच्या बसण्याच्या ढबीवरून वाटत होतं की तो त्या माणूसरूपी सत्यावतारापासून जमेल तेवढं अंतर राखून बसलेला आहे. स्वतंत्र कल्पना असलेल्या त्या माणसाचा त्याला हेवा वाटतोय आणि आपल्या डोक्यातल्या कल्पना तेवढ्या उंचीच्या नाहीत म्हणून दुःखही होतंय. अर्धवट लक्ष देतच तो ते बोलणं ऐकत होता. पण बाजूचा तिसरा माणूस मात्र त्याच्या बोलण्यानं खरोखर दिपल्यासारखा दिसत होता. पण ह्या दुसऱ्यानं जरी लक्ष न दिल्याचं ढोंग केलं असलं तरी प्रत्यक्षात तो त्या माणसाचा एकही शब्द किंवा हातांची हालचाल आपल्या नजरेतून सोडत नव्हता. तिरस्कार आणि मत्सराच्या भावनेनं तो सारं ऐकत होता. त्यातली एकेक भावना वेगळी करत होता. प्रत्येक शब्दाला आतल्याआत हरकत घेत होता. उद्या जेव्हा हेच शब्द त्याच्या स्वतःच्या तोंडातून येणार होते आणि त्याच हातवाऱ्यांची तो नक्कल करणार होता तेव्हा दुसरा काही परिणाम त्यातून निघणं अशक्य

होतं. मुमताझनं पुन्हा तरुण मुलाच्या चेहऱ्याकडे नजर टाकली. तो चेहरा म्हणजे तिरस्कारयुक्त उपहास होता. वळलेली मूठ होता. जणू काहीतरी लपवून ठेवायचं अशी त्याची वृत्ती दिसत होती. उग्र आणि हावरट रिक्तपणाच्या पोकळीत त्यानं स्वतःला बसवलेलं दिसत होतं.

त्यांच्या बाजूच्या टेबलावर बसलेल्या स्त्रीचं तारुण्य उताराला लागलेलं होतं. तिनं तोंडावर भरपूर रंग थापलेला होता. बाजूला बसलेल्या इसमाच्या खांद्यावर डोकं टेकून ती त्याचं बोलणं कान देऊन ऐकत होती. मधून मधून ती हळूच हसायची तेव्हा तिचा आवाज कोंबडीनं क्लक क्लक केल्यासारखा वाटायचा. मग हातात पेला पकडून ती एक-दोन घोट घ्यायची आणि पुन्हा त्याच्या खांद्यावर डोकं टेकायची. दुरूनच एक वेटर त्या दोघांकडे बघून हसत होता. खरोखर किती वर्षांचा अनुभव होता त्याच्यापाशी?

मुमताझच्या दृष्टीनं त्या रांडेचा आवाज आणि तिचा ह्या क्षेत्रातला अनुभव ह्यात विसंगती होती. तिचा ओबडधोबड चेहरा दमटपणामुळे रंगाचे पोपडे उडालेल्या भिंतीसारखा दिसत होता. तिच्या धुंद, सेक्सी नजरेत एक केविलवाणेपण होतं ते त्या वेटरच्या कुत्सित हसण्यामुळे नाहीसं झालं आणि त्याला केवळ एक क्षुल्लकत्वाचं परिमाण लाभलं. जणू काही त्या वेटरपाशी माणसांचं मोजमाप करून त्यांना जोखण्याचं ज्ञानच होतं. तो वेटर लहानपणापासून ह्या अंदाधुंद जीवनात फेकला गेला होता. आपल्या जीवनाच्या अनुभवांतून एक प्रकारचं शंकेखोर शहाणपण त्याला आलं होतं. त्यामुळेच ज्या वस्तूंकडे किंवा माणसांकडे कणवेनं पाहण्याची गरज होती, त्यांच्याकडे पाहून तो तिरस्कारानं आणि दुष्टपणे हसत होता. मग काय तथाकथित मानवता ही फक्त बुद्धिवंतांची आत्मवंचना होती? मूर्खांची आध्यात्मिकता होती? आपल्या अंतरात पडलेले अंधूक प्रकाशकिरण म्हणजे सत्याचा प्रकाश दाखवणारे तळपते सूर्य वाटल्यामुळे ते स्वतःचीच फसगत करून घेणं होतं का? मानवतावाद हा काही प्रत्यक्ष जीवनाशी गुंतलेला नव्हता तर ती फक्त एक विचार करण्याची पद्धत होती. तो विचार मनात आला आणि मुमताझ मनानं काही महिने मागे गेला. त्या दुर्दैवी रात्री एमिर्गन इथं त्यानं इहसानबरोबर जोरदार वादविवाद केला होता. मग घरात त्या दिवशी झालेल्या संभाषणाला अनुसरून त्यानं प्लेटोच्या 'द रिपब्लिक' ह्या पुस्तकाची एक प्रत कुठूनशी पैदा केली होती आणि आपल्यासोबत प्लेटोची साथ आहे अशी कल्पना करून तो विजनवासाच्या रस्त्याला लागला होता.

त्याच्या विचारांचा धागा एकदम तुटला. सिगरेटच्या धुरानं भरलेल्या, दारूच्या दर्पानं कोंदटलेल्या, बरळणाऱ्या आवाजांनी भरलेल्या त्या धाब्यातल्या वातावरणात

त्याच्या डोळ्यांसमोर एकदम नूरानची मूर्ती आली. मनाच्या अशा चुरगळलेल्या अवस्थेतही तो चेहरा त्याची पाठ सोडायला तयार नव्हता.

पुन्हा एकदा त्याला बाहेर रस्त्यावर जायची आस लागली. वाट फुटेल तिथे त्याला निरुद्देश फिरायचं होतं. वाटसरूंवर आपटायचं होतं, मोटारीच्या चाकाखाली जीव जायच्या नशिबापासून थोडक्यात वाचायचं होतं आणि विचारांना वाट्टेल तसं निरुद्देश उधळू द्यायचं होतं. मनात नव्यानं आलेला नूरानचा विचार तर एवढा बळकट होता की त्याला क्षणभर गुदमरल्यासारखं झालं. मग त्यानं पुन्हा आपल्या हातातल्या पेल्याकडे हात नेला. दारू... दारूच त्याला ह्या मन:स्थितीतून बाहेर काढू शकली असती. खरोखर मानवतावादी अनुभवात मानवाचा सहभागच नसावा? सर्व सुसंस्कृत, अंतिम, सुखदायक आणि उत्तुंग गोष्टींत मानवतावाद नसतोच. कारण त्या गहन संकल्पना मानवतावाद वगैरे सर्वच गोष्टींना नाकारतात. तर्कात बसणाऱ्या सखोल कल्पना केवळ एकाच मुद्द्याला अधोरेखित करतात. तो मुद्दा असतो मृत्यूचा. किंवा मग अजिबात ताबा नसलेल्या आयुष्य नामक गोंधळाचा.

मुमताझनं दरवाजाकडे टक लावली. त्या दारातून नव्यानं कोण आत येईल ह्याबद्दल तो विचार करत होता. आश्चर्यचकित करणारी, अतर्क्य वागणारी जीवनाची देवी इरॉस येईल की अटळतेचा स्वामी, मृत्यू आणि हिंसेचं प्रतीक असणारा देव थॅनातोस येईल? तेवढ्यात दार उघडलं. एक तरुण स्त्री आणि तीन पुरुष आत शिरले आणि शेजारच्या टेबलाशी बसले. हे टेबल रिकामं झालं ते मुमताझच्या लक्षातच आलं नव्हतं. तेव्हा त्याला जाणवलं की आपलं लक्ष फक्त वरवरच्या गोष्टींकडेच भिरभिरतं आहे. जे काही आपण पाहिलं असं त्याला वाटतंय ते कदाचित प्रत्यक्ष अस्तित्वातच नसण्याची शक्यता होती. कदाचित त्याच्या कल्पनाशक्तीनंच ती मघाशी पाहिलेली चटोर मुलगी निर्माण केली असेल. ती मुलगी चिखल फासलेल्या मक्याच्या कणसासारखी दिसत होती. तो वेटर, त्याचं प्लेगच्या तापातल्या तडफडीसारखं हास्य, ती तोंड रंगवलेली मध्यमवयीन स्त्री. त्या स्त्रीच्या हातातल्या बांगडीचे घुंगरू जुन्या काळी उंटांच्या गळ्यात घालत तसल्या घुंगरांसारखे किणकिणत होतं. हा विचार मनात आल्यावर त्यानं इकडे तिकडे आशंकेनं पाहिलं. चेहऱ्यावर तेलकट हसू असलेला वेटर अजूनही नवीन लोकांची वास्तपुस्त करण्यात गर्क होता. हातवारे करून नम्रपणा आणि कामातलं कसब दाखवण्याचा प्रयत्न करत होता. त्यानं ऑलिव्ह तेलातील हॅरिकोट्स, मिश्र लोणचे, खारवलेले बोनितो आणि शिश कबाब इत्यादी पदार्थ खाऊन पहा अशी सूचना त्या तरुणीला केली. त्यानं वेगवेगळे हातवारे करून तिला सांगितलं

की हे पदार्थ तुला अन्यत्र कुठेही मिळणं अशक्य आहे. तिच्या नाकाखाली दोन बोटांची वर्तुळं काढून तो तिला ते समजावून सांगत होता. ती चटोर पोरगी अजूनही गाणं गुणगुणत होती. पण आता तिचे डोळे पाण्यानं भरले होते. मध्यमवयीन वेश्या आपल्या प्रेमिकाच्या खांद्यावर डोकं टेकून बसली होती. तिनं तिथूनच मँडोलीन वाजवणाऱ्या एकाक्ष वादकाला तुरुकू म्हणायची विनंती केली.

'माझ्यासारखा तरुण ह्या असल्या जागेत करतो आहे तरी काय?' मुमताझच्या मनात आलं. दारू तर त्याच्या सांत्वनाला अजिबात पुरी पडत नव्हती. मद्यातून बेहोषीचा स्वर्ग गाठणारा माणूस तो नव्हता. आता परिस्थितीच्या रेट्यामुळे त्याला अनिच्छेनं नूरानला सोडावं लागलं असतंच तर तो कदाचित ह्या लोकांसारखा अशा ठिकाणी येऊन दारू पीत बसला असता. तेव्हा मग ह्या नियमित येणाऱ्या गर्दीशी साधर्म्य राखणाऱ्या सवयी त्यानं जोडल्याही असत्या. ह्या बायकांच्या संगतीची इच्छा धरली असती. आपल्या बाबतीत शेवटी हीच फलनिष्पत्ती होणार की काय अशा आशंकेनं अर्धवट धुंदीतच तो खुर्चीवरून ताडकन उठला.

अकरा

तो घरी परतला तोपर्यंत रात्रीचे अकरा वाजले होते. दाराशीच चावी काढण्यासाठी त्यानं खिसे चाचपून पाहिले. रात्रीच्या विचित्रपणाबद्दल विचार करत असताना दार आपोआपच उघडलं. समोर नूरान उभी होती. तिला पाहून तो एकदम भीतीनं दचकला. त्याला वाटलं की तैफिक, तिची आई किंवा फातमा ह्यांच्याबद्दल काही वाईट बातमी ऐकायला मिळतेय की काय? पण कुताह्या बाजारातून त्यानं तिला घेऊन दिलेला पारंपरिक फॅशनचा पोशाख घालून ती आली आहे हे त्यानं पाहिलं आणि त्याला कळलं की आजची भेट म्हणजे आपल्यासाठी सुखाची संध्याकाळ आहे.

त्याच्या मनात आलं की नक्कीच असं झालं असेल की शुक्रवारीसुद्धा ठरलेल्या वेळेस नूरान मुमताझच्या घरी येण्यासाठी निघाली असेल आणि दारासमोरच तिची सुआदशी गाठ पडली असेल. त्यामुळे तिला मुमताझच्या घरात येता आलं नसेल. मागील दोन आठवडे सातत्यानं तिला ह्याच रस्त्यावर सुआद भेटू लागला होता. पण ह्या वेळी त्यानं आपली नाकाबंदी आणखीनच कडक केली होती आणि तो मुमताझच्या घरासमोरच एका रस्त्यावरच्या मुलाकडून आपल्या बुटाला पॉलिश करून घेत उभा होता. अगदी नाखुषीनंच ती त्याच्याबरोबर माघारी वळली होती आणि दोघंजण

सबीहच्या घरी गेले होते. तिथून त्या सर्वांनी ठरवलं होतं की आज आपण अर्नावुत्कोय येथे जाऊया. मुमताझच्या मित्रानं ज्या रात्रीचं वर्णन एवढ्या रसभरीत पद्धतीनं केलं होतं त्या रात्रीला ह्यापेक्षा अधिक काहीच अर्थ नव्हता.

''खूपच अवघडल्यासारखी परिस्थिती झाली होती माझी... मी त्याच्यावर सगळा संताप काढण्याच्या बेतात होते अगदी. त्यातच तो अनपेक्षितपणे लाज वाटल्यासारखं वागू लागला. शिवाय परिस्थितीबद्दल उघड उघड चर्चा करण्याची मला भीतीसुद्धा वाटू लागली होती. पण सगळं शेवटी व्यवस्थित झालं.'' मग नूरान गूढपणे हसली आणि मुमताझ तिच्याकडे काहीच न कळल्यासारखा पाहात राहिला. ''सगळं व्यवस्थित झालं. कारण मी माझ्या मनाचा निर्धार केला होता. मला ह्या उगाचच वाऱ्यावर फिरण्याचा एवढा कंटाळा आला आहे म्हणून सांगू. त्याशिवाय माझ्या आईनंसुद्धा आपली भूमिका थोडी मवाळ केली आहे. तैफिकमामाबद्दल बोलायचं तर तो मला रात्रंदिवस तुझ्याशी लग्न कर असंच सांगत असतो. आज ती सर्व मंडळी बुरसा येथे गेलीत आणि आठवडाभर राहाणार आहेत. त्यामुळे मधल्या काळात आपण आपल्यातला हा गुंता सोडवून टाकू. इहसानभाईंच्या ओळखीचे लोक चुटकीसरशी आपली लग्नाची सगळी व्यवस्था करतील. हे शब्द तैफिकमामाचे बरं का. तो म्हणाला, इहसान चुटकीसरशी सगळी व्यवस्था करील.''

मागील काही दिवस नूरान चित्रविचित्र प्रकारच्या चिंतांची शिकार झाली होती. लग्नेच्छू पुरुषांच्या घोळक्यात सातत्यानं फेकली गेल्यामुळे तिला आपल्या स्वतःच्या आयुष्याची घडी बसवणं अशक्य होऊ लागलं होतं. काहीतरी करायला पाहिजे म्हणून, कुठल्यातरी दिशेनं जायचं म्हणून एखादा मित्र किंवा भावी पती शोधणं वेगळं. पण केवळ आचरटपणे अनेकांबरोबर रंग उधळणं तिला अजिबात मान्य झालं नसतं...

आज सबीहच्या घरी गाण्याची मैफल आणि नंतर पार्टी होती. सबीहला चिनीमातीच्या फरशाच्या उद्योगात मदत करणाऱ्या एका वरच्या अधिकाऱ्याच्या सन्मानार्थ अदिलेनं आजचा कार्यक्रम ठेवला होता. ''मी तिथं यायलाच पाहिजे असा हट्ट दोघंही धरून बसले होते रे! शिवाय, ह्या वेळचं आमंत्रण तर दस्तुरखुद्द सबीहनं दिलं होतं... मग तिथं जाणं टाळण्यासाठी मी इथं आले.''

आणखी कुठल्या कुठल्या सत्त्वपरीक्षेला तोंड द्यावं लागणार आहे ह्याचा अंदाज मुमताझला होता. तरीही त्यांना हा अख्खा आठवडा एकमेकांच्या संगतीत राहाण्यासाठी मिळणार होता.

''मी सहा वाजता आले रे इथं. मला वाटलं की आपण कुठंतरी बाहेर जाऊ

किंवा इथंच बसून गप्पा मारत दोघंच जेवू. तू नव्हतास ना घरी म्हणून मी तुझी वाट पाहात बसले. नाहीतरी दुसरं काय करणार होते मी? मग मला हे कपडे दिसले. ते माझ्यासाठीच आहेत हेही मला कळलं म्हणून ते घालून पाहिले. बघ, कसा दिसतोय हा पोशाख मला...''

ती लहान मुलीसारखे हातवारे करत होती.

''काही खाल्लंस का तू?''

''मग काय तर! सुंबूलनं मला खायला दिलं थोडंसं पण मी तुझ्यासाठी जेवायला थांबले आहे. होतास कुठं तू एवढा वेळ?''

मुमताझनं तिला थोडक्यात आपल्या संध्याकाळचं वर्णन करून सांगितलं पण आपली भावनिक स्थिती काय होती आणि आपले विचार कुठल्या दिशेनं धावत होते त्याबद्दल सांगणं मात्र त्यानं कटाक्षानं टाळलं. नूराननं मान हलवत सगळं ऐकून घेतलं. सगळं ऐकल्यावर ती म्हणाली, ''सरतेशेवटी ह्या काळज्या तात्पुरत्या काळापुरत्याच आहेत. पण तू एक मुद्दा मात्र नक्कीच मांडला आहेस.''

''बाप रे, मी जर खरोखरच सबीहच्या घरी गेलो असतो तर काय झालं असतं?'' मुमताझ खेदानं म्हणाला.

''आपण आता लग्नच करणार आहोत. त्यामुळे त्यानं तसाही काहीच फरक पडला नसता.'' तेवढ्यात ती दचकून म्हणाली, ''अरे देवा, तुला माहिती पाहिजे म्हणून सांगते की मी ह्या घराची चावी हरवली आहे... मला शंका वाटतीये की ती सुआदला सापडली आहे की काय? सुआदला ह्या घराचा ठावठिकाणा ठाऊक आहे. तो ह्याच भागात घिरट्या घालीत असतो सारखा.''

''आपण लग्न करतो आहोत ते खरंच बघायला की काय?''

''मामा आग्रह धरून बसलाय आणि आईपण सांगायला लागली आहे आता. शिवाय तुला ठाऊक आहे? मलाही आता भीती वाटू लागली.''

आल्याच्या रंगाचं, कमरेपर्यंत येणारं तंग जाकीट घातलेली नूरान एखाद्या रत्नासारखी चमकत होती. त्या जाकिटाखालचा कुर्ता जांभळ्या मखमलीचा होता आणि सलवार त्या रंगाला साजेशी घोळदार होती. ह्या सर्व पोशाखावर चंदेरी धाग्यानं भरतकाम केलेलं होतं. तो पोशाख तिला स्वतःलाच खूप पसंत पडला होता. त्यामुळे ती वारंवार आरशात पाहात होती.

''तुला केसांची अशी वेणी घालून वर बांधायला जमलं कसं?''

''म्हणजे काय? ह्या घरात कंगवे आणि आरसे नाहीत असं म्हणणं आहे की

काय तुझं? शिवाय मला सुंबूलनंही मदत केलीच की. सुंबूलचे दात वेडेवाकडे असूनही ती किती गोड हसत असे. खरोखर सुआदच्या भ्रमिष्टपणाच्या किंवा यासरच्या व्याधींच्या जगापेक्षा सुंबूलचं जग किती वेगळं होतं.

''नूरान, तुला ठाऊक आहे का, जो कुणी तुला आत्ता पाहील त्याला वाटेल की तो पारंपरिक दंतकथांच्या काळातच वावरतो आहे की काय?''

नूरानला तुरुकू गायनाची फार इच्छा होत होती. ते तुरुकू तिनं आपल्या आईकडून, आपल्या आजीकडून शिकले होते. जी भूमी कधी तिनं पाहिली नव्हती किंवा ज्या भूमीवर तिनं कधी पायही ठेवला नव्हता अशा भूमीवरून ते तुरुकू आले होते.

मुमताझला वाटू लागलं की नव्यानंच शोध लागलेल्या जीवनपरिघात आपण जीवन जगू लागलो आहोत की काय?

''नूरान, तुझं आता नवीन नाव काय ठेवायचं आपण?''

''माझं खरं नाव आहे पुरून उरणारी. कळलं का?'' मग ती म्हणाली, ''मला कधी कधी काय वाटतं, सांगू का तुला? आमच्या आज्या-पणज्यांचं आयुष्य काही एवढं वाईट नसावं. एक म्हणजे त्या खूपच नट्टापट्टा करायच्या. हा दुपट्टाच बघ ना.''

आरशासमोरून तिला बाजूला होता येत नव्हतं. ती स्वतःच्या प्रतिबिंबाकडे पाहात राहिली.

''कलाविज्ञानाच्या नव्या युगाच्या सुरुवातीच्या काळातल्या पिसानेलोच्या चित्रांत अशी वस्त्रं होती. किंवा मग आपल्याच चित्रकारांनी जी छोटी रेखाचित्रं काढली त्यांत अशी वस्त्रं असावीत.''

''अशा फॅशनचे नवे कपडे विकत घेण्यासाठी किती पैसे लागतील?''

मुमताझच्या अंदाजानं काही शेकडे लिरा तरी नक्कीच पडले असते.

''पण असं दुसरं वस्त्र विणणं शक्य आहेसं मला वाटत नाही. कारण हे वस्त्र बनवण्यासाठी जे हातमाग आणि धागे वापरले गेले ते...'' बोलता बोलता त्याला आठवलं की दक्षिणेला राहणाऱ्या त्याच्या एका शाळूसोबत्यानं त्या प्रदेशातली जी शहरं स्वतंत्र झाली त्यांचा स्वातंत्र्यसोहळा साजरा करण्यासाठी लोकरीचं एक पारंपरिक घड्याळ खास बनवून घेतलं होतं आणि केवळ त्यासाठी त्याला सोन्याच्या पन्नास मोहरा खर्च आला होता.

''फारच नवलाचं आहे हे.'' भूतकाळाच्या कल्पनारम्य जगातून बाहेर यायला नूरानची तयारी नव्हती. ''शिवाय त्या लोकांचं जीवन किती आरामाचं होतं... त्या बायका स्वतःला किती जपायच्या?''

मुमताझनं नूरानच्या चेहऱ्याकडे पश्चात्तापाच्या भावनेनं पाहिलं आणि तो म्हणाला, ''ते खरं आहे. आम्ही स्त्रियांना मोकळं सोडलं तरी त्यांच्या मनाशी खेळणं सोडलं नाही. केवळ मोठ्या स्त्रियाच नव्हेत तर लहान मुलींच्याही मनाशी आम्ही खेळ केले. अगदी दररोज आम्ही आमच्या समाजात बळींची संख्या निर्माण करतो.''

नूराननं मान हलवली, ''त्याबद्दल आपण काही करू शकत नाही. आता साधंसोपं आयुष्य लोकांनाच नकोसं झालंय. त्यांना स्वतःचा मार्ग स्वतः तयार करायचा आहे...''

पण आजची रात्र काही अशा विषयांवर बोलण्याची नव्हती. सुंबूल त्यांना जेवणाच्या टेबलाशी बोलावत होती. रात्रीचं जेवण झाल्यावर नूराननं घातलेल्या कपड्यांना साजेसे जुने तुरुकू गाइले. दोघांनाही कोझानोग्लू तुरुकू खूप आवडत होते. परंतु कुताह्या येथील तुरुकू आपल्याला ठाऊक नाहीत म्हणून नूरानला वाईट वाटत होतं.

दुसऱ्या दिवशी सकाळी ते इहसानला भेटायला गेले. आपला कामावर घालायचा चेंबरगाऊन घालून तो आपल्या अभ्यासिकेत दोन मित्रांसोबत बसला होता. मुमताझनं त्याला बाजूला घेतलं आणि सारी परिस्थिती समजावून सांगितली. ''हरकत नाही.'' इहसान म्हणाला, ''आठवड्याभरात होईल काम. फतीहमधला जिल्हाधिकारी मला मदत करील. मी त्याला लवकरच कळवतो. मला तुम्ही तुमची कागदपत्रं आत्ताच द्या, आत्ता नसतील तर लगेच आणून द्या...''

''दुपारी देतो, मग...''

दोघांकडे बघत इहसान गालातल्या गालात हसला, ''माझ्यासाठी ह्याहून जास्त आनंदाची दुसरी कुठली गोष्टच नाही.'' पण हे बोलताना तो दुसऱ्या कुठल्यातरी विचारांत गर्क आहेसं वाटत होतं.

मुमताझला सोबत घेऊन तो परत आपल्या मित्रांकडे गेला. मसिदेभाभी सबीहाला अंघोळ घालीत होती, तिला मदत करायला नूरान गेली. अठराव्या शतकातल्या राणी–महाराणीच्या अंघोळीच्या वेळेस जशी बडदास्त ठेवावी लागत असेल तशी बडदास्त सबीहाच्या अंघोळीच्या वेळेस ठेवावी लागत असे. त्या छोट्याशा खट्याळ पोरीला पाणी अगदी वेड्यासारखं आवडत होतं. साबणाचे फुगे आणि टबमध्ये बदकासारखे फताफता पाय उडवणं हे तर फारच प्रिय होतं. त्या सगळ्या गोष्टींचा मनःपूत आनंद लुटल्याखेरीज तिचं समाधानच होत नसे. अंघोळीच्या वेळेस करण्याची प्रत्येक कृती तिची परवानगी मिळाल्यावरच केली जात असे. ती मधेच असं म्हणू शकत होती,

''अम्मी मला बर्फासारखी थंडी वाजतेय'', किंवा मग ती आरडाओरडा करून वैतागल्याचं नाटकही करत असे, ''हे काय अम्मी, तू मला भाजलंस की. केवढं दचकवलंस मला.'' वरच्या मजल्यावर बसलेल्या मुमताझला तळमजल्यावर चाललेला हल्लागुल्ला ऐकू येत होता. 'ह्या लहान पोरी आईवडिलांकडून प्रेम मिळवण्यासाठी जसं वागतात त्यात मानवातील हिंसकतेच्या भावनेचे उरलेसुरले अवशेष पाहावयास मिळतात', मुमताझच्या मनात आलं.

थोड्या वेळापूर्वी इहसानची चर्चा जिथं थांबली होती, त्याच टप्प्यावर ती पुन्हा सुरू झाली. ''आपण ह्याच कल्पनेवर नको इतका जोर तर देत नाही आहोत? मला तरी तसंच वाटतंय. पण आता त्या कल्पनेत केवढातरी बदल झाला आहे... ज्याप्रमाणे काही मूलद्रव्यं उघड्यावर ठेवली असता त्यांचे गुणधर्म नष्ट होतात किंवा त्यांचं रूपांतरच होऊन जातं... तसं झालंय हे. केवळ एखादी कल्पना मान्य आहे किंवा नाही म्हणून समाज आपली ठरलेली व्यवस्था सोडून देत नाही किंवा सतत घडामोड होणंही सोडून देत नाही. त्यामुळेच तुम्ही पहा की कुठल्याही भागातले नेते केवळ एकाच कल्पनेला कवटाळून बसत नाहीत. मग भले ती कल्पना त्यांच्या स्वतःच्या डोक्यातून आलेली असो. कधी कधी त्या कल्पनेमुळे त्यांचा सत्तेवर येण्याचा मार्ग मोकळा होतो. पण ती कल्पना स्वतःहून राज्य करत नाही किंवा दुसऱ्याकरवी राज्य करू शकत नाही. इतिहासातील वेगवेगळी पर्वंच प्रत्यक्षात राज्य करतात आणि ते राज्य टिकवून ठेवतात. त्यांच्यासमवेत लवचिकतेचा गुण असलेली वास्तवता टिकून राहाते. अर्थात त्या वास्तवतेनं जर काळाकडे दुर्लक्ष केलं तर ती वास्तवताही टिकून राहात नाही. म्हणूनच महान कार्यं करणारी माणसं, मग ती कुणीही असतील, ती केवळ लवकरच भूतकाळात जाणाऱ्या एका क्षणाचं किंवा खूपच कमी काळाचं प्रतिनिधित्व करतात. प्रत्येक युगात एक सुवर्णघटिका असते. तुम्ही पहा, महान कार्य करणारा माणूस त्या सुवर्णघटिकेचं प्रतिनिधित्व करतो.''

''पण प्रत्यक्ष घडणाऱ्या घटनांना तोंड देताना ज्या कल्पनांचा काहीही उपयोग होत नाही, उलट त्यांच्यामुळे फक्त आपले हातच बांधले जातात अशा कल्पनांचं त्या राज्यकर्त्यानं काय करावं? त्यानं एखाद्या धाडसी आणि पूर्णपणे वेगळ्या मुद्द्यावर लक्ष केंद्रित करून चालू घटनांपलीकडे जाण्याचा प्रयत्न करावा का? छोटे-मोठे, सतत चालणारे उठाव चिरडून टाकण्याचा प्रयत्नच त्यानं सोडावा का? त्याला मूलभूत मुद्द्याकडे पाहू दे ना. पण तुम्हाला असं वाटतं का की जीवन किंवा समाज असं घडण्याची मुभा देईल? तो किती काळ टिकून राहिलसं वाटतं तुम्हाला? मी जर नाटककार

असतो तर मी वॅग्नरचं 'रिन्झी' हे नाटक पुन्हा लिहिलं असतं. रिन्झी हा नायक सामान्यातून जन्माला येतो आणि त्यांच्याकडूनच जाळला जातो. किंवा मग एक त्याच्याशी साम्य असणारी व्यक्तिरेखा..."

इहसानचा शाळेतला मित्र एक पन्नाशीतला नागरी अधिकारी होता. तो नाकासमोर चालणारा आणि अनुभवी माणूस गेली तीन वर्षं संसद सदस्य होता. "हे सगळं अरिष्ट का कोसळतंय कारण प्रत्येक माणूस दुसऱ्या माणसाला वारंवार भेटतो म्हणून. त्यामुळे काय होतं की स्वतःची ओळखसुद्धा विसरून जातो माणूस..." तो म्हणाला.

"कल्पनांच्या नशिबीसुद्धा तेच येतं. समाजाची वारंवार गाठ पडत राहिल्यानं त्यांची ओळखच हरवून जाते. नव्या कल्पना धीट असतात. पण त्यांना प्रतिकार करणाऱ्या विरुद्ध बाजूच्या शक्तीला तोंड देण्यासाठी त्यांची गाठच पडत नाही. एखाद्या कल्पनेला आडकाठी करण्यासाठी कशाची गरज असते? कशाचीच नसते. पण ती कल्पना प्रत्यक्षात आचरणात आणा आणि ती काय रूप घेते ते पाहा. ती क्षणोक्षणी बदलेल आणि तिचा मूळ आकार काय होता त्याच्याशी तिचं काहीसुद्धा साम्य राहणार नाही. मोठमोठ्या क्रांत्या होतात त्यांचा इतिहास ह्यातच दडलेला आहे. फ्रेंच राज्यक्रांतीसारखी भव्य आणि उदात्त महाकाव्यं थोडीच असतात. केवळ वीस आणि तीस वर्षांच्या काळात मानवानं अशी सगळी तत्त्वं शोधून काढली आहेत; जी त्याला पुढली दोन हजार वर्षं मार्गदर्शन करतील. तथापि, सुरुवातीला कुणाला समजलं होतं की त्याचं निष्पन्न शेवटी बूझ्र्वा लोकांच्या म्हणजेच प्रस्थापितांच्या राज्यात होणार आहे ते."

"दुसरं अस्तित्व जसं आहे तसं कुणीही स्वीकारत नाही. दोन्हींची मध्यस्थी आपल्यातच दडलेली असते. आपल्याबाहेर फक्त हत्यारं आणि साधनं असतात, दुसरं काही नाही. तसं असूनही केवळ एखाद्या कल्पनेसाठी आपण उठाव झालेले पाहातो, क्रांत्या होतात, क्रौर्याचा नंगानाच, कत्तली..."

इहसाननं गाऊनच्या कडा आवळल्या. त्याला खरोखरच भाषणं द्यायची आवड होती. त्यानं मुमताझकडे नजर टाकली. तो जणू म्हणत होता, "मला क्षमा कर." नंतर तो पुढे बोलू लागला, "होय, तसं घडतं खरं, परंतु त्यातून होणारा परिणाम प्रत्येक वेळी वेगळा असतो. बाण आपला रोख सारखा बदलतो. आपल्या सध्याच्या काळाबद्दल बोलायचं तर सध्या भीषण परिस्थिती आहे. आपली सर्व जीवनमूल्यं आणि सद्गुण बाजारात विकायला आलेले आहेत. गाड्या भरभरून जात आहेत.

एका बाजूला क्रांतीचे उद्गाते आहेत. खरोखर एकोणिसाव्या शतकाचा हा वारसा किळसवाणा आणि अत्यंत विनाशकारी असाच आहे. आपण जेव्हा म्हणतो की स्पेनमध्ये किंवा मेक्सिकोमध्ये असे दूरदर्शी लोक आहेत की जे जगाच्या वेगवेगळ्या कोपऱ्यांत क्रांती घडवून आणण्याची तयारी करत आहेत. पण कशाच्या जोरावर? केवळ त्यांच्याकडे त्या त्या शहराचा नकाशा आहे म्हणून? ते लोक काय दूरवर बसून त्या त्या शहरातील सार्वजनिक कामांची रूपरेषाच आखताहेत, तिथल्या नागरिकांना वीजपुरवठा करण्याच्या योजनाच आखताहेत... तसं नाही ते. ज्या ज्या वस्त्यांत विष पेरणं शक्य होईल किंवा ज्या लोकांना चिथवून आणि भडकवून हिंसा करण्यास उद्युक्त करता येईल अशा वसत्या हे बंडखोर लोक हेरताहेत.''

तो मध्यमवयीन संसदसदस्य मधेच बोलला, ''इहसान, तू आधुनिकतेच्या बाजूनं झुकल्यासारखा वाटतोस. मला दिसतंय की तुला काही तुझी स्वतःची पिढी फारशी प्रिय नाही, होय ना?''

''बरोबर आहे. पण ते अगदी तसंच नाही. त्यापेक्षा मी असं म्हणेन की मी क्रांतीचा पुरस्कर्ता नाही. पण मी खरोखर आधुनिक आहे का? आधुनिक असण्यासाठी ज्या काळात मी जगतो आहे त्या काळातला माणूस मी असायला हवं. मला वेगवेगळ्या गोष्टींचीही ओढ असते. मला जर स्वतःला आधुनिक म्हणून घ्यायचं असेल तर क्रांतीसोबत सातत्यानं घडणारं परिवर्तनही मी स्वीकारायला हवं. परंतु काही कल्पनांत आणि संदर्भात मला सुसंगती असावी लागते तरच मी ते स्वीकारू शकतो.''

''पण सगळ्याच क्रांत्या तशाच असतात नाही का? उदाहरणार्थ, आपल्या इथं घडलेली क्रांती घे...''

''आपल्या इकडली क्रांती वेगळ्या प्रकारची होती. पण जेव्हा सामान्य जनता किंवा संपूर्ण समाजच शासनयंत्रणेच्याही पलीकडे जातो तेव्हा क्रांती तिच्या नैसर्गिक स्वरूपात घडून येते. आपल्या बाबतीत काय झालं की सामान्य जनतेला आणि समाजाला शासनासोबत राहण्याची सक्ती झाली. अगदी विचारवंत आणि राजकारण्यांनाही एका कल्पनेनं ठरवलेला रस्ताच स्वीकारण्याची सक्ती झाली. निदान १८३९ पासून आणि तांझिमत सत्ता आल्यापासून तरी तसंच घडतंय. त्यामुळेच तर आपली आयुष्यं एवढी कष्टप्रद झाली आहेत. त्याशिवाय सामाजिक पायाउभारणीचा वारसा आपल्याला डोक्यावर उचलावा लागणार आहे तो आणखी वेगळाच. चालीरीती आणि नैतिकतेच्या कल्पना आपल्या सर्व प्रयत्नांवर पाणी फिरवत आहेत. आपल्याला अक्षरशः शिव्याशाप देत आहेत. आपण लगेचच मऊ पडतो. मुस्लीम पूर्वेचं हे सध्याचं

वैशिष्ट्यच होऊन बसलंय. पूर्वेकडचे लोक लगेच मान तुकवतात. म्हणजे केवळ संकटापुढेच नाही तर काळापुढे म्हणजे नैसर्गिक काळापुढेही मान तुकवतात... पण ह्या विषयावर आपण आलो तरी कसे?'' त्यानं मान हलवली. ''तो दुर्दैवी, आपल्यातून गेलेला माणूस...''

इहसानच्या वागण्यात फरक झालेला मुमताझला लगेचच जाणवला, ''काय झालं? कोण गेलं?'' त्यानं विचारलं.

''एक जुना मित्र. तुला माझा शाळेतला मित्र हुसैन आठवतो का? तो काल रात्री अल्लाला प्यारा झाला. त्याचं दफन आणि धार्मिक विधी आज आहेत...''

मुमताझसमोर आ वासून एक विहीर उभी राहिली होती. त्याला स्वतःला झालेला हर्ष, इहसानच्या कल्पना, खालून ऐकू येणारं, फुलबाजांसारखं तडतडणारं सबीहाचं अनेकरंगी, टवटवीत हसू ह्या सर्वांच्या काही पायऱ्या खाली एका बाजूला एक शव धुतलं जात होतं आणि पुरण्याअगोदर कफनात गुंडाळलं जात होतं.

बारा

आदल्या रात्री जो पाऊस सुरू झाला होता त्याचं रूपांतर आता हिमवृष्टीत झालं होतं. नूरानला बर्फाच्या खाली दडलेलं बॉस्फरस भारी प्रिय होतं. एमिर्गन येथे हिवाळ्यात आपले दिवस कसे जातील ह्याबद्दल तिनं उन्हाळा चालू असताना भरपूर स्वप्नं रंगवली होती. शिवाय तेवढंच करून ती थांबली नव्हती तर बेदेस्तेनमध्ये दिसलेल्या सिरॅमिकच्या दोन शेगड्यासुद्धा तिनं मुमताझला विकत घ्यायला लावल्या होत्या. दुसऱ्या एका प्रसंगी तिनं त्याला गॅसवर चालणारा आणि कुठेही हलवता येणारा हीटर घ्यायला लावला होता. ''कधीही गरज पडली तर उपयोग होईल ह्या वस्तूंचा.'' ती तेव्हा म्हणाली होती. इहसानला सर्व कागदपत्र पोहचवल्यावर आणि नवीन घडामोडींबद्दल तैफिकला पत्र लिहून कळवल्यानंतर तिनं मुमताझला म्हटलं, ''अरे, आपल्यापाशी अख्खा आठवडा आहे. मग आपण एमिर्गनला का जात नाही आहोत? पण तिथं गेल्यावर आपण थंडीनं गारठून जाऊ की काय?''

बोलता बोलताच चुलीशी उभी असलेली नूरान थरथरली होती.

''आपण का म्हणून गारठून जाऊ? आपल्याकडे केवढंतरी सरपण आणि काटक्या आहेत की. शिवाय तू मला त्या शेगड्या विकत घ्यायला लावल्यास ते विसरलीस वाटतं?''

‘‘अज्जिबात विसरले नाही. आपण शेगड्यांच्या बाबतीत तर अगदी श्रीमंतच आहोत... पण... पण... त्या पेटवणार कोण? म्हणजे ती सिरॅमिकची मोठी शेगडी. तिच्याबद्दल बोलतेय मी. ती नाही का आपण बेदेस्तेनमध्ये विकत घेतलेली. मला ती पेटवणं जन्मात जमायचं नाही.’’ आत्ताच्या ह्या घरातल्या अभ्यासिकेत त्यांनी जी शेगडी ठेवली होती ती एका माजी पाशाच्या विकायला काढलेल्या इस्टेटीतून त्यांनी मिळवली होती.

मुमताझ गंभीरपणे म्हणाला, ‘‘छान, आपण लग्न करायचं ठरवलं आणि ते होण्याची वाटही न पाहाता आपण पहिलं काय करतोय तर आपला बेतच बदलून टाकतोय.’’

‘‘सुंबूलला विसरू नकोस हं.’’

‘‘सुंबूल तर आज इहसानभाईच्या घरी राहणार आहे.’’

‘‘आपण आज पत्र टाकूया म्हणजे ती उद्या एमिर्गनला येईल. ती तर एमिर्गनला यायला नुसती उड्या मारतेय.’’

‘‘हरकत नाही, पण मग आजच्या रात्रीचं काय?’’

‘‘मी पेटवीन ती मेली शेगडी, चल तर मग, जाऊया.’’ नूरान म्हणाली. त्यालासुद्धा बॉस्फरसची ओढ लागली होती. मात्र सुआदला आपल्या ह्या घराचा ठावठिकाणा कळलाय ही गोष्ट मात्र त्याच्या फारशी पचनी पडली नव्हती.

नूराननं अर्धवट थट्टेनं म्हटलं, ‘‘तू मदतीला धावून येशीलच नेहमी, नाही का मुमताझ? ज्या गोष्टी मला जमणार नाहीत त्या तू करशीलच.’’

‘‘वा रे वा, अजून लग्नही झालं नाही तोच तू माझ्यामागे कामं लावायला लागलेली दिसतेस.’’

त्यावर नूरान गंभीरपणे म्हणाली, ‘‘आपलं जीवन आरामात जाण्यासाठी आणि भविष्यात शांतता नांदावी ह्यासाठी...’’

काहीतरी निष्काळजीपणे बोललेलं स्वगत तिच्या कानी पडावं अशी मुमताझची इच्छा नव्हती. त्याला अजूनही ह्या नव्या घराच्या इमारतीची सवय झाली नव्हती. ह्या सगळ्या वातावरणात आणि सामानसुमानात त्याला फारच कष्ट सोसावे लागले होते.

‘‘चल तर, निघूया आपण. इथं घरात जे काही खाद्यपदार्थ असतील ते आपण आत्तापुरते घेऊन जाऊ. उद्या सुंबूल आली की सगळं काही व्यवस्थित होईल.’’

‘‘तू फक्त ती शेगडी पेटवून दे मला. मग अन्नसिद्धीत काहीच अडचण होणार नाही. मला नवीन नवीन पदार्थ बनवायला आवडतात. आमच्या घराण्यात चालत आलेली प्रथा आहे ही.’’

फेरीबोटीच्या धक्क्यावर ते पोहचले तोपर्यंत रात्र पडायचा सुमार झाला होता. केवळ काही तासांच्या अवधीत बॉस्फरसच्या किनाऱ्यावर हिम जमलं होतं आणि धुक्यात पार लपून गेलं होतं.

नूरान लहान मुलासारखी आनंदात होती. अमीन देदेंच्या मैफलीनंतर ती परत एमिर्गनला गेलीच नव्हती. ''आपली बाग कशा अवस्थेत असेल कोण जाणे?'' ती म्हणाली. जेव्हा ती पहिल्याप्रथम त्या घरात आली होती तेव्हा मुमताझनं बागेत बहरलेल्या फळझाडांची ओळख करून देताना म्हटलं होतं की, ''हे तुझे दास आणि दासी बरं का.'' त्यानंतर मग तो दोघांतला एक विनोदच बनून गेला होता. तिनं आणि मुमताझनं मिळून त्या झाडांना ओटोमान साम्राज्याच्या काळातली दासदासींची पारंपरिक नावं बहाल केली होती. आत्ता ह्या क्षणी त्यातील प्रत्येक वृक्षाचं त्यांनी ठेवलेलं नाव आठवून आता कसे असतील ते? असा प्रश्न तिला पडला होता.

ह्याच हिवाळ्यात असंख्य घटनांनी त्याला दुःख दिलं होतं. त्यामुळं ही टोपणनावं नूरान विसरलेली नाही हे पाहून मुमताझ आश्चर्यचकित झाला. त्यातच आणखीन वाईट म्हणजे आपल्याला वाटलेलं आश्चर्य त्यानं तिच्यापासून लपवलंसुद्धा नाही. त्यावर नूरान म्हणाली, ''कमाल आहे तुझी. म्हणजे तुला खरंच वाटत होतं की काय की मी तुझ्याशी संबंध तोडले आणि तुझ्यापासून दूर गेले. उद्या तुझं नाव काय हे मी विसरले नाही म्हणूनही तू माझे आभार मानशील.'' असं म्हणून ती मोठमोठ्यानं त्या झाडांची नावं घेऊन बोलत राहिली. ''आपली मुख्य सेविका राझिदिल कशी असेल रे? तिला जराशी थंडी वाजत असेल, नाही का? गरीब बिच्चारी माझी राझिदिल ती. ती तर आमच्या बागेतला हिरा आहे हिरा.''

तो आठवडा मुमताझच्या जीवनातल्या अत्यानंदाचा आणि सुखाच्या काळातला शेवटचा काळ होता. हिवाळ्याच्या औदासीन्यातून ते एकदम उन्हाळ्यातील भव्योदात्त दिवसांकडे पुन्हा आले होते. ह्याच आठवड्यात त्यानं समाधानरूपी मोसमी फळाचा मनःपूत आस्वाद घेतला होता. मानवी अस्तित्व कवितेनं आणि मोहानं भरून टाकणाऱ्या सर्व गोष्टींचा आस्वाद घेतला होता. जीवनानं त्याच्यासमोर जणू काही उत्कृष्ट पक्वान्नच ठेवलं होतं. दोघांनाही मागील काही महिने सगळ्याचा अगदी वीट आला होता. त्यामुळेच थंडीतापातून उठल्यावर जसा होतो तसा त्यांना आनंद झाला होता. दीर्घ काळ चाललेल्या आजारपणातूनच ते दोघंही आरोग्य आणि उत्साहाप्रत आले होते आणि तशाच तऱ्हेनं ते एकमेकांना सतत बिलगून बसले होते.

नूरानशी पुनर्मीलन झाल्यामुळे मुमताझच्या जीवाला तात्पुरती का होईना पण

शांतता मिळाली होती. त्यामुळे तो पुन्हा शेख गालिबवरच्या कादंबरीलेखनात मग्न झाला. त्यानं पुन्हा एकदा संपूर्ण कादंबरीची रूपरेषा नव्यानं लिहून काढली. त्यापूर्वी लिहिलेलं सारं काही त्यानं टाकून दिलं आणि पुनश्च नव्यानं सुरुवात केली.

त्यांच्या ह्या गुप्त मीलनाच्या तिसऱ्या दिवशी तो म्हणाला, ''हे पुस्तक मला डोळ्यांपुढे अगदी स्पष्ट दिसतंय.''

''आणि मला तुझ्या ब्लेझरवरचं तुटलेलं बटण स्पष्ट दिसतंय.''

''हाय अल्ला, तू जाणूनबुजून असं वागते आहेस ना?''

''का बरं? मी माझ्या वैवाहिक जीवनाची तयारी करतेय. आपण रोजची कामं नाही का वाटून घेतलेली?''

संध्याकाळच्या मंद संधिप्रकाशात एक फिकटसा आणि काळजाला हुरहुर लावणारा लाजेचा गुलाबी रंग आशियन किनाऱ्यावरील डोंगरमाथ्यांवर पसरलेला खिडकीतून दिसत होता. रेशमाच्या पातळ रंगीबेरंगी धाग्यांखाली साऱ्या वस्तू जणू काही स्वप्नातल्यासारख्या तरंगत होत्या. धुकं हळूहळू खाली उतरलं होतं. हिमवृष्टी होईल असा मुळी हवामानाचा अंदाजच होता. ते दोघं बागेच्या कोपऱ्यात एकांतात उभे होते. मधूनच फेरीबोटीच्या भोंग्याचा आवाज त्यांना शोधत आल्यासारखा कानावर पडत होता आणि रिकाम्या लाटांनी सोडून दिलेल्या किनाऱ्यांवरील दुःखी बर्फाची त्यांना आठवण करून देत होता. आता समुद्राच्या काठावरची सारी ठिकाणं सुनी सुनी होणार होती. एखाद्या भूमिगत दफनभूमीसारखे रस्ते उदास होणार होते आणि जीवनाच्या लगबगीपासून दुरावणार होते.

इस्तंबूलमधल्या हिममय वातावरणाचा हा दुर्मीळ देखावा होता. हिवाळ्यानं अगदी सुस्त आळशीपणात सगळा मोसम वाया घालवला होता. त्यातच दक्षिणवाऱ्यांनी आणलेल्या कृत्रिम उन्हाळ्यानं त्याला फसवलं होतं. पूर्वेकडल्या पद्धतीनुसार घाईघाईनं फेब्रुवारीच्या अंतालाच हे दक्षिण वारे वाहू लागले होते आणि आपल्यातील वैगुण्यं दडवण्यासाठी त्यांनी साऱ्या शहराला काही काळ लकवा मारलेल्या अवस्थेत नेऊन सोडलं होतं. त्यासाठी वादळापासून ते धुक्यापर्यंत आणि हिमवृष्टीपासून ते हिमवादळापर्यंत आपल्या हाती असलेली सर्व साधनं वापरली होती. आदल्याच दिवशी पंपाच्या नळ्यांतील पाण्यापासून सगळ्या गोष्टी गोठलेल्या होत्या. बागेतील झाडांच्या फांद्यांवर बर्फाचे कण लटकलेले होते. संध्याकाळच्या भयाण पोकळीतल्या गंभीर, म्हाताऱ्या भुताखेतांसारखी ती झाडं कुठल्यातरी वेगळ्याच जगात असल्यासारखी दिसत होती.

त्या जगानं त्यांच्यावर आपला प्रत्यक्ष अंमल गाजवायला सुरुवात केली. जवळ जवळ दोन दिवस तो देखावा पाहून मुमताझचं पोट भरलं नव्हतं. तो देखावा पाहून त्याला वाटत होतं की आपण एखादी न लिहिलेली कविताच वाचतो आहोत की काय! त्या सत्याला संशयाच्या विषाचं गालबोट लागलेलं नव्हतं. त्या संपूर्णत्वाचे जीवनाच्या कमतरतांमुळे तुकडे पडलेले नव्हते. विश्वाच्या एका निर्मळ, विशुद्ध अशा परिमाणात त्याचं अस्तित्व होतं आणि त्या परिमाणामुळे त्याच्या स्वतःच्या जाणिवा आणि क्षमता उचंबळून आल्या होत्या. एखाद्या तेजस्वी हिऱ्याच्या केंद्रकात राहावं तसं ते जोडपं पांढऱ्याशुभ्र अशा जगातच जणू राहू लागलं होतं. अत्यंत दुर्मीळ अशी शांतता तिथं होती. संपूर्ण उन्हाळा, त्यांची स्वतःची आयुष्यं, त्यांचे परिचित लोक, त्यांचे विचार सारं सारं काही क्षणभंगुर का होईना पण शांततेच्या आवरणाखाली दडून बसलेलं होतं. शांततेच्या विशुद्ध, शुभ्र पानांवर त्यातली एकेक आठवण बारकाईनं लिहिता आली असती आणि प्रत्येक हालचालीचं वर्णनही करता आलं असतं. त्या प्रत्येक वर्णनामुळे त्या पांढरेशुभ्रपणाला अजिबात बाधा येत नव्हती की त्या संपूर्णतेच्या शांततेलाही धक्का लागत नव्हता. उन्हाळ्याच्या आठवणी काढतच त्यांनी त्यांचा अर्धाअधिक वेळ काढला होता. मुमताझचं तर काय अर्धंअधिक आयुष्यच मुळी भूतकाळात गेलेल्या दिवसांना शोधण्यात गेलं होतं. पण ह्या त्याच्या छंदात नूरानसुद्धा सामील आहे हे पाहून त्याला आश्चर्यच वाटलं. तो तिला म्हणाला, "तू काय माझी नक्कल करते आहेस की काय?" विचित्रपणाची एक गोष्ट म्हणजे एमिर्गनला पाय ठेवल्यापासून मुमताझच्या डोक्यातून सुआदचे विचार जात नव्हते. त्याच्याबद्दलचे एवढे विचार त्यानं मागील काही दिवसांत केले नव्हते. त्या निर्णायक रात्रीच्या वेळचे सुआदनं उच्चारलेले शब्द, त्याची मनोवृत्ती, त्याचं हसणं आणि त्याचा विचित्र दृष्टिकोण... सारं त्याला आठवत होतं. त्याच्या बोलण्याचा अर्थ तरी काय होता? तो सातत्यानं स्वतःला हाच प्रश्न विचारत होता. शेवटी शेवटी सुआदच्या संगतीत त्यानं काही तास काढले होते. तरीही सुआदनं अशा भयंकर विषयांना पुन्हा हात घातला नव्हता. आपण ज्यावर प्रत्यक्ष विश्वास ठेवतो त्या गोष्टींचं वर्णन आपण पुन्हा पुन्हा करतो का...? की... जेव्हा जेव्हा तो हा विषय नूरानपाशी काढे तेव्हा ती एकदम संतप्त होऊन म्हणे,

"तुला करण्यासारखं आणखी काही काम नसेल तर खाली जा ना जरा ह्या पाखरांसाठी थोडेसे पावाचे तुकडे घेऊन ये."

आळसावल्यासारखा मुमताझ दाराशी गेला. पण सुआदच्या विचारांनी त्याचा

पिच्छा काही सोडलेला नव्हता. 'हा माणूस इतक्या मर्यादेबाहेर जाऊन नूरानचा पिच्छा का करतो? त्याचं नक्कीच तिच्यावर प्रेम नाही, पण मग हे आहे तरी काय? त्याला हवंय तरी काय?' मुमताझच्या मनात विचार येत होते. ही एकूण परिस्थिती पाहून त्याला रॉबर्ट कॉन्जीनं लिहिलेल्या 'व्हॅगरीज ऑफ फेट' ह्या पुस्तकाची आठवण येत होती. केवळ त्याच कारणासाठी तो घाबरत होता. स्वयंपाकघरातल्या मेजाशी जाऊन त्यानं पावाचे तुकडे करायला सुरुवात केली खरी, पण ह्या विचारांनी त्याच्या मनात पिंगा घालायला सुरुवात केली होती.

ते आले त्या पहिल्याच दिवशीच्या सकाळी त्यांना खिडक्यांभोवती पक्ष्यांच्या थव्यांची डौलदार हालचाल दिसली. ते पक्षी रांगेत बसून किलबिलत होते आणि आनंदानं जणू सर्वांना आमंत्रितच करत होते. नूरान आनंदानं किंचाळली, ''अरे वा, पाखरं आलीसुद्धा...'' त्या क्षणापासून तिनं त्यांना चारापाणी घालण्याची जबाबदारी स्वतःच्या शिरावर घेतली. ह्या पक्ष्यांना काय आवडतं ह्याचं किंचितसंही ज्ञान नव्हतं म्हणून नाहीतर नूराननं खास त्यांच्या आवडीचे सगळे पदार्थ बनवले असते. त्याच दिवशी रात्र पडण्याची वेळ आली तेव्हा त्या जुन्या घराची लोकसंख्या एकानं वाढली. ती बर्फाळ, थंडगार हवा एमिर्गनच्या काळ्या मनीमाऊच्या दृष्टीनं असह्य आणि कष्टप्रद ठरली असावी. पूर्वी बऱ्याचदा तिला मुमताझनं आपल्याकडे येण्याचं आमंत्रण दिलं होतं, पण तेव्हा ते आमंत्रण स्वीकारण्यास तिनं फारशी उत्सुकता दाखवली नव्हती. पण आज मात्र त्या मागच्या आमंत्रणांना स्मरून ती जेव्हा आत शिरली तेव्हा तिचं खूपच आनंदानं स्वागत झालं. तिनं स्वतःला चाटूनपुसून स्वच्छ केलं आणि चुलीच्या बाजूला ठिय्या मारला. तिथं बसून ती नूरानच्या पक्षिमित्रांकडे आसुसलेल्या नजरेनं कटाक्ष टाकू लागली. जणू काही ह्या किलबिलणाऱ्या थव्याची तिला चवच पाहायची होती. पण आत्ता तरी ते एक स्वप्नच राहाणार होतं. ते पक्षी जणू अभयारण्याच्या संरक्षणात असल्यासारखे बागडून तिला खिजवत होते.

मुमताझनं पावाचे तुकडे खिडकीच्या कठड्यावर ठेवले आणि खिडकी बंद केली. मग तो नूरानकडे वळला, ''तैफिक आपल्यासोबत राहायला खरंच तयार होईल का?'' तसं व्हावं असं त्याला खरोखर वाटत होतं. नूरान जशी आपल्या तैफिकमामात गुंतली होती तसाच तोही त्या वृद्ध माणसात गुंतला होता.

''मामाच्या मनाचा थांग लागणं कठीण आहे... पण आता कदाचित तो आपलं ऐकेल. त्यानं तर एक खोलीसुद्धा निवडून ठेवली आहे.'' एकदम मूक होऊन तिनं खिडकीबाहेर बघितलं. पक्षी पावाच्या तुकड्यांवर चोच मारत खिडकीत बागडत होते.

''मुमताझ, तुला खरंच वाटतं का रे, की आपल्याला हे लग्न निभावता येईल?''

भिंतीवर लावलेल्या अरबी भाषेतील फलकावर लागलेली नजर मुमताझनं काढली. ते शब्द होते, 'आमेन्तू बिल्लाही, वाहदेहू ला सरिके लेहू.' मी एकमात्र असलेल्या अल्लाच्या अस्तित्वावर श्रद्धा ठेवतो. अल्लासारखा दुसरा कुणीही नाही. त्यानं नूरानकडे काही काळ टक लावून पाहिलं आणि तो तिला म्हणाला, ''खरं सांगायचं तर निभावता येणार नाही.''

''का? तू कशाला घाबरतो आहेस?''

''कशालाच नाही. किंवा आपण असं म्हणू शकतो की तुला ज्या गोष्टींची भीती वाटतेय त्याच गोष्टींची मलाही भीती वाटतेय.''

एमिर्गनला आलेल्या दिवसापासून ह्या भीतीनं त्यांच्या काळजात घर केलं होतं. नूरान उठून त्याच्या जवळ गेली.

''चल, आपण इस्तंबूलला परत जाऊया. उद्याच. तसं नाही का करू शकत आपण?''

''हरकत नाही. जाऊया उद्या परत मागे.''

त्यांच्या गुप्त भेटीचा पाचवा दिवस होता. त्या दिवशी सकाळी मुमताझ इहसानशी फोनवरून बोलला होता तेव्हा इहसाननं त्याला सांगितलं होतं की सगळं काही ठरल्याप्रमाणे घडतंय. तुम्ही दोघं संध्याकाळी बरोब्बर चार वाजता फतीह जिल्ह्यातील लग्न लावण्याच्या कचेरीत हजर व्हा. तेव्हा इहसान त्याला म्हणाला, ''घरीबिरी जायच्या फंदात पडू नका, त्याऐवजी लग्नाचा परवाना मिळण्याच्या कचेरीतच जा. ह्या गोष्टी अशाच पद्धतीनं करायच्या असतात. एमिर्गनवरून याल तेव्हा आमच्या घरी थांबा आणि तिथून थेट परवाना कचेरीत जा...''

नंतर आपण इहसानचा सल्ला मानला नाही ह्या गोष्टीची खंत मुमताझला उभं आयुष्य जाळत राहणार होती.

दुसऱ्याच दिवशी ते इस्तंबूलला परतले. एमिर्गनच्या घराची आवरासावर करून सुंबूल त्यांच्यामागोमाग संध्याकाळपर्यंत येणार होती. जोरदार पडणाऱ्या मुसळधार पावसामुळे काही दिवसांपूर्वीच दिसणारा नितळ आणि शाश्वत असा हिवाळ्यातील देखावा त्या संततधारांत जणू तुकड्यातुकड्यांनी वितळून गेला होता. रातोरात दक्षिणेकडचे वारे वाहू लागले होते. फेरीबोट अक्षरशः हेलकावे खात खात आणि डोलत डोलत मार्गक्रमण करत होती. आसपासचा देखावा धुक्याच्या कफनात गुंडाळल्यासारखा वाटत होता. आठवणींच्या प्रदेशात लपलेली एखादी आठवण

अचानक कुठूनतरी उसळून वर यावी त्याप्रमाणे ह्या धुक्याच्या कफनानं त्यांना मागच्या उन्हाळ्याची आठवण करून दिली. मधून मधून सगळं दृश्य नीट दिसू लागे तेव्हा आसपासचं जंगल, मशीद किंवा समुद्राकाठची एखादी वास्तू त्यांना दिसे. एक काळं जहाज त्यांची वाट ओलांडून पुढे गेलं. ते जणू काही जाहीर करीत होतं की तुमच्या जीवनाच्या चौकटीत माझंही अस्तित्व आहे बरं का...!

त्यानंतर सगळा देखावा पुन्हा एकदा धुऊन काढल्यासारखा पांढरा फटफटीत झाला. मुसळधार पडणाऱ्या पावसानं सगळ्या गोष्टी एकमेकांत मिसळून टाकल्या.

त्यांची बोट जेव्हा हेलकावे खात बैयलेरबेयीला ओलांडून पुढे गेली तेव्हा नूराननं अचानक मुमताझचा हात पकडला आणि ती म्हणाली, ''मला भय वाटतंय रे.''

''का पण? मला कळतच नाही. बुरसाला गेलेल्या तुझ्या घरच्या मंडळींशी आपण बोललो त्यानंतर एक ताससुद्धा उलटला नाही. ती सगळी मंडळी खुशाल आहेत. सगळं काही आपण योजल्याप्रमाणे नीट होत आहे.''

''नाही रे, मी त्यांच्याबद्दल विचार करत नाहीये. मला दुसरीच कसलीतरी भीती वाटतेय. काल रात्री माझ्या स्वप्नात सुआद आला होता.''

मुमताझ तिच्याकडे आश्चर्यानं पाहात राहिला. सुआद त्याच्या स्वप्नातसुद्धा आला होता. एवढंच नव्हे तर ते अगदी मनाला ताप देणारं स्वप्न होतं. त्या स्वप्नात सुआदनं मुमताझच्या वडिलांच्या हातातला स्फटिकाचा दिवा घेतला होता आणि उंटाच्या तांड्यांच्या धर्मशाळेत मुमताझला जी मुलगी भेटली होती त्या मुलीला घेऊन तो एका गलबतावर चढत होता. मुमताझ धक्क्यावरून आपले हात जोराजोरात हलवत होता. हे दृश्य कुठलं होतं ते काही त्याला आठवत नव्हतं परंतु त्यांचं गलबत पाण्यात उलटं होऊन ती दोघं बुडतील अशी त्याला काळजी वाटत होती. तेवढ्यात त्याला जाग आली होती. काही काही भयंकर स्वप्नं एवढी स्पष्टपणे आठवत राहातात ना. म्हणजे आत्ता ह्या क्षणीसुद्धा फेरीबोटीतल्या बाकावर बसलेला असताना त्याला ते काळ्याभोर रंगाचं पडावासारखं दिसणारं गलबत आठवत होतं. सुआदचा लांबट, हडकुळा चेहरा, त्या मुलीच्या चेहऱ्यावरील भाव आणि खवळलेल्या समुद्रावर विझायला आलेला तो स्फटिकाचा दिवा...

''ते काही मनावर घेऊन नकोस तू.'' तो म्हणाला, ''मागचे पाच दिवस आपण त्याच्याबद्दलच जर बोलतो आहोत तर दुसरं काय होणार?'' मग त्यानं विषय बदलला, ''कॉफी घेशील का ग तू?'' तिची सिगरेट पेटवून देत मग तो येणाऱ्या दिवसांबद्दलचे बेत आखण्यात गढून गेला.

पण नूरानचं लक्षच नव्हतं. शेवटी तिच्यानं बोलल्याशिवाय राहावेना, ''अरे बाबा, कृपा कर, पण आपण हे हवेत इमले बांधणं बंद करायला हवं. एकदा सगळं काही आटोपलं आणि त्यावर शिक्कामोर्तब झालं की मग...''

ते दोघं सुआदच्या नव्या घरासमोर टॅक्सीतून खाली उतरले. एका हातात दोघांच्या पिशव्या धरून मुमताझनं नूरानला दारातून आत अगोदर जाऊ दिलं. त्या इमारतीतील आणि रस्त्यावरील शांततेमुळे नूरानही शांत झाल्यासारखी वाटत होती. दारावरील चौकीदाराची बायको दर्शनी भागातील जमीन फडक्यानं पुसत होती. नूरान तिच्याशी हसून दोन शब्द बोलली. एमिर्गनला जाण्यापूर्वी मुमताझनं तिच्या मुलाच्या घटसर्पावर उपचार करण्यासाठी तिला लस मिळवून दिली होती. तिच्याकडून नूरानला समजलं की आता त्याची तब्येत सुधारते आहे. मुमताझ हातात बॅगा घेऊन तिची वाट पाहात जिन्याच्या तळातल्या पायरीशी थांबला. बर्फाळ हवेमुळे सगळा परिसर लालसर पिवळ्या रंगात न्हाऊन निघाला होता. त्या तसल्या प्रकाशामुळे जिन्यातल्या निळ्या फरश्या काळ्या रंगाच्या असल्यासारख्या वाटत होत्या. जिन्यातल्या खिडकीशी एक मांजरी आपलं डोकं घासत उभी होती. त्या खिडकीमुळेच जिन्याच्या पोकळीत हवा उजेड येत होता. त्या मांजरीनं दोघांकडे टवकारून पाहिलं. तिचे डोळे वाळलेल्या गवतासारखे पिवळे होते. ते डोळे पाहून हे दोघं दचकले. इमारतीच्या मागच्या अंगणात चौकीदाराचा सर्वात थोरला मुलगा तन्मयतेनं आपलं नेहमीचं गाणं म्हणत होता.

पुराच्या पाण्यानं एर्झीनकानला ओलांडलं.
एका अनोळख्यानं माझ्या प्रियेला पळवून नेलं.

मुमताझनं अगोदर ठरवलं होतं की आपण दारातून आत जाताना नूरानचं एक चुंबन घ्यायचं. आपण आत जाण्यापूर्वी... उंबरठ्यावर... विचार करता करता ह्या कृतीबद्दल तो समाधानानं हसला. पण जेव्हा तो जिन्याच्या वरच्या पायऱ्या चढला तेव्हा त्याला दिसलं की दाराच्या बदामाच्या आकाराच्या छोट्याशा झापांतून प्रखर प्रकाश दाराबाहेर पडतो आहे. शेवटल्या पायरीवर पाय असलेली नूरान चढता चढता एकदम थांबली.

नूरान म्हणाली, ''दुसऱ्याच कुणाचंतरी घर असल्यासारखं वाटतंय हे.''

मुमताझ तिला शांत करण्यासाठी म्हणाला, ''सुंबूल बहुतेक घाईघाईत दिवे बंद करायला विसरल्यासारखी दिसते आहे...'' पण दरवाजा ढकलून उघडेपर्यंत असा काही अंदाज आपण बांधला होता ही गोष्टच तो विसरून गेला. त्या ठिकाणी त्यांना जी प्रतिमा दिसली ती त्या दोघांना जन्मभर आठवत राहणार होती. दिवाणखान्यात

दिव्याच्या प्रखर उजेडाखालून एक मानवी आकृती हळूहळू दाराच्या दिशेनं झुलत लटकत येत होती. एकाच नजरेत मुमताझ आणि नूराननं ओळखलं की हा सुआदच छताला लटकतो आहे. त्याच्या हडकुळ्या चेहऱ्यावर एक प्रकारचा विचित्र, आसुरी उपहास दिसत होता. त्याच्या निर्जीव हातांवर सुकलेल्या रक्ताचे डाग होते. मुमताझनं जवळ जाऊन पाहिलं तर त्याला जमिनीवरील सिरॅमिकच्या फरश्यांवरही रक्ताचे डाग दिसले. दोघंही जण मूढासारखे क्षणभर बघतच राहिले. त्यानंतर थंड डोक्यानं मुमताझनं नूरानला घट्ट पकडून खोलीबाहेर काढलं. कारण ती बेशुद्ध होऊन खाली पडायच्या बेतात होती. त्यानंतर आयुष्यात कधी तसं थंड डोकं ठेवणं मुमताझला शक्य झालं नसतं. आपण नक्की काय करत आहोत हे न कळताच दोघंही जिना उतरली. हा सगळा प्रकार इतक्या पटकन झाला की ते ज्या टॅक्सीनं आले ती टॅक्सीसुद्धा अजून त्यांच्या इमारतीच्या दारातच होती. एखाद्या दुःस्वप्नात असल्याप्रमाणे आपण काय करतोय हे काहीच न कळता मुमताझनं नूरानला टॅक्सीत बसवलं आणि तो तिच्या बाजूला बसला. इहसान घरी होता. नेहमीप्रमाणे त्याला लोक भेटायला आले होते आणि आलेल्या लोकांना त्यानं अभ्यासिकेत नेलं होतं. ह्या अचानक दिलेल्या भेटीमुळे त्याला किंवा मसिदेला आश्चर्यानं अवाक होण्याची संधीसुद्धा मिळाली नाही.

इहसाननं योजलेल्या उपायांमुळे त्या प्रसंगाला तोंड देण्यासाठी नूरानला किंवा मुमताझला वृत्तपत्रप्रतिनिधींना सामोरं जायची वेळ आली नाही. सुआदनं आत्महत्येपूर्वी लिहून ठेवलेल्या चिठ्ठीत सारं स्पष्टीकरण होतं. अफिफेनं अधिकृतरीत्या जाहीर केलं की हे माझ्या पतीचंच हस्ताक्षर आहे. त्या वेळी झालेल्या थोड्याफार चौकशीत मुमताझला कळलं की अफिफे आणि सुआद हे दोघंजण घटस्फोट घेण्याचा बेताशीच येऊन पोहचले होते. नूराननं ताबडतोब बुरसाला जाण्याचं नक्की केलं. मुमताझला लिहिलेल्या पत्रात तिनं म्हटलं, 'आपल्याला करण्यासारखं असं काय उरलं आहे, मुमताझ? नियतीनं दावा साधलेला आहे. आता आपल्या दोघांत एक प्रेत कायमचं आड आलेलं आहे. मी परत येईन अशी अपेक्षा धरू नकोस. ते स्वप्न आता संपलं आहे.'

हे पत्र हातात पडताक्षणी मुमताझ बुरसाला धावला. तिथं त्याची फहीरशी गाठ पडली. फहीर तो येण्याआधी थोडाच काळ तिथं पोहचला होता. तरीही मुमताझ आणि नूरान एकमेकांशी बराच वेळ बोलले. आता नूरानच्या दृष्टीनं प्रेम म्हणजे दुसरं तिसरं काही नसून केवळ एक बाष्कळ, विनोदी प्रकार उरला होता. ''आपल्या दोघांबद्दल बोलायचं तर मी नेहमीच तुझी एकनिष्ठ मैत्रीण राहीन. पण परत तू माझ्यापाशी

प्रेम, आनंद, किंवा लग्न ह्या शब्दांचा उच्चारही करू नकोस. मी जे काही बघितलंय त्यामुळे मला फक्त त्या सगळ्याबद्दल घृणा निर्माण झाली आहे.''

''पण त्यात माझा काय दोष आहे का?''

''तुला समजत नाही, मुमताझ, मी तुला दोष देत नाहीये. मी तुला एवढंच सांगतेय की आपलं सुखसमाधान हे शक्यतेच्या परिघात उरलेलं नाहीये.''

अशा तऱ्हेनं अकल्पनीयरीत्या ते दोघं एकमेकांपासून दूर गेले.

त्यानंतर एका महिन्यानं जेव्हा नूरान इस्तंबूलला परतली तेव्हा मुमताझची आशा पुन्हा एकवार प्रज्वलित झाली. तो तिला इकडे तिकडे बऱ्याचदा भेटला. परंतु ह्या भेटींतून पूर्वीपेक्षा वेगळी अशी काहीच प्रगती झाली नाही. नूरानला आता प्रेम ह्या विषयाचाच वीट आला होता. सुआदच्या चेहऱ्यावरील आसुरी हास्य जणू सगळीकडे तिचा पाठलाग करत राहिलं होतं. एका भेटीच्या वेळेस ती म्हणाली, ''प्रेमाबद्दलच्या विषयांना स्पर्श करणारी पुस्तकं वाचण्याचीसुद्धा इच्छा आता मला होत नाही.''

मुमताझच्या दृष्टीनं इस्तंबूलमधलं जीवन अगदी उद्ध्वस्त करणारं होतं. तो जणू नूरानच्या पावलांवर पाऊल टाकण्यासाठीच अस्तित्वात आला होता पण तिच्यापर्यंत पोहचणं मात्र त्याला शक्य होत नव्हतं. त्यांची जीवनं समांतर रेषांवरून चालली होती, ती परस्परांना कुठंही छेदत नव्हती. अगदी क्वचित कुठे भेटण्याची संधी मिळालीच तर तेव्हा नूरानच्या आनंदभऱ्या उत्साहाशी त्याला स्वतःला जोडता येत नसे. त्याची विसराळू, सैरभैर अवस्था आणि सतत चिडचिडी मानसिक स्थिती ह्यामुळे तिच्या दृष्टीनं तो एक वैताग झाला होता. कधी कधी तर तो मत्सरानं वेडा झालाय की काय असं वाटे. तर कधी तो अगदी हीनदीन होऊन जाई.

एखाद्याच्या वागण्यामागचं कारण काय असू शकेल हे विसरलं जाऊ शकतं. सामाजिक वर्तुळाबद्दल तर काही बोलूच नये. कारण त्या माणसाच्या कृतींमागे त्यांना वेगवेगळे अर्थ दिसतात. त्याशिवाय त्या त्या माणसाची कल्पनाशक्तीही त्या त्या प्रसंगाला वेगवेगळी कारणं चिकटवते ते आणखी वेगळंच. हाच प्रकार मुमताझच्या बाबतीत घडला. त्या दुर्दैवी प्रसंगाला एकत्र तोंड देऊनही नूरानचं त्याच्यापासून दुरावणं तो स्वीकारू शकत नव्हता. थोड्याच काळात तो तिच्या दूर जाण्याची इतर कारणं शोधू लागला. नव्यानं जागृत झालेल्या संशयी वृत्तीनं तो नूरानच्या जीवनाची चिरफाड करू लागला. सुआदनं आत्महत्या केल्यामुळे तिला झालेल्या दुःखामागे तो अनेक चोरटी कारणं शोधू लागला. थोडक्यात काय तर एका प्रेतापायी तो तिचा मत्सर करू लागला.

तथापि तो सुआदला विसरलेला नव्हता. त्याचा दुर्दैवी मृत्यू किंवा त्याच्या मृत्यूशी सामना करण्याचा प्रसंग वेगळ्या ठिकाणी किंवा वेगळ्या परिस्थितीत ओढवला असता तर मुमताझच्या मनावर त्याचा एवढा परिणाम झाला नसता. त्यानं जणू आपला मृत्यू मुमताझच्या जीवनाला जोडूनच टाकला होता. सुआदच्या पत्राची एक प्रत त्यानं पोलिसांकडून मिळवली होती. मधून मधून तो ते पत्र वाचत असे आणि त्यामागे सुआदचा उद्देश काय असेल हे समजून घेण्याचा प्रयत्न करत असे.

रात्रीच्या वेळेस गोंधळून टाकणारी स्वप्नं पडत तेव्हा आपण जवळ जवळ नेहमीच त्याच्याविरुद्ध झगडत आहोत असं मुमताझला जाणवे. सुआदनं आपल्याशी वेडाकडे झुकेल एवढं शत्रुत्व का बाळगलं होतं किंवा तो ते बाळगलेलं शत्रुत्व का नाकारत होता किंवा एवढा का तडफडत होता ते त्याला समजू शकत नव्हतं. क्वचित प्रसंगी तो ह्या विषयावर इहसानशी बोलत असे. इहसानच्या दृष्टीनं सुआदबद्दलचं रहस्य अगदी सोपंच होतं. तो बंडखोरीचा स्वभाव घेऊनच जन्माला आला होता. अशा लोकांचं समाधान होणं अशक्य असतं. ते स्वतःला कधीच विसरू शकत नाहीत.

''त्याच्या आत्महत्येबद्दल काय?''

''ते दुसरंतिसरं काही नव्हतं तर जे कृत्य करावं अशी त्याची आयुष्यभरापासूनची इच्छा होती ते महान चिथावणीखोर कृत्य त्यानं केलं एवढाच त्याचा अर्थ आहे. परंतु केवळ एकाच हेतूनं मिळालेल्या प्रेरणांच्या आधारे तू सुआदवर बोट ठेवण्याचा प्रयत्न करू नकोस. त्या माणसातच अनेक विरोधाभास दडलेले आहेत. त्यानं आत्तापर्यंत फाजील आत्मविश्वासाचं प्रदर्शन केलेलं आहे. तो विषयासक्त होता, बंडखोर होता आणि अत्यंत बेचैन मन:स्थितीत होता.''

तेरा

एप्रिलमधला दिवस होता तो. गुमताझ एमिर्गनहून इहसानला भेटायला इस्तंबूलला आला होता. सगळ्या बाजूंनी वेढा घालून गुदमरवून टाकणाऱ्या आठवणींपासूनही त्याला दूर पळायचं होतं. इहसानच्या अभ्यासिकेत ते बोलत बसले. घाऱ्या डोळ्यांच्या मेहमत एफेंदीनं बांधलेली मशीद इहसानच्या घरासमोरच होती. त्या मशिदीच्या उघड्याबोडक्या घुमटावर नियतीनं पेच टाकावा तसं सायप्रसचं एक झाड उगवलं होतं. मुमताझच्या संपूर्ण वाढीच्या काळाचा तो वृक्ष साक्षीदार होता आणि त्या मुस्लीम प्रार्थनास्थळाच्या घुमटावर जणू जीवनमृत्यूची थट्टामस्करी करत उभा होता. आता

वसंतऋतूनं आपल्या आक्रमणाचा शुभारंभ केलेला दिसत होता. तो ऋतू हसत होता, ज्या ज्या गोष्टी आसुसलेपणानं त्याला साथ देत नव्हत्या त्यांना उद्देशून ''मूर्खांनो, चला, या, म्हणून साद घालत होता. जणू काही स्वर्गीय वाद्यवृंदाच्या साथीनं तो ऋतुप्रेमाचे तुरुकूच सतत गात सुटला होता.

एक मधमाशी इहसानच्या डोक्याभोवती काही काळ घिरट्या घालत होती, तिला त्यानं हाकलून लावलं. मग खिडकीबाहेर रस्त्याच्या कडेला उगवलेल्या काटेरी झुडपाकडे बघत त्यानं मुमताझला विचारलं, ''तू शेख गालिबच्या कादंबरीबद्दल काय ठरवलं आहेस?''

मुमताझ उठून उभा राहिला, ''ती एक पूर्णपणे वेगळीच समस्या आहे. त्यातली सगळीच जादू निघून गेली आहे. मी जवळ जवळ तीन आठवडे त्याच्याशी झुंजतोय पण मला एक पानही लिहायला जमलेलं नाही. ती कादंबरी पूर्ण करण्याची ताकदच माझ्या अंगात नाही हे स्पष्टच दिसतंय...''

नूरानच्या अनुपस्थितीसोबतच त्याचं बुद्धीशी निगडित असलेलं जीवनही संपुष्टात आलं होतं. गतकाळाच्या रंगीबेरंगी आणि भव्योदात्त पैलूंची सर्व दृश्यं सोबत घेऊन ती फरार झाली होती. आता त्या जागी मुमताझच्या अस्तित्वाच्या राखेचा फक्त ढिगारा शिल्लक राहिला होता. त्यानं काळजीपूर्वक ज्या व्यक्तिरेखा रेखाटल्या होत्या, ज्यांच्यासोबत तो राहिला होता त्या सर्व व्यक्तिरेखा आता अंधारात दडलेल्या सावल्यांच्या रूपात उरल्या होत्या. निष्प्रभ, निर्जीव कठपुतळ्यांसारख्या बनल्या होत्या त्या. पुन्हा त्यांच्यात प्राण येण्याची कुठलीही शक्यता नव्हती.

इहसाननं हातांची काहीतरी असंबद्ध हालचाल केली. ''त्यात अडकून पडू नकोस, तीही अवस्था निघून जाईल.'' त्यानंतर त्याला जे काही खरोखर बोलायचं होतं ते त्याच्या तोंडून बाहेर पडलं, ''तू तुझ्या भावनांच्या उजेडात त्यांच्याकडे पाहात होतास. तू तुझ्या जीवनात ज्या काही प्रतिमा निर्माण केल्या होत्यास त्या प्रतिमा तू त्यांच्या माध्यमातून व्यक्त करत होतास. त्या व्यक्तिरेखा स्वतः ज्या कुणी होत्या आणि ज्या अवस्थेत होत्या त्याबद्दल तू त्यांना जोपासत नव्हतास तर तुझ्या स्वतःच्या जीवनाचं एक अंग म्हणून तू केवळ तुझ्या स्वतःसाठी त्यांची जोपासना करत होतास. जो विशिष्ट ऐतिहासिक काळ तू निवडला होतास त्या काळात जर तू त्यांना शोधलं असतंस तर सारं काही वेगळंच झालं असतं. आत्ता तू काय करतो आहेस की, एकाच व्यक्तीभोवती सारं जग जमवण्याचा प्रयत्न करतो आहेस.''

खुर्चीची कडा घट्ट पकडून मुमताझ त्याचं बोलणं लक्षपूर्वक ऐकत होता.

''पण मी त्या काळाच्या विवंचनांत गढलेलो होतो.''

''नाही, तू फक्त तुझ्या प्रिय नूरानमध्येच गढलेला होतास.'' बोलता बोलता इहसानचा स्वर अगदी हळुवार झाला. ''ते अगदी नैसर्गिक आहे म्हणा, तू ज्या अनुभवातून गेलास ती नियती सगळ्यांनाच कधीना कधी अनुभवावी लागते. पण आता ह्यापुढे तू जीवनाला सामोरं जायचंस, स्वतःवर विश्वास असलेला माणूस बनायचंस. भावनांना बळी पडायचं नाहीस. सुआदनं स्वतःचा विनाश करून घेतला कारण नूरानसोबत तुझी जी आनंदाची अवस्था होती त्यावर त्याची नजर स्थिरावली होती. कशातूनही स्वतःचं प्रारब्ध निर्माण करण्याचा आपल्याला हक्क नाही. मुळात अस्तित्वच एवढं अफाट आहे आणि मानवी अस्तित्व तर एवढ्या गहन द्विधा परिस्थितीत फसलेलं आहे की... जर आपल्याला आयुष्य मुठीत पकडायचं असेल तर आपण विचारात मुक्त असायला हवं, जीवनात मुक्त असायला हवं. मग आवाज खाली आणून तो म्हणाला, ''जबाबदाऱ्या खांद्यावर घेऊ शकशील असा ठाम माणूस बनण्याचा प्रयत्न कर. त्या जबाबदाऱ्या अशा तऱ्हेनं उचल की जणू तुझ्या अंतरात तू एका झाडाची जोपासना करत आहेस. एखाद्या माळ्याप्रमाणे श्रम कर. चिकाटीनं आणि काळजी घेऊन.''

''तुम्ही माझी कानउघाडणी करत आहात हे तुम्हाला कळतंय का ?''

''नाही, मी तुझी कानउघाडणी करत नाहीये. नूराननं तुला सर्जनशीलतेचं रंगीबेरंगी इंद्रधनुष्य दाखवलं. इतर लोकांना दुसऱ्या कुठल्यातरी मार्गानं ते इंद्रधनुष्य दिसलं असेल. ते कसं दिसलं ते महत्त्वाचं नाही. पण ह्यापुढे तिच्याबद्दलचे विचार हा तुझ्या मार्गातला अडथळा बनता कामा नयेत. केवळ एका व्यक्तीच्या प्रभावळीत तू इतका दीर्घ काळ अडकून राहू शकत नाहीस... माणसं विहिरीसारखी असतात. आपण त्यांच्या खोलीत बुडण्याचा आणि बुडून मरण्याचा धोका असतो. म्हणून आपण त्या विहिरींच्या बाजूनं जायचं असतं. एखाद्या कल्पनेच्या संदर्भात तुझे विचार कसे फिरतात त्याची एकदा परीक्षा तरी बघ...''

पण इहसानला एक मुद्दा कळला नव्हता. नूरानच्या प्रेमाकडे मुमताझ एक अनुभव म्हणून मुळी बघतच नव्हता. ती त्याच्या जीवनाचाच भाग होती, अत्यंत गहिरा असा अंश होती. फारच थोड्या लोकांना मिळू शकते अशी अंतर्दृष्टी तिच्या रूपात त्याला प्राप्त झाली होती. तो असा एक मिलाफ होता; ज्यात प्रेम आणि व्यक्ती ह्या दोन्हींना पावित्र्य मिळत होतं. तेच मुमताझचं समाधान होतं आणि त्या समाधानाचा त्याग करण्याची त्याची मुळीच तयारी नव्हती. त्यानं इहसानचा निरोप घेतला तेव्हा त्याला

वाटलं, 'ह्या लोकांना काही कळत नाही. त्यांना काही समजतच नाहीसं दिसतं.'

जुन्या थिओडोशियन तटबंदीत तिन्हीसांजा होईपर्यंत तो फिरला. तो जणू स्वतःपासून वेगळा होऊन सावकाश चालत होता. पूर्णपणे निराश होऊन चालत होता. आपण किती थकलोय ह्याचंही भान त्याला राहिलं नव्हतं. स्वतःलाच सोडून दिल्याच्या तडफडत्या अवस्थेचा त्यानं आसरा घेतला होता. कधी कधी त्याला वास्तव काय आहे ते समजू शके. मग तो म्हणे, 'मी व्यर्थच नूरानला दोष देतो आहे.'

त्याच्या संवेदनशीलतेतूनच एक भावना उगम पावली होती आणि त्या भावनेनं त्याच्या मनाची सारी इमारतच दुबळी करून टाकली होती. 'आम्ही नको तितके भावुक होतो.' तो स्वतःशीच म्हणाला, 'मी स्वतः, इहसान आणि सुआदसुद्धा... सुआदला मदत होईल असं आम्ही काहीही करू शकलो नाही. आमच्यात असं काहीतरी आहे जे इतरांना दुर्बल बनवतं. त्यामुळेच खरोखरच विलक्षण असा जो प्रेमाचा आभास आम्हाला दिसत असतो तोही हळूहळू कोमेजून जातो.'

एखाद्या अधिक समतोल वृत्तीच्या माणसाला हे असलं प्रेम मिळवता आलंच नसतं. विचार करता करता तो एकदम थांबला. मुळात एखाद्या स्थिर मनोवृत्तीच्या माणसाला अशा तऱ्हेनं प्रेम व्यक्त करणं शक्य झालं असतं का? किंवा मुळात त्यानं प्रेम तरी केलं असतं काय?

तो एका उद्ध्वस्त कबरीसमोर उभा होता. त्या कबरीवर मधेच एक तेरेबिन्थ वृक्ष उगवला होता. त्यामुळे त्या कबरीला आगळंवेगळं सौंदर्य लाभलं होतं. त्या कबरीवर कोरलेल्या लेखामुळे मुमताझला समजलं की ह्या ठिकाणी शेख सिनानी एर्दिबीचं दफन झालं होतं.

पंधरावं शतक म्हणजे अजिंक्य सुलतान मेहमतच्या राजवटीचा शेवटचा काळ होता. म्हणजे ह्या शहराच्या सर्वात जुन्या रहिवाशांपैकी एकाच्या कबरीसमोर आपण उभे आहोत तर! एक दहा-अकरा वर्षांची रस्त्यावरची पोरगी त्या कबरीच्या मध्यावर बसली होती आणि आसपासच्या दगडांवरचे मेणबत्तीचे उरलेले तुकडे गोळा करत होती. तिचं सारं अंग गोगलगायींनी आणि जखमांनी भरलेलं होतं.

तिचं मुमताझकडे लक्ष गेलं तेव्हा ती म्हणाली, "तुम्ही एक मेणबत्ती लावा दादा, म्हणजे तुमच्या साऱ्या इच्छा पूर्ण होतील."

अगदी ह्या वयातही ती मुलगी अशा आविर्भावात बोलत होती की जणू पाच-दहा क्षुल्लक सेंटच्या बदल्यात काहीही विकण्याची तिची तयारी होती. ती आता भीक मागण्यासाठी हात पसरणार असं वाटून मुमताझचा जीव कळवळला. पण त्याच्या

चेहऱ्यावरचं काहीतरी वाचल्यासारखं ती मुलगी म्हणाली, ''तुम्ही बेचैन आहात का दादा, तुम्ही प्रार्थना करा त्यांच्यापाशी. त्यांना खूप अनुभव आहे.''

आपल्या मनातल्या आधीच्या विचाराचा उथळपणा आणि त्या छोट्याशा आजारी मुलीच्या मनातल्या श्रद्धेचा आणि दृढविश्वासाचा श्रेष्ठपणा ह्यातला फरक मुमताझला जाणवला. तिच्या पायाशी हातात हाड घेऊन खेळणाऱ्या लहान मुलाच्या हातात त्यानं पैसे ठेवले. ते हाड बहुतेक एखाद्या प्रेताचं असावं. त्या मुलीनं मुमताझला सांगितलं की मी आपल्या सात भावंडांसह मेर्केझ एफेंदी मशिदीच्या खालच्या बाजूला असलेल्या एका घरात राहाते. आमची आई धुण्याभांड्यांची कामं करते आणि त्यावर आमचा उदरनिर्वाह चालतो.

'इहसानकडे एखादा मुद्दा सांगण्यासारखा असेलही', मुमताझच्या मनात आलं. ह्या समाजाला माझ्याकडून कल्पना हव्या आहेत, एखादा लढाही हवा आहे. भावविवश होऊन खोटं वागणं नको आहे. अचानक त्याच्या मनात बंडाची भावना उफाळून आली. पण ते ध्येय साध्य करायचं असेल तर नूरानला विसरून जायचं हीच मुख्य पूर्वअट होती. 'का म्हणून विसरायचं मी तिला? का म्हणून मी स्वतःला दरिद्री करून घ्यायचं?' तो घाम पुसत, स्वतःशीच बोलत उन्हात पुढे पुढे चालत होता. इहसानबद्दलची अढी त्याच्या मनाला पीळ पाडत होती. जणू काही ह्या रस्त्यावरच्या पोरीसाठी आणि तिच्यासारख्या इतरांसाठी मी नूरानला सोडूनच देणार आहे. मी असं केलं तर काय हे लोकही त्यांच्या स्वतःच्या जीवनात तेवढा उत्तुंग त्याग करून माझी परतफेड करणार आहेत काय?

अदृश्य, अनोळखी क्षितिजाकडे मोठ्या संख्येनं जाणारा गावंढळ, रांगड्या लोकांचा वाढता जमाव भोवती गोळा झालेला त्याला जाणवला. आपल्या सर्व इच्छा-वासना भागवण्यासाठी हा जमाव बेभान झाला होता. त्यानं आपले म्हणून जे हक्क गृहीत धरले होते ते हक्क हिसकावून घेण्याची त्या जमावाची तयारी होती. सर्व संस्कृती आणि सामाजिक शिष्टाचाराविरुद्ध जाण्यासही तो जमाव सिद्ध होता.

'हा त्याग त्यांच्याकडून मागण्याचा अधिकार मला आहे का? मी जर स्वतःला त्यांच्या हवाली केलं तर परतफेडीच्या कुठल्याही अपेक्षेनं मी ते केलं पाहिजे का?' त्याच्या मनात आलं.

तटबंदीतल्याच एका दारातून तो शहरात शिरला. ते दार कुठलं होतं तेसुद्धा त्याला कळलं नाही. एक आर्मेनियन बाई सिमेंट-काँक्रीटच्या छोट्या पोलीस टपरीजवळ पाय दुमडून बसली होती. तिनं हात लांब करून म्हटलं, ''बेटा, मला जरा उठायला मदत करशील का रे?''

तिच्याकडे तो अशा तऱ्हेनं बघत राहिला की जणू तो तिला प्रश्नच विचारत होता, 'तुम्हाला उठायची खरोखरच गरज आहे का हो?' मग त्यानं तिला हात दिला. ती वयस्कर स्त्री कशीबशी उठून उभी राहिली.

"जवळच एक चर्च आहे. फार पवित्र स्थान आहे ते. आता त्याची रया गेलेली असली तरी... तुम्हाला तिथं जाऊन काही अर्पण करायचं असेल तर तसं करा. मीसुद्धा आत्ता तिथेच जात आहे."

निर्जन भासणाऱ्या रस्त्यांवरून आणि ग्रामोफोनबॉक्ससारख्या दिसणाऱ्या घरांवरून मुमताझ भटकतच राहिला. होय, ज्यांना सामाजिक जीवनाचा फायदा हवा आहे त्यांनी खुशाल त्या सामाजिक जीवनाविषयी उदारता दाखवावी. तरीसुद्धा सतत मनात घोळणाऱ्या नूरानच्या विचारांनी एक वाक्य त्याच्या मनावर नव्याच तऱ्हेनं कोरलं गेलं. जे लोक खरं प्रेम करतात ते त्या बदल्यात काहीही न मिळवण्याच्या अपेक्षेनं प्रेम करतात... असं ते वाक्य होतं.

आपण नूरानवर अन्याय केला ह्या विचारापासून त्याला मुक्ती मिळेना आणि तिच्यापासून दूर राहणंही त्याला सोसेना अशी त्याची स्थिती झाली होती.

इहसान नेहमीच ठाम असण्याबद्दल बोलत असतो पण मी एवढा दुःखात आहे की... पुन्हा त्याच्या मनात इहसानबद्दल तीच चीड आणि संताप खदखदू लागला. जे लोक समाजाची एवढी वकिली करतात ते इतर लोकांना समजून का घेत नाहीत?

माणूस आणि त्याचं जीवन ही दोन स्वतंत्र अस्तित्वं असतात. माणूस आपल्या मांसातून, हाडांतून, घामांतून आणि विचारांतून जीवनाची निर्मिती करतो. पण ते दोघं एकमेकांशी समतोल प्रमाणात नसतात. शिवाय दोघांपैकी एकाच्या बाजूनं पक्षपात करणं आपल्याला भाग पडतं. तरी मुमताझला माहीत होतं की त्याच्या मनात कायमच परस्परविरोधी भावना असणार आहेत. त्याला आपल्या वैयक्तिक समाधानाचा त्याग करणं जमत नव्हतं आणि त्याच वेळी त्याच्याभोवती गराडा घालून बसलेल्या समाजाच्या भीषण गरजाही विसरणं शक्य नव्हतं. मग त्यात संताच्या समाधीची काळजी घेणारी ती दहा वर्षांची अभागी मुलगीसुद्धा आली आणि ती आर्मेनियन वृद्धासुद्धा आली.

'मी एक दुबळा, शक्तिहीन माणूस आहे. केवळ अशक्तपणातूनच माझा जन्म झाला आहे. पण कोण तसा नसतो?' स्वतःशीच बोलता बोलता जेव्हा त्यानं वाक्याचा शेवटचा भाग उच्चारला तेव्हा त्याच्या लक्षात आलं की आपल्या मनात सुआद आहे. मग तो ज्या छोट्याशा कॉफीहाऊसमध्ये गेला होता तिथं बसून त्यानं सुआदचं पत्र

खिशातून काढलं आणि कितव्यांदा तरी वाचायला सुरुवात केली.

ते एक खूप मोठं, उपहासात्मक पत्र होतं. त्या पत्रात जवळपास प्रत्येक गोष्टीची टर उडवलेली होती. एखाद्याची आतल्या आत होणारी मूक तडफड त्यातून व्यक्त होत होती. मुमताझ ते पत्र वाचू लागला तसं त्याला जाणवलं की सुआदनं त्याला एका गहन पातळीवर नेऊन ठेवलेलं आहे. त्याच्या कुठल्याच कल्पनेशी मुमताझ सहमत नव्हता तरीही सुआदच्या तडफडीची लागण त्यालाही झाली होती. मुमताझच्या लक्षात आलं की सुआद ह्यापुढे त्याला कधीही त्याच्या मनासारखं राहू देणार नव्हता. तो त्याच्या जीवनाच्या वास्तवतात घुसणार होता. मग मुमताझनं नूरानला पहिल्यांदाच पाहिलं त्या दिवशी सुआदला भेटला होता तेव्हा त्यानं जी चर्चा केली होती तीसुद्धा त्याला आठवली. तेव्हा तो सुआदसोबत फेरीबोटीच्या धक्क्यापर्यंत चालत गेला होता. कारण सुआदला फेरीबोटीनं आरोग्यधामात जायचं होतं.

नेहमीप्रमाणे निरोप घेताना सुआदनं त्याला चिडवलं होतं, ''मी खरोखर मेलोय अशा दुःखी नजरेनं माझ्या तोंडाकडे बघू नकोस रे. ही दुनिया तुला एकट्यालाच बहाल करण्याचा माझा अजिबात विचार नाहीये बरं.''

सुआदनं खरोखरच आपला शब्द पाळला होता. तथापि, त्यानं केलेल्या चेष्टेमुळे मुमताझ त्या वेळी अस्वस्थ झाला होता. आता तर ते एक वास्तवच बनलं होतं पण तरीही ते अगदी वेगळ्याच पद्धतीनं आणि दुःखद स्वरूपात सामोरं आलं होतं आणि अजूनही त्याला अस्वस्थच करत होतं.

नूरानच्या आणि इतर गोष्टींच्या विचारांप्रमाणेच सुआदचा विचारही त्याला चैन पडू देत नव्हता. हे विचार आता जीवनाच्या अंतापर्यंत मुमताझला वाहून न्यावे लागणार होते. असंख्य भोवऱ्यांत सापडून त्याचे पुन्हा पुन्हा तुकडे होणार होते.

भाग चौथा

मुमताझ

एक

इख्लाल आणि मुआइझेझचा निरोप घेऊन मुमताझ एमिनोनूला परतला तेव्हा पाच वाजून वीस मिनिटं झाली होती. हातात ट्रॉली पकडून असलेली गर्दी धक्काबुक्की करत बोटीवर चढण्याचा त्याचा प्रत्येक प्रयत्न निष्फळ करत होती. दुसरा काहीच पर्याय नसल्यामुळे त्याला टॅक्सी बोलवावी लागली असती. पण मग तो बेयाझीतला वेळेपेक्षा अगोदर पोहचला असता. त्या दिवशी सकाळी त्याची ओर्हानशी गाठ पडली होती तेव्हा त्यानं ओर्हानला सांगितलं होतं की, ''कुल्लुक कॉफीहाऊसमध्ये मी सहा वाजेपर्यंत येतो.'' पण सहा वाजायला तर अजून वेळ होता. बाकीचे लोक येण्याआधी त्याला एकटच्यालाच कॉफीहाऊसमध्ये जाऊन बसायचं नव्हतं. एवढी माणसं त्याच्या परिचयाची होती... जवळ जवळ पंधरा दिवसांनी तो मित्रांना भेटणार होता. त्याला काळजी होती की कुणीतरी आगंतुक मंडळी येऊन आपल्या गप्पांची मैफल बिघडवून टाकतील. 'खरोखरच मी अगदी असहाय माणूस आहे.' त्याच्या मनात आलं.

मनातल्या त्या विचारानं तो खरोखरच थक्क झाला. तो एक प्रतिकारहीन, असहाय माणूस होता. बाकीचे लोक स्वतःला आणि स्वतःच्या इच्छांना त्याच्यावर लादू शकत होते. पण तेवढंच होतं काय? त्याचे स्वतःचे विचार तर निरंतरपणे नूरानभोवती पिंगा घालत होते. पण त्याला स्वतःला जेवढी काळजी वाटत होती तेवढा काही तो खिळखिळा आणि जखमी झाला नव्हता. नियतीनं केलेल्या दगाबाजीची सवय असलेल्या माणसाच्या शांत निर्धाराप्रमाणे तो आपल्याच विचारात दंग होऊन चालत होता. उन्हाळ्यातील मंद झुळका अंगावर आल्यानं प्रसन्न वाटत होतं. त्या झुळका अंगावर घेत तो येनी कामीच्या पुलाखाली उभा राहिला आणि स्वतःशीच बोलला, 'मी एक प्रतिकारहीन, असहाय माणूस आहे... माझ्याकडे जे काही आहे ते सारं घेऊन कुणीही सहज निघून जाऊ शकतो.'

सुलतानहमाम येथील गर्दीत त्यानं थोडंसं थांबून सगळीकडे पाहिलं. शहरातली ही सर्वात गजबजलेली जागा होती. लोकांची गर्दी, मोटारी आणि ट्रक तर

रागावल्यासारखे अंगावर येत होते. मुमताझच्या मनात आलं की एखादा आधुनिक चित्रकार ह्या सगळ्या गडबडगोंधळाचं चित्रण करू शकतो. त्यासाठी उंटांचे तांडे थांबतात त्या सरायांच्या खिडकीची चौकट घ्यायची आणि त्या दृश्याचं सुलभीकरण होणार नाही अशा पद्धतीनं त्या चौकटीतून हे सारं अंगावर येणारं दृश्य चित्रित करायचं.

'ते सगळं ठीक आहे, पण मी नूरानचा विचार का करत नाहीये? किंवा का करू शकत नाहीये? जणू काही इख्लाल आणि मुआइझेझनी त्याच्या हृदयाला घरं पाडणाऱ्या त्रासांतूनच केवळ मुक्ती दिली नव्हती तर नूरानवरच्या त्याच्या अतूट प्रेमातूनही त्याला मुक्त केलं होतं. म्हणजे माझी ह्या प्रकरणातून कायमची मुक्तता झालीय असं म्हणायचं आहे की काय मला?' त्याच्या मनात आलं. आपल्यातील हा बदल त्यानं उत्सुकतेनं आणि काहीतरी अशुभ घडेल अशा आशंकेनं निरखला. पाण्याचे अथांग प्रवाह मधे यावेत किंवा माहीत नसलेले अडथळे मधे उभे राहावेत तसं त्याच्यात आणि नूरानमध्ये आता खूप अंतर पडलं होतं. पण तरीही तो नूरानला पूर्ण विसरलेला नव्हता. खरं सांगायचं तर तो तिच्या कल्पनेसोबतच वाटचाल करू लागला होता. हा बहुधा मृत्यूचा परिणाम असावा. पुलाखालून पाणी वाहून जाणं ही म्हण त्याला आठवली. ती म्हण ह्या परिस्थितीला लागू होती.

तो हळूहळू टेकडी चढू लागला. जे अटळ आहे त्याचा स्वीकार करण्याची मानवी क्षमता मृत्यूमुळे वाढते. त्याच्या मनात आलं. कदाचित परिस्थितीचा हा नैसर्गिक परिणाम असावा. आता लढाईही जवळ आली होती. काळा बाजार कसा फोफावू लागलाय ते स्वतःच्या डोळ्यांनी तो पाहात होता. पण त्याबद्दल त्याला फारशी चिंता वाटत नव्हती. निदान बंड करून उठण्याच्या कल्पनांनी तरी त्याला पछाडलेलं नव्हतं. लढाई हे जणू अटळ फलित होतं. जणू दुसरा मार्गच आता नव्हता. पण तो एवढा अस्वस्थ का होत होता? लढाईच्या भिंगातून त्यानं सगळीकडे पाहिलं. सहा महिन्यांतली व्यापाराची ही पातळी बाजारव्यवस्था सहन करू शकेल काय? अर्थात दुकानांमधली समृद्धी फार काळ टिकणार नव्हती. दुकानांतल्या कापडाचोपडांनी भरलेल्या शोभेच्या खिडक्यांकडे त्यानं शंकेनं पाहिलं. तिथं बायकांचे कपडे होते, सिरॅमिकची चकचकीत भांडीकुंडी होती आणि दररोज लागणारं सटरफटर सामान होतं. गर्दीतून मोटारी धावत होत्या. मधे आलेल्या मोटारीमुळे माणसांना एकमेकांपासून दूर होऊन त्यांना वाट द्यावी लागत होती. त्या मोटारी वाटेतल्या माणसांना अक्षरशः ढकलत होत्या.

रस्त्यावरचा हमाल अगदी मंद गतीनं त्याच्या दिशेनं येत होता. त्याच्या पाठीवर भयंकर अवजड ओझं होतं. त्या वजनाखाली त्याची मान, छाती पार दबून गेल्यासारखी

दिसत होती. टेकडीच्या शिखरावरून मुमताझच्या दिशेनं येणाऱ्या त्या हमालाचे हात दोन्ही बाजूंना लटकत होते. जणू ते एक चित्रच असावं आणि त्या चित्रातल्या रेषेची बचत करण्यासाठी चित्रकारानं त्याचं कपाळ आणि गाल जणू काही एकत्रच जोडावेत तसं झालं होतं. हनुवटी तर आतच जाऊन दिसेनाशी झाली होती. पियरी पगेट ह्या फ्रेंच शिल्पकारानं रचलेल्या टॉलोन शिल्पात आधारभूत खांबाच्या जागी मानवी आकृती काढल्या होत्या. मुमताझच्या दृष्टीनं त्या हमालाच्या शरीराची भूमिती त्या मानवी आकृतींसारखी होती. पण विचार करता करता त्याला आपणच केलेल्या वर्णनाबद्दल शंका वाटू लागली. प्रत्यक्षात अशी रेषेची बचतबिचत अस्तित्वात असते काय? अगदी स्पष्टच सांगायचं तर तो हमाल रस्ता नीट दिसावा म्हणून पुढे झुकला होता आणि त्याचा चेहरा पूर्णपणे समोरच्या बाजूला होता. असं वाटतंय की ह्याचं डोकं मानेला नसून त्याच्या धडालाच सरळ चिकटलेलं आहे. मुमताझ स्वतःशीच म्हणाला. 'बापरे, म्हणजे धडाला चिकटलेलं डोकं... पण तेसुद्धा अगदी बरोबर नव्हतं. आपल्याला खरं तर काही दिसत नाही. आपण तपशिलात फारसं मुळी जातच नाही. आपण केवळ रट्टा मारून शिकलेलं तेवढं बोलतो.' मुमताझ स्वगत बोलला. तो माणूस मुमताझच्या अंगावरून पुढे गेला तेव्हा त्याच्या कपाळावर घामाचे मोठमोठे थेंब तरारून आलेले मुमताझला दिसले. त्यानं हातानंच आपलं कपाळ पुसलं नाहीतर ते थेंब डोळ्यात जाऊन त्याला रस्ताच दिसेनासा झाला असता. त्या जाडसर, काळ्या हाताची हालचाल मुमताझने अगदी सूक्ष्मतेनं आठवून पाहिली. केवळ ती हालचालसुद्धा एखाद्या दुःस्वप्नासारखी होती.

त्या हमालाचं सर्व शरीरच त्याच्या प्रत्येक पावलाचं मोजमाप करण्याचं काम करत होतं. तो डोळ्यांनी बघत असला तरी प्रत्येक पावलागणीक तो आसपासच्या परिसराचा अंदाज घेत होता आणि ते अंतर तोलूनमापून पाहात होता. कदाचित तो त्यावर विचार वगैरे न करता नुसताच अंदाज घेत असेल. मागे पाहण्यासाठी मुमताझ पुन्हा थांबला. हमाल फक्त सात की आठ पावलंच पलीकडे पोहचला होता. ज्या ठिकाणी वजनदार लाकडी पेटाऱ्याची कडा संपत होती त्या ठिकाणी त्याचा मोठा, ढगळ ढगळ, ठिगळं लावलेला मलमलचा पांढरा लेंगा सुरू होत होता. हा काही पगेटच्या शिल्पातल्या भल्यातगड्या पहिलवानांसारखा दिसत नाही. 'त्या शिल्पाकृतींचे स्नायू पीळदार असतात, त्यांच्या साऱ्या शरीरातून ताकद दिसून येते. पण इथं मात्र ह्या गरीब माणसाला त्याच्या पाठीवरच्या ओझ्यानं पार गिळून टाकलेलं आहे.' मुमताझच्या मनात आलं. आपल्या मनःचक्षूंपुढे मुमताझनं त्या माणसाचा चेहरा अगदी स्पष्टपणे

उभा केला. त्या चेहऱ्यावर ना ताकदीचे भाव होते ना कसले विचारी भाव होते. तो हमाल म्हणजे फक्त चालण्यापुरताच उरला होता. एक ढांग टाकायची की लगेच पुढली ढांग. तो आपल्याच उचललेल्या पावलांनी आक्रसत चालला होता. त्याचे तुकडे तुकडे होत होते. फक्त त्याचे हातच तेवढे अविचल धैर्य दाखवत होते.

मुमताझनं मान हलवली. त्याला सद्हेतूनं केलेला एक कायदा आठवला. काही वर्षांपूर्वीच तो कायदा अमलात आला होता. त्या कायद्यानुसार माणसांच्या पाठीवर सामान लादून न्यायला बंदी घालण्यात आली होती. तेव्हा सुरुवातीच्या काळात ऐन इस्तंबूलमध्ये त्यावरून खूपच गोंधळाचं वातावरण निर्माण झालं होतं. नव्यानंच बांधलेल्या हातगाड्या आणि बैलगाड्यांची रस्त्यांवर भरपूर दाटी झाली आणि वाहतुकीचा व्यवसाय प्रत्यक्षात अधिकच अवघड होऊन बसला. नंतर मग हळूहळू तो कायदा विस्मरणात गेला आणि सर्व परिस्थिती मूळपदावर आली. हा हमाल आणि त्याच्यासारख्या अनेकांना आपलं काम पुन्हा मिळालं आणि शोषणाची नैसर्गिक व्यवस्था पुन्हा चालू झाली. वेगवेगळ्या राष्ट्रांचे महासंघ, शांतता परिषदा, परस्पसहकार्यानं अनेक उपक्रम करण्याची इच्छा, युद्धविरोधी प्रचार आणि निषेध करण्याची कला ह्यांची हौस भागली. मुमताझ मनातल्या मनात बोलला. आपल्या काळातली माणसं आणि ह्या हमालाचं नशीब हे सगळं काही मुमताझच्या विचारात गुंफून गेलं. काही गोष्टी नसल्यामुळे आणि त्या मिळण्याची शक्यता नसल्यामुळेच हे घडत होतं.

तो हमाल होता तरी कोण? तो कसा जगत होता? कसला विचार करत होता? त्याचं लग्न झालं होतं का? त्याला पोरंबाळं होती का? काही तासांपूर्वी मुमताझनं चोरबाजारात पाहिलेले स्वस्तातले कपडे आणि विटलेले पोशाख अशा लोकांसाठीच तर होते. ह्या लोकांचं जीवन असेल तरी कसं हे त्याला कधीच पूर्णपणे समजू शकणार नव्हतं. वृत्तपत्रांत कधी कधी प्रसंगोपात मोठमोठ्या गंभीर चर्चा होत. त्यात मधेच नटनट्यांचे फोटो कसे अगदी जपून जपून टाकलेले असत. जणू जीवनाच्या बाजारात मिळणारी ती दुर्मीळ फुलंच होती. त्याशिवाय जागतिक घटनांची अपरिहार्यता, दोन-तीन ओळींचे किस्से, एखाद्या खुनाची बातमी किंवा अनपेक्षित मृत्यू अशाही स्थानिक बातम्या असत. त्या बातम्यांमुळे फारशी प्रतिष्ठा नसलेल्या सर्वसामान्य लोकांची आयुष्यं काही काळ प्रकाशझोतात उजळून निघत असत. एरवी ती माणसं समोर दिसूनही न दिसल्यासारखी कायम अंधारातच असत. पण बंदुकीचं, कट्यारीचं किंवा बुरसा येथील भट्टीत घडवलेल्या सुऱ्याचं चमकतं पातं त्यांच्या मस्तकावर चमके किंवा एखादी

कोसळती इमारत त्यांना चिरडून टाकी तेव्हा ते काही काळ प्रकाशात येत आणि पुन्हा एकदा विस्मरणात जात. मुमताझला ताक्सीम चौकाच्या खालच्या बाजूला मातीच्या भिंती आणि पत्र्याचं छत असलेल्या घरात राहणारे गरीबगुरीब लोक आठवले. तशीच घरं फिंदीखजवळ असलेल्या टेकडीच्या उतारावर होती आणि उंकापानीच्या परिसरातसुद्धा होती. तेथील रस्त्यांवरून घाणेरडे पाणी आणि मलमूत्र उघड्यावरच वाहात असे. तिथं अविचारानं होऊ दिलेली मुलं मोठी होत आणि नंतर आपलं बस्तान कारंजाच्या सुक्या तळ्यात, गल्लीबोळात आणि भुयारांत हलवत.

'आम्हाला ह्या परिस्थितीत लोटण्यासाठी किती लढाया लढाव्या लागल्या?' मुमताझच्या मनात आलं. १२९३ पासून ते १८७८ मध्ये झालेल्या रशिया-ओटोमन लढाईपर्यंत आलेल्या अनेक आपत्तींमुळे दरिद्री, पददलित लोकांच्या लोंढ्यानं अर्धं इस्तंबूल व्यापलं होतं. हे निर्वासित लोक शेतमजूर होते की शहरी लोक होते हेच मुळी स्पष्ट झालेलं नव्हतं. कारण ते फक्त निराधार आणि गरजू एवढ्याच वर्गात बसत होते. हीच वेळ आता युरोपवर येणार आहे. मुमताझच्या मनात आलं. अर्थात केवळ एकच युद्ध खेळल्यानं अशी परिस्थिती उद्भवणार नव्हती. पण केवळ एकच युद्ध खेळून तोडगा निघणार होता असं कोण म्हणत होतं?

जर लढाई सुरू झालीच तर ह्या हमालाला जबरदस्तीनं लढायला पाठवतील. मलासुद्धा लढाईवर जावं लागेल. पण आम्हा दोघांतही फरक असेलच. मी हिटलरच्या माथेफिरूपणाशी परिचित आहे. त्याचा मला भयंकर संताप येतो. मी खुशीनं हिटलरच्या विरुद्ध लढेन. पण ह्या गरीब माणसाला जर्मनीची आणि ह्या युद्धखोर विचारांची काहीच माहिती नाही. जे कारण त्याला ठाऊक नाही किंवा जे तो ओळखतच नाही अशा कारणासाठी तो लढत असेल तर ह्या प्रक्रियेत तो मरण्याचीच दाट शक्यता आहे.

मुमताझ थांबला आणि गंभीरपणे स्वतःशीच म्हणाला, 'ठीक आहे तर. काय असेल ह्याचं अंतिम फलित?'

त्याला स्वतःला अंतिम फलित काहीच दिसत नव्हतं. रस्त्यावरल्या गर्दीतला कुणीतरी माणूस मुद्दामच त्याच्या अंगाला खेटून गेला. भराभरा चालत थोड्याच अंतरावर असलेल्या एका बोळात तो शिरला. मुमताझ त्याच्या दिशेनं पाहू लागला. 'फारच विचित्र.' त्याच्या मनात आलं. 'विचित्रच...' पुन्हा त्यानं म्हटलं. तो माणूस सुआदसारखा दिसत होता. पण सुआद तर मेलाय. त्या माणसाचं सुआदशी साम्य आहे का ह्याची खातरजमा करून घेण्यासाठी त्यानं त्या दिशेनं पुन्हा पाहिलं. तेवढ्यात सुआदसारख्या खरोखरच दिसणाऱ्या कुणातरी माणसानं लांबूनच बावळटासारखं हसत

त्याच्याकडे पाहिलं. त्या माणसानं शार्क माशाच्या कातडीचा राखाडी रंगाचा सूट घातला होता आणि हातात फेदोरा हॅट घेतली होती. 'अशक्य!' मुमताझ म्हणाला, 'आजकाल काय मुडद्यांना व्यवस्थित पुरत नाहीत की काय?'

हाच विचार त्याच्या जीवाला त्रस्त करू लागला. एखाद्या शोकांतिकेची टर उडवणं मला शोभत नाही. त्याच्या आत्महत्येला कमी-अधिक प्रमाणात मीच जबाबदार आहे हे तर वेगळं सांगायला नकोच. किंवा मी आणि नूरान दोघं मिळून जबाबदार आहोत असं म्हणू शकतो. जर त्याला आमच्या घराची चावी सापडली नसती आणि तो तिथं आला नसता तर किंवा उघड उघड दिसणाऱ्या गोष्टींचं आम्ही एवढं कसोटीच्या प्रसंगात रूपांतर केलं नसतं तर? पण केवळ आम्ही दोघंच जबाबदार नव्हतो. सुआदच्या आयुष्यातल्या शेवटच्या दिवशी त्याला बॉस्फरसच्या फेरीबोटीच्या धक्क्यावर भेटलेली एक रस्त्यावरची मुलगीसुद्धा त्याच्यासोबत होती. तिनं त्याला आपल्या आयुष्याचा लेखाजोखा मांडायला भाग पाडलं होतं. त्याच्या पत्रात त्यानं लिहिलं होतं, 'अचानक तेव्हा मला माझं आयुष्य अगदी स्पष्टपणे दिसलं. थोडक्यात सांगायचं तर मला माझ्या जीवनाचा वीट आला.' ह्याचा अर्थ त्या आत्महत्येची थोडीशी जबाबदारी त्या दुर्दैवी मुलीवरही येते. तरुण असणं आणि जीवनानं अजूनही लगाम घातलेला नसणं हाच त्या बिचाऱ्या मुलीचा दोष होता. 'मी लगेच अल्लाला साद घातली. हूं. मी जर श्रद्धाळू असतो तर सगळं काही किती साधं आणि सोपं झालं असतं...' सुआदच्या त्या पत्रात लिहिलं होतं. पण सुआदनं अल्लाला अशी आडवळणानं का साद घातली असेल? त्यानं त्याला थेट हाक का मारली नाही?

अर्थात त्या पोरीनं सुआदच्या मृत्यूची बातमी वर्तमानपत्रात वाचली असेल. तिला केवढा पश्चात्ताप झाला असेल? ती केवढी तळमळली असेल? पण का? तिच्याकडे राहायला जागा नव्हती आणि हॉटेलमध्ये राहण्यासाठी पैसे नव्हते म्हणून? ती एका पुरुषाच्या जीवनात केवळ एका रात्रीसाठी आली म्हणून? त्याच्या जीवनाच्या परिघात एका रात्रीसाठी राहिली म्हणून? लोक अशा तऱ्हेनं एकमेकांचा फायदा घेतच असतात की.

त्याच्या विचारांनी उसळी मारली. एमिर्गन येथील घराच्या दरवाजापाशी असलेला सुआद त्याला दिसला. त्या रात्री राकीच्या टेबलासमोर उभं राहून तो किती गहन बोलला होता. अमीनजी नुकतेच तिथून निघाले होते. अचानक मुमताझच्या भोवतीच्या वातावरणात बदल झाला. एक आवाज... त्याच्या अंतरातून बाहेर निघणारा आवाज फेराहफेझाच्या स्तवनातील रुमीचं सुरुवातीचं कडवं पुन्हा पुन्हा गाऊ लागला.

जणू काही जो सूर्य तो ह्यापुढे कधीच पाहणार नव्हता त्या सूर्याच्या साक्षीनं तो अश्रू ढाळत होता. एक प्रकारची असोशी त्याच्या हृदयात उठली होती. आता ह्यापुढे त्याला कधीच नूरान दिसणार नव्हती आणि आणि सुआदही दिसणार नव्हता.

सुआद? पुन्हा एकदा सुआद? जवळ जवळ तीन दिवस त्याला जणू सुआदचाच ध्यास लागला होता. शिवाय काल रात्री तो माझ्या स्वप्नातही आला. जणू पुढल्या वार्तेबद्दल काहीतरी अपशकुनच सांगायला...

त्याच्या लक्षात आलं की सकाळपासून आपण स्वप्नाच्या विळख्यातच आहोत. पण ते स्वप्न काय होतं हे मात्र तो सांगू शकत नव्हता. त्याला फक्त एवढंच आठवत होतं की रात्रभर त्याची सुआदशी झटापट चालली होती. मी एका मोठ्या घरात होतो. होय, होय, प्रचंड घर होतं ते. त्यात भरपूर दिवाणखाने, खोल्या आणि यायचे-जायचे व्हरांडे होते. त्यातली प्रत्येक खोली उघडून, आत डोकावून मी नूरानला शोधत होतो. पण त्या प्रत्येक खोलीत मला फक्त सुआदच दिसत होता. त्याला मी उगाचच त्रास दिला म्हणून प्रत्येक वेळी मी लगेच त्याची क्षमाही मागत होतो. त्यावर तो क्लक क्लक केल्यासारखं हसायचा आणि मान हलवायचा.

किती विचित्र चमत्कारिक होतं ते! जो माणूस त्याला खेटून पुढे गेला त्यानं स्वप्नातल्या सुआदसारखाच हसण्याचा कलकलाट केला होता. होय, होय, अगदी तसाच. पण असा माणूस खरोखरच अस्तित्वात होता का? ते तर अगदी उघड होतं. सुआद त्याच्यासोबत इथंच होता. कदाचित नूरान आणि ती भटकी मुलगीही आपल्यासारख्याच सुआदच्या आठवणी काढत असतील. त्यानं फेराहफेझाच्या दोन ओळी पुन्हा म्हटल्या. विचित्र म्हणजे त्या मधुर गीतातील प्रेमेच्छेच्या गुलाबपुष्पांतही त्याला नूरान दिसण्याऐवजी सुआदच दिसला. म्हणजे लग्न करण्याच्या मला सुटलेल्या घाईपुढे त्याचा मृत्यू म्हणजे मी एक छोटासा अडथळा मानला.

तो थांबला आणि त्यानं हातानं भुवईवरचा घाम पुसला. त्याच्यापासून एकच पाऊल पुढे असलेल्या हमालानं रस्त्यामध्ये थांबून घाम पुसला होता अगदी तस्साच घाम त्यानंही पुसला. पण त्याचे हात काही त्या हमालाच्या हातांसारखे दिसत नव्हते. मुमताझचे हात काही आयुष्याला थेट भिडणारे हात नव्हते. आयुष्याच्या भट्टीत ते तावूनसुलाखून निघालेले नव्हते. हमालाचे हात काळे होते, खरखरीत होते. शिरांनी टचटचलेले होते. माझे हात उजळ आहेत, स्वच्छ आहेत आणि मऊही आहेत. त्यानं आपल्या हातांकडे गंभीरपणे पाहिलं. अचानक त्याला एमिर्गनमधली रात्र आठवली आणि ज्या क्षणी टेकडीच्या माथ्यावर त्यानं सुआदचा निरोप घेतला तो क्षणही

आठवला. सुआदच्या पकडीतून त्यानं मोठ्या मुश्किलीनं आपले हात सोडवून घेतले होते. मी त्याच्या नजरेला नजर देऊ शकलो नव्हतो. 'हे अल्ला, हा उतार काय संपणारच नाही का? की हाच माझा क्रुसावर जाण्याचा रस्ता आहे आणि सुआद हे माझ्यापाशी असलेलं क्रुसाचं चिन्ह आहे?'

मुमताझनं इकडे तिकडे पाहिलं आणि पुन्हा एकदा भुवईवरचा घाम पुसला. पण माझ्या जीवनात, आमच्या जीवनात दखल देण्याचा त्याला अधिकार तरी काय होता? आमचं सोडा पण त्या बेताल मुलीचं काय? सुआदनं पत्रात लिहिलं होतं की, 'ती मुलगी सुआदला बोलली होती की दुसऱ्यांवर विश्वास ठेवला नाही तर जगणं अशक्य आहे. कोकरासारखी होती ती.' मुमताझ चालतच राहिला होता. परंतु सुआदनं काही त्याच्या विचारांवरचा ताबा सोडला नव्हता. कसल्या प्रकारचं पत्र होतं म्हणायचं ते? त्यानं ते लिहिलं तरी का होतं? स्मरणात राहिलेल्या त्या पत्रातल्या ओळी मुमताझनं आठवण्यास सुरुवात केली. 'तुला ठाऊक आहे का मुमताझ, आपल्या नशिबाचा सर्वात करुणास्पद पैलू काय आहे? मानवजात केवळ स्वतःतच गुंतून राहिलेली आहे हाच तो पैलू. सगळी इमारत केवळ ह्याच पायावर बांधली गेली आहे. म्हणजे व्यक्तिसापेक्षता आणि वस्तुनिष्ठता ह्या दोन्हींच्या बाबतीत तोच पाया आहे. त्याची जाणीव असो किंवा नसो, पण जनावराला चारा द्यावा तसं आपल्या कामासाठी दुसऱ्या माणसांचा बळी द्यायला माणूस कमी करत नाही. आपल्या मनातला आकस, द्वेषभावना, श्रेष्ठत्वाची हाव, प्रेम, निराशा आणि आशा ह्या साऱ्या इतर लोकांशी निगडित असतात. जर आपण भिकाऱ्यांचं आणि गरिबांचं उच्चाटन केलं तर दया आणि दैवी अनुग्रह अस्तित्वातच राहणार नाहीत. आणि लवकरच आपण दुःखी बनू. मानवजात ही मानवतेमध्येच गुंतलेली आहे ह्याविषयी दोन मार्ग वगैरे अजिबात नाहीत. केवळ दुसऱ्यावर स्वतःला लादूनच लोक अस्तित्वात असतात. अगदी कलाकारसुद्धा असेच असतात. म्हणजे ज्यांच्यापाशी संतसज्जनांचं अंतःकरण आहे असं तू म्हणतोस ते कलाकारसुद्धा असेच असतात. बघ ना त्या रात्री देदे एफेंदींनीही कसं आपल्याला कब्जात घेतलं. मी जी व्हायोलिनची मैफल शेवटची ऐकली त्यातही बिथोवननी कसं माझं लक्ष पूर्णपणे स्वतःकडे वेधून घेतलं होतं. सगळे वादक तसेच असतात. मुमताझ, तूसुद्धा अगदी तुझं स्वतःचं स्थान काय आहे ह्याची भीड न बाळगता काहीही बोलत असतोस आणि तेसुद्धा लाजत लाजत. तू जर इतका कंटाळवाणा नसतास ना तर किंवा...'

मुमताझनं पश्चात्तापदग्ध होऊन मान हलवली. तो कायमच माझा तिरस्कार

करत होता. पण मरून त्यानं काय साध्य केलं? अशा तऱ्हेनं त्यानं आमच्या मनावर ओझं का टाकलं? जणू काही हे सारं त्याला आधीपासूनच माहीत होतं. मुमताझच्या मनात विचार येत होते. त्याला सुआदच्या पत्रातल्या ओळी आठवल्या.

इहसानभाई जे म्हणत होते ते सारं खरं होतं. फक्त ते अगदीच त्रासदायक होतं. तुझ्यापेक्षाही अधिकच. कारण तुझी निदान थट्टामस्करी तरी करता येत होती. त्यांची कशी करणार? शिवाय इहसानभाईंचे विचार अधिक तर्कसंगत होते.

तो भराभरा चालू लागला. मी तर सारं पत्रच तोंडपाठ करून टाकलं की. त्यानं इहसानचा सल्ला मानून एखाद्या सफरीवर जायला हवं होतं. हे सगळं तो आत्तापर्यंत पार विसरलाही असता. पण इहसानच्या कुठल्या कल्पना सुआदला खऱ्या वाटल्या असतील? मानवजात ही सर्व विश्वाला जबाबदार आहे. होय, होय, हीच ती कल्पना. सुआद त्यावर म्हणाला होता, 'ही कल्पना खरी असली तरी मूर्खपणाची आहे.' म्हणजे पहिल्यांदा तिच्यावर नजर टाकतो तेव्हा ती खरी असल्याचं आपल्याला वाटतं. पण थोड्याच वेळात तो त्या कल्पनेला हरकत घेऊ लागला. असाच त्याचा स्वभाव होता. एका क्षणापूर्वी ज्याचं त्यानं कौतुक केलं असेल त्यावर पुढल्याच क्षणी तो हल्ला करील हे अगदी निश्चित होतं. हाच त्याचा स्वभाव होता. तो पुढे म्हणाला होता, माणूसजात दुर्दैवीच. शिवाय ही जबाबदारीची समजूत तरी कसली? जॉयसी ह्या लेखकानं आपल्या 'युलिसेस' ह्या कादंबरीत लिओपोल्ड ब्लुम ही व्यक्तिरेखा उभी केली आहे. हा माणूस भीतीच्या कुंपणाला लटकून बसलेला असतो. त्याच्यासारखंच आपणही तत्त्वज्ञान आणि कविता ह्यांच्याविषयी बडबडत सुटलो आहोत.'

जेव्हा हे पत्र नूराननं पहिल्यांदा वाचलं तेव्हा तिचा चेहरा कसा वेडावाकडा झाला होता ते त्याला आठवलं. पण ज्या तऱ्हेनं तो प्रसंग घडला त्या तऱ्हेनं त्याला तो डोळ्यांपुढे आणता येत नव्हता. बऱ्याचदा नूरानच्या डोक्यासोबत सुआदचंही डोकं त्या पानावर वाकलेलं त्याला दिसे. मुमताझनं हातानं एक फटकारा मारला. जणू काही तो सुआदला तिथून पळवूनच लावत होता. पण त्यानंतर त्याच्या मनात जो विचार आला त्यातून तो सुआदला प्रत्युत्तरच देत होता. मी माझ्या विचारांची जबाबदारी घेतो. तुला काय वाट्टेल तो विचार करायला तू मोकळा आहेस. मग अजिबात न थांबता त्यानं आपले विचार हमालाच्या दिशेनं वळवले. मी त्याला अनोळखी लोकांसोबत सहज लढाईवर पाठवू शकतो. त्याची मला पूर्ण खात्री आहे. माझ्याकडे अशा गोष्टींची यादी आहे ज्यांना संरक्षणाची गरज आहे. त्यांच्या संरक्षणासाठी लढाई करायला हवी, गरज पडली तर लढाईत केवळ मरण्यासाठी म्हणून मी लोकांना वापरू

शकतो. तो हमाल मरणार होता. नक्कीच मरणार होता. पण त्याहून वाईट म्हणजे तो कुणालातरी मारणारही होता. एक किंवा अनेक पण काहीतरी आकडा असणार होता तो. 'केवळ मानवतेच्या कल्याणासाठी नाहीतर कशासाठी?' त्याच्या मनात आलं.

पण नाही, मुमताझ आपल्या विचारांची जबाबदारी आपली आपण घेत होता म्हणून सुआदला त्याचं अजिबात कौतुक नव्हतं. पण हमालाच्या बायका-मुलांना सहजासहजी मुमताझचं म्हणणं पटलं असतं का? शहरातील हलक्या दर्जाच्या, अवघडून टाकणाऱ्या कोनाकोपऱ्यातून, रस्त्यावरल्या सांडपाण्यानं भरलेल्या विटांच्या खड्ड्यांतून त्याचं मन भटकत होतं. का पण? का त्यानं आज लढाईवर जायचं? उद्या त्यांची नातवंडं समाधानात आणि आरामात जगतील, म्हणून का? पण हमालाची बायको तयार नव्हती. चोरबाजारातील दुकानाच्या खिडकीत त्यानं सकाळीच पाहिलेला भडक रंगाचा लग्नाचा पोशाख घालून जणू सकाळीच तिनं मुमताझला विनवलं होतं, 'ह्यांना दूर पाठवू नका. नका पाठवू त्यांना. ते जर गेले तर माझं आणि माझ्या मुलांचं काय होईल? आमच्याकडे कोण पाहील?' सेलमध्ये घेतलेला पोशाख घातलेली ती स्त्री त्याचे पाय धरून रडली होती. इथं येताना त्यानं सिरकेसी रेल्वेस्थानकावर जबरदस्तीनं लष्करभरती केलेली नवीन पोरं पाहिली. त्या नवसैनिकांना अजून गणवेष दिले गेले नव्हते. काहींसोबत त्यांच्या प्रेयसी होत्या तर काहींसोबत हातात लहान मुलांचे हात धरलेल्या बायका होत्या. डोळे पाण्यानं भरलेल्या अवस्थेतच सारे चालत होते.

'माझ्या विचारांची जबाबदारी मी स्वतः घेतो, म्हणे.' मुमताझच्या मनात आलं. सुआदनं जर हे वाक्य ऐकलं असतं तर तो हसून गडाबडा लोळला असता, 'कसल्या कल्पना रे, मुमताझ बाळा,' असं तो म्हणाला असता. पण सुआद वेगळ्याच पठडीतला माणूस होता. 'मी त्याला कधीच आवडलो नाही. त्यानं मला कधीच गंभीरपणे घेतलं नाही. पण तरीही मला मात्र तो नेहमीच आवडत राहिला.' मुमताझच्या मनात आलं.

त्याला खरोखरच सुआद आवडत होता का? किंवा तसं पाहिलं तर अगदी कुणीही त्याला खरोखरच कधी आवडलं होतं का? वास्तव हेच होतं की नूराननं त्याला सोडून दिलं होतं. तिच्या मनात त्याच्याबद्दल एकही चांगला विचार शिल्लक राहिला नव्हता. इहसान आजारी होता आणि मुमताझ शहरातल्या रस्त्यांवरून वाट्टेल तसा भरकटत सुटला होता. 'सुआद, मसिदेभाभीनं माझ्यावर जबरदस्ती केली रे. ती मला म्हणाली, अंधार पडायच्या आधी घरी येऊ नकोस. बाहेर जरा मोकळ्या हवेवर फिरून ये. नाहीतर तूसुद्धा आजारी पडशील. तू आजारी पडलास तर तुझीही काळजी घेण्याची

ताकद माझ्या अंगात नाही. अरेरे, काय हे.' विचार करता करता मुमताझच्या मनात आलं. चक्क एका मेलेल्या माणसाचं माझ्याबद्दल काय मत आहे ह्याचा विचार करण्याएवढा मी खाली घसरलो काय?

त्यानं हातानं भुवईवरचा घाम पुसला. ह्या माणसापायी मी एवढा वेडा का झालोय पण? सुआदबद्दल अजिबात विचार न करण्याचा त्यानं प्रयत्न केला. हे सर्व घडण्यापूर्वीचा काळ त्याला आठवायचा होता. क्षुल्लक विवंचनांचा खुशालचेंडू काळ होता तो.

कशाबद्दलही विचार न करणं हेच सर्वात उत्तम ठरेल. तो घाईघाईनं काझांकी बाजारातून गेला. तिथून तो इस्तंबूलच्या दंतमहाविद्यालयावरून गेला. तिथून गेल्यामुळे सकाळीच त्यानं ज्या कबुतरांना दाणे घातले होते ती कबुतरं फडफड उडाली. त्यानंतर त्यानं चौकही ओलांडला. चौकात असलेल्या चेस्टनटच्या भव्य वृक्षाखाली कॉफीची टेबलं मांडली होती. त्या टेबलांच्या बाजूनं तो अगदी भराभरा गेला. कारण कुणी ओळखीच्या माणसानं आपल्याला थांबवू नये अशी त्याची इच्छा होती. तिथून तो बेयाझित मशिदीच्या अंगणात शिरला. तिथं गेल्यावर त्यानं डोळ्याच्या कोपऱ्यातून घड्याळाकडे पाहिलं. सहा वाजायला दहा मिनिटं शिल्लक होती. 'ते आत्तापर्यंत आले असतील.' त्याच्या मनात आलं.

दोन वयस्कर माणसं शुचिर्भूत होण्यासाठी मशिदीच्या कारंज्यापाशी अंगावर पाणी घेत होती. 'ते कुठल्या प्रार्थना म्हणतील?' मुमताझच्या मनात आलं. काळा, बेंगरूळ बुरखा अंगावर पांघरलेली एक स्त्री कारंज्यापाशी वाकली होती आणि अवघडल्यासारखी उभी राहून ओंजळीतलं पाणी चेहऱ्यावर मारत होती. तिला बहुधा स्वतःचा जीव शांत करायचा असावा. तिचे सुरकुतलेले, आक्रसलेले हात आगीत भाजल्यासारखे दिसत होते. एखाददुसरं भटकं कबुतर अंगणातल्या संगमरवरी फरशांवर उगाचच गुट्टुरगू करत फिरत होतं. 'जणू काही ते कल्पनाविश्वाच्या बागेतच विहरत असावं. जुन्या रेखाचित्रांतल्या प्रेमिकांसारखं...' मुमताझच्या मनात आलं आणि तो स्वतःवरच वैतागला. सुआदच्या आवाजानं केलेली ही तुलना त्यानं ताबडतोब खोडून टाकली. तसं अजिबात नाही. जर कशासारखी असलीच तर ही कबुतरं म्हणजे एकांतवासात असताना मनात भटकणाऱ्या विचारांसारखी आहेत. पण तेसुद्धा अगदी बरोबर नव्हतंच. मग प्रत्यक्ष विचार मनात येण्याआधी मनात त्या विचाराच्या थोड्याशा पाऊलखुणा उमटतात तशी आहेत का ही कबुतरं? अरे वा, अंगणात दुडदुडणारी कबुतरं म्हणजे क्षणभंगुर रेखाचित्रांतल्या गूढ आकारांसारखी होती तर.

अंगणाच्या दुसऱ्या दारातून त्यानं त्या स्नान करणाऱ्या वयस्कर माणसांना आणि आयताकृती अंगणाला पुन्हा एकदा निरखलं. १५०६ मध्ये ही मशीद बांधली गेल्यानंतर याह्या केमाल म्हणाला होता की ''ही जागा म्हणजे आत्म्यासाठी निर्माण झालेली उघडी खिडकीच आहे.'' हेच... हेच काय ते टिकायला हवं होतं. 'पूर्वीच्या काळी बुरखा ओढलेल्या स्त्रिया इथं येत असतील का? ह्याविषयी माझ्या मनात शंका आहे.' मुमताझच्या मनात आलं. पण हा केवळ एकच बदल नव्हता. तो अंगणातून पुढे गेला तेव्हा मशिदीच्या दाराच्या अर्धवट उघडलेल्या जाड पडद्याखाली त्याला एकच विजेचा दिवा पेटलेला दिसला. जणू काही त्या मशिदीतल्या अंधूक प्रकाशात तो भरच टाकत होता. म्हाताऱ्या माणसांनी शास्त्रशुद्ध मशिदीत शुचिर्भूत स्नान करावं तसा...

जे काही राष्ट्रीय संपत्ती म्हणून म्हटलं जाईल, ते सर्व सुंदर म्हणून गणलं जावं आणि ते चिरंतन काळपर्यंत टिकावं.

त्यानंतर त्या हमालाचा विचार मनात येऊन त्यानं पुन्हा मनाशी बोचरं विधान केलं, 'हे हमाला, मी काही तुला बळी देऊन पैज लावत नाही. तुझ्या श्रद्धेबद्दल मी बोलतो आहे.'

ह्या वेळेस हमाल एकटा नव्हता. त्याच्या जोडीला मेहमत आणि बोयासिकोय इथल्या कॉफीहाऊसमधला शिकाऊ वेटरही होता. मेहमत सध्या एरेग्ली येथे लष्करी सेवेत होता.

प्रवेशदाराच्या बाहेर दुसरी एक वयस्कर स्त्री भीक मागत होती. तिच्या जाडसर उच्चारात रुमेली लकब होती पण तरी तिचा आवाज मृदू होता. एखाद्या लहान मुलासारखे तिचे हात होते. सुरकुतलेल्या चेहऱ्यावरील डोळे पर्वतावरून वाहणाऱ्या निर्झरासारखे होते. मुमताझनं तिला पैसे दिले तेव्हा तिच्या डोळ्यांत डोकावून पाहण्याची इच्छा त्याला होत होती. पण त्याला तिथं फक्त वेदना आणि असोशीच दाटून आलेली दिसली. नंतर तो जपमाळेचे मणी विकणाऱ्या फेरीवाल्यासमोर थांबला. पूर्वी रमझानच्या राणासाठी एक हजार एक रात्रींचं अरेबियन नाइट्सचं पुस्तक हे फेरीवाले विकत असत. त्याशिवाय छोटी मोठी स्मृतिचिन्हंही विकत असत. पण आज मात्र ह्या फेरीवाल्यापाशी थोड्याशा जपमाळा आणि छोट्याशा पेटीत ठेवलेल्या मिसवाकच्या दात घासायच्या दोन-तीन कांड्या तेवढ्या होत्या. मागच्या ऑगस्टमध्ये मुमताझनं आणि नूराननं ह्याच फेरीवाल्याकडून दोन जपमाळा विकत घेऊन गप्पासुद्धा मारल्या होत्या. त्यानं आत्ताही दोन जपमाळा विकत घेतल्या पण त्या सुआदच्या पकडीबाहेर ठेवणं त्याला जमलं नाही..., 'स्वप्न पाहातोय मी. खडखडीत जागा असतानाही मला भलभलते भास होताहेत.' त्याच्या मनात आलं.

दोन

उन्हाळ्यातल्या त्या संध्याकाळच्या दमट प्रकाशात कॉफीहाऊसमधील वातावरण आवाजानं आणि आवेशानं अगदी भरून गेलं होतं. त्या ठिकाणी प्रत्येक वर्गाचा आणि प्रत्येक श्रेणीचा जमाव गोळा झाला होता. त्यात फेरीबोटीतून जाणारे प्रवासी होते, थोड्याच काळात घरी परतणारे स्थानिक होते. शिवाय दररोज समुद्रावरचा प्रवास करणारे लोक मित्रांशी गप्पा मारत बसले होते. ग्रीक पुराणातील राणी निओब हिची चौदा मुलं जशी धीरानं मृत्यूसमोर उभी राहिली होती तशी ती माणसं वेलींच्या जाळीतून झिरपणाऱ्या संध्याकाळच्या सूर्याला तोंड देत बसली होती आणि चालू घडामोडींवर चर्चा करत होती. 'ही माणसं ह्या कडक उन्हात बसून अगदी होमरच्या महाकाव्यातल्या नायकांसारखी संकटांना तोंड देण्याचं धैर्य दाखवताहेत असं वाटतं.' मुमताझच्या मनात आलं.

हिटलर, मुसोलिनी, स्टालीन, चेंबरलेन अशी नावं हवेत भिरकावली जात असतानाच मुमताझ पुढे चालत होता. एका टेबलाजवळून जाताना त्याच्या ओळखीच्या माणसानं केलेली स्पष्ट शब्दातली शेरेबाजी त्याच्या कानी पडली. तो माणूस म्हणत होता, "अरे बाबा, आजचा फ्रान्स लढू शकत नाही. तिथल्या नागरिकांची नैतिक आणि सांस्कृतिक अधोगती झालेली आहे. ते सगळेच आता आन्द्रे गिडे ह्या लेखकासारखे झालेले आहेत."

अरेरे, काय हे गिडे, काय रे फ्रान्स देशा, जर फ्रान्स लढू शकत नसेल तर तो काय गिडेचा दोष असू शकतो का? त्यासाठी आणखीही काही कारणं असतीलच की. पण हा माणूस आजही गिडेशिवाय फ्रान्सचा विचार करू शकतो हेच फार चमत्कारिक नाही का? विचार करताना मुमताझला एकदम वाटलं की ह्यातील प्रत्येक टेबलावरून होणाऱ्या शेरेबाजीबद्दल आणि अंदाजांबद्दल एखादं छान पुस्तकच लिहावं. वा, काय सुंदर पुरावा तयार होईल तो. म्हणजे प्रत्यक्ष लढाईला तोंड फुटण्याआधीची मतं त्या पुस्तकामुळे प्रकाशात येतील. मानवी विचारांत कसं कसं परिवर्तन घडून येतं ह्याची ती अचूक आणि उत्कंठावर्धक नोंद असेल. प्रत्यक्ष वास्तवातली लढाई घडून गेल्यावर ते वाचताना कसं वाटेल? पण गोष्टी ऐन भरात आलेल्या असतानाच ते लिहायला हवं... अगदी आज रात्री बसून लिहिलं तरी चालेल. ह्या नागरिकांना आत्ता जे प्रामाणिकपणे वाटतंय त्याबद्दल जर ते नंतर लिहायला बसले तर मधल्या काळात जे प्रसंग घडून गेले असतील त्या प्रसंगांचा त्यांच्या मनांवर आणि विचार करण्याच्या

पद्धतींवर परिणाम होईल. कारण प्रसंग बदलतात तसे आपणही बदलतो आणि आपण जसे बदलतो तसा आपला इतिहासही नव्यानं रचू लागतो. मानवी मन असंच काम करतं. मानवजात नेहमीच काळाला पुन्हा पुन्हा नव्यानं रचते. वर्तमानाच्या सुरीची धार भूतकाळातील प्रत्येक शब्दाला बदलत असते आणि बदलता बदलता त्याचं वजनही पेलत असते.

बाकीचे आवाजही इतर टेबलांवरून आपापली भाकितं वर्तवू लागले होते. अरे बाबा, तुला जेवढं वाटतंय तेवढं काही इंग्लंड दुबळं नाही किंवा मग तू पहाच. खरा विजेता शेवटी मुसोलिनीच असणार आहे. अवघ्या चोवीस तासांत तो पॅरिसपर्यंत मुसंडी मारू शकतो.

काबी इस्मत बे ह्यानं आपल्या सुलतान सलीम तिसरा ह्याच्या राजवटीबद्दल लिहिलेल्या ऐतिहासिक पुस्तकात जो काळ वर्णिला होता त्या काळाकडे मुमताझ मनानं पोहचला. बोनापार्ट ह्या नावानं जगाला माहीत असलेल्या त्या सेनानीनं निरोप पाठवला, ''माझा सुलतान कुणीही असो, पण त्याच्या मदतीला मी सात समुद्र भरू शकतील एवढं सैन्य घेऊन येईन...'' अर्थात आत्ताची परिस्थिती अगदीच तशी नव्हती पण त्यानं जे ऐकलं त्याची आठवण करून देणारी होती. लोकांचे शेरे चालूच राहिले. एकजण म्हणाला, ''एकोणिसावं शतक सुरू झालं तेव्हाही आजच्यासारखीच आपली युरोपबरोबर आणीबाणीची परिस्थिती उद्भवली होती. पण त्या वेळेस आपली ना धड युरोपशी ओळख होती ना स्वतःशी ओळख होती.

''आपल्या देशानं कितीतरी वेळा रक्त सांडून त्याग केलेला आहे.'' दुसरं कोणीतरी बोललं.

''फ्रान्सला पाठिंबा देण्याऐवजी आपण जर इंग्लंडची बाजू सोडली नसती तर...''

''पण बाबा रे, तो इतिहास आता घडून गेला.''

खरोखर इहसानशी त्यानं ह्या विषयांवर केवढ्या चर्चा केल्या होत्या. तोच इहसान आता आजारी पडलेला होता.

कॉफीहाऊसच्या मागच्या भागात त्याचे मित्र बसलेले होते. बागेच्या भिंतीकडे त्यांची पाठ होती. मुमताझला काही काळापासून ओळखत असलेल्या एका वेटरनं म्हटलं, ''तुमची वाट पाहाताहेत ते.'' लढाई सुरू झाली तर ह्या वेटरलासुद्धा युद्धावर पाठवतील.

ते सर्वजण उदास होते. सलीम हातातल्या लिफाफ्याशी चाळा करत होता. त्यांना मुमताझ येताना दिसला तेव्हा ते सगळे एकमुखानं ओरडले, ''इहसानभाई कसे आहेत रे मुमताझ?''

“मी भाईला दुपारी तीन वाजल्यापासून बघितलेलं नाही. पण तो धोक्याच्या परिस्थितीत आहे असं वाटत नाही. मला फक्त रात्र कशी काढायची ह्याची भीती वाटते. असं म्हणतात की विषम तारखांचे दिवस नेहमीच थोडे कठीण जातात.”

त्यानं बसायला खुर्ची घेतली आणि आपले थरथरते हात खिशात घातले.

“तुझा चेहरा अगदी फिकुटलेला दिसतोय. तुला काही त्रास होतोय का?”

“नाही रे. कसला नाही त्रास.” मग एक हात खिशातच ठेवून त्यानं सुआदच्या पकडीतून ओढून काढलेल्या जपमाळेच्या मण्यांशी चाळा केला. त्याच्या मनात आलं, ‘लहान मुलासारखा वागतोय मी. मीच स्वतःला आता वेड लावणार आहे.’ मग तो मोठ्यानं म्हणाला, “माझ्यासाठी काहीतरी आणायला सांगाल का वेटरला?”

“काय सांगू? काय आवडेल तुला?”

टेबल पुसता पुसता वेटरनं पदार्थांची यादी तोंडपाठ म्हटली, “कॉफी, चहा, ऐरान, लेमोनेड, सोडा...”

मुमताझनं त्या माणसाच्या तोंडाकडे आणि घाम आलेल्या मिशांकडे आपल्या शाळकरी दशेचा चष्मा लावून पाहिलं. मुमताझनं त्याला एकदा पुस्तकांचं दप्तर धरायला दिलं होतं ते त्यानं हरवलं होतं तेव्हा मुमताझनं त्याची भरपूर खरडपट्टी काढली होती. पण नंतर त्या दोघांची मैत्री झाली होती.

“चहा आणा.” मग तो मित्रांकडे वळला.

“तुम्हा सगळ्यांचं हे चाललंय काय?”

“काय चाललंय म्हणजे? लढाईच्या दिशेनं आपण जात आहोत की नाही त्याबद्दल बोलतो आहोत आम्ही.”

मुमताझनं ओर्हानच्या कमावलेल्या दंडांकडे नजर टाकली. “शक्यता आहे खरी.” तो म्हणाला. हे मत आपण व्यक्त केलं, ह्याबद्दल त्याला स्वतःलाही आश्चर्य वाटलं. “आज नाही तर उद्या, दुसरा मार्गच नाही. कारण गोष्टी आता एवढ्या थराला जाऊन पोहचल्या आहेत की...”

“मग आपलं काय? आपलं काय होईल मग?”

सलीमनं हातातला लिफाफा त्याच्यापुढे केला. “त्यांनी मला जिल्ह्यातल्या लष्करी ठाण्यावर बोलावलंय. मी उद्या जाणार आहे तिथं.”

“कदाचित त्यांनी एमिर्गनच्या पत्त्यावर माझ्यासाठी पत्र पाठवलंही असेल.” मुमताझच्या मनात आलं, “इहसानभाई एकदा बरा झाला की मीही त्या ठाण्यावर जाऊन येईन एकदा.”

"तू माझ्या प्रश्नाचं उत्तर दिलेलं नाहीस."

मुमताझनं पाहिलं तर ओर्हान चार खुर्च्यांवर आडवा पडून विसावला होता. त्याचा काळासावळा चेहरा मशिदीच्या अंगणातल्या झाडांच्या खाली उतरलेल्या फांद्यांच्या दिशेनं होता आणि तो त्याच्या उत्तराची शांतपणे वाट पाहात होता.

"आपण वादविवाद फार करतो. जर फ्रान्स आणि इंग्लंड युद्धात उतरले तर आपणही युद्धात उतरू असं मला वाटतं."

त्या मंडळींपैकी नूरी सर्वात बेचैन झालेला दिसत होता. "माझं ह्या आठवड्यात लग्न होणार होतं." मुमताझच्या दृष्टीनं सकाळी त्यानं जो लग्नाचा गाऊन पुन्हा पाहिला होता तसला गाऊन घातल्यामुळे स्त्रिया किती वेगळ्याच दिसू लागत होत्या. पण नूरी तर परिस्थितीनं सुखवस्तू होता. त्यामुळे तसले अंगाला चिकटणारे कपडे घालण्यापेक्षा मेलेलं बरं असं वाटण्याची परिस्थिती त्याच्या बायकोवर येणार नव्हती. ती त्या जुन्या बाजारातल्या गाऊनपेक्षा अधिक देखणा, अधिक सुंदर, अधिक नव्या धर्तीचा गाऊन घालणार होती. त्याच्या जोडीला दागिनेही घालणार होती. ते दागिने कदाचित त्यानं बेदेस्तेन इथल्या दुकानात मांडून ठेवलेले पाहिलेलेही असण्याची शक्यता होती. पण नूरीला खरोखरच जर लढाईवर पाठवलं तर त्याची बायको हमालाच्या बायकोपेक्षा वेगळी दिसली नसती. म्हणजे त्या हमालाच्या बायकोपेक्षा तिचं आयुष्य अधिक सुव्यवस्थित आणि अधिक सुखासीन असलं तरी तीही लढाईवर गेलेल्या नूरीसाठी रडली असती, विरहाग्नीनं तप्त होऊन शांत शांत रात्री त्याच्यासाठी तळमळली असती आणि जेव्हा त्याची अनुपस्थिती पुन्हा पुन्हा तिच्या मनावर ठसली असती तेव्हा तिचं रूप पालटून शेवटी ती सर्व मानवतेची शत्रू बनली असती.

नूरीचं लग्न जिच्याशी होणार होतं त्या नाजूकशा लैलाशी मुमताझची विद्यापीठात असल्यापासून मैत्री होती. त्यानं तिला पॉकेट लेडी असं टोपणनाव दिलं होतं. तिनं एकदा त्याच्या जाकिटाची उसवलेली वीण शिवून दिली होती. तेव्हा तिचं डोकं काही काळ त्याच्या छातीजवळ आलं होतं तेव्हा तिच्या कुरळ्या केसांची मऊ झुलपं आणि पोशाखाची कडा ह्यांचं त्यानं निरीक्षण केलं होतं. लैला खरोखरच खूप आनंदी मुलगी होती. नूरी लढायला गेल्यावर ती मस्तक खाली झुकवेल पण ह्या वेळी मात्र ती रडत असेल.

"जाण्यापूर्वी तू लग्न करून जाऊ शकतोस... किंवा मग तू रजा घे. त्याशिवाय पुढे काय होणार आहे, लढाई होणारच आहे का, ते कुठं निश्चित आहे?" त्यानंतर जणू नूरीच्या कटकटींतून स्वतःला सोडवून घेण्यासाठी मुमताझनं आत्मवंचनेचा आसरा

घेतला, "कदाचित लढाईला तोंड फुटणारही नाही. समेटाचा काहीतरी मार्ग सापडेल त्यांना."

फाहीर म्हणाला, "तूच तर बोललास ना आत्ता की दुसरा काहीच मार्ग नाही म्हणून."

"सगळं काही केवळ एका दुव्यानं जोडलं गेलंय आणि त्यावरच लटकतंय. सगळ्यात भयंकर काय असेल हे तुला जाणून घ्यायचं आहे काय?" बोलता बोलता तो थांबला. त्याच्या आवडत्या कवीची ओळ तो आठवत होता, "पिअर... पिअर देस्तिन... म्हणजे सगळ्यात भयंकर नशीब."

"सांग ना, काय आहे सर्वात वाईट ?"

"ही अनिश्चितता आहे सर्वात वाईट. आपण कुठल्या मार्गानं जावं हे जीवनाला ठरवताच येत नाही. त्यामुळे ते काही ठरवतही नाही. मागच्या लढाईपूर्वीच्या कालखंडाबद्दल आपल्याला काहीही माहीत नाही. आपण तेव्हा अगदी लहान मुलं होतो. पण जेव्हा आपण त्या लढाईपूर्वीच्या काळाबद्दल वाचतो तेव्हा ते अगदी धक्कादायक वाटतं. त्या काळातली निश्चिंतता आणि एकजिनसीपणा खरोखर कसा होता? त्या काळातले आर्थिक व्यवहार, मानवी श्रम, वेगवेगळ्या विचारप्रणाली, सामाजिक झगडे हे सगळे मुद्दे अशा रस्त्यांवर घेऊन जात होते जे रस्ते आधीपासूनच बांधण्यात आलेले होते. पण आत्ता, आत्ता काय परिस्थिती आहे? आत्ता सगळं काही पूर्णपणे कोलमडून गेलेलं आहे. अगदी सीमासुद्धा दिवसागणीक, तासागणीक बदलत आहेत. आंतरराष्ट्रीय स्तरावरील आणीबाणी आणि आपल्याला बेचैन करणारा तणाव हे सगळं क्षणार्धात उंच उसळी घेऊ शकतं. कदाचित ते लोक एखाद्या निर्णयाप्रत येतीलही. पण त्यामुळे गोष्टींचा उलगडा होणार नाही. कारण असुरक्षितता आणि भीतीच्या अवस्थेनं राजकारण्यांनाच गोंधळात पाडलेलं आहे."

ओर्हानचं चित्त दुसरीकडे होतं. त्याच स्थितीत तो म्हणाला, "खरंय, जर ही लढाई झाली तर मागची लढाई जशी योगायोगानं झाली तशी ही होणार नाही."

"मागची लढाई तरी योगायोगानं कुठे झाली होती? काहींना वाटतं की फ्रान्सचा अध्यक्ष पोईनकोर ह्याला लढाई हवी होती म्हणून ती झाली. ते काहीही असलं तरी ती लढाई सुरू झाली तेव्हा सारं जग बेसावध होतं. प्रत्येक देशाला आपल्या शेजारी देशाबद्दल संशय वाटत होता आणि प्रत्येकानंच आपल्या शेजाऱ्याविरुद्ध सैन्याची आणि शस्त्रास्त्रांची कुमक गोळा करून ठेवली होती. पण सर्वसामान्य लोकांनी मात्र लढाई होईल ह्यावर विश्वास ठेवला नाही. त्यांना वाटत होतं की ह्या सुसंस्कृत शतकात

हे घडणं शक्य नाही. एवढ्या मोठ्या प्रमाणात होणाऱ्या मृत्यूच्या तांडवाला कुणीही संमती देणार नाही. पण आज... आज तर जग अंतर्गत युद्धाच्या विळख्यात सापडलं आहे. नुसत्या कल्पनाच एकमेकींशी लढताहेत. कल्पना स्वतःच दंगा करत धावत सुटल्या आहेत.''

''पण हा लढणारा केवळ एक छोटा गट आहे, नाही का?''

''मुळीच नाही. ह्या सतत कोसळणाऱ्या आणीबाणीच्या परिस्थितीनं ज्यांना केवळ आपलं जीवन जगायचंय, कुठल्याही भानगडीत फारसं पडायचं नाही अशा सौम्य गटांना पार दमवून टाकलंय. त्यामुळेच आता लढाई होणार हे अगदी ठरल्यासारखंच आहे.''

केमिस्टच्या दुकानाचं हाताच्या मुठीएवढं कुलूप ओर्हाननं नुकतंच उघडलं होतं ते परत अडकवत तो म्हणाला, ''एका छोट्याशा बंदरासाठी एवढं टोकाला जाणं गरजेचं आहे का?''

''नक्कीच नाही. पण आता फक्त त्या बंदराचा मुद्दा उरलेला नाही. त्यानंतर काय पुढ्यात वाढलं जाणार आहे ते अनिश्चित आहे. नाझी दडपशाही आणि आक्रमकता ह्यांच्यासारख्या निर्णायक समस्यांचा तर विचारच करायला नकोय. तो हिटलर माणूस म्हणजे तर मानवजातीला झालेल्या प्लेगसारखा आहे.''

''मुमताझ, अजूनही तुझा मानवतेवर खरोखर विश्वास आहे?''

मुमताझनं ओर्हानकडे टक लावून पाहिलं, ''दुसऱ्या कशावर विश्वास ठेवू शकतो नाहीतर आपण?'' ज्या भटक्या पोरीचा सुआदनं आपल्या पत्रात उल्लेख केला होता तिच्याशी त्याला ओर्हानचं साम्य वाटू लागलं होतं. तिनंही असाच प्रश्न विचारला नव्हता का?

''माझा मानवतेवर विश्वास नाही आणि मानवतेच्या नावावर रक्तपात करण्यामुळे तर माझ्या मस्तकात तिडीकच जाते. युरोप भयंकर परिस्थितीत सापडला असेल तर मला काय त्याचं? आम्ही जेव्हा संकटात होतो तेव्हा त्यांनी आमचा विचार केला होता काय? बाल्कन लढायांमुळे निर्माण होत असलेली अरिष्टं थांबवण्याबद्दल युरोपनं एकदा तरी विचार केला होता का? तुमच्या त्या युरोपनं कित्येक शतकं थंड डोक्यानं आमच्यावर शस्त्रक्रिया केलेली आहे. ह्या ठिकाणी चिरफाड कर, त्या ठिकाणी कापाकापी कर असं केलंय त्यांनी. आपण शेकडो वर्षं ज्या भूमीवर राहिलो, त्या भूमीवरून गवत उपटावं तसं उपटून आपल्याला फेकून दिलंय त्यांनी. मग जणू भाताच्या शेतात गाजरं लावावीत तसे त्यांनी आपल्या राहण्याच्या ठिकाणी इतर राष्ट्रीयत्वाचे

लोक आणून वसवले. युरोपनं हा सगळा प्रकार केला नाही काय? युरोपनंच हिटलरला पोसलं आणि आत्ताचं संकट पैदा केलं.''

''पण आपण सर्व एका मुद्द्यावर सहमत होऊ शकतो की अशा तऱ्हेची पुन्हा पुन्हा होणारी हिंसा थांबली पाहिजे आणि ती कायमची थांबली पाहिजे. मग ती आमच्याविरुद्ध असो की आणखी कुणाविरुद्ध असो.''

''आणि हे तुला घडवून आणायचंय ते कसं? युद्ध खेळून म्हणजे हिंसा करूनच ना?''

''लष्करी आक्रमणाचा धोका समोर दिसतोय. त्यामुळे युद्ध खेळूनच ते घडवून आणावं लागेल... सुरुवातीला मी माझ्या उंबऱ्याशी आलेल्या धमकीला धूळ चारीन आणि नंतर ते पुन्हा घडणार नाही असं पाहीन.''

''दोनदा चूक म्हणजे एकदा बरोबर असं नसतं.''

''पण कधी कधी आणखी एक चूक करणं हाच तोडगा असतो. गँगरीन झालं असेल तर शस्त्रक्रियाच करावी लागते. त्वचेचा कर्करोग झाला असेल तर त्यासाठी सुरीच वापरावी लागते. शस्त्रक्रिया भयंकर असतात खऱ्या पण कधी कधी त्यांचाच पर्याय समोर असतो. नव्या नीतिकल्पनांची आणि नैतिकतांची स्थापना करायची हे खूपच कष्टाचं आणि वेळखाऊ काम आहे हे वेगळं सांगायला नकोच. आपल्याला वाटतं की सूर्य उगवतो तसं हे सगळं एकत्रच घडेल. तसं नसतं ते. हे सर्व घडण्यासाठी खूप यातना सोसाव्या लागतात. खूप प्रयोग, खूप चुका कराव्या लागतात. समाज तयार करावे लागतात. कल्पना काय दमडीला छपन्न निघू शकतात. मूल्याधारित निकाल तर त्वचेतून शोषून घ्यावे तसे आतपर्यंत मुरणारे असतात. पण त्यांना काहीच अर्थ नसतो. कारण आपण मनानं जे निर्माण करतो ते समाज कधीच स्वीकारत नाही.

''पण मग युद्धानं जबरदस्ती केल्यावर समाज ते स्वीकारील काय? ह्या काळात काय झालं ते आपण पाहिलंय.''

''खरंय, पण जो रस्ता आपण चालून आलो त्यावरून पुढे काय वाढून ठेवलेलं आहे ते कसं सांगणार? पुढे काहीतरी वेगळंही वाढून ठेवलेलं असू शकतं.''

ओर्हानचं कुलपाचं काम झालं होतं आणि तो कसल्यातरी विचारात गुंग झाला होता. अशा क्षणी तो नक्कीच एखादं तुरुकूगीत म्हणू लागे. आत्ताही मुमताझला उत्तर देण्याऐवजी तो गुणगुणला त्या गीताचा भावार्थ असा होता,

'खडक आणि कठीण जागा ह्यांच्यात अडकल्यामुळे संकटात सापडलेले दोघं, त्यातला एकजण खाली पडतो बंदुकीच्या गोळीनं तर दुसरा खाली पडतो चाकूच्या घावानं...'

मुमताझनं तो तुरुकू ओळखला. मागच्या लढाईच्या वेळेस तो जेव्हा आपल्या वडिलांसोबत कोन्या येथे होता तेव्हा संध्याकाळच्या वेळेस आगगाड्या भरभरून सैनिकांना पाठवलं जाई. त्याच गाड्यांत बसून पहाटेच्या वेळेस शेतकरी भाजी घेऊन शहरात विकायला येत तेव्हा स्टेशनवर बसून त्या सर्वांना हेच गाणं म्हणताना त्यानं ऐकलं होतं. काळजाला हात घालील असं गीत होतं ते. अनातोलिया इथं घडलेले सर्व नाट्यमय प्रसंग त्या तुरुकूत वर्णिले होते.

"किती चमत्कारिक आहे हे." तो म्हणाला, "सामान्य माणसांनी रडणं किंवा तक्रार करणं मी समजू शकतो किंवा त्यांना क्षमाही करू शकतो. मागच्या लढाईच्या वेळचे तुरुकू ऐका. काय सुंदर काव्य आहे त्यात. जुने तुरुकूसुद्धा तसेच आहेत. क्रिमियन लढाईच्या वेळचे तुरुकू बघा. पण विचारवंत मंडळींना हे तुरुकू आवडत नाहीत. त्यामुळे त्यांना गळा काढण्याचा अधिकारच नाही. ह्याचा अर्थ आपणच त्यांचं रक्षण करण्यास जबाबदार आहोत."

नूरी आधीच्या विषयाकडे वळला. "ह्या वेळेला अनागोंदी माजणार नाही, हे तुला कसं ठाऊक? म्हणजे उंटाच्या पाठीवर अजिबात सामान नाही की त्याच्या पाठीवर एवढं सामान की त्याला गवताची काडीसुद्धा भारी व्हावी अशी स्थिती?"

मुमताझनं आपला विचार पूर्ण केला, "मी लढाईच्या बाजूनं बोलत नाही. तुम्हाला असं वाटलं तरी कसं? मला हे सांगा की मुळात मानवजातीची जिंकलेले लोक आणि नष्ट झालेले लोक अशी विभागणी करता येते का? असा विचार करणंसुद्धा हास्यास्पद आहे. ह्या विभागणीमुळे जीवनमूल्ये आणि नीतिमत्ता दिवाळखोरीत निघतीलच पण त्यामुळे आपण ज्या कारणांसाठी लढतो आहोत ती कारणंसुद्धा निष्फळ ठरतील. कोसळलेल्या प्रत्येक आपत्तीनंतर काहीतरी चांगल्या किंवा महान गोष्टी घडून येतील अशी अपेक्षा करणं चुकीचंच आहे. पण मग काय करायचं? तुम्हीच बघा, आपण इथं पाचजणं आहोत. पाच मित्र. आपण जेव्हा स्वतंत्रपणे विचार करतो तेव्हा आपल्याला विविध तऱ्हेच्या शक्ती प्राप्त झाल्या आहेत असं वाटतं. परंतु संकट समोर आलं की..."

तो बोलत असताना त्याचे मित्र त्याच्याकडे एकाग्रतेने पाहात होते. सकाळपासून मी स्वतःशीच ह्या विषयावर वाद घालतो आहे. अचानक त्यानं आधीच्या विषयाला हात घातला. "उलट मला असं वाटतंय की लढाईतून ह्याहूनही वाईट, बऱ्याच वाईट गोष्टी त्यातून उद्‌भवतील."

"सकाळपासून तू कसला एवढा विचार करतो आहेस?"

''आज सकाळी हकीम अली पाशा मशिदीजवळ मुली खेळत होत्या आणि तुरुकू म्हणत होत्या. ओटोमानांनी इस्तंबूल जिंकून घेतलं तेव्हाच्या काळापासून ही तुरुकू गाणी अस्तित्वात आहेत. ती गाणी म्हणत मुली खेळत होत्या. तुला कळतंय का, ही तुरुकू मला टिकायला हवी आहेत.''

''तो बचावात्मक पवित्रा धरून केलेला लढा झाला... तो वेगळा...''

''कधी कधी बचावात्मक पवित्र्याचा लढा त्याचं स्वरूपच बदलून टाकतो. जर लढाई झालीच तर मी असं म्हणत नाही की आपण काय वाट्टेल ती किंमत देऊन त्यात उतरू. कारण लढाईत उतरण्यापूर्वी काय घडामोडी होतील ते कुणालाच ठाऊक नाही. कधी कधी अनपेक्षितरीत्या मागचं दार उघडूही शकतं. आधी न दिसलेली एखादी संधीही अचानक तुम्हाला दिसते. त्या वेळी लढाईत उतरणं किंवा लढाईपासून दूर पळणं हा मुद्दा तुमच्या नियंत्रणाखाली राहातो.''

''आपण त्याबद्दल विचार करतो तेव्हा फारच गोंधळ उडतो. मागच्या लढाईच्या वेळेस मानवजातीचं भवितव्य ज्यांच्या नियंत्रणात होतं त्या राजकारण्यांत आणि हल्लीच्या राजकारण्यांत मोजता येणार नाही एवढा अमाप फरक आहे.''

आपल्याच विचारांत गर्क झालेला मुमताझला इहसानची आठवण झाली. जणू तो त्याला काहीतरी विचारतच होता.

''नक्कीच पुष्कळ फरक आहेत. पूर्वी मानवजात ही एकाच साच्यातून बाहेर पडल्यासारखी होती. जीवनमूल्यांना त्या काळात प्रतिष्ठा होती. कित्येक शतकांपासून चालत आलेला मुत्सद्दीपणा, त्या मुत्सद्दीपणासोबतची सामाजिक श्रेष्ठत्वाची भावना आणि राजशिष्टाचार... आजच्या घडीला असं वाटतं की एखादा वेडा माणूस आपल्या शेजारी राहायला आलाय की काय? आपल्याला जे युरोप माहीत आहे ते केव्हाच नामशेष झालंय. अर्धं युरोप तर दगलबाज, विश्वासघातक्यांच्या हातात गेलंय. ह्या दगलबाजांना सामान्य जनतेला चिथावणी देण्यात, सूड घेण्यात आणि नव्या नव्या दंतकथा रचण्यातच स्वारस्य आहे.'' तो जसं जसं बोलत गेला तसं तसं त्याना वाटू लागलं की आपण ठरीव कल्पना आणि खोट्या संकल्पना मागे टाकत आहोत.

''तुला ठाऊक आहे का मी सध्याच्या चालू संकटातून बाहेर येण्याची आशा कधी सोडून दिली ते? ज्या दिवशी त्यांनी नाझी–सोव्हिएत युद्धबंदी करार केला त्या दिवशी.''

''पण डावे लोक त्याची फारच वाखाणणी करतात. तुम्ही त्यांची बडबड एकदा ऐकाच. आत्ता ते सगळेजण फ्युररवर स्तुतिसुमनं उधळताहेत. जणू काही राइश्टाग

इमारतीला लागलेल्या आगीबद्दलची सुनावणी झालीच नाही.'' संतापानं नूरीचा चेहरा लाल झाला होता. ''जणू काही एवढ्या हत्या झाल्याच नाहीत.''

''मग काय, ते नक्कीच त्याची स्तुती करतात. पण फक्त पुढली बातमी येईपर्यंतच बरं का. तुला माझा रोख कुठेय ते कळलं ना? माणसानं आपली नीतिमत्तेची जाण सोडली नाही पाहिजे आणि जो काही कोर्टात निवाडा होईल त्याची बूज राखली पाहिजे. माझा युद्धाला विरोध असला तरी मी युद्धाला घाबरत नाही. मी फक्त वाट पाहातो आहे.''

एका अनोळखी विश्वासाच्या आधारावर तो बोलत होता. तेवढ्यात शेजारच्या कॉफीहाऊसमधून येणाऱ्या रेडिओ किंवा ग्रामोफोनच्या आवाजानं ती संध्याकाळची घटिका वेगळ्याच प्रकारच्या अशांतीनं भरून टाकली. अय्युबी बकीर आगानं गाइलेली ती माहूरगीताची आवृत्ती त्या संधिप्रकाशात आनंदी सुरांची पखरण करू लागली. त्यासरशी मुमताझ जागच्या जागी खिळल्यासारखा झाला. ते गीत ऐकता ऐकता नूरानच्या आजोबांनी दिलेल्या चालीनं त्याच्या मनात घर केलं. ती प्रेम आणि मृत्यूची अभद्र कविता होती. उद्या ती–नूरान–जाणार आहे आणि मनात अढी घेऊन जाणार आहे... असह्य, प्रचंड संताप त्याच्या मनात भरून आला. हे असंच का घडायला हवं होतं? प्रत्येकजण माझ्यावर स्वतःची मतं का लादतो? ती तिच्या मनाच्या शांतीबद्दल बोलत होती. पण मग माझ्या मनाची शांती मी कुठे शोधायची? म्हणजे मला कुणी जमेत धरायचंच नाही का? अशा एकाकीपणात मी करायचं तरी काय? तो केवळ नूरानच्या शब्दांच्या माध्यमातूनच विचार करत होता... शांतता... मनःशांती...

''हा सगळा विषय ह्यावरच तोलून उभा आहे...'' ओर्हाननं आपलं वाक्य पुरं केलं नाही.

''बोल ना. सांग पुढे.''

''नाही, मी काय म्हणणार होतो तेच तेवढ्यात विसरलो. तुझा केवळ एकच मुद्दा बरोबर आहे. दोन चुकीच्या गोष्टी एकत्र आणून एक योग्य गोष्ट घडत नसते. कानाडोळा केलेल्या प्रत्येक अन्यायामुळे आणखी मोठे अन्याय घडतात.''

''त्याशिवाय आणखीही एक मुद्दा आहे. अन्यायाच्या विरुद्ध लढताना आपणही अन्याय नाही केला पाहिजे... जर ही लढाई झालीच तर रक्ताचे सडे पडतील. पण आपण जर आपल्या वागण्याच्या पद्धती बदलल्या नाहीत तर आपण जे काही हाल काढू ते सारे फुकट जातील...

मी नूरानच्या माध्यमातून शांती शोधली नाही पाहिजे तर स्वतःच्या अंतःकरणातून

शोधली पाहिजे. हे केवळ त्यागातूनच घडेल. तो उठून उभा राहिला.

''मला इहसानची काळजी वाटते.'' तो म्हणाला. ''मला क्षमा करा आणि हे विचार तुमच्या मनातून हाकलून द्या. कुणास ठाऊक, कदाचित लढाई होणारसुद्धा नाही. झाली तरी कदाचित आपण त्यात गुंतणार नाही. आपल्या देशानं आधीच केवढंतरी रक्त सांडलेलं आहे, अनेक धडे आपण शिकलेलो आहोत. कदाचित परिस्थिती अशीही येईल की त्यामुळे आपल्याला तटस्थ राहण्याची अनुमती मिळेल.''

मुमताझनं आपल्या मित्रांचा निरोप घेतला तेव्हा त्याला जाणवलं की लढाई जर झालीच तर अशा प्रकारच्या लढाईचे काय काय टप्पे असतील ह्याबद्दल आपण चर्चा केलीच नाही. आतल्या आत त्यामुळे त्याला बरंच वाटलं.

''हे प्रत्यक्षात होईल का?'' त्याच्या सोबत चालणाऱ्या सुआदचा आवाज म्हणाला, ''त्याची काळजी तू करू नकोस. छान बोललास तू. अगदी सहजपणे बोललास. तुला आता त्याचीच गरज आहे, आणखी कसलीच नाही.'' मुमताझ धावला आणि त्यानं रस्त्यावरल्या ट्राममध्ये उडी मारली. जणू काही सुआदच्या उपहासात्मक आवाजापासून त्याला सुटकाच करून घ्यायची होती.

तीन

इहसान अनंत काळापासून आजारी असल्यासारखा बिछान्यावर पडून होता. त्याचा थकलेला, अशक्त चेहरा तापामुळे लाल दिसत होता. मधूनमधून जीभ फिरवून तो आपले सुरकुतलेले, आत ओढले गेलेले ओठ ओले करत होता. हा इहसान आता पूर्वीचा नव्हता. कदाचित तो केवळ स्मरणातच उरण्याच्या बेतात होता. त्याला ह्या अवस्थेत पाहायचं म्हणजे आधीपासून ठरलेल्या मार्गावर त्याला अर्ध्यावर भेटायचं. आता केवळ मुमताझ आणि इतर परिचितांच्या माध्यमातूनच त्याची अवशेषरूपात उरायची नांदी सुरू झाली होती.

'त्याचं व्यक्तिमत्त्व अधिक थकून गेलं, अधिक आक्रसून गेलं तर ते आमच्यात विरघळून जाईल आणि आमच्या स्मरणातील एक आठवण ह्याच स्वरूपात शिल्लक राहील.' मुमताझच्या मनात आलं.

त्यानं इहसानच्या हातांकडे पाहिलं. हाताच्या शिरा भाजल्यासारख्या टचटचीत दिसत होत्या. पण त्या जिवंत होत्या. जणू काही दुसऱ्या अस्तित्वाच्या परिघानं त्यांना जिंकून घेतलं होतं आणि त्या वेगळ्याच वातावरणात राहू लागल्या होत्या. ते वातावरण

होतं १०४ अंश तापाचं. पण केवळ तेवढंच नव्हतं. केवळ तापमानच ही परिस्थिती निर्माण करत नाही. छोटे छोटे जिवाणू आणि विषाणू खास साधनांच्या साहाय्यानं पाहावे लागतात. लहान कुप्यात आणि नाजूक परीक्षानळ्यांत त्यांना वेगळं ठेवलं जातं. मग प्रयोगशाळेतल्या वेगवेगळ्या जनावरांच्या शरीरात त्यांना सोडून त्यांचं पुनरुत्पादन केलं जातं. ते टिकावेत आणि त्यांची मोठ्या संख्येनं वाढ व्हावी म्हणून खास पद्धती योजल्या जातात. त्यांच्यासाठी खूप उष्ण आणि खूप थंड अशा टोकाच्या परिस्थिती शोधल्या जातात. मग यजमानांच्या शरीरातून त्या विषाणूंना काढून त्यांच्यावर वेगवेगळे प्रयोग केले जातात. कल्पनाही करता येणार नाही अशा तऱ्हेच्या रंगांनी त्यांना रंगवून वेगवेगळ्या रंगांच्या द्रावणात साठवलं जातं. त्या रंगाच्या छटा रक्तासारख्या लालपासून ते फिकट हिरव्यापर्यंत कुठल्याही असतात. ह्या विषाणूंना सांकेतिक नावं असतात. त्यांच्यात टाकलेल्या सूचनावलीनुसार ते मानवी शरीराचं तापमान १०२ पासून १०४ अंशापर्यंत आणतात तेव्हा ते जणू जीवनदेवता इरॉस आणि मृत्युदेवता थॅनेटोस ह्यांच्यामधील एक प्रदेश तयार करतात. हा प्रदेश आपल्या नेहमीच्या संदर्भापेक्षा वेगळा असतो. तो एका वेगळ्याच रेखांशात असतो. गुदमरवणाऱ्या, विषारी अशा दलदलीत असतो. हजारो फूट उंचावरच्या विरळ हवेत असतो किंवा अनोळखी वायू असलेल्या जागृत ज्वालामुखीच्या जबड्यातही तो प्रदेश असतो.

आजारी इहसानला मुक्त होण्यासाठी किंवा टिकून राहण्यासाठी पुरेसा श्वास मिळत नव्हता. त्यामुळे त्याची छाती धपापत होती. भूक लागावी तशी हवा तो जोरजोरात ओढत होता आणि नकळत हळूच बाहेर सोडत होता. खरोखर एखाद्या हवा गेलेल्या टायरसारखी त्याची अवस्था झाली होती. त्यानं कितीही भरभर आणि लक्षात येईल एवढा जोरात श्वास घेतला तरी त्याच्या उच्छ्वासाची गती मात्र सांगता येत नव्हती.

मनुष्याची छाती केवळ श्वास घेण्याचं मूलभूत काम करण्यापुरती शिल्लक राहिली आणि अपुरेपणानं धपापत राहिली तर ते धपापतं शरीर माणसाचं आहे की आणखी कुणाचं आहे ते लक्षात येणं कठीण होऊन जातं. पलंगावरचा शेडनं झाकलेला दिवा इहसानची दुःस्थिती अधिक स्पष्टपणे दाखवत होता. त्या खोलीतला प्रकाशच मुळी अस्वस्थ करणारा होता. सारं काही वेगळ्याच अवस्थेत गेल्यासारखं दिसत होतं त्या उजेडात! म्हणजे खोलीतील काहीच वस्तू ठळक नजरेत भराव्यात तर काही वस्तू मागे ढकलल्या जाव्यात तसं होत होतं. तो प्रकाश जणू जाहीर करत होता की मी एक वेगळेपणाची स्थिती सुरू होण्याची वाट पाहातो आहे. १०२ ते १०४ अंशामधला तो

प्रदेश शेवटच्या सीमेवरचा आहे. मी केवळ त्यावरच प्रकाश पाडू शकतो. बाकी कशावरही नाही. पण मुमताझच्या दृष्टीनं हे स्पष्टपणाचे बोल भोवती जमलेल्या सर्वच वस्तू उच्चारत होत्या. रुग्णासोबत पलंगही फुगून वेदना झेलत होता. पडदे, कपाटाचा आरसा, खोलीतली शांतता, ज्याचा वेग हळूहळू वाढत होता असं टिकटिकतं घड्याळ आणि बाकी सर्व वस्तू १०२ आणि १०४ अंशातला अत्यंत विचित्र, खडबडीत असलेला छोटासा प्रदेश दाखवत होत्या. उघड दिसणाऱ्या गोष्टींकडून गूढतेकडे, संख्येकडून शून्याकडे आणि ज्ञानाकडून काहीच न करता निश्चल राहण्याकडे असा तो प्रवास चालला होता.

तिथं एक सल्तनत राज्य करत होती. त्या आजारी माणसाच्या देहात मागील नऊ दिवसांच्या काळात ही सल्तनत स्थापन झाली होती. नेहमीच्या साडेअठ्ठ्याण्णव पूर्णांक सहा अंश तापमानात ज्याचे हात कधीही थरथरले नव्हते ते हात आज थरथरत होते, तो ज्या उंचीला पोहचला होता त्या उंचीवर फुप्फुसांत प्राणवायू भरून त्यांना शीतलता मिळावी म्हणून त्याची छाती अविरतपणे धडधडत होती. जणू गावाकडील ज्या कारंज्यांच्या नळ्यांतून कित्येक वर्षं पाण्याचा टिपूसही आला नव्हता त्या नळ्यांतून येणाऱ्या पाण्यासाठी त्याचे आजारी ओठ आसुसले होते. पाण्याच्या थेंबासाठी पृथ्वी आसुसते तसे त्याचे कोरडे पडलेले ओठ आसुसले होते. प्रकाश त्याच्या डोळ्यांच्या आत जाण्यापेक्षा आतून बाहेर पडतोय असं वाटत होतं. त्याचा चेहरा आक्रसला होता. त्या आजारी माणसाचं सारं अस्तित्वच जाहीर करत होतं की मी एके काळी जसा होतो तसा आता उरलेलो नाही. नऊ दिवसांच्या काळात तो त्याच्या जुन्या व्यक्तिमत्त्वापासून दूर गेला होता, तो आता इतरांसारखा दिसत नव्हता. अस्तित्वाच्या वळचणीला त्याची रवानगी झाली होती. कुणी जर त्याच्याकडे नीट लक्ष देऊन पाहिलं असतं तर त्याच्या अस्तित्वाचं रूपांतर कुठल्यातरी भयंकर अवस्थेत हळूहळू पण विशिष्ट गतीनं होतंय हे कळून आलं असतं.

जो माणूस त्याच्या माहितीचा होता त्याचं ह्या खोलीत काय शिल्लक राहिलं होतं. त्याच्या शारीरिक वेदनेशिवाय काहीच शिल्लक राहिलेलं नव्हतं. त्याच्या डोळ्यांतली चमकसुद्धा मानवी जीवनाच्या ओळखीची राहिली नव्हती. कुठल्याही जड पदार्थावर प्रकाश पडल्यावर जेवढा प्रकाश परावर्तित होतो तेवढाच प्रकाश त्या निस्तेज डोळ्यांतून बाहेर पडतो असं मुमताझला वाटलं. पण नाही, आजारात असलेल्या इहसानचे डोळे वेगळ्याच तऱ्हेने चमकत होते. जणू काही इहसान ज्या टोकाच्या मर्यादेपर्यंत गेला होता तिथून तो अजूनही मुमताझच्या मनातले विचार वाचू शकत

होता. 'मी अशा प्रकारच्या निराशावादाला नेहमीच का बळी पडतो पण? मी एवढा भित्रा का आहे?' मुमताझच्या मनात आलं. तो इहसानकडे बोलण्यासाठी झुकला. पण मुमताझने जेव्हा त्याचे हात हातात घेतले तेव्हा इहसाननं डोळे मिटून घेतले. त्याला बोलायचं नसावं. पण ती शांतता क्षणभंगुर होती. अशी विचित्र शांतता मुमताझनं पूर्वी कधीच अनुभवली नव्हती.

पण कुणी त्याला शांतताही म्हटलं नसतं. कारण टेबलावरचं घड्याळ आपल्याच अखत्यारीत सगळं काही सोपवल्यासारखं टिकटिकत होतं.

हळूहळू गती वाढावी तसं त्या घड्याळानं पुढली वेळ दाखवायला सुरुवात केली. त्यातली एक वेळ होती मानवजातीच्या बाहेरची आणि दुसरी होती आतली. म्हणजे मानवजातीच्या अस्तित्वातली. जो सजीव मृत्यूच्या वाटेवरचं अर्धं अंतर चालून आलाय अशा जीवाचीही ती वेळ होती. एकाच झेपेत त्या जीवाचं रूपांतर कसल्यातरी भयंकर अवतारात होणार होतं. म्हणजे ह्या अमूर्त स्वरूपात जाण्याची वेळ जरी त्या घड्याळानं दाखवली नाही तरी ते घड्याळ नक्कीच एका विशिष्ट काळाचं प्रतिनिधित्व करत होतं. तो काळ होता एका रूपांतराचा. मृत्यूला सामोरं जाण्यासाठी आधीचं मानवी रूप त्यातून बाहेर पडण्याची धडपड करत होतं.

अळीचं रूपांतर कोषात आणि कोषाचं रूपांतर फुलपाखरात होण्याचाही तोच काळ होता. त्या काळानं आपली लय निर्माण केली होती आणि आतल्या आत जपलीही होती. तो काळाच्या दबावाचाच एक प्रकार होता. ही आज इथं झोपलेली व्यक्ती आणि ते रंगरूप बदलणारे कीटक ह्यांच्यात काय फरक होता?

इहसाननं डोळे उघडले. शक्य होईल तेवढ्या ताकदीनं ओठ ओले केले. मुमताझनं चहाच्या चमच्यानं त्याला पाणी पाजलं आणि ह्या दुःस्वप्नातून आपली सुटका होईल ह्या आनंदानं विचारलं, "भाई, कसा आहेस रे?"

इहसाननं हातांची जी हालचाल केली तिचा काहीही अर्थ होऊ शकत होता. त्यानंतर आपल्या अवस्थेबद्दल काहीही ठरवण्याबद्दल अनिच्छा असल्यासारखी त्यानं आपली जीभ मोठ्या मुश्किलीनं घोळवली आणि विचारलं, "तू कसा आहेस?" तो थांबला. त्यानं उठून बसायचा प्रयत्न केला पण ते त्याला शक्य झालं नाही. त्याची छाती धपापली. हातांची जलद गतीनं थरथर होऊ लागली आणि चेहरा गुदमरल्यासारखा लालेलाल झाला.

"मुमताझ, आपण डॉक्टरांना बोलवूया. मला भीती वाटतेय."

मुमताझला ठाऊक होतं की आजची रात्र वैऱ्याची आहे. पण हा आणीबाणीचा

प्रसंग एवढा निकराचा असेल अशी कल्पना त्यानं केली नव्हती. इहसानच्या खालावत चाललेल्या तब्येतीकडे तो आश्चर्यानं पाहात राहिला. अनेक भीतिदायक शक्यता त्याच्या मनात दाटून आल्या. 'मी गेल्यावर काही भलतंसलतं झालं तर?' त्याच्या मनात आलं.

आपण बोलावून आणलेल्या डॉक्टरांचं करायचं तरी काय? त्याच्या मनापुढे चित्र उभं राहिलं. जवळच राहणाऱ्या, उग्र-उदास चेहऱ्याच्या, त्याला न आवडणाऱ्या डॉक्टरांची मूर्ती त्याच्या डोळ्यांसमोरून तरळून गेली. त्याच्या ओळखीचे इतर सारे डॉक्टर रजेवर गेले होते. पण त्यांना दोष देता येईल काय? हे जर आजारपण नसतं तर तो स्वतः तरी ह्या असह्य उकाड्यात इथं राहिला असता काय? मुमताझ विचारात बुडून गेला. मासेमारी करणाऱ्या बोटींच्या उजेडात दिसणारा आणि पक्ष्यांच्या किलबिलाटानं आणि रातकिड्यांच्या किरकिरीनं निनादणारा वेनिकोयपासून कांदिल्लीपर्यंत जाणारा चढणीचा रस्ता त्याच्या डोळ्यांपुढे आला. त्याप्रमाणेच समुद्रकाठच्या वसत्यांची चित्रंही त्याच्या नजरेला दिसू लागली. रात्रीच्या वेळेस तेथील भव्य खिडक्यांचे पडदे ओढलेले असत. तेव्हा त्यांच्या तावदानांवर पडलेली तेजाची विशुद्ध चमक आणि रंगांची उधळण दिसत असे. पण आत्ता... आत्ता जर परिस्थिती चिघळली तर बॉस्फरसचा भगभगीत प्रकाशाचा रस्ता त्या निरुपयोगी डॉक्टरांना सोबत घेऊन त्याला तुडवावा लागला असता.

त्याला जाणवलं की अशा भयंकर शक्यता असूनही त्याची कल्पनाशक्ती अजूनही वेगळ्याच पातळीत अस्तित्वात आहे आणि त्या कल्पनाशक्तीचा बहुतेक भाग अजूनही फक्त नूराननंच व्यापलेला आहे. आपली आणि आपल्या स्वार्थबुद्धीची लाज वाटून तो उभा राहिला. इंजेक्शन कसं द्यायचं हे मसिदेभाभीला ठाऊक होतं. पण एवढं कठीण काम तिच्यावर तो कसं सोपवू शकत होता? श्वास घेण्यासाठी तळमळणाऱ्या इहसानकडे त्यानं पाहिलं. पण मुमताझची ही उलघाल मसिदेभाभीनं क्षणात बाजूला सारली.

उभी राहून ती म्हणाली, "मी इंजेक्शन देते." ह्या वेगळ्याच दिसणाऱ्या मसिदेभाभीची त्याला ओळख नव्हती. पांढऱ्याफटक पडलेल्या त्या स्त्रीनं तीव्र नजरेनं त्याची प्रत्येक हरकत धुडकावून लावली. तिनं आपल्या नवऱ्याला वाचवायचं मनावर घेतलेलं होतं. तो निर्णय एकदा घेतल्यावर तिनं मनातल्या सगळ्या शंकाकुशंकांना हाकलून लावलं होतं. मुमताझनं इहसानचा दंड उघडा केला. वेळ आणखी फुकट जाऊ नये म्हणून मसिदेभाभीनं सुईचं टोक स्पिरिटनं पटकन पुसून घेतलं आणि मग ती

सिरिंजला लावली आणि ती सिरिंज अर्धवट उजेडात धरून पटकन इंजेक्शन दिलं. नंतर जणू काही तिचाच तिच्या डोळ्यांवर विश्वास बसत नसल्यासारखा तिनं मुमताझला इहसानचा इंजेक्शन दिलेला दंड दाखवला.

मुमताझनं इहसानच्या पीळदार दंडावर रक्ताचा एक पातळसा ओघळ पाहिला. ते रक्त त्याच्या रापलेल्या शरीरावरून मार्ग काढत चाललं होतं. काय घडलं त्याकडे इहसानची आई भयभीत होऊन दिग्मूढ अवस्थेत पाहात राहिली होती. अशा तऱ्हेचे औषधोपचार पाहण्याची तिला सवय नव्हती. पण... पण इहसाननं इंजेक्शनला चांगला प्रतिसाद दिलेला दिसत होता. आता तो थोडा शांत झाल्यासारखा वाटत होता.

''मुमताझ, जरा डॉक्टरांना बोलाव रे.'

हे कोण बोललं नूरान का त्याची काकू? नूरान तर खूप खूप दूर होती. ह्या घरामध्ये भयभीतीचं जे राज्य चाललं होतं त्याची तिला अंधूकशीही कल्पना नव्हती. ती उद्या इझ्मीरला जायला निघणार होती. कदाचित आत्ता ती तिचं सामान भरत असेल किंवा मग ती घरीच बसून फहीरशी बोलत असेल, भविष्याविषयीचे बेत आखत असेल.

एखादा माणूस अचानकपणे स्वप्नातून उठून जागा व्हावा आणि त्याची मन:स्थिती विचित्र व्हावी, त्याचं स्थळकाळाचं भान नाहीसं व्हावं तसं काहीसं त्याचं झालं होतं. धाग्यासारखी ती बारीक रक्ताची धार पाहून तो अगदी अस्वस्थ झाला होता. पण ते होतं तरी काय शेवटी? सगळेच जण आपापल्या शरीरातून कित्येक पिंट रक्त वाहून नेत नाहीत का?

''डॉक्टरांना बोलावण्याची गरज आहे का ?''

मसिदेभाभीचं मतही सासूच्या मताशी जुळलं.

''म्हणजे निर्धास्त वाटेल म्हणून.'' ती म्हणाली. मग डॉक्टरांना आणण्यासाठी मुमताझ दाराशी गेला.

डॉक्टरांना बोलावणं ही मुळी हल्लीची प्रथाच होऊन बसली होती. मग त्या रुग्णाची तब्येत सुधारत असो वा नसो. डॉक्टरांना बोलावणं हे धाडलं गेलंच पाहिजे. जीवन किंवा त्याचंच दुसरं रूप असलेला मृत्यू ह्या दोन्ही गोष्टी डॉक्टरांच्या उपस्थितीशिवाय अशक्य झाल्या होत्या... विशेषतः मृत्यूच्या बाबतीत तर हे अगदी खरं होतं. आजच्या जगात डॉक्टरच्या उपस्थितीविना मरणं केवढं लज्जास्पद होतं. तसं होणं फक्त रणांगणावरच शक्य होतं. कारण तिथं लोक हजारोंच्या संख्येनं घाऊकपणे मरत होते. मृत्यू फारच महाग होता खरा एरवी, पण कधी कधी त्याची किंमत एवढी खाली उतरायची की तो सर्वांनाच सहज उपलब्ध व्हायचा.

त्या वेळेस डॉक्टर, औषधाचं दुकान, औषधं किंवा सहानुभूती अशा कुठल्याही गरजेशिवाय लोक एकमेकांना दाटीवाटीनं चिकटून, मिठी मारून, बिलगून आणि एकमेकांच्या जमेल तेवढं जवळ जाऊन मरत होतेच की. परंतु आपल्याच घरी रुग्णशय्येवर पडून मरताना एक वेगळा शिष्टाचार पाळावा लागत होता. कुराणाचं पठण करणारा माणूस, त्यानं केलेलं कुराणपठण, एक काजी, एक डॉक्टर किंवा हकीम, त्याचा खलबत्ता, ढाळलेले अश्रू, मृत्यू झाल्यावर अभिमंत्रित केलेलं पाणी शिंपडून केलेले धार्मिक विधी, घंटानाद... ह्या सगळ्या क्रिया आणि चिन्हांच्या द्वारेच मृत्यू फळास येऊ शकत होता. म्हणजे निसर्गाच्या एका व्यवस्थेला मानवी विद्वत्तेनं हे जास्तीचे विधी जोडलेले होते. मृत्यूचं गूढ उकलण्याची ही मानवी पद्धत होती. खरं सांगायचं तर निसर्गच अडाणी होता. त्याला काही ह्या सगळ्या जास्तीच्या उचापतींची कल्पनाही नव्हती. निसर्गाच्या दृष्टीनं मृत्यू हा अगदीच वेगळा होता. एखाद्याच्या शरीरात आणि आत्म्यात धडधडणारं काळाचं वैश्विक यंत्र जेव्हा मोडून विखुरलं जातं तेव्हा असंख्य मूलकणांच्या रूपात सुरुवातीला सगळ्या आठवणी, मग खुद्द स्मरणशक्ती, त्यानंतर पाचही इंद्रियांच्या सर्व संवेदना एकमेकांपासून दूर जातात आणि त्या यंत्राच्या पात्याच्या वेगाला अनुसरून एका शाश्वत पोकळीत प्रवेश करतात. निसर्गाच्या दृष्टीनं मृत्यू असा असतो.

मसिदेभाभीनं दाखवलेल्या अथक धैर्यामुळे इहसानमधील मृत्युयंत्राचं फिरणं थांबलं होतं. जणू काही कपाटावरच्या पंख्याचं बटण उलट्या दिशेनं फिरवण्यासाठी दाबलं तर तो क्षणभर थांबावा आणि पुन्हा उलट्या दिशेनं चालू व्हावा तसं झालं होतं. पंख असलेला एक प्राणी उडण्याच्या बेतात असावा आणि तो न उडता थांबावा हे काही कमी महत्त्वाचं नव्हतं.

मुमताझनं पुन्हा इहसानच्या चेहऱ्याकडे नजर टाकली आणि काहीच अर्थ निघणार नाही अशी हालचाल करून तो खोलीबाहेर गेला. पाण्यातून मार्ग काढावा तसा तो विचारांतून मार्ग काढत हळूहळू चालत होता. ते विचार त्याचे त्यालाच नीट कळत नव्हते.

अनेक नाजूक थर त्याला प्रत्यक्ष वस्तुमात्रापासून वेगळे करत होते. किंवा मग ज्या जगात तो हालचाल करत होता, विचार करत होता आणि बोलत होता ती दुनिया आणि तो प्रत्यक्ष शरीरानं जिथे राहात होता ती दुनिया वेगवेगळी होती. जणू काही केवळ परिस्थितीचं निरीक्षण करणारं असं एक व्यक्तिमत्त्व धारण करून तो आपल्या परिसराशी जुळवून घेत होता. त्याच वेळेस त्याला गोष्टींची जाणीव होत होती, त्याच्या

मेंदूत त्या नोंदल्या जात होत्या आणि स्वतःच्या संदर्भात त्यांचा विचारही तो करत होता. पण त्याच्या त्या व्यक्तिमत्त्वानं आता आपलं वस्तुमान त्यागलं होतं आणि ते केवळ अणुरूपात उरलं होतं. त्या अणुरूपातील व्यक्तिमत्त्वातून ही जाणीव, हा बोध आणि हा संपर्क होत होता.

त्यानं व्हरांड्यातला दिवा लावला आणि नेहमीप्रमाणे आरशात पाहिलं. मुमताझ आरशात पाहण्याची कुठलीही संधी सोडत नसे. त्याच्या दृष्टीनं आरसे म्हणजे मानवी नियतीचं प्रतीक होते, गूढ गोष्टींना तोंड देण्यासाठी उभ्या राहणाऱ्या विद्वत्तेची क्षमता होते.

त्यानं आरशात पाहिलं. त्या सपाट, स्फटिकासारख्या, किंचित थरथर जाणवणाऱ्या काचेत प्रकाश स्थिरावलेला होता. संपूर्ण व्हरांड्याला त्यानं आपल्यात सामावून घेतलं होतं. आरसे खरंच विचित्र असतात. प्रतिबिंब पडताक्षणी ते आपलं काम सुरू करतात. मुमताझचा अवतार असा होता की तो जणू झोपेतूनच उठून आलाय की काय. त्या व्हरांड्याच्या शेवटाला इहसानचे बुटांचे चार जोड पडलेले होते. भिंतीवर एक जाड्या दांड्याची छत्री लटकावलेली होती. ह्या वस्तू इहसान पुन्हा वापरू शकण्याच्या अवस्थेत येईल काय? की नाही येणार? विखरू पाहणाऱ्या यंत्राची गती थांबवणं हे जगण्यासाठी पुरेसं होतं. त्यानंतर ती व्यक्ती वैश्विक काळातून मानव आणि जीवनाच्या काळात येऊ शकत होती. ज्या ठिकाणी घड्याळाचे हात मानवजातीचे मित्र होते त्या ठिकाणी संजीवन मिळणारा काळ सर्व जखमा भरणार होता आणि सर्व दोष दुरुस्त करणार होता.

चार बुटांच्या जोडांपैकी उन्हाळ्याच्या सुरुवातीलाच विकत घेतलेले काळे आणि पिवळे हे दोन जोड हिवाळ्यातही वापरता येण्यासारखे होते. तेव्हा मुमताझनं त्याला चिडवलं होतं की, ''काय भाई, तुम्ही हिवाळ्यातले बूट उन्हाळ्यात काय विकत घेतलेत?'' अशा वेळी इहसान नेहमीच्याच गंभीरपणे म्हणाला होता, ''मी दूरदर्शी माणूस आहे ना.'' पण जर तो खरोखरच दूरदर्शी असता तर त्याला न्यूमोनिया झाला असता काय?

मुमताझनं बुटांकडे पाहिलं. ह्या जगात आपण किती कमी वस्तूंशी स्वतःला जोडू शकतो? हे बूट, ही छत्री, ह्या घरातील वस्तू आणि त्या सर्व वस्तूंप्रमाणे हे घरसुद्धा इहसानच्या मालकीचं होतं. तिथं अशा वस्तू होत्या त्या केवळ तो एकटा वापरत होता तर काही वस्तू अशा होत्या ज्या तो इतरांबरोबर सामाईकपणे वापरत होता. पण उद्या... उद्या जर... अल्ला करो आणि तसं काही न होवो, पण त्याचं काही बरंवाईट झालं...

ह्या सगळ्यावरचा त्याचा मालकी हक्क जाईल. फक्त त्याची आठवण ठेवणारं किंवा त्याची आठवण करू देणारं काही असलं तरच तो राहील... एखाद्या माणसाच्या आठवणींचं खरं जतन फक्त इतरांसोबत आणि इतरांच्या माध्यमातूनच होतं. मानवी विद्वत्ता, मानवी हृदय, मानवी स्मरणशक्ती... जेव्हा त्यातील मानवी घटक निघून जातो तेव्हा केंद्रस्थानी काहीच शिल्लक राहात नाही. मग ते केंद्रस्थान उभंही राहू शकत नाही. कधी कधी काही पाळलेले पशूसुद्धा आपल्या मालकांना विसरत नाहीत किंवा ते कुठं राहात होते ते विसरत नाहीत... पण हा त्यांचा गुणधर्म मानवांकडून त्यांच्याकडे गेलाय. विचार करता करता मुमताझनं दिवा मालवला. बुटांचे चार जोड, छत्री, त्या संध्याकाळी विकत घेतलेल्या आणि छोट्या टेबलावर टाकलेल्या वस्तू, स्टोव्हसारखी दिसणारी बार्बेक्यूची चूल सगळं काही अंधारात दिसेनासं झालं. आरशाची काचसुद्धा खिडकीतून मधून मधून आत झिरपणाऱ्या प्रकाशात वेगळीच काहीतरी सीमा नसलेली, आकार नसलेली अशी एक सावल्यांची दुनियाच बनून गेली. किती थोड्या काळात सगळं काही गडप होऊन गेलं होतं. एखादा नवीन प्रयोग करून पाहणाऱ्या वैज्ञानिकाच्या थाटात त्यानं दिवा लावला. पुन्हा तो आरशाचा सपाट भाग आणि त्यातलं प्रकाशमय झालेलं बाहेरच्या व्हरांड्याचं प्रतिबिंब हे सगळं काही वेगवेगळ्या आकारांत एकावर एक रचल्यासारखं जिवंत होऊन उठलं. ते सर्व एकमेकांशी सापेक्ष अशा जागेवर होतं. ठळकपणे, एकमेकांशी मिसळून गेलेलं, आपल्या स्वतःच्या असण्याची जाणीव असलेलं, आपल्या असण्याबद्दल, आपल्या एकत्र असण्याबद्दल आणि आपोआप निर्माण झालेल्या संपूर्णत्वाबद्दलचा आनंद उतू चाललेलं असं ते वातावरण होतं. मुमताझच्या मनात आलं, ह्या गोष्टी माझ्याशिवायही अस्तित्वात आहेत. फक्त प्रकाश असला की पुरे आहे. प्रकाश किंवा चेतना देणारी कुठलीही शक्ती असेल आणि त्या शक्तीच्या वर्चस्वाखाली राहणारी, त्या शक्तीला सहकार्य करणारी जागृती किंवा स्मृती हवी असेल तर त्या वेळेस मानवाच्या असण्याची गरज आहे. मग तिथं मी किंवा दुसरं कुणीही किंवा जगातला उरलेला शेवटचा माणूस असला तरी चालेल.

जिना उतरताना त्यानं जेवढ्या दक्षतेनं पायऱ्या उतरल्या होत्या तेवढ्याच काळजीनं त्यानं दरवाजा लावून घेतला. काळोखी रात्र असूनही रस्त्यावर थोडासा उजेड येत होता आणि उतरत्या संध्याकाळचे आवाजही कानावर पडत होते. काही काही तपशिलांच्या आठवणींमुळे ती रात्र उन्हाळ्यातील असल्याचा भास होत होता. एक-दोन बेडकांचा आवाज, किड्यांची गुणगुण आणि थोड्या अंतरावर असलेल्या रस्त्याच्या तोंडाशी असलेल्या कारंजाच्या तोटीतून पाणी पडल्याचा आवाज हे सगळं

काही जमिनीवर ठेवलेल्या मोजमापकपट्टीसारखं वाटत होतं. ती पट्टी हा छोटा बोळ आणि तो बोळ ज्या रस्त्यावर उघडत होता तो मोठा रस्ता ह्यांच्या मधे असल्यासारखी होती.

रात्रीची ठिपक्याठिपक्यांची हिरवी पार्श्वभूमी बेडकाच्या पाठीसारखी दिसत होती. त्या तसल्या रात्री रिकाम्या ट्रामची धडधड आणि मधूनच येणारे वेगवेगळे आवाज विझण्याआधी फडफडणाऱ्या ज्वाळांसारखे वाटत होते. कवींचा असा दावा असतो की रात्रीच्या ह्या घटकेला सारी सृष्टी झोपलेली असते. पण तसं कुठं होतं? कारण तेवढ्यात शेजाऱ्यांच्या दारात विसावलेलं मांजरीचं पिल्लू एखाद्या जंगली जनावरासारखं अचानक दचकून उठलं आणि मुमताझवर हल्ला करण्याच्या आविर्भावात त्यानं अंगाची कमान केली. मुमताझनं त्याच्याकडे रागानं टवकारून पाहिलं. जणू काही तो त्याला चांगला धडाच शिकवणार होता. सहसा मांजर हा प्राणी नेहमीच त्याला अस्वस्थ करत असे. पण आज त्याला वाटलं की ह्या मांजराला वाटत असणारी भीती आणि आपण कित्येक दिवसांपासून आपल्या जीवनातील गोष्टींचं करत असलेलं निरीक्षण या तऱ्हेत साम्य आहे; आपल्या विचारांत ज्या किरकोळ, क्षुल्लक गोष्टी साठून राहिल्या आहेत त्यांच्याशी साम्य आहे. विचार करता करता त्याच्या मनःचक्षूसमोर एक अत्यंत वेदनादायक कल्पना उभी राहिली. कित्येक महिन्यांपासून मी गोंधळात पडलेलो आहे... मी जर स्वतःवर ताबा मिळवला असता तर प्रत्येक गोष्ट पुन्हा सुरळीत झाली असती. निदान आम्ही अशा तऱ्हेनं विसंवादी सुरावर तरी एकमेकांपासून दूर झालो नसतो... काहीही विचार करायचा नाही असा त्यानं जोरदार प्रयत्न केला. त्यासाठी तो रस्त्याच्या कडेला रांगेत उभ्या करून ठेवलेल्या ट्रॅम्सच्या दिशेनं वळला. एखादी रिकामी टॅक्सी मिळते का ह्या दृष्टीनं तो रस्त्याच्या दोन्ही बाजूंना पाहात होता. डॉक्टरांचं घर काही फार लांब नव्हतं. ते तसं चालण्याच्या अंतरावरच होतं. अशी आशा होती की ते घरी असतील, दार उघडतील आणि मुमताझसोबत चालत घरी येतील.

पण डॉक्टर घरी नव्हते. जो माणूस त्याला म्हणाला होता की, ''मी नेहमीच तुमच्या सेवेस हजर आहे, ते माझं कर्तव्यच आहे'', तोच माणूस रात्री आठ वाजता कुठेतरी गायब झाला होता. केवळ तोच नाही तर त्याच्या घरातली सगळीच माणसं गायब झाली होती... मुमताझनं बराच वेळ घंटी वाजवली मग दारही ठोठावलं. पण कुणाची चाहूल लागली नाही. 'सगळंच घर मृत्यूच्या काळझोपेत गेलेलं आहे की काय?' त्याच्या मनात आलं. सरतेशेवटी दार एकदाचं उघडलं आणि अस्ताव्यस्त कपड्यातल्या एका नोकराणीनं त्याला सांगितलं की डॉक्टर आणि त्यांची पत्नी

रात्रभरासाठी उशिरानं कुणालातरी भेटायला गेले आहेत.

"रात्री आठनंतर कोण दुसरीकडे राहायला जातं?"

"हातात पैसे असले तर रात्री आठनंतरही कुठेही जाता येतं..." आता जास्त बोललं तर डोळ्यांवरची झोप उडेल अशा भीतीनं तिनं वाक्य पूर्ण न करताच दार लावून घेतलं.

दुसरा काहीच मार्ग नसल्यानं बेयाझितला जाऊन तेथील सरकारी डॉक्टरांना बोलावणं भाग होतं. घरातून बाहेर पडलेल्या क्षणापासून जणू चिंतांचा गुणाकार होत होता. प्रत्येक जात्या क्षणासोबत त्याला भीती वाटू लागली होती की थोडा जरी आणखी उशीर झाला तरी निश्चितपणे अरिष्ट कोसळेल. रस्त्यावर कुणीच नव्हतं. खूप दूरवर एका वळणापाशी रस्ता संपल्यासारखा दिसत होता. तिथं ट्रॉलीवर काम करणारे मजूर हेलिओट्रॉप फुलांसारख्या जांभळ्या रंगाच्या दिवाबत्तीच्या उजेडात घोळका करून काम करत होते. रात्रीच्या अंधारात ते दृश्य उदासवाणं दिसत होतं. त्या प्रकाशसावल्यांच्या खेळात ते ट्रॅमचे रूळ दुरुस्त करत होते. ते दृश्य पाहून रेंबार्ड ह्या डच चित्रकाराच्या चित्रांची आठवण येत होती.

रात्रीतला हा प्रकाश बघत तो चालला होता. त्या प्रकाशामुळे अंधार भंगत होता. चमकते चेहरे, कपडे आणि सावल्या रात्रीच्या अंधारात आणखी आणखी बुडत असतानाच तो त्या देखाव्याच्या दिशेनं जात होता. रात्रीच्या वेळेस त्या आकृत्यांची प्रत्येक हालचाल एकामागून एक अशी प्रकाशाची आभूषणं घालत होती. हळूहळू त्या सावल्यांना स्पष्ट आकार मिळाला. जणू नेहमी घडून येणाऱ्या कृतीला भरीव अस्तित्व मिळालं.

तो मजुरांपर्यंत पोहचला तेव्हा एका कामगारानं त्याच्यापाशी सिगरेट मागितली. "आम्ही आता कामातून थोडेसे बाहेर पडलो आहोत." तो म्हणाला. मुमताझनं आपलं अर्धवट संपलेलं सिगरेटचं पाकीट त्यांच्यापाशी दिलं आणि तो पुढे चालू लागला.

उन्हाळ्यातल्या रात्री रस्ता कढत होत चालला होता. हातोड्यांचे आवाज, झाडांची सळसळ आणि रूळ तपासून पाहण्यासाठी चाललेली रिकाम्या ट्रॅमची धडधड दूरवरून ऐकू येत होती.

विजेच्या दोन दिव्यांच्या प्रकाशाखाली चोरून दबा धरल्यासारखी बेयाझित नगरपालिकेची इमारत उभी होती. अशा प्रकारच्या सरकारी इमारतीला साजेसा मनाला भारून टाकणारा उजाडपणा त्या इमारतीच्याही ठायी होत्या. ती इमारत तेवढ्यात जागी झाली. सुरुवातीला कामावर हजर असलेला एक पोलीस अचानक कुठूनतरी

तिथं उगवला. त्याची कॉलर बिस्कटलेली होती, टोपी हातात होती. त्यानंतर एक चौकीदारही त्या इमारतीच्या ओवरीत दिसला. तिथं असलेल्या खुर्चीवर तो झोपलेला होता. ती खुर्ची आणि तिचा साथीदार दोघं एकदमच जागे झाले. चौकीदार मुमताझच्या दिशेनं आला, तर खुर्ची पाठीमागेच सटकून पडली.

डॉक्टर उपलब्ध नव्हते. थोड्याच वेळापूर्वी त्यांना एका अडलेल्या प्रसूतीसाठी बोलावण्यात आलेलं होतं. त्यांनी फोन करून सांगितलं होतं की त्यांना यायला उशीर लागेल.

म्हणजे आज रात्री एक मूल जन्माला आलं होतं तर! वर्तमानपत्रातील फुटकळ बातम्यांप्रमाणे ह्याही गोष्टीची मुमताझच्या मनानं फारसं महत्त्व न देता नोंद घेतली. आपण जे शोधतोय ते न सापडण्याचा धक्का मनात वागवतच त्याच्यासमोर उभ्या असलेल्या दोन माणसांच्या तोंडांकडे तो पाहात राहिला होता. पोलीस अधिकारी हलक्या स्वरात बोलला, ''डॉक्टर, डॉक्टर... कुठून बरं देऊ तुम्हाला डॉक्टर आता?'' त्यानं एका लष्करी सेवेतील डॉक्टरच्या घराचा रस्ता तपशीलवार सांगितला. ''सोगानागा परिसर ओलांडल्यावर थोडंच पुढे त्यांचं घर आहे. तो अतिशय चांगला माणूस आहे. तो स्वतः कितीही वाईट परिस्थितीत सापडलेला असला तरी तो तुम्हाला मदत करील. पण तो आत्ता घरी असेल की नाही हे मात्र मला माहीत नाही.'' तो म्हणाला.

''म्हणजे काय?''

''त्याची मुलं त्यांच्या उन्हाळी घरात राहायला गेली आहेत. पण तो काही ठरलेल्या रात्री इथं राहातो.''

उष्म्यानं गुदमरवून टाकणाऱ्या त्या रात्री उन्हाळी घराच्या माहितीमुळे तरी थोडासा थंडावा आणि समुद्राची गाज ऐकावी म्हणून मुमताझनं विचारलं, ''त्यांची मुलं कुठं राहायला गेलीत?''

''सेंगेलकोयला... आशियन किनारपट्टीवर... त्यांचा बंगला आहे तिथं.''

सेंगेलकोयला... मुमताझला वाटलं, 'खरोखर आत्ता आपणही सेंगेलकोयला असतो तर किती बरं झालं असतं. सेंगेलकोयच नव्हे तर बॉस्फरसवरल्या कुठल्याही ठिकाणी आत्ताच्या विवंचनांपासून त्याला दूर जायला मिळालं असतं तर...' खडकाळ रस्त्याचा पावलांना होणारा स्पर्श त्याला किती आवडला असता? कुलेली येथल्या झाडांचे शेंडे त्याच्या माथ्यावर असते. अशा ठिकाणी तो गेला असता जिथं त्या झाडांच्या सावल्यांनी गडद पाण्यात एक वेगळीच दुनिया निर्माण केली असती. तिथूनच

पुढे असलेल्या एखाद्या फॅक्टरीच्या चौकीदाराशी त्यानं गप्पा मारल्या असत्या. मग वेनिकोयवरून तो कांदिल्लीपर्यंत चालत आला असता. तिथं टेकडीच्या माथ्यावर एका खडकावर बसून त्यानं बॉस्फरसचं निरीक्षण केलं असतं आणि रात्रीच्या प्रचंड काळ्या गुलाबाचे सुगंध अंतरात साठवून ठेवले असते. आणि मग... मग त्यानं नूरानचा आणि उद्या त्यांच्या होणाऱ्या भेटीचा विचार केला असता.

शरीर तापानं थरथरावं तसं नूरानचं नाव त्याच्या शरीरातून दौडत गेलं. पण स्मरणरंजनातून होणारं सुख पूर्वी जे निखळ, निरागस होतं ते आता उरलं नव्हतं. त्या आठवणींसोबत इहसानकडे दुर्लक्ष केल्याच्या अपराधी भावनेची टोचणीसुद्धा होती. तो त्या डॉक्टरांच्या घरी जवळ जवळ धावतच जाऊ लागला. त्याला जाणीव झाली की आपण घामानं निथळत आहोत. पण तरीही त्यानं धावणं सोडलं नाही. जणू काही आकाशातल्या ग्रहताऱ्यांनीच ते विधिलिखित लिहून ठेवलेलं होतं. ज्यांचा जन्म हाच एक अपराध असतो अशांच्या नशिबी यातना सहन करत आयुष्यभर असंच धावत राहाणं येतं. आणि मी... अख्खं जीवन धावतोय... 'गरीब बिचारा इहसान...' स्वतःशीच पुटपुटत मुमताझ एका अरुंद बोळात वळला.

चार

एका खाजगी घरातल्या, स्वच्छ कपड्यातल्या इस्तंबूलवासी तरुणानं दार उघडलं. तो बहुधा सैनिक असावा. मुमताझनं डॉक्टरांबद्दल विचारलं तेव्हा वर बोट दाखवत तो स्वतः वर गेला. पण लगेचच खाली येऊन त्यानं मुमताझला सांगितलं की, ''तुम्ही वर जाऊ शकता.''

वरची खोली बऱ्यापैकी मोठी होती. दोन खिडक्या बॉस्फरसच्या खाडीच्या दिशेनं तोंड करून होत्या. कोपऱ्यात एक रुंद दिवाण होता. त्याच्या बाजूला दोन खुर्च्या होत्या. खुर्च्यांवर अनेक ध्वनिमुद्रिका रचून ठेवलेल्या होत्या. बाजूलाच ग्रामोफोन वाजत होता. डॉक्टरांच्या चेहऱ्याकडे बघण्यापूर्वीच मुमताझनं कुठलं वादन चाललंय ते ओळखलं होतं. व्हायोलीनची मैफल समारोपाजवळ आली होती. पलंगावर डॉक्टर पायात गमबूट, पँट आणि शर्ट घालून बसले होते. घामामुळे शर्ट त्यांच्या अंगाला चिकटलेला होता. त्यांची शांतता भंग न करता मुमताझ त्यांच्याकडे बघत बसला. त्यांच्या मनातील सूर जणू त्यांना गवसल्यासारखे वाटत होते. वाजणाऱ्या त्या सुरांनी घडवून आणलेल्या परिवर्तनामुळे मुमताझला आपण स्वप्नात असल्यासारखं वाटू

लागलं. त्याच्या डोळ्यांसमोर नुकतंच रोवलं गेलेलं एक बीज जोमानं वाढू लागलं होतं, त्याला फांद्या फुटल्या होत्याच पण नवीन पानंही फुटली होती.

अनपेक्षित असं ते सुरांचं वाढतं ऐश्वर्य, उंच स्वरात वाजणाऱ्या तारा, त्या सुरांनी केलेला घोष, मधेच केलेला संकोच आणि सरतेशेवटी सत्याचा शोध लागल्यासारखं योग्य समेवर येऊन ठेपणं. ऑटमऋतूतल्या ओसंडून वाहणाऱ्या करंडीतल्या फळांप्रमाणे वेगवेगळ्या सूक्ष्म बदलांनी केलेला रागाचा आखीव-रेखीव विस्तार करता करता पुन्हा एकदा रूपांतराच्या त्या चमत्कारात विलीन होणं.

मुमताझ अगदी गुपचूप पलंगाच्या कडेला टेकला होता. त्या ठिकाणी डॉक्टर पाय मागे घेऊन बसले होते आणि वादन ऐकत होते.

"हे काय आहे?" त्यांना जर असा प्रश्न कुणी विचारला असता तर त्यांनी उत्तर दिलं असतं, "जीवनातल्या ज्या गोष्टींशी माझी नाळ जुळली गेली आहे त्यातली संगीत ही एक चीज आहे." पण तरीही त्यांचं बोलणं लोकांना नीट कळलंय असं वाटलंच नसतं. मानवी नियती हीच आहे काय? ह्याचा अर्थ तक्रार असा होतो की शरण जाणं असा होतो? बेशुद्धीच्या प्रकाशातलं हे स्मृतींचं काळोखं नृत्य होतं का? त्यामुळे कुठल्या मृत व्यक्तीला पुन्हा जिवंत होण्याची आज्ञा मिळत होती? किती काळ त्या व्यक्तीला पुनर्जीवन मिळणार होतं? की ते जीवनापलीकडल्या एका वेगळ्याच दुनियेतलं होतं? मानवी वस्त्रातील दीव* ह्या काल्पनिक प्राण्यानं केलेल्या एकहाती कष्टांतून ती दुनिया उभारली गेली होती का? की केवळ कष्टांची कामं करण्यासाठीच त्या दीव नामक प्राण्याची निर्मिती करण्यात आली होती. अगदी हेच वेगळं आणि विचित्र वातावरण त्या प्राण्यानं इहसानच्या रुग्णशय्येशी खोदून ठेवलं होतं. त्या वातावरणाचीही विशिष्ट दोन टोकं होती, गुदमरवणारे रेखांश होते, कडक तरीही उत्साह देणाऱ्या वाऱ्याच्या झुळका होत्या आणि दुःखद झळा मारणारे उष्ण वारेसुद्धा होते. जेव्हा एखाद्याची नाडी १७० ला पोहोचते आणि शरीराचं तापमान १०४ अंशाला पोहोचतं तेव्हा तसंच होतं. सारख्याच तीव्रतेच्या अनेक आव्हानांना तोंड देत माणूस तिथंही कसाबसा राहत असतोच.

आत्महत्या करण्यापूर्वी सुआदनं तीच रेकॉर्ड ऐकली होती. त्यापूर्वीसुद्धा अख्खा दिवसभर तो ती पुन्हा पुन्हा ऐकत होता. त्यानं त्याच्या पत्रातच हे लिहिलं होतं पण तसं त्यानं का केलं होतं ह्याचं कारण मात्र लिहिलं नव्हतं आणि त्या वादनानंही आपल्या

---

* हा यक्ष-किन्नर ह्यांच्यासारखा एक काल्पनिक प्राणी आहे. तुर्कस्थानी दंतकथात त्याचा उल्लेख सापडतो.

जडशील, आर्त पद्धतीनं पुढे पुढे जाताना ते गुपित फोडलं नव्हतं. ते काहीही असलं तरी त्या संगीताला थोडंच माहीत होतं की सुआदनं आपल्याला ऐकलेलं आहे. ते आपलं आपल्यातील आनंदाचं तेजस्वी सार सगळीकडे उधळत चाललं होतं.

मुमताझनं ग्रामोफोनकडे पाहिलं. जणू काही सुआदचा न कळणारा संपूर्ण स्वभावच धातूच्या ध्वनिक्षेपकाच्या गोल बटणात लपून बसला होता. कचकड्याच्या ध्वनिमुद्रिका फिरताना तिच्यातून तेजाचे गोठलेले तुषार बाहेर पडत होते. त्या ध्वनिमुद्रिकेनं निर्माण केलेल्या जादुई दुनियेतही सुआद दडून बसला होता. ते संगीत त्या शेवटच्या रात्री सुआदनं आपल्या घरात बसून कसं ऐकलं असेल ह्याचं चित्र मुमताझनं कितीतरी वेळा रेखाटायचा प्रयत्न केला होता. त्याचा चेहरा खूपच फिकट झालेला असेल... आणि कुणास ठाऊक पण त्यानं मला लिहिण्यासाठी सुचवलेल्या कथेतल्या नायकाप्रमाणे तोही एखाद्या संतसज्जनाच्या भक्तिभावानं प्रत्येक वस्तूकडे बघून हसत असेल. त्याच्या पत्रानुसार सुरुवातीला त्यानं ही ध्वनिमुद्रिका त्या छचोर पोरीसोबत ऐकली होती आणि दुसऱ्या दिवशी सकाळी ती गेल्यावर त्यानं ती एकट्यानंच लावली होती. रात्रीच्या वेळेस पत्र लिहिताना त्यानं पुन्हा एकदा ती ध्वनिमुद्रिका ऐकली होती. नक्कीच ती ऐकताना तो आपली मान वर करून बऱ्याचदा इकडे तिकडे पाहात असेल. कारण त्याला माहीत होतं की ही आपली ऐकण्याची शेवटचीच वेळ असणार आहे. त्यामुळे ते वादन कसं पुढे विस्तारत जातं ह्यात त्यानं आपलं संपूर्ण चित्त एकाग्र केलं असेल. कदाचित मृत्यूला सामोऱ्या जाणाऱ्या सर्वच माणसांप्रमाणे त्याचंही लक्ष कुठेही नसेल आणि सगळीकडेच तो बेफिकिरीनं बघत असेल. यदाकदाचित तो घाबरलेला असण्याचीही शक्यता होतीच. कदाचित तो घाबरलेलाही असेल. आपण जे काही करायला चाललो आहोत त्याची त्याला खंतही वाटत असेल. त्यानं ते टाळण्यासाठी काहीतरी मार्गही शोधला असेल. दाराकडे पाहात कुणीतरी येईल आणि आपल्याला ह्या कठीण परिस्थितीतून सोडवील अशी त्यानं आशाही धरली असेल.

मुमताझला आश्चर्य वाटत होतं की ह्या वादनानं त्याच्या मृत्यूत भाग घेतला असेल काय? कारण ते वादन ऐकणाऱ्याला एका वेगळ्याच अशक्य स्थळी घेऊन जात होतं. अचानक त्याला अस्पष्टपणे आठवलं की त्यानं स्वतःसुद्धा त्या रात्री तीच ध्वनिमुद्रिका ऐकली होती का? खरोखर त्या आठवणीची आंबट चव आणि असहायतेची भावना ह्या क्षणी तरी त्याला अजिबात आठवत नव्हती. कुठं ऐकलं असेल मी ते गाणं? रात्री मी घरी परतलो. इहसानशी थोडंसं बोललो, त्याला बरं वाटत होतं आणि मी दमलेलो होतो. मी झोपायला गेलो. त्यानंतर मसिदेभाभी मला उठवायला येईपर्यंत...

ध्वनिमुद्रिकेची पहिली बाजू थांबून करकर वाजत होती. डॉक्टरांनी मुमताझकडे जेमतेम कटाक्ष टाकला आणि दुसरी बाजू लावली. झोपेतून जागा झाल्यासारखा मुमताझनं भुवईवरचा घाम पुसला. पण कुठं? की माझ्या स्वप्नात ते ऐकलं मी? अर्थात त्यानं काही संपूर्ण ध्वनिमुद्रिका ऐकली नसेल. पण ती चव, ते स्पष्टपणे जाणवणारं सुख आणि यातना...

ज्या माणसाची आत्ताच ओळख झाली होती त्या माणसाच्या पलंगावर मुमताझ बसला होता आणि कपाळावर दोन्ही हात घेऊन ते स्वप्न आठवण्याचा प्रयत्न करत होता. नाही, त्यानं ते वादन ऐकलं नव्हतं. पण त्याला सुआदचं स्वप्न पडलं होतं. तेही अगदी चमत्कारिक पद्धतीनं पडलं होतं. मी बॉस्फरसला होतो. समुद्रकाठच्या एका बंगलीच्या बाहेरच्या धक्क्यावर होतो आम्ही. माझ्यासमोर एखाद्या नाटकातला देखावा असावा तसं संध्याकाळचं दृश्य उभं राहिलं होतं. सुरुवातीला मोठेमोठे कॅनव्हास आणले गेले. त्यासोबत खूप रंगही होते. जांभळे, लाल, गडद निळे, गुलाबी आणि हिरवे... त्यानंतर ते कॅनव्हास खिळ्यानं एकत्र ठोकले गेले. कुणीतरी लोक मला सांगत होते, "आम्ही इथं सूर्य लटकवणार आहोत." मी माझं मस्तक नकारार्थी हलवत त्यांना सांगत होतो की, "अहो, स्वप्नात काही सूर्य तळपत नाही." पण कुणी माझ्या बोलण्याकडे लक्षच दिलं नाही. शेवटी त्यांनी दोरखंड आणि यंत्र आणून सूर्य वर चढवला. पण तो सूर्य नव्हताच. तो सुआद होता. तो किती देखणा आणि रंगीबेरंगी दिसत होता. ते दोरखंड त्याच्या मांसात रुतू लागले तसं त्याच्या चेहऱ्यावरील स्मित आणखीनच उत्कट होऊ लागलं. त्यानंतर त्यांनी तयार केलेल्या संध्याकाळच्या देखाव्यावर त्याला खेचून पसरलं. तो बहुधा अस्तास जाणारा सूर्य असावा. त्यानंतर सर्व यंत्र–जी मला अजिबात माहीत नव्हती ती–कामाला लागली. सुआदला बांधून ठेवणारे दोरखंड आणखीनच घट्ट झाले. मला जाणवलं की ते त्याच्या स्नायूंमध्ये रुतत आहेत आणि मी जिथून ते दृश्य बघतो आहे तिथूनच त्याच्या यातनांनी मीही तडफडतो आहे. पण सुआद मात्र हसतच राहिला आहे. जणू त्याला काही वेदना होतच नसाव्यात. त्याच्याभोवती रंग आणि तेजस्वी प्रभा आहे. जेवढ्या जास्त वेदना त्याला होत होत्या तेवढा तो अधिकच हसत होता. त्यानंतर पुढे कसं काय घडलं ते मला ठाऊक नाही पण सुआद त्याच्या स्वतःच्या शरीराचे तुकडे तुकडे करून खाली फेकू लागला. जणू काही तो सावलीची भूमिका वठवणारा कळसूत्री बाहुला होता पण त्याच्या कळसूत्राचे दोरे तुटलेले होते. माझ्या समोरच्या समुद्राच्या पाण्यात त्यानं टाकलेले रंगीबेरंगी अवयव मला दिसत होते. अचानक माझ्या बाजूनं एक आवाज घुमला, "पहा, पहा, माझ्या

नशिबात काय आहे ते? काय काय मला सहन करावं लागतंय.'' सुआदनं माझ्यावर एक हात फेकलाय. मी त्या आवाजाकडे वळलो. ती अदिले होती. तिची हसून हसून पुरेवाट झाली होती. त्यानंतर मला जाग आली. मसिदे आत आली आणि तिनं मला सांगितलं की, ''इहसानची तब्येत बिघडली आहे.''

मुमताझनं कपाळ पुसलं आणि इकडे तिकडे बघितलं. डॉक्टर मला काय म्हणतील? इथं मी गाणं ऐकत बसलोय. कुणास ठाऊक कसले वेडे हातवारे मी केले असतील? त्यानंतर तो पुन्हा स्वप्नाच्या विषयाकडे वळला, ती बहुधा समुद्राची गाज असावी...

जेव्हा ती ध्वनिमुद्रिका संपली तेव्हा डॉक्टरांनी त्या वादनाचा उर्वरित भाग गुणगुणायला सुरुवात केली. पण जेव्हा त्यांची नजर मुमताझच्या दुःखी चेहऱ्याकडे गेली तेव्हा ते त्याला म्हणाले, ''बोल, मुला. काय त्रास आहे तुला?''

मुमताझनं त्यांना विनवलं, ''प्लीज, डॉक्टर, आपण निघूया का?''

''जाऊया की, पण आपण कुठं जायचंय ते तरी सांग मला... ''

''मी तुम्हाला जाताना वाटेतच ते सांगितलं तर बरं होणार नाही का डॉक्टर?''

त्याच्याकडे हसून पाहात डॉक्टरांनी भिंतीवर लटकावलेलं जाकीट घातलं. हॅट हातात घेतली आणि बटणं न लावताच ते दाराकडे गेले. मनातल्या मनात मुमताझ म्हणाला, 'काय पण चमत्कारिक रात्र आहे ही. अल्ला, कधीच न संपणारी, न थकणारी अशी रात्र. मी जणू एक तळ नसलेला खड्डाच भरायचा प्रयत्न करतो आहे.'

ते रस्त्यावर गेले त्यासरशी ते ढेरपोटे डॉक्टर जोराजोरात धापा टाकू लागले. मुमताझनं त्यांना इहसानची अवस्था थोडक्यात सांगितली. त्याला त्या रात्री झटका आला होता आणि मग त्याला इंजेक्शन दिलं होतं तेही सांगितलं. त्यावर एखाद्या पूर्वजाचा आत्मा शांत करावा अशा थाटात डॉक्टर म्हणाले, ''बिल डी कँफ्रे म्हणजे कापराचं तेल... कापराचं तेल हे औषधांच्या दुनियेतलं बहुमानाचं औषध आहे. पण ते फक्त हृदयासाठी. पण तुम्हाला परिस्थिती तिथपर्यंत खेचण्याची गरज नाही. हे मुला, माझे काही सहकारी जबाबदारी घेण्यासाठी तोंड उघडत नाहीत. सल्फामाईडच्या वापरानं न्यूमोनियाला सुरुवातीपासूनच कह्यात ठेवता येतं. दर चार तासांनी अशा एकूण आठ अल्ट्रासेप्टिलच्या गोळ्या द्यायच्या... त्यामुळे वेदना कमी झाल्या असत्या. तरीसुद्धा आता आपण जात आहोतच. तर आपण त्याला पाहूच. कोण आहे हा रुग्ण?''

''माझे चुलत भाऊ आहेत ते. माझ्यापेक्षा वयानं मोठे असले तरी भावासारखेच आहेत ते मला. बाकीच्या लोकांचीही त्यांच्यावर खूप भिस्त आहे.''

“तुझ्याखेरीज त्यांचे आणखी कुणी नातेवाईक आहेत काय?”

“आई, बायको, दोन मुलं... पण त्यांची बायको...” मुमताझ क्षणभर सांगताना अडखळला. जणू काही मसिदेभाभी चेहऱ्यावर नेहमीचे भाव घेऊन त्याच्या पुढ्यात अवतरली होती आणि आपल्या ओठांवर बोट ठेवून त्याला सांगत होती की, “माझी गुपितं फोडू नकोस हं मुमताझ.”

“तिचं काय?”

“ज्या दिवशी त्यांच्या सर्वात थोरल्या मुलीला मोटारीचा अपघात झाला...” तेवढ्यात त्याला मानसिक स्थिती हा शब्द आठवला. तेव्हा त्याला वाक्य सहजगतीनं पूर्ण करता आलं. “त्या दिवसापासून तिची मानसिक स्थिती तिच्या ताब्यात पूर्णपणे नसते. म्हणजे मधून मधून तिला मानसिक त्रास होतो.”

“त्या वेळेस ती गर्भवती होती का?”

“होय, तिचे महिने भरत आले होते... त्यात तिला ताप आला आणि तापातच दुसरं मूल जन्माला आलं.”

आजाराची लक्षणं सांगताना डॉक्टर पाककलेची कृती सांगणाऱ्या गृहिणीच्या भूमिकेत शिरले. “थोड्या प्रमाणात पण बराच काळ चालणारी मनाची उदास अवस्था, तपशिलाकडे बारकाईचं लक्ष आणि लहान मुलासारखं वर्तन, गप्प बसून राहणं, तंद्रीत राहणं... क्षुल्लक आणि कधी कधी मोठमोठ्या गोष्टी विसरणं. ही सगळी पर्पेरियल पायरेक्झियाची म्हणजे गर्भावस्थेत ताप आल्यावर होणाऱ्या रोगाची लक्षणं आहेत.”

रोगाचं नाव त्यांनी जोरात सांगितलं होतं. मोलियें ह्या फ्रेंच नाटककाराच्या नाटकांचे वेफीफ पाशानं केलेले अनुवाद वाचावेत तशी त्यांची छाती ते नाव सांगताना फुलून आली. त्यानंतर काहीही न बोलता त्यांनी मुमताझच्या हातात हात घातला.

“हळू हळू, चाल पोरा मला घाईघाईनं चालवून वेळ वाचवशील खरा पण तो वेळ जिन्याच्या पहिल्या पायरीवर मी ठिय्या दिल्यामुळे भरून निघेल. मी काही वाईट माणूस नाही. माझा आकार जरी मोठा असला तरी माझ्या खोड्या कमी आहेत.” मग काही वेळ ते गप्पच बसले आणि त्यांनी आपला हात मुमताझच्या हातातून काढून घेतला. ते ओझं कमी झाल्यावर मुमताझलाही आयुष्य पुन्हा पहिल्यासारखं बरं वाटू लागलं. डॉक्टरांनी आपले खिसे तपासले आणि एक मोठा रंगीबेरंगी रुमाल उलगडला. त्यांनी घाम पुसून एक दीर्घ श्वास घेतला. “मी कामाला दमत नाही. पण हे माझं वाढलेलं वजन. वाराशिलोव्हनं सांगितलेल्या सफरचंदाच्या डाएटमुळेही काही उपयोग झाला नाही... खरं तर कुठलीही क्रॉनिक रोगावस्था सुरुवातीला नसते पण नंतर होते...”

“तुला संगीताची चांगली जाण दिसते.”

“होय.”

“पण फक्त युरोपियन संगीताचीच का?”

“नाही, नाही, तुर्की संगीतसुद्धा मला तेवढंच प्रिय आहे. पण माझी आवड थोडी हटके आहे.”

डॉक्टरांनी मुमताझकडे अशा तऱ्हेनं पाहिलं की त्याचं बोलणं त्यांना विलक्षण वाटलं असावं. “मुला, तू एक खरोखरचं सत्य सांगितलंस.” ते म्हणाले, “किती खरं बोललास रे, कारण हा विषय संगीताच्या पलीकडे गेलेला आहे. पूर्व ही पूर्व आहे आणि पश्चिम ही पश्चिम आहे. आपल्याला तुर्कस्तानात त्या दोन्हींचा मिलाफ व्हायला हवा आहे. आपल्याला वाटतं की आपण काहीतरी नवं शोधतोय. आपण प्रयत्न तर करतो आहोत पण त्यामुळे प्रत्यक्षात मात्र त्यामुळे दुतोंडी प्राणी निर्माण होत आहेत.”

पहाट फुटायच्या आधीची ती वेळ होती. मुमताझनं क्षणभर मनात कल्पना केली की आपल्यालाही सयामी जुळ्यासारखी दोन तोंडं फुटली आहेत. त्यातला एक चेहरा पूर्वेकडे आहे तर दुसरा पश्चिमेला आहे. दोन धडं आणि चार पाय बाजूबाजूला घसटून चालत आहेत.

“पण डॉक्टर, हे किती भयंकर नाही का? मी काही दोन डोक्यांनी विचार करत नाही, एकाच डोक्यानं करतो.”

मुमताझच्या मनात जी प्रतिमा उभी राहिली होती तशीच प्रतिमा डॉक्टरांनीही मनाशी रेखाटली होती. हसत हसत ते म्हणाले, “पण तू दोन तऱ्हांनी विचार करतोस ना. त्याहून जास्त नवलाची गोष्ट म्हणजे दोन तऱ्हांनी तुझ्या ते लक्षातही येतं. त्यामुळेच आपल्याला त्रास होतो. कीव करण्यासारखं आहे हे.”

“आपण जसे भूमध्यसागरी संस्कृतीचे आहोत तसेच पौर्वात्य संस्कृतीचेही आहोत. ह्या पौर्वात्य संस्कृतीच्या पैलूवर सूर्याची उन्हं पडतात. पण ती फार काळ टिकून राहात नाहीत. संस्कृतीच्या भंगलेल्या आरशाच्या फुटक्या काचा आपल्या हृदयात सारख्या ठुसठुसत राहातात.”

“हा आपल्या देशाच्या बाबतीतला सर्वाधिक महत्त्वाचा मुद्दा आहे असं दिसतंय.”

“शिवाय आपल्या भूगोलातून म्हणजे खरं सांगायचं तर आपल्या असामान्य इतिहासातून तो निर्माण झालेला आहे आपल्यापूर्वी तो अस्तित्वात होता आणि आपल्यानंतरही तो अस्तित्वात असेल.” बोलता बोलता डॉक्टरांनी विषय बदलला,

''तुझ्या चुलत भावाचं त्याच्या पत्नीवर प्रेम आहे का?''

''जीवापाड, वेड्यासारखं प्रेम आहे. पण मसिदेभाभीवर प्रेम न करणं कुणालाच शक्य नाही. तिच्या आजारपणानंतर त्यांना आणखी एक मूल झालं.''

''म्हणजे तिचा आजार बरा होऊन परिस्थिती पुन्हा पूर्वपदावर आली का?''

डॉक्टर आपल्याच विचारांच्या नादात बोलत राहिले, ''विचित्रपणामध्येही सुरळीत जीवन वसू शकतं. तुला त्यामुळे कळलं असेल की जगात आपल्याला ज्या गोष्टी अशक्य आहेत असं वाटतं त्या कधी कधी प्रत्यक्षात घडतात. लढाई झालीच तर त्या आगडोंबाच्या काळातही आजारी आणि गरजवंत माणसं असतील, कैदेचा काळ पूर्ण करत असलेले कैदी असतील आणि ठरावीक अंतरानं आपल्याला लागणारी भूकही असेल.''

''तुम्हाला वाटतं का युद्ध होईल?''

''घटनांकडे बाहेरून बघताना वाटतं की लगेच युद्ध होणार नाही. त्यामुळे त्या कल्पनेला मी महत्त्व देत नाही... पण सारं जगच एवढं चिंतामग्न झालंय आणि ह्या अरिष्टाला तोंड देण्याची मनोमन तयारी करू लागलंय...''

बोलता बोलता ते थांबले आणि त्यांनी एक खोल निःश्वास सोडला. ''गोष्टी अगदी चमत्कारिक थराला आल्या आहेत... कसं सांगू मी तुला? युद्धाला तोंड फुटेल ह्यावर मी विश्वास ठेवत नाही. मला ते असंभव वाटतंय. कारण ते इतकं सैतानी आणि दुःखकारक असेल की माझ्या मते जवळ जवळ कुणालाच ते होण्याची इच्छा नसेल. मग तो माणूस कितीही माथेफिरू असला, रक्तपिपासू असला, यंत्रवत विचारसरणीनं चालणारा असला, अमानुष असला किंवा भ्रमिष्ट असला, (स्वतःबद्दल कल्पनारंजन करणारे सगळ्यात धूर्त असतात.) वर त्यांच्याकडे ते धाडसही असलं तरी शेवटच्या क्षणी पाऊल उचलण्यास ते कचरतील आणि मृत्यूचं कुंड चेतवण्यासाठी धरलेली हातातली मशाल दूर फेकून देतील. मला वाटणारी शेवटची आशा काय आहे हे तुला ठाऊक आहे काय? आपल्या हेतूतील अशक्यता बोलून दाखवण्यातच ती शेवटची आशा दडलेली असते.'' ते पुन्हा थांबले आणि त्यांनी दीर्घ श्वास घेतला. मुमताझनं पाहिलं तेव्हा आपण अजून फक्त वेझ्नेसिलरपर्यंतच पोहचलो आहोत. ते पाहून त्याला वाईट वाटू लागलं. आता वेळेवर पोहचणार कसे ह्या कल्पनेनं तो हताश झाला. तरीसुद्धा तो डॉक्टरांच्या बोलण्याकडे मन लावून लक्ष देत होता. ''ही आशा केवढी दुबळी असते ह्याची मी तुला कल्पना देतो. कित्येक वर्षांपासून आमच्या सर्व आशा ज्यांच्यावर एकवटल्या होत्या तेच लोक ह्या युद्धखोरीच्या जहाल आक्रमकतेला चिथावणी देत

आहेत. अंकगणितातलं सूत्र असावं तसे हे राजकारणी लोक त्यावर विचारविनिमय करत आहेत. विचार कर, एखाद्या औषधाच्या मिश्रणाची तयारी करावी, शस्त्रक्रियेची खोली सज्ज ठेवावी किंवा नाटकाच्या प्रवेशासाठी रंगमंचाची उभारणी करावी तशी त्यांनी कित्येक वर्षांपासून ह्या अटीतटीच्या युद्धप्रसंगाची तयारी केली आहे. सुरुवातीला त्यांनी काय केलं की जीवनातील प्रत्येक नैसर्गिक अवस्थेवर आणि प्रत्येक कार्यकारणभावावर संकटाची परिस्थिती असा शिक्का मारला आणि आपली ताकद आणि आवाका तिपटीनं किंवा चौपटीनं वाढवण्यासाठी सबब शोधली... पण एक चमत्कार होऊ शकतो. म्हणजे ज्यांनी ह्या आणीबाणीला चिथावणी दिली आणि गोष्टी एवढ्या टोकाला नेल्या तेच युद्धखोर लोक अचानक घुमजाव करू शकतात. जेव्हा शांतता आणि सलोख्याकडे लोक अचानक वळतील, आपापल्या स्वार्थाच्या भिंगातून न बघता वस्तूंना निसर्गनियमांच्या आणि इंद्रियांच्या माध्यमातून समजून घेतील..."

"सगळ्यात भयंकर काय आहे की हे सगळे नेते किंवा त्यांचे विरोधक वेगवेगळ्या मनोवस्थांचा आणि वेगवेगळ्या वृत्तींचा पुरस्कार करतात. त्यातील काहीजण ऐशआरामाला भुलतात, काहीजण निष्क्रिय वृत्तीला किंवा न पटणाऱ्या आदर्शांना बळी पडतात. केवळ विचार न करता कृती करण्याच्या वेडेपणालाही काही बळी पडतात. काहींना वाटतं की केवळ आपण केलेल्या धाडसी कृत्यांमुळेच अटीतटीच्या प्रसंगातून बाहेर येणं शक्य होईल... त्या मनोवृत्तीला कुणाचा पाठिंबा आहे?"

ह्या वेळेस डॉक्टरांनी हाताच्या मागच्या बाजूनं भुवईवरचा घाम पुसला आणि आपले विचार अर्धवट सोडावे लागतील अशा भीतीनं भराभरा बोलायला सुरुवात केली. मुमताझला दिसलं की कपात पाणी भरून ठेवावं आणि त्या कपातील द्रव्यात दुसऱ्या पदार्थाचं मिश्रण व्हावं तसे रात्रीच्या वेळेस आकाशात ढग दाटून आलेले आहेत.

डॉक्टर बोलू लागले होते, "हीच शोकांतिका आहे. पण ती तेवढ्यावरच थांबत नाही. अगदी निर्णय घेण्यात वेळकाढू असणारे लोकही ह्या झगड्यात अडकलेले आहेत. त्यामुळश प्रत्येकजण स्वतःला मिळालेल्या पुराव्यावरच विश्वास ठेवतो. हिटलरला आपली माथेफिरू कृत्यं करण्यास हाच विश्वास पाठबळ देतो. केवळ तेवढंच नाही तर हळूहळू आपणही विश्वास ठेवू लागतो की युद्धाला पर्याय नाही. पण केवळ तेवढंच नसतं. आपण गृहीत धरतो की युद्ध होईल, इतिहासातलं एक महान युद्ध होईल. पण राजकारण्यांच्या तोंडांसमोर जग संघटित झालेलं आहे, त्या जगानं वेगवेगळ्या घटनांची संगती एकमेकांशी लावलेली आहे आणि ते देशांतर्गत यादवीची तयारी करतं

आहे. देशांतर्गत यादवी म्हणजे असं युद्ध असतं ज्या युद्धात ती संस्कृती आपलीच कात टाकते. संस्कृतीच्या ह्या मोठ्या प्राण्याला कायापालट घडवून आणायचाय त्या कालखंडात आपण वावरतो आहोत. हा महान, अनाकलनीय प्राणी एखाद्या उन्मादासारखा किंवा दुःस्वप्नासारखाच दिसतो. आपण अशा एका ठिकाणी येऊन पोहचलो आहोत जिथं सर्व संदर्भ हे केवळ अंतर्गत स्फोट व्हावेत म्हणून तयार करण्यात आले आहेत आणि ते होणं अटळ आहे अशी परिस्थिती निर्माण करण्यात आली आहे... एखादं राजकीय युद्ध टाळणं सोपंय. प्रवाहात अचानक झालेला बदल किंवा तात्पुरती का होईना पण सुचलेली तारतम्यबुद्धी ह्यामुळे युद्ध होण्याची समस्या सुटू शकते. पण एखाद्या संकृतीतच आणीबाणीची परिस्थिती उद्भवली तर त्यातून बाहेर येणं किंवा त्यामुळे निर्माण झालेल्या संकटांत आपली मनःशक्ती शाबूत ठेवणं हे फार कठीण असतं. त्याची तुलना नौकेचं सुकाणू हातात नसल्यामुळे पुरात वाहून जाण्याशीच होऊ शकते. तुफानात बुडण्याशी किंवा उल्कापातात विध्वंस होण्याशी होऊ शकते.''

''डॉक्टर, तुम्ही किती दैववादी आहात.''

''कारण मी निसर्गाच्या क्रियाप्रक्रियांवर विश्वास ठेवणारा माणूस आहे. कित्येक वर्षं मी शरीरशास्त्राच्या प्रयोगशाळेत काम करतो आहे. हजारो रुग्ण मी पाहिले आहेत. रोगनिवारणासाठी काय टाळलं पाहिजे आणि काय केलं पाहिजे ह्यातला फरक मी सांगू शकतो असं मला वाटतं. एखाद्या रोगात मृत्यू कशा तऱ्हेनं घाला घालू शकतो हे मी सांगू शकतो...''

''पण तो वेगळा विषय नाही का?''

''जिथं जिथं एखाद्या प्रस्थापित व्यवस्थेची यंत्रणा असते तिथं तिथं तुला कमी-अधिक प्रमाणात जैवशास्त्रीय कायद्यांचा नियम दिसेल... असं तू क्षणभरही समजू नकोस की तुलनेला केवळ पुढे न्यायचं म्हणून मी निराशावादी बनतोय. माझा विश्वास आहे की मधे हस्तक्षेप करणं हे नेहमीच शक्य असतं. मी स्वतः डॉक्टर आहे. म्हणजेच रोग वाढू नये म्हणून हस्तक्षेप करण्याचं प्रशिक्षण मला दिलं गेलं आहे. तथापि, रोगाची लागण जाणीवपूर्वक साऱ्या शरीरात पसरावी म्हणून खास काही केलं असेल तर?... तू दुसऱ्या दृष्टिकोणातून ह्या युद्धखोरीकडे पहा.''

''मी अशा युगात जगतोय जिथं सगळंच मुळी अंदाधुंद अवस्थेत आहे. एकमेकांशी संबंध तोडलेले प्रश्न स्वतंत्रपणे, एकमेकांना समांतर पद्धतीनं ह्या युगात पुढ्यात उभे राहात आहेत. आशेचा प्रत्येक दरवाजा उघडला की समोर ड्रॅगनचा अक्राळविक्राळ जबडा दिसून येतो. अर्धवट वेड्या, माथेफिरू लोकांच्या किंवा

बेजबाबदार, खोट्या प्रेषितांच्या हातांत मानवाची नियती गेली तर केवढं मोठं अरिष्ट कोसळेल? उत्पादन आणि अतिउत्पादनाचे नियम ठरवणारे, शस्त्रांच्या माध्यमावर श्रद्धा ठेवून अद्‌भुतरम्य जगात वावरणारे अशा लोकांच्या हातात मानवी नियती गेली तर केवढं मोठं अरिष्ट कोसळेल? ज्याला त्याला मृत्युदंड ठोठावल्यानंच मोठं अवसान येणारे, अचूकपणाच्या मुखवट्याआड दडणारे अशा लोकांच्या हातात मानवाची नियती गेली तर केवढं मोठं अरिष्ट कोसळेल? स्टॅलिननं केलेल्या कराराचंच उदाहरण घे. त्यामागची घटनामालिका पहा. हिटलरच्या दृष्टिकोणातून जो प्रसंग म्हणजे संभ्रम आणि संशयाचा आविष्कार ठरेल तोच प्रसंग स्टॅलिनच्या दृष्टीनं आधीपासून ठरवून ठेवलेलं दुष्कृत्य असेल. त्यातूनच एखाद्या मंगोलियन प्रेषितासारखं व्यक्तिमत्त्व असलेल्या लेनिनचं अचानक एका धूर्त मुत्सद्द्यात रूपांतर झालं हेही विसरू नकोस. एखाद्या हेरकथेतील कटकारस्थानासारखं वाटतं ना ते. स्टॅलिननं जे रूप धारण केलं त्या रूपाला आणि त्याच्या फोटोत दिसणाऱ्या नजरेला तो जागला.''

''पृथ्वीवर स्वर्ग आणता येईल ह्या आदर्शाच्या नावावर तो मृत्यूचं हत्यार बनला. पण एक दिवस ते हत्यार त्याच्या दिशेनं उलटेल, संपूर्ण मानवजातीवर उलटेल. तो उघडउघडपणे युद्धखोरीची तळी उचलून धरतोय, युद्धाला तोंड फुटेल म्हणून तयारी करतोय. तो सांगतोय, मला घाबरू नका, माझ्यावर दृढविश्वास ठेवा. एक क्षुल्लक सत्य तुम्हाला हवं असेल तर सांगतो की हे त्याचं वागणं अत्यंत धूर्तपणाचं आहे. जुन्याचं कौतुक गाणारे वृत्तपत्रकार त्याला आकाशाएवढा उत्तुंग म्हणाले असते. पण हा केवळ गुन्हा आहे, दुसरंतिसरं काहीही नाही. ह्याचा अर्थ आगीत तेल ओतणं असा होतो. आपण जर त्याच्या तर्कशास्त्रानं विचार करू लागलो तर कदाचित त्याच्या दृष्टिकोणातून त्याचं वागणं बरोबर असेलही. पण फक्त त्याच्या दृष्टिकोणातूनच... पण आजच्या काळात फक्त एखाद्यासाठीच राखून ठेवलेला असा सर्वोच्च दृष्टिकोण असू शकत नाही. तुला जर शक्य असेल तर तू स्वतःला समजावू शकतोस; मला समजावू शकतोस; ॲण्टवर्पमधल्या बँकरला समजावू शकतोस; ब्रुसेल्समधल्या रेल्वेरूळ बांधणाऱ्या इंजिनियरला समजावू शकतोस; मला माहीत नाही अशा प्रत्येकाला समजावू शकतोस. पण हे एखाद्या राजकारणी गूढवाद्याला कसं समजावून सांगणार? जे लोक मानतात की जग हे भलंमोठं स्टेज आहे आणि ते स्वतः हेच त्यावरचे एकमेव खेळाडू आहेत त्यांना कसं सांगणार? आपल्या इच्छांची पूर्ती करण्यासाठी थंड रक्तानं घडवून आणलेले मृत्यू हेच परवडणारं उत्तर आहे असं गृहीतक धरूनच जे लोक आपली वाटचाल सुरू करतात त्यांना कसं समजावून सांगणार? एकजण म्हणतो, मी काय

भूमिका घ्यायची ते अल्लाच ठरवतो तर दुसरा दावा करतो की ऐतिहासिक दैववादातूनच माझा जन्म झाला आहे.''

ज्या अरुंद गल्लीत ते वळले त्या गल्लीत एका ख्रिश्चन धर्मोपदेशकाचं जुन्या काळातलं घर होतं. त्या घराच्या भिंतींवरल्या फुलांचा सुगंध दरवळत होता. त्या शांत, निश्चल रात्रीतला तो भावस्पर्शी, काळजाला डंख मारणारा सुगंध मुमताझच्या मनात खोल जाऊन दडला. जणू हरवलेल्या सुखाची, फुंकर मारून विझवलेल्या स्वप्नांची हुरहुर त्याच्या जीवाला लागली होती. एखादी कुशंका असावी तशी ती हुरहुर होती. सुंदर इच्छांचा अवमान करणाऱ्या गुन्हेगाराला अक्षम्य सदसद्विवेकबुद्धीची टोचणी लागावी तशी ती हुरहुर होती. आयुष्यभर एखाद्याच्या मागे यातनेच्या देवदूतानं लागावं तशी ती हुरहुर होती. होय, आत्ताच ऐकलेल्या मैफलीतल्या सुरांनी आपल्यातील तेज, आपल्यातील नाद नव्यानं शोधावा तशी ती हुरहुर होती. होय, एकेक ऊर्मी त्या विपुलतेतून हळूहळू बाहेर येत होती आणि बायबलमध्ये उल्लेख केलेल्या सुवर्णनागाप्रमाणे आतल्या. आत वेटोळं घालून बसत होती.

त्याच्यावर दुःखानं वेडंपिसं व्हायची वेळ आली होती. हे सर्व गुन्हे त्याच्याच हातून घडावेत तसा तो तळमळत होता. सारी मानवजात एकत्र होती आणि त्या एकत्वापासून होणारं प्रत्येक स्खलन हे जणू महापापच होतं. पण त्याला खूप खोलवर जाणवत होतं की ही सगळी तडफड होतेय त्यात आपला काहीच दोष नाही तरी ती आपल्याला सोसावी लागतेय.

तो एकटा असताना नूरान, इहसानभाई, मसिदेभाभी किंवा त्याचं अपूर्ण राहिलेलं पुस्तक ह्या कशाचीही कल्पना करू शकत नव्हता. काहीही त्याच्या लेखी अस्तित्वात नव्हतं. काल सकाळी वाचलेल्या वृत्तपत्रातील मथळेच तेवढे तो आता पाहात होता. त्यांचा अर्थ न कळता त्या मथळ्यांकडे बघत होता : ब्रिटिश नौसेनेची जमवाजमव. भूसेना आणि हवाई सेनेतील राखीव दलांना पाचारण. जर्मनीनं सोळा मुद्द्यांचा निर्वाणीचा खलिता पोलंडला पाठवला. फ्रान्सने आपल्या जबाबदाऱ्यांची पूर्तता केली. एवढ्या सगळ्या बिकट प्रसंगांतून, त्रासातून आणि वैयक्तिक संकटांतूनही तो ही सर्व वार्तापत्रे पाहात होता आणि त्यांचा प्रत्यक्ष अर्थ काय आहे हेही त्याला समजत होतं.

''तरुण मित्रा, परिस्थितीची शोकांतिका काय असते हे तुला ठाऊक आहे का?'' डॉक्टर बोलत होते.

मुमताझला परिस्थितीची शोकांतिका काय असते ते ठाऊक होतं. मृत्यूनं आपले पंख साऱ्या विश्वावर फैलावले होते. पण तरीही तो त्याचं बोलणं ऐकू लागला. ''युद्धाची

सैतानी शक्यता हेच संधीचं नवं क्षितिज आहे अशी चुकीची समजूत लोकांनी करून घेता कामा नये. त्या शक्यतेपाठच्या खोल विवराचं दर्शन मानवांना होत नाही. पण त्या मार्गानं गेलं तर त्यांना परत मागे जाता येणार नाही. तेव्हा जे होईल ते संभाव्य परिणाम त्यांना स्वीकारावे लागतील. युद्ध म्हणजे कसं असतं सांगू तुला? युद्ध म्हणजे वाताहत. ती होणं म्हणजे गौरवास्पद मूल्य असलेली कुठलीही वस्तू विकायला काढणं. हे थोडं वेगळं बोलतोय मी पण युद्ध म्हणजे एखादं दुर्मीळ हस्तलिखित, छानसा ग्रामोफोन, पर्शियन गालिचा किंवा तत्सम काहीही विकून टाकणं. विवाहित असलास तर पत्नीला घटस्फोट देणं, प्रेमात असलास तर प्रेमिकेशी संबंध तोडणं. तू तसं केलंस तर त्याचा परिणाम असा होईल की जेव्हा नंतरच्या काळात अशा कृती आपल्या हातून घडू नयेत म्हणून तू कितीही काळजी घेतलीस तरी त्याची सवय असल्यासारखा तू त्याच गोष्टी करत राहाशील. युद्ध असं असतं. जणू पाठीमागून तुला बाकीचे लोक ढुसण्याच मारताहेत तसा तू वागशील. मानवी अस्तित्वाला लगाम कसा तो अस्तित्वातच राहणार नाही. युद्ध असं असतं. युद्ध होतं तेव्हा सामान्य माणसांच्या जगण्याला ते खोल विवर साद घालतं आणि मृत्यूची जीभ बोलू लागते.''

'संबंध तोडावेत असा विचार आपण अगोदर केला की नूराननं? मनात दबून बसून आळोखेपिळोखे देणाऱ्या ह्या विध्वंसक इच्छेला स्वतःचा विनाश करायचा होता आणि त्यासोबत ते न होण्यासाठी चाललेल्या सर्व प्रयत्नांचाही विनाश करायचा होता पण मग त्या विध्वंसक इच्छेनं कुणाच्या मनात पहिल्यांदा गती पकडली? मी एक क्षुद्र आत्मकेंद्रित माणूस आहे. जगाच्या पीडांकडे पाहायचं सोडून मी बघा कसली काळजी करत बसलोय. माझ्या घरी एक नातेवाईक आजारानं तळमळतो आहे; जरा कुठे मी बिळाबाहेर डोकं काढलं की मला दिसतंय की लाखो लोकांची आयुष्यं टांगणीला लागलेली आहेत आणि तरीही मी केवळ एका स्त्रीचा विचार करतोय.'

पण तो ह्या विचाराच्या मार्गानं पुढे जात राहू शकत नव्हता. कारण त्याला वाटली होती तेवढी ही स्त्री क्षुल्लक नव्हती. जवळ जवळ एक वर्षभर त्याच्या रोजच्या जीवनाशी त्याला जोडणारा एक भव्य पूल तिनं बांधला होता. ते रोजचं जग तो तिच्या अंगभूत गुणांच्या माध्यमातून जाणवून घेत होता आणि अनुभवत होता. त्या जगाच्या वेगवेगळ्या पैलूंचं त्याला तिच्या देहाच्या माध्यमातून दर्शन घडलं होतं. ''तू माझी नौका होतीस, तूच माझा समुद्र होतीस पण शेवटी मी एकटाच उरलो...'' ती त्याच्या सत्याचं क्षितिज होती. तिच्या माध्यमातून त्यानं आपल्या विचारांना खोली दिली होती आणि एक अंतर्दुनिया वसवली होती. पण ते अत्यंत खोल विवर आम्हा दोघांपैकी

कुणाच्या मनात पहिल्यांदा बोललं? मी मान्य करतो की मी दोर खूप ताणले, पण ते दोर आणखी ताणण्याचं आणि पार तोडून टाकण्याचं काम तिनं केलं. नाही, नाही तसं नव्हतं ते. दूर व्हायचं हा निर्णय तिनं घेतला. तिनं माझी समजूत घातली, ''फहीर परत येत आहे, तो म्हणतोय की मी तुझ्या प्रेमामुळे तडफडतोय, तो माझ्यावर अवलंबून आहे, तो फातमाचा बाप आहे, तो माझ्याशी बोलायला येऊ पाहातोय तर मी त्याला नाकारू नये. त्याला परत घेणं हे माझं कर्तव्य आहे. मला ठाऊक आहे की मी सुखी असणार नाही. पण मला मनःशांती हवी आहे. त्यामुळे हे कर्तव्य करायला मी बांधील आहे...'' ती असं बोलत असताना तिच्या चेहऱ्यावरील भाव केवढेतरी दुःखी आणि अस्वस्थ होते. पण हा दुःखी चेहरा आणि ह्या निर्णयाप्रत येण्यासाठी तिनं दोन महिने घेतलेले कष्ट हे मुमताझच्या मनात निर्माण झालेल्या वादविवादांच्या हलकल्लोळापुढे काहीच नव्हते. त्यानंतर केवळ दोनच महिन्यांत तो पूर्वी होता त्याच्या पडछायेच्या रूपात उरला. नेहमीपेक्षा वेगळाच, रस्त्यावरल्या चौकात वाट पाहणारा, उद्ध्वस्त आणि चिंतामग्न अवस्थेत. नूरानला स्वतःला वेगळ्या रूपात पाहायचं होतं म्हणून आमच्यात हा दुरावा आला असा विचार करायला त्याला आवडतही होतं. पण ते तसं नव्हतं. त्याला ठाऊक होतं की ते तसं नव्हतं. तिला फहीरवर प्रेम करणं काही प्रमाणात शक्यही झालं असतं. कारण सहवासानं होणारी सवय आणि कीव हीसुद्धा प्रेमाचीच रूपं होती. त्या दोघांनी एकत्र घालवलेल्या शेवटच्या दिवसाची त्यानं आठवण काढली. ते बॉस्फरसहून इस्तंबूलला एकत्र आले होते. गलाता पूल येईतो नूराननं घेतलेल्या निर्णयाबद्दल त्यानं अवाक्षरही काढलं नव्हतं. पण त्या पुलापाशी आल्यावर त्यानं पुन्हा तिची विनवणी केली. त्याच्या पहिल्या आर्जवांपेक्षा ही आर्जवं वेगळीच होती. त्यात झिडकारलेल्या प्रेमिकाची सूडभावना होती, स्वाभिमानाला झालेली जखम होती आणि नको नको त्या गोष्टी होत्या. ''परत ये आज,'' तो म्हणाला होता, ''तुला तुझा विचार बदलायलाच हवा.''

''माझी वाट पाहू नकोस. कारण मी येणार नाही. ह्यापुढे मी तुला फक्त मैत्री देऊ शकते. दुसरं काहीही नाही.''

तिच्याकडून निव्वळ मैत्री मुमताझला मुळीच नको होती. तो म्हणाला, ''ते अशक्य आहे. सध्याच्या परिस्थितीत शेवटची जी गोष्ट आपण एकमेकांना देऊ शकतो ती म्हणजे मैत्री. तू जेव्हा भावनाशून्य होतेस तेव्हा मला फक्त अरिष्टच समोर दिसतं हे तुला जेवढं माहित्येय तेवढंच ते मलाही माहित्येय. मग माझं रूपांतर अत्यंत दुःखी जीवात होतं. मी ताळ सोडतो, माझ्यातलं मीपणाचं तेज हरवून जातं. मी अगदी दयनीय होतो. क्षुद्र पामर होतो...''

तेव्हा जे उत्तर नूरानकडून त्याला मिळालं त्यातून तिनं जणू तुकडाच मोडून हातात दिला, ''पुरे झालं, मुमताझ,... मी थकले आहे आणि विटले आहे.'' नूरान बोलत असताना मागील वर्षात तिच्यापायी आपण जे काही भोगलं ते सारं आपल्या मनात उफाळून येतंय हे मुमताझला कळत होतं. त्याला खात्री होती की त्या क्षणी तिच्या मनात त्याच्याबद्दलचा कुठलाही सकारात्मक विचार नसणार.

नंतर त्यांनी अवघडलेल्या मनःस्थितीतच एकमेकांचा निरोप घेतला. नूरान तिच्या मार्गानं गेली आणि मुमताझ तासन्तास काळोख्या, अरुंद रस्त्यांवरून वाट फुटेल तसा भटकत राहिला. चालताना तो आपल्याच नादात जुन्यापान्या भंगारांच्या छोट्या दुकानांकडे बघत होता, रस्त्यावर पदार्थ विकणाऱ्या फेरीवाल्यांकडे बघत होता. त्या फेरीवाल्यांकडचे पदार्थ आपण स्वतः किंवा इतर कुणीही खाऊ शकत असेल अशी कल्पनाही त्याला करवत नव्हती. त्या रस्त्यांवरच्या करुणास्पद घरांच्या कोनाकोपऱ्यांतून वरुणराजाची अवकृपा ठिबकत होती. त्या घरांच्या काळ्याकुट्ट खिडक्या कधीतरी आतल्या आनंदानं चमकून उठतील अशी अपेक्षा करणंही शक्यतेच्या पलीकडचं होतं. त्यानं जणू ओळखीचं, त्याला ठाऊक असलेलं शहर सोडून दिल्यागत दिसत होतं. अविरत कोसळणाऱ्या, दमट पावसासोबत त्याच्या अंतरंगातलं सारं काही वाहून जात होतं. पण पाऊस थांबला तरी दुःख थांबत नव्हतं. त्याची तडफड एका उद्ध्वस्त आत्म्याची दुनिया बनली होती. एका स्त्रीपासून दुरावलेलं अस्तित्व बनली होती. काही वेळानं त्याला जाणवलं की आपण बॉस्फरसच्या काठावरील डोल्माबाहसे येथे आलो आहोत आणि धक्क्यावर लाकूडफाटा उतरवत असलेल्या छोट्याशा लालभडक जहाजाकडे पाहात आहोत.

''मला सगळं हवं किंवा मग काहीच नको...'' त्या क्षणी त्यानं निर्धार केला.

'सगळं हवं किंवा मग काहीच नको' ...ह्याचा अर्थ होता मृत्यू. त्याच्या लक्षात आलं की आपण वेडाच्या भरात अगदी हिटलरसारखं बोलतो आहोत. तो कसा म्हणतो, 'तुम्ही आमच्याबरोबर आहात नाहीतर आमच्या विरुद्ध आहात. म्हणजे एक तर जगाचं साम्राज्य नाहीतर सर्वात भयंकर मृत्यू.'

पण निसर्गाच्या व्यवस्थेत सगळं हवं किंवा काहीच नको असं काही अस्तित्वातच नसतं. जेव्हा सगळं हवं किंवा काहीच नको असं एकत्र समोर येतं तेव्हा मानवी मन तराजूचा समतोल आणायला बघतं. तिथंच ते चुकीचं वागू लागतं. कारण सगळं हवं किंवा काहीच नको ही अपवादात्मक परिस्थिती असते. ती परिस्थिती स्वतःच्या निर्दोषत्वाबद्दल चुकीची समजूत करून घेते तेव्हा एक वेगळंच तर्कशास्त्र उदयास येतं,

जे नेहमीच बरोबर असतं असं नाही. पण ह्या हवं-नकोच्या दोन्ही टोकांपैकी एकाशी बसूनच एखादा माणूस ह्या विस्कटलेल्या जीवनाकडे पाहू लागतो तेव्हा त्या माणसाची कीव करावी तेवढी थोडीच असते. अशा विचित्र दृष्टिकोणामुळे मानवजातीला वाटतं की सर्व आयुष्य आपल्याच ताब्यात आहे. कारण अशा टोकावर फक्त आपण स्वतः असतो किंवा अधिक बारकाईनं सांगायचं तर आपला फक्त एकच पैलू अस्तित्वात असतो. आपण जर ह्या सगळं हवं किंवा काहीच नको ह्याचं थोडंसं विश्लेषण करताना हा तराजू त्याच्या संपूर्ण समतोलापासून थोडासा जरी ढळवला तरी त्या माणसाची वागण्याची वृत्ती बदलते. मग तडफड, खोट्या समजुती, आशा आणि खंत ह्यांची दुनिया सुरू होते. सगळं हवं किंवा काहीच नको. पण प्रत्यक्षात तसं होत नाही. तसं होत नसतं. त्याऐवजी प्रत्येकातलं थोडं थोडं हवं असा दृष्टिकोण हवा.

ज्या विचारांच्या गर्तेत तो पडला होता त्या गर्तेतून मुमताझला बाहेर यायची इच्छा होती पण त्यात त्याला अपयश येत होतं. डॉक्टरांनी आपलं वजनदार शरीर उचललं आणि काहीतरी हेतू मनात धरून दंडावर सगळा भार टाकला. मग ते थांबले आणि पुन्हा एकदा दीर्घ श्वास घेऊन तेवढाच दीर्घ उच्छ्वास सोडला. जणू ते त्या रात्रीलाच काहीतरी गुपित सांगत होते.

''फारच थोडे लोक सगळ्या गोष्टी बदलू शकतात. कळतंय का तुला? म्हणजे एखादा समतोल विचारांचा गट असेल तर ते शक्य आहे. ही रात्रीची शांत, तरल घटिकाच घे आणि उद्या सकाळी काय होईल त्याचा विचार कर.''

एखाद्या काळ्या विहिरीसारखी उद्याची सकाळ मुमताझच्या नजरेसमोर जणू उघडली गेली. पण त्याला जी काळी विहीर वाटत होती त्या विहिरीकडे डॉक्टरांनी ढुंकूनसुद्धा पाहिलं नाही.

''किती वाईट आहे हे? पहिल्यांदा एक राष्ट्र किंवा लोकांचा एक गट सततच्या चिथावणीनं भडकवला जातो. त्यानंतर एक वेडा माणूस ठरवतो किंवा पडद्यामागे एखादा बेत शिजतो. त्या बेतानुसार सामान्य जनतेचं शोषण केलं जातं, त्यांच्या मालकीच्या वस्तू बळकावल्या जातात. एखाद्या राक्षसानं पछाडल्यासारखं त्या माणसांना खडकाखडकांतून ठेचकाळत नेऊन शेवटी निर्वात पोकळीत फेकून दिलं जातं... जर्मनीचंच उदाहरण घ्या. जर्मनीतल्या प्रत्येक माणसाचा विचार करा... मग विचार करा की एका विकृत माणसाच्या हातात सापडल्यावर सगळ्या लोकांना कशा तऱ्हेनं खेळवता येतं ते... त्याच्या बदल्यात दुसऱ्याचा छळ करण्यातला विकृत आनंद, सत्तेची पूजा, नशिबावरचा आंधळा विश्वास आणि फक्त मीच सगळ्या गोष्टी रांगेत

आणू शकतो हा आत्मविश्वास ह्यातून सुडाचं पराकोटीचं टोक गाठलं जातं. जे विरोधात असतील त्यांच्यासकट सर्वांवर स्वामित्व गाजवायचं हे प्रकार ह्यातूनच घडतात. लक्षात ठेवा, एक भयंकर दार उघडलं जातंय, एक अडथळा मोडून काढला जातोय, त्यापलीकडे फक्त अरिष्ट आणि अरिष्टच आहे. दुसरं काहीही नाही.'' मुमताझ गप्पच बसला. जणू काही त्या दारापुढल्या रस्त्यावरून हटण्याची त्याची इच्छाच नव्हती.

''मागच्या लढाईच्या वेळेस जर्मन विद्यार्थ्यांनी आपल्या कुटुंबांना लिहिलेली पत्रंसुद्धा मी वाचलेली आहेत. त्या पत्रांतून ते विद्यार्थी मानवतेचा विचार करणारे गूढवादी साधू वाटतात...''

''गूढवादी साधू म्हणता तुम्ही? गूढवादी असणं म्हणजे सर्वात वाईट नशीब वाट्यास येणं. हे बघा, तुमचे पाय कधीही जमिनीवरून सोडू नका. ते तुम्ही एकदा सोडलेत की तुम्ही कशालाही बळी पडू शकता. कारण जो नीट ऐकू येत नाही असा कोलाहल तुमच्या अंतरातून तुम्हाला ऐकू येत असतो. पण हे तथाकथित गूढवादी काय करत असतात? ते मानवतावादी, सत्तालोभी असतात, वंशश्रेष्ठत्व मानणारे असतात, वेदनेचे गूढवादी असतात. त्यांची हकालपट्टी करायला हवी. त्यांना वाटतं की देवत्व जणू नाटकातल्या वेषाप्रमाणे आपल्या बाजूलाच लटकत असतं... ते अंगावर पटकन घालायलाही किती सहजसोपं असतं. लक्षात ठेवा की मानवजात स्वतःला देवत्व देण्याचा प्रयत्न करत नाही. तीच एकमेव संकल्पना आहे असं ती मानत नाही. किंवा सत्य शोधण्याचं तेच एकमेव साधन आहे असंही ती मानत नाही.''

''तरुण मित्रा, मला माझ्या शंकांचा त्रास होतो तेवढाच त्रास माझ्या श्रद्धांचाही होतो. परिणामतः मी कुणालाच दुखवत नाही. पण ह्या तर्कट गूढवाद्यांचं तसं नसतं. त्यांना कसलातरी ध्यास लागलेला असतो...'' एखाद्या लहान मुलासारखे ते हसले. त्या हसण्यातला निरागसपणा पाहून मुमताझला खूप छान वाटलं आणि ते पुढं काय बोलतील ते ऐकण्याची तो उत्सुकतेनं वाट पाहू लागला.

''मी लहान होतो तेव्हा कुराणपठण करणारा एक वेडपट, विक्षिप्त माणूस आमच्या घरी येत असे. त्याचा दावा होता की त्यानं एका राक्षसाला वश करून घेतलेलं आहे आणि तो त्याचा मालक बनला आहे. माझे वडील खजिना शोधण्यापायी वेडेच झाले होते. तो हाफीझ पुढे पुढे आमच्या घरातील पुरुषांच्या दालनांत दिवसरात्र घालवू लागला... माझे वडील आणि तो सकाळी लवकर उठायचे आणि कुठे जायचे कुणास ठाऊक. मी त्या दालनांत जायचो तेव्हा खजिन्याच्या जागा कुठे कुठे असू शकतील ह्याविषयी पलीकडल्या जगातील अस्तित्वाशी बोलताना तो मला दिसायचा. तो जणू

भुतांच्या जगात राहायचा. भिंतीशी तोंड करून जणू टेलिफोनवरच बोलतो आहोत अशा थाटात तो अदृश्य व्यक्तींशी किंवा त्याच्या स्वतःच्या मनातील भुताखेतांशी बोलायचा. त्याच्या उत्तरांवरून आणि प्रश्नांच्या अनुषंगानं तो काय बोलत असेल त्याची रूपरेखा मला समजायची. तो वेडसर होता, विक्षिप्त होता. वर वर पाहाता निरुपद्रवी वेडा दिसत होता. पण निरुपद्रवी वेडा अशी काही चीज असते का? हे तरुण मित्रा, वेडी माणसं तशी कायमच धोकादायक असतात. त्याचं समाधी अवस्थेतलं दैवी दुनियेतल्या लोकांशी बोलणं तर भयंकरच होतं.''

''एके दिवशी माझे वडील बाहेर गेले असताना तो हाफीझ नेहमीसारखा भिंतींशी बोलत होता. त्याला बहुधा असा आदेश मिळाला होता की तो खजिना मिळवयाचा असेल तर एक वयानं लहान आणि दत्तक गेलेल्या अरब मुलीचा बाजूलाच असलेल्या रिकाम्या जागेवर बळी दिला पाहिजे. मग काय घरात नुसता हलकल्लोळ सुरू झाला. तो वेडा हाफीझ स्वयंपाकघरात शिरला आणि कसल्यातरी चित्रविचित्र प्रार्थना आणि मंत्र म्हणत मटण कापायच्या सुऱ्यांना धार काढू लागला. अगोदर त्या वेड्या माणसाच्या डोळ्यांतली चमक पाहून आणि नंतर तो उच्चारत असलेले शब्द ऐकून तिथल्या स्वयंपाक्याला संशय आला... कारण तो एकीकडे सुऱ्यांना धार काढत होता तर दुसरीकडे कुठल्यातरी अदृश्य आत्म्याशी बोलत होता...''

''बरं झालं त्याला वेळेवर रोखलं ते. त्या माणसाला तोपतापीमधल्या तुरुंगात टाकेपर्यंत माझ्या वडिलांना एवढ्या कठीण प्रसंगांना तोंड द्यावं लागलं आणि एवढा त्रास सहन करावा लागला की काही विचारू नका. त्या हाफीझनं तिथं गेल्यावरही खूप गोंधळ घातला. दररोज तो माझ्या बाबांचं तळपट होईल अशी पत्रं वाड्यावर धाडत होता.''

''पण त्यामुळे तुझ्या बाबांचं खजिन्याचं वेड तरी नाहीसं झालं का?''

''होय, पण त्यानंतर ते जादूटोण्याच्या आहारी गेले. मग आमच्याकडे जे काही होतं ते सगळं आम्ही मराकेश येथील एका भोंदू माणसाच्या नादी लागून घालवलं.'' बोलता बोलता डॉक्टरांनी दुःखानं एक खोल उसासा सोडला. ह्या एवढ्या वेगवेगळ्या प्रकारच्या व्याधींतून बाहेर पडणं वाटतं तेवढं सोपं नसतं. त्यांच्या लक्षणांच्या सीमारेषा एकमेकांत एवढ्या मिसळलेल्या असतात. उदाहरणार्थ, आजची नाझींची दुसऱ्यांना छळण्याची विकृतीच बघा ना, उद्या कशा प्रकारचं आत्मक्लेशी साहित्य निर्माण होणार आहे त्याचं दर्शन मला आजच घडतंय. त्यांना सत्तेची हाव असल्यानं एक पूर्णपणे भूमिगत असं साहित्य निर्माण होऊ लागलंय... ते साहित्य म्हणजे केवळ शरण जाणं

आणि अश्रू ढाळणं हेच आहे... मला ठार करा, माझे तुकडे करा, कारण मी जसजसं क्रौर्य आणि वेदना सहन करतो तसतसं मी स्वतःला शोधतो... त्यानंतर प्रतिक्रियात्मक उठाव सुरू होतील. त्या उठावातील पुस्तकांत लिहिलं जाईल. थोडीतरी दया दाखवा,... माणसांच्या हक्कांवर गदा येत आहे. त्यांचं दमन होतं आहे... माणसं म्हणजे दुसरंतिसरं काही नसून केवळ रक्तमासांच्या विटा आहेत. बायबलमध्ये बाबेलच्या मनोऱ्याचं वर्णन केलंय. त्या बाबेल मनोऱ्याच्या रक्तामांसाच्या फरशा म्हणजेच माणसं आहेत... अशा तऱ्हेची निरर्थक बडबड एक दशकापूर्वी कोण करत होतं आठवतंय का?''

रात्रीच्या वेळेस डॉक्टरांनी आपल्या रुंद छातीतून एक निःश्वास सोडला. ''आरोग्य. हे अल्ला, आम्हाला आरोग्य दे... ताकद नको पण आरोग्य दे. मानवजातीचं आरोग्य. जीवन जसं असेल तसं स्वीकारणारं आरोग्य असेल ते. आपल्याला काही देवपणाशी साम्य असलेलं अस्तित्व नको आहे... जे आयुष्य आपल्यासाठीच बनलेलं आहे ते आयुष्य आपण जगूया. कुठल्याही असत्यामुळे आपण फसता कामा नये. स्वतःला खोटं सांगता कामा नये. आपणच निर्माण केलेल्या खोट्याची आणि आपणच निर्माण केलेल्या भुतांची पूजा बांधता कामा नये.''

मुमताझच्या मनात आलं, 'हेसुद्धा वेगळ्याच पातळीवरचे अवतारी पुरुष आहेत...'

आपल्या घराजवळच्या परिसरात आल्यामुळे त्याला फार बरं वाटू लागलं होतं. विचारांची ही पातळी परस्परविरोधी आणि तर्कवितर्क करायला भाग पाडणारी ही नवी जागृती ह्यामुळे तो अस्वस्थ झाला होता. जणू हे सर्व ओझं त्याला खांद्यांवरून ताबडतोब काढूनच टाकायचं होतं. म्हणून तो नूरानचा विचार करू लागला. तो जेव्हा तिच्यासोबत होता तेव्हा आयुष्य एकाच गतीनं चालणार होतं. ते जग असं होतं जिथं प्रत्येक गोष्ट त्या जगातील मूल्यांनुसारच घडत होती... पण नूरान आता खूपच लांब गेली होती आणि आत्ता ते ज्या घरी जात होते तिथं एक आजारी, दुर्बल माणूस राहात होता. त्याची शारीरिक अवस्था कशी होती हे एक कोडंच होतं. त्या माणसावर त्याचं अतोनात प्रेम होतं... जास्तीत जास्त शंभर पावलांवर होतं ते घर.

असंख्य अडथळ्यांसोबत आणि मर्यादांसोबत राहण्याच्या दुःखानंच त्याला खूप यातना दिल्या होत्या.

माझं काय चाललंय तरी काय? बाकीच्या लोकांनीही त्रास सोसलेले आहेत.

त्याला आपला विचार पूर्ण करता आला नाही. रस्त्यावरून त्यांच्यासमोर खाजकुयलीच्या झुडपातून एक सावली अचानक बाहेर आली. डॉक्टर दचकले.

मुमताझ म्हणाला, ''घाबरू नका, ते एक वयस्कर बेकताशी दरवेशी आहेत. इथल्या एका जुन्या काळातील पाण्याच्या ओसाड टाकीवर ते राहातात... आसपासचे लोक त्यांची काळजी घेतात.''

तो वयस्कर माणूस थांबला आणि त्यांच्यासमोर उभा राहिला. ''सलाम वालेकुम...'' त्यानं आपला हात एकदा आपल्या हृदयाशी आणि नंतर मस्तकाशी नेला. त्यानंतर त्यानं शेख गालिबच्या कवितेच्या दोन ओळी म्हटल्या...

''मानवा, तू स्वतःचं राज्य स्वतःच सांभाळ. जगावर राज्य करण्यासाठीच तुला निवडलेलं आहे. मानवा, तू जीवनाचा सर्वात लाडका आहेस.''

खोल खर्जातल्या आवाजात त्यानं एकेक शब्द, एकेक अक्षर उच्चारलं. बासरिलिफ पद्धतीनं बनवलेल्या शिल्पात काही भाग उंचवट्याचा असतो तसं त्याचं कविता म्हणणं वाटत होतं. त्या शब्दांची तीव्रता पूर्णपणे ऐकणाऱ्याचं मन भेदून जात होती. आपलं बोलणं लोकांनी ऐकून घ्यावं आणि समजून घ्यावं ह्याखेरीज त्याला जणू दुसरी कसलीही चिंता नव्हती. अभिव्यक्त करण्याची त्याची खास कुठली शैली नव्हती की विशिष्ट असा कवीचा लेहेजाही नव्हता. पण त्याचा परिणाम आणखीनच उत्कृष्ट होत होता. कारण त्याला मुळी कसला प्रचार करायचा नव्हता की लोकांना काही उपदेश द्यायचा नव्हता. तिथून निघून जाण्यापूर्वी त्यांच्यासमोर फक्त एक सत्य उभं करायचं होतं. त्यांची स्वतःची वेदना ज्यात वर्णिली होती ते हे सत्य होतं. पण ही फक्त त्यांचीच वेदना होती काय? नाही, जवळपास ही वेदना साऱ्या जगताची होती. ते फकीरबुवा एका जाळ्यातून सुटू पाहात होते, रात्रीच्या काळ्या भूलभूलय्यासारख्या असलेल्या दफनभूमीतून सुटू पाहात होते, पण त्यांची सुटका होत नव्हती. पण ह्या दोन ओळी म्हणजे ह्या रात्रीतल्या आणि आधी होऊन गेलेल्या सर्वच रात्रींतल्या सुटकेच्या पहिल्या खुणेसारख्या होत्या.

डॉक्टर म्हणाले, ''छान, पण हे फकीर काही बेकताशी वाटत नाहीत. ते मेवलेवी आहेत का?''

''नाही. ते बेकताशी आहेत. मी बऱ्याचदा बोललोय त्यांच्याशी... बऱ्याचदा रात्रीच्या वेळेस इहसान, मी आणि ते एकत्र बसून राकी पीत एकमेकांचं सांत्वन केलेलं आहे... ते अंतर्बाह्य बेकताशी आहेत. ते सुंदर आलाप घेतात आणि हे एक कडवं तर त्यांचं फारच आवडतं आहे. एके दिवशी मला ते म्हणाले, खरं वास्तव आहे ते हे एकच. ते म्हणजे मानवतेचा सन्मान करायला हवा. हा सन्मान आपल्याला आपल्या अंतरातून सहजगत्या दिसायला हवा. त्यांच्या मते प्रेमापेक्षाही हे अधिक महत्त्वाचं

होतं... थोडक्यात सांगायचं तर ते इतरांना आणि मानवतेला मान देणारे होते.''

''त्यांना मानवतेबद्दल आदर वाटतो?... तसं असेल तर ते ठार वेडे आहेत.'' मग डॉक्टरांनी अचानक बोलण्याचा सूर बदलला आणि घरांकडे पाहिलं. रोखलेल्या हातांसारख्या भासणाऱ्या आसपासच्या वस्तू त्या घरांच्या आजूबाजूला बसल्यासारख्या दिसत होत्या. अंधूक प्रकाशात ती घरं फिकटशी दिसत होती. मग त्यांनी वाढलेल्या गवताकडे आणि आपल्या सोबत्याच्या चेहऱ्याकडे पाहिलं. मुमताझच्या चेहऱ्यावरचा थकवा थोडाफार जाणवत होता. एक कोंबडा आपले पंख फडफडवत त्यांच्या डोक्यावरून उडाला तेव्हा वितळलेल्या लाल माणकांचा आणि खड्यांचा जणू काही अर्कच उधळावा तसे त्याचे पंख दिसले.

''पूर्व...'' ते म्हणाले, ''माझी लाडकी पूर्व... बाहेरून पौर्वात्य संस्कृती आळशी, मूर्ख, असहाय आणि गरीब वाटते पण आतून मात्र तिनं निर्धार केला आहे की ह्यानंतर आम्ही कधीही फसणार नाही. एखाद्या संस्कृतीसाठी त्याहून सुंदर दुसरं काय असणार? आम्ही लोकांना अंतरातून समाधानी ठेवण्यास कधी शिकणार? तुमचं राज्य तुम्हीच सांभाळा ह्या वाक्याचा अर्थ आम्हाला कधी समजणार?''

''पण पौर्वात्य लोकांना हे कळतंय तरी का?

''ते कळो किंवा न कळो पण पूर्वेच्या संस्कृतीनं एक कल्पना सांगितली आहे ना, नाही का मुला?''

पाच

एक लहानशी, भटकी मुलगी दिवा लावण्यासाठी अगदी वेळेवर तिथं आली. जणू बळी देण्यापासून वाचवलं गेलं होतं ती तीच मुलगी होती. मुमताझ डॉक्टरांपाठून आत शिरला तेव्हा त्याला दिसलं की त्यानं ज्या वस्तू एका तासापूर्वी आरशाच्या चकाकत्या पार्श्वभूमीवर सोडून दिल्या होत्या त्या तशाच आहेत अगदी मस्तमौला स्थितीत आहेत. आहेत त्या स्थितीत आनंदातच आहेत मस्त एकत्र जमून चमकत बसल्या आहेत. 'खरोखर ह्या सगळ्या वस्तू जणू आम्हाला सोडून जायची संधी शोधत आहेतसं वाटतं.' मुमताझच्या मनात आलं. मी नसलो तरी हे जग अस्तित्वात असणारच आहे. ते आपलं आपणच अस्तित्वात असतं. मी केवळ त्याच्या टिकण्याची छोटीशी खूण आहे... पण मी अस्तित्वात आहे आणि मला सातत्याची जाणीव आहे म्हणून मी चिकाटीनं तग धरून राहण्याची शक्ती शोधतो... त्या सातत्यातून मी माझ्या उत्पत्तीकडून चिरंतनापर्यंत पोहचतो.

दडपशाहीपासून सुटकेसाठी आर्जवं करणाऱ्या माणसासारखं मुमताझनं सगळीकडे पाहिलं. त्याला ठाऊक होतं की तो काही चिरंतन टिकणार नव्हता. कदाचित ह्या क्षणाला, कदाचित उद्या, कदाचित आजपासून काही दिवसांनी एक दिवस ह्या सातत्यातली त्याची उपस्थिती इतरांच्या उपस्थितीत शोषली जाणार होती. त्याला माहीत होतं की भूतकाळात तो जसा होता तसा पुढे असणार नव्हता. तीच थरथर त्याला त्याच तऱ्हेनं पुन्हा जाणवणार नव्हती. ऐवढंच नव्हे तर तो मुळात थरथरणार होता की नव्हता हेसुद्धा माहीत नव्हतं. चिरंतनता हा एक अंधूक प्रकाश होता. त्याच्या बुद्धीनं कधी कधी स्वतःला ताण देऊन त्यात पाहायचा प्रयत्न केला होता. पण तरीही त्याला फारसं काही दिसलं नव्हतं. फक्त कुठल्यातरी रहस्याची त्याला जाणीव झाली होती. पण वास्तव तर ह्या घरातल्या दगडी व्हरांड्यात होतं. आपल्या दुहेरी अस्तित्वातून आणि नेहमीप्रमाणेच आपल्या भूतकाळातूनही त्याला ते दिसत होतं. ज्या पायऱ्या तो चढला आणि इहसानच्या खोलीत गेला तिथं वास्तव होतं. इहसानच्या खोलीत शिळेपणा होता... औषधं, घाम आणि रोग ह्यांचा तो शिळेपणा होता. त्या खोलीत प्रवेश करण्यापूर्वीच त्याला समजलं की होय, ह्या खोलीतील वेदना हेच खरं वास्तव होतं. आपल्या शरीराच्या माध्यमातून जी वास्तवं त्याला दिसत नव्हती पण तरीही एखाद्या सुरीप्रमाणे त्याला भोसकत होती, आतल्याआत पीळ पाडत होती ती वास्तवंसुद्धा अस्तित्वात होती. त्या वास्तवांच्या आठवणी त्याच्या मनात पिंगा घालत होत्या. त्यानं आणि नूराननं मिळून निवडलेल्या शुभ्र गाऊनवरच्या लीलीच्या फुलासारखी असणारी नूरानची चित्तप्रवृत्ती, घराच्या बागेच्या भिंतींवरून बाहेर ओथंबून आलेल्या झाडांच्या फांद्या, वाढ खुंटलेलं अंजिराचं झाड हे सारं चांदण्या रात्री जिवंत होत असे. दारासमोरचा छोटासा चिनार वृक्ष आणि त्यानं घालवलेल्या चांदण्या रात्री. ते छोटंसं टेबल आणि त्या खुर्च्या... तिथं तिच्यासोबत बसून सकाळचा चहा पिण्याची किती इच्छा होती त्याची. त्या टेबलावर अजूनही टेबलक्लॉथ अंथरलेलं होतं. त्यामुळे त्या एकत्र बसण्याचं सुख आणखीच आठवत होतं.

पण आणखीसुद्धा काही वास्तवता होत्याच. ज्या गोष्टी त्यानं कधीही पाहिल्या नव्हत्या, ज्या अस्तित्वात आहेत की नाहीत ह्याविषयीही त्याच्या मनात शंका होती त्या गोष्टीही हल्ली घडलेल्या काही घटनांमुळे त्याच्या मनात घर करून बसल्या होत्या, त्याला पछाडत होत्या. तार कचेरीतले कर्मचारी एका कचेरीतून दुसऱ्या कचेरीत बातम्या पाठवताना एकीकडे आपल्या बायकापोरांचा आणि घरचा विचार करत होते. खिळे जुळवणारे लोक अक्षरं आणि ठसे आपल्या रखरखीत बोटांनी जुळवत होते. आपण

काहीतरी विसरलो आहोत पण ते काय हे न आठवल्यामुळे गृहिणी निरुद्देशपणे घरातल्या घरात फेऱ्या मारत होत्या. त्यांनी भरलेलं सामान आत्तापर्यंत विसाव्यांदा उघडून पाहिलं होतं, पण त्यात आणखी उपयोगी आणि नवी वस्तू काय भरावी म्हणजे अज्ञाताशी सामना करताना मदत होईल ते त्यांना कळत नव्हतं. त्यामुळं अर्धवट हसत, दयनीय स्वरात प्रार्थना करत त्या बॅगेचं हँडल पकडून पुन्हा बॅग बंद करत होत्या. आगगाडीच्या शिट्ट्या, वियोगाची गाणी हीसुद्धा त्याला सुरीच्या पात्याप्रमाणे ऐकू येत होती. नाही, तो आत्ता शाश्वताच्या दुनियेत नव्हता तर ह्या नश्वर दुनियेत होता. तशी तर एक वेगळी दुनिया प्रत्येकातच वास करून असते. कधी कधी आपल्या अस्तित्वाच्या एखाद्या कोपऱ्यात ती दुनिया वसलेली असते. पण आपल्या रोजच्या धकाधकीच्या जीवनात आपण तिला पार विसरून गेलेलो असतो. पण तरीही ती दुनिया आपण आपल्या रक्तातूनच आपल्यासोबत वाहून नेत असतो. आवडो किंवा नावडो पण आजच्या जडावलेल्या संध्याकाळी आपल्याला त्या दुनियेचं ओझंही जाणवतं आहे. त्या ओझ्याखाली रुग्ण हतबल झालेला आहेच शिवाय पहिलवानी शरीराचे डॉक्टरही हतबल झाल्यासारखे दिसत आहेत.

इहसानला थोडंसं बरं वाटतंयसं दिसत होतं. पण तो भांबावल्यासारखा दिसत होता. त्याच्या कपाळावरल्या ताणलेल्या त्वचेवर घामाचे थेंब तरारले होते. बऱ्याच काळानं घाम आल्यानं ते थेंब त्या त्वचेच्या दृष्टीनं नवखेच होते. त्याला मोकळेपणानं झोपणं अवघड होत होतं. त्याच्या छातीकडे पाहिलं असता ती त्याच्या श्वसनाच्या जोरामुळे अधिक फुगल्यासारखी दिसत होती. त्याचा घामेजलेला, लाल चेहरा पाहून तो आजारी माणूस आहे असं वाटण्याऐवजी एखादा पोहणारा माणूस आहे आणि तासन्तास लाटांशी झगडून नुकताच त्यानं त्या लाटांवर संपूर्ण विजय मिळवला आहे आणि आता तो समुद्रकिनाऱ्यावर दम खात बसलाय असं वाटत होतं. पण त्यानं लाटांचा खरोखरच पराभव केला होता का? त्याचा चेहरा वेगळ्याच विलक्षण अशा दूरवरच्या प्रदेशात निवास करून होता. ते पाहून सगळ्या वाईट शक्यता मुमताझच्या मनात दाटून आल्या.

''ह्या बाईंनी योग्य वेळी कृती करून रुग्णाचे प्राण वाचवले... एवढा मी अंदाज बांधतो. सल्फामाईडचा डोस वाढवण्याखेरीज दुसरा कुठला मार्गच नाही. आता मी सल्फामाईडच्या आठ कॅप्सुल लिहून देतो. त्याचा काय परिणाम होतो ते आपण वेळोवेळी बघत राहूच. त्याशिवाय आपल्याला थोडंसं सिरप आणि हृदयावरील औषध आणावं लागणार आहे. मुमताझ, तुला औषधं आणण्यासाठी पुन्हा तसदी द्यावी लागणार आहे.''

आपल्या जीवनाचे तुकडे तुकडे झाले असावेत अशा आविर्भावानं इहसाननं मुमताझकडे पाहिलं. तो जणू त्याला म्हणत होता, ''तुला ही जमात सापडली तरी कुठे?'' मग त्यानं डॉक्टरांचा हात हातात घेण्यासाठी पुढे केला आणि त्या रात्री बहुधा पहिल्यांदाच त्याच्या तोंडून शब्द निघाले, ''काय म्हणता डॉक्टर? युद्ध होईल का? हा वेडेपणा करतच ते पुढे जातील काय?''

डॉक्टरांनी ताबडतोब आपल्या पेशंटला उत्तर दिलं, ''तुम्ही फक्त बरं होण्यावर लक्ष द्यायचं बरं का आता.'' पण तरीही त्यांचे डोळे इहसानला सांगत होते, ''मला तुमची काळजी समजते.''

सहा

मुमताझ पुन्हा जेव्हा रस्त्यावर आला तेव्हा डॉक्टरांसोबत केलेल्या अगोदरच्या प्रवासापेक्षा त्याला अधिक मोकळं वाटू लागलं होतं. ज्या विचारांनी त्याचं डोकं फुटायची पाळी आली होती त्या विचारांचा मागमूसही आता शिल्लक उरला नव्हता. नवलाची गोष्ट म्हणजे तो अगदी उत्साहभरल्या अवखळ पावलांनी चालू लागला होता. असा उत्साह पूर्वी कधीच त्याला जाणवला नव्हता. जणू गुरुत्वाकर्षणाचे नियम त्याला लागू नव्हतेच. 'जर मला पंख असते तर मी उडू शकलो असतो' त्याच्या मनात आलं. परिस्थितीचा गंभीरपणा लक्षात घेता आपण एवढे उत्साही आणि आनंदी आहोत हे पाहून त्याला आश्चर्यच वाटू लागलं. कारण सगळ्या गोष्टी जशा होत्या तशाच होत्या. कदाचित आजच रात्री लढाई सुरू होईल. इहसानची तब्येत अजूनही गंभीरच होती. जीवन आणि मृत्यूमधील उतारावर तो इतका खाली पोहचला होता की तिथून त्याचं परत येणं कठीण होतं. नूरान आज सकाळी निघणार होती. तिचं निघणं म्हणजे आयुष्य ओसाड होणं. तिच्या अनुपस्थितीमुळे सगळ्यावरच पडदा पडणार होता. एका तासापूर्वी ह्या सर्व वास्तवांखाली तो दबला होता पण आता मात्र ती वास्तवं दूरवरच्या स्वप्नांसारखी वाटू लागली होती. त्या वास्तवांचा त्याच्याशी किंवा त्याच्या दुनियेशी काहीही संबंध नव्हता. मृत्यूच्या उंबरठ्याच्या पलीकडून तो त्या वास्तवांकडे पाहात होता.

त्याला खूप मोकळं मोकळं वाटत होतं. 'मला नवलच वाटतंय, मला कुठल्याही गोष्टीचा दीर्घ विचार करण्याची सवय आहे. माझ्याच विचारांच्या माझ्या मनात गाठी बसतात, मग मी पहाटेपर्यंत येरझाऱ्या घालत बसतो. पण आत्ता मी कसलाच विचार

करत नाही, हे कसं काय?' त्याच्या मनात आलं. पण हा विचारसुद्धा त्याला उचंबळून आणायला पुरेसा नव्हता. की मी अस्तित्वाच्या दुनियेतच शिल्लक उरलेलो नाही? मी हे जग सोडूनच दिलंय की काय? कदाचित जगानंच मला सोडलेलं असेल. तसं होऊ शकतं की? म्हणजे एखादा जुना द्रवपदार्थ बाटलीतून ओतून द्यावा तसं जगानं मला ओतून दिलं असेल काय?... असं असूनही त्याला आता आपण कुठल्या कामासाठी आलोत ते ठाऊक होतं. आपण कुठला रस्ता घेऊ ते त्याला ठाऊक होतं. म्हणूनच इहसानचं औषध आणायला तो घाईघाईनं चालला होता. त्यातच भर म्हणून त्याचं मन इतक्या स्पष्टपणे सर्व गोष्टी नोंदवत होतं की ते त्याला स्वतःलाही अशक्य वाटावं.

तो जात होता तो परिसर आधीपासून ठरवून ठेवलेला वगैरे नव्हता. तेथील वातावरण सावल्यांत शांतपणे पहुडलं होतं. जणू काही उजेडाला अडवणाऱ्या भिंतीला थोडेसे तडे गेले असावेत तसा प्रकाश त्यात झिरपत होता. धातूला हिरव्या रंगाचा गंज चढावा तसं गवत हिरव्या रंगात चमकू लागलं होतं. सगळं वातावरणच मुळी धापा टाकत श्वास घेत होतं.

ही वेळ अशी होती ज्या वेळेस पहाट आपली वाद्यं जुळवू लागलेली असते. थोड्याच वेळात विधात्याचा स्वर्ग पुन्हा नव्यानं बांधला जाणार होता. घरांच्या व्हरांड्यात आणि खोल्यांतून पहाटेचे दिवे लागलेले होते. त्या धूसर वातावरणात त्या दिव्यांचा उजेड रंगमंचावरील कृत्रिम प्रकाशासारखा वाटत होता. एका स्त्रीनं हात लांब करून खिडकी उघडली, तेव्हा त्या ओसरत्या रात्री तिची अर्धनग्न आकृती दिसली. तिनं आपल्या अनावृत्त हातांनी केस सारखे केले. एक कुत्रा झोपलेल्या जागेवरून हळूच उठला आणि मुमताझच्या दिशेनं धावत आला. तो जणू सकाळचा तात्पुरता पाहुणा असावा. पण तो मुमताझच्या जवळ आला आणि अचानक विचार बदलून बाजूलाच असलेल्या एका समाधीकडे गेला. तिथं बंद केलेल्या खिडकीमागे मेणबत्त्या जळत होत्या. एक गवळी आपल्या घोडीवर आरामात बसला होता. त्यानं तिच्या दोन्ही बाजूंना दुधाच्या चरव्या बांधलेल्या होत्या. ती घोडी टापा टाकत मुमताझच्या बाजूनं गेली. थोड्याच अंतरावरून मोटारीचा भोंगा ऐकू येत होता.

आकाश हळूहळू रंग पालटत असताना मुमताझचं निरीक्षण चाललं होतं. पण त्याच्या बघण्यात फरक होता. आपली इंद्रिये रोजच्या रोज आपल्या परिसराशी संपर्क करतात तशा तऱ्हेनं तो ते बघत नव्हता. जणू काही ह्या बाह्य वस्तू आणि हालचाली तो स्वतःच्या आतच शोधत होता.

सेहझादे मशिदीच्या अंगणात असलेल्या झाडांवरून कावळ्यांची प्रक्षुब्ध

कावकाव ऐकू येऊ लागली. कर्कश कावकाव करत, धातूसारख्या चकचकीत पंखांचा फडफडाट करत ते डोक्यावरून जाऊ लागले. बेकरीतल्या ताज्या पावाचा वास साऱ्या रस्त्यावर पसरला. रेल्वेचे रूळ दुरुस्त करणारे मजूर आता मशिदीपुढे जमले होते. त्यांनी पेटवलेलं एसिटिलिनचं इंधन अजूनही जळत होतं आणि रेंबार्ड ह्या डच चित्रकारानं काढल्यासारख्या दिसणाऱ्या चमकत्या पहाटेकडे झेपावत होतं. वितळणारं तेज आणि त्याला वेढणारा काळोख ह्या सगळ्यांमध्ये चेहरे, हात आणि शरीरं ह्या सर्वांच्याच छटा बदलल्या होत्या. मुमताझ हातांच्या हालचालींकडे आणि चेहऱ्यांवरील एकाग्रतेकडे विस्मयचकित होऊन बघत होता.

हा परिसर... सारं बालपण ह्या रस्त्यावरून आणि भोवतालच्या झाडांवरून त्याच्याकडे धावत येऊ लागलं. खास आपला असा राहाता परिसर असावा; घर, ठरलेला रोजचा दिनक्रम, मित्रमंडळी त्यांच्यासोबत राहायचं आणि त्यांच्यामध्ये मरायचं. पण त्यानं स्वतःसाठी ठरवलेल्या भविष्याशी हा जीवनक्रम का कोण जाणे पण जुळून येत नव्हता. त्याच्या कुठल्याच कल्पनांना मूर्त फळं येत नव्हती. भौतिक, सांस्कृतिक किंवा ऐतिहासिक वस्तू केवळ आपापल्या सोयीनं जगत होत्या. इतर वस्तू त्यांच्यावर आक्रमण करत तेव्हा त्या एखाद्या प्रतिध्वनीप्रमाणे आपल्यावर होत असलेल्या आक्रमणाची माहिती सर्वांना देत होत्या. एखाद्या कल्पनेच्या वाटेत आपण हरवून जावं अशी तीव्र इच्छा त्याला होऊ लागली होती.

तो वेझ्नेसिलर भागातून जाऊ लागला तेव्हा त्याला जाणवलं की आसपासचा देखावा उजळला आहे. तो बेयाझितमध्ये आला तेव्हा तिथल्या उंचावलेल्या रस्त्यांवरील कॉफीहाऊसेसमधली वर्दळ वाढली होती. खुर्च्या अजूनही आतमध्ये रचून ठेवलेल्या होत्या पण संधिसाधू वेटरमंडळींनी भल्या सकाळी येणाऱ्या गिऱ्हाइकांसाठी दोन-चार टेबल-खुर्च्या मांडून ठेवलेल्या दिसत होत्या. जेव्हा त्यातल्या एकाची नजर मुमताझवर पडली तेव्हा हर्षभरित होऊन तो म्हणाला, ''या, या, मुमताझजी, चहाला आधण येतंच आहे.'' विद्यापीठात परीक्षा चालू असताना मुमताझ तिथे चहा प्यायला जात असे. विद्यार्थिदशेच्या काळाचा तो अचानक निर्माण झालेला फ्लॅशबॅकही मुमताझमध्ये कुठलीही प्रतिक्रिया निर्माण करू शकला नाही. ''मी घाईत आहे,'' असं त्यानं हातानं दर्शवलं. अकसरायला जाणाऱ्या रस्त्यावरचे सकाळचे वाटसरू, ओरडणारे वृत्तपत्रविक्रेते आणि गिऱ्हाइकांना बोलावणारे केकवाले ह्यांनी ती सकाळ कशी नव्यानं उभारून उठू लागली होती. त्या केकवाल्यांपाशी तीळ लावलेले डोनटसुद्धा होते. मुमताझनं मशिदीच्या दिशेनं पाहिलं. कबुतरांचा एक थवा जमिनीवर

उतरला आणि पुन्हा आकाशात झेपावला. कशामुळे दचकली असतील ही कबुतरं? पण तो प्रश्न मनात येतायेताच विरून गेला. तरीही मुमताझ आपल्या मनात टिकून राहिलेल्या प्रश्नांचा छडा लावू शकत होता. म्हणजे ते विचार विरून गेले तरी लावू शकत होता. ह्याचं कारण मला कशातच रस वाटत नाही हे आहे. 'सगळ्याच गोष्टींबद्दल मी एवढा बेपर्वा आहे का ह्याचं मला नवल वाटतं. माझ्या अंतरातील दुनिया पुन्हा घडवणं मला कधीतरी जमेल का? की माझा स्वतःवर ताबा असूनही त्याच वेळी मी नशेतही आहे? माझ्या डोळ्यांसमोर...' मुमताझच्या मनात आलं.

रात्री उशिरापर्यंत चालू राहणाऱ्या औषधांच्या दुकानाचं धातूचं शटर अजूनही ओढलेलंच होतं. एक स्त्री त्या शटरवर हातानं ठोकत होती आणि पाय उंचावून त्या शटरच्या भोकातून आत बघत होती. तिच्या हातातला औषधांच्या नावांचा कागद येता येता वाटेत चुरगळलेला दिसत होता. ती अगदी थकलेली, असहाय अवस्थेत दिसत होती.

ती वारंवार म्हणत होती, "हे अल्ला, हे अल्ला" आणि पुन्हा पाय उंचावून भोकातून पाहात होती. जणू काही तिला त्या भोकातून घसरून आत जायचं होतं.

शेवटी एकदाचा तो दुकानदार आला. त्या बाईनं आणि मुमताझनं एकाच वेळी त्याच्या हातात कागद दिला. मुमताझला औषधं मिळाली. त्यानं हे सर्व इतक्या चपळाईनं केलं की जणू त्याला एका सेकंदाचा वेळही वाया दवडायचा नव्हता.

परिस्थितीच तशी होती. त्याच्या बुद्धीचा औषधं घेणारा भाग सुस्पष्ट विचार करत होता. तो अडखळत नव्हता. पण त्या पलीकडे जाऊन मात्र त्याची सर्व मानसिक अवस्था निर्णय न घेणं आणि धुंदी ह्या दोन टोकांत फिरत होती. त्याचं मन म्हणजे गोंधळात पाडणारं यंत्र बनलं होतं; जे क्षणात ह्या भौतिक जगाचा संदर्भ उचलत होतं आणि त्या वस्तूचा बोध झाल्यावर ती ताबडतोब सोडून देत होतं. मला होतंय तरी काय? त्याच्या आणि जगामध्ये पूर्वी त्यानं कधीही न पाहिलेला असा कफनवस्त्राचा पडदा ओढला गेला होता हे मात्र निश्चित होतं. काहीतरी अपारदर्शक वस्तूनं त्याला जगापासून वेगळं केलं होतं आणि त्याला एक वेगळाच दृष्टिकोण बहाल केला होता.

पण खरोखर तो जगापासून वेगळा होऊ शकणार होता काय? आयुष्य हे एवढं भव्य होतं. ह्या सकाळच्या वेळेस जगणं म्हणजेसुद्धा किती सुंदर होतं. प्रत्येक वस्तू सुंदर होती, ताजी होती, सगळ्या वातावरणात मिळूनमिसळून राहाणारी होती. ते वातावरण प्रत्येकाचं प्रेमानं हसून स्वागत करत होतं. मुमताझला खात्री होती की ह्या घटिकेला तो न थकता एखादं अकाशियाचं सुंदरसं पान निरखत राहू शकला असता.

एखाद्या छोट्या प्राण्याचा चेहरा पाहात राहू शकला असता. किंवा एखाद्या शाश्वत भासणाऱ्या मानवी हाताकडेही पाहू शकत राहिला असता. कारण ते सारंच भव्यदिव्य होतं. सूक्ष्मपणे झिरपणारा प्रकाश म्हणजे एक भव्य सांगीतिक मैफलच होती. तिथं त्या मशिदीच्या अंगणात त्या सूक्ष्मतेचे पहिले किरण एखाद्या नग्न स्त्रीसारखे नर्तन करू लागले होते. डोनटचा ताजा वास, चालणाऱ्या माणसांची घाई, विचारात हरवलेले चेहरे हे सारं सारं सुंदर होतं. पण तो कुठेच आपलं लक्ष धडपणे केंद्रित करू शकत नव्हता. ह्या अशा घटकेलाही ते घडत होतं? कदाचित मला सगळ्या वस्तू एवढ्या सुंदर दिसतात की त्यांच्यासाठी मी जीवनापासून दूर जाऊ शकतो. पण असं नेहमीच का होऊ नये? भव्यतेचा हा अर्थ आणि त्यासोबत संगीताच्या मैफलीचा आनंद हा काही दररोज मिळणारा अनुभव नव्हता. तो एक प्रकारचा साक्षात्कारी अनुभव होता. खरं सांगायचं तर तो अनुभव अनेक दैवी साक्षात्कारांनी मिळून बनलेला होता. ज्या क्षणी सगळी विद्वत्ता साऱ्या जगाशी संपर्क तोडून योग्याचं रूप धारण करते, वास्तवापेक्षाही अधिक चांगलं रूप धारण करते त्या अगदी शेवटच्या क्षणी ती दिव्य अनुभूती येत होती. एका पोकळीच्या काठावर वसलेला साक्षात्कार होता तो. त्या क्षणाच्या स्पष्टत्वाचं आकलन केवळ मुमताझच्या अंतःकरणात निर्माण झालेल्या स्पष्टतेतूनच होत होतं.

''एक गोष्ट दुसऱ्या गोष्टीशी अजिबात जोडलेली नसणं हे किती विचित्र आहे! प्रत्येकच वस्तू अणुरूपात गेल्यासारखं वाटतंय मला.'' मुमताझनं तक्रार केली.

त्याच्या बाजूला उभा असलेला माणूस उत्तरला, ''बरोबरच आहे. त्या वस्तू एकमेकींशी जोडल्या गेलेल्या नाहीतच मुळी. कारण तू जे बघतो आहेस ते दुसरं तिसरं काही नसून थेट वास्तव आहे.''

''पण काल आणि परवासुद्धा मी ह्याच नजरेनं वस्तुमात्राकडे पाहात नव्हतो का? तेव्हा काय मी वास्तवतेचा अनुभव घेत नव्हतो? पूर्वीसुद्धा वास्तवतेची आणि माझी भेट झालेली आहे, नाही का?''

बाजूला उभ्या असलेल्या माणसाची उपस्थिती त्याला जाणवत होती पण त्याचा चेहरा पाहू शकत नव्हता. पण त्यात काही चमत्कारिकपणा आहे असंही वाटत नव्हतं.

''नाही... कारण तू तुझ्या स्वतःच्या ओळखीच्या माध्यमातून तुझ्या परिसराकडे पाहात होतास. म्हणजे खरं तर तू स्वतःचंच निरीक्षण करत होतास. केवळ जीवन किंवा केवळ वस्तूंनी संपूर्णत्व येत नसतं. परिपूर्णता ही मानवी मनाची एक अद्भुतरम्य कल्पना आहे.''

''ठीक आहे, पण माझी स्वतःची ओळख? ती कुठं हरवलेय का?''

''होय, मित्रा, तुझी ओळख ही माझ्या हातात आहे. तुझा जर विश्वास बसत नसेल तर तू स्वतःच पाहून घे.''

त्यानं आपला हात मुमताझच्या चेहऱ्याच्या दिशेनं पुढे नेला. एक छोटंसं, आश्चर्यचकित करेल असं अस्तित्व होतं ते. एखादी प्राण्याची कात किंवा वरचं कवच असावं तसं न ओळखता येणारं काहीतरी त्या माणसाच्या हातात वळवळत होतं.

'म्हणजे, ही माझी ओळख आहे तर!' मुमताझच्या मनात आलं. पण तो काहीच बोलला नाही. त्या माणसाच्या हातातल्या पदार्थानं त्याला सुन्न करून टाकलं होतं.

मुमताझनं ह्यापूर्वी दुसरी एवढी सुंदर वस्तू पाहिली नव्हती. स्फटिकाला किंवा हिऱ्यालासुद्धा हे आतून येणारं तेज निर्माण करता आलं नसतं. तो मंद प्रकाश खास त्याच्या ओळखीसाठी राखून ठेवलेला होता. हाताच्या तळव्यातला उजेड, हे छोटंसं खेकड्यासारखं अस्तित्व. ही त्याची स्वतःची ओळख आहे असं तो माणूस मुमताझला सांगत होता. एखाद्या रक्तवाहिनीसारखी ती ओळख धडधडत होती, शांतपणे आपलं काम करत होती.

घाबरत घाबरत त्यानं विचारलं, ''मला तुम्ही ते परत देणार नाही का?''

''काय?''

मुमताझनं आपल्या हनुवटीनं दाखवलं, ''ते... माझी ओळख म्हणून तुम्ही जे सांगताय ना ते.''

''तुला हवं असेल तर घे. तुला जर अनुभवाच्या जगात जायचं असेल तर घे ते परत.'' त्या माणसानं आपला हात मुमताझच्या हनुवटीशी उघडला. पण ह्या वेळी मुमताझचे डोळे त्या हाताच्या तेजस्वितेवरच खिळले होते. मुमताझला माहीत होतं की त्याच्या बाजूला उभा असलेला माणूस सुआदशिवाय दुसरा कुणीही नव्हता. अर्थात ते शक्य नसलं तरीही... मुमताझच्या मनात आलं की, जर मेलेली माणसं अशी रस्त्यांवरून फिरायला लागली तर आयुष्यात काहीतरी आनंद राहील काय?, मग त्यानं हळूच बाजूला पाहिलं. जणू त्याला म्हणायचं होतं, खरंच हा सुआद आहे का? खरोखर तो सुआदच होता. पण एवढं कसं त्याचं रूपांतर झालं होतं? तो अधिक मोठा, अधिक देखणा दिसत होता. जणू तो सर्वच दृष्टीनं अधिक भव्य झाला होता. काही तासांपूर्वी त्यानं स्वप्नात जो सुआद पाहिला त्यापेक्षाही तो आत्ता अधिक भव्य आणि अप्रतिम दिसत होता. त्या दिवशी घराच्या दिवाणखान्यात मुमताझनं पाहिलेलं सुआदच्या चेहऱ्यावरील उपहासात्मक हसू, त्याचं वाकडं तोंड ह्यांनी सगळ्याला

काळिमा लावला होता. पण तेच संपूर्ण जीवन आता खूप खोलातून येणारं आणि अस्तित्वाच्या गूढ पातळ्या प्रकाशानं उजळणारं एक ऐश्वर्यसंपन्न हास्य बनलं होतं. त्याच्या हातावरल्या, मानेवरल्या आणि चेहऱ्यावरल्या जखमासुद्धा चमकत होत्या. क्रूर आणि त्याच वेळेस भव्यही... मुमताझला अचानक धक्का बसल्यासारखा झाला आणि आपले हात चोळत तो विचार करू लागला, 'मी आता काय करू?' काहीही झालं तरी त्याला सुआदशी बोलायचंच होतं. पण अशा अप्रतिम अत्यानंदी अवस्थेत असलेल्या सुआदशी त्याला बोलता आलं असतं का? 'मला आश्चर्यच वाटतं की सगळीच मेलेली माणसं अशा तऱ्हेनं भव्य होतात की, काय?' त्याच्या मनात आलं. त्याला आठवलं की एकदा सुआद म्हणाला होता की, ''मृत्यू आणि मरण्याची क्रिया ह्यामुळे त्याच्या मनात घृणा उत्पन्न होते.'' पण 'हा सुआद तर केवळ देखणाच नव्हे तर शक्तिमानही वाटतो आहे.' मुमताझच्या मनात आलं. होय, तो होता शक्तिमान. त्याच्यातली शक्ती थोड्या प्रमाणात का होईना पण मुमताझच्या दिशेनं सतत वाहात येत होती. त्याला आपल्याकडे खेचून घेत होती. होय, तो सुआदशी बोलणारच होता.

तो हळूच पुटपुटला, ''सुआद, तू का आला आहेस? तू मला एकट्याला का सोडत नाहीस? रात्रंदिवस तू मला छळत राहातोस. पुरे झालं की आता. आता माझं मला राहू दे.'' बोलत असतानाच त्याच्या मनातली अशुभाची भीती नाहीशी झाली. त्याऐवजी गोंधळात टाकणारी एक बंडाची भावना त्याच्या मनात उसळून उठली. मला मोकळा सोड आता एकदाचा. मग एका मेलेल्या माणसाशी आपण एवढ्या तुच्छतेनं बोललो म्हणून त्याला वाईटही वाटू लागलं.

''मी का यायचं नाही मुमताझ? नाही तरी मी तुझी साथ सोडलीय कुठे?''

मुमताझनं मान हलवली, ''खरोखर तू माझा पिच्छा सोडलेला नाहीयेस. तू जणू माझ्या शरीरात शिरलेला प्लेग आहेस. कालपासून तर तू अधिकच तीव्र झाला आहेस. काल रात्री मी तुला टेकडीवर पाहिलं. माझ्या स्वप्नात पाहिलं. ते स्वप्न किती चमत्कारिक होतं ह्याची तुला काही कल्पना आहे काय? स्वप्नात मी रात्र पडताना पाहात होतो. अधिक स्पष्ट सांगायचं तर संध्याकाळ पडत होती आणि त्यासाठीची घाईघाईची तयारी चालू होत होती. जांभळे, लाल, गुलाबी आणि किरमिजी रंगांचे कॅनव्हास आणि वासे बाहेर आणून क्षितिजावर एकत्र करण्याचं काम चालू होतं. नंतर त्यांनी सूर्याला दोर आणि पुली लावून वर चढवलं. पण तुला माहित्येय का, तो मुळी सूर्य नव्हताच. सुआद तो तू होतास. तुझा चेहरा सुंदर दिसत होता. आत्ता दिसतोय ना तसा. ते दृश्य दुःखद असल्यामुळे तू आणखीन भव्य दिसत होतास. मग येशूला त्यांनी

जसं क्रुसावर चढवलं, थोडंसं त्याच धर्तीवर त्यांनी तुलाही खिळ्यांनी ठोकलं...'' बोलता बोलता मुमताझ अचानक हसू लागला. ''ते सगळं इतकं विचित्र होतं ना? तुझी ती दुःखाची अवस्था, येशूसारखं तुझंही सुळावर चढणं... तू. अरे, कशावरही श्रद्धा न ठेवणारा तू. सगळ्याचीच टर उडवणारा तू...'' चक्क बोलता बोलता तो पुन्हा हसू लागला.

मुमताझच्या तोंडाकडे आपली नजर खिळवून सुआद त्याचं बोलणं ऐकत राहिला.

''मी तुला म्हटलं तसं... मी कधीच तुला सोडून दिलेलं नाही. मी नेहमीच तुझ्या बाजूला होतो.''

काही न बोलता मुमताझ काही काळ चालत राहिला. पहाटेचं तांबडं फुटलं होतं. त्यामुळे उजेडही फारसा नव्हता. त्याला अशी भावना होऊ लागली होती की त्या अंधूक उजेडात चालण्याऐवजी आपण आपल्या बाजूनं येणाऱ्या संथ प्रकाशातच चालतो आहोत. ते खरोखरच फारच क्लेशदायक होतं.

''ठीक आहे तर मग. तुला काय हवंय माझ्याकडून? हा हट्ट धरण्याचं कारण तरी काय?''

''हा हट्ट नाही तर हे बंधन आहे असं समज. तुझ्यासोबत राहाणं हे माझ्यावर घातलं गेलेलं बंधन आहे. मी तुझा आता रक्षक देवदूत झालोय असं समज.''

मुमताझ पुन्हा हसला. पण त्याच वेळी त्याला जाणवलं की आपलं हसू कसल्यातरी दडपणाखाली आलं आहे.

''असं होऊ शकत नाही.'' मुमताझ म्हणाला, ''तू आता मेलेला आहेस. तू आता मनुष्यरूपात नाहीस.'' मग आपले विचार अधिक स्पष्ट करण्याची गरज भासून तो म्हणाला, ''मृत व्यक्तीसोबत संभाषण करणं किती कठीण असतं... शिवाय रक्षण करणं हे काम तर देवदूतांचं असतं. मृत व्यक्तींचा त्यात काय संबंध?''

''नाही. देवदूत फार काळ ह्यात पडू शकत नाहीत. हल्लीच्या काही वर्षांत पृथ्वीवरील लोकसंख्या खूपच मोठ्या प्रमाणात वाढलेली आहे. लोकसंख्यावाढीचं राजकारणही तेजीत आहे. त्यामुळे देवदूतांनी आता ह्या कामात लक्ष घालण्यासाठी आम्हा मृतांना पाठवण्याची व्यवस्था केली आहे.''

सुरुवातीला मुमताझनं काहीच प्रतिसाद दिला नाही. मग त्यानं निषेध व्यक्त केला, ''तू खोटं बोलतो आहेस. तू देवदूत असूच शकत नाहीस. अशक्य आहे ते. तू तर स्वतःच प्रत्यक्ष सैतान आहेस.'' एखाद्या मृत माणसाशी ह्या पद्धतीनं बोलावं लागावं

म्हणून त्याचं हृदय कळवळलं. तरीही तो बोलत राहिला. ''मला फसवण्यासाठी म्हणून तू असा आव आणतो आहेस. पण मी तुझा डाव ओळखलाय.''

सुआदनं त्याच्या तोंडाकडे दुःखानं पाहिलं, ''सैतान असतो तर तुझ्या अंतःकरणातूनच कुजबुजलो असतो ना. तुला मला बघता आलं नसतं मग.''

''तरीसुद्धा !'' मुमताझ बोलू लागला, ''तुला बघून मला केवढा आनंद झालाय. माझा आनंद अगदी ओसंडून वाहिल्यासारखा झालाय.'' नंतर त्यानं सुआदच्या चेहऱ्याकडे भीतीनं पाहिलं.

''किती देखणा दिसू लागला आहेस तू. विलक्षण देखणा. हे दुःख तुला शोभून दिसतंय हं. तुझं कुणाशी साम्य आहे हे कळून घ्यायचंय का? बोट्टिसेली ह्या चित्रकारानं काढलेल्या देवदूतांच्या चित्राशी... तुला ठाऊक आहे का, पॅशनच्या काळात त्या देवदूतांनी येशूला तीन खिळे दिले होते.''

सुआदनं त्याला बोलताना अडवलं, ''असल्या मूर्ख तुलना करणं थांबव... दोन गोष्टींची तुलना न करता तुला बोलताच येत नाही का? ह्या असल्या घाणेरड्या सवयीमुळे तू गोष्टी आणखीनच बिघडवल्या आहेस हे तुला अजूनही कळलं नाही का?''

लहान मुलासारखं मुमताझनं त्याला विनवलं, ''रागावू नको ना रे, सुआद., मला किती भोगावं लागलंय. मी एवढं वाईट काहीच केलेलं नाही. मला तू फक्त देखणा वाटलास. तू एवढा भव्य कसा काय झालास?''

''ज्या गोष्टी मनात असतात त्या नेहमीच भव्यदिव्य असतात.''

सुरुवातीला मुमताझला त्याबद्दल विरोध व्यक्त करायचा होता, ''तू आत्ताच म्हणालास ना की मी जर सैतान असतो तर मी तुझ्या आतूनच हलक्या स्वरात बोललो असतो.'' पण अचानक दुसरी एक कल्पना त्याच्या डोक्यात आली, ''माझ्या विचारांच्या मागे मला जाता येत नाही... किती भयाण आहे हे.'' मग तो सुआदशी बोलू लागला, ''पण मी तुला आता माझ्या डोळ्यांनी पाहू शकतो. मी तुझ्याशी संभाषण तर करतो आहेच.''

''होय, पण तू मला तुझ्या डोळ्यांनी बघत नाहीयेस तर तुझ्या डोळ्यांतून बघतो आहेस आणि मनातून संभाषण करतो आहेस...''

मुमताझच्या मनातून विजेच्या वेगानं एक कल्पना दौडत गेली, ''मी तुला स्पर्शही करू शकतो, हो की नाही?''

''नक्कीच. सुआद आता त्याच्यासमोर आपले हात वर करून उभा राहिला. तो

जणू त्याला म्हणत होता, ''चल, कर की माझी परीक्षा, लाव हात मला.'' त्याच्या अस्तित्वातून जी प्रभा बाहेर येत होती त्या प्रभेच्या वर्तुळात राहून तो हसत होता. मुमताझनं आपले दिपलेले डोळे दुसरीकडे वळवले.

''जर तुझी इच्छा असेल आणि तुला भीती वाटत नसेल...''

''मी का घाबरू? मी आता कशालाच घाबरत नाही.'' पण तरीही सुआदच्या दिशेनं हात पुढे करण्याची त्याची तयारी नव्हती. त्यानं आपले हात पुन्हा खिशात घातले. जणू काही तो असंच दर्शवत होता की, अगदीच गरज पडली तर बघेन.

एमिर्गनमधल्या रात्री ज्या तऱ्हेनं सुआद हसला होता तसाच तो आत्ताही हसला, ''मला ठाऊक होतं तू घाबरशील.'' तो म्हणाला. ''तू त्या हमालाला का हाक मारत नाहीस? म्हणजे तो येईल आणि मला चाचपून पाहील. किंवा मेहमत किंवा बोयासिकोय इथल्या कॉफीहाऊसमधल्या शिकाऊ वेटरला बोलावलंस तरी चालेल. ज्या माणसांना आज तू मृत्यूची शिक्षा फर्मावलीस ते लोक आहेत हे.''

मुमताझ एकदम दचकला, ''पण त्या लोकांचा आणि तुझा माझा संबंध काय?''

''तुला मला स्पर्श करायची भीती वाटते ना, मग तुझ्याऐवजी ते मला स्पर्श करतील.''

''मी काही त्यांना एकट्यांनाच लढाईवर पाठवत नाहीये. मी स्वतःसुद्धा जाणार आहे.''

''पण तुझा स्वतःचा मृत्यू होईल ही संभावना तू डोक्यात घेतलेली नाहीयेस. पण ते लोक मात्र मरणार हे तू अगदी निश्चितपणे ठरवलेलं आहेस आणि तू त्यांना फसवून मरणाकडे ढकललेलं आहेस.''

''नाही... मुळीच नाही...''

''होय, खरोखर तसंच आहे...'' क्रूर उपहासाचे भाव तोंडावर आणून सुआद त्याच्यावर झुकला आणि त्यानं त्याची खरडपट्टी काढली. ''तू असं कर ना नाहीतर. तू त्या हमालाच्या बायकोलाच सांग ना तुझ्याऐवजी मला स्पर्श करायला.''

''नाही. मी तुला स्पष्टच सांगतोय की माझीसुद्धा लढाईवर जायची इच्छा आहे आणि मी लढाईवर जाणार आहे. मी स्वतःकडे बघतो त्यापेक्षा वेगळ्या नजरेनं त्यांच्याकडे पाहात नाही.''

''नाही, तू त्यांच्याकडे वेगळ्या नजरेनंच पाहातो आहेस. तू त्यांच्या मृत्यूबद्दल घासाघीस करत होतास. तू त्यांना फसवू पाहात होतास.''

''खोटं आहे हे... तू खोटं बोलतो आहेस.''

मुमताझ भानावर आला. हा वादविवाद व्यर्थ होता. इहसान घरी वाट पाहात होता. त्यानं लहान मुलासारखी विनवणी केली, ''सुआद,'' तो म्हणाला, ''अरे, इहसान खूपच आजारी आहे रे. दया कर आणि माझ्या वाटेतून दूर हो. मला घरच्या मार्गाला लागू दे.''

सुआद विक्षिप्तपणे हसला. ''कित्ती लवकर तुला माझा कंटाळा आला रे.''

''नाही. मला कंटाळा आलेला नाही तुझा. पण एक आजारी माणूस माझी वाट पाहात घरी थांबलेला आहे. मीही दमलेलो आहे. तू काही आता आमच्यातला उरलेला नाहीस. मी पूर्वी तुझ्याशी प्रामाणिकपणे वागलो नाही. मी तुला घाबरतो. पण आत्ता तू माझ्या वाटेतून बाजूला हो. हे रस्ते थोड्याच वेळात एवढे गजबजतील. ह्या जिवंत जगात तू विसंगत आहेस. तू इतका वेगळा आहेस तर तू आमच्यात का फिरतोस? आम्ही जे काही भोगतोय तेवढं पुरेसं नाही का?''

''आपण कालच नाही का एकमेकांच्या संगतीत होतो?''

''होय, पण तू आता काही ह्या जीवसृष्टीतली सूर्यापासून निर्माण झालेली औलाद नाहीस.''

''त्याची तू अजिबात काळजीच करू नकोस. काल रात्रीपासूनच सर्व मेलेली माणसं बाहेर पडलेली आहेत.''

मुमताझनं थरथरत रस्त्याकडे टक लावून पाहिलं. घरापासून ते फक्त पंचवीस-तीस पावलांवरच होते.

''तसं का पण? त्यामुळे काय भलं होणार? हे आमचं जिवंत लोकांचं जग आहे. ह्या इथं जे काही आहे ते जीवनासाठी आहे. तुम्ही सर्व मेलेले लोक फक्त आवेशयुक्त भाषणबाजी एवढंच करू शकता.''

''अशक्य आहे ते.'' सुआद म्हणाला. ''मी तुला सोडणार नाही. तू माझ्यासोबत येतो आहेस.'' कडवट उपहासानं तो बोलला. ''नूरानशिवाय... ह्या अशा दुःखाच्या गर्तेत... अशक्य आहे ते.'' सुआदनं आपले हात पसरले आणि मुमताझला मिठी मारायचा प्रयत्न केला. मुमताझ मागे झाला.

''चल, ये.'' त्याच्या बोलावण्यात रक्त गोठवून टाकणारं हास्य होतं.

मुमताझनं विनवण्या केल्या, ''निदान हसू तरी नकोस, प्लीज, थांब.''

''कसं शक्य आहे ते? तुझ्या मर्यादांची पातळी खूपच खालची आहे. तू तुझ्या मर्यादांच्या पातळीला साऱ्या गोष्टी आणल्यास. एवढ्या की सगळं काही तुला तुझ्यासारखंच दिसू लागलं... तू तुझ्या चिमुकल्या अस्तित्वाला आणि त्या

अस्तित्वाच्या चिंतांना जखडला गेला आहेस. जीवनाविषयीची तुझी मर्यादित निष्ठा, मोजूनमापून दाखवलेली सहानुभूती, क्षुल्लक तडफड, आशा-आकांक्षा, सगळ्यातून अंग काढून घेण्याची वृत्ती, पूजाभाव...''

मुमताझनं आपले हात खालीच लटकत ठेवले आणि तो म्हणाला, ''सुआद, तू एवढा सूडकरी होऊ नकोस. मीही खूप काही भोगलंय रे.''

सुआद मोठ्यानं बऱ्याच वेळ हसला. ''ठीक आहे तर, ये माझ्यासोबत. मी तुला मुक्ती देतो.''

''नाही. मला काम आहे. ते करायलाच पाहिजे मी.''

''तुला काहीच काम जमायचं नाही. तू माझ्यासोबत ये. तुझी सगळ्यातून सुटका होईल. ही ओझी अशी आहेत जी तुला उचलणं शक्य नाही...''

मुमताझ पुन्हा आपल्या वाटेत थांबला आणि सुआदकडे टक लावून पाहू लागला. ''नाही.'' तो म्हणाला. ''मला माझ्या जबाबदाऱ्या उचलायला हव्यात. जर मला त्या उचलणं जमलं नाही तर त्यांच्याखाली चिरडून जाण्याची मी माझ्या मनाची तयारी केली आहे. पण मी तुझ्यासोबत येऊ शकत नाही.''

''तू येशील.''

''नाही. तो भ्याडपणा होईल.''

''तसं असेल तर राहा तुझ्या सांडपाण्याच्या डबक्यात...''

सुआदनं आपला हात उचलला आणि मुमताझला जोरात एक ठेवून दिली. मुमताझ धडपडला आणि खाली पडला.

तो जेव्हा उठून उभा राहिला तेव्हा त्याचा चेहरा रक्तबंबाळ झाला होता. हातातल्या औषधांच्या बाटल्या फुटल्या होत्या. पण त्याच्या चेहऱ्यावर एक विलक्षण आणि जवळ जवळ अनाकलनीय हसू होतं. जवळच्याच एका खिडकीतून रेडिओवरून बातम्या प्रसारित होत होत्या. हिटलरने त्याच रात्री हल्ला करण्याचा हुकूम सोडला होता. मुमताझ आत्तापर्यंतचा सगळा कसोटीचा प्रसंग विसरून गेला.

''लढाई सुरू झाली...'' तो म्हणाला. त्यानं मुठी उघडून जखमांकडे पाहिलं. त्याच्या हातात अजूनही फुटलेल्या बाटल्यांच्या काचा होत्या. मग तो हळूहळू खुरडत खुरडत घराकडे चालू लागला. त्या इतक्या सकाळच्या वेळीही रस्त्यावरले येणारे-जाणारे वाटसरू त्याच्या रक्ताळलेल्या चेहऱ्यावरील विचित्र हास्याकडे धक्का बसल्यासारखे पाहात होते.

त्यानं दाराची कडी उघडली. व्हरांड्यातला आरसा सकाळच्या उजेडाच्या

पृथ्वीवरील प्रवेशात पुन्हा शिरला होता. त्यानं काही काळ आरशात आपल्या चेहऱ्याकडे पाहिलं आणि तो हळूहळू पायऱ्या चढू लागला.

मसिदेभाभी दिवाणखान्यात डॉक्टरांबरोबर रेडिओ ऐकत बसली होती. ''हाय अल्ला, मुमताझ हे काय झालं तुला?''

मुमताझनं आपले दुखरे हात खिडकीसमोर पुन्हा एकदा उघडले आणि मिटले.

''तुला माहीत नाही झालं तर बरं होईल.'' तो म्हणाला, ''मला अपघात झाला.'' ते चमत्कारिक हसू त्याच्या ओठांवर खेळत होतं. जणू साऱ्या जीवनातील गूढ रहस्यं त्यात सामावलेली होती.

''औषधाच्या बाटल्या फुटल्या.'' तो म्हणाला. नंतर डॉक्टरांकडे वळून त्यानं विचारलं, ''कसे आहेत ते?''

''तसे ठीक आहेत. आता पहिल्यापेक्षा बरे आहेत. त्यांना आणखी कसली गरज नाही आता. तू बातम्या ऐकल्यास का?''

त्यांच्या बोलण्याकडे मुमताझचं लक्षच नव्हतं. एका कोपऱ्यात जाऊन तो आपल्या तळहाताकडे पाहात बसला होता. नंतर तो एकदम तिथून उठला आणि जिन्याकडे गेला.

पण तो वर जाऊच शकला नाही. तिथं... पहिल्याच पायरीवर डोकं हातात धरून तो मटकन खाली बसला. डॉक्टरांनी त्याच्याकडे पाहिलं. ते जणू त्याला म्हणत होते, ''आता तू माझा आहेस, पूर्ण माझा.'' डोळे पुसत मसिदेभाभी त्याच्याजवळ गेली. त्या निश्चल घरात रेडिओवरचा कुणाचीही पर्वा न करणारा निडर आवाज मात्र त्या सर्वांच्या वतीनं प्रसंगाला लागलेल्या नव्या वळणाबद्दल बोलत होता.